॥ ಶ್ರೀ ॥

ಶ್ರೀ ಗುರುಭ್ಯೋಂ ನಮಃ ಪರಮಗುರುಭ್ಯೋಂ ನಮಃ

ಕವಿಚಕ್ರವರ್ತಿ ಬಿರುದಾಂಕಿತ
ಮಹಾಮೇರು ಕವಿ ರನ್ನ ವಿರಚಿತ

ಗದಾಯುದ್ಧಂ

(ಸಾಹಸ ಭೀಮ ವಿಜಯಂ)
ವ್ಯಾಖ್ಯಾನ ಸಹಿತ

ವ್ಯಾಖ್ಯಾನಕಾರ :
ಗಮಕ ವಿದ್ವಾನ್ ಡಾ॥ ಎಂ.ಎ. ಜಯರಾಮ್ ರಾವ್
ಬೆಂಗಳೂರು

ವೀರಲೋಕ
ಇದು ಪುಸ್ತಕ ಪ್ರಪಂಚ

ವೀರಲೋಕ ಬುಕ್ಸ್ ಪ್ರೈ.ಲಿ.
207, 2ನೇ ಮಹಡಿ, 3ನೇ ಮೇನ್, ಚಾಮರಾಜಪೇಟೆ
ಬೆಂಗಳೂರು-560018. ಮೊಬೈಲ್: 70221 22121
ಇಮೇಲ್: veeralokabooks@gmail.com
ವೆಬ್‌ಸೈಟ್: www.veeralokabooks.com

RANNANA GADAYUDDAM
With Commentary
Commentary by **Dr. M.A. Jayaram Rao**

Published by:
VEERALOKA BOOKS PVT. LTD.
207, 2nd Floor, 3rd Main
Chamarajpet, Bengaluru - 560018

Mobile : +91 7022122121
E-mail : veeralokabooks@gmail.com
Website: www.veeralokabooks.com

Price : Rs. -
Pages : 304
First Impression : 2022

Paper used : 80 GSM NS Maplitho
Book size : 1/8th Demy

ISBN :

Cover page illustration by : Prashanth Vitla
Inner pages illustration by : Smt. Bharathi Prakash

ಮಹಾಕವಿ ರನ್ನ
ಸಂಕ್ಷಿಪ್ತ ಪರಿಚಯ

ಕ್ರಿಸ್ತ ಶಕ ಸುಮಾರು ಹತ್ತನೆಯ ಶತಮಾನದ ಆದಿಭಾಗ. ಬೆಳಗಾವಿ ಜಿಲ್ಲೆಗೆ ಭಾಗಶಃ ಸೇರಿದ ಬೆಳುಗೆರೆಯ ಜಂಬುಖಂಡಿ(ಈಗಿನ ಜಮಖಂಡಿ)ಗೆ ಸೇರಿದ ಮುದುವೊಳಲು (ಮುಧೋಳ) ಎಂಬ ಗ್ರಾಮದಲ್ಲಿ ಜಿನವಲ್ಲಭನೆಂಬ ಬಳೆಗಾರನಿದ್ದ. ಇದನ್ನು ಬೆಳುಗಲಿ ಎಂದೂ ಕರೆಯಲಾಗಿದ್ದು, ಇದು ಘಟಪ್ರಭಾ ಹಾಗೂ ಕೃಷ್ಣಾ ನದಿಗಳು ಹರಿಯುತ್ತಿರುವ ತೀರದಲ್ಲಿದ್ದು, ಕೆಲವು ಭಾಗ ಬಿಜಾಪುರಕ್ಕೂ ಸೇರಿದವಾಗಿದ್ದವು. ಅಂದರೆ ಬೆಳಗಾವಿ ಜಿಲ್ಲೆಯ ಉತ್ತರದ ಭಾಗದವರೆಗೂ ಹಬ್ಬಿತ್ತು.

ಈ ಮುಧೋಳದಲ್ಲಿ ಬಳೆ ಮಾರಿಕೊಂಡು ಜೀವಿಸುತ್ತಿದ್ದ ಜಿನವಲ್ಲಭ ಜಾತಿಯಲ್ಲಿ ವೈಶ್ಯನಾದರೂ ಜೈನ ಮತಾನುಯಾಯಿಯಾಗಿದ್ದವನು. ಇವನ ಪತ್ನಿ ಅಬ್ಬಲಬ್ಬೆ. ಇವರಿಗೆ ಕಾಲಕ್ರಮದಲ್ಲಿ ಮೂರು ಗಂಡು ಮಕ್ಕಳಾದರು. ದೃಢಬಾಹು, ರೇಚಣ ಹಾಗೂ ಮಾರಮಯ್ಯ ಎಂದು. ಇವರ ಬಗ್ಗೆ ಹೆಚ್ಚಿನ ವಿವರ ತಿಳಿಯದಿದ್ದರೂ ತಂದೆಯ ಜಾಡಿನಲ್ಲೇ ನಡೆದು ಬಳೆ ವ್ಯಾಪಾರದಲ್ಲೇ ತೊಡಗಿಸಿಕೊಂಡಿರಬಹುದೆಂಬ ಊಹೆ ಮಾಡಲಾಗಿದೆ. ಮುಂದೆ ಜಿನವಲ್ಲಭನಿಗೆ ನಾಲ್ಕನೆಯ ಗಂಡು ಮಗು ಹುಟ್ಟಿತು. ಈ ಮಗುವೇ ನಮ್ಮ ಕನ್ನಡ ನಾಡಿನ ಮೇರು ಕವಿಯೆನಿಸಿದ ಕವಿ ಚಕ್ರವರ್ತಿ ಬಿರುದಾಂಕಿತ 'ರನ್ನ'. ಈತನ ಜನನ ಕ್ರಿ.ಶ. 949ಕ್ಕೆ ಸರಿಯಾದ ಸೌಮ್ಯ ಸಂವತ್ಸರದಲ್ಲಿ[(1)] ಮುಧೋಳದಲ್ಲೇ ಆಯಿತು. ಮಗು ಚಿಕ್ಕಂದಿನಿಂದಲೇ ಸ್ಫುಟವಾಗಿ ಮಾತನಾಡುತ್ತಾ ಅತ್ಯಂತ ಚಟುವಟಿಕೆಯಿಂದಿರುತ್ತಿತ್ತು. ಮನೆಗೆ ಬರುತ್ತಿದ್ದ ಕೆಲವು ಹಿರಿಯರು ಮಗುವಿನ ಚಟುವಟಿಕೆಗೆ, ದಾಕ್ಷೀಕತನಕ್ಕೆ ಮಾರುಹೋಗಿ ಶ್ಲೋಕ, ಪದ್ಯ, ಹಾಡು ಮುಂತಾದವುಗಳನ್ನು ಹೇಳಿಕೊಟ್ಟು ಅದನ್ನ ಮತ್ತೆ ಅವನಿಂದಲೂ ಹೇಳಿಸಿ ಸಂತೋಷಿಸುತ್ತಿದ್ದರು. ಮಗುವಿನ ಗ್ರಹಣ ಶಕ್ತಿಗೆ ಮೆಚ್ಚುಗೆ ಸೂಸುತ್ತಿದ್ದರು. ಹೀಗೆ ಬಾಲ್ಯದಿಂದಲೇ ಸರಸ್ವತೀ ಕಟಾಕ್ಷಕ್ಕೆ ಒಳಗಾಗಿ ಅವನಲ್ಲಿ ವಿದ್ಯಾದಾಹ ಬಲವಾಗಿ ಬೇರೂರಿತು. ತಂದೆಯ ಬಳೆಗಾರ ವೃತ್ತಿಯ ಕಡೆ ಅವನಿಗೆ ಅಷ್ಟಾಗಿ ಆಸಕ್ತಿಯಿರಲಿಲ್ಲ. ಆದರೆ ಅಂದಿನ ಪರಿಸ್ಥಿತಿಯಲ್ಲಿ ವಿದ್ಯಾರ್ಜನೆ ಎನ್ನುವುದು ಅಷ್ಟು ಸುಗಮವಾದ ಹಾದಿಯಾಗಿರಲಿಲ್ಲ. ಮುಧೋಳದಲ್ಲೇ ಇದ್ದು ತನ್ನ ತಂದೆ, ಅಣ್ಣಂದಿರ ಜೊತೆ ಸೇರಿ ವ್ಯಾಪಾರದ ಕಡೆ ಗಮನ ಕೊಡುವಲ್ಲಿ ಅವನಿಗೆ ಎಳ್ಳಷ್ಟೂ ಉತ್ಸಾಹವಿರಲಿಲ್ಲ. ಹೀಗಾಗಿ ವಿದ್ಯಾದಾಹಿಯಾದ ರನ್ನ ತನ್ನ

(1) ರನ್ನನ ಜನನವಾದದ್ದು ಸೌಮ್ಯ ಸಂವತ್ಸರವೆಂದಿದ್ದರೂ ನಿಖರವಾದ ಮಾಸ, ತಾರೀಖುಗಳ ಉಲ್ಲೇಖ ಎಲ್ಲೂ ದೊರೆತಿಲ್ಲ.

ಆಸೆ ಈಡೇರಿಸಿಕೊಳ್ಳಲು ಊರು ಬಿಟ್ಟು ಗಂಗರಾಜ್ಯಕ್ಕೆ ಪ್ರಯಾಣ ಮಾಡಿದನು. ಅಲ್ಲಿ ಅವನ ಆಸೆ ಚಿಗುರೊಡೆದು ಬೆಳೆಯಿತು. ಗಂಗಾರಾಜನ ಮಂತ್ರಿಯಾದ ಚಾವುಂಡರಾಯನೆಂಬುವನು ಮಗುವಿನ ಸೌಂದರ್ಯವನ್ನೂ ಅವನ ಚಾಕ ಚಕ್ಯತೆಯನ್ನು ಮನಗಂಡು, ವಿದ್ಯಾಭ್ಯಾಸದ ಕಡೆ ಅವನಿಗಿದ್ದ ಆಸಕ್ತಿಯನ್ನು ಕಂಡು ಹುಡುಗನನ್ನು ತನ್ನ ಬಳಿಯಲ್ಲೇ ಇರಿಸಿಕೊಂಡು ಅವನಿಗೆ ಎಲ್ಲಾ ವಿಧವಾದ ಸೌಲಭ್ಯ ಒದಗಿಸಿದನು. ಚಾವುಂಡರಾಯನ ಸಹಾಯದಿಂದ ಉತ್ತಮ ಗುರುಗಳನ್ನಾಶ್ರಯಿಸಿ ಅವರಲ್ಲಿ ಸಂಸ್ಕೃತ, ಕರ್ಣಾಟ ಪ್ರಾಕೃತ ಭಾಷೆಗಳನ್ನು ಅಭ್ಯಾಸ ಮಾಡಿದ್ದೇ ಅಲ್ಲದೆ ಕಾವ್ಯ, ನಾಟಕ ಮುಂತಾದವುಗಳಲ್ಲಿ ಪ್ರಾವೀಣ್ಯತೆಯನ್ನು ಪಡೆದು ಮುಂದೆ ಜೈನೇಂದ್ರ, ಪಾಣಿನೀಯ ವ್ಯಾಕರಣಗಳನ್ನು ಆಳವಾಗಿ ಅಧ್ಯಯನ ಮಾಡಿ ಒಳ್ಳೆಯ ವೈಯ್ಯಾಕರಣಿಯೆನಿಸಿದನು. ಸಂಸ್ಕೃತ ಕರ್ಣಾಟ ಭಾಷೆಗಳಲ್ಲಿ ಕವಿತ್ವ ಮಾಡುವ ಶಕ್ತಿ ದೈವದತ್ತವಾಗಿ ಇವನಿಗೆ ಬಂತು. ರಾಮಾಯಣ, ಮಹಾಭಾರತ ಕಥಾನಕಗಳೇ ಅಲ್ಲದೆ ಕಾಳಿದಾಸ, ಬಾಣ ಮುಂತಾದ ಕವಿಗಳ ಸಾಹಿತ್ಯಗಳನ್ನೂ ಕರಗತ ಮಾಡಿಕೊಂಡನು. ಆ ಕಾಲದಲ್ಲಿ ಪ್ರಚಲಿತದಲ್ಲಿದ್ದ ಸಂಸ್ಕೃತ ಕಾವ್ಯ ನಾಟಕಗಳ ಪರಿಚಯವನ್ನೂ ಮಾಡಿಕೊಂಡು ಕನ್ನಡ ಭಾಷೆಯಲ್ಲಿ ಲಭ್ಯವಾದ ಪಂಪ, ಪೊನ್ನರ ಗ್ರಂಥಗಳನ್ನೂ ವ್ಯಾಸಂಗ ಮಾಡಿ ಕರಗತ ಮಾಡಿಕೊಂಡ. ಇವೆಲ್ಲ ವಿದ್ಯಾರ್ಜನೆ – ಸಾಹಿತ್ಯೋಪಾಸನೆಯಾಯಿತು.

ಆತ್ಮೋಜ್ಜೀವನಕ್ಕಾಗಿ ಮತ ವಿಚಾರಗಳನ್ನೂ ತಿಳಿಯುವ ಆಸಕ್ತಿಯನ್ನು ಹೊಂದಿ, ಆ ಕಾಲಕ್ಕೆ ಜೈನ ಮತಾಚಾರ್ಯರೆಂದೇ ಪ್ರಸಿದ್ಧರಾಗಿದ್ದು ಗಂಗಾರಾಜ, ಚಾವುಂಡರಾಯನಿಗೂ ಗುರುಗಳೆನಿಸಿದ್ದ ಅಜಿತಸೇನಾಚಾರ್ಯರೆಂಬುವರಲ್ಲಿ ಜೈನ ಧರ್ಮದ ಬಗ್ಗೆ ವಿವರವಾಗಿ ಬೋಧನೆ ಪಡೆದನು.

ಹೀಗೆ ರನ್ನ ವೈದಿಕ – ಲೌಕಿಕ ವಿದ್ಯೆಗಳೆರಡರಲ್ಲೂ ಪ್ರಾವೀಣ್ಯತೆ ಪಡೆದು ಇವನ ಪೋಷಕನಾದ ಚಾವುಂಡರಾಯನ ಅನುಗ್ರಹಕ್ಕೂ ಪಾತ್ರನಾದ. ಚಾವುಂಡರಾಯನ ಉತ್ತೇಜನ ಎಷ್ಟಿತ್ತೆಂದರೆ, ರನ್ನನನ್ನು ಹಲವು ಆಶ್ರಿತ ರಾಜರ ಹಾಗೂ ಪ್ರಧಾನ ರಾಜರ ಸಭೆಗಳಿಗೆ ಕಳುಹಿಸಿ ಅವನ ಪಾಂಡಿತ್ಯ ಪ್ರದರ್ಶನಕ್ಕೆ ನಾನಾ ರೀತಿಯಲ್ಲಿ ಅನುಕೂಲ ಕಲ್ಪಿಸುತ್ತಿದ್ದು, ಇದರಿಂದ ರನ್ನ ಪಂಡಿತ ಮಂಡಲಿ, ಕವಿಗಳ ಸಮೂಹಗಳಲ್ಲಿ ಅಗ್ರಸ್ಥಾನ ಪಡೆದನು. ಹೀಗೆ ಕೆಲವು ಕಾಲ ರಾಜಾಸ್ಥಾನಗಳಲ್ಲಿ ಸನ್ಮಾನ – ಗೌರವಗಳನ್ನ ಪಡೆದು ಕರ್ಣಾಟಕ ರಾಜ್ಯದಲ್ಲೆಲ್ಲಾ ಸಂಚಾರ ಮಾಡಿ, ತೀರ್ಥಕ್ಷೇತ್ರಗಳನ್ನು ಸಂದರ್ಶಿಸಿದ ನಂತರ ತನ್ನ ಹುಟ್ಟೂರಾದ ಮುಧೋಳದಲ್ಲಿಯೇ ಬಂದು ನೆಲಸಬೇಕೆಂದು ಮನಸ್ಸು ಮಾಡುತ್ತಾನೆ.

ಈ ವೇಳೆಗೆ ರಾಜ್ಯಾಧಿಕಾರದಲ್ಲಿ ಹಲವು ಬದಲಾವಣೆಗಳಾಗಿ ರಾಷ್ಟ್ರಕೂಟದ ಆಳ್ವಿಕೆ ಕೊನೆಗೊಂಡು ಪಡುವಣ ಚಾಲುಕ್ಯರು ರಾಜ್ಯವಾಳುತ್ತಿದ್ದರು. ಇದೇ ಸಂದರ್ಭದಲ್ಲಿ ಆಹವಮಲ್ಲ (ಯುದ್ಧವಿಶಾರದ) ತೈಲಪನೆಂಬುವನು ರಾಷ್ಟ್ರಕೂಟ ರಾಜನಾಗಿದ್ದ ಕಕ್ಕನೆಂಬುವನನ್ನು ಯುದ್ಧದಲ್ಲಿ ಸೋಲಿಸಿ, ಅವನ ಮಗಳಾದ ಜಾಕಬ್ಬೆ ಎಂಬುವಳನ್ನು ಮದುವೆಯಾಗಿದ್ದ. ಇವರ ಮಗನೇ ಇರಿವಬೆಡಂಗ ಸತ್ಯಾಶ್ರಯ.

ರನ್ನನು ವಿದ್ಯಾಭ್ಯಾಸ ಮುಗಿಸಿ, ಯಾತ್ರಾದಿಗಳನ್ನೂ ಮಾಡಿ ತನ್ನ ಸ್ವದೇಶಕ್ಕೆ ಹಿಂದಿರುಗುವ ವೇಳೆಗೆ ಇಷ್ಟೆಲ್ಲಾ ಬದಲಾವಣೆಯಾಗಿಬಿಟ್ಟಿತ್ತು. ಜೈನ ಧರ್ಮಕ್ಕೆ ಬೆಂಬಲ ಕ್ಷೀಣವಾಗಿದ್ದರೂ ಕೆಲವರು ತೈಲಪನ ಬಳಿ ಆಶ್ರಯ ಪಡೆದಿದ್ದರು. ಹೀಗೆ ತೈಲಪನ ಬಳಿ ಆಶ್ರಯ ಪಡೆದವರಲ್ಲಿ ರನ್ನನೂ ಒಬ್ಬ. ಅವನು ಅಲ್ಲಿ ತನ್ನ ಪಾಂಡಿತ್ಯ ಪ್ರಭಾವದಿಂದ ತೈಲಪನ ಬಳಿ ಆಸ್ಥಾನ ವಿದ್ವಾಂಸನಾದನು. ಈ ಹೊತ್ತಿಗೆ ರನ್ನ ಗೃಹಸ್ಥನಾಗಿದ್ದರೂ ಬಹುಕಾಲದವರೆಗೆ ಸಂತಾನ ಭಾಗ್ಯ ದೊರೆತಿರಲಿಲ್ಲ. ರನ್ನ ತೈಲಪನ ಆಸ್ಥಾನದಲ್ಲಿರುವಾಗಲೇ ತೈಲಪನ ಮಗ ಇರಿವ ಬೆಡಂಗ ಸತ್ಯಾಶ್ರಯ ತಂದೆಯ ಆದೇಶದಂತೆ ಜೈತ್ರಯಾತ್ರೆ ಮಾಡಿ ಚೋಳರಾಜನನ್ನು ಗೆದ್ದು ಕಾಂಚೀ ನಗರವನ್ನು ಸುಟ್ಟು ಘೂರ್ಜರನ್ನು ಸೋಲಿಸಿ, ಹಿಮ್ಮೆಟ್ಟಿಸಿ ತನ್ನ ಪರಾಕ್ರಮವನ್ನು ಬಹುವಾಗಿ ಮೆರೆದನು. ಇದನ್ನು ಕಂಡ ರನ್ನನಿಗೆ ಇವನ ಸಾಹಸವನ್ನು ವರ್ಣಿಸಬೇಕೆಂಬ ಆಕಾಂಕ್ಷೆ ತಲೆದೋರಿ ಕೂಡಲೇ ಕಾರ್ಯೋನ್ಮುಖನಾದವನಂತೆ ಕಾಣುತ್ತದೆ. ಅದರ ಫಲವೇ ಅವನ 'ಸಾಹಸ ಭೀಮ ವಿಜಯ' ಅಥವಾ 'ಗದಾಯುದ್ಧಂ' ಎಂಬ ಕಾವ್ಯ. ಈ ಗ್ರಂಥವನ್ನು ಕವಿಯು ತನ್ನ 34ನೇ ವಯಸ್ಸಿನಲ್ಲಿ ಅಂದರೆ ಚಿತ್ರಭಾನು ಸಂವತ್ಸರ[(2)]ದಲ್ಲಿ ರಚಿಸಿದುದಾಗಿ ತಿಳಿದುಬರುತ್ತದೆ. ಚಾಲುಕ್ಯ ಚಕ್ರವರ್ತಿಯಾದ ಆಹವಮಲ್ಲ ತೈಲಪನು ಈ ಗ್ರಂಥವನ್ನು ಆಮೂಲಾಗ್ರವಾಗಿ ಓದಿ ಬಹಳ ಸಂತೋಷಗೊಂಡವನಾಗಿ ರನ್ನನನ್ನು ಕೊಂಡಾಡಿ ಅವನಿಗೆ 'ಕವಿ ಚಕ್ರವರ್ತಿ' ಎಂಬ ಬಿರುದನ್ನು ನೀಡಿ ಸನ್ಮಾನಿಸಿ ಪಲ್ಲಕ್ಕಿ, ಆನೆ, ಚಾಮರ, ಚಿನ್ನದ ಕೋಲು ಮುಂತಾದ ವಸ್ತುಗಳನ್ನು ನೀಡಿ ಗೌರವಿಸಿದನಂತೆ!

ಈ ಗ್ರಂಥವನ್ನು ರಚಿಸಿದ ಹನ್ನೊಂದು ವರ್ಷಗಳ ನಂತರ ರನ್ನನು ಅಣ್ಣಿಗ ದೇವ[(3)]ನ ತಾಯಿಯಾದ ಅತ್ತಿಮಬ್ಬೆಯ ಆದೇಶದಂತೆ ವಿಜಯ ಸಂವತ್ಸರದಲ್ಲಿ ಎರಡನೆಯ ತೀರ್ಥಂಕರನಾದ ಅಜಿತನ ಕಥೆಯನ್ನು 'ಅಜಿತ ತೀರ್ಥಂಕರ ಪುರಾಣ ತಿಲಕ'ವೆಂದು ಕರೆದು ಚಂಪೂ ಶೈಲಿಯಲ್ಲಿ ರಚಿಸಿ ತನ್ನ ಪಾಂಡಿತ್ಯವನ್ನು ಮೆರೆದನು. ಜೈನ ಮತಾಚಾರದಲ್ಲಿ ತನಗಿದ್ದ ಅಸದೃಶ ಜ್ಞಾನವನ್ನು ಇದರಲ್ಲಿ ತೋರಿಸಿ ಮಾನಿತನಾದನು.

---

(2) ರನ್ನ ಹುಟ್ಟಿದ್ದು ಸೌಮ್ಯ ಸಂವತ್ಸರ. ಗದಾಯುದ್ಧ ರಚನೆ ಚಿತ್ರಭಾನು ಸಂವತ್ಸರ. ಸೌಮ್ಯದಿಂದ ಚಿತ್ರಭಾನುವಿಗೆ 33 ಸಂವತ್ಸರಗಳಾಗುವುದರಿಂದ ರನ್ನನ ವಯಸ್ಸು 34 ಎಂದು ಊಹಿಸಲಾಗಿದೆ.

(3) ಅಣ್ಣಿಗದೇವ ತೈಲಪನ ಸೇನಾಧಿಪತಿಯಾಗಿದ್ದ ನಾಗದೇವ ಎಂಬುವನ ಮಗ, ನಾಗದೇವನ ಪತ್ನಿ ಅತ್ತಿಮಬ್ಬೆ.

ಪ್ನನಿಗೆ ಬಹುಕಾಲ ಮಕ್ಕಳಾಗದೆ ಇದ್ದುದರಿಂದ ಮತ್ತೊಂದು ವಿವಾಹವಾದನು. ಇಬ್ಬರು ಹೆಂಡಿರಾದ ಶಾಂತಿ – ಜಕ್ಕಿ ಇಬ್ಬರೂ ತುಂಬಾ ವಿಶ್ವಾಸದಿಂದಿದ್ದು ಗಂಡನಿಗೆ ಸರ್ವವಿಧದಲ್ಲೂ ಅನುಕೂಲವತಿಯರಾಗಿದ್ದರು. ಮುಂದೆ ಕ್ರಮವಾಗಿ ರನ್ನನಿಗೆ 41 ಹಾಗೂ 45ನೇ ವಯಸ್ಸಿನಲ್ಲಿ ಇಬ್ಬರು ಮಕ್ಕಳು, ಒಂದು ಗಂಡು ಮತ್ತೊಂದು ಹೆಣ್ಣು ಶಿಶು ಹುಟ್ಟುತ್ತವೆ.(4) ಮಗನಿಗೆ ತನ್ನ ಪೋಷಕನಾದ ಚಾವುಂಡರಾಯನ ನೆನಪಿನಲ್ಲಿ 'ರಾಯ' ಎಂದೂ ಮಗಳಿಗೆ ಅತ್ತಿಮಬ್ಬೆ ಎಂದೇ ಹೆಸರಿಟ್ಟನು. ಅವರ ಮೇಲಿನ ಅಸಾಧಾರಣ ಪ್ರೀತಿಯಿಂದ ಅವರಿಬ್ಬರ ಹೆಸರಿನಲ್ಲಿ ಎರಡು ಶ್ರೇಷ್ಠವಾದ ಕಾವ್ಯ ರಚನೆ ಮಾಡುತ್ತಾನೆ. 'ಪರಶುರಾಮ ಚರಿತೆ' ಹಾಗೂ 'ಚಕ್ರೇಶ್ವರ ಚರಿತ' ಎಂದು ಅಂಕಿತ ಮಾಡುತ್ತಾನೆ. ಆದರೆ ಈ ಎರಡೂ ಗ್ರಂಥಗಳೂ ಉಪಲಬ್ಧವಿಲ್ಲದ್ದು ದುರ್ದೈವ.

ಹೀಗೆ ರನ್ನ ಅನುಕೂಲೆಯರಾದ ಪತ್ನಿದ್ವಯರಿಂದಲೂ, ವಿನೀತರಾದ ಇಬ್ಬರು ಮಕ್ಕಳಿಂದಲೂ ಕೂಡಿದವನಾಗಿ ಅಧಿಕಾರಿಗಳಿಂದ, ಪಂಡಿತರಿಂದ, ಚಕ್ರವರ್ತಿಯಿಂದ ವಿಶೇಷ ಗೌರವಗಳಿಗೆ ಪಾತ್ರನಾಗಿ ಸುಮಾರು ಕ್ರಿ.ಶ. 1020ರಲ್ಲಿ ಪರಂಧಾಮವನ್ನೈದಿರಬಹುದೆಂದು ಊಹಿಸಲಾಗಿದೆ.

ರನ್ನನ ಕವಿತಾ ಶಕ್ತಿ – ಶೈಲಿ

ಕವಿ ರನ್ನನ ಕವಿತಾ ಸಾಮರ್ಥ್ಯದ ಬಗ್ಗೆ ಹೇಳುವುದಾದರೆ ಆತ ರಚಿಸಿರುವ ಗದಾಯುದ್ಧ ಹಾಗೂ ಅಜಿತನಾಥ ಪುರಾಣವನ್ನು ಅವಲೋಕಿಸಬೇಕು. ಇವೆರೆಡೂ ಚಂಪೂ ಕಾವ್ಯಗಳೇ ಆದರೂ ಈತನ ಭಾಷಾಭಿಜ್ಞತೆ ಅತ್ಯಂತ ಪ್ರೌಢತೆಯಿಂದ ಕೂಡಿದುದು ಎನಿಸುತ್ತದೆ. ಆತನೇ ತನ್ನ ಕಾವ್ಯದ ಪ್ರೌಢಿಮೆಯ ಬಗ್ಗೆ ಹೀಗೆ ಹೇಳುತ್ತಾನೆ.

ರತ್ನ ಪರಿಕ್ಷಕನಾಂ ಕೃತಿ ।
ರತ್ನ ಪರೀಕ್ಷಕನೆನೆಂದು ಫಣಿ ಪತಿಯ ಫಣಾ ।
ರತ್ನಮುಮಂ ರನ್ನನ ಕೃತಿ
ರತ್ನಮುಮಂ ಪೇಳ್ ಪರೀಕ್ಷಿಪಂಗೆಟೆರ್ದೆಯೇ ॥ ೧ – ೪೪ ॥

ತನ್ನ ಕಾವ್ಯವು ಒಂದು ಉತ್ತಮ ಕೃತಿ ರತ್ನವೆಂದೂ, ರತ್ನ ಪರೀಕ್ಷಕನೂ ನಾನೇ, ಕೃತಿ ರತ್ನ ಪರೀಕ್ಷಕನೂ ತಾನೇ! ಆದಿಶೇಷನ ಹಣೆಯಲ್ಲಿರುವ ರತ್ನವನ್ನು ಪರೀಕ್ಷಿಸಲು ಯಾರಿಗಾದರೂ ಎಂಟೆದೆಯಿದೆಯೇ ಹಾಗೇ ತನ್ನ ಕೃತಿ ರತ್ನವನ್ನು ಪರೀಕ್ಷಿಸಲು ಎದೆಗಾರಿಕೆ ಯಾರಿಗಿದೆ? ಇದು ರನ್ನ ಪರೀಕ್ಷಕರಿಗೆ, ವಿಮರ್ಶಕರಿಗೆ

(4) ಇಬ್ಬರು ಪತ್ನಿಯರಲ್ಲಿ ಯಾರಿಗೆ ಯಾರು ಹುಟ್ಟಿದರು ಎಂಬ ಉಲ್ಲೇಖ ಸ್ಪಷ್ಟವಾಗಿಲ್ಲ.

ಕೃತಿ ರತ್ನವೆಂದು ಆರಂಭದಲ್ಲೇ ಎದೆಯ ಮೇಲೆ ಮೇಲೆ ಆತನ ಆತ್ಮ ವಿಶ್ವಾಸದ ಬಗ್ಗೆ ಹೇಳಲು ಈ ಕೃತಿ ರಚನಾ ಮೂಲಕ ತನ್ನ ಸಾಮರ್ಥ್ಯದ ಎನ್ನಬಹುದು.

ಹಾಗೂ ಪಂಪ ಭಾರತವನ್ನು ಆಮೂಲಾಗ್ರವಾಗಿ ಓದಿರಬಹುದೆಂಬ ನಂಬಿಕೆಯಿದ್ದರೂ ವ್ಯಾಸಭಾರತದ ಗದಾಯುದ್ಧ ಪ್ರಸಂಗ ಆತನಿಗೆ ಪ್ರಥಮ ಸ್ಫೂರ್ತಿಯಾಗಿರಲಾರದು, ಪಂಪ ಭಾರತ ಈತನ ಗದಾಯುದ್ಧಕ್ಕೆ ಮುಖ್ಯ ಪ್ರೇರಣೆಯಾಗಿರಬಹುದು.[5]

"ಇರ್ದೇಂ ಪೆಂಪೊ ಗದಾಯುದ್ಧದಾ" ಎಂಬ ಪಂಪನ ಉಕ್ತಿಯೇ ರನ್ನನ ಕಾವ್ಯ ರಚನೆಗೆ ಸ್ಫೂರ್ತಿಯಾಗಿರಲಿಕ್ಕೂ ಸಾಕು. ಇದಕ್ಕೆ ಕಾರಣವಿಲ್ಲದಿಲ್ಲ. ರನ್ನ 'ಗದಾಯುದ್ಧ' ಕಟ್ಟಡವನ್ನ ಪಂಪ ಭಾರತದ 13ನೇ ಆಶ್ವಾಸದ ತಳಹದಿಯ ಮೇಲೇ ಕಟ್ಟಿದ್ದಾನೆಂದು ಹೇಳಬಹುದು. ಅಂದ ಮೇಲೆ ರನ್ನ ಪಂಪ ಭಾರತವನ್ನು ಓದಿದ್ದಾನೆ, ಮಂಥನ ಮಾಡಿದ್ದಾನೆ ಎಂಬುದಕ್ಕೆ ಪ್ರಬಲವಾದ ಪುಷ್ಟಿ ದೊರೆಯುತ್ತದೆ. ಇದಲ್ಲದೆ ಭಟ್ಟರಾಯಣನ[6] ವೇಣೀ ಸಂಹಾರ ನಾಟಕ ಛಾಯೆ ಇಲ್ಲಿ ಕಾಣಬರುತ್ತದೆ.

ಗದಾಯುದ್ಧವು ಹೆಚ್ಚಿನಂಶ ವೀರರಸ ಪ್ರಾಧಾನ್ಯವಾದರೂ ಕಾವ್ಯಕ್ಕೆ ಜೀವ ತುಂಬುವ ರಸಕ್ಕೆ ಹೆಚ್ಚಿನ ಪ್ರಾಧಾನ್ಯತೆ ನೀಡಿದ್ದಾನೆನ್ನಬಹುದು. ಅವನ ಪ್ರಕಾರ 'ರಸಮಿಲ್ಲದ ಕೃತಿ.... ಘೃತಮಿಲ್ಲದ ಊಟ"ಕ್ಕೆ ಸಮಾನ ಎನ್ನುತ್ತಾ, ರಸವು ಎಲ್ಲಕ್ಕೂ ಮೊದಲು ಬರತಕ್ಕದ್ದು ಅನಂತರ ಮಿಕ್ಕವುಗಳು ಎನ್ನುತ್ತಾನೆ. ವೀರ ರಸವಲ್ಲದೆ ರೌದ್ರ ಕರುಣ ರಸಗಳೂ ಇದ್ದೂ ಕೆಲವೆಡೆ ಶೃಂಗಾರಾದಿ ರಸಗಳನ್ನು ನೋಡಬಹುದು.

ಇನ್ನು ರನ್ನನ ಶೈಲಿಯ ಬಗೆಗೆ ಹೇಳಬಹುದಾದರೆ ಪೂಜ್ಯರಾದ ಎಸ್.ವಿ. ರಂಗಣ್ಣನವರು[7] ಹೇಳುವಂತೆ 'ಅವನದು ವ್ಯಕ್ತಿ ವಿಶೇಷ – ಸ್ವಂತಿಕೆಯಿಂದ ಕೂಡಿದುದು.' ಹಾಗಾಗಿ ಕವಿಯು ಎಷ್ಟು ಶ್ರೇಷ್ಠನೋ ಅವನ ವ್ಯಕ್ತಿತ್ವವೂ ಅಷ್ಟೇ ಪ್ರಬಲ. ಕನ್ನಡ ಸಾಹಿತ್ಯದಲ್ಲಿ ಈ ಲಾಂಛನದ ಪ್ರಭೆಯಿಂದ ಹೊಳೆಯುವ ಕವಿಗಳು ತುಂಬ ಅಪರೂಪ. ಆದರೆ ರನ್ನ ಮಾತ್ರ ಇದರ ಗಣಿ

---

(5) ಡಾ॥ ರಂ. ಶ್ರೀ ಮುಗಳಿ – ಪಂಪ-ರನ್ನರು

(6) ರನ್ನ ಕವಿ ಪ್ರಶಸ್ತಿ

(7) ರನ್ನ ಕವಿ ಪ್ರಶಸ್ತಿ

ಎಂದೆನ್ನಲಡ್ಡಿಯಿಲ್ಲ. ರನ್ನನಲ್ಲಿ ತೋರುವಷ್ಟು ಗಾಢತೆ, ತೀಕ್ಷ್ಣತೆ, ಪ್ರ
ಇನ್ನೆಲ್ಲಿಯೂ ಕಾಣಬರದು – ಪಂಪನ ಹೊರತಾಗಿ! ಹಾಗಾಗಿ ಇವ
ಒಂದು ಪ್ರತ್ಯೇಕ ಗುಂಪೆನ್ನಬಹದು. ಆಂಗ್ಲ ಕವಿ ಜಾನ್ ಮಿಲ್ಟನ್‌ನಂತೆ! ಅ
ವೀರ್ಯವತ್ತಾದ ಶೈಲಿ, ಇವನದು ಶಬ್ದಾಡಂಬರವಲ್ಲ, ವಾಗ್ ವೈಭ
ಉದಾಹರಣೆಗೆ – "ಗದೆ ಗದೆಯಂ ಘಟ್ಟಿಸೆ ಪುಟ್ಟಿದ ಕೆಂಡದ ಕಿಡಿ"ಗಳ; "ಕೈ ನಡುಗದೆ ಗದೆಯಂ ತಿರುಪುವ ಬೆಡಂಗೆ"; ಹೀಗೆ ಅವನು ಬರೆದದ್ದೇ ಪದಗಳು. ಅವನು ತನ್ನ ಗದಾಯುದ್ಧದ ನಾಂದೀ ಪದ್ಯವೊಂದರಲ್ಲಿ

> ಕೃತಿ ನೆಗಳ್ದ ಗದಾಯುದ್ಧಂ
> ಕೃತಿಗೀಶಂ ಚಕ್ರವರ್ತಿ ಸಾಹಸ ಭೀಮಂ ।
> ಕೃತಿಯಂ ವಿರಚಿಸಿದನಲಂ
> ಕೃತಿಯಂ ಕವಿರತ್ನನೆಂದೊಡೇವಣ್ಣಿಪುದೋ ॥ ೧ – ೩೨ ॥

ಕೃತಿಯು ಪ್ರಸಿದ್ಧವಾದ ಗದಾಯುದ್ಧವು. ಇದಕ್ಕೆ ಅಧಿಪತಿ ಚಕ್ರೇಶ್ವರನಾದ ಸಾಹಸಭೀಮ (ಚಕ್ರೇಶ್ವರನಾದ ಭೀಮ ಸಾಹಸಿ ಸತ್ಯಾಶ್ರಯ). ಈ ಮಹಾ ಕೃತಿ ರತ್ನವನ್ನು ರಚಿಸಿದವನು ಮಹಾಕವಿರತ್ನನಾದ ರನ್ನನು ಎಂದ ಮೇಲೆ ಇದರ ಮಹಿಮೆಯನ್ನು ಏನೆಂದು ವರ್ಣಿಸಲಿ!

ಇಲ್ಲಿನ ಶೈಲಿಯನ್ನು ನೋಡಿದಾಗ ಇಲ್ಲಿ ಜಂಭವಾಗಲೀ, ಉತ್ಪ್ರೇಕ್ಷೆಯಾಗಲೀ ಕಾಣುವುದಿಲ್ಲ. ಸತ್ಯ ಮಾತ್ರ ಕಾಣುತ್ತದೆ. ಇದೇ ರೀತಿ ಅವನ ಕಾವ್ಯ ಶೈಲಿ ಒಂದು ನದಿಯ ಪ್ರವಾಹದಂತೆ ಹರಿದು ಹೋಗುತ್ತದೆ. ಅದರ ಜುಳು ಜುಳು ನಿನಾದದಂತೆ ಇಲ್ಲಿನ ಶಬ್ದ ಪ್ರಯೋಗಗಳು ಕರ್ಣಾಕರ್ಷಣವಾಗಿ ಹರಿಯುತ್ತದೆ. ಇಲ್ಲಿನ ಒಂದೊಂದು ವಾಕ್ಯವೂ ಒಂದೊಂದು ಕಾವ್ಯಕ್ಕೆ ಸಮಾನವೆಂದರೆ ಉತ್ಪ್ರೇಕ್ಷೆಯೆನಿಸಲಾರದು. ಕೆಲವೆಡೆ ದ್ವಂದ್ವ ಪದಗಳ ಬಳಕೆಯೂ ಪದ್ಯದ ಓಟಕ್ಕೆ ಸೊಬಗನ್ನು ನೀಡುತ್ತದೆ. "ಪೊಯ್ದು ಪೊಯ್ದು ಶಿಲೆಯೊಳ್...... ; ಗುರ್ದಿ ಗುರ್ದಿ ಕಠಿನಾಂಗಂ ನುರ್ಗು ನುರ್ಗಪ್ಪಿ ; ತದ್ದುಃಖಮಂ ಕಂಡು ಕಂಡು ; ನುಣ್ಣನೆ ನೊಣೆದಂ ; ಸೌಳವೆ ನೇಳ್ದಂ ಬಟ್ಟನೆ ಬರ್ಪೈ ; ತಿರ್ರನೆ ತಿರಿವೈ – ಹೀಗೆ ರನ್ನನ ಶಬ್ದಾಡಂಬರದ ವೈಖರಿಯನ್ನು ನೋಡಬಹುದು.

ಇಲ್ಲಿ ದೇಸೀ – ಮಾರ್ಗಗಳ ಪದಗಳ ಬಳಕೆಯ ಸೊಗಡು ನಾನಾ ವಿಧದಲ್ಲಿ ಗೋಚರವಾದರೂ ಸ್ವಂತಿಕೆಯ ಮೆರುಗು ಎಲ್ಲೆಲ್ಲೂ ವಿರಾಜಿಸುತ್ತದೆ ಅಂದ ಮೇಲೆ ರನ್ನನ ಶೈಲಿಗೆ ಬೇರೆ ಸಾಟಿಯಿದೆಯೇ?

ಇನ್ನು ಇಲ್ಲಿ ಏಳುವ ಮತ್ತೊಂದು ಪ್ರಶ್ನೆಯೆಂದರೆ ಈ ಕಥಾನಕದ ನಿಜವಾದ ನಾಯಕನಾರು ಎಂಬುದು. "ಕೃತಿರತ್ನಗೀಶಂ ಚಕ್ರವರ್ತಿ ಸಾಹಸ ಭೀಮಂ" ಎಂದು ಭೀಮಸೇನನ್ನೇ ನಾಯಕನನ್ನಾಗಿ ಮಾಡಿದ್ದರೂ ಕೆಲವೊಂದೆಡೆ ದುರ್ಯೋಧನನ ಪಾತ್ರ ವಿವರಣೆಯ ಧಾಟಿಯನ್ನು ನೋಡಿದಾಗ ಭುಜಾದಂಡ – ಗದಾದಂಡ ಈ ಎರಡೂ ತನ್ನ ಸಾಹಸಕ್ಕೆ, ಜಯಕ್ಕೆ ನೆರವು; "ಆ ಮಂದಾಕಿನೀ ನಂದನಂ ಮೆಚ್ಚಿ ಪೊಗಳ್ದಂ"; ಎನ್ನುವಲ್ಲಿ ಯಾವ ಉತ್ಪ್ರೇಕ್ಷೆಯನ್ನು ಕಾಣಲಾಗದು. ಇಲ್ಲಿ ಅವನ ಕೇವಲ ಸಾಹಸ ವರ್ಣನೆಯೇ. ತೊಡೆ ಮುರಿದು ಗತ ಪ್ರಾಣನಾಗಿ ಬಿದ್ದಿರುವಾಗ ಉಪ ಪಾಂಡವರ ತಲೆಗಳನ್ನು ತರಿದು ತಂದ ಅಶ್ವತ್ಥಾಮನನ್ನು ಅವನು ನಿಂದಿಸುವ ರೀತಿ; ರಣರಂಗದಲ್ಲಿ ಏಕಾಂಗಿಯಾಗಿ ಹೋಗುತ್ತಿರುವಾಗ ಅಲ್ಲಿ ಅಭಿಮನ್ಯುವಿನ ದೇಹವನ್ನು ಕಂಡು ಅವನನ್ನು ಹೊಗಳಿ, ದುಃಖಿಸುವ ಸಂದರ್ಭಗಳಲ್ಲಿ ಕೌರವನ ಉದಾತ್ತತೆಯನ್ನು ವಿವರಿಸುವಾಗ ಅವನೇ ಈ ಗದಾಯುದ್ಧದ ನಾಯಕನೇ ಎನ್ನುವಷ್ಟರ ಮಟ್ಟಿಗೆ ಓದುಗರನ್ನ ಸೆಳೆಯುತ್ತಾನೆ ರನ್ನ.

ಹೀಗೆ ಪಂಪ ಅರ್ಜುನನ್ನು (ಅರಿಕೇಸರಿ) ನಾಯಕನನ್ನಾಗಿ ಮಾಡಿಕೊಂಡರೂ "ಕರ್ಣ ರಸಾಯನಮಲ್ತೆ ಭಾರತಂ" ಎಂದು ಕರ್ಣನಿಗೂ ಅಷ್ಟೇ ಪ್ರಾಶಸ್ತ್ಯವನ್ನು ನೀಡಿದಂತೆ ಭೀಮ – ದುರ್ಯೋಧನರ ಚಿತ್ರ ನಮ್ಮ ಕಣ್ಣಮುಂದೆ ನಿಲ್ಲುತ್ತದೆ.

ಅಂದ ಮೇಲೆ ರನ್ನ ತನ್ನ ಕಾವ್ಯ ವೈಭವವನ್ನು ಓದುಗರಿಗೆ ಉಣಬಡಿಸಿದ ರೀತಿಯನ್ನು ನೋಡಿದ ಮೇಲೆ ನಮಗನ್ನಿಸುವುದು ಅವನು ನಿಜಕ್ಕೂ ಕವಿಚಕ್ರವರ್ತಿಯೇ ಹೌದು... ಎಂದು ಅಲ್ಲವೇ?

॥ ಶ್ರೀ ॥

ಲೇಖಕರ ನುಡಿ

ಸುಮಾರು 54–55ರ ದಶಕ ಇರಬಹುದು. ಮಂಗಳೂರಿಗೆ ಹೊರಟಿದ್ದ ತೀ.ನಂ. ಶ್ರೀಕಂಠಯ್ಯ ಅವರು ನಮ್ಮ ಮನೆ ಹುಡುಕಿಕೊಂಡು ಬಂದರು. ನಾವಾಗ ಇದ್ದದ್ದು ಮಡಿಕೇರಿಯಲ್ಲಿ. ಮೈಸೂರಿನಿಂದ ಮಂಗಳೂರಿಗೆ ಮಡಿಕೇರಿ ಮಾರ್ಗವಾಗಿಯೇ ಹೋಗಬೇಕಾಗಿತ್ತು. ನಮ್ಮ ತಂದೆ ಮೈ.ಶೇ. ಅನಂತಪದ್ಮನಾಭರಾಯರು ತೀ.ನಂ.ಶ್ರೀ ತುಂಬಾ ಆತ್ಮೀಯರಾಗಿದ್ದವರು. ಹಿಂದೆ ಹಲವಾರು ಬಾರಿ ನಮ್ಮಲ್ಲಿಗೆ ಬಂದು ಹೋಗಿದ್ದರು. ಮಾರನೆದಿನ ಮಂಗಳೂರಿಗೆ ಬಸ್ ಇದ್ದಿದ್ದರಿಂದ ರಾತ್ರಿ ನಮ್ಮಲ್ಲೇ ಉಳಿದರು. ರಾತ್ರಿ ಅದೂ – ಇದೂ ಅಂತ ಸಾಹಿತ್ಯದ, ಗಮಕಕಲೆಯ ಬಗ್ಗೆ ಮಾತನಾಡುತ್ತಾ ಹಾಗೆಯೇ ರನ್ನನ ಗದಾಯುದ್ಧ ಕಾವ್ಯದ ಕಡೆ ಮಾತು ಹೊರಳಿತು. ಅದರಲ್ಲಿ ಬರುವ ಪಾತ್ರಗಳ ಬಗ್ಗೆ ಪ್ರಸಂಗಗಳ ಬಗ್ಗೆ ಮಾತನಾಡುತ್ತಿದ್ದಂತೆ ತೀನಂಶ್ರೀಯವರು ಕಾವ್ಯದ ಕೆಲವು ಪದ್ಯಗಳನ್ನು ಹಾಡಬಹುದಲ್ಲ ಎಂದರು. ಕೂಡಲೆ ನಮ್ಮ ತಂದೆಯವರು ತಂಬೂರಿ ಶ್ರುತಿ ಮಾಡಿ ಮೀಟಲು ನನ್ನನ್ನೇ ಕರೆದರು. ಸರಿ, ಆರಂಭವಾಯಿತು ವಾಚನ. ದುರ್ಯೋಧನ ಭೀಮನಿಂದ ತೊಡೆ ಮುರಿದುಕೊಂಡು ಭೂಮಿಯಲ್ಲಿ ಬಿದ್ದಿದ್ದಾನೆ. ಊರು ಭಂಗದ ಜತೆ ಮಕುಟ ಭಂಗವೂ ಆಗಿ ಗತಪ್ರಾಣನಾಗಿ ಏಕಾಂಗಿಯಾಗಿ ಬಿದ್ದಿರುವ ದುರ್ಯೋಧನನ ಬಳಿಗೆ ಅಶ್ವತ್ಥಾಮ ಬರುತ್ತಾನೆ. ಅಲ್ಲಿನ ದಾರುಣ ದೃಶ್ಯ ನೋಡಿ ಕ್ರೋಧೋನ್ಮತ್ತನಾದ ಅಶ್ವತ್ಥಾಮ – ಪಾಂಡವರ ತಲೆಗಳನ್ನು ತಂದೊಪ್ಪಿಸುವುದಾಗಿ ಶಪಥ ಮಾಡುತ್ತಾನೆ. ದುರ್ಯೋಧನನ್ನು ಬಿಟ್ಟು ಹೊರಟ ಸಂಪತ್‌ಲಕ್ಷ್ಮಿ – ಜಯಲಕ್ಷ್ಮಿಯರನ್ನು ತಾನು ಹಿಂದಿರುಗಿ ಬರುವತನಕ ಅಲ್ಲೇ ಇರುವಂತೆ ತಾಕೀತು ಮಾಡಿ ಹೋಗುತ್ತಾನೆ. ಈ ಪ್ರಸಂಗದ ವಾಚನ ಮಾಡುವಾಗ ತೀನಂಶ್ರೀ ಭಾವ ಪೂರಿತರಾಗಿದ್ದರು. ಸಮಯ ಹೋದದ್ದೇ ತಿಳಿಯಲಿಲ್ಲ. ನಮ್ಮ ತಂದೆಯವರ ವಾಚನದ ವೈಖರಿಗೆ ಮಾರುಹೋದರು. ಕೂಡಲೇ ತಮ್ಮ ಚೀಲದಿಂದ ಪುಸ್ತಕವೊಂದನ್ನು ತೆಗೆದು ತಮ್ಮ ಹಸ್ತಾಕ್ಷರದೊಂದಿಗೆ ನಮ್ಮ ತಂದೆಯವರಿಗೆ ನೀಡಿದರು. ಅದು ಅವರು ಸಂಗ್ರಹಿಸಿ ಪ್ರಕಟಿಸಿದ ರನ್ನನ ಗದಾಯುದ್ಧ ಸಂಗ್ರಹ. ಅದನ್ನು ಕೊಡುವಾಗ ನನ್ನನ್ನ ನೋಡಿ – ನೀನು ತಂದೆಯ ಹಾಗೆ ಇದನ್ನು ಹಾಡುವ ಅಭ್ಯಾಸ ಮಾಡು ಅಂದರು. ಮಾರನೇ ದಿನ ಬೆಳಿಗ್ಗೆ ಸಿ.ಪಿ.ಸಿ. ಬಸ್‌ನಲ್ಲಿ ಮಂಗಳೂರಿಗೆ ಹೊರಟರು.

ಅಂದು ತಂದೆಯವರ ಬಾಯಲ್ಲಿ ಗದಾಯುದ್ಧ ಕಾವ್ಯದ ವಾಚನವನ್ನು ಕೇಳಿದ ನನಗೆ ಸಹಜವಾಗಿ ಆ ಕಾವ್ಯದ ಬಗ್ಗೆ ಆಸಕ್ತಿ ಮೂಡಿತು. ಅದನ್ನು ಸಮಗ್ರವಾಗಿ ಓದಬೇಕೆಂಬ ಹಂಬಲ ಉಂಟಾಗಿ ತಂದೆಯವರ ಬಳಿ ನನ್ನ ಅಪೇಕ್ಷೆ ತಿಳಿಸಿದೆ. ಆಗ ಅವರು ಇದು ತುಂಬಾ ಪ್ರೌಢವಾದ ಕಾವ್ಯ - ಹಳಗನ್ನಡ ಬೇರೆ, ಅರ್ಥಮಾಡಿಕೊಳ್ಳುವುದು ಕಷ್ಟ ಎಂದುಬಿಟ್ಟರು. ಆದರೂ ನಾನು ನಿರಾಶನಾಗದೆ ಗದಾಯುದ್ಧ ಕಾವ್ಯವನ್ನು ತೆಗೆದುಕೊಂಡು ಓದಲು ಆರಂಭಿಸಿದೆ. ಅರ್ಥಮಾಡಿಕೊಳ್ಳುವುದಿರಲಿ - ಪದವಿಭಾಗ ಮಾಡುವುದೂ ಕಷ್ಟವೆನಿಸಿತು. ಅಲ್ಲಿಗೇ ಕೈಬಿಟ್ಟೆ. ಆದರೂ ಆಸೆ ಕಮರಲಿಲ್ಲ.

ಹೀಗಿರುವಾಗಲೇ ಒಂದು ಸಂಜೆ ವಿಪರೀತ ಮಳೆ ಧಾರಾಕಾರವಾಗಿ ಸುರಿಯುತ್ತಿತ್ತು. ಮಳೆಯಲ್ಲಿ ನೆನೆದುಕೊಂಡೆ ಆಗಂತುಕರೊಬ್ಬರು ಮನೆಗೆ ಬಂದರು. ನನಗೆ ಅವರಾರೆಂದು ತಿಳಿಯಲಿಲ್ಲ. ಬಂದವರೇ "ರಾಯರು ಮನೆಯಲ್ಲಿದ್ದಾರೇನಪ್ಪಾ" ಎಂದರು. "ಇನ್ನೂ ಬಂದಿಲ್ಲ, ಬರುವ ಹೊತ್ತು. ಬನ್ನಿ ಒಳಗೆ" ಎಂದು ಕರೆದು ಕೂರಿಸಿ ತಾಯಿಯವರಿಗೆ ವಿಷಯ ತಿಳಿಸಿದೆ. ಅವರೂ ಹೊರಗೆ ಬಗ್ಗಿ ನೋಡಿ, ಒಳಗಿನಿಂದ ಬಿಸಿ ಬಿಸಿ ಕಾಫಿ ಕೊಟ್ಟು ಕಳಿಸಿದರು. ಅವರು ಕಾಫಿ ಕುಡಿಯುತ್ತಿದ್ದಂತೆ ತಂದೆಯವರೂ ಬಂದರು. ಬಂದವರೇ ಆಗಂತುಕರನ್ನು ನೋಡಿ "ಓ ನರಸಿಂಹಾಚಾರ್ಯರು! ಇದೇನಿದು ಇದ್ದಕ್ಕಿದ್ದ ಹಾಗೆ?" ಎಂದು ಆಶ್ಚರ್ಯ ವ್ಯಕ್ತಪಡಿಸಿದರು. "ಹೀಗೆ ನಿಮ್ಮನ್ನು ನೋಡಿ ಹೋಗೋಣವೆಂದು ಬಂದೆ" ಎಂದರು. ಅನಂತರ ಇಬ್ಬರೂ ಪರಸ್ಪರ ಯೋಗಕ್ಷೇಮ ವಿಚಾರಿಸಿ, ಲೋಕಾಭಿರಾಮವಾಗಿ ಮಾತನಾಡುತ್ತಿರುವಂತೆಯೇ ಬಂದವರು ಬೇರೆ ಯಾರೂ ಅಲ್ಲ ಪ್ರಸಿದ್ಧ ಸಂಶೋಧಕರೂ, ಪ್ರಾಚಾರ್ಯರೂ ಆದ ಪ್ರೊ॥ ಡಿ.ಎಲ್. ನರಸಿಂಹಾಚಾರ್ಯರೆಂದು ತಿಳಿಯಿತು. ಅವರೂ ಬಂದ ವಿಷಯ ತಿಳಿಸಿದರು. ಕಾಲೇಜಿನಲ್ಲಿ ಮಾರನೆದಿನದ ಪಾಠಕ್ಕೆ ಸಿದ್ಧತೆ ಮಾಡಿಕೊಳ್ಳುತ್ತಿದ್ದರಂತೆ. ಅದೂ ರನ್ನನ ಗದಾಯುದ್ಧ! ತೀನಂಶ್ರೀ ಸಂಪಾದಿಸಿದ ಪಠ್ಯ ಸಂಗ್ರಹ. "ದುರ್ಯೋಧನನನ್ನು ವೈಶಂಪಾಯನ ಸರೋವರದಿಂದ ಎಬ್ಬಿಸುವ ಪ್ರಸಂಗ. ಭೀಮನ ಮೂದಲಿಕೆ - ದುರ್ಯೋಧನನ ಆಕ್ರೋಶ! ಅಲ್ಲಿ ಬರುವ ರನ್ನನ ಸಾಲುಗಳು "ಆರವಮಂ ನಿರ್ಜಿತಕಂಠೀರವ ರವಮಂ..... ಕೇಳ್ದಾ ನೀರೊಳಗಿರ್ದುಂ ಬೆಮರ್ತನುರಗಪತಾಕಂ" ಎಂಬುದನ್ನು ಅವಲೋಕಿಸುತ್ತಿದ್ದಾಗ್ಗೆ ಇದನ್ನು ಗಮಕಿಗಳ ಬಾಯಿಂದ ಕೇಳಿದರೆ ಹೇಗಿರಬಹುದೆಂದು ಯೋಚಿಸಿದಾಗ, ನಿಮ್ಮ ನೆನಪು ಬಂತು. ಬೇರೇನನ್ನೂ ಯೋಚಿಸದೆ ಬಸ್ ಹತ್ತಿ ಬಂದೇ ಬಿಟ್ಟೆ.

ಈಗ ನೀವು ನನ್ನ ಆಸೆಯನ್ನು ಪೂರೈಸಬೇಕು" ಎಂದರು. ಇಷ್ಟೆಲ್ಲ ಆಗುವ ಹೊತ್ತಿಗೆ ಅಡುಗೆ ಸಿದ್ಧವಾಗಿದೆ, ಊಟಕ್ಕೇಳಿ ಎಂಬ ಕರೆ ಬಂತು ತಾಯಿಯವರಿಂದ. ಊಟ ಮುಗಿಸಿ ಸ್ವಲ್ಪ ವಿಶ್ರಾಂತಿಯ ನಂತರ ಆರಂಭವಾಯಿತು ವಾಚನ. ಆಗ ಸುಮಾರು ರಾತ್ರಿ 9 ಘಂಟೆ. ಯಥಾಪ್ರಕಾರ ನನ್ನದೇ ಶ್ರುತಿ. ಗದಾಯುದ್ಧದ ಸಪ್ತಮಾಶ್ವಾಸದ ಭಾಗ. ಸುಮಾರು 68 ಪದ್ಯಗಳುಳ್ಳ ಈ ಭಾಗವನ್ನು ವಾಚನ ಮಾಡುತ್ತಿರುವಾಗ ನಶ್ಯ ಹಾಕುವುದನ್ನೂ ಮರೆತು ಆಚಾರ್ಯರು ವಾಚನವನ್ನಾಲಿಸುವಲ್ಲಿ ತಲ್ಲೀನರಾಗಿಬಿಟ್ಟಿದ್ದರು. ಹೆಚ್ಚು ಕಮ್ಮಿ ಎರಡು ಘಂಟೆಗಳ ಕಾಲ ವಾಚನ ನಡೆಯಿತು. ಆಚಾರ್ಯರು ತಂದೆಯವರ ಎರಡೂ ಕೈಗಳನ್ನ ಹಿಡಿದುಕೊಂಡು "ಇದೊಂದು ಅಪೂರ್ವ ಅನುಭವ. ನನ್ನ ಆಸೆ ಪೂರೈಸಿದಿರಿ" ಎಂದು ತಮ್ಮ ಕೃತಜ್ಞತೆ ಸಮರ್ಪಿಸಿದರು. ಮತ್ತೆ ತಮ್ಮ ಕೈಚೀಲದಿಂದ ಒಂದು ಪುಸ್ತಕ ತೆಗೆದು ಇದನ್ನು ನಿಮಗೋಸ್ಕರವೇ ತಂದೆ ಎಂದು ಅವರಿಗೆ ಕೊಟ್ಟರು. ಅದೊಂದು ಹಳೇ ಗ್ರಂಥ. ಕುಮಾರವ್ಯಾಸನ "ಕರ್ಣಾಟ ಭಾರತ ಕಥಾ ಮಂಜರಿ"ಯನ್ನು ಕೆಲವೊಂದೆಡೆ ಪರಿಷ್ಕರಿಸಿದ್ದರು. ಇದು ನಿಮ್ಮಂಥವರಿಗೆ ಉಪಯೋಗಕ್ಕೆ ಬರುತ್ತದೆ ಎಂದರು. ಮಾರನೆ ದಿನ ಬೆಳಗಿನ ಬಸ್ಸಿಗೆ ಮೈಸೂರಿಗೆ ಪಯಣಿಸಿದರು. ಹೀಗೆ ನಾನು ಎರಡನೆ ಬಾರಿ ಗದಾಯುದ್ಧ ಕಾವ್ಯದ ವಾಚನದ ಸವಿಯನ್ನು ಉಂಡು ತಣಿದೆ. ಇದಾದ ನಂತರ ಗದಾಯುದ್ಧದ ಕಡೆಗಿನ ನನ್ನ ಗಮನ ಕುಂಠಿತವಾಯಿತು. ಇದೆಲ್ಲ ನಡೆದದ್ದು ಮಡಿಕೇರಿಯಲ್ಲಿ. ಅನಂತರ ನಾನು ನೌಕರಿಗಾಗಿ ಮುಂಬೈಗೆ ಹೋದವನು ಹಿಂದಿರುಗಿದ್ದು 13 ವರ್ಷಗಳ ನಂತರ. ಆಗ ನಮ್ಮ ತಂದೆ ಕುಟುಂಬ ಸಮೇತ ಬೆಂಗಳೂರಿಗೆ ಬಂದು ನೆಲೆಸಿದ್ದರು.

ಬೆಂಗಳೂರಿನ ಉತ್ತರ ರಾಜಾಜಿನಗರ ಬ್ರಾಹ್ಮಣ ಸಭಾ ಅನೇಕ ಸಾಂಸ್ಕೃತಿಕ ಚಟುವಟಿಕೆಗಳಲ್ಲಿ ತನ್ನನ್ನು ತೊಡಗಿಸಿಕೊಂಡಿತ್ತು. ಸುಮಾರು 1988–90ರ ಅವಧಿಯಲ್ಲಿ ನನ್ನಿಂದ ಸಮಗ್ರ ಕುಮಾರವ್ಯಾಸ ಭಾರತದ ವಾಚನ–ವ್ಯಾಖ್ಯಾನ ಏರ್ಪಡಿಸಿ ಅದ್ದೂರಿಯಾಗಿ ಮಂಗಳೋತ್ಸವ ನಡೆಸಿದರು. ಅದಾದ ಮೇಲೆ ಅದರ ಅಧ್ಯಕ್ಷರಾಗಿದ್ದ ನನ್ನ ಮಿತ್ರರೂ ಆದ ಎಚ್.ಆರ್. ರಾಮಚಂದ್ರರಾಯರು ರನ್ನನ ಗದಾಯುದ್ಧ ಕಾವ್ಯ ಕೇಳಲೇಬೇಕೆಂಬ ಅಭಿಲಾಷೆ ವ್ಯಕ್ತ ಪಡಿಸಿದರು. ನಾನೂ ಧೈರ್ಯಮಾಡಿ ಒಪ್ಪಿ ವಾಚನ ಆರಂಭಿಸಿಯೇ ಬಿಟ್ಟೆ. ವಾರಕ್ಕೆ ಒಂದು ದಿನದಂತೆ ಸುಮಾರು 25 ವಾರಗಳ ಕಾಲ ವಾಚನ ಅವ್ಯಾಹತವಾಗಿ ಸಾಗಿತು. ವಾಚನದಿಂದ ವಾಚನಕ್ಕೆ ನನ್ನ ಆತ್ಮವಿಶ್ವಾಸ ಹೆಚ್ಚುತ್ತಾ ಹೋಗಿ, ರನ್ನನ ಕವಿತಾ ಸ್ವಾರಸ್ಯದ ಅನುಭವವನ್ನು ಸಂಪೂರ್ಣವಾಗಿ ಪಡೆದೆ. ಆನಂತರದಲ್ಲಿ ಅನೇಕ ಕಡೆ ವಾಚನ ನಡೆಯಿತು.

ಇದಾದ ಮೇಲೆ 1997–98ರ ಅವಧಿಯಲ್ಲಿ ಕರ್ನಾಟಕ ಗಮಕ ಕಲಾ ಪರಿಷತ್ತು ಭಾರತ ಸ್ವಾತಂತ್ರ್ಯೋತ್ಸವದ ಸುವರ್ಣ ಮಹೋತ್ಸವದ ಅಂಗವಾಗಿ ರಾಜ್ಯಾದ್ಯಂತ 1,000 ಕಾರ್ಯಕ್ರಮಗಳನ್ನು ಹಮ್ಮಿಕೊಂಡಿತ್ತು. ಆ ಸಂದರ್ಭದಲ್ಲಿ ನನ್ನನ್ನು ಉತ್ತರ ಕರ್ನಾಟಕದ ಕೆಲವು ಭಾಗಗಳಲ್ಲಿ ವಾಚನ ಮಾಡಲು ನೇಮಿಸಿದ್ದರು. ಈ ಸಂಧರ್ಭದಲ್ಲಿ ಜಮಖಂಡಿ, ಬಿಜಾಪುರ, ಮುಧೋಳ(ರನ್ನನ ಜನ್ಮಸ್ಥಳ)ಕ್ಕೆ ಹೋಗಿ ಅಲ್ಲಿ ರನ್ನನ ಗದಾಯುದ್ಧದ ಆಯ್ದಭಾಗಗಳ ವಾಚನ ವ್ಯಾಖ್ಯಾನ ಮಾಡಿದ್ದು ನನ್ನ ಜೀವನದ ಒಂದು ಮೈಲಿಗಲ್ಲೆನ್ನಬಹುದು.

ಇತ್ತೀಚೆಗೆ ನನ್ನ ಅತ್ಯಂತ ಆತ್ಮೀಯರೂ, ಸುಪ್ರಸಿದ್ಧ ಸಂಗೀತ ವಿದ್ವಾಂಸರೂ ಆದ ಗಾನಕಲಾಭೂಷಣ ವಿ॥ ಆರ್.ಕೆ. ಪದ್ಮನಾಭ ಅವರು ನನ್ನ ಬಳಿ ಮಾತನಾಡುತ್ತಾ "ಈ ಗದಾಯುದ್ಧ ಕಾವ್ಯಕ್ಕೆ ಸೂಕ್ತ ವ್ಯಾಖ್ಯಾನದ ಅಗತ್ಯವಿದೆ. ನೀವೇಕೆ ಇದನ್ನ ಬರೆಯಬಾರದು?" ಎಂದರು. ಪ್ರಕಟನೆಯ ಭಾರ ತಮ್ಮದು ಎಂದರು. ನಾನು ಒಪ್ಪಿದೆ. ಬರವಣಿಗೆ ಆರಂಭಿಸಿದೆ. ಮೊದಮೊದಲು ಸ್ವಲ್ಪ ನಿಧಾನವಾದರೂ, ಬರಬರುತ್ತಾ ಕೆಲಸ ಸುಲಲಿತವಾಗಿ ನಡೆದು ಬರವಣಿಗೆ ಮುಗಿಸಿದೆ.

ವಿಳಂಬಿನಾಮ ಸಂವತ್ಸರದ ಚೈತ್ರ ಶುದ್ಧ ಬಿದಿಗೆ (19–3–2018), ವರ್ಷತೊಡಕು ದಿನ ಆರಂಭವಾಗಿ, ಮುಂದೆ ಯಾವ ತೊಡಕೂ ಇಲ್ಲದೆ ಮಾರ್ಗಶಿರ ಶುದ್ಧ ಸಪ್ತಮಿಯಂದು ಮುಕ್ತಾಯವಾಯಿತು. ಇದಕ್ಕೆ ಅನೇಕ ಆಕರ ಗ್ರಂಥಗಳ ನೆರವು ಪಡೆದಿದ್ದೇನೆ. ಕೆಲ ಪಂಡಿತರ ಸಲಹೆಯನ್ನೂ ಪಡೆದು ಅದರಂತೆ ನಡೆದಿದ್ದೇನೆ. ಓದುಗರು ಇದನ್ನು ಸೂಕ್ತ ರೀತಿಯಲ್ಲಿ ಬರಮಾಡಿಕೊಂಡರೆ ನನ್ನ ಶ್ರಮ ಸಾರ್ಥಕವೆನಿಸುತ್ತದೆ.

ಈ ಗ್ರಂಥದ ಪ್ರಕಟಣೆಯ ಜವಾಬ್ದಾರಿ ಹೊತ್ತು, ಅದು ಹೊರಬರಲು ಕಾರಣರಾಗಿ ನನಗೆ ಸಂಪೂರ್ಣ ಉತ್ತೇಜನ ನೀಡಿದ ವಿ॥ ಆರ್.ಕೆ. ಪದ್ಮನಾಭ ಅವರಿಗೆ ನನ್ನ ಅನಂತಾನಂತ ಕೃತಜ್ಞತೆ ಸಲ್ಲಲೇಬೇಕು. ಅಷ್ಟೇ ಅಲ್ಲ, ನನ್ನ ಹಿಂದಿನ ಕೆಲವು ಪುಸ್ತಕಗಳನ್ನು ಪ್ರಕಟಿಸಿದ ಜ್ಞಾನದೀಪಿಕಾ ಎಜ್ಯುಕೇಶನ್ ಟ್ರಸ್ಟ್‌ನ ಅಧ್ಯಕ್ಷರಾದ ಸನ್ಮಾನ್ಯ ಎನ್. ಸತ್ಯಪ್ರಕಾಶ್‌ರವರೂ ಇದರ ಬಗ್ಗೆ ಆಸ್ಥೆ ವಹಿಸಿ, ಆಗಾಗ್ಗೆ ಪ್ರಗತಿಯ ಬಗ್ಗೆ ವಿಚಾರಿಸಿ ಉತ್ತೇಜನ ನೀಡುತ್ತಾ ಬಂದಿದ್ದಾರೆ. ಅವರಿಗೂ ನನ್ನ ಕೃತಜ್ಞತೆ ಸಲ್ಲಲೇಬೇಕು.

ನನ್ನ ವಕ್ರ ಕೈಬರಹದ ಪ್ರತಿಯನ್ನು ನೋಡಿ ಸೂಕ್ತವಾಗಿ ತಪ್ಪಿಲ್ಲದೆ ಅಕ್ಷರ ಜೋಡಣೆ ಮಾಡಿದವಳು ನನ್ನ ಎರಡನೇ ಮಗಳು ಭಾರತಿ ಪ್ರಕಾಶ್. ಅವಳ ಶ್ರಮ ಅಭಿನಂದನೀಯ.

ಈ ಗ್ರಂಥದ ಪ್ರಕಟಣೆ ಸಾಕಷ್ಟು ವಿಳಂಬವಾಯಿತು. ಇದಕ್ಕೆ ಪ್ರಮುಖ ಕಾರಣ ಕೋವಿಡ್–19 ಕೊರೋನಾ ಪಿಡುಗು. ಹಾಗಾಗಿ ಸುಮಾರು ಎರಡು ವರ್ಷಗಳ ಕಾಲ ಇದೂ ಒಂದು ರೀತಿಯಲ್ಲಿ ನೆನಗುದಿಯಲ್ಲೇ ಬಿದ್ದಿತ್ತು. ಇದು ಮುದ್ರಣ ಕಾಣುವುದೋ ಇಲ್ಲವೋ ಎಂಬ ಅನುಮಾನ ಮೂಡಿತ್ತು. ಆಗ ಮುಂದೆ ಬಂದವರು ನನ್ನ ಹಿರಿಯ ಮಗಳು ಕುಮುದವಲ್ಲಿಯ ಆಪ್ತಮಿತ್ರರುಗಳಾದ ಶ್ರೀ ನವೀನ್ ಸಾಗರ್ ಹಾಗೂ ಅವರ ಗೆಳೆಯ ಪ್ರಕಾಶಕ ನಿತ್ಯೋತ್ಸಾಹಿ ಶ್ರೀ ವೀರಕಪುತ್ರ ಶ್ರೀನಿವಾಸ ಅವರುಗಳು.

ಶ್ರೀ ವೀರಕಪುತ್ರ ಶ್ರೀನಿವಾಸ ಅವರು ಗ್ರಂಥವನ್ನು ಅವಲೋಕಿಸಿ ಅದರ ಪ್ರಕಟಣೆಯ ಭಾರವನ್ನು ತಾವೇ ಹೊರುವುದಾಗಿ ತಿಳಿಸಿ ಪ್ರಕಾಶನದ ವ್ಯವಸ್ಥೆಯನ್ನೂ ಮಾಡಿಬಿಟ್ಟರು. ಅವರ ಸತತ ಪ್ರಯತ್ನದಿಂದ ಇಂದು ಈ ಗ್ರಂಥ ಮುದ್ರಣ ಕಾಣಲು ಸಾಧ್ಯವಾಯಿತು. ವಿಶೇಷವೆಂದರೆ ಶ್ರೀ ವೀರಕಪುತ್ರ ಶ್ರೀನಿವಾಸ ಅವರು ಮುಖ ಪುಸ್ತಕ(Face Book)ದ ಮುಖೇನ ನನ್ನ ಪತ್ನಿ ರುಕ್ಮಿಣಿಯ ಪರಿಚಿತರು. ಹಾಗಾಗಿ ಪ್ರಕಟಣಾ ಕಾರ್ಯ ಇನ್ನೂ ಸುಲಲಿತವಾಯಿತು.

ಹೀಗಾಗಿ ಶ್ರೀ ನವೀನ್ ಸಾಗರ್ ಹಾಗೂ ಶ್ರೀ ವೀರಕಪುತ್ರ ಶ್ರೀನಿವಾಸ ಅವರಿಗೆ ನಾನು ಎಷ್ಟು ಆಭಾರಿಯಾದರೂ ಸಾಲದು. ಪ್ರಕಾಶನ ಹಾಗೂ ಮುದ್ರಣ ಮತ್ತು ಮುಖಪುಟದ ವಿನ್ಯಾಸದ ಸಂಪೂರ್ಣ ಜವಾಬ್ದಾರಿಯನ್ನು ಶ್ರೀ ವೀರಕಪುತ್ರರು ವಹಿಸಿಕೊಂಡಿರುವುದು ಸ್ತುತ್ಯಾರ್ಹ. ಅವರಿಗೆ ಮತ್ತೊಮ್ಮೆ ನನ್ನ ಹಾಗೂ ನನ್ನ ಕುಟುಂಬದ ಕೃತಜ್ಞತೆ ಸಲ್ಲಲೇಬೇಕು. ಇಲ್ಲಿ ನನ್ನ ಮಗಳು ಕುಮುದವಲ್ಲಿ ಅರುಣ್‌ಮೂರ್ತಿಯ ಪ್ರಯತ್ನ ಅವಿಸ್ಮರಣೀಯ.

ನನ್ನ ಆತ್ಮೀಯರೂ, ಆಕಾಶವಾಣಿ ನಿಲಯ ನಿವೃತ್ತ ನಿರ್ದೇಶಕರೂ ಆದ ಸನ್ಮಾನ್ಯ ಎನ್.ಎಸ್. ಕೃಷ್ಣಮೂರ್ತಿಯವರು ಈ ಗ್ರಂಥವನ್ನು ಅವಲೋಕಿಸಿ ತಮ್ಮ ಅಭಿಪ್ರಾಯವನ್ನು ಮುನ್ನುಡಿಯ ಮೂಲಕ ವ್ಯಕ್ತಪಡಿಸಿದ್ದಾರೆ. ಅವರಿಗೂ ನನ್ನ ಅನಂತ ಧನ್ಯವಾದಗಳು.

ಇಂತು ಸಜ್ಜನ ವಿಧೇಯ

ಗಮಕ ವಿದ್ವಾನ್ ಡಾ॥ ಎಂ.ಎ. ಜಯರಾಮ್ ರಾವ್

ಬೆಂಗಳೂರು

॥ ಶ್ರೀ ॥

ವಿಶ್ವಾಸದ ನುಡಿ

ಗಮಕ ಕ್ಷೇತ್ರಕ್ಕೆ ಶಿವಮೊಗ್ಗಾ ಜಿಲ್ಲೆಯ ಮತ್ತೂರು – ಹೊಸಳ್ಳಿ ಗ್ರಾಮಗಳ ಕೊಡುಗೆ ಎಷ್ಟು ಪ್ರಾಮುಖ್ಯವೋ ಅಷ್ಟೇ ಮಹತ್ವ ಹಾಸನ ಜಿಲ್ಲೆಯ ಕಾವೇರಿ ತೀರದ ರುದ್ರಪಟ್ಟಣಕ್ಕೂ ಇದೆ. ರುದ್ರಪಟ್ಣ ಕೇವಲ ಸಂಗೀತಾಸಕ್ತರ, ಸಂಸ್ಕೃತ ವಿದ್ವಾಂಸರ ಕ್ಷೇತ್ರ ಮಾತ್ರವಾಗಿರದೆ ಗಮಕಕ್ಕೂ ಹೆಚ್ಚು ಒತ್ತು ನೀಡಿದ ಊರು ಎಂಬುದು ಗಮನಾರ್ಹ. ಇಲ್ಲಿಗೆ ಅನೇಕ ಗಮಕಿಗಳು ಬಂದು ಹೋಗಿದ್ದಾರೆ. ಅನೇಕ ಗಮಕಿಗಳೂ ಇಲ್ಲಿದ್ದಾರೆ. ಅನೇಕ ಅಭಿವೃದ್ಧಿ ಕಾರ್ಯಗಳನ್ನೂ ಮಾಡಿದ್ದಾರೆ. ಇಲ್ಲಿನ ಹಿರಿಯ ವಿದ್ವಾಂಸರಾಗಿದ್ದ ಆರ್.ಕೆ. ಶಾಮೈಯ್ಯ ಪಂಡಿತರು ಬರೀ ಸಂಗೀತಗಾರರಷ್ಟೇ ಅಲ್ಲದೆ ಉತ್ತಮ ಸಾಹಿತಿಗಳೂ – ಗಮಕಿಗಳೂ ಆಗಿದ್ದವರು. ಇವರಿಂದ ರಚಿಸಲ್ಪಟ್ಟ ಭಾಮಿನಿ ಷಟ್ಪದಿಯ 'ಅದ್ಭುತ ರಾಮಾಯಣ' ಬೃಹತ್ಕಾವ್ಯ ಇದಕ್ಕೆ ಪುಷ್ಟಿ ನೀಡುತ್ತದೆ. ಇದಲ್ಲದೆ ಹಿರಿಯ ಗಮಕಿಗಳೆನಿಸಿದ್ದ ಶತಾಯುಷಿ ಬಿ.ಎಸ್.ಎಸ್. ಕೌಶಿಕ್, ಕೆ.ಎಸ್. ವೆಂಕಟೇಶಯ್ಯ ಕೌಶಿಕರ ಮಕ್ಕಳು ಇಲ್ಲಿ ಬಂದು ಗಮಕ–ವಾಚನ ಕಾರ್ಯಕ್ರಮಗಳನ್ನು ನಡಿಸಿಕೊಟ್ಟಿರುತ್ತಾರೆ. ಕೌಶಿಕರ ಹಿರಿಯ ಮಗಳು ವಸಂತಲಕ್ಷ್ಮೀ ಸೀತಾರಾಮಯ್ಯನವರು ಸಾಕಷ್ಟು ಕಾಲ ಇಲ್ಲೇ ಇದ್ದು ಅನೇಕ ಗಮಕಿಗಳನ್ನು ತಯಾರು ಮಾಡಿರುವುದೇ ಅಲ್ಲದೆ ಅನೇಕ ರೂಪಕಗಳನ್ನೂ ಮಕ್ಕಳ ಕೈಯಲ್ಲಿ ಆಡಿಸಿ ಪ್ರದರ್ಶಿಸಿದ್ದಾರೆ. ಇವರು ಪ್ರದರ್ಶಿಸಿದ "ಕುನ್ತೀಕರ್ಣ" ರೂಪಕದಲ್ಲಿ ನನಗೂ ಭಾಗವಹಿಸುವ ಅವಕಾಶ ಲಭಿಸಿತ್ತು. ಆದರೆ ಒಂದು ವಿಶಾದದ ಸಂಗತಿಯೆಂದರೆ ಈ ಎಲ್ಲಾ ಗಮಕಿಗಳೂ ಕುಮಾರವ್ಯಾಸ – ಲಕ್ಷ್ಮೀಶರ ಷಟ್ಪದಿ ಕಾವ್ಯಗಳಿಗೆ ಅಂಟಿಕೊಂಡಿದ್ದರೇ ಹೊರತು ಅದರ ಹಿಂದಿನ ಪೀಳಿಗೆಯ ಹಳಗನ್ನಡ ಕಾವ್ಯಗಳ ಕಡೆಗೆ ಗಮನ ಹರಿಸಲಿಲ್ಲ.

ಸುಮಾರು 60–70 ವರ್ಷಗಳ ಹಿಂದಿನ ಮಾತು. ಆಗ ನಾನಿನ್ನೂ ಚಿಕ್ಕವಯಸ್ಸಿನ ಬಾಲಕ. ರುದ್ರಪಟ್ಟಣದ ಪ್ರಾಥಮಿಕ ಶಾಲಾ ವಿದ್ಯಾರ್ಥಿ. ಆಗ ಮೈಸೂರಿನ ಗುಬ್ಬಿ ನಾರಾಯಣರಾವ್ ಎಂಬುವವರು ಇಲ್ಲಿನ ಪ್ರಾಥಮಿಕ ಶಾಲಾ ಅಧ್ಯಾಪಕರಾಗಿದ್ದರು. ಅವರು ಪ್ರಸಿದ್ಧ ಸಂಗೀತ ವಿದುಷಿ ಪ್ರೊ॥ ನಾಗಮಣಿ ಶ್ರೀನಾಥ್ ಅವರ ತಂದೆ. ಅವರಿಗೆ ಸಂಗೀತದಲ್ಲೂ ಸಾಕಷ್ಟು ಪರಿಶ್ರಮವಿದ್ದು ಕನ್ನಡ ಸಾಹಿತ್ಯ – ಭಾಷಾ ಜ್ಞಾನದ ಪ್ರೌಢಿಮೆಯೂ ಇತ್ತು. ಕನ್ನಡ ಕಾವ್ಯಗಳನ್ನು

ಸೊಗಸಾಗಿ ಹಾಡಿ ವ್ಯಾಖ್ಯಾನಿಸುತ್ತಿದ್ದರು. ಅವರಿಗೆ ರನ್ನ ಕವಿಯ ಗದಾಯುದ್ಧ ಕಾವ್ಯ ಬಹಳ ಅಚ್ಚುಮೆಚ್ಚು. ಆ ಕಾವ್ಯದ ರಸಾಸ್ವಾದನೆಯನ್ನು ತಮ್ಮ ಉಚ್ಛಕಂಠದ ಗಾಯನ – ಅಷ್ಟೇ ಪ್ರೌಢಿಮೆಯ ವ್ಯಾಖ್ಯಾನದ ಮೂಲಕ ಇಲ್ಲಿನ ಶ್ರೋತೃಗಳಿಗೆ ಉಣಬಡಿಸುತ್ತಿದ್ದರು. ವರ್ಷಾನುಗಟ್ಟಲೆ ಈ ಕಾರ್ಯಕ್ರಮವನ್ನು ನಡೆಸಿಕೊಟ್ಟ ಹಿರಿಮೆ ಅವರದ್ದು. ಇದನ್ನು ಕೇಳುವ ಅವಕಾಶ ನನಗೂ ದೊರೆತು ಅದನ್ನು ನಾನು ಸದುಪಯೋಗ ಪಡಿಸಿಕೊಂಡೆ. ಅಲ್ಲಿ ಬರುವ ದುರ್ಯೋಧನ ವಿಲಾಪ, ವೈಶಂಪಾಯನ ಸರೋವರದ ಪ್ರಸಂಗ, ಭೀಮನ ಮೂದಲಿಕೆ, ಕೌರವನ ಕ್ರೋಧ, ಭೀಮದುರ್ಯೋಧನರ ಗದಾಯುದ್ಧದ ವರ್ಣನೆಯ ವೈಖರಿ, ಅಶ್ವತ್ಥಾಮನ ಆಕ್ರೋಶ ಹೀಗೆ ಎಲ್ಲಾ ಪ್ರಸಂಗಗಳನ್ನೂ ಅವರು ವರ್ಣಿಸುತ್ತಿದ್ದ ರೀತಿ ಶ್ರೋತೃಗಳನ್ನು ಮೂಕವಿಸ್ಮಿತರನ್ನಾಗಿ ಮಾಡುತ್ತಿತ್ತು. ಅವರ ವ್ಯಾಖ್ಯಾನದಲ್ಲಿನ ಹೊರ ಹರಿವು – ಒಳ ಹರಿವುಗಳ ವೈಖರಿ ಎಂದೂ ಮರೆಯಲಾರದಂತೆ ನನ್ನ ಮನಸ್ಸಿನಲ್ಲಿ ಅಚ್ಚೊತ್ತಿಬಿಟ್ಟವು. ಕಾವ್ಯವಾಚನವೆಂದರೆ ಹೀಗಿರಬೇಕು ಎಂದೆನ್ನಿಸಿತು.

ಇದಾದ ಮೇಲೆ ನಾನು ಮೈಸೂರಿನಲ್ಲಿ ಓದುತ್ತಿದ್ದಾಗ, ಬೆಂಗಳೂರಿಗೆ ಬಂದ ಮೇಲೆ ಹಲವಾರು ಕಡೆ, ಹಲವಾರು ಗಮಕಿಗಳಿಂದ 'ಗದಾಯುದ್ಧ' ಕಾವ್ಯದ ವಾಚನ ಕೇಳಿದ್ದರೂ ನಾರಾಯಣರಾಯರನ್ನು ಸರಿಗಟ್ಟುವಂತೆ ಯಾರ ವಾಚನವೂ ಪ್ರಭಾವ ಬೀರಲಿಲ್ಲ. ಸಾಹಿತ್ಯದಲ್ಲಿನ ಪದವಿಭಾಗ, ರಾಗಗಳ ಜೋಡಣೆ, ನೀರಸ ವ್ಯಾಖ್ಯಾನ, ವಾಚನ–ವ್ಯಾಖ್ಯಾನಕಾರರಲ್ಲಿನ ಹೊಂದಾಣಿಕೆಯ ಲೋಪ ಎತ್ತಿ ಕಾಣುತ್ತಿತ್ತು. ಆಗ ನನಗನ್ನಿಸಿದ್ದು ಇಂತಹ ಸನ್ನಿವೇಶದಲ್ಲಿ ವಾಚನ–ವ್ಯಾಖ್ಯಾನ ಒಬ್ಬರೇ ಮಾಡಿದರೆ ಅದರಿಂದ ಬೀರುವ ಪರಿಣಾಮ ಲಯದ ಖಚಿತತೆಗೆ ಒತ್ತು ನೀಡುತ್ತದೆ ಎಂದು. ಈ ವಿಚಾರ ನನ್ನ ಮನಸ್ಸಿನಲ್ಲಿ ಸದಾ ಕೊರೆಯುತ್ತಿತ್ತು. ಈ ಕಾವ್ಯಕ್ಕೆ ಸೂಕ್ತ ವ್ಯಾಖ್ಯಾನದ ಅಗತ್ಯತೆಯ ಬಗ್ಗೆಯೂ ಚಿಂತಿಸುವಂತಾಗುತ್ತಿತ್ತು.

ಹೀಗಿರುವಾಗ ನನ್ನ ಹಿರಿಯ ಮಿತ್ರರೂ, ಅತ್ಯಂತ ಆಪ್ತರೂ ಸಂಗೀತ – ಸಾಹಿತ್ಯದಲ್ಲಿ ಸಾಕಷ್ಟು ಪರಿಶ್ರಮವಿದ್ದು, ಉತ್ತಮ ವಾಗ್ಮಿಗಳೂ ಎನಿಸಿದ್ದು, ಗಮಕ ಕ್ಷೇತ್ರದಲ್ಲಿ ತಮ್ಮದೇ ಆದ ವಿಶಿಷ್ಟ ರೀತಿಯ ಛಾಪು ಮೂಡಿಸಿ, ವಾಚನ – ವ್ಯಾಖ್ಯಾನಗಳೆರಡನ್ನೂ ಒಬ್ಬರೇ ನಿರ್ವಹಿಸುವ ಪ್ರೌಢಿಮೆ ಹೊಂದಿರುವ ಡಾ॥ ಎಂ.ಎ. ಜಯರಾಮರಾವ್ ಅವರ ವಾಚನ–ವ್ಯಾಖ್ಯಾನ ಕೇಳಿ ಪ್ರಭಾವಿತನಾಗಿದ್ದ ನಾನು ಅವರ ಬಳಿ ಈ ರನ್ನನ 'ಗದಾಯುದ್ಧ' ಕಾವ್ಯಕ್ಕೆ ಸೂಕ್ತ ವ್ಯಾಖ್ಯಾನದ ಅವಶ್ಯಕತೆಯಿದೆ, ಇದನ್ನು ಬರೆಯಲು ಸಾಧ್ಯವೇ, ನೀವು ಬರೆಯಿರಿ ಮುದ್ರಣದ

ಜವಾಬ್ದಾರಿ ನನ್ನದು ಎಂದಾಗ ಅವರು ಸಂತೋಷದಿಂದ ಒಪ್ಪಿ ಕಾರ್ಯಾರಂಭ ಮಾಡಿಯೇ ಬಿಟ್ಟರು. ಕೇವಲ ಎಂಟು ತಿಂಗಳ ಅವಧಿಯಲ್ಲಿ ಈ ಕಾವ್ಯಕ್ಕೆ ವ್ಯಾಖ್ಯಾನ ಮಾತ್ರವಲ್ಲದೆ ಅದರ ಒಳರಹಸ್ಯ, ಛಂದೋಲಕ್ಷಣ, ಭಾವಾರ್ಥ, ಪ್ರತಿ ಪದಾರ್ಥಗಳ ಸಮೇತ ಎಲ್ಲವನ್ನೂ ವಿಷದವಾಗಿ ಬರೆದು ಕನ್ನಡ ಸಾರಸ್ವತ ಲೋಕಕ್ಕೆ ಒಂದು ಉತ್ತಮ ಕೊಡುಗೆ ನೀಡಿದ್ದಾರೆ. ಅವರ ಈ ಅದ್ಭುತ ಸಾಧನೆಗೆ ನಾನು ಸದಾ ಚಿರಋಣಿ.

ಈ ಒಂದು ಗ್ರಂಥವನ್ನು ಓದಿ, ಅದಕ್ಕೊಂದು ಸೂಕ್ತ ಮುನ್ನುಡಿಯನ್ನು ನೀಡಿರುವ ನನ್ನ ಆತ್ಮೀಯರಾದ ಶ್ರೀ ಎನ್.ಎಸ್. ಕೃಷ್ಣಮೂರ್ತಿಯವರಿಗೆ ನನ್ನ ಕೃತಜ್ಞತೆ ಸಲ್ಲಲೇಬೇಕು.

ಜಯರಾಮರಾಯರ ಸುಪುತ್ರಿ ಶ್ರೀಮತಿ ಭಾರತಿ ಪ್ರಕಾಶ್ ಅವರು ಅಲ್ಪಾವಧಿಯಲ್ಲೇ ತುಂಬಾ ಮುತುವರ್ಜಿಯಿಂದ ಅತ್ಯುತ್ತಮ ರೀತಿಯಲ್ಲಿ ಅಕ್ಷರ ಜೋಡಣೆ, ಪುಟವಿನ್ಯಾಸ ಮಾಡಿರುವುದು ಅವರಲ್ಲಿನ ಭಾಷಾಜ್ಞಾನಕ್ಕೆ ಸಾಕ್ಷಿಯಾಗಿದೆ.

ಇಂತಹ ಒಂದು ಗುರುತರವಾದ ಪ್ರಯತ್ನಕ್ಕೆ ಸಫಲತೆ ಸಿಗಬೇಕಾದರೆ ಅದು ಮುದ್ರಣ ಕಂಡು ಓದುಗರ, ಪ್ರಮುಖವಾಗಿ ಗಮಕಿಗಳ ಕೈಸೇರುವಂತಾಗಬೇಕು. ಆ ಕೆಲಸವನ್ನು ಪ್ರಸಿದ್ಧ ಪ್ರಕಾಶಕರಾದ ಶ್ರೀ ವೀರಕಪುತ್ರ ಶ್ರೀನಿವಾಸ್ ಅವರು ವಹಿಸಿಕೊಂಡು ಗ್ರಂಥ ಹೊರಬರಲು ಕಾರಣವಾಗಿರುವುದು ಸಂತಸದ ವಿಚಾರ. ಅವರ ಈ ಪ್ರಯತ್ನ ಗುರುವಾನುಗ್ರಹದಿಂದ ನಿರ್ವಿಘ್ನವಾಗಿ ನಡೆದು ಓದುಗರಿಗೊಂದು ಉನ್ನತ ಕೊಡುಗೆಯಾಗಲೀ ಎಂಬುದೇ ನನ್ನ ಹಾರೈಕೆ.

ಇಂತು

ಬೆಂಗಳೂರು

ಗಾನಕಲಾಭೂಷಣ

ಡಾ॥ ಆರ್.ಕೆ. ಪದ್ಮನಾಭ

ಮುನ್ನುಡಿ

ದುರ್ಯೋಧನ ಸರೋವರದಲ್ಲಿ ಅಡಗಿ ಮುಖ ಮರೆಸಿಕೊಂಡಿದ್ದಾನೆ. ಪಾಂಡವರು ಅವನನ್ನು ಅಣಕಿಸಿ, ಹೀಯಾಳಿಸಿ ಮೇಲೆದ್ದು ಬಂದು ಯುದ್ಧಮಾಡು ಎಂದು ಸವಾಲೊಡ್ಡುತ್ತಾರೆ. ಅವನೊಡನೆ ಸೆಣಸಲು ಭೀಮ ಗದೆ ಹಿಡಿದು ವೀರಾವೇಷದಿಂದ ಮುನ್ನುಗ್ಗುತ್ತಿದ್ದಾನೆ. ತಮಗಾದ ಅನ್ಯಾಯಗಳನ್ನು, ದ್ರೌಪದಿಗೆ ಅವನೆಸಗಿದ ಅಪಮಾನಗಳನ್ನು ದುರ್ಯೋಧನನಿಗೆ ನೆನಪಿಸಿ, ಗದಾಪ್ರಹಾರ ಮಾಡಿ, ದುರ್ಯೋಧನನನ್ನು ಕೆಳಗುರುಳಿಸಿ ಮೆರೆಯುವ ಭೀಮನ ಅಟ್ಟಹಾಸ, ದುರ್ಯೋಧನನ ಚೀರಾಟ – ಈ ಸಂದರ್ಭವನ್ನು ಕಾವ್ಯವಾಚನದ ಮೂಲಕ ಮಕ್ಕಳಿಗೆ ಮನಮುಟ್ಟುವಂತೆ ಹೇಳುತ್ತಿದ್ದವರು ಬಸವನಗುಡಿಯ ದೇಶೀಯ ವಿದ್ಯಾಶಾಲೆಯ ಪ್ರಾಥಮಿಕ ತರಗತಿಗಳಿಗೆ ಅಧ್ಯಾಪಕರಾಗಿದ್ದ ಗಮಕಿ ಎಂ.ಎಸ್. ಚಂದ್ರಶೇಖರಯ್ಯನವರು. ಸುಮಧುರ ಶಾರೀರ ಅವರದು. ಕಾವ್ಯದ ಆಯ್ದಭಾಗಗಳನ್ನು ಭಾವಪೂರಿತವಾಗಿ ಹಾಡಿ, ಕೆಲವೊಮ್ಮೆ ಅಭಿನಯವನ್ನೂ ಮಾಡಿ ಕಥೆ ಹೇಳುತ್ತಿದ್ದುದರಿಂದ ಗಮಕಿಗಳು ಅತಿ ಪ್ರಿಯರಾಗಿಬಿಟ್ಟಿದ್ದರು. 75 ವರುಷಗಳ ಈ ಹಳೆಯ ನೆನಪು ಮರುಕಳಿಸಿದುದು ಗಮಕ ವಿದ್ವಾನ್, ವ್ಯಾಖ್ಯಾನಕಾರ ಡಾ॥ ಎಂ.ಎ. ಜಯರಾಮರಾವ್ ಅವರ "ಕವಿ ರನ್ನ ವಿರಚಿತ ಗದಾಯುದ್ಧಂ" ವ್ಯಾಖ್ಯಾನ ಸಹಿತ ಹೊರತಂದಿರುವ ಪುಸ್ತಕದ ಮೇಲೆ ಕಣ್ಣಾಡಿಸಿದಾಗ.

ಇದು ಲಾಕ್ಷಾಗೇಹದಾಹಕ್ಕಿದು ವಿಷಮ ವಿಷಾನ್ನಕ್ಕಿದಾ ನಾಡ ಜೂದಿಂ
ಗಿದು ಪಾಂಚಾಲೀ ಪ್ರಪಂಚಕ್ಕಿದು ಕೃತಕ ಸಭಾಳೋಕನಭ್ರಾಂತಿಗೆಂದೋ ।
ವದೆ ಪೊಯ್ದಂ ಕಾಲ್ಗಳಂ ತೋಳ್ಗಳನಗಲ್ದುರಮಂ ಕೆನ್ನೆಯಂ ನೆತ್ತಿಯಂ ಕೋ
ಪದಿನ್ನೈದುಂ ದುರ್ನಯಕ್ಕೈದಡೆಯನುರುಗದಾದಂಡದಿಂ ಭೀಮಸೇನಂ ॥

"ಇದು ಅಂದು ಅರಗಿನ ಮನೆಯಲ್ಲಿ ನಮ್ಮನ್ನು ಸುಡಲು ಪ್ರಯತ್ನಿಸಿದುದಕ್ಕೆ ; ಇದು ನನಗೆ ವಿಷಾನ್ನವನ್ನ ನೀಡಿದ್ದಕ್ಕೆ, ಇದು ಕಪಟದ ಜೂಜಿಗೆ, ಇದು ದ್ರೌಪದಿಯನ್ನು ಅವಮಾನಗೊಳಿಸಿದ್ದಕ್ಕೆ, ಇದೋ ಇದು ಮೋಸದಿಂದ ನಮ್ಮನ್ನು ನಿನ್ನ ಆ ಕೃತಕ ಸಭಾ ಭವನಕ್ಕೆ ಬರಮಾಡಿಕೊಂಡದ್ದಕ್ಕೆ ತೆಗೆದುಕೋ, ತಡೆದುಕೋ ಎನ್ನುತ್ತಾ ಭೀಮನು ಅತ್ಯಂತ ಕೋಪಾವೇಶದಿಂದ ನಿರ್ದಾಕ್ಷಿಣ್ಯನಾಗಿ ದುರ್ಯೋಧನನ ಕಾಲು, ತೋಳು, ಎದೆ, ಕೆನ್ನೆ, ನೆತ್ತಿಯನ್ನು ತನ್ನ ಭೀಕರವಾದ ಗದೆಯಿಂದ ಅಪ್ಪಳಿಸಿದನು."

'ಕವಿಯು ತನ್ನ ಕಾವ್ಯ ಶರೀರವನ್ನು ಶಬ್ದಮೂರ್ತಿಯಲ್ಲಿ ಎರಕ ಹೊಯ್ದಿಡ ಬಲ್ಲವನಾದರೆ, ಆ ಮೂರ್ತಿಗೆ ಉಸಿರೂದಿ ಜೀವಕಳೆ ತುಂಬಿ, ಸಚೇತನಗೊಳಿಸುವ ಕಲೆ, ಗಮಕ ಕಲೆ.' ಮಹಾಕಾವ್ಯಗಳ ರುಚಿ ಸವಿಯಬೇಕಾದರೆ ಗಮಕಿಗಳ ಪಾತ್ರ ಎಷ್ಟು ಮಹತ್ತರವಾದುದೆಂದು ದ.ರಾ. ಬೇಂದ್ರೆಯವರ ಈ ಮಾತುಗಳಿಂದ ಸ್ಪಷ್ಟವಾಗುತ್ತದೆ.

ಸಂಸ್ಕೃತ ಭಾಷೆಯಲ್ಲಿ ರಚಿತವಾಗಿರುವ ರಾಮಾಯಣ, ಮಹಾಭಾರತ ಮುಂತಾದ ಮಹಾಕಾವ್ಯಗಳು ಜನಸಾಮಾನ್ಯರನ್ನು ತಲುಪಿದ್ದು ಪಂಡಿತರು, ಕೀರ್ತನಕಾರರು ಹಾಗೂ ಹರಿಕಥಾ ವಿದ್ವಾಂಸರ ಮೂಲಕ ಎನ್ನಬಹುದು. ಭಾರತೀಯ ಪ್ರಮುಖ ಭಾಷೆಗಳಲ್ಲಿ ಅನುವಾದಗೊಂಡು ಸಾವಿರಾರು ವರ್ಷಗಳಿಂದ ಎಲ್ಲ ವರ್ಗಗಳ, ಭಾಷೆಯ ಜನರಿಗೆ ಚಿರಪರಿಚಿತವಾಗಿರುವ ಈ ಕೃತಿಗಳು, ಇಲ್ಲಿ ಬರುವ ಪಾತ್ರಗಳು ಜನತೆಯ ನಿತ್ಯ ಜೀವನದಲ್ಲಿ, ಚಿಂತನೆಯಲ್ಲಿ ಮಹತ್ತರ ಪಾತ್ರ ಬೀರಿವೆ. ಪಂಪ ರನ್ನರಂತಹ ಕವಿಶ್ರೇಷ್ಠರು, ಹಳೆಗನ್ನಡದಲ್ಲಿ ರಚಿಸಿರುವ ಬೃಹತ್ಕಾವ್ಯಗಳು ಸಾಹಿತ್ಯವನ್ನೇ ವಿಶೇಷವಾಗಿ ಅಧ್ಯಯನ ಮಾಡುವ ವಿದ್ಯಾರ್ಥಿಗಳಿಗೆಷ್ಟೇ ಸೀಮಿತ ಎನ್ನಬಹುದು. ಜನಸಾಮಾನ್ಯರಿಗೆ ಸಾಹಿತ್ಯದ ಸವಿಯನ್ನೂ, ಕವಿಯ ಹಿರಿತನವನ್ನೂ ಪರಿಚಯಿಸುವ ಮಹತ್ಕಾರ್ಯದಲ್ಲಿ ತೊಡಗಿರುವವರು ಗಮಕಿಗಳು.

ವೇದಗಳ ಕಾಲದಿಂದಲೂ ಕೇಳ್ಮೆಯ ಮೂಲಕವೇ ಜ್ಞಾನಾರ್ಜನೆಯಾಗುತ್ತಿದ್ದ ಸಂಸ್ಕೃತಿ ನಮ್ಮದು. ಅದೇ ಜಾಡನ್ನು ಹಿಡಿದ ಗಮಕಿಗಳು, ಕಾವ್ಯದ ಸೊಬಗನ್ನು, ಕಥಾಸಾರಾಂಶವನ್ನು ಜನರಿಗೆ ಅರ್ಥವಾಗುವಂತೆ ತಿಳಿಗನ್ನಡದಲ್ಲಿ ಹೇಳುವುದರ ಮೂಲಕ ಸಾಹಿತ್ಯ ಪರಿಚಾರಕರಾಗಿ ಸೇವೆ ಸಲ್ಲಿಸಿದ್ದಾರೆ. ಗಮಕ ಕಲೆಯ ಪ್ರಮುಖ ವೈಶಿಷ್ಟ್ಯವೆಂದರೆ, ಸಾಹಿತ್ಯ – ಸಂಗೀತಗಳ ಮಧುರ ಸಂಗಮ. ಸುಶ್ರಾವ್ಯವಾಗಿ ವಾಚನ ಮಾಡಿ ಜೊತೆಗೆ ವ್ಯಾಖ್ಯಾನಿಸಿದಾಗ ಆಗುವ ಪರಿಣಾಮ ಬರಿಯ ಓದುವುದಕ್ಕಿಂತ ಮಿಗಿಲಾದುದು. 'ಅರಿತು ಪೇಳಿದರೆ ಹರುಷ ಹೆಚ್ಚುವುದರಲ್ಲೇನು ಸಂದೇಹ!'

ನಮ್ಮ ಸಂಗೀತ ಪದ್ಧತಿಯಲ್ಲಿ ಸಂಗೀತ, ಸಾಹಿತ್ಯ ಇವೆರಡಕ್ಕೂ ಪ್ರಾಶಸ್ತ್ಯವಿದೆ. ಕರ್ನಾಟಕ ಶಾಸ್ತ್ರೀಯ ಸಂಗೀತ ರಾಗಾಧಾರಿತವಾಗಿರುವುದರಿಂದ ಮೇಲಾಗಿ ತಾಳದ ಚೌಕಟ್ಟಿಗೆ ಒಳಪಡಬೇಕಾದುದರಿಂದ ಕೆಲವೊಮ್ಮೆ ಸಾಹಿತ್ಯ ಗೌಣವಾಗಿ ಸಂಗೀತಕ್ಕೆ ಹೆಚ್ಚು ಪ್ರಾಶಸ್ತ್ಯ ದೊರೆಯುವುದು ಅನಿವಾರ್ಯವಾಗುತ್ತದೆ. 'ಗಮಕ

ಕಲೆಯಲ್ಲಿ ಸಾಹಿತ್ಯಕ್ಕೆ ಸಂಗೀತ ಪ್ರೇರಕ, ಪೂರಕ, ಪೋಷಕ, ಸಾಧಕ. ಸಾಹಿತ್ಯವು ಪ್ರಧಾನ, ಸಂಗೀತವು ಉಪಪ್ರಧಾನ. ಸಾಹಿತ್ಯವು ಹಾಲು, ಸಂಗೀತವು ಜೇನು. ಕಾವ್ಯವು ಆಲೋಚನಾಮೃತವಾದರೆ, ಸಂಗೀತವು ಕರ್ಣಾಮೃತ. ಈ ಎರಡರ ಪುಣ್ಯಸಂಗಮದ ಮಿಶ್ರ ಸೌಂದರ್ಯ, ಮಾಧುರ್ಯವೇ ಗಮಕಕಲೆ.' (ಮಹಾ ಮಹೋಪಾಧ್ಯಾಯ ಡಾ॥ ರಾ. ಸತ್ಯನಾರಾಯಣ)

ಸಂಗೀತ ಸಾಹಿತ್ಯಗಳ ನಡುವಣ ಸಾಮರಸ್ಯವನ್ನು ಮೈಗೂಡಿಸಿಕೊಂಡಿರುವ ವಿರಳ ಗಮಕಿಗಳಲ್ಲಿ ಡಾ॥ ಎಂ.ಎ. ಜಯರಾಮ್ ರಾವ್ ಅವರು ಪ್ರಮುಖರು. ಹತ್ತಾರು ವರುಷಗಳ ಅಧ್ಯಯನ ಅನುಭವಗಳಿಂದ ಗಮಕವಾಚನ ಹಾಗೂ ವ್ಯಾಖ್ಯಾನಗಳಲ್ಲಿ ಪ್ರಬುದ್ಧತೆಯನ್ನು ಸಾಧಿಸಿರುವ ಶ್ರೀಯುತರಿಗೆ ಬಾಲ್ಯದ ದಿನಗಳಿಂದಲೂ ಗಮಕ ಕಲೆಯ ನಿಕಟ ಪರಿಚಯ ಒದಗಿ ಬಂದಿದ್ದಿತು.

ಸ್ವತಃ ಗಮಕಿಗಳಾಗಿದ್ದ ಅವರ ತಂದೆ ಮೈ.ಶೇ. ಅನಂತಪದ್ಮನಾಭರಾಯರಿಗೆ ತೀ.ನಂ.ಶ್ರೀ, ಪ್ರೊ॥ ಡಿ.ಎಲ್. ನರಸಿಂಹಾಚಾರ್ಯ ಮುಂತಾದ ಹಿರಿಯ ಸಾಹಿತಿಗಳೊಡನೆ ಆತ್ಮೀಯ ಒಡನಾಟವಿದ್ದಿತು. ಅಂತಹವರ ಸಮ್ಮುಖದಲ್ಲಿ ಅನಂತಪದ್ಮನಾಭರಾಯರು ನಡೆಸಿಕೊಡುತ್ತಿದ್ದ ವಾಚನ ಸಂದರ್ಭಗಳಲ್ಲಿ ಸನಿಹದಲ್ಲಿಯೇ ಇರುತ್ತಿದ್ದ ಬಾಲಕ ಜಯರಾಮರಾವ್ ಅವರು ಪ್ರಭಾವಿತರಾಗಿ ಗಮಕ ಕಲೆಯಲ್ಲಿ ಅಭಿರುಚಿ ಬೆಳೆಸಿಕೊಂಡಿದ್ದು ಸಹಜವೇ. ಚಿಕ್ಕಂದಿನಲ್ಲಿ ಗದಾಯುದ್ಧ ಕಾವ್ಯವನ್ನು ಓದಲು ಪ್ರಯತ್ನಿಸಿ, 'ಅರ್ಥವಾಗುವುದಿರಲಿ, ಪದವಿಭಾಗ ಮಾಡುವುದು ಕಷ್ಟವೆನಿಸಿದರೂ' ಧೃತಿಗೆಡದೆ ವಾಚನ ಮಾಡಿ, ವ್ಯಾಖ್ಯಾನದ ಮೂಲಕ ಇತರರಿಗೂ ತಿಳಿಯ ಹೇಳುವ ಪ್ರೌಢಿಮೆ ಪಡೆದ ಹಿರಿಮೆ ಇವರದು. ಹತ್ತಾರು ವರುಷಗಳು ಪತ್ರಿಕಾ ವೃತ್ತಿಯನ್ನವಲಂಬಿಸಿ, ಊರೂರು ತಿರುಗಾಡಿದರೂ ಜಯರಾಮರಾವ್ ಅವರ ಸಾಹಿತ್ಯಾಸಕ್ತಿ, ಗಮಕವಾಚನ ಕುಂಠಿತವಾಗದೇ ಸಾಗಿ ಬಂದಿದೆ. ಅವರ ಎಂಟು ವೈವಿಧ್ಯಮಯ ವಿಷಯ ಕುರಿತ ಗ್ರಂಥಗಳ ರಚನೆಯೇ ಇದಕ್ಕೆ ಸಾಕ್ಷಿ. ಈಗೆರೆಡು ವರುಷಗಳ ಹಿಂದೆ ಪ್ರಕಟಗೊಂಡ ಅವರ 'ಮಹಾಭಾರತದ ಕರ್ಣ – ಒಂದು ಅಧ್ಯಯನ' ಇದರಲ್ಲಿ ಪಂಪ ಕುಮಾರವ್ಯಾಸರು ಕರ್ಣನನ್ನು ಚಿತ್ರಿಸಿರುವ ಅಮೋಘ ವರ್ಣನೆಯನ್ನು ಓದಿ ಪುಳಕಿತನಾಗಿದ್ದೆ. ಇದಲ್ಲದೇ ರಾಯರು ಹಲವಾರು ಸಂಗೀತ ಸಂಸ್ಥೆಗಳಲ್ಲಿ ಸಕ್ರಿಯವಾಗಿ ತೊಡಗಿಕೊಂಡಿರುವುದನ್ನು ಕಂಡಿದ್ದೇನೆ. ನಿರರ್ಗಳವಾದ ಮಾತುಗಾರಿಕೆ ಅವರಿಗೆ ಸಿದ್ಧಿಸಿದೆ.

ಕವಿಚಕ್ರವರ್ತಿ ರನ್ನನ ಮಹಾಕಾವ್ಯವನ್ನು ತಿಳಿಗನ್ನಡದಲ್ಲಿ ವ್ಯಾಖ್ಯಾನಿಸಿರುವ ಜಯರಾಮರಾವ್ ಅವರು ಸಾಹಿತ್ಯಾಭಿಮಾನಿಗಳ ಗೌರವಾದರಗಳಿಗೆ ಭಾಜನರಾಗಿದ್ದಾರೆ. ಗಮಕಿಗಳು ಅರ್ಥ ತಿಳಿದು, ವಾಚನ ಮಾಡುವ ನಿಟ್ಟಿನಲ್ಲಿ ಪ್ರಯೋಜನವಾದೀತು. ಗದಾಯುದ್ಧ ಕಾವ್ಯಕ್ಕೆ ವ್ಯಾಖ್ಯಾನದ ಅಗತ್ಯವಿದೆ ಎಂದು ಜಯರಾಮರಾವ್ ಅವರನ್ನು ಹುರಿದುಂಬಿಸಿ, ಗ್ರಂಥ ಹೊರಬರಲು ಕಾರಣರಾದ ಕಲೋಪಾಸಕ ಹಾಗೂ ಖ್ಯಾತ ವಿದ್ವಾಂಸರಾದ ಗಾನಕಲಾಭೂಷಣ ಡಾ॥ ಆರ್.ಕೆ. ಪದ್ಮನಾಭ ಅವರು ಅಭಿನಂದಾರ್ಹರು. 'ತನ್ನ ಕಾವ್ಯಕೆ ತಾಂ ಮಹಾಕವಿ ಮಣಿಯವಂತೆ' ತನ್ನ ಕೃತಿರತ್ನವನ್ನು ಪರೀಕ್ಷಿಸುವ ಎದೆಗಾರಿಕೆ ಯಾರಿಗಿದೆ ಎಂದು ರನ್ನ ದೊಡ್ಡ ಸವಾಲೊಡ್ಡಿ, ಅದರಂತೆಯೇ ಕಾವ್ಯಗಳನ್ನು ಕೂಲಂಕಷವಾಗಿ ಅಧ್ಯಯನಮಾಡಿ ಸರಳವಾಗಿ ವಿವರಿಸುವ ಪರಿಣತಿ ಹೊಂದಿರುವ ಜಯರಾಮರಾವ್ ಅವರ ಈ ಕೃತಿಯ ಬಗ್ಗೆ ಬರೆಯಲು ನನಗೆ ಅಳುಕು, ಅಂಜಿಕೆ. ಆದರೂ ಓದಿ ನನಗಾದ ಸಂತೋಷವನ್ನು ವ್ಯಕ್ತಪಡಿಸಲು ಇದೊಂದು ಸದವಕಾಶವೆಂದು ಭಾವಿಸಿ, ನನ್ನ ಅನಿಸಿಕೆಗಳನ್ನು ಹಂಚಿಕೊಂಡಿದ್ದೇನೆ. ಆ ಮೂಲಕ ರಾಯರಿಗೆ ನನ್ನ ನಮನ ಸಲ್ಲಿಸಿದ್ದೇನೆ.

ಬೆಂಗಳೂರು
9-9-2019

ಎನ್.ಎಸ್. ಕೃಷ್ಣಮೂರ್ತಿ

ಪ್ರಕಾಶಕರ ಮಾತು

ಪ್ರಿಯ ಓದುಗ ದೊರೆಗಳೆ, ಅತ್ಯಂತ ಪ್ರಾಚೀನ ಭಾಷೆಗಳಲ್ಲಿ ಒಂದಾದ ಕನ್ನಡಕ್ಕೆ ಭಾರತೀಯ ಭಾಷೆಗಳಲ್ಲೇ ವಿಶೇಷ ಸ್ಥಾನವಿದೆ. ಈ ನೆಲದ ಮಣ್ಣಿನ ಕಣಕಣದಲ್ಲೂ ಸಾಹಿತ್ಯದ ಘಮಲಿದೆ. ಸಾಂಸ್ಕೃತಿಕ ಹುಡಿಯಿದೆ. ಎಂಟೆಂಟು ಜ್ಞಾನಪೀಠ ಪ್ರಶಸ್ತಿಗಳನ್ನು ಪಡೆದ ಹೆಮ್ಮೆಯೂ ಜತೆಗಿದೆ. ಆದರೆ, ಸಾಹಿತ್ಯವನ್ನು ದಾಟಿಸುವ ವಿಷಯದಲ್ಲಿ ನಾವು ಹಿಂದೆ ಇದ್ದೇವೆ. ಸಂಕಟ ಪಡುವಷ್ಟು ಓದುಗರ ಸಂಖ್ಯೆಯನ್ನು ಹೊಂದಿದ್ದೇವೆ. ಕನ್ನಡದಲ್ಲಿ ವರ್ಷಕ್ಕೆ ಸಾವಿರಾರು ಶೀರ್ಷಿಕೆಯ ಪುಸ್ತಕಗಳು ಮುದ್ರಣವಾದರೂ ಕೆಲವೇ ಕೆಲವು ಸಾಹಿತಿಗಳನ್ನು ಹೊರತುಪಡಿಸಿ, ಹೆಸರಾಂತ ಸಾಹಿತಿಗಳ ಪುಸ್ತಕಗಳ ಪ್ರತಿಗಳು ಖರ್ಚಾಗುವುದು ಕೇವಲ ಐನೂರು, ಸಾವಿರ ಮಾತ್ರ. ಹೊಸಬರದ್ದು ಇನ್ನೂ ಘೋರ. ಕರ್ನಾಟಕದ ಏಳೂವರೆ ಕೋಟಿ ಜನಸಂಖ್ಯೆಯಲ್ಲಿ, ಒಬ್ಬ ಲೇಖಕನ ಪುಸ್ತಕವು ಸಾವಿರ ಜನರಿಗೂ ತಲುಪುತ್ತಿಲ್ಲ ಎನ್ನುವುದು ಖೇದಕರ. ಆದರೆ, ಇದನ್ನು ನಂಬಲು ಸಾಧ್ಯವಾ?

ನಿಜವಾಗಿಯೂ ಓದುಗರು ಇಲ್ಲವಾ? ಅಥವಾ ಓದುಗರಿದ್ದರೂ ಅವರಿಗೆ ಕೃತಿಗಳನ್ನು ತಲುಪಿಸುವಲ್ಲಿ ಸೋಲುತ್ತಿದ್ದೇವಾ? ಎನ್ನುವ ಪ್ರಶ್ನೆಯೊಂದಿಗೆ ನಾನು ನಿಮ್ಮಂಥ ಓದುಗರ ಬೆನ್ನುಹತ್ತಿದೆ. ಲಕ್ಷಾಂತರ ಓದುಗರಿದ್ದಾರೆ. ಆದರೆ ಅವರನ್ನು ತಲುಪುವಲ್ಲಿ ನಾವು ಸೋಲುತ್ತಿದ್ದೇವೆ ಎಂಬುದು ನನಗೆ ಮೇಲ್ನೋಟಕ್ಕೆ ಹೊಳೆದ ಸತ್ಯ. ಆ ಕಾರಣದಿಂದಲೇ ನಾನೀಗ ಓದುಗ ಮತ್ತು ಲೇಖಕರ ನಡುವಿನ ಸೇತುವೆಯೊಂದರ ನಿರ್ಮಾಣಕ್ಕೆ ಮುಂದಾಗಿದ್ದೇನೆ. ಆ ಸೇತುವೆಯ ಹೆಸರು 'ವೀರಲೋಕ ಬುಕ್ಸ್.'

ಕುಗ್ರಾಮವೊಂದರಲ್ಲಿ ತಯಾರಾದ ಮಡಕೆಯೊಂದು ಇವತ್ತು ಕಾರ್ಪೋರೇಟ್ ಅಂಗಳದಲ್ಲಿ ಮಾರಾಟಕ್ಕಿದೆ. ಪದವಿ, ಪುರಸ್ಕಾರಗಳನ್ನು ಪಡೆದುಕೊಂಡ ಬರಹಗಾರನೊಬ್ಬನ ಕೃತಿಯು ಸುಸಜ್ಜಿತ ಪುಸ್ತಕ ಮಳಿಗೆಯನ್ನೂ ತಲುಪುವಲ್ಲಿ ಸೋತಿದೆ. ಹಾಗಾಗಿ 'ವೀರಲೋಕ ಬುಕ್ಸ್' ಕನ್ನಡ ಪುಸ್ತಕ ಲೋಕಕ್ಕೆ ಕಾರ್ಪೋರೇಟ್ ಟಚ್ ನೀಡುವ ಉದ್ದೇಶ ಹೊಂದಿದೆ. ಕೇವಲ

ಪಟ್ಟಣದಲ್ಲಿ ಮಾತ್ರವಲ್ಲ, ಹಳ್ಳಿಗಾಡಿನ ಕಟ್ಟಕಡೆಯ ಓದುಗನಿಗೂ ಕನ್ನಡ ಪುಸ್ತಕವನ್ನು ತಲುಪಿಸುವ ದೃಢ ಸಂಕಲ್ಪ ನಮ್ಮದಾಗಿದೆ. ಒಬ್ಬ ಓದುಗ ತಾನು ಇಷ್ಟಪಡುವ ಪುಸ್ತಕ ಕೊಳ್ಳಬೇಕಾದರೆ ನಿಗದಿತ ಪುಸ್ತಕ ಅಂಗಡಿಗೆ ಬಂದರೆ ಮಾತ್ರ ಸಿಗುತ್ತದೆ ಎಂಬುದು ನಿಜಕ್ಕೂ ಓದುಗನಿಗೆ ಮಾಡುತ್ತಿರುವ ಮೋಸ. ಆದ್ದರಿಂದ ಅವನಿರುವ ಕಡೆಯೇ ಪುಸ್ತಕ ಸಿಗುವಂತೆ ಮಾಡುವ ಉದ್ದೇಶ ನಮ್ಮ ಪ್ರಕಾಶನದ್ದು. ಅದಕ್ಕಾಗಿ ಒಂದು ದೊಡ್ಡ ನೆಟ್‌ವರ್ಕ್ ಸಿದ್ಧ ಮಾಡಿದ್ದೇವೆ. ಊರೂರಲ್ಲಿ ಪುಸ್ತಕ ಸಿಗುವಂತೆ ಮಾಡುತ್ತಿದ್ದೇವೆ. ಇನ್ನೂ ಏನೇನೋ ಯೋಜನೆಗಳಿವೆ...

ಈ ಹೊಸ ರೀತಿಯ ಕಾರ್ಯಶೈಲಿಯ ಮೂಲಕ ನಾವು ನಮ್ಮ ವೀರಲೋಕ ಪ್ರಕಾಶನವನ್ನು ಆರಂಭಿಸಿದ್ದೇವೆ. ಇದಕ್ಕೆ ನಾಡಿನ ಖ್ಯಾತ ಸಾಹಿತಿಗಳಾದ ಗಮಕ ವಿದ್ವಾನ್ ಡಾ॥ ಎಂ.ಎ. ಜಯರಾಮ್ ರಾವ್, ಶ್ರೀ ವಿಶ್ವೇಶ್ವರ ಭಟ್, ಶ್ರೀ ಕುಂ. ವೀರಭದ್ರಪ್ಪ, ಶ್ರೀ ಜೋಗಿ, ಶ್ರೀ ರವಿ ಕೃಷ್ಣಾರೆಡ್ಡಿ, ಶ್ರೀ ರಂಗಸ್ವಾಮಿ ಮೂಕನಹಳ್ಳಿ, ಶ್ರೀಮತಿ ದೀಪಾ ಹಿರೇಗುತ್ತಿ, ಶ್ರೀ ಗಣೇಶ್ ಕಾಸರಗೋಡು, ಅನಂತ ಹುದೆಂಗಜೆ, ಡಾ. ಶರಣು ಹುಲ್ಲೂರು, ಶ್ರೀ ಸಂತೋಷಕುಮಾರ ಮೆಹೆಂದಳೆ, ಎನ್. ಧನಂಜಯ, ಡಾ. ಡಿ.ಎಸ್. ಶ್ರೀನಿವಾಸ ಪ್ರಸಾದ್, ಡಾ. ಗವಿಸ್ವಾಮಿ ಎನ್., ನರೇಂದ್ರ ರೈ ದೇರ್ಲ, ಶ್ರೀ ಮಂಜುನಾಥ್ ಚಾಂದ್, ಶ್ರೀಮತಿ ಶುಭಶ್ರೀ ಭಟ್ಟ, ಶ್ರೀ ರಾಜೀವ ನಾರಾಯಣ ನಾಯಕ, ಶ್ರೀಮತಿ ನಾಗವೇಣಿ ವೆಂ. ಹೆಗಡೆ ಹೆಗ್ಗರ್ಸಿಮನೆ, ಶ್ರೀ ರಾಘವ್, ಡಾ. ವಾಸುದೇವ ಶೆಟ್ಟಿ, ಶ್ರೀ ಸದಾಶಿವ್ ಸೊರಟೂರು ಮತ್ತು ಖ್ಯಾತ ಕಲಾವಿದರಾದ ಶ್ರೀ ರಮೇಶ್ ಅರವಿಂದ್ ಅವರು ವೀರಲೋಕಕ್ಕೆ ತಮ್ಮ ಕೃತಿಗಳನ್ನು ಕೊಟ್ಟು ಪ್ರೋತ್ಸಾಹಿಸುತ್ತಿದ್ದಾರೆ. ಓದುಗನಿರುವ ಕಡೆಯೇ ಪುಸ್ತಕಗಳನ್ನು ಒದಗಿಸುವ ಈ ಮಹತ್ಕಾರ್ಯಕ್ಕೆ ನಿಮ್ಮ ಬೆಂಬಲವೂ ಇರಲೆಂದು ಪ್ರಾರ್ಥಿಸುವೆ.

'ಗದಾಯುದ್ಧಂ' ಕೃತಿ ಓದುವ ಸುಖ ನಿಮ್ಮದಾಗಲಿ.

ನಿಮ್ಮ,

–ವೀರಕಪುತ್ರ ಶ್ರೀನಿವಾಸ

ವೀರಲೋಕ ಬುಕ್ಸ್

॥ ಶ್ರೀ ॥

ಮಹಾಕವಿ ರನ್ನ ವಿರಚಿತ

"ಗದಾಯುದ್ಧಂ"

(ಸಾಹಸ ಭೀಮ ವಿಜಯಂ)

ಪ್ರಥಮಾಶ್ವಾಸಂ

ಶ್ರೀಯುವತೀಪ್ರಿಯಂ ಬಲಯುತಂ ಬಲಿದರ್ಪಹರಂ ಜಿತಾರಿ ದೈ
ತೇಯನನನ್ತ ಭೋಗ ನಿಲಯಂ ಪ್ರತಿ ಪಾಲಿತ ಧರ್ಮಚಕ್ರನ ।
ಬ್ಜಾಯತನೇತ್ರನಾದಿ ಪುರುಷಂ ಪುರುಷೋತ್ತಮನೀ ಚಳುಕ್ಯನಾ
ರಾಯಣ ದೇವನೀಗೆಮಗೆ ಮಂಗಳಕಾರಣಮುತ್ಸವಂಗಳಂ ॥ ೧ ॥

ಶ್ರೀಯುವತೀ = ಲಕ್ಷ್ಮೀದೇವಿ ; ಪ್ರಿಯಂ = ನಾರಾಯಣ ; ಬಲಿದರ್ಪಹರ = ಬಲಿ ಚಕ್ರವರ್ತಿಯ ಗರ್ವವನ್ನು (ಬಲಶಾಲಿಗಳಾದ ಶತ್ರುಗಳ ಮುರಿದವನು.) ; ಅನನ್ತ ಭೋಗ ನಿಲಯ = ಆದಿಶೇಷನ ಮೇಲೆ ಪವಡಿಸಿರುವಾತ ; ಅಬ್ಜಾಯತಂ = ಕಮಲದಂತೆ ವಿಶಾಲವಾದ ; ಆದಿಪುರುಷ = ಜಗತ್ತಿಗೇ ಮೊದಲಿಗ ; ರಾಷ್ಟ್ರಕ್ಕೆ ಮೊದಲಿಗ (ಚಾಲುಕ್ಯ ಚಕ್ರವರ್ತಿ) = ಸತ್ಯಾಶ್ರಯ

ಲಕ್ಷ್ಮೀಪತಿಯಾದ ಶ್ರೀಮನ್ನಾರಾಯಣನೂ, ಮಹಾ ಬಲಿಷ್ಟನೂ, ಬಲಿಚಕ್ರವರ್ತಿಯ ಗರ್ವಭಂಗ ಮಾಡಿದವನೂ, ಶತ್ರುಗಳಾದ ರಾಕ್ಷಸ ಸಮೂಹವನ್ನೇ ಜೈಸಿದವನೂ, ಅನಂತನೆಂಬ ಸರ್ಪವನ್ನು ಮನೆಯನ್ನಾಗಿ (ಹಾಸಿಗೆ!) ಮಾಡಿಕೊಂಡವನೂ, ಧರ್ಮರಾಯನ ರಾಜ್ಯ ರಕ್ಷಣೆ ಮಾಡಿದವನೂ (ಧರ್ಮವನ್ನು ಕಾಯ್ದುಕೊಳ್ಳಲು ಸುದರ್ಶನ ಚಕ್ರಧಾರಿಯಾಗಿರುವ), ತಾವರೆ ಎಸಳಿನಂತೆ ಕಣ್ಣುಳ್ಳ ಆದಿ ಪುರುಷನೂ, ಪುರುಷೋತ್ತಮನೂ ಆದ ಆ ನಾರಾಯಣನು ನಮಗೆ ಮಂಗಳವಾಗುವಂತೆ ಸ್ಫೂರ್ತಿಯನ್ನು ನೀಡಲಿ – ಎಂದು ಆ ಭಗವಂತವನನ್ನೂ ಪ್ರಾರ್ಥಿಸುತ್ತಾನಾದರೂ ಮುಂದೆ ಚಲುಕ್ಯ ನಾರಾಯಣ ಎಂಬ ಪದ ಪ್ರಯೋಗವಿದ್ದು ಅದು ತನ್ನ ಒಡೆಯನಾದ ಚಾಲುಕ್ಯ ನಾರಾಯಣನಾದ ಸತ್ಯಾಶ್ರಯ ಎಂಬ ರಾಜನ ಸ್ತುತಿಯೂ ಆಗಿದೆ. ಅಂದರೆ ಲಕ್ಷ್ಮೀ ಕಟಾಕ್ಷ ಪಡೆದ ಆಗರ್ಭ ಶ್ರೀಮಂತ, ಚತುರಂಗ ಬಲ ಸಹಿತನಾದ, ಶತ್ರುಗಳ ಗರ್ವ ಮುರಿದವನಾದ, ಧರ್ಮ ಸಾಮ್ರಾಜ್ಯ ರಕ್ಷಕನಾದ ಕಮಲನೇತ್ರನೂ, ಪ್ರಥಮ ಪ್ರಜೆಯೂ ಆದ ಚಾಲುಕ್ಯ ನಾರಾಯಣ ದೇವ ಇರಿವಬೆಡಂಗ ಸತ್ಯಾಶ್ರಯನು ನಮಗೆ ಮಂಗಳವನ್ನುಂಟು ಮಾಡಲಿ.[(1)]

(1) ಇಲ್ಲಿ ರನ್ನ ಪಂಪನ ಹಾದಿಯ ಜಾಡನ್ನೆ ಹಿಡಿದಿರುವುದು ಎದ್ದು ಕಾಣುತ್ತದೆ. ಅದರ ಛಾಯೆ ಗೋಚರವಾಗುತ್ತದೆ.

ತರುಣೋತ್ತುಂಗ ಶಶಾಂಕ ಖಂಡಮೆ ಸುಧಾ ಬೀಜಂ ಭುಜಂಗೇಂದ್ರನಂ
ಕುರಮುನ್ಮೀಲಿತಮಟ್ಟಹಾಸಮೆ ದಳಾನೀಕಂ ವೃಷಂ ಪುಷ್ಪಮೀ ।
ಶ್ವರ ಶೈಲಂ ಫಲಮಾಗೆ ಕೋಮಲಮುಖೀ ಗೌರೀಲತಾಶ್ಲಿಷ್ಟ ಶಂ
ಕರ ಕಲ್ಪದ್ರುಮನೀಗಭೀಷ್ಟಫಲಮಂ ಚಾಳುಕ್ಯ ನಾರಾಯಣಂ ॥ ೨ ॥

ತರುಣ + ಉತ್ತುಂಗ ಶಶಾಂಕ ಖಂಡಮೆ = ಶ್ರೇಷ್ಠನಾದ ಬಾಲಚಂದ್ರ ; ಸುಧಾ ಬೀಜಂ = ಅಮೃತದ ಬಿತ್ತು ; ಭುಜಂಗೇಂದ್ರನ್ = ಸರ್ಪರಾಜ ; ಅಂಕುರ = ಚಿಗುರು ; ಉನ್ಮೀಲಿತ = ಅರಳಿದ ; ದಳಾನೀಕಂ (ದಳ + ಅನೀಕಂ) = ಎಲೆಗಳ ಸಮೂಹ ; ಲತಾಶ್ಲಿಷ್ಟ = ಬಳ್ಳಿಯಿಂದ ಸುತ್ತಲ್ಪಟ್ಟ ; ಕಲ್ಪದ್ರುಮನ್ = ಕಲ್ಪ ವೃಕ್ಷ ; ವೃಷಂ = ಬಸವ

ಎಳೆಯ ಬಾಲಚಂದ್ರನೇ ಅಮೃತ ಬೀಜದಂತಿರಲು, ಸರ್ಪಗಳೇ ಚಿಗುರೊಡೆದಂತಿರಲು, ವಿರ್ಯವತ್ತಾದ ಅಟ್ಟಹಾಸವೇ ಎಲೆಗಳ ಸಮೂಹವಾಗಿರಲು, ಬಸವನೇ ಪುಷ್ಪದಂತಿರಲು, ಕೈಲಾಸವೇ ಹಣ್ಣಿನಂತಿರಲು, ಸುಮ ಕೋಮಲೆಯಾದ ಗೌರಿ ಎಂಬ ಬಳ್ಳಿಯಿಂದ ಆಲಿಂಗಿಸಲ್ಪಟ್ಟ ಶಂಕರನೆಂಬ ಕಲ್ಪವೃಕ್ಷವು ನಾವು ಇಷ್ಟಪಡುವಂತಹ ಫಲವನ್ನು ಕೊಡಲಿ ; ಇಲ್ಲಿ ಸತ್ಯಾಶ್ರಯನನ್ನೇ ಶಿವನಿಗೆ ಹೋಲಿಸಿ ಸ್ತುತಿಸುವ ರನ್ನನ ಚಾಕಚಕ್ಯತೆಯನ್ನು ಕಾಣಬಹುದು.

ವರ ಪದ್ಮಾಸನದೊಳ್ ಕನನ್ಮಣಿಮಯಂ ಸಿಂಹಾಸನಂ ಬ್ರಾಹ್ಮಿಯೊಳ್
ಪರಮಶ್ರೀಗಣನಾಕ್ಷ ಸೂತ್ರಮಣಿಯೊಳ್ ರತ್ನೋಜ್ವಲಂ ಭೂಷಣಂ ।
ದೊರೆಯಾಗಿರ್ಪನಮೊಂದುಗುಂದದಖಿಲಂ ವಿಜ್ಞಾನದಿಂದಂ ಜಗ
ದ್ಗುರು ವಾದಂ ನಮಗೀಗೆ ಬೇಟ್ಟಿವರಮಂ ಶ್ರೀರಾಜಕಂಜಾಸನಂ ॥ ೩ ॥

ಕನನ್ಮಣಿಮಯಂ (ಕನತ್ + ಮಣಿ) = ಥಳ ಥಳಸುವ ರತ್ನಗಳಿಂದ ಕೂಡಿದ ; ಬ್ರಾಹ್ಮಿಯೊಳ್ = ಪ್ರಾತಃ ಕಾಲದಲ್ಲಿ ; ಪರಮಶ್ರೀಗಣನಾಕ್ಷ = ಪರಬ್ರಹ್ಮನ ನಾಮ ಸ್ಮರಣೆಯನ್ನು ಎಣಿಸುವ ; ಸೂತ್ರಮಣಿ = ರತ್ನ ಮಾಲೆ ; ದೊರೆಯಾಗಿರ್ಪನಂ = ಹೊಂದಿಕೊಳ್ಳುವಂತಹ ; ಶ್ರೀರಾಜಕಂಜಾಸನಂ = ತಾವರೆಯ ಹೂವಿನ ಮೇಲೆ ಕುಳಿತಿರುವ

ಆಗ ತಾನೆ ಉದಿಸಿದ ಸೂರ್ಯಕಾಂತಿಯಿಂದ ನಳನಳಿಸುವ ತಾವರೆ ಪುಷ್ಪದ ಮೇಲೆ ಆಸೀನನಾಗಿರುವ, ಕರದಲ್ಲಿ ರತ್ನ ಹಾರ ಹಿಡಿದು ಹರಿನಾಮ ಸ್ಮರಣೆಯನ್ನು ಸದಾ ಜಪಿಸುವ, ಉಜ್ವಲ ರತ್ನಾಭರಣಗಳಿಂದ ಶೋಭಿತನಾದ ಲೋಕ ಗುರುವೂ, ತೇಜೋವಂತನೂ ಆದ ಶ್ರೀ ಬ್ರಹ್ಮದೇವನು ನಮ್ಮನ್ನ ರಕ್ಷಿಸಲಿ.

ಇದನ್ನೇ ಸತ್ಯಾಶ್ರಯನಿಗೆ ಹೋಲಿಸುವ ರೀತಿ ಹೀಗಿದೆ : ಅವನನ್ನು ರಾಜಬ್ರಹ್ಮ ಎಂದು ಸಂಬೋಧಿಸುತ್ತಾ ಉಷಃ ಕಾಲದಲ್ಲಿ ಅಂದರೆ ಪ್ರಾತಃ ಕಾಲದಲ್ಲಿ ಕನಕರತ್ನಮಯ ಸಿಂಹಾಸನದಲ್ಲಿ ಪದ್ಮಾಸೀನನಾಗಿ ಕೈಯಲ್ಲಿ ರತ್ನಮಾಲೆ ಹಿಡಿದು ದೇವ ದೇವನ ನಾಮ ಸ್ಮರಣೆ ಮಾಡುವ ಮಹಾ ಜ್ಞಾನಿ, ಲೋಕ ವಂದಿತನಾದ ಸತ್ಯಾಶ್ರಯನು ನಮ್ಮನ್ನು ಸಲಹಲಿ ಎಂದು ತನ್ನ ಆಳರಸನಿಗೆ ನಮನ ಸಲ್ಲಿಸುತ್ತಾನೆ.

ಬಲವದ್ವೈರಿತಮೋಹರಾತಿಪಟುಗಳ್ ಪದ್ಮಾಸನ ಸ್ಪರ್ಶ ಸ
ಲ್ಲಲಿತಂಗಳ್ ಜಿತ ಚಕ್ರವಾಕನಿವಹ ಪ್ರೇಮಾವಹಂಗಳ್ ಮಹೀ ।
ವಲಯೋದ್ಯೋತ ಕರಂಗಳಾನತ ಜನಕ್ಕಾನಂದಮಂ ಮಾೞ್ಕೆ ಮಂ
ಗಳಮುಚ್ಚಂಡಕರಂ ಮಹೀವಳಯದೊಳ್ಚಾಳುಕ್ಯ ಮಾರ್ತಾಂಡನಾ ॥ ೪ ॥

ಬಲವತ್ + ವೈರಿ + ತಮಸ್ + ಹರ + ಅತಿ + ಪಟುಗಳ್ = ಅತ್ಯಂತ ಬಲಶಾಲಿಗಳಾದ ಶತ್ರುಗಳೆಂಬ ಕತ್ತಲೆಯನ್ನು ನಾಶಪಡಿಸುವ ಸಾಮರ್ಥ್ಯವುಳ್ಳ ; ಜಿತ ಚಕ್ರವಾಕ ನಿವಹ = ಚಕ್ರವಾಕ ಸಮೂಹದ ; ಪ್ರೇಮಾವಹಂಗಳ್ = ಪ್ರೀತಿಯೆಂಬ ಯುದ್ಧ ; ಉಚ್ಚಂಡಕರಂ = ತೀಕ್ಷ್ಣ ಕಿರಣಗಳುಳ್ಳ ; ಚಾಲುಕ್ಯ ಮಾರ್ತಾಂಡ = ಚಾಲುಕ್ಯ ರಾಜನೆಂಬ ಸೂರ್ಯ

ಮಹಾ ಬಲಶಾಲಿಯಾದ ಕತ್ತಲೆಯೆಂಬ ಶತ್ರುವನ್ನು ನಾಶಪಡಿಸುವಂತಹ ಸಾಮರ್ಥ್ಯವುಳ್ಳವನೂ, ಪದ್ಮಾಸನವೆನಿಸಿದ ತಾವರೆ ಪುಷ್ಪವನ್ನು ಮುಟ್ಟಿ ಸಂತೋಷಪಡಿಸುವವನೂ, ಚಕ್ರವಾಕ ಪಕ್ಷಿಗಳ ಸಮೂಹಗಳ ಪ್ರೀತಿಯನ್ನು ಗೆದ್ದವನೂ, ಭೂವಲಯವನ್ನು ತನ್ನ ಕಿರಣಗಳಿಂದ ಬೆಳಗುವವನೂ ಆದ ಸೂರ್ಯದೇವನು ಜನತೆಗೆ ಆನಂದವನ್ನು ಕರುಣಿಸಲಿ.

ಇಲ್ಲಿ ಚಾಲುಕ್ಯ ರಾಜ ಸತ್ಯಾಶ್ರಯನನ್ನು ಸೂರ್ಯನಿಗೆ ಹೋಲಿಸುತ್ತಾನೆ ಕವಿ.

ಕೂರಿಸಿ ವಿಜಯ ಶ್ರೀಯಂ ।
ಕೂರದರಂ ಕೊಂದು ಸಮರ ಜಯಮಂ ಮಾಡಲ್ ।
ಕೂರಸಿಯೊಳ್ ನೆಲಸುಗೆ ಕಂ
ಠೀರವವಾಹನೆ ಚಳುಕ್ಯ ಕಂಠೀರವನಾ ॥ ೫ ॥

ಇಲ್ಲಿ ಕೂರ್ ಎಂಬ ಶಬ್ದಕ್ಕೆ ಇರುವ ವಿವಿಧಾರ್ಥಗಳನ್ನು ನೋಡಬಹುದು.
ಕೂರಿಸಿ = ಓಲೈಸಿ ; ಕೂರ್ = ಪ್ರೀತಿ ; ಕೂರದರಂ = ಅಪ್ರಿಯರು = ಶತ್ರುಗಳು ; ಕೂರಸಿ = ಕೂರ್ + ಅಸಿ = ಹರಿತವಾದ ಕತ್ತಿ ; ಕಂಠೀರವ ವಾಹನೆ = ಸಿಂಹವಾಹನಿ ದುರ್ಗೆ

ವಿಜಯಾಂಗನೆಯೆನಿಸಿದ ವೀರಲಕ್ಷ್ಮಿಯನ್ನು ಒಲಿಸಿಕೊಂಡು ಅವಳ ಸಹಾಯದಿಂದ ಶತ್ರುಗಳನ್ನು ಸಂಹಾರ ಮಾಡಿ ಯುದ್ಧದಲ್ಲಿ ಜಯಗಳಿಸಲು ಸಿಂಹವಾಹಿನಿಯಾದ ದುರ್ಗೆ ಚಾಳುಕ್ಯ ರಾಜನಾದ ಸತ್ಯಾಶ್ರಯನ ಹರಿತವಾದ ಖಡ್ಗದಲ್ಲಿ ನೆಲೆಸಲಿ.

ನನೆಯಂಬಂ ಮಿಗೆ ಕಣ್ಮಲರ್ ಮಕರಮಂ ಕ್ರೋಡಧ್ವಜಂ ಪೋಲೆ ಕ –
ರ್ಬಿನ ಬಿಲ್ಲಂ ಗೆಲೆ ಪುರ್ಬು ಚಂದ್ರಬಲಮಂ ಕೈವಾರದಿಂದಂ ತದಾ ।
ನನ ಚಂದ್ರಂ ಕುಡೆ ದೇಸೆ ಪೊಚ್ಚ ಪೊಸತಾಯ್ತೆಂಬನ್ನೆಗಂ ಮಾೞ್ಕೆ ನೂ
ತನ ಕಂದರ್ಪನನೂನದಾನುಗುಣದಿಂ ಚಾಳುಕ್ಯಕಂದರ್ಪನಾ ॥ ೬ ॥

ನನೆಯಂಬಂ = ಹೂ ಬಾಣಗಳು ; ಕಣ್ + ಮಲರ್ = ಹೂವಿನಂತಿರುವ ಕಣ್ಣು ; ಕ್ರೋಡ ಧ್ವಜಂ = ಮುಳ್ಳು ಹಂದಿಯ ಚಿಹ್ನೆವುಳ್ಳ ಪತಾಕೆ ; ಕರ್ಬಿನ ಬಿಲ್ಲಂ = ಕಬ್ಬಿನ ಜಲ್ಲೆಯ ಬಿಲ್ಲು ; ಪುರ್ಬು = ಹುಬ್ಬು ; ಕೈವಾರ = ಹೊಗಳಿಕೆ ; ಕಂದರ್ಪ = ಮನ್ಮಥ ; ದೇಸೆ = ಸೊಬಗು

ತನ್ನ ಕೋಮಲವಾದ ಕಣ್ಣುಗಳು ಕುಸುಮ ಬಾಣಗಳನ್ನು ಮೀರಿಸುವಂತಿರಲು, ವರಾಹಧ್ವಜವು ಮಕರಧ್ವಜವನ್ನು ಹೋಲುತ್ತಿರುವಂತೆ, ಬಾಗಿದ ಹುಬ್ಬು ಕಬ್ಬಿನ ಬಿಲ್ಲನ್ನು ಜಯಿಸುತ್ತಿರುವಂತೆ, ಮುಖದ ಪ್ರಭೆ ಚಂದ್ರನ ಪ್ರಭೆಯಂತಿರುವಾಗ ಅತಿಶಯವಾದ ದಾನಗುಣದಿಂದ ಕೂಡಿದ ನಮ್ಮ ವಿನೂತನನಾದ ಚಾಳುಕ್ಯನೆಂಬ ಮನ್ಮಥನ ಸೌಂದರ್ಯ ಮದನನ ಸೊಬಗಿಗಿಂತಲೂ ಅತಿಶಯವೆನಿಸಿತೊ ಎನ್ನುವಂತೆ ಆ ಕಂದರ್ಪನು ಕರುಣಿಸಲಿ.

ಪದಿನಾಱಿಲ್ಲವಲಂಕ್ರಿಯಾರಚನೆ ಮೂವತ್ತಾಱು ನೇರ್ಪಟ್ಟು ವೊಂ
ದಿದ ಶೃಂಗಾರಮದಲ್ಲವೊಂದೆ ರಸಮೊಂಬತ್ತೆಯ್ದೊಡಂಬಟ್ಟುವೆಂ ।
ಬುದನೆಂಬನ್ನೆಗಮಂಗನೋಚಿತ ರಸಾಲಂಕಾರಮಂ ತಾಳ್ದಿದೊ
ಪ್ಪಿದ ವಾಕ್ಸುಂದರಿ ಬಂದು ಸನ್ನಿಹಿತೆಯಕ್ಕೆನ್ನೀ ಮುಖಾಂಭೋಜದೊಳ್ ॥ ೭ ॥

ಅಲಂಕ್ರಿಯಾರಚನೆ = ಅಲಂಕಾರಗಳ ಪ್ರಯೋಗ ; ಎಂಬನ್ನೆಗಂ = ಎಂದು ಹೇಳುವಾಗ ; ಅಂಗನೋಚಿತ – ಅಂಗನೆ + ಉಚಿತ = ಕಾವ್ಯಾಂಗನೆಗೆ ಒಪ್ಪುವಂತೆ ; ವಾಕ್ಸುಂದರಿ = ವಾಗ್ದೇವಿ, ಶಾರದೆ ; ಸನ್ನಿಹಿತೆ = ನೆಲಸುವಂತೆ

ಹದಿನಾರಲ್ಲಿ ಅಂದರೆ ಸ್ತ್ರೀಯರ ಅಲಂಕಾರಗಳು ಹದಿನಾರು (ಸ್ನಾನ, ವಿಲೇಪನ, ವಸ್ತ್ರ, ಶಿರೋಭೂಷಣ, ತಿಲಕ, ಕಜ್ಜಲ, ಮೂಗುತಿ, ಮಕರಿಕಾ ಪತ್ರ (ಮಹಿಳೆಯರು ಕೆನ್ನೆಯ ಮೇಲೆ ಬಣ್ಣಗಳಿಂದ ಬರೆದುಕೊಳ್ಳುವ ಚಿತ್ರ), ಕುಂಡಲ, ಹಾರ, ಕೇಯೂರ, ಮಣಿ ಭೂಷಣ, ಉಂಗುರ, ಒಡ್ಯಾಣ, ನೂಪುರ, ಅಲಕ್ತ (ಅರಗು) ಲೇಪನ) ಆದರೆ ಕಾವ್ಯಾಂಗನೆಯು ಮೂವತ್ತಾರು ಅಲಂಕಾರಗಳನ್ನು ಹೊಂದಿದವಳು ಹಾಗೂ ನವರಸಭರಿತಳೂ ಆಗಿರುವವಳು ಎಂದು ಹೇಳುವಾಗ ಕಾವ್ಯಾಂಗನೆಗೆ ಒಪ್ಪುವ ರಸಾಲಂಕಾರಗಳನ್ನು ಹೊಂದಿರುವ ವಾಗ್ದೇವಿ ಸರಸ್ವತಿಯು ತನ್ನ ಮುಖ ಕಮಲದಲ್ಲಿ ಸದಾ ನೆಲೆಸಿ ಕಾವ್ಯ ರಚನಾ ಸಿದ್ಧಿಯನ್ನು ನೀಡಿ ಅನುಗ್ರಹಿಸಲಿ.

ನೆಗೞ್ದುದು ರಾಮಾಯಣಮುಂ
ನೆಗೞ್ದುದು ಭಾರತಮುಮಾಮಹಾಕವಿಗಳನಾ ।
ನೆಗೞ್ದಿರ್ ವ್ಯಾಸರ್ವಾಲ್ಮೀ
ಕಿಗಳಿನೆ ನೆಗೞ್ದುಭಯಕವಿಗಳೆಮಗಭಿವಂದ್ಯರ್ ॥ ೮ ॥

ನೆಗೞ್ದುದು = ಲೋಕ ಪ್ರಸಿದ್ಧ; ನೆಗೞ್ದಿರ್ = ಕೀರ್ತಿವಂತರಾದರು; ಅಭಿವಂದ್ಯರ್ = ಪೂಜನೀಯರು

ರಾಮಾಯಣ ಮತ್ತು ಮಹಾಭಾರತ ಮಹಾಕಾವ್ಯಗಳನ್ನು ರಚಿಸಿದ ವಾಲ್ಮೀಕಿ ಮತ್ತು ವೇದವ್ಯಾಸರು ಲೋಕಪೂಜ್ಯರಾದಂತೆ ಅವರ ಕಾವ್ಯಗಳೂ ಲೋಕ ಪ್ರಸಿದ್ಧವಾದುವು. ಈ ಮಹಾಕಾವ್ಯಗಳನ್ನು ಲೋಕಕ್ಕೆ ನೀಡಿದ ಈ ಉಭಯ ಕವಿಗಳೂ ನಮಗೆ ಪೂಜ್ಯರು.

ಉಭಯ ಕವಿಗಳು ಎಂಬುದಕ್ಕೆ ವಿಶೇಷಾರ್ಥವಿದೆ. ಇಲ್ಲಿ ಇಬ್ಬರು ಕವಿಗಳು ಎಂಬರ್ಥವಿದ್ದರೂ ಉಭಯ ಭಾಷಾ ಕವಿ ಎಂದೂ ಅರ್ಥೈಸಬಹುದು. ಅಂದರೆ ದೇವ ಹಾಗೂ ದೇಶ ಭಾಷೆ (ಸಂಸ್ಕೃತ) ಈ ಎರಡೂ ಭಾಷೆಗಳಲ್ಲಿ ಕಾವ್ಯರಚನೆ ಮಾಡುವವರನ್ನು "ಉಭಯ ಕವಿ" ಎಂದು ಕರೆಯಬಹುದು.

ಮೃದು ಪದ್ಯರಚನೆಯೊಳ್ಕಾ
ಳಿದಾಸನುಂ ಗದ್ಯರಚನೆಯೊಳ್ ಬಾಣನುಮಂ ।
ಕದ ಕವಿಗಳೆನಿಸಿ ನೆಗಳ್ದಿ
ರ್ದುದಱಿಂ ಸತ್ಕವಿಗಳಿರ್ವರುಮೆಮಗಭಿವಂದ್ಯರ್ ॥ ೯ ॥

ಬಾಣನುಮ್ + ಅಂಕದ

ಅತ್ಯಂತ ಮನೋಜ್ಞವೂ, ಲಲಿತವೂ ಆದ ಪದ್ಯ ಕಾವ್ಯಗಳನ್ನು ರಚಿಸಿ ಕಾಳಿದಾಸನೂ, ಅಂತೆಯೇ ಸುಂದರವೂ ಸುಲಲಿತವೂ ಆದ ಗದ್ಯ ಕಾವ್ಯವನ್ನು ಬರೆದ ಬಾಣಭಟ್ಟನೂ ಶ್ರೇಷ್ಠ ಕವಿಗಳೆನಿಸಿದವರು ಇಂತಹ ಮಹಾಕವಿಗಳೂ ನಮಗೆ ಪೂಜನೀಯರು.

ಮದಮಣಮಿಲ್ಲ ದಾನಗುಣದಿಂ ನೆಗೞ್ದು ನೃಪಸಿಂಹನಾಗಿಯುಂ
ವಿದಿತವಿಶುದ್ಧಭದ್ರಗುಣನಂತೆ ವಿರುದ್ಧಮಿದೆಂಬಿನಂ ನಿಜಾ ।
ಭ್ಯುದಯನಿವೇದದೀರ್ಘಕರಮೊಪ್ಪೆ ಜಗತ್ಪ್ರಿಯನಾದ ದೇವನಂ
ಕದ ಗಣನಾಯಕಂ ವರದನಕ್ಕೆಮಗಮ್ಮನಗಂಧವಾರಣಂ ॥ ೧೦ ॥

ಮದಮಣಮಿಲ್ಲ (ಮದಂ + ಅಣಂ + ಇಲ್ಲ) = ಅಹಂಕಾರ ಯಾ ಗರ್ವ ಲವಲೇಶವೂ ಇಲ್ಲ ; ದೀರ್ಘಕರ = ನೀಳವಾದ ಬಾಹು (ನೀಳವಾದ ಸೊಂಡಿಲು) ; ಅಂಕದ ಗಣನಾಯಕಂ = ಪ್ರಸಿದ್ಧನಾದ ಸೇನಾಪತಿ (ಶಿವಗಣಗಳ ನಾಯಕ ಗಣಪತಿ) ; ಅಮ್ಮನ ಗಂಧ ವಾರಣ – ಅಮ್ಮ = ತಂದೆ – ತಂದೆಯ ಮುದ್ದಿನ ಮದ್ದಾನೆ = ಗಜಮುಖ (ಸತ್ಯಾಶ್ರಯ ದೇವ) ; ವರದನ್ + ಅಕ್ಕೆ = ಅನುಗ್ರಹಿಸಲಿ

ದಾನ ಮಾಡುವ ಗುಣವಿದ್ದು ಪ್ರಸಿದ್ಧನೆನಿಸಿ ಸ್ವಲ್ಪವೂ ಅಹಂಕಾರವಿಲ್ಲದವನಾಗಿ ರಾಜಕೇಸರಿಯೆನಿಸಿ ಶುದ್ಧ ನಿರ್ಮಲ ಚಾರಿತ್ಯದಿಂದ ಪ್ರಸಿದ್ಧನು ಹೀಗೆ ವಿರುದ್ಧ ಗುಣಗಳಿಂದ ಕೂಡಿರುವನೋ ಎಂಬ ರೀತಿಯಲ್ಲಿ ಕಾಣುತ್ತಿದ್ದು ತನ್ನ ಅಭ್ಯುದಯವನ್ನು ಸಾರುತ್ತಿರುವ, ದೀರ್ಘ ಬಾಹುಗಳಿಂದ ಶೋಭಿತನಾದ, ಲೋಕಪ್ರಿಯನೂ ಆದ ಒಡೆಯನೂ, ಶ್ರೇಷ್ಠ ಸೇನಾಧಿಪತಿಯೂ, ತಂದೆ ತೈಲಪನ ಪ್ರೀತಿಯ ಮದ್ದಾನೆಯೂ ಆದ ಸತ್ಯಾಶ್ರಯನು ನಮ್ಮನ್ನು ಅನುಗ್ರಹಿಸಲಿ ಎಂದು ಸತ್ಯಾಶ್ರಯನ ಬಗ್ಗೆ ಹೇಳಿದರೂ ಇದು ಸಾಕ್ಷಾತ್ ಗಣಪತಿಯ ಸ್ತುತಿಯೂ ಹೌದು. ಮದಜಲವನ್ನು (ಮದಮಣ) ಸುರಿಸುತ್ತಿದ್ದರೂ ಗರ್ವವಿಲ್ಲದವನೂ, ಮಂಗಳ ಗುಣಾನ್ವಿತನೂ, ದೀರ್ಘವಾದ ಸೊಂಡಿಲುಳ್ಳ ಪ್ರಮಥ ಗಣಗಳ ನಾಯಕನೂ, ಶಿವಪುತ್ರನೂ ಆದ ಗಣಪತಿಯು ನಮ್ಮನ್ನು ಅನುಗ್ರಹಿಸಲಿ. (ಇಲ್ಲಿ ರನ್ನ ಕವಿಯ ದ್ವಂದ್ವಾರ್ಥಗಳ ಚಾಕಚಕ್ಯತೆ ಎದ್ದು ಕಾಣುತ್ತದೆ.)

ನೆಟ್ಟನೆ ವಾಸವಂಗಮೃತವಾರಿಧಿಯೊಳ್ ಸುರಗಂಧವಾರಣಂ
ಪುಟ್ಟೆ ಸುರೇಂದ್ರರಾಜ್ಯಮುದಿತೋದಿತಮಾದುದು ದಾನದಿಂದೊಡಂ ।
ಬಟ್ಟಿರೆ ಭದ್ರಲಕ್ಷಣಗುಣಾನ್ವಿತನಮ್ಮನಗಂಧವಾರಣಂ ।
ಪುಟ್ಟೆ ನರೇಂದ್ರ ರಾಜ್ಯಮುದಿತೋದಿತಮಾಹವಮಲ್ಲದೇವನಾ ॥ ೧೧ ॥

ವಾಸವ = ಇಂದ್ರ ; ಸುರಗಂಧವಾರಣ = ಐರಾವತ ; ಅಮ್ಮನ ಗಂಧವಾರಣ = ಸತ್ಯಾಶ್ರಯನ ಬಿರುದು ; ಆಹವಮಲ್ಲ = ಯುದ್ಧ ವಿಶಾರದ (ತೈಲಪ)

ದೇವದಾನವರು ಕ್ಷೀರಸಾಗರವನ್ನು ಮಥಿಸಿದಾಗ ಹುಟ್ಟಿದ ಐರಾವತದಿಂದ ದೇವರಾಜನಾದ ದೇವೇಂದ್ರನ ಅಮರಾವತಿ (ದೇವಲೋಕ) ಉತ್ತರೋತ್ತರ ಅಭಿವೃದ್ಧಿಯನ್ನು ಪಡೆಯಿತು. ಅಂತೆಯೇ ತ್ಯಾಗಶೀಲನೂ, ಮಂಗಳಕರವಾದ ಲಕ್ಷಣಗಳಿಂದ ಕೂಡಿದವನೂ ಆದ ಸತ್ಯಾಶ್ರಯನು ಹುಟ್ಟಿದಾಗ ಚಕ್ರೇಶ್ವರ – ಆಹವಮಲ್ಲ ತೈಲಪನ ರಾಜ್ಯವು ಮಹೋನ್ನತಿಯನ್ನು ಪಡೆಯಿತು.

ಬರೆ ಗರ್ಭಕ್ಕರಿವಸ್ತುವಾಹನ ಚಯಂ ಕಯ್ಗೆಯ್ದುವಂದತ್ತು ಪು
ಟ್ಟೆ ರಣೋತ್ಸಾಹದೆ ಚಕ್ರವರ್ತಿವಿಭವಂ ಪುಟ್ಟಿತ್ತು ಕೆಯ್ವೆತ್ತಿನಿಂ ।
ದಿರೆ ಪತ್ತಿತ್ತು ಸಮಸ್ತಧಾತ್ರಿವಳಯಕ್ಕೆಂದುಂ ದಿಶಾದಂತಿಗ
ಳ್ಬರೆಗಂ ತಂದೆಯ ಕೀರ್ತಿಯೇಂ ಬಳೆದುದೋ ಸತ್ಯಾಶ್ರಯಂ ಧನ್ಯನೋ ॥ ೧೨ ॥

ಕಯ್‌ಪತ್ತಿನಿಂದಿರೆ = ಕೈಹಿಡಿದು ನಿಲ್ಲುವಂತೆ ; ಪತ್ತಿತ್ತು = ಸ್ವಾಧೀನವಾಯಿತು ; ಚಯ = ಸಮೂಹ

ಇರಿವಬೆಡಂಗ ಸತ್ಯಾಶ್ರಯನು ತಾಯಿಯ ಗರ್ಭದಲ್ಲಿ ಬಂದು ಸೇರಿದಾಗ ತಂದೆಯಾದ ತೈಲಪ ರಾಜನಿಗೆ ಶತ್ರುಗಳ ವಸ್ತು ವಾಹನ ಸಮೂಹಗಳೆಲ್ಲ ಸಂಪೂರ್ಣವಾಗಿ ವಶವಾದವು. ಇನ್ನು ಅವನು ಹುಟ್ಟಿದಾಗ ತೈಲಪನಿಗೆ ಚಕ್ರವರ್ತಿಯೆಂಬ ಪದವಿ ಸಂದಿತು. ಕೈಹಿಡಿದು ನಿಂತುಕೊಳ್ಳಲು ತೊಡಗಿದಾಗ ಭೂಮಂಡಲವೆಲ್ಲ ಅವನ ವಶವಾಯಿತು. ಸತ್ಯಾಶ್ರಯನು ಬೆಳೆಯುತ್ತಾ ಯುವಕನಾದಾಗ ತಂದೆಯ ಕೀರ್ತಿ ದಶದಿಕ್ಕುಗಳಿಗೂ ವ್ಯಾಪಿಸಿತು. ಅಂದ ಮೇಲೆ ಸತ್ಯಾಶ್ರಯನು ಅದೆಂತಹ ಭಾಗ್ಯಶಾಲಿಯೋ!

ದೊರೆಯಾದುದು ದುರ‍್ಯಶದೊಳ್
ಪೊರೆಯದ ಚರಿತಂ ಪುರಾಣಪುರುಷಚರಿತದೊಳ್ ।
ಅರರೇ ಅಕಲಂಕ ಚರಿತಂ
ದೊರೆಯಾದುದೊ ಸಕಲ ಸತ್ಯಚಕ್ರೇಶ್ವರನಾ ॥ ೧೩ ॥

ಅಕಲಂಕ ಚರಿತಂ = ಕಳಂಕವಿಲ್ಲದ, ನಿರ್ಮಲ ಚಾರಿತ್ರ್ಯವುಳ್ಳ ; ದೊರೆ = ಸಾಟಿ

ಅಪಯಶಕ್ಕೆ ಒಳಗಾಗದ ಸತ್ಯಾಶ್ರಯನ ಚಾರಿತ್ರ್ಯವು ಪುರಾಣ ಪುರುಷರೆನಿಸಿದ ತೀರ್ಥಂಕರರ ನಡೆಗೆ ಸರಿಸಾಟಿಯೆನಿಸಿತು. ಅಥವಾ ನಿರ್ಮಲ ಚಾರಿತ್ರ್ಯವಿರುವ ತೀರ್ಥಂಕರರ ನಡೆಯು ಒಟ್ಟುಗೂಡಿದಾಗ ಸತ್ಯಾಶ್ರಯ ರಾಜನ ನಡೆಗೆ[2] ಸಮಾನವೆನಿಸಿತೋ! ಅಬ್ಬಬ್ಬಾ!!

ಕಮಲೋದಯನಖಿಲ ಮಹೀ
ರಮಣನುಮಾಪ್ರಿಯನೆನಿಪ್ಪ ಗುಣದುನ್ನತಿಯಿಂ ।
ಕಮಲ ಕುಲೋದ್ಭವ ಮಿಗೆ ವಿ
ಷ್ಣುಮೂರ್ತಿ ರುದ್ರಾವತಾರನಿಱಿವಬೆಡಂಗಂ ॥ ೧೪ ॥

ಕಮಲೋದಯನ್ = ಕಮಲೆಯಲ್ಲಿ ಹುಟ್ಟಿದವ (ಬ್ರಹ್ಮ)

ಸತ್ಯಾಶ್ರಯನು ಕಮಲೆಯಲ್ಲಿ ಹುಟ್ಟಿದವ (ಸತ್ಯಾಶ್ರಯನ ತಾಯಿ ಜಾಕವ್ವೆಯನ್ನು ಕಮಲೆಯೆಂಬ ಅನ್ವರ್ಥನಾಮದಿಂದ ಕವಿ ಕರೆದಿರಬಹುದು) ನಾದುದರಿಂದ ಬ್ರಹ್ಮನೂ,

(2) ಸತ್ಯಾಶ್ರಯರಾಜನ ನಡತೆಯು ತೀರ್ಥಂಕರರ ನಡೆಯಂತೆ ಶುದ್ಧವೂ ಪಾವಿತ್ರ್ಯವೂ ಆಗಿತ್ತು ಎಂಬುದೆ ಇದರ ಭಾವ.

ಸಮಸ್ತ ಭೂಮಂಡಲಕ್ಕೆ ಅಧಿಪತಿ(ಚಕ್ರವರ್ತಿ)ಯಾದುದರಿಂದ ಸ್ಥಿತಿಕರ್ತನಾದ ವಿಷ್ಣುವೂ, ಉಮಾಪ್ರಿಯನಾದುದರಿಂದ ಶಿವನೂ ಎನಿಸಿ ತ್ರಿಮೂರ್ತಿಯೆಂದು ಪ್ರಸಿದ್ಧಿ ಪಡೆದನು. (ಇಲ್ಲಿ ಬಹುಷಃ ಇರಿವಬೆಡಂಗ ಸತ್ಯಾಶ್ರಯನ ಪತ್ನಿ ಅಥವಾ ಪಟ್ಟಮಹಿಷಿ ಉಮೆ – ಪಾರ್ವತಿ – ಗೌರಿ ಎಂಬ ಅಥವಾ ಅದಕ್ಕೆ ಪರ್ಯಾಯವಾದ ನಾಮವುಳ್ಳವಳಾಗಿರಬೇಕು ಹಾಗಾಗಿ ಇಲ್ಲಿ ಸತ್ಯಾಶ್ರಯನನ್ನು ಉಮಾಪ್ರಿಯನೆಂದು ಸಂಬೋಧಿಸಿರಬಹುದು).

ಆಂತವನಿಪನಿಕರಂ ಕೈ
ಯಾಂತವನಿಪನಿಕರವೊಂದುಕೋಟಿಗೆ ಮಿಗಿಲೆಂ ।
ಬಂತಾದೊಡಮೊಳಸೋಱದೆ
ಚಿಂತಿಸದಾಂತಿರುಗುಮಿೞಗುಮಿಜೆವಬೆಡಂಗಂ ॥ ೧೫ ॥

ಆಂತ = ಪ್ರತಿಭಟಿಸುವ ; ನಿಕರ = ಸಮೂಹ ; ಒಳಸೋರದೆ = ಧೈರ್ಯಕಳೆದುಕೊಳ್ಳದೆ ; ವನೀಪನಿಕರ = ಯಾಚಕ ವೃಂದ ; ಅವನಿಪನಿಕರ = ರಾಜರ ಸಮೂಹ

ಮಹಾ ಪರಾಕ್ರಮಶಾಲಿಯಾದ ಇರಿವಬೆಡಂಗ – ಸತ್ಯಾಶ್ರಯನು ಒಂದು ಕೋಟಿಗೂ ಮೀರಿದ ಶತ್ರು ರಾಜರುಗಳು ಬಂದು ಆಕ್ರಮಿಸಿದರೂ ಧೃತಿಗೆಡದೆ ಕಾದಾಡಿ ಜಯಿಸುವಂತಹವನು ಇನ್ನು ವನೀಪನಿಕರ ಅಂದರೆ ಯಾಚಕ ವೃಂದ ಒಂದು ಕೋಟಿಗೂ ಮಿಕ್ಕಿ ಭಿಕ್ಷೆಗಾಗಿ ಬಂದರೂ ಯಾವುದೇ ಯೋಚನೆಯಿಲ್ಲದೆ ದಾನ ನೀಡುವಂತಹ ಚಕ್ರೇಶ್ವರನು. ಇವನ ಶೂರತ್ವ – ದಾನತ್ವ ಸರ್ವರಿಗೂ ಮೇಲ್ಪಂಕ್ತಿಯಾಗಿತ್ತು.

ನೆಗಲ್ದರಿಘೂರ್ಜರದ್ವಿಪಘಟಾಳಿಗೆ ತನ್ನಯ ಸೂಚಿಯಾನೆ ತೊ
ಟ್ಟಗೆ ಸಮರಾಗ್ರದೊಳ್ಪರಿಯೆ ಪಿಂತನೆ ಸಂದುವು ರಾಜಪುತ್ರರಾ ।
ನೆಗಳೆನೆ ಮುನ್ನಮೆಂಬ ಬಟಿಕೆಂಬ ಜನೋಕ್ತಿಯೊಳಾಯ್ತು ಸೂಚಿ ಶ
ಕ್ತಿಗೆ ನೃಪರಾನೆ ದಾರದವೊಲಾದುವು ರಾಜಕುಮಾರರಾನೆಗಳ್ ॥ ೧೬ ॥

ನೆಗಲ್ದ = ಪ್ರಸಿದ್ಧವಾದ ; ಅರಿ = ಶತ್ರು ; ದ್ವಿಪಘಟಾಳಿ = ಆನೆಯ ಹಿಂಡು ; 'ಸೂಚಿ'ಯಾನೆ = ಸತ್ಯಾಶ್ರಯನ ಆನೆಯ ಹೆಸರು ಸೂಚಿ ಎಂದು ; ಜನೋಕ್ತಿ = ಗಾದೆಯ ಮಾತು ; ದಾರ = ನೂಲು

ಸತ್ಯಾಶ್ರಯನ ಶತ್ರುಗಳಾದ ಘೂರ್ಜರ ರಾಜನ ಗಜಪಡೆಯ ಮೇಲೆ ಅವನ 'ಸೂಚಿ'ಯಾನೆ ದಾಳಿಮಾಡಿದಾಗ ಆ 'ಸೂಚಿ'ಯನ್ನು ಎದುರಿಸಲಾರದೆ ಘೂರ್ಜರ ರಾಜನ ಆನೆಗಳ ಸೈನ್ಯ ಹಿಮ್ಮೆಟ್ಟಿದವು. ಅಂದ ಮೇಲೆ 'ನಾ ಮುಂದೆ ನೀ ಹಿಂದೆ' ಎಂಬ ಗಾದೆ ಮಾತಿನಂತಾಯ್ತು – ಸತ್ಯಾಶ್ರಯನ ಸೂಚಿ(ಜಿ) ಶಕ್ತಿಯ ಎದುರು ರಾಜಕುಮಾರರ ಆನೆಗಳೆಲ್ಲ ದಾರದಂತೆ ಆದುವು. ಅಂದರೆ ಸೂಜಿ ಮುಂದೆ ದಾರ ಹಿಂದೆ ಎಂಬಂತಾಯಿತು. ಶತ್ರುಗಳ ಅಷ್ಟೂ ಆನೆಗಳು ಇರಿವಬೆಡಂಗನ ವಶವಾದವು.

ರಣದೊಳರಾತಿ ವಾರಣಘಟಾಳಿಯನೊರ್ವನೆ ಗೆಲ್ದನೊಂದು ವಾ
ರಣದೊಳನೂನಗುಣದರ್ಪಿತ ಪೂರಣನಿಷ್ಟತುಷ್ಟದಾ
ರಣನವದಾತ ಕೀರ್ತಿಗೃಹ ತೋರಣನನ್ಯ ನರೇಂದ್ರಗಂಧವಾ
ರಣ ಮದವಾರಣಂ ವಿಜಯಕಾರಣನಮ್ಮನಗಂಧವಾರಣಂ ॥ ೧೭ ॥

ಅರಾತಿವಾರಣ = ಶತ್ರುಸೇನೆಯ ಆನೆ ; ಅನೂನ = ಅತಿಶಯವಾದ ; ದಾನಗುಣದರ್ಪಿತ = ದಾನ ಗುಣದಿಂದ ಶೋಭಿತನಾದ ; ಪೂರಣನ್ + ಇಷ್ಟ + ತುಷ್ಟ = ಇಷ್ಟಾರ್ಥವನ್ನು ನೆರವೇರಿಸು ; ಅವಧಾತ ಕೀರ್ತಿ = ಧವಲ ಕೀರ್ತಿ ; ಅಮ್ಮನಗಂಧವಾರಣ = ಸತ್ಯಾಶ್ರಯನೆಂಬ ಮದದಾನೆ

ಸತ್ಯಾಶ್ರಯನ ಯುದ್ಧ ಕೌಶಲ್ಯತೆಯನ್ನು ಕವಿ ವರ್ಣಿಸುವ ರೀತಿ ಇದು. ರಣರಂಗದಲ್ಲಿ ಶತ್ರುಗಳೆಂಬ ಮದದಾನೆಗಳನ್ನು ಲೀಲಾಜಾಲವಾಗಿ ತನ್ನ ಒಂದೇ ಆನೆಯಿಂದ ಗೆದ್ದನು. ಸಕಲರಿಗೂ ಇಷ್ಟಾರ್ಥ ಸಿದ್ಧಿಯನ್ನು ತನ್ನ ಅಪರಿಮಿತ ತ್ಯಾಗದ – ದಾನದ ಮೂಲಕ ತೃಪ್ತಿಪಡಿಸಿ ಅರಮನೆಗೆ ಅತಿಶಯವಾದ ಶ್ರೇಯಸ್ಸನ್ನು ತಂದು ವಿಜಯ ದುಂದುಭಿಮೊಳಗಿಸಿದ ಸತ್ಯಾಶ್ರಯನು ಅಮ್ಮನಗಂಧವಾರಣನೆಂದೇ ಪ್ರಸಿದ್ಧನಾದನು.

ನೆಱೆಗೊಂಡುದು ನಾರಾಚಂ
ನೆಱೆಗಾಣಲ್ಕಾರ್ತುದಿಲ್ಲ ಬೀರಕೆಬೀಯ ।
ಕ್ಕೆಱೆವಬೆಡಂಗನೊಳಾರ್ದೊರೆ
ನೆಱೆತೋರ್ಕುಮೆ ಶತ್ರುಜನಕಮರ್ಥಿಜನಕ್ಕಂ ॥ ೧೮ ॥

ನಾರಾಚಂ = ಹರಿತವಾದ ಉದ್ದುದ್ದ ಬಾಣಗಳು ; ನೆರೆಗೊಂಡುದು = ಚೆನ್ನಾಗಿ ನಾಟಿದವು ; ನೆರೆ = ಪ್ರವಾಹ ; ಆರ್ತುದಿಲ್ಲ = ಸಾಧ್ಯವಾಗಲಿಲ್ಲ ; ಬೀರಕೆ (ವೀರಕ್ಕೆ) = ಪರಾಕ್ರಮಕ್ಕೆ ; ಅರ್ಥಿಜನಕ್ಕಂ = ಯಾಚಕ ವೃಂದಕ್ಕೆ

ಶತ್ರುಗಳ ಮೇಲೆ ಸತ್ಯಾಶ್ರಯನು ಬಿಟ್ಟ ತೀಕ್ಷ್ಣ ಬಾಣಗಳ ಲೆಕ್ಕವೇ ತಿಳಿಯದಾಯಿತು. ಅಂದ ಮೇಲೆ ಇನ್ನು ಅವನ ಬತ್ತಳಿಕೆಯಲ್ಲಿ ಅದಿನ್ನೆಷ್ಟು ಬಾಣಗಳಿವೆಯೋ ಅರಿಯದ ವಿಚಾರ. ಹೀಗೆ ತನ್ನ ಅಸಾಧ್ಯವಾದ ಪರಾಕ್ರಮವನ್ನು ತೋರುವ ಇರಿವಬೆಡಂಗ ಸತ್ಯಾಶ್ರಯನ ಪರಾಕ್ರಮಕ್ಕೆ ಸರಿಸಾಟಿಯಾರಿದ್ದಾರೆ. ಬೇಡಿ ಬರುವ ಭಿಕ್ಷುಕರಿಗೆ ಅವನು ನೀಡುವ ಬಂಗಾರ, ಧನಕನಕಾದಿಗಳ ನೆಲೆಯೂ ಸಿಗದಂತೆ ಶತ್ರುಗಳಿಗೂ ಅವನ ಶೌರ್ಯದ ನೆಲೆ ಅರಿಯದಂತಾಯಿತು.

ಒಂದನೆ ನಂಬಿದೆನ್ನಣುಗದಮ್ಮನನಿಕ್ಕಿದನಂ ಪೊರಳ್ಚಿ ಕೊಂ
ದಂದಱೆಯಟ್ಟಿ ಮುಟ್ಟಿ ಪಿಡಿತಂದು ಚಲಂ ನಿಲೆ ಮೊಯಲೆಂದು ಪೂ ।
ಣ್ದಂದದೆ ಮೀಯದಿರ್ದಹಿತನಂ ಕಡಿದಾಗಳೆ ಮಿಂದನಾಚಲಂ
ಸಂದುದಱಿಂ ಸವಂ ಪರಶುರಾಮನಿನಾ ಕುವರಂಕರಾಮನಿಂ ॥ ೧೯ ॥

ಅಣುಗದಮ್ಮ = ಪ್ರೀತಿಯ ತಮ್ಮ ; ಇಕ್ಕಿದನಂ = ಕೊಂದವನನ್ನು ; ಅಱೆಯಟ್ಟಿ = ಬೆನ್ನಟ್ಟಿ ; ಪೊರಳ್ಚಿ = ಕೆಡಹಿ ; ಚಲಂ = ಹಟ ; ಪೊಣ್ದು = ಶಪಥ ; ಸವಂ = ಸಮನಾದ

ತನ್ನ ಸಹೋದರನನ್ನು ಕೊಂದವನನ್ನು (ಜೀವವೊಂದೇ ದೇಹ ಎರಡು ಎಂದು ನಂಬಿದ್ದ) ಬೆನ್ನಟ್ಟಿ ಸೆರೆಹಿಡಿದು ತಂದು ಕೊಂದಲ್ಲದೆ, ತನ್ನ ಹಟವನ್ನು ಸಾಧಿಸದೇ ಸ್ನಾನ ಮಾಡುವುದಿಲ್ಲವೆಂದು ಪ್ರತಿಜ್ಞೆಮಾಡಿ – ಆ ತನಕ ಮಿಾಯದೆ ಇದ್ದು ಶತ್ರು ಸಂಹಾರವಾದ ನಂತರವೇ ಮಿಂದ ಕುವರಂಕರಾಮ (ಸತ್ಯಾಶ್ರಯನ ಬಿರುದು) ಅಂದಿನ ಪರಶುರಾಮನಿಗೆ ಸಮ ಎನಿಸಿದನು. (ಇಲ್ಲಿ ಪರಶುರಾಮನಿಗೆ ಸಾಟಿ ಎಂಬ ಉಪಮೆ ಇದೆ. ಅಂದರೆ ತನ್ನ ತಂದೆಯಾದ ಜಮದಗ್ನಿಯನ್ನು ಕೊಂದ ಸೇಡನ್ನು ತೀರಿಸಲು ಪರಶುರಾಮ ಇಪ್ಪತ್ತೊಂದು ಬಾರಿ ಭೂಪ್ರದಕ್ಷಿಣೆ ಮಾಡಿ ದುಷ್ಟ ಕ್ಷತ್ರಿಯರನ್ನು ಕೊಂದಂತೆ, ಸತ್ಯಾಶ್ರಯನೂ ತನ್ನ ತಮ್ಮನ ಕೊಲೆಯ ಸೇಡನ್ನು ತೀರಿಸಿಕೊಂಡು ಪರಶುರಾಮನಿಗೆ ಸರಿಸಾಟಿಯೆನಿಸಿದನು.)

ದಿನಪಂ ತೋರ್ಪಂ ಮಧ್ಯಂ
ದಿನದೊಳ್ತೇಜದ ಪೊಡರ್ಪನುದಯದೊಳೆ ಜಗ ।
ಜ್ಜನಕಂ ತೋಱಿದಪಂ ರಿಪು
ಜನಕಂ ತೇಜದ ಪೊಡರ್ಪನಿಱಿವಬೆಡಂಗಂ ॥ ೨೦ ॥

ದಿನಪಂ = ಸೂರ್ಯ ; ತೇಜದ = ಪ್ರಭೆಯ ; ಪೊಡರ್ಪು = ಪ್ರಖರತೆ

ದಿನಕರನೆನಿಸಿದ ಸೂರ್ಯದೇವ ತನ್ನ ಪ್ರಕಾಶದ ಪ್ರಖರತೆಯನ್ನು ಮಧ್ಯಾಹ್ನದ ಕಾಲದಲ್ಲಿ ತೋರುವಂತೆ ಜಗಜ್ಜನಕನೆನಿಸಿದ – ಚಕ್ರೇಶ್ವರ ಇರಿವಬೆಡಂಗ ಸತ್ಯಾಶ್ರಯನು ಜಗತ್ತಿನ ಜನರಿಗೂ, ಶತ್ರುಗಳಿಗೂ ತನ್ನ ಶೌರ್ಯದ ಪ್ರಖರತೆಯನ್ನು ಉದಯಕಾಲದಲ್ಲೇ ತೋರಿಸುತ್ತಾನೆ. (ಇಲ್ಲಿ ಸತ್ಯಾಶ್ರಯನ ಪರಾಕ್ರಮದ ಪ್ರಖರತೆ ಸೂರ್ಯನ ಪ್ರಖರತೆಗಿಂತ ಮಿಗಿಲು ಎಂಬ ಉತ್ಪ್ರೇಕ್ಷೆಯಿದೆ.)

ಹರಚರಣಕಮಲ ಭೃಂಗಂ
ವರಾಂಗನಾ ಸಂಗ ಸಮರಸಾಹಸತುಂಗಂ ।
ಪರಹಿತ ಕುಲ ಪ್ರಸಂಗಂ
ನಿರಸ್ತದೋಷಾನುಷಂಗನಿಱಿವಬೆಡಂಗಂ ॥ ೨೧ ॥

ಹರಚರಣಕಮಲ = ಶಿವನ ಪಾದ ಕಮಲ ; ಭೃಂಗ = ದುಂಬಿ ; ವರಾಂಗನೆ = ಕುಲೀನ ಸ್ತ್ರೀ ; ಸಮರಸಾಹಸತುಂಗ = ಯುದ್ಧದಲ್ಲಿ ಅಪ್ರತಿಮ ಸಾಹಸ ಪ್ರದರ್ಶಿಸುವವನು ; ನಿರಸ್ತದೋಷ = ದೋಷವನ್ನು ನಿವಾರಣೆ ಮಾಡುವುದು ; ಅನುಷಂಗ = ಆಲಂಗಿಸುವುದು

ಇರಿವಬೆಡಂಗ ಸತ್ಯಾಶ್ರಯನು ಶಿವಭಕ್ತ (ಶಿವನ ಪಾದಕಮಲದಲ್ಲಿನ ದುಂಬಿಯಂತೆ) ಕುಲೀನ ಸ್ತ್ರೀಯನ್ನು ವಿವಾಹವಾದವನು. ಯುದ್ಧದಲ್ಲಿ ಅಸಾಧಾರಣ ಪ್ರತಿಭೆ – ಶೌರ್ಯವನ್ನು ಮೆರೆಯುವವನು. ಇತರರಿಗೆ ಸಾಕಷ್ಟು ಹಿತವನ್ನುಂಟು ಮಾಡುವವನು. ಪುಣ್ಯಾತ್ಮರೆನಿಸಿದವರನ್ನು ಆಲಂಗಿಸಿಕೊಳ್ಳುವ ಸ್ವಭಾವವುಳ್ಳವನು.

ಒದವಿದ ಭೀತಿಯಿಂದಮಪರಾಧಿತನಬ್ಧಿಯನೋಡಿ ಪೊಕ್ಕೊಡಾ
ಗದು ಕೊಲಲೆಂದು ಮಾಣ್ದನದು ತಕ್ಕುದೆ ಲಿಂಗಮನಪ್ಪುಕೆಯ್ದು ಪಿಂ ।
ಗದೆ ನಿಲೆ ನೀರನೋಡಿ ಪುಗೆ ಪೆಣ್ಣುಡೆಯುಟ್ಟಿರೆ ಪುತ್ತನೇಱೆ ಕೊ
ಲ್ಲದ ತುಟಿಲಾಳ್ತನಕ್ಕೆ ಸಮನಾವನೊ ಸಾಹಸಭೀಮ ಭೂಪನೊಳ್ ॥ ೨೨ ॥

ಒದವಿದ = ಉಂಟಾದ ; ಅಬ್ಧಿ = ಸಮುದ್ರ ; ಮಾಣ್ದು = ಬಿಟ್ಟುಬಿಡು ;
ಅಪ್ಪುಕ್ಕೆಯ್ದು = ತಬ್ಬಿಕೊಂಡು ; ಪುತ್ತ = ಹುತ್ತ

ಶತ್ರುವೆನಿಸಿದ ಅಪರಾಧಿ ತನಗುಂಟಾದ ಭಯದಿಂದ ಓಡಿಹೋಗಿ ಸಮುದ್ರವನ್ನು ಹೊಕ್ಕಾಗ ಆತನನ್ನು ಬೆನ್ನಟ್ಟಿ ಕೊಲ್ಲುವುದು ಸರಿಯಲ್ಲವೆಂದು ಬಿಟ್ಟುಬಿಡುವುದು ಅಂತೆಯೇ ಶರಣಾಗತನಾಗಿ ಲಿಂಗವನ್ನು ತಬ್ಬಿ ಆಶ್ರಯ ಪಡೆದವನನ್ನು, ನೀರೊಳಗೆ ಮುಳುಗಿದವನನ್ನು, ಹೆಣ್ಣುಡುಗೆ ತೊಟ್ಟವನನ್ನು, ಹುತ್ತವನ್ನೇರಿ ಕುಳಿತವನನ್ನು ಕೊಲ್ಲುವುದು ಶೂರನಾದವನ ಧರ್ಮವಲ್ಲ ಎಂಬಂತಿರುವ ಶೂರನಾದ ಸತ್ಯಾಶ್ರಯನ ಭೀಮಸಾಹಸಕ್ಕೆ ಎಣೆಯಾರು?

ಜಲಧಿಯ ಸತ್ಯಾಶ್ರಯಬಲ
ಜಲಧಿಯ ನಡುವಳುರ್ವ ಕೋಪಶಿಖಿಗಳ ನಡುವಿ ।
ರ್ತಲೆವೊತ್ತಿದ ಪುಳ್ಳಿಯ ಪುೞು
ವೊಲಿರ್ದನತಿಚಕಿತಚಿತ್ತನಪರಾದಿತ್ಯಂ ॥ ೨೩ ॥

ಜಲಧಿ = ಸಮುದ್ರ ; ಅಳುರ್ವ = ಪ್ರಜ್ವಲಿಸುವ ; ಜಲಧಿಯ ನಡುವಳುರ್ವ = ಸಮುದ್ರದ ಮಧ್ಯದಲ್ಲಿ ಉರಿಯುವ ; ಕೋಪಶಿಖಿ = ಬಾಡಬಾಗ್ನಿ (ನೀರಿನ ಮಧ್ಯದಲ್ಲಿನ ಬೆಂಕಿ) ; ಇರ್ತಲೆ = ಎರಡು ತಲೆ ; ಪುಳ್ಳಿ = ಒಣಗಿದ ಕಟ್ಟಿಗೆ ; ಚಕಿತಚಿತ್ತ = ಭಯದಿಂದ ಕೂಡಿದ ಮನಸ್ಸು ; ಅಪರಾದಿತ್ಯ = ಪಶ್ಚಿಮದ ಸೂರ್ಯ – ಸತ್ಯಾಶ್ರಯನ ವೈರಿಯೂ ಕೂಡ

ಒಂದು ಬದಿಯಲ್ಲಿ ಮಹಾಸಾಗರ, ಮತ್ತೊಂದು ಬದಿ ಸತ್ಯಾಶ್ರಯನ ಸೇನಾಸಾಗರ! ಸಮುದ್ರದ ಮಧ್ಯದಲ್ಲಿನ ವಡವಾನಲ (ಬೆಂಕಿ) ಇತ್ತ ಸತ್ಯಾಶ್ರಯನ ಕೋಪಾಗ್ನಿ ಇವುಗಳ ಮಧ್ಯದಲ್ಲಿ ಅಪರಾದಿತ್ಯನು ಎರಡೂ ತುದಿಗಳಲ್ಲಿ ಬೆಂಕಿಹೊತ್ತಿ ಉರಿಯುವ ಒಣ ಕಟ್ಟಿಗೆಯಂತೆ ಅದರ ಮಧ್ಯೆ ಸಿಲುಕಿದ ಕೀಟದ ಹಾಗೆ ಭಯದಿಂದ ನಡುಗುತ್ತಿದ್ದನು.

ಹುತವಹ ಬಾಣದಿಂದಮಿಸೆ ತೂೞ್ದುದು ವಾನರಸೇನೆ ಕಟ್ಟೆ ಪ
ರ್ವತತತಿಯಿಂದ ಕಟುವಡೆದತ್ತಪರಾಬ್ಧಿ ಪ [ದುಷ್ಪ್ಲವಂಗದಿಂ ।
ಪ್ರತಿಹತ] ಮಾದುದಾ ಪರಶುರಾಮನಿನಾ ರಘುರಾಮನಿಂ ಸರಿ
ತ್ಪತಿ ಕುವರಾಂಕರಾಮನಿನದೇಂ ಕಟಿವಾದುದೊ ಮೂಱುಸುಟೊಳಂ ॥ ೨೪ ॥

ಹುತವಹ = ಅಗ್ನಿ ; ಅಪರಾಬ್ಧಿ = ಪಶ್ಚಿಮ ಸಮುದ್ರ ; ತೂಳು = ಹಿಂಜರಿ ; ಪರ್ವತತತಿ = ಬೆಟ್ಟಗಳ ಸಮೂಹ ; [ದುಷ್ಪಪ್ಲವಂಗ – ಪತಿಪ್ಲವಂಗ ಎಂದಿರಬೇಕೆಂಬ ಸಂದೇಹವಿದೆ] ಪ್ಲವಂಗತತಿ = ದೋಣಿಗಳ ಗುಂಪು ; ಸರಿತ್ಪತಿ = ಸಮುದ್ರರಾಜ (ವರುಣ) ; ಕುವರಾಂಕರಾಮ = ಸತ್ಯಾಶ್ರಯನ ಬಿರುದು ; ಕಟಿವು (ಅಳಿವು) = ನಾಶ ;ಸೂಟೊಳ್ = ಬಾರಿ ಬಾರಿ ; ಪ್ಲವಂಗ = ಕೋತಿ ಎಂಬರ್ಥವೂ ಇದೆ

ಇಲ್ಲಿ ಕವಿ ಸಮುದ್ರದ ಪರಿಸ್ಥಿತಿಯನ್ನು ವಿವರಿಸುತ್ತಾನೆ. ಒಮ್ಮೆ ಪರಶುರಾಮನ ಆಗ್ನೇಯಾಸ್ತ್ರ ಪ್ರಯೋಗದಿಂದ ಸಮುದ್ರ ಹಿಂದೆ ಸರಿಯಿತು. ಮತ್ತೊಮ್ಮೆ ರಘುರಾಮನ ಕಪಿ ಸೈನ್ಯವು ಪರ್ವತಗಳಿಂದ ಮರದ ದಿಮ್ಮಿಗಳಿಂದ ಸಮುದ್ರವನ್ನು ಬಂಧಿಸಿ ಸೇತುವೆ ಕಟ್ಟಿದವು. ಹೀಗೆ ಸಮುದ್ರ ಬಂಧನಕ್ಕೊಳಗಾಯಿತು. ಅಂತಯೇ ಕುವರಾಂಕರಾಮನೆನಿಸಿದ ಸತ್ಯಾಶ್ರಯನ ನಾವೆಗಳ ಸಮೂಹದಿಂದ ಸಮುದ್ರ ಕಂಗೆಟ್ಟಿತು. ಹೀಗೆ ಮೂರು ಮೂರು ಬಾರಿ ಸಮುದ್ರ ವಿಪತ್ತಿಗೆ ಒಳಗಾಯಿತು.

ತ್ರಿಪುರಂ ಬೆಂದುದು ರುದ್ರನಿಂ ಕೃತಯುಗ ಪ್ರಾರಂಭದೊಳ್, ದಾನವೇಂ
ದ್ರಪುರಂ ತ್ರೇತೆಯೊಳಂಜನಾತನಯನಿಂ, ದ್ವಾಪಾರದೊಳ್ ಖಾಂಡವಂ ।
ಕಪಿರಾಜಧ್ವಜನಿಂ ಚತುರ್ಥಯುಗದೊಳ್ಚಾಲುಕ್ಯ ಮಾರ್ತಾಂಡನಿಂ
ದಪರಾದಿತ್ಯನ ಮಂಡಲಾಂಶುನಗರಂ ಶಂತರ್ಣವಂಶಾರ್ಣವಂ ॥ ೨೫ ॥

ತ್ರಿಪುರ = ಮೂರು ಪಟ್ಟಣಗಳು ; ದಾನವೇಂದ್ರ = ರಾವಣ ; ಕಪಿರಾಜಧ್ವಜ = ಹನುಮನನ್ನು ರಥದ ಪತಾಕೆಯಲ್ಲಿಟ್ಟುಕೊಂಡವ = ಅರ್ಜುನ ; ಶಾಂತರ್ಣ = ಶಾಂತ ಸಮುದ್ರ

ಕೃತಯುಗದ ಆದಿ ಭಾಗದಲ್ಲಿ ಈಶ್ವರನಿಂದ ತ್ರಿಪುರಾಸುರರ ಮೂರು ಪಟ್ಟಣಗಳೂ, ತ್ರೇತಾಯುಗದಲ್ಲಿ ಹನುಮಂತನಿಂದ ರಾವಣನ ಲಂಕಾನಗರವೂ, ದ್ವಾಪರಯುಗದಲ್ಲಿ ದೇವೇಂದ್ರನ ಖಾಂಡವ ವನವು ಅರ್ಜುನನಿಂದಲೂ ಸುಟ್ಟು ಭಸ್ಮವಾದಂತೆ ಈ ಕಲಿಯುಗದಲ್ಲಿ ಚಾಲುಕ್ಯ ಮಾರ್ತಾಂಡನೆನಿಸಿದ ಸತ್ಯಾಶ್ರಯನಿಂದ ಅಪರಾದಿತ್ಯನ ತೇಜಃ ಪುರವೂ ಸುಟ್ಟು ಹೋಯಿತು. (ತ್ರಿಪುರಾಸುರರು = ತಾರಕಾಸುರನ ಮಕ್ಕಳಾದ ತಾರಕಾಕ್ಷ, ಕಮಲ ಲೋಚನ, ವಿದ್ಯನ್ಮಾಲಿ = ತ್ರಿಪುರ ಬಂಗಾರ, ಬೆಳ್ಳಿ ಮತ್ತು ಕಬ್ಬಿಣದ ನಗರಗಳು.)

ಇಲ್ಲಿ ರುದ್ರ ಹನುಮಂತ ಅರ್ಜುನರಂತೆ ಸತ್ಯಾಶ್ರಯನನ್ನು ಕವಿ ಯುಗಪುರುಷನೆಂದು ಕೊಂಡಾಡಿರುವುದು ಗಮನಾರ್ಹ.

ಕಂಡೆಂ ಗ್ರಹಣಮನದನಾ
ಖಂಡಲದಿಙ್ಮುಖದೆ ಬಂದು ಸರ್ವಗ್ರಾಸಂ ।
ಗೊಂಡತ್ತಪರಾದಿತ್ಯನ
ಮಂಡಲಮಂ ಬಾಹುರಾಹು ಸತ್ಯಾಶ್ರಯನಾ ॥ ೨೬ ॥

ಆಖಂಡಲ = ಇಂದ್ರ ; ಸರ್ವಗ್ರಾಸಂಗೊಂಡತ್ತು = ಸಂಪೂರ್ಣವಾಗಿ ನುಂಗುವುದು ; ದಿಙ್ಮುಖ = ದಿಕ್ಕು ; ಬಾಹುರಾಹು = ತೋಳೆಂಬ ರಾಹು (ಆಖಂಡಲದಿಙ್ಮುಖ = ಪೂರ್ವ ದಿಕ್ಕು)

ಸತ್ಯಾಶ್ರಯನ ತೋಳುಗಳೆಂಬ ರಾಹು ವೈರಿ ಅಪರಾದಿತ್ಯನ ರಾಜ್ಯವನ್ನು ಸೂರೆಗೊಂಡು ಸಂಪೂರ್ಣವಾಗಿ ನುಂಗಿಹಾಕಿತು. ಅದೂ ಪೂರ್ವದಿಕ್ಕಿನಲ್ಲಿ (ಇಂದ್ರ ದಿಕ್ಕು) ದಾಳಿ ಮಾಡಿ ನುಂಗಿಹಾಕಿತು. ಇದನ್ನು ನಾನು ಕಂಡೆ. ಆದಿತ್ಯ ಮಂಡಲ ಯಾ ಸೂರ್ಯ ಮಂಡಲವನ್ನು ರಾಹು ನುಂಗಿದಂತೆ ಅಪರಾದಿತ್ಯ ಮಂಡಲವನ್ನು ಸತ್ಯಾಶ್ರಯನ ಬಾಹುವೆಂಬ ರಾಹು ನುಂಗಿತು.

ಅಪರಾದಿತ್ಯ ಎಂದರೆ ಅಸ್ತಂಗತನಾಗಲಿರುವ ಸೂರ್ಯನೆಂದು ಅರ್ಥೈಸಿದರೂ ಇಲ್ಲಿ ಅಪರಾದಿತ್ಯನೆಂದರೆ ಮಾಂಡಲಿಕ ಎಂದು ತಿಳಿಯಬೇಕು.

ಗಿರಿದುರ್ಗಂಗಳನೆಜೆಯನ್ಯಪುರದೊಳ್ ರತ್ನಾಳಿ ಕೇರಾಂಬುವಂ
ಮರವಾಯ್ದೊಡ್ಡಿರೆ ಕೊಂಡು ಬಂದುದಪರಾಂಭೋರಾಶಿಯೊಳ್ ಪುಟ್ಟುಗ ।
ಪ್ಪುರದೊಳ್ಬೂದಿಯನೊಟ್ಟಿಕೊಂಡುದದರಿಂ ಮತ್ತೇಭವಿಕ್ರೀಡಿತಂ
ದೊರೆವೆತ್ತಮ್ಮನಗಂಧವಾರಣಂ ಇದೇನನ್ವರ್ಥಮಾಗಿರ್ದುದೋ ॥ ೨೭ ॥

ಅನ್ಯಪುರ = ಶತ್ರುರಾಜ್ಯ ; ರತ್ನಾಳಿ = ರತ್ನಗಳ ರಾಶಿ ; ಕೇರಾಂಬು = ಎಳನೀರು ; ಅಪರಾಂಭೋರಾಶಿ = ಪಶ್ಚಿಮ ಸಮುದ್ರದಂಡೆ ; ಪುಟ್ಟುಗಪ್ಪುರ = ಬೂದಿಯನ್ನೊಟ್ಟಿ (ಶುದ್ಧ ಕರ್ಪೂರ ಮಿಶ್ರಿತ ವಿಭೂತಿ) ; ಮತ್ತೇಭವಿಕ್ರೀಡಿತ = ಮದವೇರಿದ ಆನೆಯ ಆಟ (ಛಂದಸ್ಸಿನಲ್ಲಿ ಇದೊಂದು ವೃತ್ತ) ದೊರೆವೆತ್ತ = ಖ್ಯಾತವಾದ

ಸತ್ಯಾಶ್ರಯನು ಅತ್ಯಂತ ಕಡಿದಾದ ಬೆಟ್ಟ ಗುಡ್ಡಗಳನ್ನು ಏರಿ ದಾಟಿ ಶತ್ರುರಾಜನ ದುರ್ಗಮವಾದ ಕೋಟೆಯನ್ನು ಭೇದಿಸಿ ಸೋಲಿಸಿ ಪಶ್ಚಿಮ ಸಮುದ್ರದಲ್ಲಿ ಮಿಂದು ಕರ್ಪೂರ ಮಿಶ್ರಿತವಾದ ವಿಭೂತಿಯನ್ನು ಲೇಪಿಸಿಕೊಂಡುದರಿಂದ ಆತನಿಗಿರುವ ಅಮ್ಮನಗಂಧವಾರಣನೆಂಬ ಬಿರುದು ಅನ್ವರ್ಥವೆನಿಸಿತು. ಮದ್ದಾನೆಯೊಂದು ಬೆಟ್ಟದ ಅಂಚಿನಲ್ಲಿನ ತೆಂಗಿನ ತೋಟಕ್ಕೆ ದಾಳಿಯಿಟ್ಟು ಮರಗಳನ್ನು ಉರುಳಿಸಿ ಎಳನೀರನ್ನು ಕುಡಿದು – ಸವಿದು, ಸಮುದ್ರದಲ್ಲಿ ಮಿಂದು ಮೈಗೆಲ್ಲ ಬೂದಿಯನ್ನು ಎರಚಿಕೊಂಡಂತೆ ಇತ್ತು ಅಮ್ಮನಗಂಧವಾರಣನ ಸಾಹಸಕೃತ್ಯ.

ಮುನಿದಿರ್ಪತ್ತೊಂದು ಸೂಟ್ ಕ್ಷತ್ರಿಯರನರಸಿಕೊಂದಿಕ್ಕಿದಾ ರಾಮನಿಂದಿ
ತ್ತ ನರೇಂದ್ರರ್ ಪೊಕ್ಕರಿಲ್ಲೊರ್ಬರುಮಿವನಧಿಕಂ ಪೊಕ್ಕನೆಂದಾಪವಣ್ಬ ।
ರ್ಪಿನಮಿರ್ಪತ್ತೊಂದನಿತ್ತಂ ಕರಿಗಳನಪರಾದಿತ್ಯನಂತೀಯದಂದಾ
ತನನಿರ್ಪತ್ತೊಂದುವಂಶಂಕಿಡೆ ಮುಳಿದನೊ ಸತ್ಯಾಶ್ರಯಂ ಸಾರ್ವಭೌಮಂ ॥ ೨೮ ॥

ಸೂಟ್ = ಬಾರಿ ; ಒರ್ಬರುಮ್ = ಒಬ್ಬರಾದರು ; ಪವಣ್ಬರ್ಪು = ಅಳತೆ ಅಥವಾ ಪ್ರಮಾಣಕ್ಕೆ ಬಂದ ; ಪೊಕ್ಕನ್ = ಶ್ರೇಷ್ಠ ; ಅಂತೀಯದಂದು – ಅಂತು + ಈಯದಂದು – ಹಾಗೆ ಕೊಡದಿದ್ದರೆ ; ವಂಶಂಕಿಡೆ = ವಂಶನಾಶವಾಗುವ ತನಕ

ಅತ್ಯಂತ ಕೋಪಾವಿಷ್ಟನಾಗಿ ಇಪ್ಪತ್ತೊಂದು ಬಾರಿ ಭೂಪ್ರದಕ್ಷಿಣೆ ಮಾಡಿ ಕ್ಷತ್ರಿಯರನ್ನು ಹುಡುಕಿ ಹುಡುಕಿ ಸಂಹಾರ ಮಾಡಿದ ಅಂದಿನ ಪರಶುರಾಮನ ನಂತರ ಇಲ್ಲಿಯ ತನಕ ಅವನಂತಹ ಸಾಹಸವುಳ್ಳ ರಾಜರಾರೂ ಹುಟ್ಟಿಬರಲಿಲ್ಲ. ಈಗ ಈ ಸತ್ಯಾಶ್ರಯನು ಪರಶುರಾಮನಿಗೆ ಸರಿಸಮನಾದವನೆಂದು ಭಾವಿಸಿ ಅಪರಾದಿತ್ಯನು ಇಪ್ಪತ್ತೊಂದು ಆನೆಗಳನ್ನು ಕಪ್ಪವಾಗಿ ಕೊಟ್ಟನು. ಇಲ್ಲವಾದಲ್ಲಿ ಅವನ ಇಪ್ಪತ್ತೊಂದು ತಲೆಮಾರು ನಾಶವಾಗುವ ತನಕ ಸತ್ಯಾಶ್ರಯ ಬಿಡುತ್ತಿರಲಿಲ್ಲ.

ಉಱದಿರ್ಪುದುಱದೆ ನಿಮ್ಮಡಿ
ಗೆಱಗುವುದೋಲಗಿಪುದೇಕೆ ಕೇಳ್ದಜೆಯಿರೆ ತಾ ।
ನಿಜೆವಂ ಪೆಱರ್ಗಿಜೆವಂ ತನ
ಗಿಜೆವಂ ಮೇಣ್‌ಮೆಱೆವನೀವನಿಜೆವಬೆಡಂಗಂ ॥ ೨೯ ॥

ಉಱದಿರ್ಪುದು = (ಉರು + ಅದೆ) = ಶೌರ್ಯವನ್ನು ತೋರದೆ ಇರುವುದು ; ಉರದೆ = ಬೇಗನೆ

ಸತ್ಯಾಶ್ರಯನ ಸಾಮರ್ಥ್ಯದ ಬಗ್ಗೆ ಕವಿ ವರ್ಣಿಸುವ ರೀತಿ ಇದು. ಸತ್ಯಾಶ್ರಯನು ತಾನೇ ರಣರಂಗಕ್ಕೆ ಬಂದು ಯುದ್ಧ ಮಾಡುವುದರಿಂದ ಶತ್ರುಗಳು ಭಯದಿಂದ ಹಿಮ್ಮೆಟ್ಟುತ್ತಾರೆ. ತಮ್ಮ ಶಕ್ತಿ ಪ್ರದರ್ಶನ ಮಾಡದೆ ಬೇಗನೆ ಬಂದು ಪಾದಗಳಿಗೆ ಬಿದ್ದು ಶರಣಾಗುತ್ತಾರೆ. ತಾನೇ ಸ್ವತಃ ಕಾದಾಡಿ ಶತ್ರುಗಳನ್ನು ಸಂಹರಿಸಿದರೂ ಈ ಇರಿವಬೆಡಂಗ ತಾನು ಎಲ್ಲರಿಗಿಂತ ಚಿಕ್ಕವನೆಂದು ಭಾವಿಸುತ್ತಾನೆ. ಇದನ್ನೇ ಕವಿ ತನಗಿಜೆವಂ ಎಂದು ಹೇಳುವುದು. ಅಷ್ಟೇ ಅಲ್ಲ ತುಂಬ ವಿನೀತನಾಗಿ ದಾನಧರ್ಮಾದಿಗಳನ್ನು ಸತ್ಕರ್ಮಗಳನ್ನು ಮಾಡಿ ಜನರಿಂದ ಕೊಂಡಾಡಲ್ಪಡುತ್ತಾನೆ.

ಬೆಳಗುವ ಸೊಡರೊಳ್ಸೊಡರಂ
ಬೆಳಗಿ ಪಲರ್ಕೊಂಡು ಪೋಗೆಯುಂ ಕುಂದದೆ ಪ ।
ಜ್ಜಳಿಸುವವೊಲ್ ಜಗಮೆಲ್ಲಂ
ಕೊಳಲುಂ ತವದಿತ್ತು ಮೆಱೆವನಿಜೆವಬೆಡಂಗಂ ॥ ೩೦ ॥

ಸೊಡರು = ಹಣತೆ (ದೀಪ) ; ಪಲರ್ಕೊಂಡು = ಕೆಲವರು ಕೊಂಡು ; ಕುಂದದೆ = ಬಾಡದೆ (ಕಳೆದುಕೊಳ್ಳದೆ) ; ಪಜ್ಜಳಿಸು = ಪ್ರಜ್ವಲಿಸು ; ಕೊಳಲುಂ = ಕೊಂಡು ಹೋಗುವುದು ; ತವದಿತ್ತು = ಕ್ಷಯವಾಗದೆ

ಹಚ್ಚಿಟ್ಟಿರುವ ದೀಪ ಅಥವಾ ಹಣತೆಯಿಂದ ಹಲವಾರು ಜನರು ಬಂದು ತಮ್ಮ ತಮ್ಮ ದೀಪಗಳನ್ನು ಹಚ್ಚಿಕೊಂಡು ಹೋದರೂ ಆ ದೀಪ ಕುಂದದೆ ಎಂದಿನಂತೆ ಪ್ರಕಾಶಿಸುತ್ತಿರುವ ಹಾಗೆ ಬೇಡಿ ಬಂದ ಭಿಕ್ಷುಕ ವೃಂದಕ್ಕೆ ಯಥೇಚ್ಛವಾಗಿ ದಾನ ಮಾಡಿದರೂ ಇರಿವಬೆಡಂಗ ಸತ್ಯಾಶ್ರಯನ ಭಂಡಾರವು ಲವಲೇಶವಾದರೂ ಕ್ಷಯಿಸುತ್ತಿರಲಿಲ್ಲ. ಹೀಗೆ ಸತ್ಯಾಶ್ರಯನ ಕೀರ್ತಿ ಎಲ್ಲೆಲ್ಲೂ ಮೆರೆಯುತ್ತಿರುತ್ತದೆ.

ಎನಿಸಿದ ಸತ್ಯಾಶ್ರಯ ದೇ
ವನೆ ಪೃಥ್ವೀವಲ್ಲಭಂ ಕಥಾನಾಯಕ ನಾ ।
ಗನಿಲಜನೊಳ್ ಪೋಲಿಸಿ ಪೇ
ಳ್ದನೀ ಗದಾಯುದ್ಧಮಂ ಮಹಾಕವಿರನ್ನಂ ॥ ೩೧ ॥

ಅನಿಲಜ = ವಾಯುಪುತ್ರ (ಭೀಮಸೇನ)

ತನ್ನ ತ್ಯಾಗ – ಸಾಹಸದಿಂದ ವಿನಯತೆಯಿಂದ ಮೆರೆಯುತ್ತಿರುವ ಸತ್ಯಾಶ್ರಯನ ಅಸಮ ಸಾಹಸಕ್ಕೆ ಮನಸೋತು ಮಹಾಕವಿರನ್ನನು ಮಹಾಭಾರತದ ಗಂಡುಗಲಿಯೆನಿಸಿದ ಭೀಮಸೇನನ ಸಾಹಸಕ್ಕೆ ಸರಿಸಾಟಿಯನ್ನಾಗಿ ಮಾಡಿ ಈ ಗದಾಯುದ್ಧವೆಂಬ ಮಹಾ ಕಾವ್ಯವನ್ನು ರಚಿಸಿದನು.

ಕೃತಿನೆಗಟ್ದಿ ಗದಾಯುದ್ಧಂ
ಕೃತಿಗೀಶ್ವರ ಚಕ್ರವರ್ತಿ ಸಾಹಸಭೀಮಂ ।
ಕೃತಿಯಂ ವಿರಚಿಸಿದನಲಂ
ಕೃತಿಯಂ ಕವಿರತ್ನನೆಂದೊಡೇವಣ್ಣಿಪುದೊ ॥ ೩೨ ॥

ನೆಗಳ್ದ = ಪ್ರಸಿದ್ಧವಾದ ; ಕೃತಿಗೀಶ್ವರ = ಕೃತಿಗೆ ನಾಯಕ ; ಅಲಂಕೃತಿಯಂ = ಕೃತಿಗಳಿಗೆಲ್ಲ ಅಲಂಕಾರಪ್ರಾಯವಾದ

ಅತ್ಯಂತ ಪ್ರಸಿದ್ಧವೆನಿಸಿದ ಕಾವ್ಯವೇ ಗದಾಯುದ್ಧ ; ಈ ಕೃತಿಗೆ ನಾಯಕನೆನಿಸಿದಾತ ಭೀಮಸೇನ (ಸಾಹಸ ಭೀಮನೆನಿಸಿದ ಸತ್ಯಾಶ್ರಯ) ಇನ್ನು ಕೃತಿಯನ್ನು ರಚಿಸಿ ಸರಸ್ವತಿಗೆ ಅಲಂಕೃತವಾಗಿ ಶೋಭಿಸುವಂತೆ ಮಾಡಿದವನು ಕವಿರತ್ನನೆನಿಸಿದ ರನ್ನನು ಎಂದ ಮೇಲೆ ಇದರ ಮಹಿಮೆಯನ್ನು ವರ್ಣಿಸುವುದಾದರೂ ಹೇಗೆ ?

ಮೊದಲೊಳ್ ಬದ್ಧ ವಿರೋಧದಿಂ ನೆಗಟ್ದಿ ಕುಂತೀಪುತ್ರರೊಳ್ ಭೀಮನಂ
ಕದ ಗಾಂಧಾರಿಯ ಪುತ್ರರೊಳ್ಮೊದಲಿಗಂ ದುರ್ಯೋಧನಂ ಧರ್ಮಯು ।
ದ್ಧದೊಳಂತಾತನನಿಕ್ಕಿ ಕೊಂದನದಱಿಂ ಭೀಮಂ ಜಯೋದ್ಧಾಮನೆಂ
ಬುದನೆಂಬಂತಿದು ವಸ್ತು ಯುದ್ಧಮೆನಿಸಲ್ವೇಟ್ದಿಂ ಗದಾಯುದ್ಧಮಂ ॥ ೩೩ ॥

ಬದ್ಧವಿರೋಧ = ಕಡುದ್ವೇಷ ; ಪುತ್ರರೊಳ್ + ಮೊದಲಿಗಂ = ಮಕ್ಕಳಲ್ಲಿ ಮೊದಲನೆಯವನು ; ಯುದ್ಧದೊಳ್ + ಅಂತು + ಆತನ = ಯುದ್ಧದಲ್ಲಿ ಹಾಗೆ ಅವನನ್ನು ; ಇಕ್ಕಿಕೊಂದನ್ = ಕೆಡಹಿ ಕೊಂದನು ; ಅದಱಿಂ = ಆದ್ದರಿಂದ ; ಜಯೋದ್ಧಾಮ = ಜಯದಲ್ಲಿ ಹೆಚ್ಚಿನವನು ; ಎಂಬುದನ್ + ಎಂಬಂತೆ = ಎಂದು ಹೇಳುವುದಕ್ಕೆ ; ವಸ್ತು = ವಿಷಯ

ಬಾಲ್ಯದಿಂದಲೂ ಕುಂತಿಯ ಮಕ್ಕಳಲ್ಲಿ ಒಬ್ಬನಾದ ಭೀಮಸೇನನೂ ಗಾಂಧಾರಿಯ ಪುತ್ರರಲ್ಲಿ ಮೊದಲಿಗನಾದ ದುರ್ಯೋಧನನೂ ಬದ್ಧ ವೈರಿಗಳಾಗಿಯೇ ಬೆಳೆದವರು. ಮುಂದೆ ಕುರುಕ್ಷೇತ್ರ ಯುದ್ಧಭೂಮಿಯಲ್ಲಿ ನಡೆದ ಧರ್ಮಯುದ್ಧದಲ್ಲಿ ಭೀಮನು ದುರ್ಯೋಧನನನ್ನು ಕೆಡಹಿ ಕೊಂದನು. ಇಲ್ಲಿ ಒಬ್ಬರನ್ನೊಬ್ಬರು ಪ್ರತಿಭಟಿಸಲು, ಸಹಿಸದ ಭೀಮನು ಅವನನ್ನು ಕೊಂದನು ಎಂದೂ ಅರ್ಥೈಸಬಹುದು. ಇದರಿಂದಾಗಿ ಭೀಮನು ವಿಜಯಶ್ರೇಷ್ಠನೆನಿಸಿದನು. ಈ ಭೀಮ ದುರ್ಯೋಧನರ ಗದಾಯುದ್ಧವನ್ನೇ ಪ್ರಮುಖ ವಿಷಯ (ಪ್ರಸಂಗ)ವನ್ನಾಗಿ ಮಾಡಿಕೊಂಡು ರನ್ನನು ಈ ಗದಾಯುದ್ಧವೆಂಬ ಕಾವ್ಯರಚನೆ ಮಾಡಿದನು.

ಇಲ್ಲಿಂದ ಮುಂದೆ ರನ್ನನು ವಾಚಕರಿಗೆ ತನ್ನ ಬಗೆಗಿನ ವಿವರವನ್ನು ಬಹಳ ಅಭಿಮಾನದಿಂದ ವಿವರಿಸುತ್ತಾನೆ.

ಮೊದಲೊಳ್ ಸಾವಂತರಿನಿನಿ
ಸುದಿತೋದಿತನಾಗಿ ಮಂಡಲೇಶ್ವರನಿಂದ ।
ಭ್ಯುದಯಪರನೆನಿಸಿ ಚಕ್ರಿಯಿ
ನುದಯ ಪರಂಪರೆಯನೆಯ್ದಿದಂ ಕವಿರನ್ನಂ ॥ ೩೪ ॥

ಸಾವಂತರಿನ್ = ಸಾಮಂತರಾಜರಿಂದ ; ಇನಿಸುದಿತೋದಿತ – ಇನಿಸು + ಉದಿತ + ಓದಿತ = ಸ್ವಲ್ಪ ಮಟ್ಟಿಗಿನ ಅಭ್ಯುದಯ ; ಚಕ್ರಿ = ಚಾಲುಕ್ಯ ಚಕ್ರೇಶ್ವರ ತೈಲಪ (ಕೃಷ್ಣನೆಂಬ ಅರ್ಥವೂ ಇದೆ); ಉದಯ ಪರಂಪರೆ = ಮಹಾ ಉನ್ನತಿ ; ಎಯ್ದಿದಂ = ಹೊಂದಿದನು

ಮೊದಲಿಗೆ ಕವಿರನ್ನನು ಸಾಮಂತರಾಜರುಗಳ ಆಶ್ರಯದಲ್ಲಿದ್ದು ಸ್ವಲ್ಪಮಟ್ಟಿಗಿನ ಏಳಿಗೆಯನ್ನು ಕಂಡನು. ಆನಂತರದಲ್ಲಿ ಮಂಡಲೇಶ್ವರನೆನಿಸಿದ ಗಂಗರಾಜನ ಮಂತ್ರಿಯಾದ ಚಾವುಂಡರಾಯನ ಆಶ್ರಯ ಪಡೆದು ಸಾಕಷ್ಟು ಅಭ್ಯುದಯವನ್ನು ಹೊಂದಿ ಮುಂದೆ ಚಾಲುಕ್ಯ ಚಕ್ರೇಶ್ವರನಾದ ತೈಲಪನನ್ನು ಆಶ್ರಯಿಸಿ ಕವಿಚಕ್ರವರ್ತಿಯೆನಿಸಿದನು. ಅಂದರೆ ರನ್ನ ಕವಿ ಒಮ್ಮಿಂದೊಮ್ಮೆಗೆ ಮಹಾಕವಿಯೆನಿಸಲಿಲ್ಲ. ಹಂತ ಹಂತವಾಗಿ ಮೇಲೇರಿ ಬಂದು ಕಾವ್ಯಲೋಕದ ಚಕ್ರವರ್ತಿಯೆನಿಸಿದನು.

ಉದಧಿಯನೆಯ್ದಿ ದಿಗ್ಗಜಮೆಯ್ದಿ ಕುಲಾದ್ರಿಯನೆಯ್ದಿ ನೀಳ್ದು ನಿ
ಲ್ವುದು ಜಸಮಿತ್ತರ್ಗಿತ್ತ ಧನಮೇನದು ನಿಲ್ವುದೆ ಮುನ್ನಮಿತ್ತರೆ ।
ಲ್ಲಿದರಿವರೀಯೆ ಪೆತ್ತವರುಮೆಲ್ಲಿದರಾಧನಮೆಲ್ಲಿತಿಂದ್ರ ಜಾ
ಲದ ಸಿರಿಗೇಕೆ ಮೆಳ್ಪಡುವಿರೆಂದೊಱೆದಂ ಕವಿಕುಂಜರಾಂಕುಶಂ ॥ ೩೫ ॥

ಉದಧಿ = ಸಮುದ್ರ ; ದಿಗ್ಗಜಮ್ = ಎಂಟು ದಿಕ್ಕುಗಳು ; ಕುಲಾದ್ರಿ = ಕುಲ ಪರ್ವತಗಳು (ಏಳು) ; ಎಯ್ದಿ = ತಲುಪಿ – ಸೇರಿ – ಹತ್ತಿ (ಪರಿಯಂತ) ; ನೀಳ್ದು = ವಿಸ್ತಾರವಾಗಿ ; ಜಸಮ್ = ಯಶಸ್ಸು – ಕೀರ್ತಿ ; ಇತ್ತರ್ಗಿತ್ತೆ = ದಾನವಾಗಿ ನೀಡಿದ ; ಮುನ್ನಂ = ಮೊದಲು ; ಇಂದ್ರಜಾಲ = ಕಣ್ಣುಕಟ್ಟು ವಿದ್ಯೆ ; ಮೆಳ್ಪಡು (ಮೆಳ್ + ಪಡು) = ಮೋಸಹೋಗು ; ಕುಂಜರ = ಆನೆ

ಏಳು ಸಮುದ್ರಗಳು, ಅಷ್ಟ (ಎಂಟು) ದಿಕ್ಕುಗಳು, ಸಪ್ತ ಪರ್ವತಗಳು ಇರುವ ಪರ್ಯಂತ ದಾನಿಗಳ ಯಶಸ್ಸು – ಕೀರ್ತಿ ಶಾಶ್ವತವಾಗಿ ನಿಲ್ಲುವಂತೆ ದಾನ ಪಡೆದ ಸಂಪತ್ತು ನಿಲ್ಲುವುದೆ? ಹಿಂದೆ (ಮುನ್ನಮ್ + ಇತ್ತರ್ + ಎಲ್ಲಿ) ಇದನ್ನು ಪಡೆದವರು ಇಂದು ಎಲ್ಲಿದ್ದಾರೆ? ಇದಾವುದೂ ಶಾಶ್ವತವಲ್ಲ ಹಾಗಾಗಿ ಈ ಮೋಸದ ಜಾಲಕ್ಕೆ ಏಕೆ ಮಾರುಹೋಗುತ್ತೀರಿ ಎಂದು ಕವಿ ಕುಂಜರ ಅಂಕುಶ (ಕವಿಗಳೆಂಬ ಆನೆಗಳಿಗೆ ಅಂಕುಶಪ್ರಾಯ)ನಾದ ರನ್ನನು ಎದೆ ತಟ್ಟಿ ಹೇಳುತ್ತಾನೆ.

ನೆಗಟ್ದಿರಸಂ ಮನಂಗೊಳಿಸೆ ಮಾರ್ಗಮೊಡಂಬಡೆ ದೇಸೆ ಕಬ್ಬಮಂ
ಬಗೆಗೊಳಲಿಂತು ಪೇಟ್ದುದು ಮಹೀಭುಜ ಸಾರ್ಥಕಮಲ್ಲದಂತೆ ಕೆಂ ।
ಮಗೆ ಕೊಳಲಾಟಿಪಂ ದೊರೆಯೊ ಠಕ್ಕನೊ ಕಳ್ಳನೊ ಬಂದಿಕಾಜಿನೋ
ಪಗೆವನೋ ಮೊಮ್ಮನೊ ಮಗನ ದಾಯಿಗನೋ ಬುಧಸೇವ್ಯನಂದನಾ ॥ ೩೬ ॥

ನೆಗಟ್ದಿರಸಂ = ಕಾವ್ಯ ಪ್ರಸಿದ್ಧವೆನಿಸಿದ ನವರಸಗಳು ; ಮಾರ್ಗಂ = ರೀತಿ ; ದೇಸೆ = ಸೊಬಗು (ದೇಸಿ) ; ಕಬ್ಬ = ಕಾವ್ಯ ; ಕೆಮ್ಮಗ = ಸುಮ್ಮನೆ ; ಕೊಳಲ್ = ಸ್ವೀಕರಿಸಲು ; ದಾಯಿಗ = ನೆಂಟ (ದಾಯಾದಿ) ; ಬುಧಸೇವ್ಯ = ವಿದ್ವಾಂಸರನ್ನ ಸೇವಿಸುವವ (ಬುಧಸೇವ್ಯ ನಂದನ ಎಂಬುದು ಸತ್ಯಾಶ್ರಯನ ಬಿರುದು)

ವಿದ್ವಾಂಸರುಗಳನ್ನು – ಕೋವಿದರನ್ನ ಮೆಚ್ಚಿಸಿ ಸಂತೋಷಿಸುವ ಸತ್ಯಾಶ್ರಯನೇ ಕಾವ್ಯಗಳಿಗೆ ಕಳಸಪ್ರಾಯವೆನಿಸುವ ನವರಸಗಳಿಂದ ಕಂಗೊಳಿಸಿ, ಮುದನೀಡುವ ಸಂಪ್ರದಾಯವನ್ನು ಮೀರದೆ ಕವಿಮಾರ್ಗವನ್ನು ಒಳಗೊಂಡು (ಕವಿರಾಜಮಾರ್ಗದಂತೆ) ದೇಶೀಯ ಭಾಷೆಗಳ – ಶಬ್ದ ಸಮೂಹದಿಂದ ಕೂಡಿ ಸೊಬಗನ್ನುಂಟು ಮಾಡುವ ರೀತಿಯಲ್ಲಿ ರಚಿಸಿದ ಈ ಕಾವ್ಯವು ರಾಜರಿಗೆ ಹಾಗೂ ಜನತೆಗೆ ಅತ್ಯಂತ ಪ್ರಯೋಜನವುಳ್ಳದ್ದು. ಅದಲ್ಲದೆ ಸುಮ್ಮನೆ ಶಬ್ದಾಡಂಬರಗಳಿಂದ ಕೂಡಿದ ನಿಷ್ಪ್ರಯೋಜಕವಾದವುಗಳನ್ನೆಲ್ಲ ಸುಮ್ಮನೆ ಸ್ವೀಕರಿಸಲು ಬಯಸುವವನು ರಾಜನೇ, ವಂಚಕನೇ, ಚೋರನೇ, ಹೊಗಳು ಭಟ್ಟನೇ, ಶತ್ರುವೇ? ಮಗನೆ ಅಥವಾ ಅವನ ಬಂಧುವೇ? ತಿಳಿದು ನೋಡು ಸತ್ಯಾಶ್ರಯನೇ!

ಪಡೆಯೆಡೆಯ ಕಡೆಯ ಬಡವ
ಕುಡೆ ಪಡೆದನೊ ಚಕ್ರವರ್ತಿಯೊಳ್ ತೈಲಪನೊಳ್ ।
ಪಡೆದಂ ಮಹಿಮೋನ್ನತಿಯಂ
ಪಡೆದಂ ಕವಿಚಕ್ರವರ್ತಿವೆಸರಂ ರನ್ನಂ ॥ ೩೭ ॥

ಪಡೆಯೆಡೆಯ = ಸೈನ್ಯದಲ್ಲಿನ ; ಕಡೆಯ = ಕೆಳದರ್ಜೆಯ ; ಕುಡೆ = ಕೊಡಲು

ಸೈನ್ಯದಲ್ಲಿನ ಸಾಮಾನ್ಯ ಯೋಧನಿಂದ ಬಿರುದನ್ನು ಪಡೆದವನಲ್ಲ ಈ ರನ್ನ! ಚಾಲುಕ್ಯ ಚಕ್ರೇಶ್ವರನೆನಿಸಿದ ತೈಲಪನ ಕೃಪೆಗೆ ಒಳಗಾಗಿ ಯಶಸ್ಸನ್ನೂ ಅಭಿವೃದ್ಧಿಯನ್ನೂ ಪಡೆದು ಕವಿ ಚಕ್ರವರ್ತಿ ಎಂಬ ಬಿರುದನ್ನು ಪಡೆದವನು ಮಹಾಕವಿ ರನ್ನ (ಭಾರತವನ್ನು ರಚಿಸಿದ ಪಂಪ ಆದಿಕವಿಯೆನಿಸಿದ ಆದರೆ ರನ್ನ ತನ್ನ ಕಾವ್ಯರಚನಾ ಕೌಶಲ್ಯದಿಂದ 'ಚಕ್ರವರ್ತಿ' ಎಂಬ ಹೆಗ್ಗಳಿಕೆಗೆ ಪಾತ್ರನಾಗಿ ಕವಿಚಕ್ರವರ್ತಿಯೆನಿಸಿದ ಪ್ರಥಮ ಕವಿ).

ಆರಾತೀಯ ಕವೀಶ್ವರ
ರಾರುಂ ಮುನ್ನಾರ್ತರಿಲ್ಲ ವಾಗ್ದೇವಿಯ ಭಂ ।
ಡಾರದ ಮುದ್ರೆಯನೊಡೆದಂ
ಸಾರಸ್ವತಮೆನಿಪ ಕವಿತೆಯೊಳ್ ಕವಿರತ್ನಂ ॥ ೩೮ ॥

ಆರಾತೀಯ = ಪ್ರಾಚೀನವಾದ ; ಮುನ್ನಾರ್ತರ್ – ಮುನ್ + ಆರ್ತರ್ = ಮೊದಲು ಸಮರ್ಥರು ; ಸಾರಸ್ವತಮ್ + ಎನಿಪ = ಸರಸ್ವತಿಗೆ ಪ್ರಿಯವೆನಿಸಿದ (ವಾಕ್‌ಪಟುತ್ವವುಳ್ಳ)

ತನ್ನ ಹಿಂದನ ಕವಿಗಳು ಯಾರೂ ಸರಸ್ವತಿಯ ಭಂಡಾರದ ಮುದ್ರೆಯನ್ನು (ಬೀಗ ಮುದ್ರೆ) ಒಡೆಯಲು ಸಮರ್ಥರೆನಿಸಲಿಲ್ಲ ! ಆದರೆ ತನ್ನ ಅಪ್ರತಿಮ ಪ್ರೌಢಿಮೆಯಿಂದ ಉತ್ಕೃಷ್ಟವಾದ ಕಾವ್ಯವನ್ನು ಸಾರಸ್ವತಲೋಕಕ್ಕೆ ನೀಡುವಲ್ಲಿ ಕವಿ ರನ್ನನು ವಾಗ್ದೇವಿಯ ಭಂಡಾರದ ಬೀಗ ಮುದ್ರೆಯನ್ನೇ ಒಡೆದು ಬಿಟ್ಟ.

ರಸಮಂ ಭಾವಮುಮಂ ಕಾ
ಳಸಮಂ ಕುಣಿಕೆಯುಮನಱಿದು ಕವಿಮಾರ್ಗದೊಳಂ ।
ಪೊಸದೇಸೆಯ ನುಡಿಗಳೊಳಂ
ಪೊಸೆಯಿಪ ಬಲ್ಮೆಗೆ ಚತುರ್ಮುಖಂ ಕವಿರನ್ನಂ ॥ ೩೯ ॥

ಕಾಳಸ = ಔಚಿತ್ಯ ; ಕುಣಿಕೆ = ಹೊಂದಾಣಿಕೆ ; ಪೊಸದೇಸೆ = ಸುಂದರವಾದ ದೇಶೀಯ ಭಾಷೆ ; ಪೊಸಯಿಪ = ನಾವೀನ್ಯತೆಯ (ಕುಣಿಕೆ ಎಂಬ ಶಬ್ದಕ್ಕೆ ಕುಣಿಯುವಿಕೆ – ನರ್ತನ ಎಂಬರ್ಥವೂ ಇದೆ)

ರಸಭಾವಗಳ ಔಚಿತ್ಯಗಳನ್ನು ಅವುಗಳ ಅನ್ಯೋನ್ಯತೆಯನ್ನು ತಿಳಿದು, ಕವಿ ಮಾರ್ಗವನ್ನು (ಕವಿ ಅನುಸರಿಸಬೇಕಾದ ದಾರಿ) ಕಿಂಚಿತ್ತೂ ಬಿಡದೆ ಅತ್ಯಂತ ಮನೋಜ್ಞವಾದ – ಸುಂದರ ದೇಸೀ ಶಬ್ದ ಪುಂಜಗಳಿಂದ ಕಾವ್ಯಕ್ಕೆ ಒಂದು ರೀತಿಯ ನಾವೀನ್ಯತೆಯನ್ನು ನೀಡುವಲ್ಲಿ ಅಥವಾ ಜಾಣತನದಲ್ಲಿ ಕವಿರನ್ನನು ಬ್ರಹ್ಮನೇ ಸರಿ (ರನ್ನನಿಗೆ "ಕವಿಚತುರ್ಮುಖ"ನೆಂಬ ಬಿರುದೂ ಇದೆ).

ದೊರೆಯಱಿವ ವಸ್ತು ಪುರುಷರ್
ಪರಿಕಿಸಿ ಬೆಲೆಮಾಡೆ ಗಂಗಮಂಡಲ ಚಕ್ರೇ ।
ಶ್ವರಕಟಕೋತ್ತಮ ನಾಯಕ
ವಿರಚನೆಯಿನನರ್ಘರತ್ನಮಾದಂ ರತ್ನಂ ॥ ೪೦ ॥

ದೊರೆಯಱಿವ = ಯೋಗ್ಯತೆ ತಿಳಿಯುವ ; ವಸ್ತುಪುರುಷರ್ = ಕಥಾ ವಸ್ತುವನ್ನು ಅರಿತವರು ; ಕಟಕೋತ್ತಮ = ಕಟಕ + ಉತ್ತಮ = ಸೇನೆಯ ನಾಯಕ ; ಅನರ್ಘ = ಅಮೂಲ್ಯ

ಕಾವ್ಯದ ಯೋಗ್ಯತೆಯನ್ನು ಅದರಲ್ಲಿ ಕಥಾವಸ್ತುವಿಷಯವನ್ನು ಅರಿತವರು ಅದನ್ನು ಕೂಲಂಕುಶವಾಗಿ ಪರೀಕ್ಷಿಸಿ ಇದೊಂದು ಉತ್ಕೃಷ್ಟವಾದ ಕಾವ್ಯವೆಂದು ಪರಿಗಣಿಸಿದಾಗ ಗಂಗಾರಾಜನ ಮಂತ್ರಿಯೂ, ಸೇನಾನಾಯಕನೂ ಆದ ಜೊತೆಗೆ ಕವಿಯೂ ಆಗಿದ್ದ ಚಾವುಂಡರಾಯನು ರನ್ನನನ್ನು ಕವಿಗಳ ಕೂಟದಲ್ಲಿನ ಅನರ್ಘ್ಯ ರತ್ನನೆಂದು ಹೊಗಳಿದ್ದರಿಂದ ಆತ ಕವಿಗಳಲ್ಲಿ ಅಮೂಲ್ಯ ರತ್ನನೆನಿಸಿದನು.

ವಸುಧಾಧಿಪತಿಯ ಕಟಕದೊ
ಳೆಸೆದೊಪ್ಪೆ ಸುವರ್ಣ ರಚನೆ ಕೇವಣದೊಳ್ ಸೇ ।
ರಿಸಿದುದಱಿಂದೀಗಳ್ ರಂ
ಜಿಸಿದ ಮಹಾರತ್ನಮೆನಿಸಿದಂ ಕವಿರತ್ನಂ ॥ ೪೧ ॥

ವಸುಧಾಧಿಪತಿ = ಭೂಮಿಯ ಒಡೆಯ ; ಕಟಕ = ಸೇನೆ ; ಕೇವಣ = ಆಭರಣಗಳಲ್ಲಿ ಮಣಿಗಳನ್ನು (ರತ್ನಗಳನ್ನು) ಜೋಡಿಸುವುದು

ಇಲ್ಲಿ ಕವಿ ತನ್ನನ್ನು ಮಹಾರತ್ನಕ್ಕೆ ಹೋಲಿಸಿಕೊಂಡಿದ್ದಾನೆ. ಚಾಲುಕ್ಯ ಚಕ್ರವರ್ತಿ ಇರಿವಬೆಡಂಗ ಸತ್ಯಾಶ್ರಯನ ಸೇನೆಯಲ್ಲಿ ಅಂದರೆ ಕವಿ ಸಮೂಹದಲ್ಲಿ ಮೆರೆದವನಾಗಿ ಆಭರಣದ ಮಧ್ಯದಲ್ಲಿ ಜೋಡಿಸಲ್ಪಟ್ಟ ಮಹಾರತ್ನದಂತೆ ಪ್ರಕಾಶಿಸಿದನು.

ಕನ್ನಡಮೆರಡಱುನೂಱಱ
ಕನ್ನಡಮಾತಿರುಳ ಕನ್ನಡಂ ಮಧುರಮ್ಯೋ ।
ತ್ಪನ್ನಂ ಸಂಸ್ಕೃತಮೆನೆ ಸಂ
ಪನ್ನಂ ನೆಗಱ್ದುಭಯ ಕವಿತೆಯೊಳ್ ಕವಿರನ್ನಂ ॥ ೪೨ ॥

ಕನ್ನಡಮೆರಡರುನೂರ – ಕನ್ನಡಮ್ + ಎರಡು + ಅರುನೂರು = (ಇಲ್ಲಿ ಕನ್ನಡವೆಂದರೆ – ಪುಲಿಗೆರೆ = ಮುನ್ನೂರು, ಬೆಳ್ವೊಲ = ಮುನ್ನೂರು ಎಂಬ ಎರಡು ಪ್ರದೇಶಗಳ ಆರುನೂರು ಗ್ರಾಮಗಳು) ತಿರುಳ ಕನ್ನಡ = ತಿಳಿಗನ್ನಡ ; ಸಂಪನ್ನ = ಸಮರ್ಥ

ಬೆಳ್ವೊಲ ಮತ್ತು ಪುಲಿಗೆರೆಯ ಆರುನೂರು ಗ್ರಾಮಗಳಲ್ಲಿನ ವಾಡಿಕೆಯ ಭಾಷೆಯಾದ (ಆಡುಭಾಷೆ) ತಿರುಳ್‌ಗನ್ನಡವೇ ತಾನು ಕಾವ್ಯದಲ್ಲಿ ಬಳಸಿರುವ ಕನ್ನಡ. ಅಲ್ಲದೆ ಸಂಸ್ಕೃತವು ಮಧುವಿನಂತೆ ರುಚಿಯುಳ್ಳದ್ದು ಅಂದಮೇಲೆ ಈ ಎರಡೂ ಭಾಷೆಗಳಲ್ಲಿ ಕಾವ್ಯ ರಚನೆ ಮಾಡುವಲ್ಲಿ ಕವಿರತ್ನನು ಸಮರ್ಥನೆನ್ನುವುದರಲ್ಲಿ ಎರಡು ಮಾತಿಲ್ಲ.

ಶ್ರುತರಮಣೀಯನೆ ಕವಿತಾ
ಚತುರನೆ ಚಾರಿತ್ರಮಣಿ ವಿಭೂಷಣ ರತ್ನಂ ।
ಶ್ರುತ ರಮಣೀಯನೆ ಕವಿತಾ
ಚತುರನೆ ಚಾರಿತ್ರ ರತ್ನ ಜಲಧಿಯರತ್ನಂ ॥ ೪೩ ॥

ಶ್ರುತರಮಣೀಯ = ಶಾಸ್ತ್ರಜ್ಞಾನಕೋವಿದ ; ಚಾರಿತ್ರಮಣಿ = ಉತ್ತಮಶೀಲವೆಂಬ ರತ್ನ

ಕವಿರತ್ನ ಎಂದೆಲ್ಲ ಬಿರುದಾಂಕಿತನಾದ ರನ್ನ ನಿಜಕ್ಕೂ ಶಾಸ್ತ್ರಜ್ಞಾನಕೋವಿದನೇ? ಕವಿತಾ ರಚನಾ ಚಾತುರ್ಯವುಳ್ಳವನೇ? ಎಂಬೆಲ್ಲ ಪ್ರಶ್ನೆಗಳಿಗೆ ಅವನೇ ಉತ್ತರವಿತ್ತಿದ್ದಾನೆ. ಉತ್ತಮಶೀಲವೆಂಬ ರತ್ನದಿಂದ ಶೋಭಿತನಾದ ಕವಿರತ್ನ ನಿಜಕ್ಕೂ ಶಾಸ್ತ್ರಜ್ಞಾನ ಸಂಪನ್ನ! ಕವಿತಾ ರಚನಾ ಸಾಮರ್ಥ್ಯವುಳ್ಳವನೆಂಬುದರಲ್ಲಿ ಅನುಮಾನವೇ ಇಲ್ಲ. ಆತ ಸಾಮಾನ್ಯ ರತ್ನವಲ್ಲ. ಶೀಲವೆಂಬ ರತ್ನ ಸಮುದ್ರದಲ್ಲಿ ಹುಟ್ಟಿದ ಅನರ್ಘ್ಯ ರತ್ನವೇ ಸರಿ! (ಇಲ್ಲಿ ಈ ಪದ್ಯದ ಪೂರ್ವಾರ್ಧ (ಮೊದಲ ಎರಡು ಸಾಲು) ಪ್ರಶ್ನಾರ್ಥರೂಪವಾಗಿದ್ದರೆ – ಉತ್ತರಾರ್ಧ (ಕೊನೆ ಎರಡು ಸಾಲು) ಉತ್ತರ ರೂಪದಲ್ಲಿದೆ).

ರತ್ನ ಪರೀಕ್ಷಕ ನಾಂ ಕೃತಿ
ರತ್ನ ಪರೀಕ್ಷಕನೆನೆಂದು ಫಣಿಪತಿಯ ಫಣಾ ।
ರತ್ನಮುಮಂ ರನ್ನಕೃತಿ
ರತ್ನಮುಮಂ ಪೇಟ್ ಪರೀಕ್ಷಿಪಂಗೆಟೆರ್ದೆಯೇ ॥ ೪೪ ॥

ರತ್ನ ಪರೀಕ್ಷಕನ್ + ಆಂ ; ಕೃತಿರತ್ನ ಪರೀಕ್ಷನೆನ್ + ಎಂದು ; ಫಣಿಪತಿ = ಆದಿಶೇಷ ; ಫಣಾ = ಹೆಡೆ

ಇಲ್ಲಿ ರನ್ನ ತನ್ನ ಸಾಮರ್ಥ್ಯದ ಬಗ್ಗೆ ಸಾರ್ಥಕತೆಯ ಕುರಿತು ಅತ್ಯಂತ ಆತ್ಮವಿಶ್ವಾಸದಿಂದ ಹೇಳುತ್ತಾನೆ. ತನ್ನ ಕಾವ್ಯವು ಒಂದು ಉತ್ತಮ ಕೃತಿ ರತ್ನವೆಂದೂ, ರತ್ನ ಪರೀಕ್ಷಕನೂ ನಾನೇ, ಕೃತಿರತ್ನ ಪರೀಕ್ಷಕನೂ ನಾನೇ! ಆದಿಶೇಷನ ಹಣೆ (ಹೆಡೆ)ಯಲ್ಲಿರುವ ರತ್ನವನ್ನು ಪರೀಕ್ಷಿಸಲು ಯಾರಿಗಾದರೂ ಧೈರ್ಯವಿದೆಯೇ? ಹಾಗೇ ತನ್ನ ಕೃತಿರತ್ನವನ್ನು ಪರೀಕ್ಷಿಸುವ ಎಂಟೆದೆ ಯಾರಿಗಿದೆ? ಅಂದರೆ ತನ್ನ ಕೃತಿ ವಿಮರ್ಶೆಗೂ ಮೀರಿದ್ದು ಎಂಬ ಆತ್ಮವಿಶ್ವಾಸವನ್ನು ಇಲ್ಲಿ ಕಾಣಬಹುದು.

ಒಳಪೊಕ್ಕುನೋಡೆ ಭಾರತ
ದೊಳಗಣ ಕಥೆಯಲ್ಲಮಿಾಗದಾಯುದ್ಧದೊಳಂ ।
ತೊಳಕೊಂಡತ್ತೆನೆ ಸಿಂಹಾ
ವಳೋಕನಕ್ರಮದಿನಱುಪಿದಂ ಕವಿರನ್ನಂ ॥ ೪೫ ॥

ಒಳಹೊಕ್ಕು = ಕಾವ್ಯದ ಒಳಹೊಕ್ಕು ; ಗದಾಯುದ್ಧದೊಳ್ + ಅಂತು + ಒಳ ಕೊಂಡತ್ತು + ಎನೆ ; ಸಿಂಹಾವಳೋಕನ ಕ್ರಮದಿನ್ + ಅಱುಪಿದಂ = ಹಿಂದಿರುಗಿ ನೋಡುವ ಕ್ರಮದಿಂದ ಹೇಳಿರುವುದು

ಈ ಕಾವ್ಯದ ಅಂತರಾಳವನ್ನು ಹೊಕ್ಕು ನೋಡಿದಾಗ ಇದು ಮಹಾಭಾರತದ ಕಥೆಯಲ್ಲ ಎನಿಸಿದರೂ ಇದು ಕೇವಲ ಗದಾಯುದ್ಧದ ಪ್ರಸಂಗವನ್ನು ಮಾತ್ರ ಒಳಗೊಂಡಿದೆ ಎನಿಸುತ್ತದೆ. ಆದರೆ ಭಾರತ ಕಥೆಯ ಪ್ರಮುಖ ಘಟನೆಗಳನ್ನೆಲ್ಲ ಸಂದರ್ಭೋಚಿತವಾಗಿ ವಿವಿಧ ಪಾತ್ರಗಳ ಮೂಲಕ ಸಿಂಹಾವಲೋಕನ(FLASHBACK) ಕ್ರಮದಲ್ಲಿ ತಿಳಿಸಿರುವುದು ಗಮನಾರ್ಹ. ಇದೂ ಕೂಡ ರನ್ನನ ಕೃತಿ ರಚನಾ ಚಾತುರ್ಯಕ್ಕೆ ಹಿಡಿದ ಕನ್ನಡಿಯಂತಿದೆ.

ವನಿತಾ ನಾಯಕರತ್ನಂ
ತನೂದರೀಕನಕಸೂತ್ರರತ್ನಂ ಕಾಂತಾ ।
ಸ್ತನಹಾರರತ್ನಮಬಲಾ
ಜನ ಚೂಡಾರತ್ನಮೆನಿಸಿದಂ ಕವಿರತ್ನಂ ॥ ೪೬ ॥

ವನಿತಾನಾಯಕರತ್ನ = ಸ್ತ್ರೀಯರ ನಾಯಕ ರತ್ನ ; ತನೂದರೀ = ತನು + ಉದರ + ಈ = ಕೃಶವಾದ ಉದರಿ = ಕಟಿ ; ಚೂಡಾರತ್ನ = ತಲೆಯಲ್ಲಿ ಧರಿಸುವ ಮಣಿ (ಚೂಡಾಮಣಿ)

ಸ್ತ್ರೀಯರ ಸಮೂಹಕ್ಕೆ ನಾಯಕ ರತ್ನನಂತೆ, ಕೃಶವಾದ ಸೊಂಟದಲ್ಲಿ ಧರಿಸುವ ಒಡ್ಯಾಣ (ಡಾಬು)ದಂತೆ ; ಕಾಂತಾಮಣಿಯರ ಎದೆಯ ಮೇಲೆ ಇಳಿಬಿಟ್ಟ ಹಾರದಂತೆ, ಹೆಣ್ಣು ಮಕ್ಕಳ ಶಿರೋರತ್ನವೆನಿಸಿದ ಚೂಡಾಮಣಿಯಂತೆ ರನ್ನನು ಶೋಭಿಸಿದನು. (ಅಂದರೆ ಹೆಣ್ಣು ಮಕ್ಕಳಿಗೆ ರತ್ನ – ಬಂಗಾರಗಳು ಎಷ್ಟು ಪ್ರಿಯವೋ ಹಾಗೆ ಕಾವ್ಯ ರಸಿಕರಿಗೆ ರನ್ನ ಅಷ್ಟೇ ಪ್ರಿಯ ಎಂಬ ಭಾವ.)

ಕವಿಗಳೊಳಾ ಪುರಾಣಕವಿಪುಂಗವರೊಳ್ಳಿದರೀಗಳಿಲ್ಲ ಸ
ತ್ಕವಿಗಳೆನಲ್ಕೆ ವೇಡವರ ಪೋದೊಡವಂದಿರ ಕಬ್ಬಮಿನ್ನುಮಿ ।
ರ್ಪವು ಗುಣದೋಷಮಂ ನಿಕಷಮಿಟ್ಟು ಪರೀಕ್ಷಿಸಿ ನೋಡೆ ತಾವೆ ಪೇ
ಳುವೆ ಬುಧರಿರ್ದು ನೋಟ್ಟುದು ಪುರಾತನ ನೂತನ ಕಾವ್ಯರೇಖೆಯಂ ॥ ೪೭ ॥

ಪುರಾಣಕವಿಪುಂಗವರೊಳ್ಳಿದರ್ – ಪುರಾಣ ಕವಿ ಪುಂಗವರ್ + ಒಳ್ಳಿದರ್ + ಈಗಳಿಲ್ಲ ; ಪುಂಗವರು = ಶ್ರೇಷ್ಠರು ; ಇಲ್ಲ + ಸತ್ಕವಿಗಳ್ + ಎನಲ್ಕೆ ; ವೇಡವರ = ಎನ್ನಬೇಡ ಅವಂದಿರ + ಕಬ್ಬಂ + ಇನ್ನುಂ + ಇರ್ಪವು ; ನಿಕಷಂ + ಇಟ್ಟು = ಒರೆಹಚ್ಚಿ

ಕವಿಗಳಲ್ಲಿ ಪುರಾತನ ಕವಿಗಳೇ ಒಳ್ಳೆಯವರು ಅವರಿಗೆ ಸರಿಸಾಟಿಯಾದ ಕವಿಗಳೇ ಇಂದು ಇಲ್ಲ ಎಂದು ಹೇಳುವುದು ಬೇಡ. ಹಿಂದಿನ ಕವಿಗಳು ಇಂದಿಲ್ಲದಿದ್ದರೂ ಅವರ ಕಾವ್ಯಗಳು ಇಂದೂ ಶ್ರೇಷ್ಠ ಕೃತಿಗಳಾಗಿ ಉಳಿದಿದ್ದು ಅವರ ಹೆಸರನ್ನು ಉಜ್ವಲವಾಗಿ ಉಳಿಸಿವೆ. ವಿದ್ವಾಂಸರು ಹಿಂದಿನ ಇಂದಿನ ಕಾವ್ಯಗಳನ್ನು ತುಲನೆ ಮಾಡಿ ಒರೆಹಚ್ಚಿ ನೋಡಲಿ, ಆಗ ಅವುಗಳ ನಿಜವಾದ ಯೋಗ್ಯತೆ ತಿಳಿಯುತ್ತದೆ.

ಗುಣಮನೆ ತೋರ್ಪಂ ದೋಷದ
ಗುಣಂಗಳನೆ ನೆಗಟ್ದು ತೋರ್ಪ ದುರ್ಜನನುಮದೇಂ ।
ಗುಣಗಣನೆಗೆ ತೋರ್ಪಂ ಕೃತಿ
ಗುಣದೋಷಪರೀಕ್ಷೆಗಾಱನಾರ್ಬಾಜಿಪರೋ ॥ ೪೮ ॥

ಪರೀಕ್ಷೆಗೆ + ಆರನಾರ್ + ಬಾಜಿಪರೊ = ಯಾರು ಯಾರನ್ನು ವಿಮರ್ಶೆಗೆ ತಡೆಯುತ್ತಾರೆ ; ದುರ್ಜನನುಮ್ + ಅದೇಂ ; ಗುಣಮನೆ = ಉತ್ತಮಾಂಶಗಳು

ಕಾವ್ಯದ ಒಳ್ಳೆಯ ಗುಣಗಳನ್ನು ಎತ್ತಿ ತೋರಿಸುವವನೂ, ಕಾವ್ಯದ ದೋಷಗಳನ್ನೇ ಎತ್ತಿ ಹಿಡಿಯುವವನೂ ಈ ಕಾವ್ಯದ ಯೋಗ್ಯತೆಯನ್ನು ಅಳತೆ ಮಾಡಬಲ್ಲನೇ? ಈ ಕೃತಿಯ ಗುಣದೋಷಗಳನ್ನು ನಿಷ್ಪಕ್ಷಪಾತವಾಗಿ ವಿಮರ್ಶಿಸುವುದಕ್ಕೆ ಯಾವ ಆಕ್ಷೇಪಣೆಯೂ ಇಲ್ಲ. ಅಂತಹ ವಿಮರ್ಶಕರು ಸ್ವಾಗತಾರ್ಹರು.

ಶ್ರೀಯುತನೊಳುದಾರತೆ ವಾ
ಕ್ಶ್ರೀಯುತನೊಳಮತ್ಸರತ್ವಮಾಗದುದಾರಂ ।
ಶ್ರೀಯುತನಮತ್ಸರಂ ವಾ
ಕ್ಶ್ರೀಯುತನಾದೊಡೆ ಕೃತಾರ್ಥರಾಗರೆ ಕವಿಗಳ್ ॥ ೪೯ ॥

ವಾಕ್ಶ್ರೀಯುತ – ವಾಕ್ + ಶ್ರೀಯುತ = ವಿದ್ವಾಂಸ ; ಅಮತ್ಸರತ್ವ = ಮಾತ್ಸರ್ಯವಿಲ್ಲದ್ದು ; ಶ್ರೀಯುತ = ಶ್ರೀಮಂತ

ಶ್ರೀಮಂತನಲ್ಲಿ ಉದಾರತೆ ಪಂಡಿತನಲ್ಲಿ ಅನಸೂಯೆ ಇರಲಾರದು. ಅಂದರೆ ಶ್ರೀಮಂತರು ಲೋಭಿಗಳೂ ವಿದ್ವಾಂಸರೂ ಮತ್ಸರಿಗಳೂ ಆಗಿರುತ್ತಾರೆ. ಆದರೆ ತ್ಯಾಗಿಯೇ ಶ್ರೀಮಂತನಾದರೆ ವಿದ್ವಾಂಸನು ನಿರ್ಮತ್ಸರಿಯಾದರೆ ಕವಿಗಳು ಧನ್ಯರೆನಿಸುವುದಿಲ್ಲವೇ? ಶ್ರೀಮಂತರ ಆರ್ಥಿಕ ಸಹಾಯ, ವಿದ್ವಜ್ಜನರ ಪ್ರಶಂಸಯೇ ಕವಿಗೆ ಶ್ರೀರಕ್ಷೆ.

ಪ್ರತಿಭೆ ನಿಸರ್ಗಮುಂಟು ಕಿಱಿದೋದುಗಳೊಳಿಱಿದುಂಟು ಬಲ್ಮೆ ಶೀ
ಘ್ರತೆ ಕಿಱಿದುಂಟು ಪೇೞ್ವೊಡವರಿನ್ನಳವಲ್ಲಮದಂತಣಂ ಸರ ।
ಸ್ವತಿ ವರವಿತ್ತವೋಲ್ಕೆಲಬರೋದದೆ ಕೇಳದೆ ಕಲ್ಗಳಂತೆ ಗ
ರ್ವಿತರಡಸಿರ್ಪರರ್ಥ ಕೃತಿಗೇಂ ಮತಿವಂತರೊ ಪುಣ್ಯವಂತರೊ ॥ ೫೦ ॥

ಪ್ರತಿಭೆ = ಪಾಂಡಿತ್ಯ ; ನಿಸರ್ಗ = ಪ್ರಕೃತಿ ; ಕಿಱಿದು = ಅಲ್ಪ ; ಬಲ್ಮೆ = ಕೌಶಲ ; ಅಣಂ = ಸ್ವಲ್ಪವೂ ; ಅಳವಲ್ಲ = ಸಾಧ್ಯವಿಲ್ಲ ; ಅಡಸಿರ್ಪ = ಗಳಿಸುವ

ಸಾಧಾರಣ ಪಾಂಡಿತ್ಯವುಳ್ಳ ಅಲ್ಪ ಸ್ವಲ್ಪ ವಿದ್ಯೆಗಳಿಸಿದವರಿಂದ ಉತ್ತಮ ಕಾವ್ಯಗಳನ್ನು ರಚಿಸಲು ಖಂಡಿತ ಸಾಧ್ಯವಾಗದ ಮಾತು. ಇನ್ನು ಕೆಲವರು ದೇವಿ ಶಾರದೆ ತಮಗೇ ಅನುಗ್ರಹ ಮಾಡಿದ್ದಾಳೆ ಎಂಬ ಅಹಂಕಾರದಿಂದ ಹಿಂದಿನ ಕವಿತಿಲಕರ ಕೃತಿಗಳನ್ನ ಕಣ್ಣೆತ್ತಿಯೂ ನೋಡದೆ, ವಿದ್ವಾಂಸರ ಕೋವಿದರ ಸಲಹೆಯನ್ನೂ ಪಡೆಯದೆ, ಹಿರಿಯ ವಿದ್ವಾಂಸರಿಗಿಂತ ತಾವೇನು ಕಡಿಮೆಯಿಲ್ಲವೆಂಬ ಅಹಂಕಾರದಿಂದ ಇದ್ದು ಕೇವಲ ಹಣ ಸಂಪಾದನೆಗಾಗಿ ಮಾತ್ರ ಕೃತಿ ರಚನೆ ಮಾಡುವವರಿದ್ದಾರೆ. ಇಂತಹವರನ್ನು ಬುದ್ಧಿವಂತರು ಪುಣ್ಯವಂತರು ಎನ್ನಲು ಸಾಧ್ಯವೇ?

ವನರುಹಭವನೆನಿಸಿದ ದಂ
ಡನಾಯಕಂ ಕೇಶಿ ತಿರ್ದೆ ಪೇೞ್ದಂ ಕವಿರ ।
ನ್ನನ ಪೇೞ್ದಕೃತಿಯಶಶ್ರೀ
ವನಿತೆಗಲಂಕೃತಿಯೆನಿಪ್ಪುದೊಂದಚ್ಚರಿಯೇ ॥ ೫೧ ॥

ವನರುಹಭವನ್ + ಎನಿಸಿದ = ಬ್ರಹ್ಮನಿಗೆ ಸಮಾನವೆನಿಸಿದ (ಬ್ರಾಹ್ಮಣ) ; ತಿರ್ದೆ = ತಿದ್ದಿದ ; ಯಶಸ್ + ಶ್ರೀ + ವನಿತೆ = ಕೀರ್ತಿ ಅಂಗನೆ ; ಅಲಂಕೃತಿ = ಭೂಷಣ ಪ್ರಾಯ

ಬ್ರಹ್ಮಸದೃಶನಾದ ಬ್ರಾಹ್ಮಣನೂ ದಂಡನಾಯಕನೂ ಆದ ಕೇಶಿಯು ತಿದ್ದಿದುದರಿಂದ ದೋಷ ಮುಕ್ತವೂ, ಗುಣಭರಿತವೂ ಆದ ಈ ಕೃತಿ ರನ್ನನು ಅಲಂಕರಿಸಿದ ವಿಶಿಷ್ಟ ಭೂಷಣವಾಗಿ ಕೀರ್ತಿಯೆಂಬ ಅಂಗನೆ ಶೋಭಿಸುವುದರಲ್ಲಿ ಅತಿಶಯೋಕ್ತಿಯೇನಿದೆ. ಇದು ಖಂಡಿತ ಆಶ್ಚರ್ಯವಲ್ಲ. (ಇಲ್ಲಿಯ ತನಕ ರನ್ನ ತನ್ನ ಕಾವ್ಯರಚನಾ ಕೌಶಲ್ಯತೆಯನ್ನು ಹೇಳಿಕೊಂಡಿದ್ದಾನೆ.)

ಕುರುಭೂಭೃದ್ಬಲಕೂಲತೂಲಪವನಂ ಕೌರವ್ಯಗಂಧೇಭ ಕೇ
ಸರಿ ದುಶ್ಶಾಸನರಕ್ತರಕ್ತವದನಂ ದುರ್ಯೋಧನೋರುಕ್ಷಮಾ ।
ಧರ ವಜ್ರಂ ಕುರುರಾಜರತ್ನ ಮಕುಟೋತ್ಕೂಟಾಂಘ್ರಿ ಸಂಘಟ್ಟ ಸಂ
ಗರನೆಂದೆಂದಭಿವರ್ಣಿಪೆಂ ರಣಯಶಶ್ರೀರಾಮನಂ ಭೀಮನಂ ॥ ೫೨ ॥

ಕುರುಭೂಭೃದ್ಬಲ – ಕುರು + ಭೂ + ಭೃತ್ + ಬಲ = ಕುರುರಾಜ ದುರ್ಯೋಧನನ ಬಲ ; ತೂಲ = ಹತ್ತಿಯ ರಾಶಿ ; ಕೌರವ್ಯಗಂಧೇಭ = ಕೌರವರೆಂಬ ಮದದಾನೆಗಳು ; ರಕ್ತವದನ = ರಕ್ತದಿಂದ ಕೆಂಪಾದ ಮುಖ ; ದುರ್ಯೋಧನೋರು – ದುರ್ಯೋಧನ + ಊರು = ಕೌರವನ ತೊಡೆ ; ಕ್ಷಮಾಧರ = ಪರ್ವತಗಳು ; ಮಕಟೋತ್ಕೂಟಾ – ಮಕುಟ +

ಉತ್ತೂಟ = ರತ್ನ ಕಿರೀಟದ ಉತ್ತುಂಗ ಶಿಖರ ; ಅಂಘ್ರೀ ಸಂಘಟ್ಟ = ಪದಾಘಾತಕ್ಕೆ ಒಳಪಟ್ಟ ; ಯಶಶ್ರೀರಾಮನಂ = ಜಯಾಂಗನೆಯ ಮನೋರಮಣನಾದ ಶ್ರೀರಾಮನು (ರಾಮನಂ = ಮನೋಹರನಾದ) ; ಅಭಿವರ್ಣಿಪೆ = ವಿವರಿಸುವೆ

ಕುರುರಾಜನಾದ ದುರ್ಯೋಧನನ ಸೈನ್ಯವೆಂಬ ಹತ್ತಿಯ ರಾಶಿಗೆ, ಬಿರುಗಾಳಿಯಂತಿರುವವನೂ ಕೌರವರೆಂಬ ಮದವೇರಿದ ಆನೆಗಳಿಗೆ ಸಿಂಹದಂತಿರುವವನೂ, ದುಶ್ಶಾಸನನನ್ನು ಬಗಿದು ಅವನ ಕೆಂಪಾದ ರಕ್ತದಿಂದ ಆರಕ್ತ ಮುಖದವನೂ, ದುರ್ಯೋಧನನ ತೊಡೆಗಳೆಂಬ ಪರ್ವತಕ್ಕೆ ವಜ್ರಾಯುಧದಂತಿರುವವನೂ ಕೌರವನ ಉನ್ನತ ಕಿರೀಟದ ಶಿಖರವನ್ನು ತನ್ನ ಪದಾಘಾತದಿಂದ ಪುಡಿ ಪುಡಿ ಮಾಡಿದವನೂ ಯುದ್ಧದಲ್ಲಿ ಜಯಾಂಗನೆಯ ವಲ್ಲಭನಂತೆ ಕಂಗೊಳಿಸಿದವನೂ (ಶ್ರೀರಾಮನಂತೆ ಕೀರ್ತಿ ಪಡೆದವನು) ಎನಿಸಿದ ಭೀಮಸೇನನ ಪರಾಕ್ರಮವನ್ನು ವಿಶೇಷವಾಗಿ ವರ್ಣಿಸುತ್ತೇನೆ.

ದೆಸೆದೆಸೆಗೋಡಿದನ್ಯಕರಿ ದಿಕ್ಕರಿಯಾದುದರಾತಿ ಭೂಭುಜ
ಪ್ರಸರಮೆ ದಿಕ್ಪತಿ ಪ್ರಸರಮಾದುದು ವೈರಿಬಲಂ ಕುಮಾರಿಯರ್ ।
ಬೆಸಗೊಳೆ ದಿಕ್ಕುಮಾರಿಯರೆನಲ್ ದೊರೆಯಾದುದದರ್ಕೆ ಮಚ್ಚಿ ಬ
ಣ್ಣಿಸಲಭಿಯೋಗಮಾಯ್ತೆನಗೆ ಸಾಹಸಭೀಮನ ಸಾಹಸಂಗಳಂ ॥ ೫೩ ॥

ದೆಸೆದೆಸೆಗೋಡಿದ = ದಿಕ್ಕುದಿಕ್ಕುಗಳಿಗೆ ಓಡಿಹೋದ (ಪಲಾಯನಗೈದ) ; ಅನ್ಯಕರಿ = ಶತ್ರುಗಳ ಆನೆ ; ದಿಕ್ಕರಿ = ದಿಗ್ಗಜ ; ದೊರೆಯಾದುದು = ಯೋಗ್ಯವಾದುದು ; ಮಚ್ಚಿ = ಮೆಚ್ಚಿ ; ಅಭಿಯೋಗ = ಉದ್ಯೋಗಿಸುವುದು ; ಅರಾತಿ = ವೈರಿ, ಶತ್ರು ; ದಿಕ್ಪತಿ = ದಿಕ್‌ಪಾಲಕರು

ಭೀಮಸೇನನ ಅಟಾಟೋಪಕ್ಕೆ, ಸಾಹಸಕ್ಕೆ ಹೆದರಿ ದಿಕ್ಕಾಪಾಲಾಗಿ ಚದುರಿ ಹೋದ ಶತ್ರುಗಳ ಆನೆಗಳೂ ದಿಗ್ಗಜಗಳಾದುವು. ವಿಚಾರಿಸಿ ನೋಡಲಾಗಿ ಶತ್ರುರಾಜರ ಸಮೂಹವೇ ದಿಕ್ಪಾಲಕರ ಸಮೂಹವಾಯಿತು. ಶತ್ರು ಕನ್ಯೆಯರೇ ದಿಗಂಗನೆಯರಾದರು ಎಂದು ಹೇಳುವುದೇ ಯೋಗ್ಯವೆನಿಸುವುದು. ಈ ಸಾಹಸ ಕಾರ್ಯವು ನನಗೆ ಮೆಚ್ಚುಗೆಯಾಗಿ ಸಾಹಸಭೀಮನ ಪರಾಕ್ರಮವನ್ನು ವರ್ಣಿಸಲು ಉದ್ಯುಕ್ತನಾದೆನು. (ಇಲ್ಲಿ ಸಾಹಸಭೀಮನ ಶೌರ್ಯದಂತೆ ಕವಿರನ್ನನ ನವ್ಯ ಕಲ್ಪನೆಯೂ ಗರಿಗೆದರಿ ದಿಗಂತವನ್ನು ವ್ಯಾಪಿಸಿತು ಎಂಬ ಭಾವವಿದೆ.)

ಕರಮಿಱಿದು ಹಿಡಿಂಬ ಜಟಾ
ಸುರರ ಜರಾಸಂಧಸಂಧಿಗಳುಮಂ ಬಕಸಂ ।
ಹರಣಂ ಕೀಚಕಮಥನಂ
ನಿರಸ್ತಮಿತ ವೈರಿನಿವಹಗಜಸಿಂಹ ಬಲಂ ॥ ೫೪ ॥

ಕರಮಿರಿದು – ಕರಂ + ಇರಿದು = ವಿಶೇಷವಾಗಿ ಸಂಹರಿಸಿ ; ಸಂಧಿ = ಸೀಳಿ ; ಸಂಹರಣ = ಸಂಹಾರ ಮಾಡಿದ ; ನಿರಸ್ತಮಿತ = ಸೋಲಿಸಿ ಓಡಿಸಿದ

ಹಿಡಿಂಬಾಸುರ, ಜಟಾಸುರ, ಬಕ, ಕೀಚಕರನ್ನು ಸಂಹಾರಮಾಡಿ ಜರಾಸಂಧನನ್ನು ಸೀಳಿ ಕೊಂದು ಶತ್ರು ಸಮೂಹದ ಮದದಾನೆಗಳನ್ನು ಸಂಪೂರ್ಣ ನಾಶಪಡಿಸಿದ ಸಿಂಹಬಲನಾದ ಭೀಮಸೇನ ಶತ್ರುಗಳೆಂಬ ಆನೆಗಳಿಗೆ ಸಿಂಹದಂತಿದ್ದನು.

ಖಳದುಶ್ಶಾಸನ ಕೃಷ್ಣಲೋಹಿತಜಲಾಶ್ಲಿಷ್ಟಂ ಕುರುಪ್ರೋದ್ಭವ
ಪ್ರಳಯಜ್ವಾಲಿ ಸುಯೋಧನೋರು ಮಕುಟೋದ್ಘಟ್ಟ ಪ್ರತಿಜ್ಞಾಕ್ಷರಾ ।
ವಳಿವಿನ್ಯಸ್ತ ವಿಶಾಲ ನಿಶ್ಚಳ ಶಿಲಾಸ್ತಂಭಂ ಕುರುಕ್ಷೇತ್ರದೊಳ್
ಪ್ರಳಯೋಗ್ರಾಂತಕನಂತಗುರ್ವನೊಳಕೊಂಡಿರ್ದ ಹಿಡಿಂಬಾಂತಕಂ ॥ ೫೫ ॥

ಕೃಷ್ಣಲೋಹಿತಜಲ = ಕಪ್ಪಾದ ರಕ್ತ ; ಅಶ್ಲಿಷ್ಟಂ = ಲೇಪಿಸಿಕೊಂಡ ; ಕುರುಪ್ರೋದ್ಭವ = ಕುರುವಂಶಜರು ; ಪ್ರಳಯ ಜ್ವಾಲಿ = ಪ್ರಳಯಕಾಲದ ಬೆಂಕಿ ; ಮಕುಟೋದ್ಘಟ್ಟ – ಮಕುಟ + ಉದ್ಘಟ್ಟ = ಕಿರೀಟವನ್ನು ಪುಡಿ ಮಾಡಿದ ; ಅಗುರ್ವಂ = ಭಯಂಕರನಂತೆ

ದುಷ್ಟನಾದ ದುಶ್ಶಾಸನನ್ನು ಸೀಳಿಕೊಂದು ಅವನ ಕಪ್ಪಾದ ರಕ್ತಜಲವನ್ನು ಲೇಪಿಸಿಕೊಂಡವನೂ, ಕೌರವರಿಗೆ ಪ್ರಳಯರೂಪಿಯಾದವನೂ, ದುರ್ಯೋಧನನ ತೊಡೆ ಕಿರೀಟಗಳನ್ನು ಭಂಗಿಸಿ ಪುಡಿಗಟ್ಟುವೆನೆಂದು ಪ್ರತಿಜ್ಞಾಕ್ಷರಗಳ ವಿನ್ಯಾಸವುಳ್ಳ ವಿಶಾಲವೂ ಸ್ಥಿರವೂ ಆದ ಕಲ್ಲುಕಂಬದಂತಿರುವ ಹಿಡಿಂಬಾಂತಕನಾದ ಭೀಮಸೇನ ಪ್ರಳಯಕಾಲದ ರುದ್ರನಂತೆ ಭಯವನ್ನು ಹುಟ್ಟಿಸುತ್ತಾ ಕುರುರಣಾಂಗಣದಲ್ಲಿ ನಿಂತಿದ್ದನು.

ವಚನ: ಆ ಪ್ರಸ್ತಾವದೊಳ್ ದುಷ್ಟಾದೃಷ್ಟ ಪರಂಪರೆಯೆಂಬ ವೃದ್ಧ ಕಂಚುಕಿಯುಂ ಬುದ್ಧಮತಿಯೆಂಬ ಮೇಳದ ಕೆಳದಿಯುಂ ಬೆರಸು ದೇವಾಸುರ ಯುದ್ಧಕ್ಕೆ ಕರಗಂಬೊತ್ತಳೆಂಬಂತನವರತ ಬಾಷ್ಪವಾರಿಧಾರಾಪೂರ ಪರಿವಾರಿತ ಪಲ್ಲವನೇತ್ರೆಯುಮಸಹ್ಯಪರಿಭವಾನಲದಂದಹ್ಯಮಾನಗಾತ್ರೆಯುಮಾಗಿ ಯಜ್ಞವೇದೀಸಂಭವೆಯುಂ ಯಜ್ಞಸೂನುವುಂ ದ್ರುಪದರಾಜೋಪವನಜಯ ವೈಜಯಂತಿಯುಮೆನಿಸಿದ ಪಾಂಚಾಲರಾಜ ತನೂಜೆ ಪವಮಾನ ತನೂಜನಲ್ಲಿಗೆ ವಂದು –

ಪ್ರಸ್ತಾವ = ಸಂದರ್ಭ ; ಬೆರೆಸು = ಜತೆಗೂಡಿ ; ಕರಗ = ಗಡಿಗೆ (ಕೊಡ) ; ಪಲ್ಲವನೇತ್ರ = ಚಿಗುರುಗಣ್ಣು ; ಯಜ್ಞವೇದೀಸಂಭವೆ = ಯಜ್ಞ ಕುಂಡದಿಂದ ಜನಿಸಿದವಳು – ಯಾಜ್ಞಸೇನಿ = ದ್ರೌಪದಿ

ಆ ಸಂದರ್ಭದಲ್ಲಿ ದ್ರಷ್ಟಾದೃಷ್ಟ ಪರಂಪರೆಯೆಂಬ ವೃದ್ಧ ಕಂಚುಕಿ ಹಾಗೂ ಬುದ್ಧಮತಿಯೆಂಬ ತನ್ನ ಸಖಿಯೊಂದಿಗೆ ದೇವಾಸುರರ ಯುದ್ಧಕ್ಕೆ ಕರಗವನ್ನು ಹೊತ್ತವಳಂತೆ ಸದಾ ಕಣ್ಣೀರಧಾರಾ ಪ್ರವಾಹದಿಂದ ತಡೆಯಲ್ಪಟ್ಟ ಚಿಗುರುಗಣ್ಣಿನವಳಾದ ಹಾಗೂ ತಡೆಯಲಸಾಧ್ಯವಾದ ಅವಮಾನವೆಂಬ ಅಗ್ನಿಯಲ್ಲಿ ಬೆಂದು ಬಂದು ಪ್ರಜ್ವಲಿಸುವ ಯಜ್ಞವೇದಿ ಸಂಭವೆಯಾದ ಯಾಜ್ಞಸೇನಿಯು, ದ್ರುಪದ ರಾಜನ ಮಗಳಾದ ದ್ರೌಪದಿ ಭೀಮಸೇನನ ಬಳಿಗೆ ಬಂದು –

ದನುಜ ವಿರೋಧಿ ಮಾಡಿದೊಡೆಯಾಗದೆ ಸಾಧಿಸಲೇನ? ನಿನ್ನ ಸೈ
ಪಿನೊಳ್‌ವಶಿಷ್ಟ...... ಸುಯೋಧನಮಾಯ್ತುರಿ ಸೇನೆ ಸಿಂಧು ನಂ ।
ದನ ಧೃತರಾಷ್ಟ್ರರಿರ್ದೊರೆಯೆ ನಮ್ಮರಸಂ ಮರಳ್ದಿಂಬುಕಯ್ದುಮೆಂ
ದನುಶಯಮಾದುದಿಂದೆನಗೆ ಸಂಶಯಂ ಕಳೆ ಕೌರವಾಂತಕಾ ॥ ೫೬ ॥

ದನುಜ ವಿರೋಧಿ = ಶ್ರೀಕೃಷ್ಣ ; ಸೈಪು = ಪುಣ್ಯ ; ಸಿಂಧು ನಂದನ = ನದೀಸುತ – ಭೀಷ್ಮ ; ಇಂಬುಕಯ್ = ಒಪ್ಪಿಕೊಳ್ಳುವುದು ; ಅನುಶಯ = ಅನುಮಾನ (ಸಂಶಯ)

ರಾಕ್ಷಸ ವೈರಿಯಾದ ಕೃಷ್ಣನು ಪ್ರಯತ್ನಿಸಿದರೂ ಸಂಧಾನ ಸಫಲವಾಗಲಿಲ್ಲ. ಏನೋ ನಿನ್ನ ಒಂದು ಪುಣ್ಯವಶದಿಂದ ಇಡೀ ಶತ್ರು ಸೈನ್ಯ ನಾಶವಾಗಿ ದುರ್ಯೋಧನನೊಬ್ಬ ಮಾತ್ರ ಉಳಿಯುವಂತಾಯ್ತು. ಈಗ ಭೀಷ್ಮ – ಧೃತರಾಷ್ಟ್ರರು ಇದ್ದು ಮತ್ತೆ ಸಂಧಿ ಮಾಡಿಕೊಳ್ಳುವಂತೆ ಕೇಳಿಕೊಂಡರೆ ನಮ್ಮರಸ ಧರ್ಮರಾಯ ಎಲ್ಲಿ ಒಪ್ಪಿಬಿಡುವನೋ ಎಂಬ ಸಂಶಯವುಂಟಾಗಿದೆ. ಈ ನನ್ನ ಸಂದೇಹ ಪರಿಹರಿಸು ಕೌರವಾಂತಕಾ ಎಂದು ಬೇಡಿಕೊಳ್ಳುತ್ತಾಳೆ.

ಖಳದುಶ್ಶಾಸನ ವಕ್ಷ
ಸ್ಸ್ಥಳೋಚ್ಚಲತ್ಕೃಷ್ಣ ರಕ್ತಜಲದಿಂ ಕೋಪಾ ।
ನಳನಂ ಮನ್ನಿಸದಿನ್ನುಂ
ಗಳಗಳಿತಸಕೋಪನಿರ್ಪ ತೆಱದಿಂದಿರ್ದೈ ॥ ೫೭ ॥

ವಕ್ಷಸ್ಸ್ಥಳೋಚ್ಚಲತ್ಕೃಷ್ಣ – ವಕ್ಷಃಸ್ಥಳ + ಉಚ್ಚಲತ್ + ಕೃಷ್ಣ = ಎದೆಯಿಂದ ಮೇಲಕ್ಕೆ ಚಿಮ್ಮುವ ಕಪ್ಪು ; ಗಳಗಳಿತಸಕೋಪನ್ = ಕೋಪವು ಇಳಿದುಹೋದ ; ತೆರದಿಂದಿರ್ದೈ – ತೆರದಿಂದ + ಇರ್ದಯ್ = ರೀತಿಯಲ್ಲಿ ಇರುವೆಯಾ?

ದುಷ್ಟನಾದ ದುಶ್ಶಾಸನನ ಎದೆಯಿಂದ ಮೇಲಕ್ಕೆ ಚಿಮ್ಮುತ್ತಿದ್ದ ಕಪ್ಪಾದ ರಕ್ತದಿಂದ ನಿನ್ನ ಕೋಪಾಗ್ನಿ ಇಳಿಯದಿದ್ದರೂ ಅದನ್ನು ತೋರಿಸಿಕೊಳ್ಳದೆ ಕೋಪ ಇಳಿದು ಹೋದ ರೀತಿಯಲ್ಲಿ ಇದ್ದೆಯಲ್ಲವೇ? ಅಂದರೆ ದುಶ್ಶಾಸನನ ರಕ್ತಪಾನ ಮಾತ್ರದಿಂದಲೇ ನಿನ್ನ ಕೋಪವೆಂಬ ಅಗ್ನಿ ತಣ್ಣಗಾಗಿಬಿಟ್ಟಿತೆ. ನಿನ್ನ ಮಹಾಶತ್ರು ದುರ್ಯೋಧನ ಇನ್ನೂ ಇರುವನೆಂಬುದು ಮರೆತುಹೋಯಿತೆ ಎಂಬ ಭಾವದ ವಿವರಣೆಯಿದು.

ಸಮವಾಯಮಹಿತರೊಳ್ಸಂ
ಧಿ ಮಾಡಿ ಯಮಸೂನು ಪೇೞ್ ವನವಾಸವೆ ದ ।
ಲ್ನಿಮಗೆ ಶರಣೆನಗಮಂದ
ಗ್ನಿಮುಖದೆ ಪುಟ್ಟಿದುದಱಿಂದೆ ಶರಣಗ್ನಿ ಮುಖಂ ॥ ೫೮ ॥

ಸಮವಾಯಮ್ + ಅಹಿತರೊಳ್ = ಇನ್ನೂ ಶತ್ರುಗಳೊಂದಿಗೆ ಸೇರಿಕೆ ; ದಲ್ = ಖಂಡಿತ ; ಶರಣಗ್ನಿಮುಖಂ – ಶರಣು + ಅಗ್ನಿ + ಮುಖಂ = ಅಗ್ನಿಗೇ ಶರಣು (ಆಶ್ರಯ)

ಇಷ್ಟೆಲ್ಲ ಶ್ರಮಪಟ್ಟ ನಂತರವೂ ಶತ್ರುಗಳೊಡನೆ ಸಂಧಿಯೇ? ಭೀಷ್ಮ ಧೃತರಾಷ್ಟ್ರರು ಹೇಳಿದರೆ ಧರ್ಮರಾಯ ಅದಕ್ಕೆ ಸಮ್ಮತಿಸಿ ಸಂಧಿ ಮಾಡಿಕೊಂಡರೆ ನಿಮಗೆ ಮತ್ತೆ ವನವಾಸ ಖಂಡಿತ. ಆಗ ಅಗ್ನಿಯಿಂದ ಹುಟ್ಟಿ ಬಂದವಳಾದ ನನಗೆ ಮತ್ತೆ ಅಗ್ನಿಯೇ ಆಶ್ರಯ. ಅಂದರೆ ತಾನು ಅಗ್ನಿ ಪ್ರವೇಶ ಮಾಡುವೆನೆಂದು ದ್ರೌಪದಿ ಹೇಳುತ್ತಾಳೆ.

ವಚನ : ಎಂದು ನೊಂದು ನುಡಿಯೆ ಮರುನ್ನಂದನಂ ದರಹಸಿತ ವದನಾರವಿಂದನಾಗಿ ತನ್ನಂತರ್ಗದೊಳ್

ಮರುನ್ನಂದನ – ಮರುತ್ + ನಂದನ = ವಾಯುಪುತ್ರ ಭೀಮ ; ದರಹಸಿತ = ಮಂದಹಾಸ

ಈ ರೀತಿಯಾಗಿ ದ್ರೌಪದಿಯ ನೋವಿನ ಮಾತನ್ನು ಕೇಳಿದ ಭೀಮಸೇನ ಮುಗಳ್ನಕ್ಕು ತನ್ನೊಳಗೇ (ಸ್ವಗತ)

ಕುರುರಾಜಾನುಜ ಭೀಕರ
ಕರವಿಲುಳಿತನೀಲಕಬರಿಭರಮಂ ಪಿಡಿದುಂ ।
ಪರಿಭವಿಸಲ್ ಕೃಷ್ಣಗೆ ಮಿಗೆ
ದೊರಕೊಳಿಸದೆ ಕೋಪಮಂ ಮನಸ್ತಾಪಮುಮಂ ॥ ೫೯ ॥

ಭೀಕರಕರ = ಭಯಂಕರವಾದ ಬಾಹು ; ವಿಲುಳಿತ = ಅತ್ತಿಂದಿತ್ತ ಹಾರಾಡುವ (ತೊನೆದಾಡುವ) ; ನೀಲಕಬರಿ = ನೀಳವಾದ ಕೂದಲು ; ಪರಿಭವಿಸಲ್ = ಅಪಮಾನಿಸು (ಹಿಡಿದು ಜಗ್ಗಾಡಿ) ; ಕೃಷ್ಣೆ = ದ್ರೌಪದಿ ; ಮನಸ್ತಾಪ = ಮನೋವೇದನೆ

ಕೌರವನ ತಮ್ಮನಾದ ದುಶ್ಶಾಸನನು ತನ್ನ ಭಯಂಕರವಾದ ತೋಳುಗಳಿಂದ ದ್ರೌಪದಿಯ ಹಾರಾಡುತ್ತಿದ್ದ ಕೇಶ ಸಂಪತ್ತನ್ನು ಹಿಡಿದು (ಕಪ್ಪಾದ ತುರುಬನ್ನ) ಎಳೆದಾಡಿ ಅವಳನ್ನು ಅಪಮಾನಗೊಳಿಸಿದಾಗ ಆಕೆಗೆ ಹೆಚ್ಚಿನ ಕೋಪತಾಪಗಳು ಬರದೆ ಇದ್ದೀತೆ?

ವಚನ : ಎಂದುಪಲಕ್ಷಿಸಿ –

ಎಂದುಕೊಂಡು ವಿಚಾರಿಸಿ –

ಧಾತ್ರಿಯುಮನೀಹುತಾಶನ
ಪುತ್ರಿಯುಮಂ ಬಜಿದೆ ಸೋಲ್ತನಲ್ಲಂ ಜೂದಿಂ ।
ಕ್ಷತ್ರಿಯ ತೇಜಮುಮಂ ಯಮ
ಪುತ್ರಂ ರಿಪುಗಂದೆ ಸೋಲ್ತನಾಗಲೆವೇಡಾ ॥ ೬೦ ॥

ಧಾತ್ರಿ = ಭೂಮಿ (ರಾಜ್ಯ) ; ಹುತಾಶನ = ಅಗ್ನಿ ; ಜೂದಿಂ = ಜೂಜಿನಲ್ಲಿ ; ಸೋಲ್ತನಾಗಲೆವೇಡಾ – ಸೋಲ್ತನ್ + ಆಗಲೆ + ವೇಡಾ = ಕಳೆದುಕೊಂಡವನು

ಯುಧಿಷ್ಠಿರನು ಕೌರವನೊಡ್ಡಿದ ದ್ಯೂತದಲ್ಲಿ ಸೋತು ರಾಜ್ಯವನ್ನು ಕೃಷ್ಣೆ ದ್ರೌಪದಿಯನ್ನು ಮಾತ್ರ ಕಳೆದುಕೊಂಡವನಲ್ಲ. ಜೊತೆ ಜೊತೆಯಲ್ಲೆ ತನ್ನ ಕ್ಷತ್ರಿಯ ತೇಜಸ್ಸನ್ನೂ ಶತ್ರುವಿಗೆ ಒಪ್ಪಿಸಿರಬೇಕು. ಇಲ್ಲವಾದಲ್ಲಿ ಪತ್ನಿಗಾದ ಅವಮಾನವನ್ನು ನೋಡಿಯೂ ಸಹಿಸಿಕೊಂಡು ಸುಮ್ಮನಿರುತ್ತಿದ್ದನೇ?

ವಚನ : ಎಂದನಿಲಸುತಂ ನಿಜಾಗ್ರಜಂಗೆ ಮುಳಿದು –

ಅನಿಲಸುತ = ವಾಯುಪುತ್ರ ಭೀಮ ; ನಿಜ + ಅಗ್ರಜಂಗೆ = ತನ್ನ ಅಣ್ಣನಿಗೆ ; ಮುಳಿದು = ಕೋಪಿಸಿ

ಎಂದುಕೊಳ್ಳುತ್ತಾ ಭೀಮಸೇನನು ಅಣ್ಣ ಧರ್ಮರಾಜನ ವರ್ತನೆಗೆ ಕೋಪಿಸಿಕೊಂಡು –

ಪರವಶದೊಳಿರ್ದರೋ ಮೇ
ಣ್ಪರಾರ್ಜಿತಪ್ರಾಣರಾದರೋ ದ್ರೌಪದಿಯಂ ।
ಪರಿಭವಿಸುವಲ್ಲಿ ನೋಡು
ತ್ತಿರಲಕ್ಕುಮೆ ಪವನಸೂನುಗಂ ಪಾರ್ಥಂಗಂ ॥ ೬೧ ॥

ಪರವಶ = ಮೈಮರೆಯುವುದು ; ಮೇಣ್ + ಪರಾರ್ಜಿತ ಪ್ರಾಣರ್ + ಆದರೊ = ಅಥವಾ ತಮ್ಮ ಪ್ರಾಣವನ್ನೆ ಅರ್ಪಿಸುವಂತಾದರೊ ; ಪರಿಭವಿಸು = ಅವಮಾನ ಅಥವಾ ಮಾನಭಂಗ ; ಅಕ್ಕುಮೆ = ಸಾಧ್ಯವೇ

ತುಂಬಿದ ಸಭೆಯಲ್ಲಿ ದ್ರೌಪದಿಯನ್ನು ಅವಮಾನಗೊಳಿಸುತ್ತಿದ್ದಾಗ ಅದನ್ನು ನೋಡುತ್ತಿದ್ದ ಭೀಮಾರ್ಜುನರು ಅದ್ಹೇಗೆ ಸುಮ್ಮನಿದ್ದರೋ ಅಥವಾ ಒಂದು ರೀತಿಯ ಮೈಮರೆವಿನಲ್ಲಿದ್ದರೋ ಅನ್ಯಮನಸ್ಕರಾಗಿದ್ದರೋ ಅಥವಾ ತಮ್ಮ ಪ್ರಾಣವನ್ನೇ ವೈರಿಗಳಿಗೆ ಅರ್ಪಿಸಿಬಿಟ್ಟಿದ್ದರೋ ಎಂದು –

ವಚನ: ಎಂದು ತನಗುಮರ್ಜನಂಗಮೊಡನೆ ಮುಳಿದು –

ತನಗುಮ್ + ಅರ್ಜುನಂಗಮ್ + ಒಡನೆ

ಭೀಮಸೇನನು ತನ್ನನ್ನೂ ಪಾರ್ಥನನ್ನೂ ಒಟ್ಟಾಗಿ ನಿಂದಿಸಿಕೊಂಡು –

ವಿನಯಮನೆ ಬಗೆದು ವಿಕ್ರಮ
ಮನೆ ಬಗೆಯದೆ ನರನುಮಾನುಮೆಮಗುಂ ಸಮ್ಮೋ ।
ಹನಮಾದುದಕ್ಕುಮಂದ
ಣ್ಣನ ಸೂನೃತ ವಚನವೆಂಬ ಮಂತ್ರಾಕ್ಷರದಿಂ ॥ ೬೨ ॥

ವಿಕ್ರಮ = ಪರಾಕ್ರಮ ; ಬಗೆಯದೆ = ಚಿಂತಿಸದೆ ; ಸಮ್ಮೋಹನಮ್ + ಆದುದು + ಅಕ್ಕುಮ್ = ಮಂಕು ಕವಿಯುವುದು ; ಸೂನೃತ ವಚನ = ಸತ್ಯವಾದ ಮಾತು

ಅಂದು ನಾನೂ ಅರ್ಜುನನೂ ಅಣ್ಣನಿಗೆ ವಿನೀತರಾಗಿ ನಮ್ಮ ಶೌರ್ಯವನ್ನು ಮರೆತೆವು. ಅಣ್ಣನ ಸತ್ಯವಚನವೆಂಬ ಸಂಮೋಹಕತೆಯ ಮಾತಿನಿಂದ ನಾವು ಪರವಶರಾಗಿಬಿಟ್ಟೆವು. ಇದು ನಿಜಕ್ಕೂ ನಾವು ದ್ರೌಪದಿಗೆ ಮಾಡಿದ ಅನ್ಯಾಯ ಎಂದು ನೊಂದುಕೊಳ್ಳುತ್ತಾ –

ವಚನ : ಎಂದು ಪಶ್ಚಾತ್ತಾಪಂಗೆಯ್ದು ಕುರುಕುಲ ವಿಳಯ ಜ್ವಾಲೆ ಸುಯೋಧನ ಪ್ರಳಯಕಾಲೆ ಪಾಂಚಾಲಿಯ ವದನಮಂ ನೋಡಿ –

ಕುರುಕುಲ ವಿಳಯ ಜ್ವಾಲೆ = ಕೌರವ ವಂಶಕ್ಕೆ ಪ್ರಳಯದ ಬೆಂಕಿಯಂತಿರುವ ; ಸುಯೋಧನ ಪ್ರಳಯಕಾಲೆ = ದುರ್ಯೋಧನನ ಮೃತ್ಯು ಸ್ವರೂಪಳು

ಅತ್ಯಂತ ಮನೋವೇದನೆಯಿಂದ ಕುರುವಂಶದ ಪ್ರಳಯಾಗ್ನಿಯಂತಿರುವ, ದುರ್ಯೋಧನನಿಗೆ ಮೃತ್ಯುಸ್ವರೂಪಳಾದಂತಹ ದ್ರೌಪದಿಯ ಮುಖವನ್ನು ನೋಡಿ –

ಗಳಿಯಿಸುತಿರೆ ಕಬರಿಭರಂ
ಗಳಿಯಿಸುತಿರೆ ನಯನವಾರಿ ನಿನ್ನಾನನದಿಂ ।
ನಳಿನಾನನೆ ನೀನಿರೆ ಕುರು
ಕುಳಾಂತಕಂ ಗಳಿತ ಕೋಪನೆ [ಕಲಿ] ಭೀಮಂ ॥ ೬೩ ॥

ಕಬರಿಭರಂ = ಕಪ್ಪಾದ ಕೂದಲ ರಾಶಿ ; ಗಳಿಯಿಸುತಿರೆ = ಜಾರಿಬೀಳುತ್ತಿರಲು ; ಗಳಿತ = ಬಿಟ್ಟ

ಈ ಹಿಂದೆ ದ್ರೌಪದಿಯು "ಕೋಪವನ್ನು ಕಳೆದುಕೊಂಡಂತವನಂತಿದ್ದೆ" ಎಂಬುದಾಗಿ ಹಾಸ್ಯಮಾಡಿರುತ್ತಾಳೆ. ಅದಕ್ಕೆ ಉತ್ತರವಾಗಿ ಈಗ ಭೀಮಸೇನ ನಿನ್ನ ಕೇಶಪಾಶ

ಜಾರಿಬೀಳುತ್ತಿರುವಾಗ ನಿನ್ನ ಕಣ್ಣೀರಧಾರೆ ಹರಿಯುತ್ತಿರುವಾಗ ಅಂತಹ ಅವಸ್ಥೆಯಲ್ಲಿ ನಿನ್ನನ್ನು ನೋಡಿಯೂ ಕುರುಕುಲಾಂತಕನಾದ ಈ ಕಲಿಭೀಮನು ಕೋಪವರ್ಜಿತನಾಗಿ ಇರುವುದು ಸಾಧ್ಯವೇ?

ಸತ್ಯಪ್ರತಿಜ್ಞನೆನೆ ಕುರು
ಪತ್ಯೂರು ಕಿರೀಟಭಂಗಮಮಂ ಪಡೆದು ಜಗ ।
ತ್ಸ್ತುತ್ಯಕೃತಕೃತ್ಯನೆನಿಸದೆ
ಸತ್ಯಾಶ್ರಯವೆಸರ್ಗೆ ಮುಯ್ಯನಾಂಪನೆ ಭೀಮಂ ॥ ೬೪ ॥

ಸತ್ಯಪ್ರತಿಜ್ಞನ್ = ಸತ್ಯಪ್ರತಿಜ್ಞೆ ಮಾಡಿದ ; ಕುರುಪತಿಯ + ಊರು = ಕೌರವನ ತೊಡೆ ; ಜಗತ್ + ಸ್ತುತ್ಯನ್ = ಲೋಕ ಮೆಚ್ಚುವವನು ; ಮುಯ್ಯನ್ + ಆಂಪನೆ = ಹೆಮ್ಮೆ ಪಡುತ್ತಾನೆಯೆ? ವೆಸರ್ಗೆ = ಕೀರ್ತಿಗೆ – ಹೆಸರಿಗೆ

ಕೌರವನ ತೊಡೆಗಳನ್ನು ಮುರಿದು ಕಿರೀಟ ಭಂಗ ಮಾಡಿ ಲೋಕ ಮೆಚ್ಚುವಂತೆ ಧನ್ಯನು, ಸತ್ಯಪ್ರತಿಜ್ಞೆಯನ್ನು ನೆರವೇರಿಸಿಕೊಂಡವನು ಈ ಭೀಮಸೇನ ಎಂದು ಹೊಗಳಿಸಿಕೊಳ್ಳದೆ ಸತ್ಯಾಶ್ರಯ ಎನ್ನುವ ಯಶಸ್ಸಿಗೆ ಕೀರ್ತಿಗೆ ಹೆಮ್ಮೆ ಪಡುತ್ತಾನೆಯೇ? ಖಂಡಿತ ಇಲ್ಲ.

ಸಂಗರ ರಂಗದೊಳಿಱಿವಬೆ
ಡಂಗವೆಸರ್ನೆಗಟ್ಟಿ ನೆಗಟ್ದು ಸಂಗರಮಂ ತೋ ।
ರ್ಪಂಗಡ ನೆಗಟ್ದಾಹವಮ
ಲ್ಲಂಗಂ ಜಾಕವ್ವೆದೇವಿಗಂ ಪುಟ್ಟಿದುದಂ ॥ ೬೫ ॥

ಸಂಗರ ರಂಗ = ಯುದ್ಧರಂಗ – ರಣರಂಗ ; ಇರಿವಬೆಡಂಗ = ಸತ್ಯಾಶ್ರಯ ; ಆಹವಮಲ್ಲ = ತೈಲಪನ ಬಿರುದು ; ನೆಗಳ್ದ = ಪ್ರಸಿಧ್ಧನಾದ

ಪ್ರಸಿದ್ಧನಾದ ಆಹವಮಲ್ಲ ತೈಲಪನಿಗೂ ಜಾಕವ್ವೆದೇವಿಗೂ ಮಗನಾನೆಂಬುದನ್ನು ಯುದ್ಧರಂಗದಲ್ಲಿ ಇರಿವಬೆಡಂಗನೆಂಬ ಖ್ಯಾತಿಯನ್ನು ಪಡೆದವನೆಂಬುದನ್ನು ರುಜುವಾತು ಮಾಡುವಂತೆ ರಣರಂಗದಲ್ಲಿ ಕಾದಾಡಿಯೇ ತೋರಿಸುತ್ತಾನಲ್ಲವೆ? ಇಲ್ಲಿ ಸತ್ಯಾಶ್ರಯನ ಪರಾಕ್ರಮದ ಪರಾಕಾಷ್ಠತೆಯನ್ನು ತಿಳಿಸಿದರೂ ಇದು ಭೀಮಸೇನನ ಪರಾಕ್ರಮ ಎಂದು ಭಾವಿಸಬೇಕು.

ನೀನಗ್ನಿಪುತ್ರಿಯೆ ಪವ
ಮಾನತನೂಭವನೆನಾನಣಂಕೂಡೆ ಸುಸಂ ।
ಧಾನಮರಿನೃಪರೊಳೆಂತೆನ
ಲಾನಿಲ ಸಂಯೋಗಮುರಿಪದಿರ್ಕುಮೆ ಪಗೆಯಂ ॥ ೬೬ ॥

ತನೂಭವನೆ + ನಾನ್ + ಅಣಂ + ಕೂಡೆ = ಮಗನಾದ ನಾನು ವಿಶೇಷವಾಗಿ ಜೊತೆಯಾದರೆ ; ಸುಸಂಧಾನಮ್ = ಸಂಧಿಮಾತು ; ಅನಲ + ಅನಿಲ = ಬೆಂಕಿಗಾಳಿ ; ಸಂಯೋಗಮ್ + ಉರಿಪದೆ + ಇರ್ಕುಮೆ = ಜೊತೆಗೂಡಿದಾಗ ಉರಿಯದೆ ಅಥವಾ ಸುಡದೆ ಇರುವುದೆ?

ನೀನಾದರೋ ಅಗ್ನಿಪುತ್ರಿ – ಯೋಗಕುಂಡದಿಂದ ಹುಟ್ಟಿಬಂದವಳು. ನಾನು ವಾಯುಪುತ್ರ. ನಾವಿಬ್ಬರೂ ಜೊತೆಗೂಡಿದರೆ ಶತ್ರುರಾಜರೊಡನೆ ಸಂಧಾನ ಹೇಗೆ ಸಾಧ್ಯ? ಬೆಂಕಿಗಾಳಿಗಳು ಒಂದಾದಾಗ ಶತ್ರುವು ಸುಟ್ಟು ಬೂದಿಯಾಗದೆ ಇರುವುದೆ? ಇಲ್ಲಿ ದ್ರೌಪದಿಯ ರೋಷವೆಂಬ ಬೆಂಕಿಯೊಂದಿಗೆ ಭೀಮನ ಕೋಪಾಟೋಪವೆಂಬ ಗಾಳಿ ಬೆರೆತಾಗ ವೈರಿ ದಮನವಾಗುವುದರಲ್ಲಿ ಸಂಶಯವೇ ಇಲ್ಲ ಎಂಬ ಭಾವ!

ಕುರುಕುಲ ಜೀವಾಕರ್ಷಣ
ಪರಿಣತಮಿದು ಕಾಳಹಸ್ತಮಲ್ಲದೆ ಪರಮೇ ।
ಶ್ವರಿಕೇಶಹಸ್ತಮಕ್ಕುಮೆ
ಪರಾಭವಜ್ವಲನಧೂಮಕೃಷ್ಣಂ ಕೃಷ್ಣೇ ॥ ೬೭ ॥

ಜೀವಾಕರ್ಷಣ = ಪ್ರಾಣಸೆಳೆಯುವ ; ಕಾಳಹಸ್ತಂ = ಯಮನಕೈ ; ಪರಾಭವಜ್ವಲನ = ಅವಮಾನದ ಬೆಂಕಿ ; ಧೂಮಕೃಷ್ಣಂ = ಕಪ್ಪಾದ ಹೊಗೆ ; ಕೇಶಹಸ್ತಮ್ + ಅಕ್ಕುಮೆ = ಕೇಶರಾಶಿಯಾದೀತೆ

ದ್ರೌಪದಿಯ ಬಿಚ್ಚಿ ಹರಡಿದ ಕೇಶರಾಶಿಯನ್ನು ತೋರಿಸುತ್ತಾ ಭೀಮ ಹೇಳುವ ಮಾತಿದು. ಕುರುಕುಲವೆಂಬ ಆ ಕೌರವರ ಪ್ರಾಣವನ್ನು ಸೆಳೆಯುವ ಯಮನ ಪಾಶವಿದು. ಪರಮೇಶ್ವರಿ (ಭೀಮನು ದ್ರೌಪದಿಯನ್ನು ಪರಮೇಶ್ವರಿ ಎಂದು ಸಂಬೋಧಿಸುತ್ತಾನೆ). ಹಾಗಾಗಿ ಅಪಮಾನವೆಂಬ ಬೆಂಕಿಯ ಹೊಗೆಯಿಂದ ಕಪ್ಪಾಗಿರುವ ಕೃಷ್ಣೇ ಇದು ಕೌರವರ ಯಮಪಾಶವಾಗಿ ಅವರನ್ನು ಸಂಹರಿಸುವುದು.

ತೊಡೆಗಳನುಡಿಯಲ್ಗುರುಗಳ್
ತೊಡೆ ಸಕ್ಕೆಗಳಾಗೆ ಮಕುಟ ಭಂಗಂ ಮಾಡಲ್ ।
ನುಡಿದೆನಗೆ ಮಕುಟಬದ್ಧರು
ಮೊಡನಿರ್ದರುಮವರ ಕಂಭಶಕ್ತಿಗಳಾದರ್ ॥ ೬೮ ॥

ತೊಡೆಗಳನ್ + ಉಡಿಯಲ್ + ಗುರುಗಳ್ = ಭಾರವಾದ (ತೋರವಾದ) ತೊಡೆಗಳನ್ನು ಮುರಿಯಲು ; ಸಕ್ಕೆಗಳಾಗೆ = ಚಕ್ಕೆಗಳಂತೆ ಚೂರುಚೂರಾಗೆ ; ಕಂಭಶಕ್ತಿ = ಆಧಾರಶಕ್ತಿ ಅಥವಾ ಕುಂಭ ಶಕ್ತಿ ಎಂದಾದರೆ = ಮಹಾಶಕ್ತಿ ಎಂದೂ ಆಗಬಹುದು

ಕೌರವನ ದಪ್ಪವಾದ ತೊಡೆಗಳನ್ನು ಮುರಿಯಲು ಆತನ ಮುಕುಟ (ಕಿರೀಟ)ವನ್ನು ಚೂರು ಚೂರಾಗುವಂತೆ, ಛಿದ್ರ ಛಿದ್ರವಾಗುವಂತೆ ಮೆಟ್ಟಿ (ಒದ್ದು) ನಾಶಮಾಡುವುದಾಗಿ ಶಪಥ ಮಾಡಿದ ನನಗೆ ಸಮಸ್ತ ರಾಜರೂ ನನ್ನ ಅಣ್ಣತಮ್ಮಂದಿರೂ ಆಧಾರ ಶಕ್ತಿಗಳೆನಿಸಿದ್ದಾರೆ.

ಕುರುನಂದನರಂ ಕೊಂದೆಂ
ಕುರು ಶಾಬಾ(ರಾಜಾ)ನುಜನ ನೆತ್ತರಂ ಕುಡಿದೆಂ ಪೂ ।
ಣೆರಡಂ ತೀರ್ಚಿದೆನಿರ್ದಪು
ವೆರಡುಮಮಂ ತೀರ್ಚಿ ತೀರ್ಚದಿರ್ಪೆನೆ ಪಗೆಯಂ ॥ ೬೯ ॥

ಶಾಬಾ = ಮರಿ (ಇಲ್ಲಿ ಶಾಬಾ ಎಂಬ ಶಬ್ದ ತಪ್ಪಾಗಿರಬಹುದು 'ರಾಜಾ' ಎಂಬ ಪದವಿರಬೇಕು) ; ಕುರುರಾಜಾನುಜನ = ಕುರು ರಾಜನ ತಮ್ಮನಾದ ದುಶ್ಯಾಸನನ ; ಪೂಣ್ದ = ಮಾಡಿದ ಶಪಥ ; ತೀರ್ಚಿ = ಮುಗಿಸಿ

ಧೃತರಾಷ್ಟ್ರನ ಮಕ್ಕಳನ್ನೆಲ್ಲ ಅಂದರೆ 98 ಜನ ತಮ್ಮಂದಿರನ್ನು ಕೊಂದುಹಾಕಿದೆ. ದುರ್ಯೋಧನನ ತಮ್ಮನಾದ ದುಶ್ಶಾಸನನ ರಕ್ತವನ್ನು ಹೀರಿದೆ. ಮಾಡಿದ ಶಪಥಗಳಲ್ಲಿ ಎರಡನ್ನೂ ತೀರಿಸಿದೆ. ಇನ್ನೆರೆಡು ಬಾಕಿಯಿದೆ. ಅದನ್ನೂ ಮಾಡಿ ಮುಗಿಸದೆ ಇರುತ್ತೇನೆಯೇ?

ಊರುಗಳನುಡಿವೆನೊದೆವೆಂ
ಕೌರವ ಪರಿಬೃಢನ ಮಕುಟಮಂ ವೇಣಿ ಸಂ ।
ಹಾರಮಂ ಮಾಡುವೆನೆದಜೆಂ
ಭಾರಮದಿನಿತಲ್ಲದೆನ್ನ ಪರಿಭವ ಭಾವಂ ॥ ೨೦ ॥

ಊರು = ತೊಡೆ ; ಉಡಿ = ಮುರಿ ; ಕೌರವಪರಿಬೃಢ = ಕೌರವರ ಒಡೆಯ ; ವೇಣಿ ಸಂಹಾರ = ಜಡೆಯನ್ನು ಒಟ್ಟುಗೂಡಿಸಿ ಮುಡಿಕಟ್ಟುವುದು ('ವೇಣಿ ಸಂಹಾರ' ಈ ಪದ ಕವಿ ಭಟ್ಟನಾರಾಯಣನಿಂದ ಎರವಲು ಕೊಂಡಿರುವುದಾಗಿ ಅಭಿಪ್ರಾಯವಿದೆ) ; ಭಾರಮದಿನಿತಲ್ಲದೆ = ಭಾರಮ್ + ಅದು + ಇನಿತು + ಅಲ್ಲದೆ ; ಪರಿಭವಭಾವಂ = ಅಪಮಾನದ ಸೇಡು

ಕುರುರಾಜನೆನಿಸಿದ ದುರ್ಯೋಧನನ ತೊಡೆಗಳನ್ನು ಮುರಿಯವೆನು. ಅವನ ಕಿರೀಟವನ್ನು ಒದ್ದು ಪುಡಿ ಮಾಡುವೆನು. ಬಳಿಕ ನಿನ್ನ ಕೆದರಿದ ಮುಡಿಯನ್ನು ಕಟ್ಟುವೆನು. ಇದರಿಂದ ನನ್ನ ಈ ಕಿಂಚಿತ್ ಜವಾಬ್ದಾರಿಯನ್ನು ಪೂರೈಸದೆ ನನ್ನ ಅಪಮಾನದ ಸೇಡು ತೀರದು.

ಕುರುಕುಲಶೋಣಿತ ಪಾದ ಪದ್ಮ ತಳಂ ತಳೋ
ದರಿಗೆ ವೃಕೋದರನಾಗಿಪಂ ಕಚಬಂಧ ಬಂ
ಧುರತೆಯನಾತನ ಪೂಣ್ದ ಪೂಣ್ಕೆ ಶಿಲಾತಳಾ
ಕ್ಷರಮೆನಿಸಿರ್ಪ ಜನೋಕ್ತಿಯಂ ಪುಸಿಮಾಳ್ಪನೇ ॥ ೨೧ ॥[3]

ಶೋಣಿತ = ರಕ್ತ ; ತಳೋದರಿ = ತೆಳುವಾದ ಹೊಟ್ಟೆವುಳ್ಳವಳು ; ವೃಕೋದರ = ವೃಕ + ಉದರ – ವೃಕ = ಜಠರಾಗ್ನಿ ; ಉದರ = ಹೊಟ್ಟೆ (ಭೀಮ) (ವೃಕ ಎಂದರೆ ತೋಳ ಎಂಬ ಅರ್ಥವೂ ಇದ್ದು ವೃಕೋದರನೆಂದರೆ ತೋಳನಂತೆ ಹೊಟ್ಟೆ ಉಳ್ಳವನು ಅಂದರೆ ಹೊಟ್ಟೆಬಾಕ ಎಂಬ ಅಪಾರ್ಥವನ್ನು ಕಲ್ಪಿಸಲಾಗಿದೆ) ; ಕಚಬಂಧ = ಮುಡಿಕಟ್ಟುವಿಕೆ ; ಶಿಲಾತಳಾಕ್ಷರ = ಶಿಲೆಯಲ್ಲಿ ಬರೆದ ಲಿಪಿ

ಕೌರವ ಕುಲವೆಂಬ ರಕ್ತದಿಂದ ಲೇಪಿತವಾದ ಪಾದಕಮಲವುಳ್ಳ ಭೀಮಸೇನನು ತಳೋದರಿಯಾದ ದ್ರೌಪದಿಯ ಬಿಚ್ಚಿದ ಮುಡಿಯನ್ನು ಕಟ್ಟುವ ಶೃಂಗಾರಮಯವಾದ ಕಾರ್ಯವನ್ನು ಮಾಡದೆ ಬಿಡುವುದಿಲ್ಲ. ಅವನು ಮಾಡಿರುವ ಶಪಥ ಶಿಲೆಯ ಮೇಲಿನ ಅಕ್ಷರಗಳಂತೆ ಸತ್ಯ – ಸ್ಫುಟವಾದದ್ದು ಎಂದು ಜನರಿಂದ ಹೊಗಳಿಸಿಕೊಂಡ ಮಾತು ಸುಳ್ಳಾಗುವ ಸಾಧ್ಯತೆಯಿದೆಯೇ... ಖಂಡಿತಾ ಇಲ್ಲ.

---

(3) ಇದು <u>ನವನಳಿನ</u> ಎಂಬ ವೃತ್ತದಲ್ಲಿದ್ದು ನಜಂಜಭರಂ ಎಂದು ಬರುತ್ತದೆ. ಸಾಮಾನ್ಯವಾಗಿ ಚಂಪೂಕಾವ್ಯಗಳಲ್ಲಿ ಇದರ ಬಳಕೆ ಕಡಿಮೆ. ಅಲ್ಲಿ ಆರು ವೃತ್ತಗಳ ಬಳಕೆ ಸಾಮಾನ್ಯ ಚಂಪಕಮಾಲಾ, ಉತ್ಪಲಮಾಲಾ, ಶಾರ್ದೂಲ ವಿಕ್ರೀಡಿತ, ಮತ್ತೇಭ ವಿಕ್ರೀಡಿತ, ಸ್ರಗ್ಧರಾ ಹಾಗೂ ಮಹಾಸ್ರಗ್ಧರಾ. ಈ ನವನಳಿನ ವೃತ್ತವು ಇಪ್ಪತ್ತಾರು ಛಂದಸ್ಸುಗಳ ಗುಂಪಿನಲ್ಲಿ 15ನೆ 'ಅತಿಶಕ್ವರಿ' ಛಂದಸ್ಸಿನಲ್ಲಿ ಬರುತ್ತದೆ. (ಕನ್ನಡ ಕೈಪಿಡಿ – ಮೈಸೂರು ವಿಶ್ವವಿದ್ಯಾನಿಲಯ ಪ್ರಕಟಿತ)

ಅಱಿನ ಮಗಂ ಪ್ರಾರ್ಥಿಸೆ ಬಾಂ
ದೊಱೆಯ ಮಗಂ ಮಾಡೆ ಸಂಧಿಯಾಪುದೆನುತುಂ ।
ಮಱುಗುವೆನಜ್ಜನ ಮಾತಂ
ಪೆಱಗಿಕ್ಕುವೆನಜ್ಜನಿರ್ದು ಮಾಣ್ಬೊಡಮೀಯೆಂ ॥ ೭೨ ॥

ಅಱಿನ ಮಗಂ = ಯಮನ ಮಗ (ಧರ್ಮರಾಯ) ; ಅಱಿ = ಧರ್ಮ (ಯಮಧರ್ಮ) ; ಬಾಂದೊಱೆಯ ಮಗಂ – ಬಾನ್ + ತೊರೆಯ + ಮಗ = ಬಾನ್ = ಆಕಾಶ ; ತೊರೆ = ಗಂಗೆ (ನೀರು) ಆಕಾಶಗಂಗೆಯ ಮಗನಾದ ಭೀಷ್ಮ ; ಪೆಱಗಿಕ್ಕುವೆ = ಹಿಂದಕ್ಕೆ ಹಾಕುವೆ (ಕೇಳುವುದಿಲ್ಲ) ; ಮಾಣ್ಬೊಡಮ್ + ಈಯೆಂ = ಮಾಡಲು ಬಿಡುವುದಿಲ್ಲ

ಧರ್ಮತನಯನಾದ ಯುಧಿಷ್ಠಿರನ ಕೋರಿಕೆಯಂತೆ ಕುರುಕುಲ ಪಿತಾಮಹನಾದ ಭೀಷ್ಮನು ಸಂಧಿ ಮಾಡಿಸಿಬಿಟ್ಟರೆ ಮುಂದೇನು ಗತಿಯೆಂದು ಯೋಚಿಸಬೇಡ. ಹಾಗೇನಾದರೂ ಆದರೆ ಅಣ್ಣನ ಮಾತನ್ನೂ ಧಿಕ್ಕರಿಸುತ್ತೇನೆ. ಅಜ್ಜನಾದ ಭೀಷ್ಮ ನನ್ನನ್ನು ತಡೆದರೂ ಅದಕ್ಕೂ ಜಗ್ಗುವುದಿಲ್ಲ. ಸಂಧಿಮಾಡಿಕೊಳ್ಳಲು ನಾನು ಖಂಡಿತಾ ಒಪ್ಪುವುದಿಲ್ಲ ಎಂಬ ಭೀಮನ ಮಾತುಗಳಲ್ಲಿನ ಕ್ರೋಧ ಮನೋವೇದನೆ ವ್ಯಕ್ತವಾಗುತ್ತದೆ.

ದಂಡಿತವೈರಿ ವೈರಿಬಲಲೋಹಿತ ಬಂಧುರ ದಂಡಮೀಭುಜಾ
ದಂಡಮುಮಾಜಿ ಭೀಕರ ವಿರೋಧಿ ವಿದಾರಣ ದಂಡಮೀಗದಾ ।
ದಂಡಮುಮುಗ್ರ ಪನ್ನಗ ವಿಭೀಷಣಮಾಹವ ಶೌಂಡಮೀಧನು
ದಂಡಮುಮುಳ್ಳಿನಂ ದ್ರುಪದನಂದನೆ ಸಂಧಿಯನಾಗಲೀವೆನೇ? ॥ ೭೩ ॥

ದಂಡಿತ ವೈರಿ = ಶತ್ರುಗಳನ್ನು ದಂಡಿಸಿದ ; ವೈರಿಬಲಲೋಹಿತ = ಶತ್ರು ಸೈನ್ಯದ ರಕ್ತ ; ಬಂಧುರ ದಂಡಂ = ಮನೋಹರವಾದ ಗದಾದಂಡ ; ಭುಜಾದಂಡ = ಬಾಹುಗಳೆಂಬ ಗದೆ ; ಆಜಿ ಭೀಕರ = ಯುದ್ಧ ಭಯಂಕರ ; ವಿರೋಧಿ ವಿದಾರಣ = ಶತ್ರುಗಳನ್ನು ಸೀಳಿ ಹಾಕಿದ ; ಉಗ್ರ ಪನ್ನಗ ವಿಭೀಷಣಂ = ಕ್ರೂರವಾದ ಸರ್ಪದಂತೆ ಭಯವನ್ನುಂಟು ಮಾಡುವ ; ಶೌಂಡಂ = ಸಮರ್ಥವಾದ

ಎಲೈ ದ್ರುಪದನಂದನೆ ಶತ್ರುಗಳನ್ನು ಸದೆಬಡಿದು ಅವರ ರಕ್ತದಿಂದ ಲೇಪಿತವಾದ ಶೋಭಿಸುತ್ತಿರುವ ಈ ಗದೆ ಹಾಗೂ ನನ್ನ ಭುಜಾದಂಡವೂ ಕ್ರೂರ ಸರ್ಪದಂತೆ ಭಯ ಹುಟ್ಟಿಸುವ ಸಾಮರ್ಥ್ಯವುಳ್ಳ ನನ್ನ ಈ ಧನುಸ್ಸು ನನ್ನಲ್ಲಿ ಇರುವ ತನಕ ಸಂಧಿಮಾಡಿಕೊಳ್ಳಲು ನಾನು ಸಮ್ಮತಿಸುವೆನೆಂದು ತಿಳಿದಿರುವೆಯಾ... ಖಂಡಿತಾ ಅದು ಸಾಧ್ಯವಿಲ್ಲ.

ಕುರುರಾಜಾರ್ಣವ ಬಾಡಬಾಗ್ನಿ ಕುರುರಾಜಾರಣ್ಯ ದಾವಾನಲಂ
ಕುರುರಾಜಾಂಬುಜ ಚಂದ್ರರೋಚಿ ಕುರುರಾಜಾದ್ರೀಂದ್ರ ವಜ್ರಾಯುಧಂ ।
ಕುರುರಾಜೋಗ್ರತ ಮಸ್ತಮೋರಿ ಕುರುರಾಜೇಭೇಂದ್ರ ಕಂಠೀರವಂ
ಪಿರಿದುಂ ಕಾಂತೆಯ ಮುಂದೆ ಪೂಣ್ದು ನುಡಿದಂ ಚಾಳುಕ್ಯ ಕಂಠೀರವಂ ॥ ೭೪ ॥

ಕುರುರಾಜಾರ್ಣವ = ಕುರುರಾಜನೆಂಬ ಸಮುದ್ರ ; ಬಾಡಬಾಗ್ನಿ = ಸಮುದ್ರದೊಳಗಣ ಬೆಂಕಿ (ವಡಬಾಗ್ನಿ) ; ದಾವಾನಲಂ = ಕಾಡ್ಗಿಚ್ಚು ; ಕುರುರಾಜ + ಅಂಬುಜ ಚಂದ್ರರೋಚಿ =

ಕುರುರಾಜನೆಂಬ ಕಮಲಕ್ಕೆ ಚಂದ್ರನೋಪಾದಿ ; ಕುರುರಾಜೇಭೇಂದ್ರ – ಕುರುರಾಜ + ಇಭ + ಇಂದ್ರ = ಕುರುರಾಜನೆಂಬ ಆನೆ ; ಕುರುರಾಜ + ಉಗ್ರ + ತಮಸ್ + ಅರಿ = ದುರ್ಯೋಧನ ಎಂಬ ಅಂಧಕಾರಕ್ಕೆ ಸೂರ್ಯನಂತೆ ; ಕುರುರಾಜ + ಅದ್ರಿ + ಇಂದ್ರ = ಕುರುರಾಜನೆಂಬ ಪರ್ವತಕ್ಕೆ ಇಂದ್ರನ ವಜ್ರಾಯುಧದಂತೆ

ಕೌರವ ಎಂಬ ಮಹಾಸಾಗರಕ್ಕೆ ವಡಬಾಲನಂತೆ, ಕುರುರಾಜನೆಂಬ ಕಾಡಿಗೆ ಭಯಂಕರವಾದ ಕಾಳ್ಗಿಚ್ಚಿನಂತೆ, ಕುರುರಾಜನೆಂಬ ತಾವರೆಗೆ ಚಂದ್ರನಂತೆ, ಕುರುರಾಜನೆಂಬ ಪರ್ವತಕ್ಕೆ ವಜ್ರಾಯುಧದಂತೆ, ದುರ್ಯೋಧನನೆಂಬ ಭಯಂಕರವಾದ ಕತ್ತಲಿಗೆ ಸೂರ್ಯನಂತೆ, ಕುರುರಾಜನೆಂಬ ಮದವೇರಿದ ಆನೆಗೆ ಸಿಂಹದಂತೆ ಇರುವ ಚಾಳುಕ್ಯ ಕಂಠೀರವ ಸತ್ಯಾಶ್ರಯ (ಭೀಮಸೇನ)ನು ದ್ರೌಪದಿಯ ಮುಂದೆ ದೃಢ ಶಪಥವನ್ನು ಮಾಡುತ್ತಾನೆ.

ಗದ್ಯ : ಇದು ಸಮಸ್ತ ಭುವನ ವಲ್ಲಭ ಜನಾಶ್ರಯಂ, ಶ್ರೀ ಪೃಥ್ವೀವಲ್ಲಭಂ ಮಹಾರಾಜಾಧಿರಾಜ ಪರಮೇಶ್ವರಂ ಪರಮಭಟ್ಟಾರಕಂ ಶ್ರೀ ಸತ್ಯಾಶ್ರಯ ಕುಲ ತಿಲಕಂ ಶ್ರೀಮದಾಹವಮಲ್ಲದೇವ ಶ್ರೀಪಾದಕಲ್ಪ ಪಾದಾಶ್ರಯಾಸನ್ನವರ್ತಿ

ಕವಿಚಕ್ರವರ್ತಿ ಕವಿರನ್ನ ವಿರಚಿತಮಪ್ಪ
ಚಾಳುಕ್ಯ ಚಕ್ರವರ್ತಿ ಶ್ರೀಸಾಹಸಭೀಮವಿಜಯದೊಳ್
ಭೀಮಸೇನ ಪ್ರತಿಜ್ಞಾವರ್ಣನಂ ಪ್ರಥಮಾಶ್ವಾಸಂ

ಇದು ಸಮಸ್ತ ಭೂಮಿಯ ಒಡೆಯನೂ, ಜನಾಶ್ರಯನೂ, ಪೃಥ್ವಿ ವಲ್ಲಭನೂ ಮಹಾರಾಜಾಧಿರಾಜ ಪರಮೇಶ್ವರ ಪರಮ ಭಟ್ಟಾರಕನೆನಿಸಿದ ಶ್ರೀ ಸತ್ಯಾಶ್ರಯ ಕುಲತಿಲಕನೆನಿಸಿದ ಆಹವಮಲ್ಲದೇವ ಶ್ರೀಪಾದ ಕಲ್ಪವೃಕ್ಷ ಆಶ್ರಯನಾದ ಕವಿಚಕ್ರವರ್ತಿ ಕವಿರನ್ನನಿಂದ ರಚಿಲ್ಪಟ್ಟ ಚಾಳುಕ್ಯ ಚಕ್ರವರ್ತಿ ಶ್ರೀಸಾಹಸಭೀಮ ವಿಜಯದಲ್ಲಿನ ಪ್ರಥಮಾಶ್ವಸದ ಭೀಮಸೇನ ಪ್ರತಿಜ್ಞಾ ವರ್ಣನೆಯು.

ಎಂಬಲ್ಲಿಗೆ ಗದಾಯುದ್ಧದ

ಪ್ರಥಮಾಶ್ವಾಸಂ ಸಂಪೂರ್ಣವಾದುದು.

ದ್ವಿತೀಯಾಶ್ವಾಸಂ

ಶ್ರೀಯಂ ಕುರುಭೂಭೃದ್ಬಲ
ತೋಯಧಿಯೊಳ್ ಕಡೆದು ಪಡೆದು ಭುಜಮಂಡಲದಿಂ ।
ದಾಯಾದ ಮಲ್ಲನೆನಿಸಿದ
ಜೇಯಂ ಭುಜಬಲ ವಿಭಾಸಿ ಸಾಹಸಭೀಮಂ ॥ ೧ ॥

ಶ್ರೀಯಂ = ಸಂಪತ್‌ಲಕ್ಷ್ಮಿ ; ಕುರುಭೂಭೃತ್ + ಬಲ = ಕುರುರಾಜನ ಸೈನ್ಯ ; ತೋಯದಿ = ಸಾಗರ ; ದಾಯಾದ ಮಲ್ಲ = ದಾಯಾದಿಗಳ ಜಟ್ಟಿ ; ವಿಭಾಸಿ = ಪ್ರಕಾಶಿಸುವ

ತನ್ನ ಅಪಾರ ಭುಜಶಕ್ತಿಯಿಂದ (ಮಂದರದಿಂದ) ಕುರುಸೇನೆಯೆಂಬ ಮಹಾ ಸಾಗರವನ್ನು ಕಡೆದು – ಮಂಥನ ಮಾಡಿ – ಐಶ್ವರ್ಯ ಲಕ್ಷ್ಮಿಯನ್ನು ವಶಪಡಿಸಿಕೊಂಡು ದಾಯಾದಿಗಳಿಗೆ ಜಗಜಟ್ಟಿಯೆನಿಸಿದ ಅಜೇಯನಾದ ಭೀಮನು ಶೋಭಿಸಿದನು. (ಇಲ್ಲಿ ದೇವದಾನವರು ಒಂದಾಗಿ ಕ್ಷೀರಸಾಗರವನ್ನು ಮಥಿಸಿ ಲಕ್ಷ್ಮಿಯನ್ನು ಪಡೆದಂತೆ ಸಾಹಸಮಲ್ಲನಾದ ಭೀಮಸೇನನು ಏಕಾಂಗಿಯಾಗಿ ಕುರುಸೇನಾ ಸಮುದ್ರವನ್ನು ಕಡೆದು ಸಂಪತ್ ಅಧಿದೇವತೆಯೆನಿಸಿದ ಲಕ್ಷ್ಮಿಯನ್ನು ವಶಪಡಿಸಿಕೊಂಡು ಪ್ರಕಾಶಿಸಿದನು ಎಂಬ ಭಾವವಿದೆ.)

ವಚನ : ಅಂತು ಕೌರವ್ಯಕುಲಕಾಲಾನಲನುಂ, ದುಶ್ಶಾಸನದನುಜ ವಿಶಾಲ ವಕ್ಷಸ್ಥಳ ಕೇಳೀನೃಸಿಂಹನುಂ ಕುರುರಾಜಾನುಜ ಮಹಾಮಹೀಜ ಮೂಲೋನ್ಮೂಲನ ಪ್ರಳಯ ಪ್ರಭಂಜನನುಂ ಪ್ರಬಳರಿಪುಬಳ ಭುಜಬಲ ಪರಿಕ್ಷೇಪ ಘೂರ್ಣಿತಾರ್ಣ ಪ್ರಳಯಾರ್ಣವನುಂ ಪ್ರಚಂಡ ಭುಜಬಲಾವಷ್ಟಂಭ ಗಂಭೀರನುಂ ಕುರುರಾಜನಿರ್ವ್ಯಾಜನಿಬಿಡೋರುದ್ವಯ ಭಂಗ ಪ್ರತಿಜ್ಞಾಭಾರನುಂ. ಫಣಿಪತಿಕೇತನ ಧೂಮಕೇತುವುಂ ಪಾಂಡವ ಬಲ ಪ್ರದೀಪನುಂ ಪಾಂಡವ ಬಲ ಪ್ರಾಕಾರನುಂ ಏಕಾಂಗ ವೀರನುಂ ಜರಾಸಂಧಸಂಧಿ ಬಂಧ ವಿಘಟನನುಂ ಸತ್ಯಾಶ್ರಯಕುಲತಿಲಕನುಂ ಇಱಿವಬೆಡಂಗನುಂ ಸಾಹಸ ಭಟರ ಜವನುಂ ಚಾಳುಕ್ಯ ನಾರಾಯಣನುಂ ಚಾಳುಕ್ಯ ಕಂಠೀರವನುಂ ಚಾಳುಕ್ಯ ಮಾರ್ತಾಂಡನುಂ ಅಕಲಂಕ ಚರಿತನುಂ ಅಮ್ಮನಗಂಧವಾರಣನುಂ ಸಾಹಸಾಂಕನುಮೆನಿಸಿದ ಭೀಮಸೇನನಂತು ಆರೂಢಕೋಪನುಂ ಪ್ರತಿಜ್ಞಾರೂಢನುಮಾಗಿ –

ಕಾಲ + ಅನಲನುಂ = ಪ್ರಳಯಾಗ್ನಿ ; ಕೇಳೀನೃಸಿಂಹ = ಕ್ರೀಡಿಸುವ ನರಸಿಂಹ ; ಮಹೀಜ = ಮರ, ವೃಕ್ಷ ; ಮೂಲೋನ್ಮೂಲನ = ಬೇರು ಸಹಿತ ಕೀಳುವುದು ; ಪರಿಕ್ಷೇಪಘೂರ್ಣಿತಾರ್ಣ = ಸುತ್ತುವರಿದು ಭೋರ್ಗರೆತದಿಂದ ಕೂಡಿದ ಸಮುದ್ರ ; ಪ್ರಭಂಜನ = ಸುಂಟರಗಾಳಿ ; ಭುಜಬಲ + ಅವಷ್ಟಂಭ = ಬಾಹುಬಲದ ಆಧಾರ ; ನಿಬಿಡ + ಊರುದ್ವಯ = ದಟ್ಟವಾದ ಎರಡು ತೊಡೆಗಳು ; ಪ್ರತಿಜ್ಞಾಭಾರನುಂ = ಶಪಥವೆಂಬ

ಹೊರೆ ಹೊತ್ತವನು ; ಜರಾಸಂಧ ಸಂಧಿಬಂಧ ವಿಘಟನ = ಜರಾಸಂಧನನ್ನು ಸೀಳುಮಾಡಿ ಕೊಂದವನು ; ಆರೂಡೆ = ಅಚಲವಾಗಿರುವ

ಅಂತಹ ಕೌರವಕುಲದಾವಾನಲನಾದ, ದುಶ್ಶಾಸನನ ವಿಶಾಲವಾದ ವಕ್ಷಸ್ಥಲವನ್ನು ಸೀಳಿ ಹಿರಣ್ಯಕಶಿಪುವಿನ ಕರುಳನ್ನು ಬಗೆದ ನರಸಿಂಹನಂತೆ ಕೌರವಾನುಜರನ್ನೆಲ್ಲರನ್ನೂ ಸಂಹಾರ ಮಾಡಿದ ಪ್ರಳಯರುದ್ರನೆನಿಸಿದ, ಪ್ರಬಲರಾದ ಶತ್ರುಪಾಳಯ ಎಂಬ ಮಹಾಸಮುದ್ರಕ್ಕೆ ಬಿರುಗಾಳಿಯಂತಿರುವ ಕೌರವನ ತೊಡೆಗಳನ್ನು ಮುರಿದು ನಾಶ ಮಾಡುವೆನೆಂಬ ಪ್ರತಿಜ್ಞೆಯನ್ನು ಹೊತ್ತ ಉರಗಪಾತಕನ ಧೂಮಕೇತುವಂತಿರುವ ಪಾಂಡವ ಬಲ ಪ್ರದೀಪನೂ ಏಕಾಂಗ ವೀರನೂ (ಸತ್ಯಾಶ್ರಯ ಕುಲತಿಲಕನೂ, ಇರಿವಬೆಡಂಗ ಸಾಹಸಭಟರ ಜವನು, ಚಾಳುಕ್ಯ ನಾರಾಯಣನು, ಚಾಳುಕ್ಯ ಕಂಠೀರವ, ಚಾಳುಕ್ಯ ಮಾರ್ತಾಂಡ ಅಮ್ಮನಗಂಧವಾರಣ – ಇವು ಸತ್ಯಾಶ್ರಯನ ಬಿರುದುಗಳು) ಸಾಹಸಮಲ್ಲನೆನಿಸಿದ ಭೀಮಸೇನನು ಸ್ಥಿರವಾಗಿ ನೆಲಸಿರುವವನಾಗಿ ಪ್ರತಿಜ್ಞಾ ಬದ್ಧನಾಗಿ –

ಸಮದೇಭಕುಂಭಭೇದನ
ಸಮಯೋಗ್ರನಖಂಗೆ ಹರಿಗೆ ಮೃಗರಿಪುವೆಸರು ।
ತ್ತಮಿಕೆಯೆ? ನಿನಗೆ ಜರಾಸಂ
ಧ ಮಥನ ಕುರುವೈರಿವೆಸರದೇನುನ್ನತಿಯೇ ॥ ೨ ॥

ಸ + ಮದ + ಇಭ = ಮದವೇರಿದ ಆನೆ ; ಕುಂಭ = ಕುಂಭ ಸ್ಥಳ ; ಸಮಯ = ಪ್ರತಿಜ್ಞೆವುಳ್ಳ ; ಉಗ್ರನಖ = ಹರಿತವಾದ ಉಗುರುಗಳುಳ್ಳ ; ಹರಿಗೆ = ಸಿಂಹಕ್ಕೆ ; ಮೃಗರಿಪು = ಶತ್ರು ಪ್ರಾಣಿಗಳು (ಜಿಂಕೆಗಳು) ; ಉತ್ತಮಿಕೆ = ಉಚಿತ ; ಉನ್ನತಿ = ಘನತೆ

ಮದವೇರಿದ ಆನೆಯ ಕುಂಭಸ್ಥಳವನ್ನು ತನ್ನ ಹರಿತವಾದ ಉಗುರುಗಳಿಂದ ಸೀಳಿ ಹಾಕುವ ಸಿಂಹಕ್ಕೆ ಕೇವಲ ಜಿಂಕೆಗಳ ವೈರಿ ಎನ್ನುವ ಹೆಸರು ಒಪ್ಪುತ್ತದೆಯೇ? ಹಾಗೆಯೇ ಎಲೈ ಭೀಮನೇ ಮಗಧರಾಜನಾದ ಜರಾಸಂಧನಂತಹ ಮಹಾಬಲಾಢ್ಯನನ್ನು ಸಂಹರಿಸಿದ ನಿನಗೆ ಕುರುಕುಲ ಶತ್ರು ಎಂಬ ಹೆಸರೇನು ಮಹಾ ದೊಡ್ಡದೇ? ಅಂದರೆ ಇಲ್ಲಿ ಭೀಮ ಸಿಂಹ ಪರಾಕ್ರಮಿ. ಕೌರವರು ಸಾಮಾನ್ಯ ಜಿಂಕೆಗಳಂತೆ. ಅದು ನಿನ್ನಂಥವನಿಗೆ ಮಹಾ ಸಂಗತಿಯೇನಲ್ಲ ಎಂಬ ಭಾವ!

ಇಱಿವಬೆಡಂಗ ದೇವ ಪರಮೇಶ್ವರ ಸಾಹಸಭೀಮ ನಿನ್ನೊಳಾ
ರಿಱಿದು ಬರ್ದುಂಕುವರ್ನಿಜ ಭುಜೋಗ್ರಗದಾ ಪರಿಘ ಪ್ರಹಾರದಿಂ ।
ಪಱಿವಱಿಯಾಗಿ ಪುಣ್ಮೆವೆಣನಾಗಿ ಮರುಳ್ಗುಣಿಸಾಗಿ ಯುದ್ಧದೊಳ್
ಕುಱಿದಱಿಯಾಗಿ ಬಿಟ್ಟಿರಿ ಬಲಂಗಳೆ ಪೇಟಿವೆ ನಿನ್ನ ಬೀರಮಂ ॥ ೩ ॥

ನಿನ್ನೊಳ್ ಇರಿದು ಬರ್ದುಂಕುವರ್ = ನಿನ್ನೊಂದಿಗೆ ಕಾದಾಡಿ ಬದುಕುವವರು ; ಭುಜ + ಉಗ್ರ = ಭುಜದ ಮೇಲಿನ ಉಗ್ರವಾದ ; ಪರಿಘ = ಅಗುಳಿಯಂತಿರುವ ಆಯುಧ ; ಪುಣ್ದು + ವೆಣನಾಗಿ = ಗಾಯಗಳಿಂದ ಕೂಡಿದ ಹೆಣದಂತೆ ಇರುವ ; ಮರುಳ್ಗೆ +

ಉಣಿಸಾಗಿ = ಪಿಶಾಚಿಗಳಿಗೆ ಆಹಾರವಾಗಿ ; ಕುರಿದು + ಅರಿ = ಕುರಿಯನ್ನು ಕೊಚ್ಚಿ ಕೊಲ್ಲುವುದು ; ಬಿಳ್ದ + ಅರಿಬಲ = ಬಿದ್ದ ಶತ್ರು ಸೈನ್ಯ ; ಬೀರಮಂ = ವೀರ್ಯವನ್ನು

ಇರಿವಬೆಡಂಗ, ಪರಮೇಶ್ವರದೇವ, ಸಾಹಸಭೀಮ (ಸತ್ಯಾಶ್ರಯನ ಬಿರುದುಗಳು)ನೇ ನಿನ್ನ ಜೊತೆ ಕಾದಾಡಿ ಬದುಕುವವರ್ಯಾರು? ಯುದ್ಧಕಾಲದಲ್ಲಿ ನಿನ್ನ ಭುಜಾದಂಡವೆನಿಸಿದ ಪರಿಘಕ್ಕೆ ಸಮನಾದ ಗದಾ ಪ್ರಹಾರದಿಂದ ಕೊಚ್ಚಿ – ಪುಡಿ ಪುಡಿಯಾಗಿ ಗಾಯಗಳಿಂದ ಕೂಡಿದ ಹೆಣಗಳಂತಿರುವ ಶತ್ರುಸೈನ್ಯಗಳು ಪಿಶಾಚಿಗಳಿಗೆ ಆಹಾರವಾಗಿ ಕೊಚ್ಚಿದ ಕುರಿಗಳಂತೆ ಬಿದ್ದಿರುವ ಶತ್ರು ಸೈನ್ಯಗಳ ಅವಸ್ಥೆಯೇ ನಿನ್ನ ಶೌರ್ಯಕ್ಕೆ ಒರೆ ಹಚ್ಚಿದಂತೆ ಅಲ್ಲವೇ?

ವಚನ : ಎಂದನಲನಂದನೆಯನಿಲನಂದನನಂ ಪೊಗೞ್ದು

ಎಂದು ಅನಲ – ಬೆಂಕಿಯ ಮಗಳಾದ ದ್ರೌಪದಿ ಅನಿಲನ ಮಗನಾದ ಭೀಮನನ್ನು ಹೊಗಳಿ –

ಒಡಲೊಡಮೆಯೆಂಬಿವೆರಡುಂ
ಕೆಡಲಿರ್ಪುವು ಕೆಡದ ಕಸವರಂ ಜಸಮದಱಿಂ ।
ಕೆಡುವೊಡಲೊಡಮೆಯನೆಂದುಂ
ಕೆಡದೊಡಮೆಗೆ ಮಾಱುಗುಡುವುದಿಱಿವಬೆಡಂಗಾ ॥ ೪ ॥

ಒಡಲ್ + ಒಡಮೆ = ದೇಹ – ಒಡವೆ ; ಕಸವರಂ = ದ್ರವ್ಯ – ನಿಧಿ ; ಜಸಮ್ = ಯಶಸ್ಸು ; ಕೆಡದ + ಒಡಮೆ = ನಾಶವಾಗದ ಒಡವೆ

ಶರೀರ ಹಾಗೂ ಒಡವೆಗಳೆಂಬ ಎರಡೂ ವಸ್ತುಗಳು ಅಶಾಶ್ವತವು. ಕೆಡದೆ ಇರುವ ಒಡವೆಯೆಂದರೆ ಅದು ಕೀರ್ತಿ ಅಥವಾ ಯಶಸ್ಸು ಅಂದಮೇಲೆ ನಶ್ವರವಾದ ಶರೀರ – ಒಡವೆಯನ್ನು ಮಾರಿ ಅಥವಾ ವಿಕ್ರಯಿಸಿ – ತ್ಯಜಿಸಿ ಶಾಶ್ವತವಾದ ಕೀರ್ತಿಯನ್ನು ಗಳಿಸುವುದೇ ಶ್ರೇಷ್ಠ ಅಲ್ಲವೇ ಇರಿವಬೆಡಂಗಾ?

ಮಣಿಕನಕಂ ವಸ್ತುವಿಭೂ
ಷಣಂಗಳಂ ಕೊಟ್ಟು ಪೆಂಡಿರೊಲ್ವರೆ ಗಂಡರ್ ।
ಗುಣಮನೆ ಮಜಿಪುದು ಶಸ್ತ್ರ
ವ್ರಣಮಂ ನಿನ್ನಂತೆ ಮೆಱಿವುದಿಱಿವಬೆಡಂಗಾ ॥ ೫ ॥

ಪೆಂಡಿರ್ + ಒಲ್ವರೆ = ಹೆಂಡತಿಯರು ಒಲಿಯುತ್ತಾರೆಯೇ ; ಶಸ್ತ್ರವ್ರಣ = ಆಯುಧದಿಂದಾದ ಗಾಯ

ವೀರ ರಮಣಿಯರೆನಿಸಿದ ಹೆಂಡಿರು ತಮ್ಮ ಗಂಡಂದಿರು ಮಣಿ ಕನಕಾದಿ ವಸ್ತ್ರಾಭರಣಗಳನ್ನು ಕೊಟ್ಟ ಮಾತ್ರಕ್ಕೆ ಒಲಿಯುತ್ತಾರೆಯೇ ಅಥವಾ ಮೆಚ್ಚಿಕೊಳ್ಳುತ್ತಾರೆಯೇ? ಖಂಡಿತಾ ಇಲ್ಲ. ಅವರು ಮೆಚ್ಚಿಕೊಳ್ಳುವುದು ಗಂಡಂದಿರ ಉತ್ತಮವಾದ ಗುಣಗಳನ್ನು. ಹಾಗಾಗಿ ಅವರು ತಮ್ಮ ಶಕ್ತಿ ಪರಾಕ್ರಮಗಳನ್ನು ತೋರಿಸಬೇಕು. ಶತ್ರುಗಳ ಅಸ್ತ್ರಗಳಿಂದಾದ ಗಾಯಗಳನ್ನು ತೋರಿಸಬೇಕು. ಅದು ನಿನ್ನಂತೆ! ಅದನ್ನೇ ವೀರನಾರಿಯರು ಬಯಸುವುದು.

ವಚನ : ಎಂದು ಮೊದಲಿಸಿ ನುಡಿಯೆ ಬುದ್ಧಿಮತಿಯಿಂತೆಂದಳ್

ಎಂದು ಮೊದಲಿಸಿ ದ್ರೌಪದಿ ನುಡಿದಾಗ ಅವಳ ಸಖಿಯರಲ್ಲೊಬ್ಬಳಾದ ಬುದ್ಧಿಮತಿ ಎಂಬುವಳು ಹೀಗೆ ಹೇಳುತ್ತಾಳೆ –

ಎರೆವರ್ಗೀವಂ ಭಯದಿಂ
ಶರಣ್ಗೆವರೆ ಕಾವನೀವ ಕಾವಗುಣಕ್ಕಾ ।
ದೊರ್ರೆ ಪೆಱರಿಱಿವಬೆಡಂಗನ
ಕೊರಲೊಳ್ಕೊಂಕುಂಟೆ ನುಡಿಯೊಳೇಂ ತೊದಳುಂಟೆ ॥ ೬ ॥

ಎರೆವರ್ಗೆ = ಬೇಡುವವರಿಗೆ ; ಈವಂ = ಕೊಡುವನು ; ಶರಣ್‌ಗೆ + ವರೆ = ಶರಣಾದವರಿಗೆ ; ಕೊರಲೊಳ್ = ಧ್ವನಿಯಲ್ಲಿ

ಇರಿವಬೆಡಂಗನೆನಿಸಿದ ಭೀಮನು ಬೇಡಿದವರಿಗೆ ಅವರು ಬೇಡಿದ್ದನ್ನು ಕೊಡುತ್ತಾನೆ. ಶರಣು ಬಂದವರನ್ನು ಕಾಪಾಡುತ್ತಾನೆ ಇವನ ಈ ಗುಣಕ್ಕೆ ಸರಿಸಾಟಿ ಯಾರು? ಅವನ ನುಡಿಯಲ್ಲಿ ಕೊಂಕಿಲ್ಲ, ತೊದಲಿಲ್ಲ, ವಕ್ರತೆಯಂತೂ ಮೊದಲೆ ಇಲ್ಲ.

ಆರಯೆ ನೃಪರಾರುಂ ವಾ
ಕ್ಸಾರರ್ ಕರ್ತವ್ಯಸಾರರಲ್ಲರದಂತಂ ।
ತಾರುಮನಱಿವಂ ಕೇಳ್ ಸ್ಥಿತಿ
ಸಾರಂ ನಿನ್ನನ್ನನಾವನಿಱಿವಬೆಡಂಗಾ ॥ ೭ ॥

ಆರಯೆ = ವಿಚಾರಿಸಿ ನೋಡಲು ; ವಾಕ್ + ಸಾರರ್ = ಮಾತೇ ಸರ್ವಸ್ವವೆಂದು ತಿಳಿಯುವವರು ; ಕರ್ತವ್ಯಸಾರರಲ್ಲ + ಅದು + ಅಂತಂತೆ = ಕೆಲಸದಲ್ಲಿ ನಿಷ್ಠೆವುಳ್ಳವರಲ್ಲ ಅದು ಹಾಗೆ ; ಆರುಮನ್ + ಅರಿವೆಂ = ಎಲ್ಲರನ್ನು ಬಲ್ಲೆ ; ಸ್ಥಿತಿಸಾರಂ = ಕರ್ತವ್ಯ ನಿಷ್ಠರ್

ಭೀಮಸೇನ, ಸರಿಯಾಗಿ ವಿಚಾರಿಸಿ ನೋಡಿದರೆ ಎಲ್ಲರೂ ಮಾತಿನ ಮಲ್ಲರೇ ವಿನಃ ಕೆಲಸದಲ್ಲಿ ನಿಷ್ಠೆಯನ್ನು ತೋರಿಸುವವರಲ್ಲ. ಇದು ನಿಜವಾದ ಮಾತು. ಇಂಥವರನ್ನು ನಾನು ಚೆನ್ನಾಗಿ ಬಲ್ಲೆ. ಆದರೆ ನಿನ್ನಂತೆ ಕರ್ತವ್ಯ ಪ್ರಜ್ಞೆಯುಳ್ಳ ವಿವೇಚನಾ ಪರನಾದ ರಾಜನು ಯಾವನಿದ್ದಾನೆ ಇರಿವಬೆಡಂಗಾ?

ವಚನ : ಎನಲುಂ ವೃದ್ಧ ಕಂಚುಕಿಯಿಂತೆಂದಳ್ – ಅವರ ಪೂರ್ವಜರಪ್ಪ ಅರಸುಗಳೊಳಗೆ ಅಯೋಧ್ಯಾಪುರ ಪರಮೇಶ್ವರನುಂ, ಸತ್ಯಾದಿಗುಣಾಶ್ರಯ ವಲ್ಲಭನುಮ್ ಅತಿ ಪ್ರೌಢದಿಶಾದಂತಿ ಪ್ರಕಟ ಪ್ರಭಾವನಪ್ಪ ಸತ್ಯಾಶ್ರಯ ದೇವನಿಂ ವಿಷ್ಣುವರ್ಧನಾ ಪರನಾಮಧೇಯನುಂ ರಾಷ್ಟ್ರಕೂಟಗಜಘಟಾ ವಿಘಟನಸಿಂಹನೆನಿಸಿದ ಜಯಸಿಂಹದೇವನಿಂ ಅತಿಪ್ರವರ್ಧನ ಪ್ರಜಾನುರಾಗನುಂ ಅತಿಪ್ರಬಲರಣರಾಮನುಂ ಎನಿಸಿದ ರಣರಂಗ ಸಿಂಹನಿಂ ವಾತಾಪಿ

ಪುರವರೇಶ್ವರನುಂ ಅಶ್ವಮೇಧ ಯಜ್ಞದೀಕ್ಷಿತನುಂ ದ್ವೀಪಾಂತರ ಪ್ರಕಟ ಪ್ರಭಾವನುಂ ಎನಿಸಿದ ಪುಲಕೇಶಿ ದೇವನಿಂ ಪರಿರಕ್ಷಿತ ಪವಿತ್ರವರ್ಮನೆನಿಸಿದ ಕೀರ್ತಿವರ್ಮದೇವನಿಂ ತತ್ತನಯನಪ್ಪ ಎರಡನೆಯ ಸತ್ಯಾಶ್ರಯ ದೇವನಿಂ ಅವನ ಕಿಜೆಯ ಮಗನಪ್ಪ ಮಂಗಳಾರ್ಣವನಿಂ, ಸತ್ಯಾಶ್ರಯನಪ್ಪ ಎರಡನೆಯ ಸತ್ಯವ್ರತಿಯಿಂ ತತ್ತನಯನಪ್ಪ ಆದಿತ್ಯವರ್ಮನಿಂ ತದಪತ್ಯನಪ್ಪ ವಿಕ್ರಮಾದಿತ್ಯನಿಂ ತತ್ಪುತ್ರನಪ್ಪ ದುರ್ಧರ ಮಲ್ಲನಿಂ ತನ್ನಂದನನಪ್ಪ ನಿರವದ್ಯಾಪರನಾಮಧೇಯನಪ್ಪ ವಿಜಯಾದಿತ್ಯ ಭಟ್ಟಾರಕನಿಂ ತತ್ಸೂನು ಮಿತ್ರನಪ್ಪ ವಿಕ್ರಮಾರ್ಣವನೆನಿಸಿದ ಕೊಂಕಣಿ ವಿಕ್ರಮಾದಿತ್ಯನಿಂ, ತತ್ಸೂನುಮಿತ್ರನಪ್ಪ ಕೀರ್ತಿವರ್ಮನಿಂ ಆತನ ಕಿರಿಯ ಮಗನಪ್ಪ ಭೀಮ ಪರಾಕ್ರಮನಿಂ ತಜ್ಜಾತನಪ್ಪ ಎರಡನೆಯ ಕೀರ್ತಿವರ್ಮನಿಂ ತತ್ಸೂನುವಪ್ಪ ಪಿರಿಯ ತೈಲಪನಿಂ ಆತನ ಮಗನಪ್ಪ ಮುಕುಂದಿಯ ಕೊಂದ ಕುಂದಿಯ ಭೀಮನಿಂ, ಆತನ ಮಗನಪ್ಪ ವಿಕ್ರಮಾದಿತ್ಯದೇವನಿಂ ಆತನ ಮಗನಪ್ಪ ರಣರಂಗಮಲ್ಲನೆನಿಪ್ಪ ಅಯ್ಯಣದೇವನಿಂ, ಆತನಮಗನು ಉತ್ತುಂಗ ಮಲ್ಲನೆನಿಸಿದ ವಿಕ್ರಮಾದಿತ್ಯನಿಂ ಚಾಳುಕ್ಯಕುಲೋದ್ಭವನಪ್ಪ ವಿಕ್ರಮಾದಿತ್ಯ ದೇವಂಗಂ ಚೈದ್ಯ ಕುಲೋದ್ಭವೆಯಪ್ಪ ಬೊಂಕಾದೇವಿಗಂ ಪುಟ್ಟಿದಂ ॥ ಸ್ವಸ್ತಿ ॥ ಸಮಸ್ತ ಭುವನಾಶ್ರಯಂ ಶ್ರೀಪೃಥ್ವೀವಲ್ಲಭಂ ಮಹಾರಾಜಾಧಿರಾಜಂ ರಾಜಪರಮೇಶ್ವರಂ, ಪರಮಭಟ್ಟಾರಕಂ, ಕರಹಟಭಯಂಕರಂ ಜಾದಿಳಾಂಧ್ರ (ಜಾಬಾಲಾಂಧ್ರ), ಕುಲೀನಭುವನ (ಕುಲಗಿಪುವನ), ಸದ್ಗುಣಮಣಿವಿಭೂಷಣಂ ಸಿಂಧುರಕಂಧರಾಧಿರೂಢ ಪಲ್ಲಿಕೋಟೋಲ್ಲಂಘನಂ ಭದ್ರಕ ವಿದ್ರಾವಣಂ ಕೊಂಕಣ ಭಯಂಕರಂ ಉಭಯಬಲದಲ್ಲಣಂ ಮಾರ್ಮಲೆವರಿಗಜಕೇಸರಿ ಕರೀಂದ್ರ ಕಂಠೀರವ ಮಲ್ಲಂ ವೈರಿ ಫಣೀಂದ್ರ ಸೌಪರ್ಣಂ ಕ್ರಾಕಲಿಕರಾಜಗಜಕೇಸರಿ ರಣಕುಂಭಿಕುಂಭ ಕಂಠೀರವಂ ಯಾದವ ಕುಲಾಂಬರದ್ಯುಮಣಿ ರಣರಂಗ ಭೀಷಣಂ ರಿಪುಬಲಪುಂಜ ಗಜಘಟಾಭಂಜನನುಂ ಸಾಮಂತ ಮೃಗ ಶಾರ್ದೂಲ ರಣರಂಗ ರಾಕ್ಷಸಂ ಅಕಲಂಕರಾಮ ತಳವರ್ಗ ತಳಪ್ರಹಾರಂ ಅರಿಷ್ಟಘರಟ್ಟ ರಾಷ್ಟ್ರಕೂಟ ಕಾಳಕೂಟಂ ನಿಜಭುಜ ಚಕ್ರವರ್ತಿ ಪಾಂಚಾಲ ಮದೇಭ ಪಂಚಾನನಂ ಸಂಹಾರ ಸಿಂಹಿತ್ವ ಘೂರ್ಜರ ವಜ್ರದಾಢಾಘೂರ್ಜರಭಯಜ್ವರ ಸಮಸ್ತ ಮಾಳವ ಸಪ್ತಾರ್ಚಿ ಶತ್ರುಗ್ರಹೋಚ್ಚಾಟ್ಟನನುಂ ಮತ್ತಮ್ ಅನೇಕ ದೇಶಾಧೀಶ್ವರಂ ಪರನೃಪ ಮದಘಜಾಘಟಭಂಜನನುಂ ಉತ್ಪಕ್ಯಮಲ್ಲಂ ಶ್ರೀಮನ್ನೂರ್ಮಡಿ ತೈಲಪನೆನಿಸಿದ ಆಹವಮಲ್ಲದೇವನಿಂ ಉದಿತೋದಿತಮಾಗಿ ಬಂದ

ಚಾಳುಕ್ಯ ವಂಶದೊಳ್ ಎಲ್ಲಿಯುಮ್ ಇನ್ನೆವರೆಗಂ ನುಡಿದು ಮುಸಿವುದಂ ಆಡಿ ಅಳುಪುವುದುಂ ಕೂಡಿ ತಪ್ಪುವುದಂ ಬೇಡಿದರ್ಗಿಲ್ಲೆಂಬುದುಂ ಕಾದಿ ಸೋಲ್ವುದುಂ ಪೆಱವೆಣ್ಗಂ ಪಿಡಿಸುವುದುಂ ಕನಸಿನೊಳೊಪ್ಪೊಡಂ ಇಲ್ಲಂ.(4)

ಶಾರ್ದೂಲ = ಹುಲಿ (ಹೆಣ್ಣು ಸಿಂಹ ಎಂದೂ ಹೇಳುವುದಿದೆ) ; ಸೌಪರ್ಣ = ಗರುಡ ; ಘರಟ್ಟ = ಬೀಸುವ ಕಲ್ಲು ; ಪಂಚಾನನ = ಸಿಂಹ ; ಇಭ = ಆನೆ ; ಸಪ್ತಾರ್ಚಿ = ಅಗ್ನಿ ; ತದಪತ್ಯ = ಅವನ ಮಗ(?)

ಈ ಮೇಲಿನ ವಚನದಲ್ಲಿ ಚಾಲುಕ್ಯ ಚಕ್ರೇಶ್ವರ ಸತ್ಯಾಶ್ರಯನ ಪೂರ್ವಜರ ವಿವರ ನೀಡಲಾಗಿದೆ. ಒಂದು ವಿಧದಲ್ಲಿ ಇದು ಇತಿಹಾಸದ ದೃಷ್ಟಿಯಿಂದ ಅತ್ಯಂತ ಪ್ರಾಮುಖ್ಯವೆನಿಸಿದ ಭಾಗವಾಗಿದೆ. ಅಯೋಧ್ಯಾಪುರದ ಸತ್ಯಾಶ್ರಯದೇವನಿಂದ ಮೊದಲ್ಗೊಂಡು ಕೊನೆಯ ಸತ್ಯಾಶ್ರಯ ಇರಿವಬೆಡಂಗನವರೆಗಿನ ವಂಶಾವಳಿಯನ್ನು ನೀಡಲಾಗಿದೆ. ಇದನ್ನು ಬಿಟ್ಟೂಬಿಡಬಹುದು. ಇದರಿಂದ ಮೂಲ ಕಥೆಗೆ ಯಾವುದೇ ರೀತಿಯ ಬಾಧಕವಿಲ್ಲ. ಇದರ ಸಂಪೂರ್ಣ ಪಾಠಾಂತಕಕ್ಕೆ ಗದಾಯುದ್ಧ ಕಾವ್ಯದಲ್ಲಿನ ಆಂಗ್ಲ ಲೇಖನವನ್ನು ಆಧಾರವಾಗಿ ಬಳಸಬಹುದು.

ಧನರಕ್ಷೆಗೆ ಲೋಭಂ ನಿಜ
ತನುರಕ್ಷೆಗೆ ಪುಸಿ ನಿಜಾತ್ಮ ರಕ್ಷೆಗೆ ಭಯಮೆಂ ।
ಬಿನಿತುಮಕಾರಣಮಿವಱೊಳ
ಗನಪೇಕ್ಷನೆನಿಸಿ ನೆಗಳ್ದನಿಱಿವಬೆಡಂಗಂ ॥ ೮ ॥

ಭಯಂ + ಎಂಬ + ಇನಿತುಮ್ + ಅಕಾರಣಂ + ಇವರೊಳಗೆ + ಅನಪೇಕ್ಷನ್ + ಎನಿಸಿ

ತನ್ನಲ್ಲಿರುವ ಐಶ್ವರ್ಯಕ್ಕೆ ಅದರ ರಕ್ಷಣೆಗಾಗಿ ಅತಿಯಾಸೆ, ದೇಹರಕ್ಷಣೆಗೆ ಸುಳ್ಳು, ಆತ್ಮರಕ್ಷಣೆಗೆ ಭಯ – ಈ ಮೂರು ಅನವಶ್ಯಕ. ಇರಿವಬೆಡಂಗನು ಇವುಗಳನ್ನು ತ್ಯಜಿಸಿಯೇ ಯಶಸ್ಸುಗಳಿಸಿದವನು. ಅಂದರೆ ಅನಾಸಕ್ತಿ ತೋರಿದವನು.

ವಚನ : ಎಂಬುದುಂ –

ಭೀಮಸೇನನುಮತದೊಳ್ ನರ್ಮಸಚಿವನುಂ ಪರಿಹಾಸಕೇಳೀ ಶೀಲನುಮ್ ಎನಿಸಿದ ವಿದೂಷಕನೆಂದಂ :– ಎಲೆ ವೃದ್ಧ ಕಂಚುಕಿ । [ನೀನುಂ] ದೇವಾಸುರಯುದ್ಧಕ್ಕೆ ಕರಗಂಬೊತ್ತ ಡಾವರ ಡಾಕಿನಿಯೆನಿಸಿದ ಪಾಂಚಾಲಿಯುಂ ಬುದ್ಧಿಮತಿಯೆಂಬ ಮೇಳದ ಗಾಳುದೊಟ್ಟುಮ್ ಇಂತೀ ಮೂವರುಂ – ಬಂದ ವಂಶಾವಳಿಯುಮಂ ನಿಜಾವಳಿಯುಮನ್ ಒಳ್ಳಿತಾಗಿ ಪೇಳ್ದೀ ನಿನ್ನ ಚೆನ್ನ ಭಾಷಿತಮ್ ಅದೊಳ್ಳಿತಾದುದು ಇದೇನ್ ಇನ್ನೆಲ್ಲಿಯ ಧೃತರಾಷ್ಟ್ರನ್ ಎತ್ತಣ ಗಾಂಗೇಯನ್ ಎಲ್ಲಿಯ ಸಂಧಿಕಾರ್ಯಂ

(4) Ranna's Gadhayudha – III Edn. Introduction by **M.A. Ramanuja Iyengar**. P.no. : 5 to 17.

ದುಶ್ಶಾಸನಾದಿಗಳಪ್ಪ ನೂರ್ವರ್ ಕೌರವರುಮನ್ ಅಗುರ್ವಾಗೆ ಕೊಂದಿಕ್ಕಿದನ್ ಇನ್ನೊರ್ಬನ್ ಉಳಿದಂ ದುರ್ಯೋಧನನಂ ಕೊಲ್ವುದುಂ ಗೆಲ್ವುದುಂ ನಮ್ಮರಸಂಗಾವುದು ಗಹನಮ್ ಅದರ್ಕೆ ಚಿಂತಿಸದಿರಿಮ್ ಎಂದು ಪಾಂಚಾಲರಾಜ ತನೂಜೆಯ ಮೊಗಮಂ ನೋಡಿ –

ನರ್ಮಸಚಿವ = ಆಪ್ತ ಮಂತ್ರಿ ; ಗಾಳುದೊಳ್ತು = ಕೀಳುದಾಸಿ ; ಅಗುರ್ವಾಗೆ = ಭಯಂಕರವಾದ ರೀತಿಯಲ್ಲಿ ; ಗಹನಮ್ = ಕಷ್ಟವೇನಲ್ಲ (ಸುಲಭ)

ಭೀಮಸೇನನ ಅಭಿಪ್ರಾಯದಂತೆ ಅವನ ಆಪ್ತಮಂತ್ರಿಯೂ, ವಿನೋದಕಾರನೂ ಆದ ವಿದೂಷಕನು ಹೀಗೆಂದ – "ಎಲೈ ವೃದ್ಧ ಕಂಚುಕಿ, ದೇವಾಸುರ ಯದ್ಧಕ್ಕೆ ಕರಗವನ್ನು (ಕೊಡ) ಹೊತ್ತು ತಮ್ಮ ರಕ್ತದಾಹವನ್ನು ತೀರಿಸಿಕೊಳ್ಳಲು ಕಾದಿರುವ ಪಿಶಾಚಿಗಳಂತೆ ಇಲ್ಲಿ ಡಾವರ ಡಾಕಿನಿ ಅಂದರೆ ಕೋಪದಿಂದ ಕಿರಿಚಾಡುವ ಪಾಂಚಾಲಿಯು ಅವಳ ಸಖಿಯಾದ ಬುದ್ಧಿಮತಿ ಈ ಮೂರು ಜನ ಸತ್ಯಾಶ್ರಯನ ಪೂರ್ವಜರ ವಂಶಾವಳಿಯನ್ನು ಮತ್ತು ಅವನ ಗುಣಶೀಲಗಳ ಪ್ರಶಂಸೆ ಈ ನಿನ್ನ ಭಾಷಣದ ಮೂಲಕ ಬಂದಿದ್ದು ಒಳ್ಳೆಯದೇ ಆಯಿತು. ಅಂದ ಮೇಲೆ ಇನ್ನೆಲ್ಲಿಯ ಧೃತರಾಷ್ಟ್ರ? ಇನ್ನೆಲ್ಲಿಯ ಭೀಷ್ಮ? ಎಲ್ಲಿಯ ಸಂಧಿಕಾರ್ಯ? ನೂರು ಮಂದಿ ಕೌರವರಲ್ಲಿ ಭೀಮಸೇನ ಈಗಾಗಲೇ 99 ಮಂದಿಯನ್ನು ಕ್ರೂರವಾದ ರೀತಿಯಲ್ಲಿ ಕೊಂದಿದ್ದಾನೆ. ಈಗ ಇನ್ನೊಬ್ಬ (ದುರ್ಯೋಧನ) ಮಾತ್ರ ಉಳಿದಿದ್ದಾನೆ. ಅವನನ್ನು ಗೆಲ್ಲುವುದಾಗಲಿ ಕೊಲ್ಲುವುದಾಗಲೀ ಕಷ್ಟವಾದ ಕೆಲಸವೇನಲ್ಲ. ಚಿಂತಿಸದಿರು" ಎಂದು ಪಾಂಚಾಲ ರಾಜನ ಮಗಳು ದ್ರೌಪದಿಯ ಮುಖ ನೋಡಿ –

ಕುರುಕುಲಮಂ ನುಂಗಿದೆಯಿ
ನರೆಬರುಮಂ ನುಂಗಲಿರ್ಪೆ ಕುರುಪತಿಯುವಮನಿ ।
ನ್ನೆರಡನೆಯ ಹಿಡಿಂಬಿಯನೆ
ಮ್ಮರಸಮ್ ರಕ್ಕಸಿಯನೆಲ್ಲಿ ತಂದನೊ ನಿನ್ನಂ ॥ ೯ ॥

ಅರೆಬರುವಂ = ಕೆಲವರನ್ನು (ಅಂದರೆ ಕೌರವ ಪಕ್ಷ ವಹಿಸಿದವರನ್ನು)

ಕೌರವ ವಂಶವನ್ನು ಅವರ ಪಕ್ಷವಹಿಸಿದವರನ್ನೂ ಈಗಾಗಲೇ ಕೊಂದು ನೀರ್ಕುಡಿದೆ. ಇನ್ನು ಆ ದುರ್ಯೋಧನನನ್ನು ನುಂಗಲಿರುವೆ ಅದಕ್ಕಾಗಿ ಹಾತೊರೆಯುತ್ತಿರುವೆ. ಅಬ್ಬಾ ನಮ್ಮರಸ ಭೀಮಸೇನ ಎರಡನೆಯ ಹಿಡಿಂಬೆಯೆನಿಸಿದ ನಿನ್ನನ್ನು ಅದೆಲ್ಲಿಂದ ಕರೆತಂದನೋ! ಎಂದು ವಿದೂಷಕನು ಹಾಸ್ಯ ಚಟಾಕಿಯನ್ನು ಹಾರಿಸುತ್ತಾ –

ಮಾರುತಿ ನಿಜವೇಣೀಸಂ
ಹಾರಮಂ ಮಾಡಿದೊಡೆ ಮಾಱ್ಪುದೆನಗಂ ನಿನಗಂ ।
ಪೂರಣೆಗೆ ಜಠರ ಪಿಠರಕ
ಪೂರಣೆಗೇಂ ಮಾಡದೆಂತು ಕರೆವೆಂ ನಿನ್ನಂ ॥ ೧೦ ॥

ವೇಣೀ ಸಂಹಾರ = ಬಿಚ್ಚಿದ ಮುಡಿ ಕಟ್ಟುವುದು ; ಪೂರಣೆ = ಇಷ್ಟಾರ್ಥಸಿದ್ಧಿ ; ಜಠರ ಪಿಠರಕ ಪೂರಣೆಗೆ = ಹೊಟ್ಟೆಯೆಂಬ ಪೆಟ್ಟಿಗೆ ತುಂಬಲು

ಮರುತಾತ್ಮಜನಾದ ಭೀಮಸೇನನು ನಿನ್ನ ಬಿಚ್ಚಿದ ಮುಡಿಯನ್ನು ಕಟ್ಟಿಯಾದ ನಂತರ ದ್ರೌಪದಿಯ ಕೈಯಿಂದ ತಯಾರಿಸಿದ ರುಚಿರುಚಿಯಾದ ಭಕ್ಷ್ಯ ಭೋಜ್ಯಗಳು ತುಂಬು ಪ್ರಮಾಣದಲ್ಲಿ ನನಗಾದರೆ (ಅಂದರೆ ಕಂಠಪೂರ್ತಿ ತಿನ್ನುವ ಆಸೆ ವಿದೂಷಕನಿಗಾದರೆ ಅಲ್ಪಾಹಾರ ದ್ರೌಪದಿಗೆ) ಸ್ವಲ್ಪ ಭಾಗ ನಿನ್ನದು. ಅಂದ ಮೇಲೆ ನಿನ್ನನ್ನು ಹಿಡಿಂಬೆಯೆಂದು ಕರೆಯದೆ ಇನ್ನೇನೆಂದು ಕರೆಯಲಿ?

ವಚನ : ಎಂದು ವಿದೂಷಕನಟುತ್ತುಂ ಬಂದ ತನ್ನಂ ನಗುತ್ತುಂ ಪೋಪಂತೆ ಸಂತೋಷಂ ಮಾಡಿಸಿದುದರ್ಕೆ ಒಡಂಬಟ್ಟು ಚಾರುಹಾಸಿನಿ ನಿಜವಾಸಕ್ಕೆ ಪೋದಳ್....

ಅನ್ನೆಗಂ ಇತ್ತ ಶಂತನು ತನೂಜನುಂ ಮಂದಾಕಿನೀ ನಂದನನುಂ ವಸಿಷ್ಠ ಶಾಪ ವಸುಂಧರಾವತೀರ್ಣಾ ವಶಿಷ್ಟವಸುವುಂ ; ಜಾಮದಗ್ನ್ಯ ಶಿಷ್ಯನುಂ ಪರಶುರಾಮ ವಿಜಯಿಯುಂ, ಕನಕ ತಾಳಧ್ವಜನುಂ ದೇವವ್ರತಿಯುಂ, ಸ್ವೇಚ್ಛಾಮೃತ್ಯುವುಂ ಕುರುಕುಲಪಿತಾಮಹನುಂ ಆಹವ ಭೀಷ್ಮನುಮ್ ಎನಿಸಿದ ಭೀಷ್ಮನ ಶರಶಯನದೊಳಂ । ಭಾರದ್ವಾಜಗೋತ್ರನುಂ ಕುಂಭ ಸಂಭವನುಮ್, ಉಭಯಬಲಪ್ರಧಾನೋಪಾಧ್ಯಾಯನುಂ ತ್ರೈಲೋಕ್ಯ ಧನುರ್ಧರನುಂ ರುದ್ರಾವತಾರ ಜನಕನುಂ ಜಾಮದಗ್ನ್ಯ ಶಸ್ತ್ರ ಸರ್ವಸ್ವ ಪ್ರತಿಗ್ರಹ ಪ್ರಣಯ ಪವಿತ್ರ ಪ್ರಭಾವನುಂ ಚಾಪಸಾಮರ್ಥ್ಯ ಸಂಪನ್ನನುಂ ಶೋಣಾಶ್ವಸೇನಯಜ್ಞ ಸಾರಥಿಯುಂ ಕನಕ ಕಲಶಧ್ವಜನುಂ ಎನಿಸಿದ ಬಿಲ್ಲ ಜಾಣಂ ದ್ರೋಣನಟಿವಿನೊಳಂ । ಸಿಂಧುದೇಶಾಧೀಶ್ವರನುಂ ದುಶ್ಶಳೆಯ ಮನೋನಯನ ವಲ್ಲಭನುಂ ಶಲ್ಯಸಾರಥಿಯುಂ ದುಶ್ಶಾಸನ ಮನೋರಥ ಸಾರಥಿಯುಮ್ ಎನಿಸಿದ ತನ್ನ ಮೈದುನಂ ಜಯದ್ರಥನ ವಿಪತ್ತಿನೊಳಂ । ಭೂಮಿಸುತನುಂ ಶತಮಖಸಹಾಯನುಂ ಚತುರ್ಲಕ್ಷಗಜಘಟಾವೇಷ್ಟಿತನುಂ ಸುಪ್ರತೀಕ ಸಿಂಧುಬಂಧುರ ಕಂಧರಾಧಿರೂಢನುಂ ದೃಢ ಸಮಯ ಬಾಹು ಪ್ರಭಾವೋದಾತ್ತನುಮ್ ಎನಿಸಿದ ಭಗದತ್ತನ ಮರಣದೊಳಂ । ಕುರುಕುಲ ವೃದ್ಧನುಂ ಭೂರಿ ಭುಜಬಲಾವಷ್ಟಂಭಗಂಭೀರನುಂ ಎನಿಸಿದ ಭೂರಿಶ್ರವನ ವಿಯೋಗದಳಂ ಸೌಬಲ ಬೃಹದ್ಬಲ ವಿಂದಾನುವಿಂದ ಪ್ರಭೃತಿಗಳಟಿವಿನೊಳಂ । ಯುವರಾಜನುಂ ದ್ರುಪದರಾಜನಂದನಾಂಬರ ಕಬರಿಕಾಕೃಷ್ಟಿಧೃಷ್ಟಕನು (ಕಬಳಿತಾದೃಷ್ಟಕನುಂ) ಎನಿಸಿದ ತನ್ನಣುಗದಮ್ಮಂ ದುಶ್ಶಾಸನನ ಪಂಚತ್ವ ಪ್ರಪಂಚದೊಳಂ । ದಿನಕರತನಯನುಂ ತಾಳವಟ್ಟ ಕಾರ್ಮುಕನುಂ ಕಾರ್ಮುಕ ಗುರುಶಿಷ್ಯನುಂ ಜಾಮದಗ್ನ್ಯ ಶಿಷ್ಯನುಂ ಸಹಜ ಕವಚಾಲಂಕೃತ ಶರೀರನುಂ ಮದಗಜಲಕ್ಷಣ ಧ್ವಜನುಂ ಪ್ರತಿದಿನ ಪ್ರವರ್ತಿತ ಅಷ್ಟಾದಶಕೋಟಿ ಸುವರ್ಣದಾನ ಸಂತರ್ಪಿತ ಸಕಲ ಭೂಸುರ ಲೋಕನುಂ ಮಹಾಭಾರತ ಸಮರಸಾಗರ ಸಮುತ್ತರಣ ಪರಿಣತಾಂತಃಕರಣ ಪರಿಣತ ಕರ್ಣಾಧಾರನುಮ್ ಎನಿಸಿದ ತನ್ನಣುಗಾಳಪ್ಪ ಕರ್ಣನ

ಸಾವಿನೊಳಂ । ಮದ್ರವಿಷಯಾಧಿಪತಿಯುಂ ವ್ಯಾಘ್ರಕೇತನನುಂ ಶಸ್ತ್ರನಿರ್ಭರ ನಿಪುಣನುಂ ಸಮರೇಭ (ಸಮದೇಭ?) ಶಲ್ಯನುಮ್ ಎನಿಸಿದ ತನ್ನ ಮಾವನಪ್ಪ ಶಲ್ಯನ ಸಂಹರಣದೊಳಂ । ಕುರುಕುಲ ಚೂಡಾಮಣಿಯುಂ ಗಾಂಧಾರಿ ಧೃತರಾಷ್ಟ್ರನಂದನನುಂ ಭಾನುಮತೀವದನ ಕಮಲಭಾನುವುಂ ಚಂದ್ರಮತೀನಯನ ಕುವಲಯ ಚಂದ್ರನುಂ ದುಶ್ಶಾಸನಾಗ್ರಜನ್ಮನುಂ ಲಕ್ಷಣ ಜನಕನುಂ ಪನ್ನಗಪತಾಕನುಂ ಕನಕಲತಾಲಾಂಛಿತೋತ್ತುಂಗ ಘನಗದಾಯುಧನುಂ ದಿವ್ಯಮುನಿವರಾಪರಾಧನುಂ ಸಕಲಲಕ್ಷ್ಮೀನಿವಾಸನುಂ ಸಮರಧೈರ್ಯನುಂ ಮಹಾಶೌರ್ಯನುಂ ರಾಧೇಯ ನಿಜಸಹಾಯನುಂ ಛಲದಂಕಮಲ್ಲನುಂ ಸಕಲಭೋಗಲಕ್ಷ್ಮೀ ಪತಿಯುಂ ಅಭಿಮಾನಧನುಮ್ ಎನಿಸಿದ ಸುಯೋಧನಂ ಚಿಂತಾಕ್ರಾಂತನಾಗಿ....

ವಸುಂಧರ + ಅವತೀರ್ಣ = ಭೂಮಿಯಲ್ಲಿ ಅವತರಿಸಿದ ; ಅವಶಿಷ್ಟ = ಅಳಿದುಳಿದ ; ಜಾಮದಗ್ನ್ಯ = ಜಮದಗ್ನಿಯ ಮಗ ಪರಶುರಾಮ ; ದೇವವ್ರತ = ಭೀಷ್ಮನ ಮೂಲ ಹೆಸರು ; ಸ್ವೇಚ್ಛಾಮೃತ್ಯು = ಇಚ್ಛಾಮರಣಿ ; ಮಂದಾಕಿನಿ = ಗಂಗೆ ; ಆಹವ ಭೀಷ್ಮ = ಯುದ್ಧ ಭಯಂಕರ ; ಪ್ರತಿಗ್ರಹ = ಪಡೆದವನು ; ಶೋಣಾಶ್ಮ (ಅಶ್ವ?) ಕೆಂಪುಕುದುರೆ ; ಅವಷ್ಟಂಭ = ಆಧಾರಿತ ; ಮದ್ರ ವಿಷಯ = ಮದ್ರ ದೇಶ ; ಸಮುತ್ತರಣ = ದಾಟವುದು ; ಕರ್ಣಧಾರ = ದೋಣಿ ನಡೆಸುವವ, ಅಂಬಿಗ ; ಕಬರಿಕ + ಆಕೃಷ್ಟಿದೃಷ್ಟಕ = ಮುಡಿ ಸೆಳೆಯುವ ದುಷ್ಕಾರ್ಯ ; ಅಣುಗಾಳ್ = ಸ್ನೇಹಿತ

ಇದು ಇಲ್ಲಿಯ ತನಕ ನಡೆದ ಕುರುಕ್ಷೇತ್ರ ಯುದ್ಧದ ಸಿಂಹಾವಲೋಕನ – ದುರ್ಯೋಧನ ಇದನ್ನು ನೆನೆಸಿಕೊಳ್ಳುವ ರೀತಿ ಇಲ್ಲಿ ಭೀಷ್ಮನಿಂದ ಮೊದಲ್ಗೊಂಡು ಶಲ್ಯ ಸಂಹಾರದವರೆಗಿನ ಸಂದರ್ಭಗಳ ಉಲ್ಲೇಖವಿದೆ. ಪ್ರತಿಯೊಬ್ಬರ ಅಂದರೆ ಭೀಷ್ಮ, ದ್ರೋಣ, ಜಯದ್ರಥ, ನರಕಾಸುರನ ಮಗನಾದ ಭಗದತ್ತ ಅವನ ಸುಪ್ರತೀಕವೆಂಬ ಆನೆಯ ಸಂಹಾರ, ಭೂರಿಶ್ರವ, ದುಶ್ಶಾಸನ, ಕರ್ಣ ಮುಂತಾದವರು ಮಡಿದ ರೀತಿಯನ್ನು ನೆನೆಸಿಕೊಳ್ಳುತ್ತಾ ಮೈತ್ರೇಯ ಮುನಿಯಿಂದ ಶಾಪಗ್ರಸ್ತನಾದ, ಭಾನುಮತೀ ಮನೋಚಂದ್ರ, ಲಕ್ಷಣ ಕುಮಾರನ ತಂದೆ ಪನ್ನಗ ಧ್ವಜ ದುರ್ಯೋಧನ ಚಿಂತಾಕ್ರಾಂತನಾಗಿ....

ಅಸುಹೃತ್ಸೇನೆಗೆ ಸಾಲ್ವನೊರ್ವನೆಗಡಂ ! ರುದ್ರಾವತಾರಂಗಡಂ !
ನೊಸಲೊಳ್ಕಣ್ಗಡಮೆಂದು ನಚ್ಚಿಪೊರೆದೆಂ ತಾನಕ್ಕೆ ತಮ್ಮಮ್ಮನ ।
ಕ್ಕಿಸಲಂಬಂ ತಿರುವಾಯ್ಗೆ ತಂದಜೆವರೇ ತಾವಿರ್ವರುಂ ಕಯ್ದುವಂ
ಬಿಸುಟರ್ ಜೋಳದವಾಳೆಯಂ ಬಗೆದುದಿಲ್ಲಾ ದ್ರೌಣಿಯುಂ ದ್ರೋಣನುಂ ॥ ೧೧ ॥

ಅಸುಹೃತ್ + ಸೇನೆಗೆ = ಶತ್ರುಸೇನೆಗೆ ; ಸಾಲ್ವನ್ = ಸಾಕು ; ಗಡಂ = ಅಂತೆ ; ರುದ್ರಾವತಾರಂ = ಶಿವನ ಅಂಶದಿಂದ ಹುಟ್ಟಿದವನು – ಅಶ್ವತ್ಥಾಮ ; ನೊಸಲೊಳ್ + ಕಣ್ + ಗಡಂ = ಶಿವನೋಪಾದಿಯಲ್ಲಿ ಇವನಿಗೂ ಹಣೆಯಲ್ಲಿ ಕಣ್ಣಿದೆಯಂತೆ! ; ತಮ್ಮ(ನ್ನ)ಮ್ಮನಕ್ಕೆ = ತಂದೆಯಂತೆ ; ಇಸಲ್ + ಅಂಬಂ = ಬಾಣ ಪ್ರಯೋಗ ; ತಿರುವಾಯ್ = ಬಿಲ್ಲಿನ ಹೆದೆ (ಹಗ್ಗ) ; ಕಯ್ದುವಂ = ಆಯುಧವನ್ನು ; ಜೋಳದವಾಳೆ = ಅನ್ನದ ಋಣ (ಉಪ್ಪಿನ ಋಣ) ; ದ್ರೌಣಿ = ಅಶ್ವತ್ಥಾಮ ದ್ರೋಣನ ಮಗ

ಶತ್ರುಗಳ ಸೇನೆಯ ಸಂಹಾರಕ್ಕೆ ಅವನೊಬ್ಬನೇ ಸಾಕಂತೆ. ಅಂದರೆ ರೌದ್ರಾವತಾರಿಯಾದ ಅಶ್ವತ್ಥಾಮನೊಬ್ಬನೇ ಸಾಕಂತೆ! ಅದನ್ನು ತಿಳಿದೇ ಅವನನ್ನು ಆದರದಿಂದ ಸಲಹಿದೆ. ಆದರೆ ಅವನಿಗಾಗಲೀ ಅವರಪ್ಪ ದ್ರೋಣನಿಗಾಗಲಿ ಬಿಲ್ಲಿಗೆ ಬಾಣವನ್ನು ಸರಿಯಾಗಿ ಜೋಡಿಸುವುದಕ್ಕೂ (ಹೆದೆಯೇರಿಸುವುದಕ್ಕೂ) ಬರುವುದಿಲ್ಲ. (ದುರ್ಯೋಧನನಿಗೆ ದ್ರೋಣಾಚಾರ್ಯರ ಹಾಗೂ ಅಶ್ವತ್ಥಾಮರ ಬಿಲ್ವಿದ್ಯಾ ಕೌಶಲತೆ ತಿಳಿದಿದ್ದರೂ ಇಂತಹ ಕಟು ಮಾತುಗಳು ಅವನ ಬಾಯಲ್ಲಿ ಬಂದಿವೆ ಎಂದರೆ ಅದು ಅವನ ಹತಾಶೆಯೆಂದು ತಿಳಿಯಬೇಕು.) ಹಾಗೆ ತಿಳಿದಿದ್ದರೆ ಅವರು ಅಸ್ತ್ರತ್ಯಾಗ ಮಾಡುತ್ತಿದ್ದರೆ? ಉಪ್ಪಿನ ಋಣವನ್ನು ತೀರಿಸುವ ಸಲುವಾಗಿಯಾದರೂ ಅವರು ಯುದ್ಧ ಮಾಡಬಹುದಾಗಿತ್ತು, ಮಾಡಲಿಲ್ಲ. ಎಂತಹ ಕೃತಘ್ನರು? ಎಂದು ದೂಷಿಸುತ್ತಾನೆ ದುರ್ಯೋಧನ!

ಮುಳಿದಾಂಪರ್ಧರಣೀಶ್ವರರ್ಮಿಗೆ ಪೆಱರ್ಬಿಲ್ಗೊಂಡುಮೇಗೆಯ್ವರೆ –
ನ್ನೊಳಮಿಂ ತೀರದ ನಿನ್ನ ಕಾರ್ಯಭರಮಂ ತೀರ್ಚಲ್ಪೆಱರ್ಗಂಡರೇ ।
ನೊಳರೀ ಪಾಂಡವರೆಂಬರೇ ಗಹನಮೆಂಬಾ ದರ್ಪದಂತಾಜಿಯೊಳ್
ಸುಳರಂಬೆತ್ತಿರೆ ಸತ್ತರೆನ್ನನಿಬರುಂ ತಮ್ಮಂದಿರುಂ ಮಕ್ಕಳುಂ ॥ ೧೨ ॥

ಮುಳಿದು + ಆಂಪರ್ + ಧರಣೀಶ್ವರರ್ + ಮಿಗೆ = ಕೋಪಗೊಂಡು ಆಕ್ರಮಿಸುವರು – ಭೂಮೀಶ್ವರರು ; ಪೆಱರ್ + ಬಿಲ್ + ಗೊಂಡುಮ್ + ಏಗೆಯ್ವರೇ = ಬಿಲ್ಲನ್ನು ಹಿಡಿದಿದ್ದರೂ ಅವರು ತಾನೆ ನನ್ನನ್ನು ಏನು ಮಾಡಬಲ್ಲರು ; ತೀರ್ಚಲ್ + ಪೆಱರ್ + ಗಂಡರ್ + ಏನ್ + ಒಳರೇ = ಪೂರೈಸಲು ಬೇರೆ ಪರಾಕ್ರಮಿಗಳು ಇರುವರೇ ; ಗಹನ = ಗಣ್ಯವೇ ; ಸುಳರಂ = ಮುದುಡು

ಶತ್ರು ಸಮೂಹದವರು ಅತ್ಯಂತ ಕೋಪದಿಂದ ನನ್ನ ಮೇಲೆ ಯುದ್ಧಕ್ಕೆ ನಿಂತಿರುವರಲ್ಲವೇ, ಅವರು ಬಿಲ್ಲನ್ನು ಹಿಡಿದ ಮಾತ್ರಕ್ಕೆ ನನ್ನನ್ನೇನು ಮಾಡಬಲ್ಲರು? ಸುಯೋಧನಾ ನಿನ್ನಿಂದ ಮಾಡಲಾಗದ ಕಾರ್ಯವನ್ನು ಮಾಡಲು ಇನ್ನಾವ ಶೂರರಿದ್ದಾರೆ? ಈ ಪಾಂಡವರು ಯಾವ ಲೆಕ್ಕ ನನಗೆ! ಎಂದು ತನ್ನ ಸಾಮರ್ಥ್ಯವನ್ನು ಕೊಚ್ಚಿಕೊಂಡ ಆಚಾರ್ಯನು ಮಾಡಿದ್ದೇನು? ಯಾವುದೊ ಒಂದು ನೆಪದಿಂದ ತಪ್ಪಿಸಿಕೊಂಡ. ಇದರಿಂದ ಏನಾಯಿತು? ನನ್ನ ಬಂಧುಗಳು, ತಮ್ಮಂದಿರು, ಮಕ್ಕಳು ಎಲ್ಲಾ ಸತ್ತರು.

ಪದುಳಂಕುಳ್ಳಿರ್ದೆಮಗಾ
ಯದಮಾತಂ ತಗುಳೆ ಗಳಪಿ ಪೋದಂ ಸಂದಿ ।
ರ್ದದಟರೊಳಿಱಿದರಿಯಂ ತ
ಪ್ಪದೆ ಕಮ್ಮಱಿಯೋಜನೆನಿಸಿದಂ ಬಿಲ್ಲೋಜಂ ॥ ೧೩ ॥

ಪದುಳಂ + ಕುಳ್ಳಿರ್ದಂ + ಎಮಗೆ = ತಾನು ಸುಖವಾಗಿ ಕುಳಿತು ನಮಗೆ ; ಆಯದ ಮಾತಂ = ಶೌರ್ಯದ ಮಾತನ್ನ ; ತಗುಳೆ = ನಾಟುವಂತೆ ; ಗಳಪಿ (ಗಳಹು) = ಜಂಬಕೊಚ್ಚಿ ; ಸಂದಿರ್ದ + ಅದಟರೊಳ್ + ಇಱಿದು + ಅರಿಯಂ = ಖ್ಯಾತರೆನಿಸಿದ ಶೂರರಲ್ಲಿ ಕಾದಾಡಲು ತಿಳಿಯದವನು ; ಕಮ್ಮಱಿಯೋಜ = ಕಮ್ಮಾರಗುರು ; ಬಿಲ್ಲೋಜ = ಬಿಲ್‌ವಿದ್ಯಾಗುರು

ಬಿಲ್ವಿದ್ಯಾಗುರುವೆನಿಸಿದ ದ್ರೋಣಾಚಾರ್ಯನು ತನ್ನ ವಿದ್ಯೆಕ್ಕೆ ತಕ್ಕ ಜಾಣ್ಮೆ ತೋರಿಸಲಿಲ್ಲ. ಕೇವಲ ತನ್ನ ಬಿಲ್ವಿದ್ಯಾ ಸಾಮರ್ಥ್ಯದ ಬಗ್ಗೆ ಎಲ್ಲರೂ ಮೆಚ್ಚುವ ರೀತಿಯಲ್ಲಿ ಮಾತನಾಡಿ ಕೊನೆಗೆ ಯುದ್ಧ ಮಾಡದೇ ಸತ್ತು ಹೋದ! ಆತ ಯುದ್ಧ ವಿಶಾರದರೊಡನೆ ಕಾಡಲು ಅರಿಯದವನು. ನಿಜವಾಗಿ ಹೇಳಬೇಕೆಂದರೆ ಆತ ಬಿಲ್ವಿದ್ಯಾ ಗುರುವಲ್ಲ – ಕಮ್ಮಾರರ ಗುರುವಾದ ಅಷ್ಟೇ! (ಇಲ್ಲಿನ ಸಾರಾಂಶ ಏನೆಂದರೆ ಬಿಲ್ಲೋಜ + ಕಮ್ಮರಿಯೋಜ ಇಬ್ಬರೂ ತಮ್ಮ ತಮ್ಮ ವಿದ್ಯೆಯಲ್ಲಿ ಪ್ರವೀಣರು. ಕಮ್ಮಾರ ಲೋಹದಿಂದ ನಾನಾ ರೀತಿಯ ಆಯುಧಗಳನ್ನು ತಯಾರಿಸಿದರೂ ಅದರ ಪ್ರಯೋಗ ತಿಳಿಯದವನು. ಅಂತೆಯೇ ಬಿಲ್ವಿದ್ಯೆಯ ಸೂಕ್ಷ್ಮಾತಿ ಸೂಕ್ಷ್ಮಗಳು ಬಿಲ್ವಿದ್ಯಾ ಗುರುವಿಗೆ ತಿಳಿದಿದ್ದರೂ ಪ್ರಯೋಗ ಕ್ರಮ ತಿಳಿದಿರುವುದಿಲ್ಲ ಎಂದು.)

ಅರ [ಸಂಗರಗಜ್ಜ] ದೊಳಂ
ಧುರದೊಳಮರಿಸೇನೆಗೆಂಬರದು ಪುಸಿಯಾಯ್ತಂ ।
ತೆರಡಱೊಳೊಂದಱ ಫಲಮುಂ
ಪರಿಣತಿಗಾಯ್ತಿಲ್ಲನರ್ಥಕಂ ವಾಕ್ಯಾರ್ಥಂ ॥ ೧೪ ॥

ಅರಸಂಗೆ + ಅರಗಜ್ಜದೊಳಂ = ರಾಜನಿಗೆ (ದುರ್ಯೋಧನ) ರಾಜಕಾರ್ಯದಲ್ಲಿ ; ಧುರದೊಳಂ + ಅರಿಸೇನೆಗೆ + ಎಂಬರ್ + ಅದು = ಶತ್ರುಸೈನ್ಯಕ್ಕೆ ಎನ್ನುವರು ಅದು ; ಪುಸಿಯಾಯ್ತು + ಅಂತು + ಎರಡರೊಳ್ + ಒಂದಱ = ಸುಳ್ಳಾಯ್ತು ಹಾಗೆ ಎರಡರಲ್ಲಿ ಒಂದರ ; ಪರಿಣತಿಗೆ + ಆಯ್ತು + ಎಲ್ಲ + ಅನರ್ಥಕಂ = ಪಾಂಡಿತ್ಯಕ್ಕೆ ಕೊನೆಯಿಲ್ಲದೆ ಅನರ್ಥಕವಾಯಿತು

ರಾಜನ್ ನಿನ್ನ ಸಮಸ್ತ ರಾಜಕಾರ್ಯದಲ್ಲೂ ಶತ್ರುಗಳೊಡನೆ ಯುದ್ಧ ಮಾಡುವಾಗಲೂ ನಾನು ಎಂದೂ ಹಿಂದೆಗೆಯಲಾರೆ ಎಂಬ ದ್ರೋಣಾಚಾರ್ಯರ ಮಾತು ಸುಳ್ಳಾಯಿತು. ಅವರು ಆಡಿದ ಮಾತಿನಲ್ಲಿ ಒಂದಾದರೂ ಕೊನೆಯಲ್ಲಿ ಫಲಿಸದೆ ಹೋಯಿತು. ಅನರ್ಥವಾಯಿತು, ವಾದ ಮಾಡಿ ಏನು ಪ್ರಯೋಜನ?

ಒಸೆದರ್ಜುನಂಗೆ ಮುಂ ಕಳ
ಶಸಂಭವಂ [ಮಾನ್ಯಪದವಿಯಂಮಾಡಿದೊಡಂ] ।
ಬೆಸುಗೆಗಿಡೆ ಪಾಟಿಗಿಡೆ ತ
ನ್ನಸುವಂ ತೆಲ್ಲಟಿಗೆಗುಡುವ ತೆಱದೊಳ್ಕೊಟ್ಟಂ ॥ ೧೫ ॥

ಒಸೆದು + ಅರ್ಜುನಂಗೆ + ಮುಂ + ಕಳಶ ಸಂಭವಂ = ಅತ್ಯಂತ ಪ್ರೀತಿಯಿಂದ ಹಿಂದೆ ಅರ್ಜುನನಿಗೆ ಒಲಿದ ದ್ರೋಣಾಚಾರ್ಯರು ; ಮಾನ್ಯ ಪದವಿ = ಪಟ್ಟ ಶಿಷ್ಯ ; ಪಾಳಿಗಿಡೆ = ಕ್ರಮ ತಪ್ಪಿಸುವುದು ; ತೆಲ್ಲಟ = ಉಡುಗೊರೆ

ಹಿಂದೆ ಕೌರವ – ಪಾಂಡವರಿಗೆ ಬಿಲ್ವಿದ್ಯಾ ಶಿಕ್ಷಣವನ್ನು ನೀಡುವ ಸಂದರ್ಭದಲ್ಲಿ ದ್ರೋಣಾಚಾರ್ಯರು ಅರ್ಜುನನ ಮೇಲೆ ವಿಶೇಷವಾದ ವಿಶ್ವಾಸ – ಪ್ರೀತಿ ತೋರಿಸಿ ಅವನನ್ನ ಪಟ್ಟದ ಶಿಷ್ಯನನ್ನಾಗಿ ಮಾಡಿದರು. ಆದರೆ ಅದಾವುದನ್ನು ಸ್ಮರಿಸದ ಅರ್ಜುನ ಗುರು–ಶಿಷ್ಯ ಸಂಬಂಧಕ್ಕೆ ಹಾನಿ ಮಾಡಿದಾಗ ಆತನಿಗೆ ತನ್ನ ಪ್ರಾಣವನ್ನೇ ಉಡುಗೊರೆಯಾಗಿ ಕೊಟ್ಟುಬಿಟ್ಟನಲ್ಲವೇ? ಇದೆಂತಹ ಗುರು–ಶಿಷ್ಯ ಬಾಂಧವ್ಯ?

ಈಯಲಿಱಿಯಲ್‌ಶರಣ್ಬುಗೆ
ಕಾಯಲ್ ಕ್ಷತ್ರಿಯರೆ ಬಲ್ಲರಲ್ಲದೆ ಬ್ರಹ್ಮರ್ ।
ಭೋಯೆನಲುಂ ಬಲ್ಲರ್ಕೊಲೆ
ಧೋಯೆನಲುಂ ಬಲ್ಲರಿಱಿಯಲವರೆತ್ತಱಿವರ್ ॥ ೧೬ ॥

ಈಯಲ್ + ಇಱಿಯಲ್ + ಶರಣ್ + ಪುಗೆ = ಕೊಡುವುದಕ್ಕೂ ಯುದ್ಧ ಮಾಡುವುದಕ್ಕೂ – ಶರಣಾಗುವುದಕ್ಕೂ ; ಕಾಯಲ್ = ರಕ್ಷಿಸುವುದಕ್ಕೂ ; ಭೋಯೆನಲುಂ = ಅಯ್ಯಾ ಎನಲು ; ಧೊ ಎನಲುಂ = ಮೊರೆ ಇಡಲು

ಕೊಡುವುದು – ದಾನ ಮಾಡುವುದು, ಯುದ್ಧದಲ್ಲಿ ಶತ್ರುಗಳನ್ನು ಕೊಲ್ಲುವುದು ಶರಣು ಬಂದವರನ್ನು ಕಾಪಾಡುವುದರಲ್ಲಿ ಕ್ಷತ್ರಿಯರು ನಿಷ್ಣರು. ಆದರೆ ಬ್ರಾಹ್ಮಣರು ಇದಕ್ಕೆ ತದ್ವಿರುದ್ಧ. ಅಯ್ಯೋ ಕೊಲ್ಲಬಾರದು, ಅಯ್ಯೋ ಮಹಾಪಾತಕ ಎಂದೆಲ್ಲಾ ಹೇಳುವವರೇ ಹೊರತು ಯುದ್ಧ ಮಾಡಲು ಸಮರ್ಥರೇ?

ಚಾತುರ್ವರ್ಣ್ಯದೊಳಂ ದ್ವಿಜ
ಜಾತಿಗೆ ದರ್ಭಾಧಿಕಾರಮಲ್ಲದೆ ವಂಶೋ ।
ದ್ಭೂತನೃಪೋಚಿತಮರಿಯಂ
ಘಾತಿಪ ಶಸ್ತ್ರಾಸ್ತ್ರಮವರ್ಗೆ ಜಾತಿವಿರುದ್ಧಂ ॥ ೧೭ ॥

ಚಾತುರ್ವರ್ಣ = ನಾಲ್ಕು ವರ್ಣಗಳು (ಬ್ರಾಹ್ಮಣ, ಕ್ಷತ್ರಿಯ, ವೈಶ್ಯ ಮತ್ತು ಶೂದ್ರ) ; ದರ್ಭಾಧಿಕಾರಂ + ಅಲ್ಲದೆ = ದರ್ಭೆಯನ್ನು ಹಿಡಿಯುವ ಅಧಿಕಾರ ಮಾತ್ರ ; ವಂಶ + ಉದ್ಭೂತ = ವಂಶ ಪಾರಂಪರಿಕ ; ನೃಪ + ಉಚಿತಮ್ + ಅರಿಯಂ + ಘಾತಿಪ = ಕ್ಷತ್ರಿಯ ಸಹಜವಾದ ಶತ್ರುಗಳನ್ನು ಕೊಲ್ಲಲು ತಿಳಿಯದವ

ಚಾತುವರ್ಣದಲ್ಲಿ ಅಂದರೆ ನಾಲ್ಕು ವರ್ಣಗಳಲಿ ದ್ವಿಜರೆನಿಸಿದ ಬ್ರಾಹ್ಮಣ ವರ್ಗಕ್ಕೆ ಅಧಿಕಾರವಿರುವುದು ದರ್ಭೆಯನ್ನು ಹಿಡಿಯುವಲ್ಲಿ ಮಾತ್ರ! ಅದು ಬಿಟ್ಟು ಎರಡನೆ ವರ್ಣದ ವಂಶಾನುಗತವಾಗಿ ಬಂದ ಕ್ಷತ್ರಿಯ ಸಹಜವಾದ ಅಸ್ತ್ರ–ಶಸ್ತ್ರಗಳನ್ನು ಬಳಸುವುದು ಅವರ ಜಾತಿಗೆ ಕುಲಧರ್ಮಕ್ಕೆ ವಿರುದ್ಧವಾದುದು. ಇಲ್ಲಿ ದ್ರೋಣಾಚಾರ್ಯರ ಕುರಿತಾಗಿ ದುರ್ಯೋಧನ ನಿಂದನೆ ಮಾಡುತ್ತಾ ಆಚಾರ್ಯ ತಾನೂ ಕೆಟ್ಟ ತನ್ನ ಜಾತಿ ಧರ್ಮವನ್ನು ಕೆಡಿಸಿದ ಎಂದು ಆರೋಪಿಸುತ್ತಾನೆ.

ಓಜಂ ಗಡ ! ಚೀಃ ! ಭಾರ
ದ್ವಾಜಂ ಗಡ ! ಬಿಲ್ಲ ಬಲ್ಮೆಯುಂ ಕುಲಮುಂ ನಿ ।
ರ್ವ್ಯಾಜಂ ಮಸುಳ್ದುವು ಪಾಂಡುತ
ನೂಜರ ಪಕ್ಕದೊಳೆ ಪಾೞಿಗಿಡೆ ನೆಗಳ್ದುದರಿಂ ॥ ೧೮ ॥

ಓಜಂ ಗಡ = ಗುರುವಂತೆ (ಆಚಾರ್ಯನೆಂದೂ ಹೇಳಬಹುದು) ; ಭಾರದ್ವಾಜ = ಭರದ್ವಾಜ ಋಷಿಯ ಪುತ್ರ (ದ್ರೋಣ) ; ನಿರ್ವ್ಯಾಜ = ವಿನಾಕರಣ (ನಿಷ್ಕಾರಣ) ; ಮಸುಳ್ದು = ಮಸುಕು ; ಪಾಂಡು ತನೂಜರ ಪಕ್ಕದೊಳೆ = ಪಾಂಡುವಿನ ಮಕ್ಕಳ ಪಕ್ಷಪಾತಿ ; ಪಾೞಿಗಿಡೆನೆಗಳ್ದುದು = ಕ್ರಮಗೆಟ್ಟು ವರ್ತಿಸಿದುದು

ದ್ರೋಣರ ಮೇಲಿನ ಕೋಪ ಕೌರವನಿಗೆ ಹಿಂಗುವುದಿಲ್ಲ. ಮತ್ತಷ್ಟು ಜಾಸ್ತಿಯಾಗಿ ಅದು ಛೀಃ ಎಂಬ ತಿರಸ್ಕಾರಕ್ಕೆ ಎಡೆಮಾಡಿಕೊಡುತ್ತದೆ. ಗುರು – ಆಚಾರ್ಯನಂತೆ! ಭರದ್ವಾಜನಂತಹ ಋಷಿಯ ಪುತ್ರನಂತೆ! ಅವನ ಬಿಲ್ಲಾಣಿಕೆ, ಅವನ ಕುಲ ವಿನಾಕಾರಣ ಮಸುಕಾಗಿ ಹೋಯಿತು. ತನ್ನ ಪಕ್ಷದಲ್ಲಿದ್ದರೂ ವರ್ತನೆಯಲ್ಲಿ ಪಾಂಡವರ ಪಕ್ಷಪಾತಿಯಾಗಿ ತನ್ನ ಹೆಸರನ್ನೆ ಕೆಡಿಸಿಕೊಂಡು ಬಿಟ್ಟ ಎಂದು ಗುರುನಿಂದನೆ ಮಾಡುತ್ತಾನೆ.

ಪ್ರಿಯಮಿತ್ರನೆನಗೆ ಕಮಲ
ಪ್ರಿಯ ನಂದನನವನನೆನ್ನ ಪಕ್ಕದೆ ತೇಜ ।
ಸ್ವಿಯನಂ ಮಾಡಿ (ನಂತಾಡಿ?)ದನಾ ಕಳ
ಶಯೋನಿ ನೆಗೞ್ದಿಂದ್ರಸುತನಿನೇಗುಂದಿದನೋ ॥ ೧೯ ॥

ಕಮಲಪ್ರಿಯ ನಂದನ = ಕಮಲ ಬಂಧುವಾದ ಸೂರ್ಯನ ಮಗ (ಕರ್ಣ) ; ಕಳಶಯೋನಿ = ಕುಂಭ (ಕೊಡ)ದಿಂದ ಹುಟ್ಟಿದವ ; ಇಂದ್ರಸುತ = ಅರ್ಜುನ

ಸೂರ್ಯನ ಮಗನಾದ ಕರ್ಣ ನನ್ನ ಪ್ರಿಯ ಮಿತ್ರ ಪರಮಾಪ್ತ ಬಂಧು. ಅವನನ್ನು ಈ ದ್ರೋಣ ನನ್ನ ಎದುರಿನಲ್ಲೇ ನಿಂದಿಸಿ ನಮ್ಮಿಬ್ಬರಿಗೂ ಅನ್ಯಾಯವೆಸಗಿದ. ಕರ್ಣನಾದರೋ ಪರಾಕ್ರಮದಲ್ಲಿ ಬಿಲ್ಲಾಣತನದಲ್ಲಿ ಅರ್ಜುನನಿಗಿಂತಲೂ ಕಡಿಮೆಯವನೇನು?

ತಪನಸುತಂ ಬೇಱಾಂ ಬೇ
ಱೆ ಪೊಲ್ಲದಂ ನುಡಿದಾತನಂ ಬಿಸುಟಂ ತ ।
ಕ್ಕಿಪ ನುಡಿಯ ನುಡಿವನೇ ಮಱೆ
ಯ ಪಾಂಡವಂ ಬಗೆದು ನೋೞ್ಪೊಡಶ್ವತ್ಥಾಮಂ ॥ ೨೦ ॥

ತಪನ ಸುತಂ = ಸೂರ್ಯನ ಮಗ – ಕರ್ಣ ; ಪೊಲ್ಲದಂ ನುಡಿ = ಕಟುವಾದ ಮಾತು (ನಿಂದನೆ) ; ತಕ್ಕಿಪ = ರಕ್ಷಿಪ? ; ಮಱೆಯ = ಒಳಗೊಳಗೆ (ಮರೆಯಲ್ಲಿ) ; ನೋೞ್ಪೊಡೆ = ವಿಚಾರಿಸಿ ನೋಡಿದರೆ

ಸೂರ್ಯನ ಸುತನಾದ ಕರ್ಣ ಬೇರೆ, ನಾನು ಬೇರೆ! ನಮ್ಮಿಬ್ಬರಿಗೂ ಎಲ್ಲಿಯ ನಂಟು? ಅಂದರೆ ಅವನು ಸೂತಪುತ್ರ, ಇವನು ಕ್ಷತ್ರಿಯ ರಾಜ! ಈ ರೀತಿಯ ಕಟುಮಾತುಗಳಿಂದ ನಿಂದಿಸಿ ದ್ರೋಣಪುತ್ರ ಅಶ್ವತ್ಥಾಮನು ನಮ್ಮ ರಕ್ಷಣೆಗಾಗಿ ಹಿಡಿದಿದ್ದ ಖಡ್ಗವನ್ನೂ ಬಿಸುಟನು. ವಿಚಾರಿಸಿ ನೋಡಿದರೆ ಅವನೂ ಪಾಂಡವರ ಪಕ್ಷಪಾತಿಯೇ ಸರಿ. (ಈ ಮಾತಿಗೆ ಆಧಾರ ಬಾಣಭಟ್ಟನ 'ವೇಣಿ ಸಂಹಾರ'. ಪಂಪಭಾರತದಲ್ಲಿ ಅಶತ್ಥಾಮ ಶಸ್ತ್ರತ್ಯಾಗ ಮಾಡುವುದಿಲ್ಲ. ಕರ್ಣ ಬದುಕಿರುವ ತನಕ ಯುದ್ಧರಂಗಕ್ಕೆ ಬರುವುದಿಲ್ಲ ಎನ್ನುತ್ತಾನೆ. ಇಲ್ಲಿ ರನ್ನ ವೇಣೀಸಂಹಾರ ನಾಟಕದ ಸಾಲುಗಳನ್ನು ಅನುಸರಿಸಿರಬೇಕು.)

ಗೆಲಲಾರ್ಪೊಡಿಱಿದು ಗೆಲ್ವುದು
ಗೆಲಲಾಱದೊಡಣ್ಮಿ ಸಾವುದಾಳ್ಗಿನಿತೆ ಗುಣಂ ।
ಗೆಲಲುಂ ಸಾಯಲುಮಾಱದೆ
ತೊಲಗಿದೊಡೆ ನೆಗೞ್ತೆ ತೋಱುಗುಮೆ ಸಿರಿಮೈಯ್ಯಂ ॥ ೨೧ ॥

ಅಣ್ಮಿ = ಪರಾಕ್ರಮ, ಶೌರ್ಯ ; ಸಾವುದು + ಆಳ್ಗೆ + ಇನಿತೆ ; ಸಾಯಲುಂ + ಆರದೆ

ಗೆಲ್ಲಲೇಬೇಕೆಂಬ ಛಲವಿದ್ದರೆ ಶತ್ರುವನ್ನು ಯುದ್ಧದಲ್ಲಿ ಕೊಂದು ಜಯಿಸಬೇಕು ; ಗೆಲ್ಲಲು ಸಾಧ್ಯವಾಗದಿದ್ದಲ್ಲಿ ಕಾದಾಡಿ ಸಾಯುವುದೇ ಮೇಲು. ಅದು ಧೀರನಾದ ಕ್ಷತ್ರಿಯನ ಧರ್ಮ. ಅದು ಬಿಟ್ಟು ಗೆಲ್ಲಲೂ ಆಗದೇ ಸಾಯಲೂ ಮನಸ್ಸಿಲ್ಲದೆ ಹಿಂಜರಿದರೆ ಜಯಲಕ್ಷ್ಮಿ ಅಂತಹವನ ಜೊತೆ ಇರುವಳೇ? ತೊರೆದುಹೋಗುತ್ತಾಳೆ. ಇದು ದುರ್ಯೋಧನ ಅಶ್ವತ್ಥಾಮನ ಕುರಿತಾಗಿ ಆಡಿದ ಕಟುನುಡಿಗಳು ಎಂದು ಭಾವಿಸಬಹುದು.

ಸೆರಗಂ ಬೆಱಗಂ ಬಗೆಯದೆ
ಪೊರೆಯಿಲ್ಲದೆ ಕರಿಯ (ಕಲಿಯ) ದಂಡೆಯಂ ತೂಂಕಿದವೋಲ್ ।
ಮೊರೆದಾಳ್ದನ ಕಾರಣದಿಂ
ಪರಿಹರಿಪುದು ಭೃತ್ಯನರ್ಥಮಂ ಪ್ರಾಣಮುಮಂ ॥ ೨೨ ॥

ಸೆರಗಂ = ಅಪಾಯವನ್ನು ; ಬೆಱಗಂ = ಆಶ್ವರ್ಯವನ್ನು ; ಪೊರೆ = ರಕ್ಷಣೆ ; ಪೊರೆದ್ + ಆಳ್ದನ = ಸಾಕಲ್ಪಟ್ಟ ಧಣಿಯ – ರಾಜನ ; ಭೃತ್ಯನ್ + ಅರ್ಥಮಂ = ಸೇವಕನ ಸಂಪತ್ತನ್ನು ; ತೂಂಕಿದ = ಹಿಮ್ಮೆಟ್ಟಿಸಿದ

ಪರಾಕ್ರಮಶಾಲಿಯಾದ ಯೋಧನು ತನಗೆ ಬರುವ ಅಪಾಯವನ್ನಾಗಲೀ, ಅಚ್ಚರಿಯನ್ನಾಗಲೀ ಗಣನೆಗೆ ತಗೆದುಕೊಳ್ಳದೆ ತನ್ನ ರಕ್ಷಣೆಗೆ ಬೇರೆಯವರ ಸಹಾಯವನ್ನು ಪಡೆಯದೆ, ವೀರಭಟರ ದಂಡನ್ನೇ ಸೋಲಿಸಿ ಘಾತಿಸಿ ಹಿಮ್ಮೆಟ್ಟುವಂತೆ ಮಾಡುವ ಸ್ವಾಮಿ ಭಕ್ತನೆನಿಸಿದ ಸೇವಕನು ಒಡೆಯನಿಗೋಸ್ಕರ ತನ್ನ ಸಂಪತ್ತನ್ನೂ, ಪ್ರಾಣವನ್ನೂ ಒಪ್ಪಿಸುವಂತಿರುವುದು.

ಕರವಾಳಂ ಮಸೆವಂದದೆ
ಮರವಾಳಂ ಮಸೆಯೆ ಕೂರಿತಕ್ಕುಮೆ? ಕಲಿಯಂ ।
ಪೊರೆದೊಡೆ ಕೂರ್ಪಂ ತೋರ್ಪಂ
ತಿರೆ ತೋರ್ಕುಮೆ ಪಂದೆ ಪತಿಗೆ ಸಂಗರದೆಡೆಯೊಳ್ ॥ ೨೩ ॥

ಕರವಾಳ = ಕತ್ತಿ ; ಮಸೆವಂದದೆ = ಉಜ್ಜಿ ಹರಿತಮಾಡು ; ಮರವಾಳ = ಮರದ ಕತ್ತಿ ; ಕೂರಿತು + ಅಕ್ಕುಮೆ = ಹರಿತವಾಗುವುದೆ ; ಕೂರ್ಪಂ = ಶೌರ್ಯ ; ಪಂದೆ = ಹೇಡಿ

ಲೋಹದಿಂದ ತಯಾರಿಸಿದ ಕತ್ತಿಯನ್ನು ಉಜ್ಜಿ ಉಜ್ಜಿ ಹರಿತ ಮಾಡುವಂತೆ ಮರದಿಂದ ಮಾಡಿದ ಕತ್ತಿಯನ್ನು ಮಸೆದು ಹರಿತ ಮಾಡಲು ಸಾಧ್ಯವೇ? ಲೋಹದ ಆಯುಧವನ್ನು ಮಸೆದಷ್ಟೂ ಅದು ತನ್ನ ತೀಕ್ಷ್ಣತೆಯನ್ನು ಅಧಿಕಗೊಳಿಸಿಕೊಳ್ಳುತ್ತದೆ. ಆದರೆ ಮರದ ಆಯುಧ ಹಾಗಲ್ಲ, ಅದು ಸವೆಯುತ್ತಾ ಹೋಗುತ್ತದೆ. ಅಂತೆಯೇ ಒಬ್ಬ ಶೌರ್ಯವಂತನೆನಿಸಿದ ಯೋಧನನ್ನು ಸಾಕಿಸಲಹಿದರೆ ಅವನು ತನ್ನ ಒಡೆಯನಿಗೆ ತನ್ನ ಸ್ವಾಮಿ ನಿಷ್ಠೆಯನ್ನು ತೋರಿ ಕೃತಕೃತ್ಯತೆಯನ್ನು ಪಡೆಯುತ್ತಾನೆ. ಅದೇ ಒಬ್ಬ ಹೇಡಿಯನ್ನು ಸಲಹಿದರೆ ಅವನು ಹೆದರಿ ಪಲಾಯನ ಸೂತ್ರ ಪಠಿಸುತ್ತಾನೆ ಅಷ್ಟೆ. ಅವನಿಗೆ ಶತ್ರುವನ್ನು ಪ್ರತಿಭಟಿಸುವ ಕೆಚ್ಚಾಗಲೀ ಧೈರ್ಯವಾಗಲೀ ಇರುವುದಿಲ್ಲ. ಈ ಮಾತನ್ನು ದುರ್ಯೋಧನ ಅಶ್ವತ್ಥಾಮನನ್ನೇ ಗುರಿಯಾಗಿ ದೂಷಿಸುವಂತಿದೆ.

ತುಱು [ಗಳವೊಳ್][5] ಪೆಣ್ಬುಯ್ಯಲೊ
ಳಱುವೆಸದೊಳ್ನಂಟನೆಡರೊಳೂರಳಿವಿನೊಳಂ ।
ತಱಿಸಂದು ಗಂಡುತನಮನೆ
ನೆಱಪದವಂ ಗಂಡನಲ್ಲನೆಂತುಂ ಷಂಡಂ ॥ ೨೪ ॥

ತುರುಗಳವೊಳ್ = ಗೋವುಗಳನ್ನು ಕೊಂಡೊಯ್ಯುವುದು (ಗೋಗ್ರಹಣ) ; ಪೆಣ್ + ಪುಯ್ಯಲ್ = ಹೆಂಗಸರು ಆಕ್ರಂದನ ಮಾಡುವುದು ; ಅರಿವು + ಎಸದೊಳ್ = ವಿದ್ಯಾರ್ಜನೆಯಲ್ಲಿ ; ಎಡರು = ಕಷ್ಟ ; ಊರ + ಅಳಿವು = ನಗರ ಅಥವಾ ಗ್ರಾಮದ ಹಾನಿಯಲ್ಲಿ (ನಾಶ) ; ತರಿಸಂದು = ನಿರ್ಧರಿಸಿ ; ಗಂಡುತನಮನೆ = ಪರಾಕ್ರಮವನ್ನು ; ನೆರೆ ಪದವಂ = ಸಂಪೂರ್ಣ ಮಾಡದವನು ; ಷಂಡ = ನಪುಂಸಕ

ಹಸುಗಳನ್ನು ಸೆರೆಹಿಡಿದು ಎಳೆದಾಡುವಾಗ, ಹೆಂಗಸರು ಸಹಾಯಕ್ಕಾಗಿ ಕೂಗಿಕೊಳ್ಳುವಾಗ, ಬಂಧುಗಳು ಕಷ್ಟದಲ್ಲಿದ್ದಾಗ, ನಗರ ಅಥವಾ ಹಳ್ಳಿಗಳು ನಾಶಕ್ಕೊಳಗಾದಾಗ ಅಂತಹ ಹೊತ್ತಿನಲ್ಲಿ ಪರಾಕ್ರಮಶಾಲಿಯಾದವನು ತನ್ನ ಗಂಡುತನವನ್ನು ಮೆರೆದು ಅವರ ಸಹಾಯಕ್ಕೆ ಧಾವಿಸಬೇಕು. ಹಾಗೆ ಮಾಡದೆಹೋದಲ್ಲಿ ಅವನು ಪುರುಷನಾಗದೆ ನಪುಂಸಕನೆನಿಸಿಕೊಳ್ಳುತ್ತಾನೆ. ಇದು ಒಂದು ವಿಧದಲ್ಲಿ ದುರ್ಯೋಧನನೇ ಮಾಡಿರುವ ಸ್ವಯಂಕೃತಾಪರಾಧವೇ ಎದ್ದು ಕಾಣುತ್ತದೆ. ದ್ರೌಪದಿಯ ಮೊರೆ, ಗೋಗ್ರಹಣ ಪಾಂಡವರನ್ನು ಕಷ್ಟಗಳಲ್ಲಿ ಸಿಲುಕಿಸಿ, ಕುರುಕ್ಷೇತ್ರ ಯುದ್ಧದಲ್ಲಿ ಅಪಾರ ಪ್ರಾಣ ಹಾನಿ ಮಾಡಿ ತನ್ನ ಶೂರತ್ವವನ್ನು ಪ್ರದರ್ಶಿಸಿದವನು ಕೌರವ. ಇವನಂತಹ ಶೂರರು ಬೇರಾರಾದರೂ ಇರುವರೇ ಎಂಬ ಭಾವವಿದೆ.

ವಚನ : ಎಂದರಸನವರ್ಗೆ ವಿರಸಮಾಗಿ ಪರುಷಂ ನುಡಿಯೆ ಸಂಜಯಂ ತನ್ನಂರ್ತಗತದೊಳ್...

ವಿರಸಮ್ + ಆಗಿ = ಕಟುವಾಗಿ ; ಪರುಷಂ ನುಡಿಯೆ = ಕಠಿಣವಾದ ಮಾತುಗಳಾಡಲು ;

ಹೀಗೆ ದುರ್ಯೋಧನ ಅತ್ಯಂತ ನಿಷ್ಠುರವಾದ ಮಾತುಗಳನ್ನಾಡಲು ಸಂಜಯನು ತನ್ನ ಮನಸ್ಸಿನೊಳಗೊಳಗೇ...

ನೆಗಳ್ದೇಕಾದಶರುದ್ರನಾದಿಪುರುಷಂ ದೇವಂ ಲಲಾಟೇಕ್ಷಣಂ
ನಗರಾಜಪ್ರಿಯನಂದನಾ ಪ್ರಿಯತಮಂ ದ್ರೋಣಂಗೆ ಕಾರ್ಯಾರ್ಥದಿಂ ।
ಮಗನಾದಂ ಸ್ಮರಘಸ್ಮರಂ ದಯೆಯಿನಶ್ವತ್ಥಾಮನೆಂದೆಂದೊಡಾ
ತ್ಮಗತಂ ಸತ್ವದಿನೇಂ ಪರೀಕ್ಷಿಪನೊಪಿಂಗಾಕ್ಷಂ ವಿರೂಪಾಕ್ಷನಂ ॥ ೨೫ ॥

ಏಕಾದಶರುದ್ರಂ = ಹನ್ನೊಂದುರುದ್ರರು[6] ; ಲಲಾಟೇಕ್ಷಣಂ = ಹಣೆಗಣ್ಣುಳ್ಳವನು ; ನಗರಾಜಪ್ರಿಯನಂದನೆ = ಪರ್ವತರಾಜನ ಮಗಳು (ಪಾರ್ವತಿ) ; ಪ್ರಿಯತಮಂ = ಗಂಡ ; ಸ್ಮರಘಸ್ಮರಂ = ಮನ್ಮಥನನ್ನು ಕೊಂದವನು ; ಪಿಂಗಾಕ್ಷ = ಕಂದು ಬಣ್ಣದ ಕಣ್ಣುಳ್ಳ ದುರ್ಯೋಧನ

(5) ಗೋಳೊಳ್

(6) ಏಕಾದಶ ರುದ್ರರು = ಮಹಾದೇವ, ಶಿವ, ಮಹಾರುದ್ರ, ಶಂಕರ, ನೀಲಲೋಹಿತ, ಈಶಾನ, ವಿಜಯ, ಭೀಮ, ದೇವ ದೇವ, ಭವೋದ್ಭವ ಮತ್ತು ಆಧ್ಯಾತ್ಮಿಕ ಶ್ರೀರುದ್ರ.

ಆದಿಪುರುಷನೂ, ದೇವದೇವನೂ, ಏಕಾದಶ ರುದ್ರನೆನಿಸಿದವನೂ, ಪಾರ್ವತೀ ಪ್ರಿಯನೂ, ಮನ್ಮಥನನ್ನು ಸಂಹರಿಸಿ ಸ್ಮರಹರನೆಂದು ಹೆಸರು ಪಡೆದವನೂ ಆದ ವಿರೂಪಾಕ್ಷನೇ ಕಾರ್ಯನಿಮಿತ್ತವಾಗಿ ದ್ರೋಣ ಪುತ್ರನಾಗಿ ಜನಿಸಿದನು. ಇವನೇ ಅಶ್ವತ್ಥಾಮನೆಂದು ಲೋಕವೇ ಹೇಳುತ್ತಿರುವಾಗ ಆತ್ಮಸತ್ವದಿಂದ ರೌದ್ರವತಾರಿಯಾದ ಈ ಅಶ್ವತ್ಥಾಮನನ್ನು ಆ ದುರ್ಯೋಧನನು ಅದೇನು ಪರೀಕ್ಷೆ ಮಾಡುವನೋ? ಇಲ್ಲಿ ಅಶ್ವತ್ಥಾಮನನ್ನು ಕೆಣಕಿದರೆ ರುದ್ರದೇವರನ್ನು ಕೆಣಕಿದಂತೆಯೇ ಎಂದು ತಿಳಿಯಬೇಕು.

ಪಗೆ ಚಿತ್ರಾಂಗದನುಯ್ಯ
ಲ್ಗಗನದೊಳುರೆ ತನ್ನ ತಂದ ಬಾಂಧವಕೃತಮಂ ।
ಬಗೆಯದಹಿತಮನೆ ಬಗೆದಂ
ಪುಗದಿರ್ಕುಮೆಪೋಗಿ ಕೌರವಂ ರೌರವಮಂ ॥ ೨೬ ॥

ಪಗೆ = ಶತ್ರು ; ಚಿತ್ರಾಂಗದ = ಒಬ್ಬ ಗಂಧರ್ವ (ಅರ್ಜುನನ ಸಖ) ; ಉಯ್ಯಲ್ = ಎಳೆದೊಯ್ಯುವುದು ; ಬಾಂಧವಕೃತ = ಬಂಧುಕೃತ್ಯ (ಉಪಕಾರ) ; ರೌರವ = ಒಂದು ವಿಧದ ನರಕ ; ಪುಗದಿರ್ಕುಮ್ = ಪ್ರವೇಶಿಸುವುದು

ಇಂದ್ರನ ಸೇವಕರಲ್ಲಿ ಒಬ್ಬನಾದ ಚಿತ್ರಸೇನ (ಈತ ಅರ್ಜುನನ ನಾಟ್ಯಗುರು ಹಾಗೂ ಗೆಳೆಯ)ನೆಂಬ ಗಂಧರ್ವನು ತನ್ನನ್ನು ಬಂದಿಸಿ ಆಕಾಶಮಾರ್ಗದಲ್ಲಿ ಎಳೆದೊಯ್ಯುತಿದ್ದಾಗ ಅರ್ಜುನನು ಅವನೊಂದಿಗೆ ಕಾದಾಡಿ ಸೆರೆಯಿಂದ ಬಿಡಿಸಿ ತಂದನು (ಘೋಷಯಾತ್ರಾ ಪ್ರಸಂಗ). ಆದರೆ ದುರ್ಯೋಧನನಾದರೋ ಉಪಕಾರವನ್ನು ಎಳ್ಳಷ್ಟೂ ಸ್ಮರಿಸದೆ ಕೇವಲ ಶತ್ರುತ್ವವನ್ನೇ ಸಾಧಿಸಿದನೆಂದ ಮೇಲೆ ಅವನು ರೌರವವೆಂಬ ನರಕಕ್ಕೆ ಹೋಗದಿರುವನೇ?

ಕಾರ್ಯ ಸಖಿಂ ಶಕುನಿ ಗಡಾ!
ಶೌರ್ಯಸಖಂ ಸೂತಜಂ ಗಡಾ! ಭೀಷ್ಮ ಶರಾ ।
ಚಾರ್ಯರ ನುಡಿ ತಪ್ಪುಗಡಮ
ನಾರ್ಯಂಗಹಿಕೇತನಂಗೆ ವಿಧಿ ವಿಳಸನದಿಂ ॥ ೨೭ ॥

ಕಾರ್ಯಸಖ = ಸಮಯದಲ್ಲಿ ಸಲಹೆ ನೀಡುವ ಮಿತ್ರ (ಶಕುನಿ) ; ಸೂತಜಂ = ಕರ್ಣ ; ಶರಾಚಾರ್ಯ = ಬಿಲ್ವಿದ್ಯಾಗುರು (ದ್ರೋಣ) ; ಅಹಿಕೇತನ = ಸರ್ಪಧ್ವಜ ; ವಿಧಿವಿಳಸನ = ವಿಧಿ ವಿಲಾಸ ; ಅನಾರ್ಯ = ಕೆಟ್ಟ ನಡತೆಯವನು

ದುಷ್ಟ ಕೆಲಸವನ್ನು ಮಾಡುವಾಗ ಅಂತಹ ಸಮಯದಲ್ಲಿ ಅದಕ್ಕೆ ತಕ್ಕ ಸಲಹೆಯನ್ನು ಕೊಡುವವನು ಶಕುನಿಯಲ್ಲವೇ? ಯುದ್ಧದ ಸಂದರ್ಭದಲ್ಲಿ ಸೂಕ್ತವಾದ ಸಲಹೆ ನೀಡುವವನು ಸೂತಪುತ್ರನಾದ ಕರ್ಣನೇ ತಾನೆ? ಹೀಗಿರುವಾಗ ಭೀಷ್ಮ ದ್ರೋಣರ ಹಿತನುಡಿ ಇವನಿಗೆ ಪಥ್ಯವೇ? ಇದು ವಿಧಿಯ ಆಟವಲ್ಲದೆ ಬೇರೇನಾಗಲು ಸಾಧ್ಯ?

ಗುರು ಕವಚಂ ಕರ್ಣಂ ಬಾ
ಹುರಕ್ಕೆ ಸುರಸಿಂಧುನಂದನಂ ಸೀಸಕಮಾ ।
ಗಿರೆ ಮೆಯ್ಗೆ ಮುಳಿಯಲಜೆಯದೆ
ಕುರುರಾಜನ ತೊಡೆಯನುಡಿವೆನೆಂದಂ ಭೀಮಂ ॥ ೨೮ ॥

ಗುರುಕವಚಂ = ದ್ರೋಣನೇ ಕವಚ ; ಬಾಹುರಕ್ಕೆ = ಭುಜರಕ್ಷೆಗೆ ; ಸುರಸಿಂಧುನಂದನ = ದೇವ ಗಂಗೆಯ ಮಗ ಭೀಷ್ಮ ; ಸೀಸಕ = ಶಿರಸ್ತ್ರಾಣ ಅಥವಾ ಕವಚ

ಗುರು ದ್ರೋಣಾಚಾರ್ಯರೇ ಕವಚ, ಕರ್ಣನೇ ಭುಜಕೀರ್ತಿ, ಭೀಷ್ಮರೇ ಶಿರಸ್ತ್ರಾಣವಾಗಿದ್ದು ದುರ್ಯೋಧನನ ದೇಹ ರಕ್ಷಣೆಯಲ್ಲಿರುವಾಗ ಅವುಗಳ ಮೇಲೆ ತನ್ನ ಕೋಪವನ್ನು ತೀರಿಸಲಾರದೆ ಯಾವುದೇ ರಕ್ಷಣೆಯಿಲ್ಲದ ಅವನ ತೊಡೆಗಳನ್ನು ಮುರಿಯುವುದಾಗಿ ಭೀಮ ಪ್ರತಿಜ್ಞೆ ಮಾಡುತ್ತಾನೆ. (ಇದು ಭೀಮ ಪ್ರತಿಜ್ಞೆಗೆ ಸಂಜಯ ನೀಡುವ ಕಾರಣ.)

ಧೃತರಾಷ್ಟ್ರಂ ದ್ರುಮಮಾದುದು
ಶತ ಶಾಖಂ ಪಂಚ ಶಾಖಮಾದುದು ಪಾಂಡು ।
ಕ್ಷಿತಿರುಹಮಕ್ಷಯಮಾಯ್ತಾ
ದ್ವಿತೀಯಮಾಯ್ತೇಕ ಶಾಖಾಮಿವನಿಂದಾದ್ಯಂ ॥ ೨೯ ॥

ದ್ರುಮ = ವೃಕ್ಷ, ಮರ ; ಶತಶಾಖೆ = ನೂರು ಭಾಗ ; ಪಂಚಶಾಖೆ = ಐದು ಕೊಂಬೆ ; ಕ್ಷಿತಿರುಹಂ = ಮರ ; ಅಕ್ಷಯಮಾಯ್ತು = ನಾಶವಿಲ್ಲದಂತಾಯ್ತು ; ಆದ್ಯಂ = ಮೊದಲನೆಯದು

ಧೃತರಾಷ್ಟ್ರನೆಂಬ ಮರದಲ್ಲಿ ನೂರು ಶಾಖೆ (ಕೊಂಬೆ)ಗಳಾದವು. ಪಾಂಡುವೆಂಬ ಮರಕ್ಕೆ ಐದೇ ಕೊಂಬೆಗಳಾದವು. ಇವುಗಳಲ್ಲಿ ಎರಡನೆಯ ವೃಕ್ಷವು ಐದು ಕೊಂಬೆಗಳೊಡನೆ ಶಾಶ್ವತವಾದರೆ ಮೊದಲನೆಯ ಮರವು ಈ ದುರ್ಯೋಧನನಿಂದಾಗಿ ತೊಂಬತ್ತೊಂಬತ್ತು ಶಾಖೆಗಳನ್ನು ಕಳೆದುಕೊಂಡು ಒಂದೇ ಕೊಂಬೆ ಉಳಿಯುವಂತಾಯ್ತು.

ವಚನ : ಎಂದು ಸಂಜಯಂ ಕುರುರಾಜನಂ ನೋಡಿ....

ಹೀಗೆಂದು ಹೇಳುತ್ತಾ ಸಂಜಯನು ಕೌರವನನ್ನು ನೋಡಿ....

ಭುವನಕ್ಕಾರಾಧ್ಯನೆಂಬೀ ನೆಗಟ್ಟಿ ಬಿರುದಿನಂಕಕ್ಕೆ ತಕ್ಕಂದದಿಂ ಭಾ
ರ್ಗವನೊಳ್ದಿವ್ಯಾಸ್ತ್ರಮಂ ಮುಂಪಡೆದು ನೆಗಟ್ಟಿ ಶೌರ್ಯಕ್ಕೆ ತಕ್ಕಂದದಿಂ ಪಾಂ ।
ಡವರುಂ ಕೌರವ್ಯರುಂ ಕೈಮುಗಿಯೆ ನೆಗಟ್ಟಿ ಪೆಂಪಿಗೆ ತಕ್ಕಂದದಿಂ ಬಿ
ಲ್ಲೊವಜಂ ಗಾಂಡೀವಿಯೊಳ್ಕಾದಿದನವರ ಶರಾಸಾರಮಂ ನೀನೆ ಕಂಡೈ ॥ ೩೦ ॥

ಭುವನಕ್ಕೆ + ಆರಾಧ್ಯನೆಂಬ + ಈ + ನೆಗಟ್ಟಿ = ಇಡೀ ಭೂಮಂಡಲಕ್ಕೆ ಪೂಜ್ಯನೆಂದು ಪ್ರಸಿದ್ಧನಾದ ; ಬಿರುದಿನಂಕಕ್ಕೆ = ಬಿರುದಿನ ಹೆಸರಿಗೆ ; ಮುಂ = ಹಿಂದೆ ; ಬಿಲ್ಲೊವಜ = ಧನುರ್ವಿದ್ಯಾ ಗುರು ; ಗಾಂಡೀವಿ = ಅರ್ಜುನ ; ಶರ + ಆಸಾರ = ಬಾಣದ ಮಳೆ

ಲೋಕ ಪೂಜ್ಯನೆನಿಸಿದ ಹೆಸರಿಗೆ - ಖ್ಯಾತಿಗೆ ತಕ್ಕಂತೆ ಹಿಂದೆ ಪರಶುರಾಮನಿಂದ ದಿವ್ಯಾಸ್ತ್ರಗಳನ್ನು ಪಡೆದು ತನ್ನ ಶೌರ್ಯಕ್ಕೆ ತಕ್ಕ ರೀತಿಯಲ್ಲಿ ಕೌರವ-ಪಾಂಡವರಿಂದ ಪಡೆದ ಗೌರವಕ್ಕೆ ತಕ್ಕುದಾದ ರೀತಿಯಲ್ಲಿ ಧನುರ್ವಿದ್ಯಾ ಗುರುವಾದ ದ್ರೋಣನು ಗಾಂಡೀವಿಯೆನಿಸಿದ ಅರ್ಜುನನೊಡನೆ ಕಾದಾಡಿದನು ಅವರಿಬ್ಬರ ಬಾಣಾ ವರ್ಷಧಾರೆಯನ್ನು ನೀನೇ ನೋಡಿದೆಯಲ್ಲವೇ? ಎಂದು ಸಂಜಯ ಅವರಿಬ್ಬರ ಬಿಲ್ಲಾಣಿಕೆಗೆ ನೀನೇ ಸಾಕ್ಷಿ ಎನ್ನುತ್ತಾನೆ.

ಇದುದಲ್ಗಂಗಾತ್ಮಜನ್ಮಕ್ಕನುಗುಣಮಿದು ರಾಜಪ್ರಸಾದಕ್ಕೆ ಪೋ ತ
ಕುದಿದೀರ್ದೋರ್ದಂಡಕಂಡೂಯನಕಿದು ಸದೃಶಂ ಕಲ್ತ ಬಿಲ್ಬಿನ್ನಣಕಿಂ ।
ತಿದೆಯುಕ್ತಂ ಭೀಷ್ಮನಾಮಕ್ಕಿದು ಸಮುಚಿತಮೆಂಬಂತೆ ಸಂಗ್ರಾಮ ರಂಗೋ
ನ್ಮದರೆಲ್ಲರ್ ನೋಡೆ ಪೆಂಪಂ ಕದನದೊಳದಟಂ ತೋಱಿದಂ ಸಿಂಧುಪುತ್ರಂ ॥ ೩೧ ॥

ಇದುದಲ್ = ಇದು ಸತ್ಯ ; ಗಂಗಾತ್ಮಜನ್ಮಕ್ಕೆ = ಗಂಗೆಯ ಮಗನಾದುದಕ್ಕೆ ; ಅನುಗುಣ = ಉಚಿತವಾದದ್ದು ; ರಾಜಪ್ರಸಾದ = ರಾಜಾನುಗ್ರಹಕ್ಕೆ ; ಪೋ = ತಕ್ಕುದಾದದ್ದು ; ದೋರ್ದಂಡ ಕಂಡೂಯನ = ಬಾಹು ಬಲವೆಂಬ ತೀಟೆಗೆ ; ಸಮುಚಿತ = ಒಪ್ಪುವಂತಹುದು ; ಸಂಗ್ರಾಮ + ರಂಗ + ಉನ್ಮದರ್ = ಯುದ್ಧ ರಂಗದಲ್ಲಿ ಉನ್ಮತ್ತರಾದವರು ; ಪೆಂಪಂ = ಉನ್ನತಿಯನ್ನು ; ಸಿಂಧು ಪುತ್ರ = ನದಿಯ ಮಗ - ಭೀಷ್ಮ

ಇದು ನಿಜಕ್ಕೂ ಸತ್ಯ! ಗಂಗಾದೇವಿಯ ಮಗನಾದುದಕ್ಕೆ ರಾಜಾನುಗ್ರಹಕ್ಕೆ ಒಪ್ಪುವ ಹಾಗೆ, ತನ್ನ ಬಾಹುಸತ್ವದ ತೀಟೆ ತೀರುವ ಹಾಗೆ, ಭೀಷ್ಮನೆಂಬ ತನ್ನ ಹೆಸರಿಗೆ ಕಳಂಕ ಬಾರದಂತೆ ರಣರಂಗದಲ್ಲಿ ಉನ್ಮತ್ತರಾದ ಸೈನ್ಯ ಸಮೂಹ ನೋಡುತ್ತಿರುವಂತೆಯೇ ಆ ಯುದ್ಧದಲ್ಲಿ ಭೀಷ್ಮನು ತನ್ನ ಬಿಲ್ವಿದ್ಯಾ ಸಾಮರ್ಥ್ಯವನ್ನು ಪ್ರದರ್ಶಿಸಿದನು.

ಕಳಶನದೀಜರ್ಭಕ್ತಿಗೆ
ಕಳಶಾರೋಹಣಮಿದೆನಿಸಿ ನೆಱಪಿದರವರೊಂ ।
ದಳವಲ್ತು ಕಾದಿಗೆಲಲಾ
ರಳವಲ್ತರ್ಜುನನ ಶೌರ್ಯಮಮಂ ನೀನಱಿಯಾ ॥ ೩೨ ॥

ಕಳಶನದೀಜರ್ + ಭಕ್ತಿಗೆ = ಕಳಶೋದ್ಭವ = ದ್ರೋಣ ; ನದೀಜ = ಭೀಷ್ಮ ; ಭಕ್ತಿಗೆ ಕಳಶಾರೋಹಣ = ತಮ್ಮ ಸ್ವಾಮಿ ನಿಷ್ಠೆಗೆ ಕಳಶಪ್ರಾಯವೆನಿಸಿ ; ನೆಱಪಿದರ್ + ಅವರ್ + ಅಳವಲ್ತು = ಕಾದಿದರು ಅವರು ; ಅಳವಲ್ತು = ಶೌರ್ಯಕ್ಕೂ ಹೆಚ್ಚಿನದು

ಭೀಷ್ಮಾಚಾರ್ಯರು ಮತ್ತು ದ್ರೋಣಾಚಾರ್ಯರು ತಮ್ಮ ಸ್ವಾಮಿಭಕ್ತಿಗೆ ಕಳಶವಿಟ್ಟಂತೆ ಅತ್ಯಂತ ವೀರಾವೇಶದಿಂದ ಹೋರಾಡಿ ಉಪ್ಪಿನ ಋಣ ತೀರಿಸಿದರು. ಆದರೆ ಅರ್ಜುನನೊಡನೆ ಯುದ್ಧ ಮಾಡಿ ಗೆಲ್ಲುವುದು ಅವರ ಅಳತೆಗೂ ಮೀರಿದ್ದು. ಪಾರ್ಥ ಎಂತಹ ಶೌರ್ಯವಂತ ಎಂಬುದು ನಿನಗೆ ತಿಳಿಯದೇ?

ಅರಿ ಚಿತ್ರಾಂಗದನುಯ್ಯೆ ಭಾನುಮತಿ ಬಂದಾಕ್ರಂದನಂಗೈಯೆ ಧ
ರ್ಮರತಂ ತಮ್ಮನ ಪೇಟಿ ಧರ್ಮತನಯಂ ನಿನ್ನಂ ನಭೋಮಾರ್ಗದೊಳ್
ಶರನಿಶ್ರೇಣಿಯೊಳಂದು ತಂದನದನಾರ್ಗಂ ಮೊಗ್ಗೆ [ಕೃಷ್ಣಾಸ್ವಯಂ
ವರ ಮತ್ಸ್ಯೇಷು] ವರಪ್ರಕಾಶಿತ ಧನುರ್ವಿದ್ಯಾಗುಣಂ ಫಲ್ಗುಣಂ ॥ ೩೩ ॥

ಅರಿ + ಚಿತ್ರಾಂಗದನ್ + ಉಯ್ಯೆ = ಚಿತ್ರಾಂಗದನೆಂಬ ಶತ್ರು ಕೊಂಡೊಯ್ದಾಗ ; ಆಕ್ರಂದನ = ರೋದನ (ಮೊರೆ) ; ಧರ್ಮರತಂ = ಧರ್ಮಾಸಕ್ತ ; ಶರನಿಶ್ರೇಣಿಯೊಳ್ + ಅಂದು = ಬಾಣಗಳ ಏಣಿಯನ್ನೇ ಅಂದು ನಿರ್ಮಿಸಿ ; ತಂದನ್ + ಅದನ್ + ಆರ್ಗಂ + ಮೊಗ್ಗೆ = ಅದನ್ನು ಮಾಡಲು ಯಾರಿಂದ ಸಾಧ್ಯ

ಅಂದು ಘೋಷಯಾತ್ರಾ ಸಂದರ್ಭದಲ್ಲಿ ಶತ್ರುವಾದ ಚಿತ್ರಾಂಗದನೆಂಬ ಗಂಧರ್ವನು ನಿನ್ನನ್ನು ಹೆಡಮುರಿ ಕಟ್ಟಿ ಆಕಾಶಮಾರ್ಗದಲ್ಲಿ ಕೊಂಡೊಯ್ದಾಗ ನಿನ್ನ ಪತ್ನಿ ಭಾನುಮತಿ ಧರ್ಮರಾಯನ ಬಳಿ ಬಂದು ಅಳುತ್ತಾ ಮೊರೆಯಿಟ್ಟಾಗ ಧರ್ಮಬೀರುವಾದ ಯುಧಿಷ್ಠಿರ ತಮ್ಮನಾದ ಅರ್ಜುನನಿಗೆ ಆಜ್ಞೆಮಾಡಲು ಅರ್ಜುನನಾದರೋ ಆಕಾಶಕ್ಕೆ ಬಾಣಗಳ ಏಣಿಯನ್ನೇ ನಿರ್ಮಿಸಿ ಚಿತ್ರಾಂಗದನನ್ನು ಸೋಲಿಸಿ ನಿನ್ನನ್ನು ಬಿಡಿಸಿಕೊಂಡು ಬಂದ. ಇದು ಅವನ ಹೊರತು ಇನ್ನಾರಿಂದ ಸಾಧ್ಯ? ಇನ್ನು ದ್ರೌಪದಿ ಸ್ವಯಂವರ ಕಾಲದಲ್ಲಿ ಮತ್ಸ್ಯಯಂತ್ರವನ್ನು ಭೇದಿಸಿ ತನ್ನ ಶೌರ್ಯವನ್ನು ಪ್ರಕಾಶಪಡಿಸಿದ. ಇಂತಹ ಬಿಲ್ಗಾರನಾದ ಅರ್ಜುನನಿಂದಲ್ಲದೆ ಮತ್ತಾರಿಂದ ಸಾಧ್ಯ? ಎನ್ನುತ್ತ ಸಂಜಯ ದುರ್ಯೋಧನನ ಮುಂದೆ ಅರ್ಜುನನ ಸಾಹಸ ವರ್ಣನೆಯನ್ನು ಮಾಡುತ್ತಾನೆ.

ನೃಪನಿನ್ನಂಪಿಡಿದುಯ್ಯೆ ಭಾನುಮತಿಯಂ ಸಂತೈಸಿ ಚಿತ್ರಾಂಗದಂ
ಗುಪಯೋಗಾಸ್ತ್ರಮನೆಚ್ಚಂ ಕೂಡೆ ನಭದಿಂ ಗಾಂಡೀವಿ ತರ್ಪಾಗಳೀ ।
ಕೃಪನೀಸೈಂಧವನೀಸರಿತ್ತನಯನೀರಾಧೇಯನೀಮದ್ರ ಭೂ
ಮಿಪನೀಕುಂಭಜನೀಕುರುಪ್ರಭವರಂದೇಂ ಹಮ್ಮದಂಬೋದರೇ ॥ ೩೪ ॥

ಪಿಡಿದುಯ್ಯೆ + ಹಿಡಿದು ಎಳೆದೊಯ್ಯುವಾಗ ; ಉಪಯೋಗಾಸ್ತ್ರಮನ್ + ಎಚ್ಚು = ಪರಿಣಾಮಕಾರಿ ಅಸ್ತ್ರವನ್ನು ಬಿಟ್ಟು ; ತರ್ಪಾಗಳ್ = ತರುತ್ತಿರುವಾಗ ; ಈ ಕೃಪನ್ + ಈ ಸೈಂಧವನ್ + ಈ ಸರಿತ್ + ತನಯಂ + ಈ ರಾಧೇಯನ್ + ಈ ಮದ್ರಭೂಮಿಪನ್ + ಈ ಕುಂಭಜನ್ = ಕೃಪ, ಜಯದ್ರಥ, ಭೀಷ್ಮ, ಕರ್ಣ, ಶಲ್ಯ, ದ್ರೋಣ ; ಕುರು ಪ್ರಭವರ್ = ಕೌರವ ಸಮೂಹ ; ಹಮ್ಮದಂ + ಪೋದರೆ = ಮೂರ್ಛಾಕ್ರಾಂತರಾಗಿದ್ದರೇ?

ರಾಜನ್ ಆ ಚಿತ್ರಾಂಗದನು ನಿನ್ನನ್ನು ಎತ್ತಿಕೊಂಡು ಹೋದಾಗ ಭಾನುಮತಿಗೆ ಸಾಂತ್ವನವನ್ನು ಹೇಳಿ ಚಿತ್ರಾಂಗದನ ಮೇಲೆ ಪರಿಣಾಮಕಾರಿ ಅಸ್ತ್ರಗಳನ್ನು ಬಿಟ್ಟು ನಿನ್ನನ್ನು ಸೆರೆಯಿಂದ ಬಿಡಿಸಿ ಅರ್ಜುನ ತರುತ್ತಿದ್ದಾಗ ಈ ಕೃಪಾಚಾರ್ಯ, ಈ ಜಯದ್ರಥ (ಸೈಂಧವ), ಗಂಗಾಪುತ್ರ ಭೀಷ್ಮ, ಕರ್ಣ, ಶಲ್ಯ, ದ್ರೋಣ ನಿನ್ನ ಇತರ ಕೌರವ ಬಂಧುಗಳೆಲ್ಲಾ (ತಮ್ಮಂದಿರು) ಬಿದ್ದು ಮೂರ್ಛೆ ಹೋಗಿದ್ದರೇ...?

(ಇಲ್ಲಿ ಒಂದು ವಿಷಯ ಗಮನದಲ್ಲಿಡಬೇಕು. ಘೋಷಯಾತ್ರಾ ಸಂದರ್ಭದಲ್ಲಿ ಮೂಲ ಹಾಗೂ ಕುಮಾರವ್ಯಾಸ ಭಾರತದ ಪ್ರಕಾರ ಭೀಷ್ಮರಾಗಲೀ ದ್ರೋಣರಾಗಲೀ ಕೌರವನ ಜೊತೆ ಹೋಗುವುದಿಲ್ಲ. ಇನ್ನು ಶಲ್ಯ, ಅವನು ಪಾಂಡವರ ಸೋದರಮಾವ. ಪಾಂಡವ ಪಕ್ಷಪಾತಿ. ಅವನೂ ಇದರಲ್ಲಿ ಭಾಗಿಯಾಗುವ ಸಾಧ್ಯತೆಯಿಲ್ಲ. ರನ್ನ ಇವರ ಹೆಸರುಗಳನ್ನು ಸೂಚಿಸುವ ಮರ್ಮ ತಿಳಿಯದ ವಿಚಾರ. ಆದರೆ ಒಂದು ಮಾತ್ರ ಸತ್ಯ. ಅರ್ಜುನನ ಪರಾಕ್ರಮ ವರ್ಣನೆಯನ್ನು ಸಂಜಯ ಮಾಡುತ್ತಾ ಈ ಎಲ್ಲಾ ಹೆಸರುಗಳನ್ನು ಹೇಳಿರಬಹುದು.)

ಪರಿದಿಱಿದಂತಕನೊಳ್ ಪಾ
ರ್ವರಪಿಳ್ಳೆಯ ಪೋದ ಜೀವಮಂ ತಂದಂ[(7)] ಬಂ ।
ದೆರೆಯೆ ಶಿಖಿಗಿತ್ತನಾ ಸ
ಚ್ಚರಿತಂ ಭುಜಬಲದೆ ಪಾಂಡವಂ ಖಾಂಡವಮಂ ॥ ೩೫ ॥

ಪರಿದು = ಧಾವಿಸಿ ; ಅಂತಕ = ಯಮ ; ಪಾರ್ವರ ಪಿಳ್ಳೆ = ಬ್ರಾಹ್ಮಣ ಪುತ್ರ ; ಶಿಖಿ = ಅಗ್ನಿ ; ಬಂದು + ಎರೆಯೆ = ಬಂದು ಬೇಡಲು

ಸಚ್ಚಾರಿತ್ರ್ಯನೆಂದು ಹೆಸರು ಪಡೆದ ಅರ್ಜುನನು ಯಮನ ಪಟ್ಟಣಕ್ಕೆ ಹೋಗಿ ಅವನೊಡನೆ ಕಾದಾಡಿ ಬ್ರಾಹ್ಮಣನ ಮಗನ ಹೋದ ಜೀವವನ್ನು ಮರಳಿ ಪಡೆದು ಆ ಮಗುವನ್ನು ಬದುಕಿಸಿ ತಂದುಕೊಟ್ಟನು. ಅಲ್ಲದೆ ಅಗ್ನಿದೇವನು ಬಂದು ಬೇಡಿದಾಗ ಆ ಪಾಂಡವ ಮಧ್ಯಮನಾದ ಅರ್ಜುನ ಇಂದ್ರನ ಖಾಂಡವ ವನವನ್ನೇ ಅಗ್ನಿಗೆ ಆಹಾರವಾಗಿ ಕೊಟ್ಟುಬಿಟ್ಟ.

ಕೇತುಕೃತಾಂಜನೆ ತನಯಂ
ಸೂತೀಕೃತ ಹರಿ ವರಪ್ರಸಾದಂ ಮದನಾ ।
ರಾತಿ ಕೃತಾಸ್ತ್ರಂ ಪಿತೃಪುರು
ಹೂತಂ ಕೃತಿಪೂರ್ಣತಾಕೃತಾರ್ಥಂ ಪಾರ್ಥಂ ॥ ೩೬ ॥

ಕೇತು – ಕೇತನ = ಧ್ವಜ, ಪತಾಕೆ ; ಅಂಜನೆ ತನಯ = ಹನೂಮಂತ ; ಸೂತೀಕೃತ = ರಥದ ಸಾರಥಿಯನ್ನಾಗಿ ಮಾಡಿಕೊಂಡ ; ಹರಿ = ಶ್ರೀಕೃಷ್ಣ ; ಮದನ + ಅರಾತಿ = ಮನ್ಮಥನ ಶತ್ರು (ಶಿವ) ; ಕೃತಾಸ್ತ್ರ = ಅಸ್ತ್ರ ಪಡೆದ ; ಪುರುಹೂತ = ಇಂದ್ರ

---

(7) ಇಲ್ಲಿ ಅರ್ಜುನ ಯಮನೊಂದಿಗೆ ಕಾದಾಡಿ ಬ್ರಾಹ್ಮಣ ಪುತ್ರನ ಜೀವವುಳಿಸಿದ ಎಂಬ ಉಲ್ಲೇಖವಿದೆ. ಬಹುಶಃ ಇದು ಪಂಪಭಾರತದ ಆಧಾರಿತ ಎಂದೆನಿಸುತ್ತದೆ. ಅಲ್ಲಿ ಪಂಪ –

ತುಂಗ ತರಂಗ ಭಂಗುರ ಪಯೋಧಿ ಪರೀತ ಮಹಾಮಹೀತಳಾ
ಲಿಂಗಿತ ಕೀರ್ತಿ ಕೇಳ್ದು ಬಡಪಾರ್ವನ ಪುಯ್ಯಲನೊರ್ಮೆ ಕೇಳ್ದನಾ ।
ವಂಗಮುಗುರ್ವ ಪರ್ವೆ ಜವನೊಳ್ ಸೆರಗಿಲ್ಲದೆ ಪೋಗಿ ತಾಗಿ ತಂ
ದಂಗಡ ವಿಕ್ರಮಾರ್ಜುನನೆ ಪಾರ್ವರ ಪಿಳ್ಳೆಯ ಪೋದ ಜೀವಮಂ ॥ (ಪಂ.ಭಾ.ಆ – ೬, ಪ – ೩)

ಎತ್ತೆತ್ತರ ಅಲೆಗಳಿಂದ ಚಂಚಲಗೊಂಡ ಸಮುದ್ರಪರ್ಯಂತ ಇರುವ ಭೂಮಿಯಲ್ಲಿ ಅರ್ಜುನನ ಕೀರ್ತಿ ಸಾರಿದೆ. ಅವನ ಶೌರ್ಯ ಸಾಹಸಗಳನ್ನು ತಿಳಿದ ಬ್ರಾಹ್ಮಣ ಅವನ ಬಳಿ ತನ್ನ ಗೋಳನ್ನು ತೋಡಿಕೊಳ್ಳುತ್ತಾನೆ. ಕಳೆದುಹೋದ ಮಗನ ಪ್ರಾಣವನ್ನು ಮರಳಿ ತರುವಂತೆ ಪ್ರಾರ್ಥಿಸಿದಾಗ ಅರ್ಜುನ ಕೂಡಲೇ ಕಾರ್ಯೋನ್ಮುಖನಾಗಿ ಏಕಾಂಗಿಯಾಗಿ ಯಮನೊಡನೆ ಹೋರಾಡಿ ಮಗುವಿಗೆ ಮರುಜೀವ ಬರುವಂತೆ ಮಾಡುತ್ತಾನೆ. ಇದು ಅರ್ಜುನನ ಸಾಹಸಕ್ಕೆ ಕಳಶವಿಟ್ಟಂತೆ ಎಂಬ ಮಾತನ್ನು ಸಂಜಯ ಹೇಳುತ್ತಾನೆಂಬುದು ರನ್ನನ ವಿಶ್ಲೇಷಣೆ ಇರಬಹುದು.

ಅಂಜನಾ ಪುತ್ರನಾದ ಆಂಜನೇಯನನ್ನು ತನ್ನ ಧ್ವಜದಲ್ಲಿ ಆಸೀನನಾಗಿಸಿದ, ಶ್ರೀಕೃಷ್ಣನನ್ನು ತನ್ನ ರಥದ ಸಾರಥಿಯನ್ನಾಗಿ ಮಾಡಿಕೊಂಡ. ಮನ್ಮಥ ವೈರಿಯಾದ ಪರಶಿವನೊಡನೆ ಹೋರಾಡಿ ಅವನಿಂದ ಪಾಶುಪತಾಸ್ತ್ರವನ್ನು ಪಡೆದು ಇವರೆಲ್ಲರ ವಿಶೇಷಾನುಗ್ರಹಕ್ಕೆ ಪಾತ್ರನಾದ ಅರ್ಜುನನು ತನ್ನ ಭಾಗದ ಕರ್ತವ್ಯವನ್ನು ಸಮಗ್ರವಾಗಿ ನಿರ್ವಹಿಸಿ ಕೃತಕೃತ್ಯತೆಯನ್ನು ಪಡೆದನು.

ಒಟ್ಟಜೆಗಿತ್ತ ಲಂಕೆಯ ವಿಭೀಷಣನಿತ್ತ ಕುಬೇರನಳ್ಕಿ ತಂ
ದೊಟ್ಟಿದ ಪೊನ್ನರಾಸಿಗಳನಿತ್ತು ಧರಾಮರರ್ಗಂದು ತಂದೆ ಪೇ ।
ಳ್ದಟ್ಟಿದ ರಾಜಸೂಯಮಖಂ ತಡವಿಲ್ಲದೆ ಬೇಳ್ದ ಬೀರಮಂ
ನೆಟ್ಟನೆ ನೀನೆ ಕಂಡಿಟಿಸಲಕ್ಕುಮೆ ಗಾಂಡಿವಿಯಂ ಸುಯೋಧನಾ ॥ ೩೭ ॥

ಒಟ್ಟಜೆ = ಕಪ್ಪ ; ಅಳ್ಕಿ = ಹೆದರಿ ; ಧರೆ + ಅಮರರ್ = ಭೂಸುರರು (ಬ್ರಾಹ್ಮಣರು) ; ಪೇಳ್ದು + ಅಟ್ಟಿದ = ಹೇಳಿ ಕಳುಹಿಸಿದ ; ಮಖ = ಯಾಗ ; ಬೇಳ್ದ = ನೆರವೇರಿಸಿದ (ಮಾಡಿದ) ; ಕಂಡು + ಇಟಿಸಲ್ + ಅಕ್ಕುಮೆ = ನೋಡಿ ಹೀನಾಯವಾಗಿ ಕಾಣಬಹುದೆ

ಸುಯೋಧನಾ! ರಾಜಸೂಯ ಯಾಗಕ್ಕೆ ಮುನ್ನ ದಿಗ್ವಿಜಯ ಯಾತ್ರಾ ಸಂದರ್ಭದಲ್ಲಿ ಲಂಕಾಧಿಪತಿಯಾದ ವಿಭೀಷಣನನ್ನು ಗೆದ್ದು ಕಪ್ಪ ಕಾಣಿಕೆ ತಂದ. ಅತ್ತಲಾಗಿ ಬೆದರಿದ ಕುಬೇರನು ಕೊಟ್ಟ ಧನದ ರಾಶಿಯನ್ನು ತಂದು ತಂದೆ ಪಾಂಡುರಾಜನು ಹೇಳಿ ಕಳುಹಿಸಿದಂತೆ ರಾಜಸೂಯ ಯಾಗವನ್ನು ಮಾಡಿ ಯಥೇಚ್ಛವಾಗಿ ಹೊನ್ನರಾಶಿಗಳನ್ನು ಬ್ರಾಹ್ಮಣರಿಗೆ ದಾನ ಮಾಡಿಸಿದ ಅರ್ಜುನನ ಪರಾಕ್ರಮವನ್ನು ನೋಡಿಯೂ ನೀನು ಹೀಗೆ ಹೀನಾಯವಾಗಿ ಅವನನ್ನು ನಿಂದಿಸಬಹುದೇ?

ಮೃಡನೊಳ್ಪಾಶುಪತಾಸ್ತ್ರಂ
ಬಡೆದಂ ತ್ರಿದಶಾಧಿಪತಿಯೊಳರ್ಧಾಸನಂ ।
ಪಡೆದಂ ನಾರಾಯಣನೊಳ್
ಪಡೆದಂ ಗಾಂಡಿವಿ ಸುಭದ್ರೆಯಂ ಭದ್ರಮನಂ ॥ ೩೮ ॥

ಮೃಡ = ಶಿವ ; ತ್ರಿದಶಾಧಿಪತಿ = ದೇವೇಂದ್ರ ; ನಾರಾಯಣ = ಶ್ರೀಕೃಷ್ಣ ; ಗಾಂಡಿವಿ = ಅರ್ಜುನ ; ಭದ್ರಮನಂ = ದೃಢಮನಸ್ಕ

ದೃಢಮನಸ್ಸಿನವನಾದ ಅರ್ಜುನನು ಶಿವನನ್ನು ಓಲೈಸಿ ಮೆಚ್ಚಿಸಿ ಅವನಿಂದ ಪಾಶುಪತಾಸ್ತ್ರವನ್ನು ಪಡೆದ. ದೇವೇಂದ್ರನಿಂದ ಸಿಂಹಾಸನದಲ್ಲಿ ಅರ್ಧಾಸನವನ್ನು ಸ್ವೀಕರಿಸಿದ. ನಾರಾಯಣನಾದ ಶ್ರೀಕೃಷ್ಣನಿಂದ ಅವನ ತಂಗಿಯಾದ ಸುಭದ್ರೆಯನ್ನು ಪಡೆದು ವಿವಾಹವಾದನು. (ಅಂದರೆ ನಿನಗೆ ದಕ್ಕಬೇಕಾಗಿದ್ದ ಸುಭದ್ರೆಯನ್ನು ಅರ್ಜುನ ಪಡೆದುಕೊಂಡ ಎಂಬುದು ಸೂಚ್ಯ ಭಾವ.)

ಕಲಿಪನ್ನೊಂದಕ್ಷೋಹಿಣಿ[8]
ಬಲಮೆಲ್ಲಮನೊಂದೆ ರಥದೊಳೊರ್ವನೆ ಗೆಲ್ದಂ ।
ಗೆಲಲರಿಯಂ ಗೋಗ್ರಹಣದ
ಕಲಹದೊಳೇಕಾಂಗ ವಿಜಯನಾದಂ ವಿಜಯಂ ॥ ೩೯ ॥

ಕಲಿ = ವೀರ

ಮಹಾ ಪರಾಕ್ರಮಿಯಾದ ಅರ್ಜುನನು ಒಂದೇ ರಥದಲ್ಲಿ ಕುಳಿತು ಯುದ್ಧಮಾಡುತ್ತಾ ಹನ್ನೊಂದು ಅಕ್ಷೋಹಿಣಿ ಸೈನ್ಯವನ್ನು ಒಬ್ಬನೇ ತರಿದು ಹಾಕಿಬಿಟ್ಟ. ವಿರಾಟ ರಾಜನ ಗೋವುಗಳನ್ನು ಅಪಹರಿಸಿ (ಗೋಗ್ರಹಣ) ಸಮಯದಲ್ಲೂ ಏಕಾಂಗಿಯಾಗಿ ಶತ್ರುಗಳೊಡನೆ ಕಾದಾಡಿ ವಿಜಯಶಾಲಿಯಾದನು. ವಿಜಯನೆಂಬ ಹೆಸರಿಗೆ ಅನ್ವರ್ಥನೆನಿಸಿದನು.

ಅಂತಕನುಮಿಂದ್ರನುಂ ಕಾ
ಮಾಂತಕನುಂ ಭಾನುಸೂನುವುಂ ಕಳಶಜನುಂ ।
ಶಂತನು ತನೂಜನಾರದೆ
ಕುಂತೀಸುತನಂ ಗೆಲಲ್ಕೆ ಪೆಱರಾರ್ತಪರೇ ॥ ೪೦ ॥

ಅಂತಕನುಂ = ಯಮಧರ್ಮ ; ಕಾಮಾಂತಕನುಂ = ಮನ್ಮಥನನ್ನು ಕೊಂದವ – ರುದ್ರ ; ಭಾನುಸೂನು = ಕರ್ಣ ; ಕಳಶಜ = ದ್ರೋಣ ; ಶಂತನುತನೂಜ = ಭೀಷ್ಮ ; ಆರದೆ = ಸಾಧ್ಯವಾಗದೆ

ಯಮಧರ್ಮ, ಇಂದ್ರ, ಶಿವ, ದ್ರೋಣ, ಭೀಷ್ಮರಂತಹವರಿಂದಲೇ ಅರ್ಜುನನ್ನು ಗೆಲ್ಲಲಾಗಲಿಲ್ಲ ಅಂದ ಮೇಲೆ ಅವನೊಂದಿಗೆ ಕಾದಾಡಿ ಜಯಿಸಲು ಇನ್ನಾರಿಗೆ ಸಾಧ್ಯ?

ಏದೊರೆಯಂ ಲಂಕಾಪುಟ
ಭೇದನ ಪಟುತರಕವಾಟಪುಟಭೇದನನಂ ।
ತಾದೊರೆಯಣುವಂ ಪಱಯಿಗೆ
ಯಾದಂ ಗಾಂಡಿವಿಗೆ ಮಲೆವ ಗಂಡರುಂ ಒಳರೇ? ॥ ೪೧ ॥

ಏದೊರೆಯಂ = ಎಂತಹ ಬಲಾಢ್ಯ ; ಲಂಕಾಪುಟಭೇದನ = ಲಂಕಾ ಪಟ್ಟಣವನ್ನೇ ಭೇದಿಸಿದ ; ಪಟುತರ ಕವಾಟಪುಟ = ಭದ್ರವಾದ ಮಹಾದ್ವಾರ ; ಭೇದನ = ಒಡೆದವ ; ದೊರೆಯ + ಅಣುವಂ = ರಾಮ ಸೇವಕ ಹನುಮಂತ ; ಪಳಯಿಗೆ = ಧ್ವಜ – ಪತಾಕೆ ; ಮಲೆವ = ಪ್ರತಿಭಟಿಸುವ ; ಗಂಡರ್ = ವೀರರು ; ಒಳರೇ = ಇದ್ದಾರೆಯೇ

ಲಂಕಾನಗರದ ಭದ್ರವಾದ ಮಹಾದ್ವಾರವನ್ನೇ ನಾಶಮಾಡಿದ ಮಹಾ ಬಲವಂತ ರಾಮಭಂಟ ಹನೂಮಂತ ಅದೆಂತಹ ವೀರ್ಯವಂತ. ಅಂತಹ ಮಹಾಬಲಿಷ್ಟ ಹನುಮಂತನನ್ನೇ ತನ್ನ ಧ್ವಜದಲ್ಲಿ ನಿಲ್ಲಿಸಿರುವ ಅರ್ಜುನನನ್ನು ಪ್ರತಿಭಟಿಸಿ ಗೆಲ್ಲುವ ಸಮರ್ಥರಿರುವರೇ?

---

(8) ಅಕ್ಷೋಹಿಣಿ ಸೇನೆ : 21,870 ರಥಗಳು ; 21,870 ಆನೆಗಳು ; 65,610 ಕುದುರೆಗಳು ; 1,09,350 ಪದಾತಿಗಳು ; (ಒಟ್ಟು 2,19,100)

ಉರಗೇಂದ್ರಲೋಕಮಮಂ ಪೊ
ಕ್ಕುರಗರೊಳಿಜಿದುರಗ ಪತಿಯ ನಿಜಸುತೆಯೊಡನಾ ।
ದರದಿಂ ಜಯಲಕ್ಷ್ಮಿಯೊಳೊಡೆ
ವೆರೆದಂ ಕೀರ್ತಿಯೊಳಮೊಂದೆ ಪಸೆಯೊಳೆ ಪಾರ್ಥಂ ॥ ೪೨ ॥

ಉರಗೇಂದ್ರ ಲೋಕ = ಪಾತಾಳದ ನಾಗಲೋಕ ; ಪಸೆ = ಹಸೆ ; ಒಡೆವೆರ = ಒಂದುಗೂಡು

ಸರ್ಪ (ನಾಗ) ರಾಜನ ಲೋಕಕ್ಕೆ ಹೋಗಿ ಅಲ್ಲಿನ ನಾಗಸೈನ್ಯದೊಡನೆ ಹೋರಾಡಿ, ನಾಗೇಂದ್ರನ ಮಗಳಾದ ಉಲೂಪಿಯನ್ನು ಕೀರ್ತಿಲಕ್ಷ್ಮಿ, ಜಯಾಂಗನೆಯೊಂದಿಗೆ ಒಂದೇ ಹಸೆಯಲ್ಲಿ ಕುಳಿತು ಮದುವೆಯಾದ ಅರ್ಜುನ, ಅವನಿಗೆ ಸರಿಸಾಟಿಯಾರು?

ಉರಿಕೊಳೆಕೋಟ್ಮಿಗಂಕೊಳೆ ವಿಷಾಹಿಕುಳಂಕೊಳೆ ಶತ್ರುಭೂಮಿಯೊಳ್
ಗಿರಿಗಹನಂಗಳೊಳ್ವಿಷಮ ರಾಕ್ಷಸ ಸಂಕುಲದೊಳ್ವ ವರಾಹಸಿಂ ।
ಧುರತರ ಶಯ್ಯೆಯೊಳ್ವಿಪುಳ ಭೀಕರದೊಳ್ನಿಜ ಬಾಹುವಜ್ರಪಂ
ಜರದೊಳಗಿಟ್ಟು ರಕ್ಷಿಸಿದನಲ್ತೆ ಸಹೋದರರಂ ವೃಕೋದರಂ ॥ ೪೩ ॥

ಉರಿಕೊಳೆ = ಬೆಂಕಿಹತ್ತಿಕೊಳ್ಳುವುದು ; ಕೋಳ್ + ಮಿಗಂ = ಕ್ರೂರ ಮೃಗಗಳು ; ಗಿರಿ ಗಹನ = ಬೆಟ್ಟ ಗುಡ್ಡ ಕಾಡುಗಳು ; ವಿಷ + ಅಹಿಕುಳಂ = ವಿಷಪೂರಿತ ಹಾವುಗಳು ; ವಿಷಮ ರಾಕ್ಷಸ ಸಂಕುಲ = ದುಷ್ಟದಾನವರ ಸಮೂಹ ; ವರಾಹಸಿಂಧುರತರ = ಕಾಡುಹಂದಿ, ಮದ್ದಾನೆಗಳು ಇರುವ ಸ್ಥಳ ; ಭೀಕರದೊಳ್ + ವಿಪುಳ = ಭಯಂಕರವಾದ ಸ್ಥಳ ; ವೃಕೋದರ = ಭೀಮ

ವಾರಣಾವತದಲ್ಲಿ ಅರಗಿನ ಮನೆಗೆ ಬೆಂಕಿ ಹತ್ತಿಕೊಂಡಾಗ, ಕಾಡಿನಲ್ಲಿ ಕ್ರೂರ ಮೃಗಗಳು ಮೇಲೆರಗಿದಾಗ, ವಿಷ ಸರ್ಪಗಳು ಕಚ್ಚಲು ಬಂದಾಗ, ಶತ್ರುವಿನ ರಾಜ್ಯದಲ್ಲಿ, ಕಡಿದಾದ ಬೆಟ್ಟಗುಡ್ಡ ಕಾಡು ಪ್ರದೇಶಗಳಲ್ಲಿ, ದುಷ್ಟರಾದ ರಾಕ್ಷಸರ ಸಮೂಹದಲ್ಲಿ, ಕಾಡು ಹಂದಿ ಮದವೇರಿದ ಆನೆಗಳು ವಾಸಿಸುವಂತಹ ಕಾಡಿನಲ್ಲಿ ಇನ್ನೂ ಹೆಚ್ಚಿನ ಭಯಂಕರ ಪ್ರದೇಶಗಳಲ್ಲಿ ಭೀಮಸೇನನು ತನ್ನ ಭುಜಗಳೆಂಬ ವಜ್ರ ಪಂಜರದಲ್ಲಿಟ್ಟು ಸಹೋದರರನ್ನು ಕಾಪಾಡಿದನಲ್ಲವೇ?

ಪುಗೆ ಸೌಗಂಧಿಕ ವನಮಂ
ಪುಗಲೀಯದೆ ಪೊಣರ್ದ ಧೀರರಂ ಯಮಪುರಮಂ ।
ಪುಗಿಸಿ ಕನಕಾಬ್ಜಮಂ ತಂ
ದ ಗಂಡನಾರೀಪ್ರಚಂಡನಿಜೀವಬೆಡಂಗಂ ॥ ೪೪ ॥

ಪುಗೆ = ಒಳನುಗ್ಗಿದಾಗ (ಹೋದಾಗ) ; ಸೌಗಂಧಿಕ = ಸಹಸ್ರದಳ ತಾವರೆ ; ಪೊಣರ್ದ = ಕಾದಾಡಿದ ; ಕನಕಾಬ್ಜ = ಹೊಂಬಣ್ಣದ ಕಮಲ ಪುಷ್ಪ ; ತಂದಗಂಡನ್ = ತಂದಂಥ ಪರಾಕ್ರಮಿ ; ಆರೀ + ಪ್ರಚಂಡನ್ + ಇರಿವಬೆಡಂಗಂ = ಯಾರು ಈ ಪ್ರಚಂಡ

ಸೌಗಂಧಿಕಾ ಪುಷ್ಪವನ್ನು ತರಲು ಗಂಧಮಾದನ ಪರ್ವತಕ್ಕೆ ಹೋಗಿ ಅಲ್ಲಿನ ಹೂವಿದ್ದ ಸರೋವರಕ್ಕೆ ನುಗ್ಗಿದಾಗ ಅಲ್ಲಿದ್ದ ಕಾವಲುಗಾರರು ತಡೆದಾಗ ಆ ವೀರರನ್ನು ಯಮಪುರಿಗಟ್ಟಿ ಆ ಹೊಂದಾವರೆಯನ್ನು ತಂದಂತಹ ವೀರನೆಂದರೆ ಈ ರಣಭಯಂಕರ ಭೀಮನಲ್ಲವೇ?

ಕಾನನದಿಂದಗಲ್ದಂಬುಜ
ಕಾನನಮಂಬಿಟ್ಟು ಬಂದು ಸರಸತಿ ಸಿರಿ ತ ।
ನ್ನಾನನದೊಳುರದೊಳಿರೆ ಚತು
ರಾನನನುಂ ಕೃಷ್ಣನೆನಿಪನಿಜೆವಬೆಡಂಗಂ ॥ ೪೫ ॥

ಕಾನನದಿಂದ + ಅಗಲ್ದು = ಕಾಡಿನಿಂದ ಹೊರಟು ; ಅಂಬುಜ ಕಾನನಂ ಬಿಟ್ಟು + ಕಮಲ ಪುಷ್ಪ ವನವನ್ನು ಬಿಟ್ಟು ; ಸರಸತಿ + ಸಿರಿ = ಸರಸ್ವತಿ + ಲಕ್ಷ್ಮಿ ; ತನ್ನಾನದೊಳ್ = ತನ್ನ ಮುಖದಲ್ಲಿ ; ಉರದಲ್ಲಿ = ಉದರ(ಎದೆ?)ದಲ್ಲಿ

ಕಾಡಿನಿಂದ ಹೊರಟು ಸೌಗಂಧಿಕಾ ಪುಷ್ಪಗಳನ್ನು ಕೊಂಡು ಆ ವನವನ್ನೂ ಬಿಟ್ಟು ಬಂದು ಸಾಕ್ಷಾತ್ ಸರಸ್ವತಿ – ಲಕ್ಷ್ಮೀದೇವಿಯರು ತನ್ನ ಮುಖ ಹಾಗೂ ಹೃದಯದಲ್ಲಿರುವಾಗ ಆ ಭೀಮಸೇನನು ಬ್ರಹ್ಮನೋ ಕೃಷ್ಣನೋ ಎನ್ನುವ ರೀತಿಯಲ್ಲಿ ಕಂಗೊಳಿಸಿದನು.[9]

ಬಕನಂ ಹಿಡಿಂಬನಂ ಕೀ
ಚಕನಂ ಕಿಮ್ಮೀರನಂ ಜಟಾಸುರನಂ ಕೊಂ ।
ದ ಕಲಿ ಜರಾಸಂಧನನಿ
ಕ್ಕಿಕೊಂದ ಬಲ್ಲಾಳ್ಮರುತ್ಸುತಂ ಕೇವಳನೇ ॥ ೪೬ ॥

ಇಕ್ಕಿಕೊಂದ = ಕೆಡಹಿ ಸಂಹರಿಸಿದ ; ಬಲ್ಲಾಳ್ + ಮರುತ್ + ಸುತಂ = ಬಲಿಷ್ಟನಾದ ವಾಯುಪುತ್ರ ; ಕೇವಳನೇ = ಸಾಮಾನ್ಯನೇ

ಬಕಾಸುರನನ್ನು, ಹಿಡಿಂಬನನ್ನು, ಕೀಚಕನನ್ನು, ಕಿಮ್ಮೀರನನ್ನು (ಬಕನ ಸೋದರ) ; ಜಟಾಸುರರೆಂಬ ರಕ್ಕಸರನ್ನು ಬಡಿದುಕೊಂದ. ಜರಾಸಂಧನನ್ನು ಕೆಡಹಿ ಸೀಳಿ ಕೊಂದ ಅತ್ಯಂತ ಬಲಶಾಲಿಯಾದ ವಾಯುಪುತ್ರನಾದ ಭೀಮನೇನು ಸಾಮಾನ್ಯನೇ?[10]

ನರಪತಿ ತೈಲಪಂ ಬೆಸಸೆ ಘೂರ್ಜರ ಸೇನೆಗೆ ಸೂಚಿಯಾನೆಯಂ
ಪರಿಯಿಸಿ ಗೆಲ್ದನೊಟ್ಟಜೆಯ ಕಪ್ಪಮನಟ್ಟುವುದೆಂದು ಕೊಂಕಣೇ ।
ಶ್ವರನನಿದಿರ್ಚೆ ಸಾಧಿಸಿನಂಬುಧಿ ಸೀಮೆವರಂ ನಿಮಿರ್ಚಿದಂ
ಧರೆಯನದೇಕೆ ಕೇಳ್ದಜೆಯ ಸಾಹಸಭೀಮನ ಸಾಹಸಂಗಳಂ ॥ ೪೭ ॥

ಸೂಚಿಯಾನೆ = ಸೂಚಿಯೆಂಬ ಆನೆ ; ಒಟ್ಟಜೆ = ಅತಿಶಯವಾದ ; ಕಪ್ಪ = ಪೊಗದಿ (ಕಾಣಿಕೆ) ; ನಿಮಿರ್ಚೆ = ವಿಸ್ತರಿಸಿ

ನರೇಶ್ವರನೆನಿಸಿದ ತೈಲಪನ ಆಜ್ಞಾನುಸಾರ ಯುವರಾಜನಾದ ಸತ್ಯಾಶ್ರಯನು ಘೂರ್ಜರ ರಾಜನ ಆನೆಯ ಸೈನ್ಯದ ಮೇಲೆ ತನ್ನ ಸೂಚಿಯೆಂಬ ಆನೆಯನ್ನು ಅಟ್ಟಿ

(9) ಈ ಪದ್ಯವನ್ನು ಇದೇ ಕಾವ್ಯದ ಆಶ್ವಾಸ 1 ಪದ್ಯ 14ಕ್ಕೆ ಹೋಲಿಸಿ ನೋಡಿದರೆ – ಅದರ ಸಾಮ್ಯತೆಗಳ ಬಗ್ಗೆ ತಿಳಿಯುತ್ತದೆ.

(10) ಏಕಚಕ್ರನಗರದಲ್ಲಿ ಬಕಾಸುರನನ್ನ, ಹಿಡಿಂಬವನದಲ್ಲಿ ಹಿಡಿಂಬಾಸುರನನ್ನ, ಅರಣ್ಯವಾಸಕ್ಕೆ ಹೊರಟಾಗ ಅಡ್ಡಲಾದ ಕಿಮ್ಮೀರನನ್ನ, ಅಜ್ಞಾತವಾಸದ ಕಾಲದಲ್ಲಿ ಕೀಚಕನ್ನ, ಅಲ್ಲದೆ ರಾಜಸೂಯಯಾಗದ ಪೂರ್ವದಲ್ಲಿ ಜರಾಸಂಧನನ್ನು ಕೊಂದ ಭೀಮ.

ಅವನನ್ನು ಸೋಲಿಸಿ ಓಡಿಸಿಬಿಟ್ಟನು. ಕೊಂಕಣ ರಾಜನನ್ನು ಗೆದ್ದು ಅವನು ಅತಿಶಯವಾದ ಕಪ್ಪ ಕಾಣಿಕೆಗಳನ್ನು ಕಳುಹಿಸುವುದೆಂದು ಆಜ್ಞೆಮಾಡಿದನು. ಸಮುದ್ರ ಪರ್ಯಂತ ಇರುವ ಭೂಮಿಯನ್ನೆಲ್ಲ ವಶಪಡಿಸಿಕೊಂಡನು. ಹೆಚ್ಚೇನು ಹೇಳುವುದಿದೆ. ಸಾಹಸ ಭೀಮನೆನಿಸಿದ ಸತ್ಯಾಶ್ರಯನ ಪರಾಕ್ರಮಾತಿಶಯವನ್ನು ನೀನು ಕೇಳಿ ಬಲ್ಲೆಯಷ್ಟೇ?

(ಕವಿ ಸತ್ಯಾಶ್ರಯ ಹಾಗೂ ಭೀಮನ ಸಾಹಸಗಳನ್ನು ಏಕಮುಖವಾಗಿ ವರ್ಣಿಸಿ ಕಾವ್ಯರಚನೆ ಮಾಡಿರುವುದರಿಂದ ಸಂಜಯನ ಬಾಯಿಂದ ಸತ್ಯಾಶ್ರಯನ ಶೌರ್ಯ ವರ್ಣನೆ ಬರುವ ರೀತಿ ಕವಿ ತನ್ನ ಚಮತ್ಕಾರ ಮೆರೆದಿದ್ದಾನೆ.)

ಬಲವತ್ತುಂಗ ಕಳಿಂಗರಾಜ ಮದವನ್ಮಾತಂಗ ಸಿಂಗಂ ಭುಜಾ
ಬಲಸಂಚೂರ್ಣಿತ ವೀರ ಕೌರವ ಶತಂ ದುಶ್ಶಾಸನೋರಸ್ಸ್ಥಳೋ ।
ಚ್ಚಲದುಷ್ಣಾಂಬುನಿಮಗ್ನ ಪೂರ್ಣ ಜಠರಂ ಕೋಪಾಗ್ನಿಮಗ್ನದ್ವಿಷ
ದ್ಬಲನಾವಂಗಮಸಾಧ್ಯನಾರ್ಗಮಧಿಕಂ ಚಾಳುಕ್ಯ ಕಂಠೀರವಂ ॥ ೪೮ ॥

ಬಲವತ್ + ತುಂಗ = ಬಲಿಷ್ಠವಾದ, ಶ್ರೇಷ್ಠವಾದ ; ಕಳಿಂಗರಾಜ + ಮದವನ್ + ಮಾತಂಗ = ಕಳಿಂಗ ರಾಜನ ಮದ್ದಾನೆಗಳು ; ಸಿಂಗಂ = ಸಿಂಹಂ ; ಭುಜ + ಅರ್ಗಲ = ಭುಜದಂಥ ಅಗಳಿ ; ಸಂಚೂರ್ಣಿತ = ಪುಡಿ ಪುಡಿ ಮಾಡುವುದು ; ದುಶ್ಶಾಸನ + ಉರಸ್ಥಳ + ಉಚ್ಚಲತ್ + ಉಷ್ಣಾಂಬು = ದುಶ್ಶಾಸನನ ಹೃದಯ ಬಗೆದಾಗ ಚಿಮ್ಮಿದ ರಕ್ತ ; ನಿಮಗ್ನ = ಮುಳುಗು ; ಕೋಪಾಗ್ನಿ + ಮಗ್ನ + ದ್ವಿಷತ್ + ಬಲನ್ = ಕೋಪವೆಂಬ ಅಗ್ನಿಗೊಳಗಾದ ಶತ್ರುಸೈನ್ಯವಿರುವ

ಕಳಿಂಗದೇಶದ ರಾಜನ ಬಲಿಷ್ಠವಾದ ಮದ್ದಾನೆಗಳಿಗೆ ಸಿಂಹಪ್ರಾಯನಾದ - ಅಗಳಿ (ಪರಿಘ)ಯಂತಿರುವ ತನ್ನ ಭುಜ-ಬಾಹುಗಳಿಂದ ನೂರು ಮಂದಿ ಕೌರವರನ್ನು ನುಚ್ಚು ನೂರು ಮಾಡಿದವನೂ, ದುಃಶ್ಶಾಸನನ ಎದೆಯನ್ನು ಬಗೆದಾಗ ಚಿಮ್ಮಿದ ರಕ್ತವನ್ನು ಮೊಗೆ ಮೊಗೆದು ಕುಡಿದವನೂ, ಇಡೀ ಶತ್ರುಸೇನೆಯನ್ನು ತನ್ನ ಕೋಪವೆಂಬ ಅಗ್ನಿಗೆ ಆಹುತಿಕೊಟ್ಟವನೂ ಆದ ಭೀಮಸೇನ ಎಲ್ಲರಿಗಿಂತ ಶ್ರೇಷ್ಠನೆನಿಸಿದವನು.

ಇದು ಕವಿಚಕ್ರವರ್ತಿ ರನ್ನ ರಚಿಸಿದ ಶ್ರೀಸಾಹಸಭೀಮ ವಿಜಯದಲ್ಲಿನ ಸಂಜಯ ವಚನ ವರ್ಣನೆಯು.

ಎಂಬಲ್ಲಿಗೆ ಗದಾಯುದ್ಧದ

ದ್ವಿತೀಯಾಶ್ವಾಸಂ ಸಂಪೂರ್ಣವಾದುದು.

ತೃತೀಯಾಶ್ವಾಸಂ

ಶ್ರೀಮದಮೃತಾಂಶುವಂಶ
ವ್ಯೋಮಾಮೃತ ಕಿರಣನಮರವಂದಿತ ಚರಣಂ ।
ಭೀಮಭುಜದಳಿತರಿನೃಪ
ಸಾಮಜನವದಾತ ಕೀರ್ತಿ ಸಾಹಸಭೀಮಂ ॥ ೧ ॥

ಶ್ರೀಮತ್ + ಅಮೃತಾಂಶು + ವಂಶ = ಚಂದ್ರವಂಶ (ಅಮೃತಕಿರಣ) ; ವ್ಯೋಮ = ಆಕಾಶ ; ದಳಿತ = ಸೀಳಿದ ; ಸಾಮಜನ್ = ಆನೆಗಳು ; ಅವದಾತ = ಶುಭ್ರ (ಧವಲ ಕೀರ್ತಿ)

ಶ್ರೀಮಂತವಾದ ಚಂದ್ರವಂಶ ಎಂಬ ಆಕಾಶಕ್ಕೆ ಚಂದ್ರನಂತಿರುವವನೂ, ದೇವತೆಗಳಿಂದ ನಮಸ್ಕರಿಸಲ್ಪಟ್ಟ ಪದಗಳುಳ್ಳವನೂ, ಭಯಂಕರವಾದ ಹಾಗೂ ದಷ್ಟಪುಷ್ಟವಾದ ಬಾಹುಭುಜಗಳಿಂದ ಶತ್ರುರಾಜರೆಂಬ ಮತ್ತೇರಿದ ಆನೆಗಳನ್ನು ಸೀಳಿದವನೂ, ಅತುಲವಾದ ಕೀರ್ತಿಗೆ ಪಾತ್ರನಾದವನೂ ಆದ ಸಾಹಸ ಭೀಮನು ಮೆರೆದನು.

ವಚನ : ಎಂದು ಸಂಜಯಂ ಸಾಹಸಭೀಮನ ಸಾಹಸಂಗಳನಭಿವರ್ಣಿಸಿ...

ಹೀಗೆ ಸಂಜಯನು ಭೀಮಸೇನನ ಸಾಹಸಗಳ ವರ್ಣನೆಯನ್ನು ಮಾಡಿ...

ನೆಗಟ್ದಾ ಭಾರತಮಲ್ಲ ಶಂತನುಜ[11] ಬಾಣಾಘಾತದಿಂ ಭೀಮ ಭೀ
ಮಗದಾದಂಡವಿಘಾತದಿಂ ಕುರುನೃಪಾನೀಕಂ ಪಡಲ್ವಟ್ಟು ಜೀ ।
ರಿಗೆಯೊಕ್ಕಲ್ಗೆಣೆಯಾಗಿ ಬಿಟ್ದಭಟರಿಂ ಬಿಟ್ದಶ್ವದಿಂ ಬಿಟ್ದ ದಂ
ತಿಗಳಿಂದಂ ಜವನುಂಡು ಕಾಟಿದವೊಲಾಯ್ತೆತ್ತಂ ಕುರುಕ್ಷೇತ್ರದೊಳ್ ॥ ೨ ॥

ನೆಗಟ್ದ = ಪ್ರಸಿದ್ಧವಾದ ; ಭಾರತಮಲ್ಲ = ಭಾರತ ಯುದ್ಧದಲ್ಲಿ ಶೂರನಾದ ; ಶಂತನುಜ = ಭೀಷ್ಮ ; ವಿಘಾತ = ವಿಶಿಷ್ಟ ಹೊಡೆತ ; ಕುರುನೃಪಾನೀಕ = ಕುರುರಾಜನ ಸೈನ್ಯ ; ಪಡಲ್ + ಪಟ್ಟು = ನೆಲಸಮವಾಗಿ ; ಜೀರಿಗೆ + ಒಕ್ಕಲ್ಗೆ = ಜೀರಿಗೆಯನ್ನು ಅರೆದುದಕ್ಕೆ ; ಎಣೆಯಾಗಿ = ಸಮವಾಗಿ ; ಜವನ್ + ಉಂಡು = ಯಮನು ಭಕ್ಷಿಸಿ (ತಿಂದು)

ಭಾರತದ ಮಹಾಪರಾಕ್ರಮಿಯೆಂದು ಖ್ಯಾತನಾದ ಅರ್ಜುನನ್ನು (ಇಲ್ಲಿ ಶಂತನುಜ ಪದದ ಬದಲು ಶಕ್ರಸುತ ಎಂದಿರಬಹುದೇ?) ಬಾಣಗಳ ಆಘಾತದಿಂದ ಭೀಮಸೇನನ ಭೀಕರವಾದ ಗದಾದಂಡದ ಮಹತ್ತರವಾದ ಹೊಡೆತಗಳಿಂದ ಕುರುರಾಜನ ಸಮಸ್ತ ಸೇನಾಸಮೂಹ ನೆಲಕಚ್ಚಿ ಜೀರಿಗೆಯನ್ನು ಜಜ್ಜಿ ಅರೆದಂತಾಯಿತು. ಅಲ್ಲಿ ನೆಲಕಚ್ಚಿ ಬಿದ್ದ ಭಟರು, ಬಿದ್ದ ಕುದುರೆಗಳಿಂದ, ಆನೆಗಳಿಂದ ಯಮನು ಹೊಟ್ಟೆಬಿರಿಯುವ ತನಕ ಉಂಡು ಜೀರ್ಣಿಸಿಕೊಳ್ಳಲಾರದೆ ಎಲ್ಲವನ್ನೂ ಕಾರಿಕೊಂಡನೋ ಎಂಬಂತೆ ಕುರುಕ್ಷೇತ್ರದ ಎಲ್ಲೆಡೆಯೂ ಹರಡಿಹೋಗಿತ್ತು.

---

(11) ಇಲ್ಲಿನ ಸಂದರ್ಭಕ್ಕೆ ಶಂತನುಜ ಅಂದರೆ ಭೀಷ್ಮ ಎಂಬ ಪದಪ್ರಯೋಗ ಅಷ್ಟಾಗಿ ಹೊಂದುವುದಿಲ್ಲವೆಂತಲೂ ಹಾಗಾಗಿ ಇದು ಶಕ್ರಸುತ ಎಂದಿರಬೇಕೆಂಬ ಅಭಿಪ್ರಾಯವಿದೆ.

ದೊಣೆಯಿಂದಂ ತೆಗೆವಾಗಳೊಂದು ತುಡುವಾಗಳ್ಪತ್ತು ಬಾಣಂ ಧನು
ರ್ಗುಣದಿಂದಂ ಬಿಡುವಲ್ಲಿ ನೂಱು ಪರಿವಾಗಳ್ಸಾಸಿರಂ ವೈರಿ ಮಾ ।
ರ್ಗಣಂ ಭೇದಿಸುವಲ್ಲಿ ಲಕ್ಷ ನಡುವಾಗಳ್ಕೋಟಿ ಸೇನಾಂಗದೊಳ್
ಗಣನಾತೀತಮಿದೆಂದೊಡೇವೊಗಟ್ಟುದೋ ಬಿಲ್ಬಲ್ಮೆಯಂ ಪಾರ್ಥನಾ ॥ ೩ ॥

ದೊಣೆ = ಬತ್ತಳಿಕೆ ಅಥವಾ ತೂಣೀರ ; ತುಡುವಾಗ = ಬಿಲ್ಲಿಗೆ ಏರಿಸುವಾಗ ; ಪರಿವಾಗ = ಹರಿದು ಹೋಗುವಾಗ ; ಸೇನಾಂಗ = ಸೈನಿಕರ ದೇಹ

ಇಲ್ಲಿ ಅರ್ಜುನನ ಬಿಲ್‌ವಿದ್ಯಾ ಸಾಮರ್ಥ್ಯದ ಬಗೆಗಿನ ವಿವರಣೆ ಕಾಣಬಹುದು - ಅರ್ಜುನನು ಬತ್ತಳಿಕೆಯಿಂದ ಒಂದು ಬಾಣ ತೆಗೆದರೆ ಬಿಲ್ಲಿಗೆ ಜೋಡಿಸುವಾಗ ಹತ್ತರಷ್ಟಾಗುತ್ತದೆ. ಸೆಳೆದು ಬಿಡುವಾಗ ಹತ್ತು ನೂರಾಗುತ್ತದೆ. ಶತ್ರುಗಳ ಕಡೆ ಹರಿದು ಧಾವಿಸುವಾಗ ಸಾವಿರವಾಗಿ ವೈರಿಗಳು ಬಿಟ್ಟ ಬಾಣಗಳನ್ನು ಖಂಡಿಸುವಾಗ ಲಕ್ಷವಾಗಿ ಶತ್ರುಗಳನ್ನು ಭೇದಿಸುವಾಗ ಕೋಟಿ ಕೋಟಿಯಾಗಿ ಈ ಬಾಣಗಳು ಅಗಣಿತವಾಗಿ ಲೆಕ್ಕಕ್ಕೂ ಸಿಗದಷ್ಟು ಅಕ್ಷಯವಾಗುತ್ತಿತ್ತು ಅಂದಮೇಲೆ ಪಾರ್ಥನ ಧನುರ್ವಿದ್ಯಾ ಕೌಶಲ್ಯತೆಯನ್ನು ಏನೆಂದು ಹೊಗಳಲು ಸಾಧ್ಯ? - ಇದು ಅತಿಶಯೋಕ್ತಿಯೇ ಉತ್ಪ್ರೇಕ್ಷೆಯೇ ಎಂದು ವರ್ಣಿಸಲು ಅಸಾಧ್ಯ.

ಬೆಟ್ಟುಗಳುಗ್ರಾಶನಿಸಂ
ಘಟ್ಟದೆ ಕೆಡುವಂತೆ ಭೀಮಭೀಮಗದಾ ಸಂ ।
ಘಟ್ಟದೆ ಕೆಡೆದೊಡನೆ ಪಡ
ಲ್ವಟ್ಟುವು ಕಾಳಿಂಗರಾಜ ಸಮರ ಗಜಂಗಳ್ ॥ ೪ ॥

ಬೆಟ್ಟುಗಳ್ = ಬೆಟ್ಟಗಳು (ಕುಲಪರ್ವತಗಳು) ; ಉಗ್ರ + ಅಶನಿ = ಭಯಂಕರವಾದ ವಜ್ರಾಯುಧ (ಸಿಡಿಲು) ; ಸಂಘಟ್ಟ = ಹೊಡೆತ ; ಪಡಲ್ವಟ್ಟು = ನೆಲಕಚ್ಚು

ಭಯಂಕರವಾದ ವಜ್ರಾಯುಧ ಅಥವಾ ಮಹಾಸಿಡಿಲಿನ ಹೊಡೆತದಿಂದ ಕುಲಪರ್ವತಗಳು ಕೆಡೆದು ಬೀಳುವ ಹಾಗೆ ಅತ್ಯಂತ ಭಯಾನಕವಾದ ಭೀಮಸೇನನ ಗದೆಯ ಹೊಡೆತಗಳಿಂದ ಕಳಿಂಗ ರಾಜನ ಯುದ್ಧದ ಆನೆಗಳು ಕೂಡ ನೆಲಕಚ್ಚಿದವು. (ಇಲ್ಲಿಯ ತನಕ ಅರ್ಜುನನ ಸಾಹಸಗಳನ್ನು ವರ್ಣಿಸಿದ ಕವಿ ಈಗ ಭೀಮಸೇನನ ಸಾಹಸ ವರ್ಣನೆ ಮಾಡುತ್ತಾನೆ.)

ಪವನ ಜವದಿಂದಲದಿಱೆಯೆ
ಲವಣಾರ್ಣವ ವೀಚಿಚಯಮೆ ಕೆಡೆವಂತಿರೆ ಕೆಡೆ ।
ದುವು ತಾಂ ಬಿಡೆ ಕಾಂಭೋಜಾ
ಶ್ವ ವಿಸರಮಾ ಪವನಸುತ ಗದಾ ಸಂಹತಿಯಿಂ ॥ ೫ ॥

ಜವ + ವೇಗ ; ಲವಣಾರ್ಣವ = ಉಪ್ಪಿನ ಸಮುದ್ರ ; ವೀಚಿಚಯ = ಅಲೆಗಳ ಗುಂಪು ; ವಿಸರ = ಸಮೂಹ ; ಸಂಹತಿ = ಹೊಡೆತ (ಪ್ರಹಾರ)

ವಾಯುವಿನ ಅಂದರೆ ಬಿರುಗಾಳಿಯ ವೇಗದ ಬೀಸುವಿಕೆಯಿಂದ ಉಪ್ಪಿನ ಸಮುದ್ರದ ಅಲೆಗಳು ಅಲುಗಾಡಿ ಬೀಳುವಂತೆ ಭೀಮಸೇನನ ಗದಾ ಪ್ರಹಾರಕ್ಕೆ ಕಾಂಭೋಜ ರಾಜನ ಕುದುರೆಗಳು ಸಂಪೂರ್ಣವಾಗಿ ನೆಲಕಚ್ಚಿದವು. (ವಾಯುವಿನ ಶಕ್ತಿಯಂತೆ ಭೀಮಸೇನನ ಶಕ್ತಿಯೂ ಅಗಾಧವಾದದ್ದು ಎಂಬ ಭಾವ).

ರಥವಾಜಿಗಳೊಂದೆಸೆಯೊಳ್
ರಥಂಗಳೊಂದೆಸೆಯೊಳುರುಳ್ದು ಕೆಡೆದುವು ನೋಡಾ ।
ರಥಚೋದಕರೊಂದೆಸೆಯೊಳ್
ಪೃಥಾಸೂತಪ್ರಥಿತ ಪೃಥುಗದಾಪ್ರಹರಣೆಯಿಂ ॥ ೬ ॥

ರಥವಾಜಿ = ರಥಕ್ಕೆ ಕಟ್ಟಿದ ಕುದುರೆಗಳು ; ರಥಚೋದಕ = ರಥವನ್ನು ನಡೆಸುವವ, ಸೂತ, ಸಾರಥಿ ; ಪೃಥಾಸುತ = ಕುಂತಿಯ ಮಗ = ಭೀಮ ; ಪ್ರಥಿತ = ಪ್ರಸಿದ್ಧವಾದ ; ಪೃಥುಗದಾ = ದೊಡ್ಡದಾದ ಗದೆ ; ಪ್ರಹರಣ = ಪ್ರಹಾರ, ಹೊಡೆತ

ಭೀಮಸೇನನ ಅತಿದೊಡ್ಡದಾದ (ಭೂಮಿತೂಕದ) ಮಹಾಗದೆಯ ಹೊಡೆತಗಳಿಂದ ರಥಕ್ಕೆ ಕಟ್ಟಿದ ಕುದುರೆಗಳು ಒಂದೆಡೆ ಉರುಳಿ ಬಿದ್ದರೆ ರಥಗಳು ಪುಡಿಪುಡಿಯಾಗಿ ಚೆಲ್ಲಾಪಿಲ್ಲಿಯಾದವು. ರಥದ ಸಾರಥಿಗಳೂ ಮತ್ತೊಂದೆಡೆಯಲ್ಲಿ ಹಾರಿ ಉರುಳಿ ಬಿದ್ದರು. ಕುಂತೀಪುತ್ರನಾದ ಭೀಮನ ಗದಾಪ್ರಹಾರದ ರಭಸ ಹಾಗಿತ್ತು.

ಬಿಲ್ವಡೆ ಪಡಲಿಟ್ಟಂತೆ ಪ
ಡಲ್ವಡೆ ಕಡಿತಲೆಯ ಕೊಂತದಣಿ ಕಟ್ಟಿನ ತೊಂ ।
ಗಲ್ವೆರಸು ನೋಡೆ ನೋಡಿದ
ರೆಲ್ವಾದುವು ಪವನಜೋದ್ಗದಾ ಸಂಹತಿಯಿಂ ॥ ೭ ॥

ಬಿಲ್ವಡೆ = ಬಿಲ್ಲಾಳುಗಳ ಪಡೆ, ಸೈನ್ಯ ; ಪಡಲ್ + ಇಟ್ಟಂತೆ = ಚೆಲ್ಲಾಪಿಲ್ಲಿಯಾದಂತೆ ; ಪಡಲ್ + ಪಡೆ = ಸತ್ತು ಬಿದ್ದ ಸೈನ್ಯ ; ಕಡಿತಲೆ = ಕತ್ತಿ ; ಕೊಂತ = ಈಟಿ ; ಅಣಿಕಟ್ಟು = ಸಜ್ಜಾದ ; ತೊಂಗಲ್ + ವೆರಸು = ಗುಂಪುಗೂಡಿದ ; ಎಲ್ವಾದುವು = ಎಲುಬಿನ ಹಂದರವಾದವು ಅಥವಾ ಇಲ್ಲವಾದುವು ಎಂದೂ ಭಾವಿಸಬಹುದು ; ಸಂಹತಿ = ಪ್ರಹಾರ

ಕತ್ತಿ ಕೊಂತ ಮುಂತಾದ ಆಯುಧಗಳಿಂದ ಸಜ್ಜುಗೊಂಡ ಹಾಗೂ ಬಿಲ್ಲಾಳುಗಳ ಸೈನ್ಯಗಳು ಭೀಮನ ಗದಾಪ್ರಹಾರದಿಂದಾಗಿ ಸತ್ತು ಬಿದ್ದು ಎಲ್ಲವೂ ಎಲುಬಿನ ಹಂದರಗಳಾದವು ಅಥವಾ ನಿರ್ನಾಮವಾದವು.

ನರರಿಂ ನರರಂ ಹರಿಯಿಂ
ಹರಿಯಂ ವರೂಥಮಂ ತದ್ವರೂಥದಿಂದಿಟ್ಟ ಸುಹೃ ।
ತ್ಕರಿಯಂ ಪಡಲಿಟ್ಟಂತಿರೆ
ಮರುತ್ಸುತಂ ಮೋದಿ ತವಿಸಿದಂ ಮಾರ್ಬಲಮಂ ॥ ೮ ॥

ಹರಿ = ಕುದುರೆ (ಸಿಂಹ ಎಂಬರ್ಥವೂ ಇದೆ) ; ವರೂಥ = ರಥ ; ಅಸುಹೃತ್ = ವೈರಿಗಳು ; ಪಡಲಿಟ್ + ಅಂತಿರೆ = ನೆಲಸಮ ಮಾಡಿದಂತೆ ; ಮರುತ್ + ಸುತ = ವಾಯುಪುತ್ರ = ಭೀಮ ;

ಮೋದಿ = ಹೊಡೆದು ; ತವಸಿದಂ = ನಾಶಗೊಳಿಸಿದ ; ಮಾರ್ಬಲ = ಶತ್ರುಸೈನ್ಯ ; ನರರಿಂ = ಕಾಲಾಳುಗಳು, ಪದಾತಿಗಳು

ಕಾಲಾಳುಗಳನ್ನು ಕಾಲಾಳುಗಳಿಂದಲೇ, ಕುದುರೆಗಳನ್ನು ಕುದುರೆಗಳಿಂದಲೇ, ರಥಗಳಿಂದ ರಥಗಳನ್ನೇ ಅಪ್ಪಳಿಸಿ ಪುಡಿಪುಡಿ ಮಾಡಿ ಶತ್ರುಗಳ ಆನೆಗಳನ್ನು ನೆಲಸಮ ಮಾಡಿ ವಾಯುಪುತ್ರನಾದ ಭೀಮಸೇನನು ಶತ್ರುಗಳ ಸಮೂಹವನ್ನು ಧೂಳೀಪಟ ಮಾಡಿದನು.

ಕೆಲರಂ ನುಣ್ಣನೆ ನೊಣೆದಂ
ಕೆಲರಂ ಪಿಡಿದಡಿಸಿ ನುಂಗಿದಂ ಕುರುಕುಲರಂ ।
ಕೆಲರಂ ಸೌಳನೆ ಸೀಟ್ದಿಂ
ಕೆಲರಂ ಮಾರುತಿ ಜವಂಗೆ ಬಾಣಸುಗೆಯ್ದಂ ॥ ೯ ॥

ನುಣ್ಣನೆ = ನಯವಾಗಿ (ಸದ್ದಿಲ್ಲದಂತೆ) ; ನೊಣೆ = ನುಂಗು ; ಪಿಡಿದು + ಅಡಸಿ = ಅಟ್ಟಾಡಿಸಿ ; ಸೌಳನೆ = ಸಿಳ್ ಎಂಬ ಶಬ್ದ ; ಜವಂಗೆ = ಯಮನಿಗೆ ; ಬಾಣಸು = ಅಡುಗೆ

ಅರಿಭಯಂಕರನಾದ ಭೀಮಸೇನನು ಶತ್ರುಗಳಲ್ಲಿ ಕೆಲವರನ್ನು ಸದ್ದಿಲ್ಲದೆ ಉಸಿರಡಗಿಸಿದನು. ಕೆಲವರನ್ನು ಅಟ್ಟಾಡಿಸಿ ಕೊಂದನು. ಇನ್ನು ಕೆಲವರನ್ನು ಬೆರಸಿ ಹಿಡಿದು ಸಿಳ್ಳನೆ ಸೀಳಿಹಾಕಿದನು. ಇನ್ನೂ ಹಲವರನ್ನು ಕೊಂದು ಯಮನಿಗೆ ಭೋಜನ ಮಾಡಿಸಿಬಿಟ್ಟನು.

ಕೆಲರಂ ಕುಱಿದಱಿದಱಿದಂ
ಕೆಲಂಬರಂ ಸಂಧಿ ಸಂಧಿಯಂ ಪಱಿಯೆಚ್ಚಂ ।
ಕೆಲರಂ ದೆಸೆವಲಿಗೆಯ್ದಂ
ಕೆಲರಂ ಭುಜಬಲದಿನಱಿದು ಶಿಲೆಯೊಳ್ಪೊಯ್ದಂ ॥ ೧೦ ॥

ಕುಱಿ + ತಱಿದು + ಅಱಿದಂ = ಕುರಿಯನ್ನು ಕಡಿದಂತೆ ತುಂಡು ತುಂಡಾಗಿ ಕತ್ತರಿಸು ; ಸಂಧಿ = ಸಂದು ; ಪಱಿಯೆಚ್ಚು = ತುಂಡುಮಾಡುವಂತೆ ಹೊಡೆಯುವುದು ; ದೆಸೆವಲಿ = ದಿಕ್‌ಬಲಿ

ಶತ್ರು ಸೈನ್ಯದಲ್ಲಿನ ಕೆಲ ಸೈನಿಕರನ್ನು ಕುರಿಯನ್ನು ಕೊಚ್ಚುವಂತೆ ಕೊಚ್ಚಿಹಾಕಿದನು. ಇನ್ನು ಕೆಲವರ ಸಂದು ಸಂದಿನ ಕೀಲುಗಳೂ ನುಗ್ಗಾಗುವಂತೆ ಬಾಣಗಳನ್ನು ಬಿಟ್ಟನು. ಉಳಿದಂತೆ ಹಲವರನ್ನು ದಿಕ್ಕುದಿಕ್ಕುಗಳಿಗೆ ಬಲಿಕೊಟ್ಟನು. ಅಳಿದುಳಿದ ಸೈನಿಕರನ್ನು ಹಿಡಿದು ತನ್ನ ಭುಜಶಕ್ತಿಯಿಂದ ತೀಡಿ ತಿಕ್ಕಿ ಕಲ್ಲಿಗೆ ಅಪ್ಪಳಿಸಿದನು.

ಬಡಿಗೊಂಡು ಗೋಣಿ ಪಣ್ಣಂ
ಬಡಿವಂತಿರೆ ಪವನಸೂನು ಪೆಂಕುಳಿನಾಯಂ ।
ಬಡಿವಂತಿರೆ ಪಾಟುಡುವಂ
ಬಡಿವಂತಿರೆ ಬಡಿದನನಿಬರಂ ಕೌರವರಂ ॥ ೧೧ ॥

ಬಡಿ + ಕೊಂಡು = ಬಡಿಗೆ (ದೊಣ್ಣೆ)ಯನ್ನು ತೆಗೆದುಕೊಂಡು ; ಗೋಣಿ ಪಣ್ಣು = ಆಲದ ಹಣ್ಣು ; ಪೆಂಕುಳಿನಾಯಿ = ಹುಚ್ಚುನಾಯಿ ; ಪಾಟ್ + ಉಡು = ಒಂದು ಜಾತಿಯ ಕೆಟ್ಟ ಪ್ರಾಣಿ

ಒಂದು ಉದ್ದದ ಬಡಿಗೆಯಿಂದ ಆಲದಮರ ಅಥವಾ ಗೋಳಿ ಮರದ ಹಣ್ಣುಗಳನ್ನು ಬಡಿದು ಉದುರಿಸುವಂತೆ ಹುಚ್ಚುನಾಯಿಯನ್ನು ಅಟ್ಟಿಸಿಕೊಂಡು ಹೋಗಿ ಹೊಡೆದು ಹಾಕುವಂತೆ ಉಡುವೆಂಬ ಕೆಟ್ಟ ಪ್ರಾಣಿಯನ್ನು ಹೊಡೆಯುವಂತೆ ಅಷ್ಟು ಜನ ಕೌರವರನ್ನು ಭೀಮನು ಏಕಾಂಗಿಯಾಗಿ ಕೊಂದು ಹಾಕಿಬಿಟ್ಟನು.

ಕೆಲರಂ ಬೀಸಿಯುಮೊತ್ತಿಯುಂ ಪಿಡಿದುಮಾರ್ದಿಟ್ಟುಂ ಗದಾದಂಡದಿಂ
ಕೆಲರಂ ಗುರ್ದಿಯುಮರ್ದಿಯುಂ ತಿರುಪಿಯುಂ ತೇದುಂ ಭುಜಾದಂಡದಿಂ ।
ಕೆಲರಂ ಕುತ್ತಿಯುಮೆತ್ತಿಯುಂ ಪೊಣಜೆಯುಂ ಪೊಯ್ದುಂ ಧನುರ್ದಂಡದಿಂ
ಕಲಿಕಟ್ಟಾನೆ ಕಡಂಗಿ ಕೊಲ್ವ ತೆಱದಿಂ ಕೊಂದಂ ಮರುನ್ನಂದನಂ ॥ ೧೨ ॥

ಬೀಸಿಯಮ್ + ಒತ್ತಿಯುಂ = ಬೀಸಿ ಎಸೆದು ಹಿಡಿದು ಅದುಮಿ ; ಆರ್‌ದು + ಇಟ್ಟು = ಆರ್ಭಟಿಸಿ ಹೊಡೆದು ; ಗುರ್ದಿಯುಮ್ + ಅಮರ್ದಿ = ಗುದ್ದಿ ಗುದ್ದಿ ಒತ್ತಿ (ಅಮುಕಿ) ಹಿಡಿದು ; ತೇದುಂ = ತೇಯುವುದು, ಉಜ್ಜುವುದು ; ಕುತ್ತಿ = ಚುಚ್ಚಿ ; ಪೊಣಱ್ = ಹೋರಾಡು ; ಮರುತ್ + ನಂದನ = ವಾಯುಪುತ್ರ

ಭೀಮಸೇನನ ರಣೋತ್ಸಾಹ ಎಷ್ಟಿತ್ತೆಂದರೆ ಕೆಲವರನ್ನು ಬೀಸಿ ಎಸೆದನು. ಕೆಲವರನ್ನು ಅದುಮಿ ಹಿಡಿದು ಎಲುಬೆಲ್ಲ ನಜ್ಜುಗುಜ್ಜಾಗುವಂತೆ ಮಾಡಿದನು. ಕೆಲವರನ್ನು ಹಿಡಿದು ಗುದ್ದಿಗುದ್ದಿ ನುಗ್ಗು ಮಾಡಿದನು. ಮತ್ತೆ ಕೆಲವರನ್ನು ಹಿಡಿದು ಆರ್ಭಟಿಸುತ್ತಾ ಎತ್ತಿ ಗರಗರನೆ ತಿರುಗಿಸಿ ನೆಲಕ್ಕೆ ಅಪ್ಪಳಿಸಿದನು. ಹೀಗೆ ಮತ್ತೇರಿದ ಆನೆ ಸೈನ್ಯವನ್ನು ಧೂಳೀಪಟ ಮಾಡುವಂತೆ ಆ ಮರುತ್ ಸುತ ತನ್ನ ಭುಜಬಲದಿಂದ, ಗದಾದಂಡದಿಂದ ಶತ್ರು ಸೈನ್ಯವನ್ನು ಕೊಚ್ಚಿ ಕೊಚ್ಚಿ ನುಚ್ಚುನೂರು ಮಾಡಿದನು.

ಪ್ರಕಟಾಟೋಪದೆ ಪೊಯ್ದು ಪೊಯ್ದು ಶಿಲೆಯೊಳ್ ವೃಕ್ಷಂಗಳೊಳ್ಮೋದಿ ಮೋ
ದಿ ಕರದ್ವೈತದೆ ಗುರ್ದಿಗುರ್ದಿ ಕಠಿನಾಂಗಂ ನುರ್ಗುನುರ್ಗಪ್ಪಿನಂ ।
ಬಕನಂ ಬಾಹುಮದಾವಳಂಬಕನನನುರ್ದು[ರ್ದು]ಗ್ರ ವಿದ್ಯುತ್ಕದಂ
ಬಕನಂ ವೈರಿಗಜೇಂದ್ರನಂ ಬಸಕನಂ ಕೊಂದಂ ಮರುನ್ನಂದನಂ ॥ ೧೩ ॥

ಪ್ರಕಟ + ಆಟೋಪ = ಕಾಣುವಂತೆ ಘರ್ಜಿಸುವುದು ; ಕರದ್ವೈತ = ಎರಡೂ ಕೈಗಳು ; ಕಠಿನಾಂಗಂ = ಗಡುಸಾದ ಶರೀರ ; ಬಾಹು ಮದಾವಳಂಬಕ = ಭುಜಬಲಗಳಿಂದ ಕೂಡಿದ ; ಉರ್ದುರ್ದ್ದ (ಉರ್ದಿರ್ದ) = ಕೊಂದು ಹಾಕು (ಉಜ್ಜಿ ಅಳಿಸು)

ಅಪರಿಮಿತ ಅಟ್ಟಹಾಸದಿಂದ ಭೀಮಸೇನನು ಬಲಶಾಲಿಯಾದ ಬಕಾಸುರನನ್ನು ಕಲ್ಲುಗುಂಡುಗಳನ್ನು ಬೀರುತ್ತಾ ಮರಗಳಿಂದ ಬಡಿದು ಅಪ್ಪಳಿಸುತ್ತಾ ತನ್ನ ಎರಡೂ ಕೈಗಳಿಂದ ಗುದ್ದಿಗುದ್ದಿ ಅವನ ಕಠಿಣವಾದ ದೇಹ ಅಜಿಗಿಜಿಯಾಗುವಂತೆ ಮಾಡಿ ಸಂಹಾರ ಮಾಡಿದ್ದಲ್ಲದೆ ಭೀಮನು ತೀಕ್ಷ್ಣವಾದ ವಿದ್ಯುತ್ ಪುಂಜದಂತಿರುವ ವೈರಿಗಳ ಆನೆಗಳಲ್ಲಿ ರಾಜನಂತಿರುವ 'ಬಸಕ'ನೆಂಬ ಆನೆಯನ್ನು ಕೊಂದು ಹಾಕಿದನು. ಈ ಸಂದರ್ಭದಲ್ಲಿ ಭೀಮಸೇನನು ತೋರಿಸಿದ ಸಾಹಸ ಅತ್ಯದ್ಭುತವಾಗಿತ್ತು.

ದೆಸೆದೆಸೆಗೀಡಾಡಿದ ಕರಿ
ದೆಸೆಯಾನೆಗಳಬ್ಧಿಯೊಳಗೆ ನೀರಾನೆಗಳಾ ।
ಗಸದೊಳಮವಭ್ರಗಜಮೆನೆ
ಪೊಸತಾಗಿರೆ ಭಿನ್ನಸೃಷ್ಟಿವಡೆದನೊ ಭೀಮಂ ॥ ೧೪ ॥

ದೆಸೆದೆಸೆಗೆ + ಈಡಾಡಿದ = ದಿಕ್ಕು ದಿಕ್ಕುಗಳಿಗೆ ಎಸೆದ ; ದೆಸೆಯಾನೆ = ದಿಗ್ಗಜ ; ಅಬ್ಧಿ = ಸಾಗರ ; ಆಗಸದೊಳಮ್ + ಅವು + ಅಭ್ರಗಜಮ್ + ಎನೆ = ಆಕಾಶದಲ್ಲಿ ಅವು ಬಿಳಿಯಾನೆಗಳಾದವೊ ಎಂಬಂತೆ ; ಭಿನ್ನಸೃಷ್ಟಿ = ವಿಚಿತ್ರವಾದ ರಚನೆ

ಇದೊಂದು ರೀತಿಯ ಉತ್ಪ್ರೇಕ್ಷೆ ಎನ್ನಬಹುದು. ಭೀಮನು ಆನೆಗಳನ್ನು ಹಿಡಿದೆಳೆದು ಹಿಗ್ಗಾಡಿ ದಿಕ್ಕು ದಿಕ್ಕುಗಳಿಗೆ ಎಸೆದು ಬಿಟ್ಟಾಗ ಆ ಆನೆಗಳೆ ದಿಗ್ಗಜಗಳಾದವು, ಸಾಗರದಲ್ಲಿ ಹೋಗಿ ಬಿದ್ದವು, ನೀರಾನೆಗಳಾದವು, ಆಕಾಶದ ಕಡೆಗೆ ಎಸೆದ ಆನೆಗಳಲ್ಲಾ ಬಿಳಿಯಾನೆಗಳಾದವು ಅಂದಮೇಲೆ ಭೀಮನ ಬಾಹುಬಲದಲ್ಲಿನ ಒಂದು ವಿಭಿನ್ನತೆಯು ಬ್ರಹ್ಮನ ಸೃಷ್ಟಿಗೆ ಸವಾಲೆಸೆದಂತಿತ್ತು.

ಸುತಪಕ್ಷಪಾತದಿಂದಂ
ಕೃತಾಂತನುಱುಬರ್ಚಿದಂತೆ ಕೊಂದಂ ಕುರುಭೂ ।
ಪತಿಯ ಬಲಮೆಲ್ಲಮಂ ಧ
ರ್ಮತನೂಜಂ ಭ(ಧು)ರದಿನಿಕ್ಕಿದಂ ಭುಜಬಲದಿಂ ॥ ೧೫ ॥

ಸುತ ಪಕ್ಷಪಾತ = ಮಗನ ಮೇಲಿನ ಪ್ರೀತಿ ; ಕೃತಾಂತ = ಯಮಧರ್ಮ ; ಬರ್ಚಿ = ಸೀಳಿ

ಇಲ್ಲಿ ಧರ್ಮರಾಯನ ಶೌರ್ಯದ ಬಗ್ಗೆ ಕವಿ ವರ್ಣನೆ ಮಾಡಿದ್ದಾನೆ. ಯಮಧರ್ಮನು ತನ್ನ ಮಗನ ಮೇಲಿನ ಪ್ರೀತಿಯಿಂದ ತಾನೇ ಸೈನ್ಯವನ್ನು ನಿಶ್ಶೇಷವಾಗಿ ಸೀಳಿ ಹಾಕಿದನೋ ಎಂಬಂತೆ ಯುಧಿಷ್ಠಿರನು ತನ್ನ ಬಾಹುಬಲದಿಂದ ಕೌರವ ಸೇನೆಯನ್ನು ರಭಸದಿಂದ ಕೆಡವಿಕೊಂದನು.

ಪವನಸುತಂ ಗದೆಗೊಳೆ ಗಾಂ
ಡಿವಿ ಬಿಲ್ಗೊಳೆ ಕೆಯ್ದುಗೊಳ್ವ ಮಾರ್ಕೊಳ್ವಧಟರ್ ।
ಭುವನದೊಳಿಲ್ಲವರ್ಗಳ ಬಾ
ಹುವಿಕ್ರಮಂ ನಿನಗೆ ಪೊಸತೆ ಕೌರವರಾಜಾ ॥ ೧೬ ॥

ಮಾರ್ಕೊಳ್ವ = ಪ್ರತಿಭಟನೆ ಮಾಡುವ ; ಅಧಟರ್ = ಶೌರ್ಯವಂತರು ; ಬಾಹು ವಿಕ್ರಮ = ಭುಜಬಲ

ವಾಯುಪುತ್ರನಾದ ಭೀಮಸೇನನು ಗದೆಯನ್ನು ಹಿಡಿದಾಗ, ಅರ್ಜುನನು ತನ್ನ ಗಾಂಡಿವವೆಂಬ ಬಿಲ್ಲನ್ನು ಹಿಡಿದು ನಿಂತಾಗ ಅವರನ್ನು ಎದುರಿಸಿ ಪ್ರತಿಭಟಿಸುವಂಥ ಪರಾಕ್ರಮಿಗಳು ಈ ಭೂಮಿಯಲ್ಲೇ ಇಲ್ಲ. ಹೀಗಿರುವಾಗ ಅವರ ಭುಜಬಲ ಪರಾಕ್ರಮ ನಿನಗೇನು ಹೊಸತೆ ದುರ್ಯೋಧನಾ ಎಂದು ಸಂಜಯ ಪ್ರಶ್ನಿಸುತ್ತಾನೆ.

ಜವನ ಮುಳಿಸವನ ಮುಳಿಸೆನೆ
ಜವನೇ ಬರ್ಚಿದವೊಲಿಂತು ಕುಱಿದಱಿದಱಿದಂ ।
ಜವನಂ ಮುಳಿಯಿಸಿ ಸುಭಟರ
ಜವನಂ ಮುಳಿಯಿಸಿ ಬರ್ದುಂಕುವನ್ನರುಮೊಳರೇ ॥ ೧೭ ॥

ಜವ = ಯಮ ; ಮುಳಿಸು = ಕೋಪ ಸಿಟ್ಟು ; ಬರ್ಚಿದವೊಲ್ = ಸೀಳಿದಂತೆ ; ಕುಱಿದಱಿದು + ಅಱಿದಂ = ಸಣ್ಣ ಸಣ್ಣದಾಗಿ ತುಂಡು ಮಾಡು (ಕುರಿಯನ್ನು ಸೀಳಿದಂತೆ) ; ಬರ್ದುಂಕುವನ್ನರುಮ್ + ಒಳರೇ = ಬದುಕುವಂತಹವರೂ ಇರುವರೇ!

ಯಮನ ಕೋಪವೇ ಭೀಮನ ಕೋಪ ಎಂದ ಮೇಲೆ ಸ್ವತಃ ಯಮನೇ ಬಂದು ಶತ್ರುಗಳನ್ನು ಚೂರು ಚೂರು ಮಾಡಿದಂತೆ ಶತ್ರುಗಳಿಗೆ ಯಮಸ್ವರೂಪಿಯಾದ ಭೀಮನನ್ನು, ಯಮನನ್ನೂ ಕೆಣಕಿ ಬದುಕುವವರು ಇದ್ದಾರೆಯೇ?

ಯಮರಾಜಂ ತಂದೆ ಭೋಜಪ್ರಭವೆ ತನಗೆ ತಾಯ್ಮಯ್ದುನಂ ವಾಸುದೇವಂ
ಸಮರ ಕ್ರೀಡಾರ್ಥದಭ್ಯರ್ಥನೆ ಯಮಳನುಜರ್ಸಂದ ಭೀಮಾರ್ಜುನರ್ಕೋ ।
ಪಮವಂದ್ಯಂ ಚಾಪವಿದ್ಯಾಗುರು ಕಳಶಜನೆಂದಂದು ಸಾಮಾನ್ಯನಲ್ಲಂ
ಹಿಮಕೃದ್ವಂಶಾವತಾರಂ ಭರತಕುಲ ಶಿರಶ್ಶೇಖರಂ ಧರ್ಮಪುತ್ರಂ ॥ ೧೮ ॥

ಭೋಜಪ್ರಭವೆ = ಕುಂತೀಭೋಜನ ಮಗಳು (ಕುಂತಿ) ; ಮಯ್ದುನಂ = ಭಾವ ನೆಂಟ ; ಸಮರ ಕ್ರೀಡಾರ್ಥದ + ಅಭ್ಯರ್ಥನೆ = ಯುದ್ಧದಾಟವನ್ನು ಬಯಸುವ ; ಯಮಳನುಜರ್ + ಸಂದ = ಅವಳಿ ಸಹೋದರರಾದ ನಕುಲ–ಸಹದೇವರು ; ಕೋಪಮ್ + ಅವಂದ್ಯಂ = ಅತ್ಯಧಿಕ ಕೋಪಾವಿಷ್ಟರೆನಿಸಿದ ; ಚಾಪವಿದ್ಯಾ ಗುರು = ಬಿಲ್ವಿದ್ಯಾ ಗುರು (ದ್ರೋಣ) ; ಹಿಮಕೃತ್ + ವಂಶಾವತಾರಂ = ಚಂದ್ರವಂಶದಲ್ಲಿ ಹುಟ್ಟಿದ ; ಭರತಕುಲ ಶಿರಸ್ + ಶೇಖರ = ಭರತ ವಂಶಕ್ಕೆ ಶಿರೋಮಣಿಯಾದ

ಸಾಕ್ಷಾತು ಯಮರಾಜನೇ ತಂದೆ, ಕುಂತೀಭೋಜನ ಮಗಳಾದ ಕುಂತೀದೇವಿಯೇ ತಾಯಿ, ವಾಸುದೇವನೇ ಮೈದುನ, ಯುದ್ಧಾಕಾಂಕ್ಷಿಗಳಾದ ನಕುಲ ಸಹದೇವರು, ಅತ್ಯಧಿಕ ಕೋಪಾಟೋಪದವರಾದ ಭೀಮಾರ್ಜುನರು ತಮ್ಮಂದಿರು, ಕುಂಭ ಸಂಭವನಾದ ದ್ರೋಣಾಚಾರ್ಯರೇ ಧನುರ್ವಿದ್ಯಾ ಗುರುಗಳು – ಹೀಗಿರುವಾಗ ಭರತವಂಶಕ್ಕೇ ಮಸ್ತಕ ಮಣಿಯೆನಿಸಿದ ಚಂದ್ರವಂಶೋದ್ಭವನಾದ ಧರ್ಮರಾಯನು ಸಾಮಾನ್ಯನೇನಲ್ಲ.

ದಾನಂ ಪ್ರಿಯವಾಕ್ಸಹಿತಂ
ಜ್ಞಾನಮಗರ್ವಂ ಕೃಪಾನ್ವಿತಂ ಶೌರ್ಯಮೆನಿ ।
ಪ್ಪೀನುಡಿಯನೆ ನುಡಿಯಿಸಿದುದು
ದಾನಂ ಜ್ಞಾನಂ ಕ್ಷಮಾಗುಣಂ ಧರ್ಮಜನಾ ॥ ೧೯ ॥

ಪ್ರಿಯವಾಕ್ + ಸಹಿತಂ = ಪ್ರೀತಿಯ ಮಾತುಗಳ ಸಹಿತವಾಗಿ ; ಅಗರ್ವಂ = ಅಹಂಕಾರ ರಹಿತ ; ಕೃಪ + ಅನ್ವಿತಂ = ಕೃಪೆಯಿಂದ ಕೂಡಿದ

ಇದು ಧರ್ಮರಾಯನ ಉದಾತ್ತ ಗುಣಗಳ ಬಗೆಗಿನ ಮಾತುಗಳು. ಪ್ರೀತಿ ಪುರಸ್ಸರವಾದ ನುಡಿಗಳಿಂದ ಕೂಡಿದ ದಾನ, ಒಂದು ತುಣುಕೂ ಅಹಂಕಾರವಿಲ್ಲದಂತಹ ಜ್ಞಾನ – ತಿಳಿವಳಿಕೆ, ಶೌರ್ಯವು ಕೃಪೆಯಿಂದ ಕೂಡಿದ್ದು ಎಂಬುದಾಗಿ ಎಲ್ಲರೂ ಅವನನ್ನು ಅತ್ಯಂತ ಮುಕ್ತ ಕಂಠದಿಂದ ಹೊಗಳುತ್ತಾ ಆತನ ದಾನ, ಜ್ಞಾನ, ಕ್ಷಮಾಗುಣಗಳನ್ನು ಕೊಂಡಾಡುತ್ತಾರೆ.

ಅಮಳ್ಗಳ್ವಿನಯದೆ ವಿಕ್ರಮ
ದಮಳ್ಗಳವರ್ ಮುಳಿಯೆ ಗಂಡರಿಲ್ಲವರ ಪರಾ ।
ಕ್ರಮಮಂ ನೀನಱಿದಿರ್ದುಂ
ಸಮರದೊಳಿಟಿಸುವುದೆ ಕುರುಕುಲಾಂಬರ ಭಾನೂ ॥ ೨೦ ॥

ಅಮಳ್ಗಳ್ = ಯಮಳರು (ಅವಳಿ ಮಕ್ಕಳು) ; ವಿಕ್ರಮದ + ಅಮಳ್‌ಗಳ್ = ಶೌರ್ಯವುಳ್ಳ ಜೋಡಿ ; ಮುಳಿಯೆ = ಕೋಪಿಸಿಕೊಂಡರೆ ; ಗಂಡರಿಲ್ಲ = ಪರಾಕ್ರಮಿಗಳಿಲ್ಲ ; ಸಮರದೊಳ್ + ಇಳಿಸುವುದೆ = ಯುದ್ಧದಲ್ಲಿ ಅಲಕ್ಷ ಮಾಡುವುದೆ ; ಕುರುಕುಲಾಂಬರ ಭಾನೂ = ಕುರು ವಂಶವೆಂಬ ಆಕಾಶಕ್ಕೆ ಸೂರ್ಯನಂತೆ

ಸುಯೋಧನಾ ಯಮಳರಾದ ನಕುಲ ಸಹದೇವರು ತುಂಬಾ ವಿನಿಯಶೀಲರಾದ ವೀರರು. ಅವರೇನಾದರು ಕೋಪಗೊಂಡು ಯುದ್ಧಕ್ಕೆ ನಿಂತರೆ ಅವರನ್ನು ಎದುರಿಸಿ ನಿಲ್ಲುವ ಪರಾಕ್ರಮ ಶಾಲಿಗಳು ಇದ್ದಾರೆಯೇ? ಅವರ ಶೌರ್ಯ–ಸಾಹಸವನ್ನು ತಿಳಿದೂ ತಿಳಿದೂ ನೀನು ಅವರನ್ನು ಅಲಕ್ಷಿಸುವುದೇ ಕುರುಕುಲಾಂಬರ ಭಾನೂ?

ಅಂದು ಕುಶಸ್ಥಲಂ ಜತುಗೃಹಜ್ವಲನಕ್ಕೆ [ಜಯಂತಮಂತೆ] ಕಾ
ಳಿಂದಿ ವೃಕಸ್ಥಳಂ ವಿಷದ ಲಡ್ಡುಗೆಗಾದುದು ವಾರಣಾವತಂ ।
ಸಂದ ಸಭಾಪ್ರತಾರಣಕೆ ಕಾರಣಮೆಂದಱಿಪಲ್ಕೆ ಬೇಡಿದರೆ
ಸಂಧಿಗೆಯಲ್ಕೆ ಬೇಡಿದರೆ ಪಾಂಡುತನೂಭವರಯ್ದು ಬಾಡಮಂ ॥ ೨೧ ॥

ಜತುಗೃಹಜ್ವಲನಕ್ಕೆ = ಅರಗಿನ ಮನೆಯನ್ನು ಸುಟ್ಟಿದುದಕ್ಕೆ ; ಪ್ರತಾರಣಕೆ = ವಂಚನೆಗೆ ; ಬಾಡ = ಗ್ರಾಮ

ಅಂದು ಸಂಧಿಯ ಕಾಲದಲ್ಲಿ ಪಾಂಡವರು ನಿನ್ನಲ್ಲಿ ಐದು ಗ್ರಾಮಗಳನ್ನು ಯಾಚಿಸಿದರು. ಏತಕ್ಕಾಗಿ ಎಂಬ ಕಾರಣ ನಿನಗೆ ತಿಳಿಯದೆ. ಅಂದು ಅವರು ಕುಶಸ್ಥಲ ಹಾಗೂ ಜಯಂತವೆಂಬ ಗ್ರಾಮ ಕೇಳಿದ್ದು ಅರಗಿನ ಮನೆಯನ್ನು ಸುಟ್ಟಿದುದರ ಕಾರಣಕ್ಕೆ, ಕಾಳಿಂದಿ (ಕಾಕಂದಿ) ಮತ್ತು ವೃಕಸ್ಥಳ – ವಿಷದ ಲಡ್ಡುಗೆಗಳನ್ನು ಉಣಿಸಿದ್ದಾಕ್ಕಾಗಿ (ಇಲ್ಲಿ ಕಾಳಿಂದಿ ಎಂಬ ಪ್ರಯೋಗ ವಿಷಸರ್ಪಗಳಿಂದ ಕಚ್ಚಿಸಿದ್ದಕ್ಕೆ ಎಂದೂ ಇರಬಹುದು.) ಇನ್ನು ಸಭೆಯಲ್ಲಿ ಮಾಡಿದ ವಂಚನೆಗಳಿಗಾಗಿ ವಾರಣಾವತ ಇವೆಲ್ಲವೂ ಆಯಾಯಾ ಸಂದರ್ಭದಲ್ಲಿ ನಡೆದ ಮೋಸಕೃತ್ಯಗಳ ನೆನಪಿಗಾಗಿಯೇ ಹೊರತು ಸಂಧಿಯನ್ನು ಮಾಡಿಕೊಳ್ಳಲು ಈ ಐದು ಗ್ರಾಮಗಳನ್ನು ಬೇಡಿದರೆಂದು ಭಾವಿಸಿದೆಯಾ?[12]

---

(12) ಇಲ್ಲಿ ರನ್ನ ಸೂಚಿಸಿರುವ ಗ್ರಾಮಗಳ ಹೆಸರಿಗೂ ಮೂಲ ಭಾರತದಲ್ಲಿ ಉಲ್ಲೇಖವಾಗಿರುವ ಹೆಸರಿಗೂ ವ್ಯತ್ಯಾಸವಿದೆ. ಪಂಪ ಭಾರತದಲ್ಲೂ ಹೆಸರಿನಲ್ಲಿ ತಾರತಮ್ಯವಿದೆ.

ಅತಿಲಜ್ಞಾನ್ವಿತನಾ ನದೀಜನಧಿಕ ಕ್ರೋಧಾವಹಂ ದ್ರೋಣನು
ದ್ಧತ ಕೌರವ್ಯಕೃತಾಟ್ಟಹಾಸಮಸುಹೃದ್ವೀರಾವತಾರಂ ಪೃಥಾ ।
ಸುತರಾರೋಪಿತ ಚಾಪರುದ್ಧತರುಮಾಗಾಂಡೀವಿಯುಂ ಭೀಮನುಂ
ಪತಿಗಳ್ನೋಳ್ಪಿನಮಾಯ್ತು ನಿನ್ನನುಜನಿಂ ಕೃಷ್ಣಾಂಬರಾಕರ್ಷಣಂ ॥ ೨೨ ॥

ಲಜ್ಞಾನ್ವಿತ = ನಾಚಿಕೆಯಿಂದ ಕೂಡಿದ ; ಕ್ರೋಧಾವಹಂ = ಸಿಟ್ಟುಗೊಳ್ಳುವುದು ; ಉದ್ಧತ ಕೌರವ್ಯಕೃತ + ಅಟ್ಟಹಾಸಂ = ಉನ್ಮಾದಭರಿತರಾದ ಕೌರವರು ಮಾಡಿದ ಆರ್ಭಟ ; ಅಸುಹೃತ್ + ವೀರಾವತಾರ = ವೀರ ದ್ವೇಷ ; ಪೃಥಾಸುತರ್ = ಕುಂತಿಯ ಮಕ್ಕಳು (ಭೀಮ–ಪಾರ್ಥ) ; ಅರೋಪಿತ = ಹೆದೆಯೇರಿಸುವುದು (ಬಿಲ್ಲಿಗೆ ಹಗ್ಗ ಕಟ್ಟುವುದು) ; ಪತಿಗಳ್ + ನೋಳ್ಪಿನಂ = ಗಂಡಂದಿರು ನೋಡುತ್ತಿರಲು ; ಕೃಷ್ಣಾಂಬರ + ಆಕರ್ಷಣ = ದ್ರೌಪದಿಯ ಸೀರೆ ಸೆಳೆಯುವುದು

ದುಶ್ಶಾಸನನು ದ್ರೌಪದಿಯ ಸೀರೆಯನ್ನು ಸೆಳೆಯುತ್ತಿರುವ ಸಂದರ್ಭದಲ್ಲಿ ಭೀಷ್ಮಾಚಾರ್ಯರು ನಾಚಿಕೆಯಿಂದ ತಲೆತಗ್ಗಿಸಿಬಿಟ್ಟರೆ ದ್ರೋಣಾಚಾರ್ಯರ ಅತ್ಯಂತ ರೋಷಾವಿಷ್ಟರಾದರು. ಉನ್ಮತ್ತರಂತೆ ಕೌರವರು ಅಟ್ಟಹಾಸ ಮಾಡುತ್ತಾ ಆನಂದಿಸುತ್ತಿದ್ದರು. ಕುಂತೀಸುತರಾದ ಭೀಮಾರ್ಜುನರು ಕ್ರೋಧೋನ್ಮತ್ತರಾಗಿ ಹೆದೆಯೇರಿಸಿದ ಬಿಲ್ಲನ್ನು ಕೈಗೆತ್ತಿಕೊಂಡರು. ತನ್ನ ಗಂಡಂದಿರು ನೋಡು ನೋಡುತ್ತಿರುವಂತೆಯೇ ದುಶ್ಶಾಸನನಿಂದ ದ್ರೌಪದಿ ಉಟ್ಟ ಸೀರೆ ಸುಲಿಯಲ್ಪಟ್ಟಿತು.

ವಚನ : ಎಂದು ನುಡಿದ ಸಂಜಯನ ನುಡಿಗೆ ಫಣಿರಾಜಕೇತನಂ ಸಿಡಿಲ್ದು...

ಹೀಗೆ ಹೇಳಿದ ಸಂಜಯನ ಮಾತಿಗೆ ಫಣಿರಾಜಕೇತನ (ಸರ್ಪಧ್ವಜ)ನಾದ ದುರ್ಯೋಧನನು ಸಿಡಿಲಿನಂತೆ ಆರ್ಭಟಿಸುತ್ತಾ...

ಸ್ಥಿರ ಸತ್ಯವ್ರತಿಯೆಂದು ಧರ್ಮರುಚಿಯೆಂದಾ ಧರ್ಮಪುತ್ರಂ ದಯಾ
ಪರನೆಂದೆಲ್ಲರ ಪೇಳ್ದ ಮಾತು ಪುಸಿಯಾಯ್ತೀಕಾರ್ಮುಕಾಚಾರ್ಯನಂ ।
ಗುರುವಂ ಬ್ರಾಹ್ಮಣನಂ ತೊದಳ್ನುಡಿದು ಕೊಂದಾಗಳ್ ಮೃಷಾಪಾತಕಂ
ಪರಮೆಂಬೀನುಡಿಯಿಂ ಪೃಥಾಪ್ರಿಯಸುತಂ ಪಾಪಕ್ಕೆ ಪಕ್ಕಾಗನೇ ॥ ೨೩ ॥

ಸತ್ಯವ್ರತಿ = ಸತ್ಯವನ್ನೇ ವ್ರತವೆಂದು ತಿಳಿದವನು ; ಧರ್ಮರುಚಿ = ಧರ್ಮಾಸಕ್ತ ; ಕಾರ್ಮುಕಾಚಾರ್ಯ = ಬಿಲ್ವಿದ್ಯಾಗುರು (ದ್ರೋಣ) ; ಮೃಷಾಪಾತಕ = ಸುಳ್ಳು ಹೇಳುವುದರಿಂದ ಉಂಟಾಗುವ ಪಾಪ ; ಪರಂ + ಎಂಬ = ಮಹಾಪಾತಕವೆಂಬ ; ಪೃಥಾಪ್ರಿಯಸುತ = ಧರ್ಮರಾಯ ; ತೊದಳ್ + ನುಡಿ = ಸುಳ್ಳು ಹೇಳುವ ಮಾತು

ಸದಾ ಸತ್ಯವ್ರತನೆನಿಸಿ, ಧರ್ಮಪರಾಯಣನೆಂದು ಖ್ಯಾತನಾದ ಆ ಧರ್ಮಪುತ್ರನು ಅತ್ಯಂತ ದಯಾಶೀಲ ಎಂದು ಎಲ್ಲರೂ ಹೇಳುವ ಮಾತು ಸುಳ್ಳಾಯಿತು. ಬಿಲ್ವಿದ್ಯಾಗುರು, ಬ್ರಾಹ್ಮಣನಾದ ದ್ರೋಣಾಚಾರ್ಯರನ್ನು ಸುಳ್ಳು ಹೇಳಿ ನಂಬಿಸಿದಂದೇ ಅದು ಹುಸಿಯಾಯಿತು. ಇದರಿಂದ ಅವನಿಗೆ ತುಂಬಲಾದ ದೋಷ ಮೆತ್ತಿಕೊಂಡಿತು. ಹಾಗಾಗಿ ಕುಂತಿಯ ಪ್ರೀತಿಯ ಮಗನಾದ ಧರ್ಮರಾಯನು ಪಾಪಕ್ಕೆ ಒಳಗಾಗಲಿಲ್ಲವೇ?

ತನಗೆ ಹತೋಶ್ವತ್ಥಾಮೋ
ಯೆನಲಕ್ಕಮೆ ಯಮಪುರಕ್ಕೆ ಗುರುಪೋಪೆಡೆಯೊಳ್ ।
ಘನಕುಂಜರ ಎಂದೆಂಗುಮೆ
ಜನರಂಜನೆಗರಿಯಲಾದುದಿಲ್ಲಜಿಮಗನಂ ॥ ೨೪ ॥

ಹತಃ + ಅಶ್ವತ್ಥಾಮೋ = ಅಶ್ವತ್ಥಾಮನು ಹತನಾದ ; ಎನಲಕ್ಕುಮೆ = ಹೇಳಬಹುದೆ ; ಘನಕುಂಜರ = ದೊಡ್ಡ ಆನೆ ; ಅಜಿಮಗ = ಯಮ ಪುತ್ರ

ದ್ರೋಣಾಚಾರ್ಯರ ಮುಂದೆ ಅಶ್ವತ್ಥಾಮ ಸತ್ತ ಎಂದು ಹೇಳಬಹುದೇ? ಅದರ ಸತ್ಯಾಸತ್ಯತೆಯನ್ನು ಅರಿಯಲು ಅವರು ಯೋಗದಿಂದ ದೇಹ ಬಿಟ್ಟು ಯಮಪುರಿಗೆ ಹೋದ ಮೇಲೆ ಅದೊಂದು ಆನೆ ಎಂದು ಹೇಳುವುದು ಕೇವಲ ಜನರಂಜನೆ ಮಾತ್ರವಲ್ಲವೇ ಸಂಜಯಾ ನೀನಿನ್ನೂ ಧರ್ಮಪುತ್ರನನ್ನು ಸರಿಯಾಗಿ ಅರಿತುಕೊಂಡಿಲ್ಲ.

ಈದೊರೆಯರಮಗನುಂ ಮೃಷ
ವಾದಂ ನೋಡೆಂದು ಧರ್ಮನಂ ಮೂದಲಿಸಲ್ ।
ಪೋದಂ ಪುತ್ರನನರಸಲ್
ಪೋದನೆಯಮಪುರಕೆ ಮುಕ್ತ ಬಾಣಂ ದ್ರೋಣಂ ॥ ೨೫ ॥

ಈದೊರೆಯ = ಇಂತಹ ಜಾಯಮಾನದ ; ಅರಮಗ = ಯಮನ ಮಗ ; ಮೃಷ = ಸುಳ್ಳು ; ಮುಕ್ತ ಬಾಣಂ = ಬಾಣವನ್ನು ತೊರೆದು

ಸಂಜಯಾ ನೀನಂದುಕೊಂಡಂತೆ ಧರ್ಮರಾಯನ ಹುಸಿನುಡಿಯನ್ನು ಕೇಳಿ ದ್ರೋಣಾಚಾರ್ಯರು ಮಗನನ್ನು ಅರಸಲು ಯಮಪುರಿಗೆ ಹೋದರೆಂದು ತಿಳಿದೆಯಾ? ಅಲ್ಲಿ ಧರ್ಮಾಭಿಮಾನಿ, ಸತ್ಯವ್ರತ ಎಂದೆಲ್ಲಾ ಹೆಸರು ಗಳಿಸಿದ ಧರ್ಮರಾಯನೂ ಸುಳ್ಳನ್ನು ಹೇಳಿ ಮಹಾಪಾತಕಿ ಎನಿಸಿದನು ಎಂಬುದನ್ನು ಯಮನಿಗೆ ಹೇಳಿ ನಿನ್ನ ಮಗ ಎಂತಹ ಸುಳ್ಳುಗಾರ ಎಂದು ಮೂದಲಿಸುವುದಕ್ಕಾಗಿಯೇ ಹೋದನು ತಿಳಿಯಿತೇ ಎನ್ನುತ್ತಾನೆ ದುರ್ಯೋಧನ – ಇದು ದುರ್ಯೋಧನನ ಕಲ್ಪನೆಯ ನುಡಿಗಳು ಮಾತ್ರ.

ಕಳಶಜನನಿಂತುಕೊಲಿಸಿದ
ಖಳನೆ ಗಡಂ ಧರ್ಮನಂ ಕ್ರೂರದಿನಂ ।
ಗಳ ಪೆಸರಂ ಮಱೆಯಿಸಿ ಮಂ
ಗಳವಾರಂ 'ಕಡ್ಡ'ವಾರಮೆಂಬಂತೆ ವಲಂ ॥ ೨೬ ॥

ಕಳಶಜ = ಕುಂಭದಿಂದ ಹುಟ್ಟಿದವ (ದ್ರೋಣ) ; ಗಡಂ = ನಿಶ್ಚಯ ; ಕಡ್ಡವಾರ = ಕೆಟ್ಟವಾರ ; ವಲಂ = ಸರಿ

ಧನುರ್ವಿದ್ಯಾ ಗುರುಗಳಾದ ದ್ರೋಣಾಚಾರ್ಯರನ್ನು ಹೀಗೆ ಮೋಸದಿಂದ ಕೊಲ್ಲಿಸಿದ ಧರ್ಮರಾಯನು ನಿಜಕ್ಕೂ ದುಷ್ಟನೇ ಸರಿ. ಇದಕ್ಕೆ ಕೌರವ ಕೊಡುವ

ಸಮರ್ಥನೆ ಹೀಗಿದೆ – ಕ್ರೂರವಾದ ದಿವಸಗಳನ್ನು ಮರೆಮಾಡಿ ಅಮಂಗಳಕಾರಕವಾದ ದಿನವನ್ನು ಮಂಗಳವಾರ ಎಂದು ಕರೆಯುವಂತೆ ಈ ಯುಧಿಷ್ಠಿರನೂ ಕೂಡ ಎನ್ನುತ್ತಾ ಧರ್ಮರಾಯನ ಬಗ್ಗೆ ಮೂದಲಿಕೆಯ ಮಾತುಗಳನ್ನಾಡುತ್ತಾನೆ.

ವನಿತೆಯ ಕೇಶಮಮಂ ಸಭೆಯೊಳೆನ್ನನುಜಂ ತೆಗೆವಲ್ಲಿ ಗಂಡನಾ
ಗನೆ ಭಗದತ್ತನಾನೆ ಬರಿಯೆಲ್ಬುಡಿವನ್ನೆಗಮೊತ್ತೆ ಗಂಡನಾ
ಗನೆ ಕೊಲಲೊಲ್ಲದಂಗಪತಿ ಬಿಲ್ಲೊಳೆ ಕೋದೆಳೆವಲ್ಲಿ ಗಂಡನಾ
ಗನೆ ಕುರುಬಾಲಸಂಹರಣ ಮಾತ್ರದೆ ಮಾರುತಿ ಗಂಡನಾದನೇ ॥ ೨೭ ॥

ವನಿತೆಯಕೇಶಮಂ = ವನಿತೆ ದ್ರೌಪದಿ – ಸಿರಿಮುಡಿಯನ್ನು ; ಎನ್ನನುಜಂ = ದುಶ್ಶಾಸನನು ; ಗಂಡನಾಗನೆ (ಗಂಡನ್ + ಆಗನೆ) = ಗಂಡ ಎನಿಸಿಕೊಂಡನೇ ; ಭಗದತ್ತ = ನರಕಾಸುರನ ಮಗ ; ಅವನಾನೆ = ಸುಪ್ರತೀಕವೆಂಬ ಆನೆ ; ಬರಿಯೆಲ್ಬು = ಪಕ್ಕೆಲುಬು ; ಉಡಿವನ್ನೆಗಂ = ಪುಡಿಯಾಗುವಂತೆ ; ಒತ್ತೆ = ಅಮುಕು ; ಕೊಲ್ಲಲೊಲ್ಲದೆ = ಕೊಲ್ಲಲು ಬಿಡದೆ ; ಅಂಗಪತಿ = ಕರ್ಣ ; ಕೋದು + ಎಳೆವಲ್ಲಿ = ಹೊಡೆದು ಎಳೆದಾಗ ; ಕುರುಬಾಲ = ಕೌರವಾನುಜರು ; ಸಂಹರಣ = ಕೊಲ್ಲುವುದು

ನನ್ನ ತಮ್ಮನಾದ ದುಶ್ಶಾಸನನು ಸಭೆಯಲ್ಲಿ ದ್ರೌಪದಿಯ ಕೂದಲನ್ನು (ಮುಡಿ) ಹಿಡಿದು ಜಗ್ಗುತ್ತಿದ್ದಾಗ ಭೀಮನು ಗಂಡ ಎನಿಸಿಕೊಂಡು ಪ್ರತಿಭಟಿಸಿದನೇ? ನರಕಾಸುರನ ಮಗನಾದ ಭಗದತ್ತನ ಸುಪ್ರತೀಕವೆಂಬ ಆನೆ ಅವನ ಪಕ್ಕೆಲುಬುಗಳನ್ನು ಮುರಿಯುವಂತೆ ಅದುಮಿದಾಗ ಗಂಡಸುತನವನ್ನು ತೋರಿದನೇ? ಇನ್ನೂ ಕರ್ಣನಾದರೋ ಅವನನ್ನು ಕೊಲ್ಲದೆ ಬಿಟ್ಟು ತನ್ನ ಬಿಲ್ಲಿನಿಂದ ಅವನನ್ನು ಹಿಡಿದೆಳೆಯುವಾಗ ಗಂಡನಾದನೇ? ಕೇವಲ ನನ್ನ ತಮ್ಮಂದಿರುಗಳನ್ನು ಕೊಂದ ಮಾತ್ರಕ್ಕೆ ಅವನು ಆ ಮಾರುತಿ ವೀರನೆನಿಸಿಬಿಟ್ಟನೇ?

ಒಡವುಟ್ಟಿದರಂ ಕೊಂದವ
ರಡಗಂ ತಿಂದವರ ನೆತ್ತರಂ ಬೆಸಲಗೆಯೊಳ್ । (ಬೆಲಗಸೆಯೊಳ್?)
ಕುಡಿವೀ ನಿಸ್ತ್ರಿಂಶತೆಯಂ
ಹಿಡಿಂಬಿಯಂ ಪೊರ್ದಿ ಕಲ್ತನಾಗನೆ ಭೀಮಂ ॥ ೨೮ ॥

ಅವರ + ಅಡಗಂ = ಮಾಂಸವನ್ನು ; ಬೆಸಲಗೆಯೊಳ್ (ಪಾ) = ಬೊಗಸೆಯಲ್ಲಿ ; ನಿಸ್ತ್ರಿಂಶತೆ = ಕ್ರೂರತನ ; ಪೊರ್ದಿ = ಹೊಂದಿ ; ಕಲ್ತನಾಗನೆ = ಕಲಿವನಾಗನೆ

ತನ್ನ ಒಡನೆ ಹುಟ್ಟಿದ ತಮ್ಮಂದಿರನ್ನು ಕೊಂದು ಅವರ ಮಾಂಸವನ್ನು ತಿಂದು ರಕ್ತವನ್ನು ಬೊಗಸೆ ಬೊಗಸೆಯಗಿ ಕುಡಿದ ಈ ಕ್ರೂರತನವನ್ನು ಅವನು ತನ್ನ ರಕ್ಕಸ ಪತ್ನಿ ಹಿಡಿಂಬೆಯನ್ನು ಕೂಡಿ ಕಲಿತಿರಬೇಕಲ್ಲವೇ ಆ ಭೀಮ? ಎನ್ನುವಾಗ ದುರ್ಯೋಧನನಿಗೆ ಭೀಮನ ಮೇಲೆ ಎಂತಹ ದ್ವೇಷವಿತ್ತು ಎಂಬ ಭಾವವಿದೆ.

ಎನಗಾಜೂದಿನೊಳಗ್ರಜಾನುಜ ಸಮೇತಂ ಗಂಡುದೊಟ್ಟಾಗಿ ಕಾ
ನನದೊಳ್ ವಲ್ಕಲಧಾರಿಯಾಗಿ ಹರನೊಳ್ದಿವ್ಯಾಸ್ತ್ರಮಂ ಬೇಡೆ ಬೆ ।
ಳ್ತನದಿಂ ತಾಪಸನಾಗಿ ಪೇಡಿಯೆನೆ ಮತ್ಸ್ಯಾವಾಸದೊಳ್ವಾಸುದೇ
ವನನಂಟಂ ನಟನಾಗಿ ಬಾರದ ಭವಂ ಬಂದಂ ಪೃಥಾನಂದನಂ ॥ ೨೯ ॥

ಜೂದಿನೊಳ್ = ದ್ಯೂತದಲ್ಲಿ ; ಗಂಡು + ತೊಟ್ + ತಾಗಿ = ತೊಟ್ಟು = ತೊತ್ತಾಗಿ (ದಾಸನಾಗಿ) ; ವಲ್ಕಲ ಧಾರಿ = ನಾರುಡೆ ತೊಟ್ಟ ; ಬೆಳ್ತನದಿಂ = ಮೂರ್ಖನಂತೆ ; ಮತ್ಸ್ಯ + ಆವಾಸ = ಮತ್ಸ್ಯನಗರ, ವಿರಾಟನಗರ ; ವಾಸುದೇವನ ನಂಟಂ = ಶ್ರೀಕೃಷ್ಣನ ಮೈದುನ ; ನಟನಾಗಿ = ನಾಟ್ಯ ಕಲಿಸುವ ; ಬಾರದ ಭವಂ ಬಂದಂ = ಪಡಬಾರದ ಕಷ್ಟವನ್ನು ಪಡುವುದು

ತನ್ನ ಅಣ್ಣ ತಮ್ಮಂದಿರ ಸಮೇತವಾಗಿ ನಾವು ಆಡಿದ ಜೂಜಾಟದಲ್ಲಿ ಸೋತು ನಮ್ಮ ದಾಸರಾಗಿ ಅನಂತರ ಕಾಡಿಗೆ ಹೋಗಿ ನಾರುಡೆಯನ್ನುಟ್ಟು ಶಿವನಲ್ಲಿ ದಿವ್ಯಾಸ್ತ್ರಗಳನ್ನು ಪಡೆಯುವುದಕ್ಕಾಗಿ ಸನ್ಯಾಸಿಯಾಗಿ (ತಪಸ್ವಿಯಾಗಿ?) ಮತ್ತೆ ನಪುಂಸಕನಾಗಿ ವಿರಾಟನಗರಿಯಲ್ಲಿ ನಾಟ್ಯಕಲಿಸುವ ಗುರುವಾಗಿ ಆ ವಾಸುದೇವನ ನೆಂಟನಾದ ಅರ್ಜುನನು ಪಡಬಾರದ ಕಷ್ಟ ಅನುಭವಿಸಿದನು. (ಇಲ್ಲಿ ಬಾರದ ಭವಂ ಬಂದಂ ಎಂಬಲ್ಲಿ ಜನ್ಮತಃ ಬರದೆ ಮತ್ತೆ ಬಂದ ಹುಟ್ಟು ಅಂದರೆ ಶಿಖಂಡಿತ್ವ ಎಂದು ಭಾವಿಸಬಹುದು.)

ದೊರೆ ಯಮಪುತ್ರನಿರ್ದಿರವು ವಾಯುಜನಿರ್ದಿರವಗ್ನಿ ಪುತ್ರಿಯಿ
ರ್ದಿರವಮಳರ್ಕಳಿರ್ದಿರವು ಮತ್ಸ್ಯನಿವಾಸದೊಳೆಲ್ಲಮಂತೆ ಮೆ ।
ಯ್ಗೆರೆದಿರೆ ಗಂಡುಗೆಟ್ಟು ಬಳೆದೊಟ್ಟು ಬೃಹನ್ನಳೆಯಾಗಿ ಪಾರ್ಥನಿ
ರ್ದಿರವುಮೆನಲ್ಕೆ ಪಾರ್ಥನದು ರಂಭೆಯ ಶಾಪಮೊ ತನ್ನ ಪಾಪಮೋ ॥ ೩೦ ॥

ಅಗ್ನಿಪುತ್ರಿ = ದ್ರೌಪದಿ ; ಅಮಳರ್ಕಳ್ = ಯಮಳರು (ಅವಳಿಜವಳಿ) ; ಮತ್ಸ್ಯ ನಿವಾಸ = ವಿರಾಟನಗರಿ ; ಬೃಹನ್ನಳೆ = ಅಜ್ಞಾತವಾಸದಲ್ಲಿ ಅರ್ಜುನನ ಹೆಸರು ; ಗಂಡುಗೆಟ್ಟು = ಪುರುಷತ್ವ ಕಳೆದುಕೊಂಡು ; ಮೆಯ್ಗೆರೆದಿರೆ = ಅಡಗಿರಲು

ವಿರಾಟರಾಜನ ಅರಮನೆಯಲ್ಲಿ ಧರ್ಮರಾಯ, ಭೀಮ, ದ್ರೌಪದಿ, ನಕುಲ–ಸಹದೇವರುಗಳು ದೈಹಿಕವಾಗಿ ಯಾವುದೇ ವ್ಯತ್ಯಾಸವಿಲ್ಲದೆ ಸಹಜ ರೀತಿಯಲ್ಲಿ ಅಡಗಿದ್ದರೆ, ಈ ಅರ್ಜುನ ಮಾತ್ರ ಪುರುಷತ್ವವನ್ನೇ ಕಳೆದುಕೊಂಡು ನಪುಂಸಕನಾಗಿ ಬಳೆಗಳನ್ನು ತೊಟ್ಟುಕೊಂಡು ಬೃಹನ್ನಳೆಯಾಗಿದ್ದನು ಎಂದರೆ ಅದಕ್ಕೆ ಆ ರಂಭೆಯ ಶಾಪವೋ ಅಥವಾ ಅವನ ಕರ್ಮದ ಫಲವೋ? (ಮೂಲ ವ್ಯಾಸ ಭಾರತದ ಪ್ರಕಾರ ಅರ್ಜುನನಿಗೆ ಶಪಿಸಿದವಳು ಊರ್ವಶಿ, ರಂಭೆಯಲ್ಲ.)

ಗುರುವಂ ದ್ವಿಜನ್ಮನಂ ಸುತ
ವಿರಹಾಗ್ನಿಗ್ರಸ್ತನಂ ನಿರಾಯುಧನಂ ಸಂ ।
ಹರಿಸಿದ ಶಕ್ರಸುತಂಗಾ
ಗುರುವಧಮೆ ಯಶೋವಧಕ್ಕೆ ಕಾರಣಮಲ್ತೇ ॥ ೩೧ ॥

ದ್ವಿಜನ್ಮನ = ಬ್ರಾಹ್ಮಣ ; ಸುತವಿರಹಾಗ್ನಿ = ಪುತ್ರ ಶೋಕವೆಂಬ ಬೆಂಕಿ ; ಗ್ರಸ್ತನಂ = ಆವರಿಸಿದ ; ಶಕ್ರಸುತ = ಇಂದ್ರನ ಮಗ – ಅರ್ಜುನ ; ಯಶೋವಧ = ಕೀರ್ತಿಯ ನಾಶ

ಧನುರ್ವಿದ್ಯಾಗುರುವಾದ ದ್ರೋಣಾಚಾರ್ಯರನ್ನು, ಬ್ರಾಹ್ಮಣನಾದವನನ್ನು ಪುತ್ರ ಶೋಕವೆಂಬ ಬೆಂಕಿಯಲ್ಲಿ ಬೆಂದು ಹೋದವನನ್ನು, ನಿಶ್ಶಸ್ತ್ರನಾದವನನ್ನು ಕೊಂದ ಆ ಅರ್ಜುನನಿಗೆ ಗುರುವಧೆಯೇ ಯಶಸ್ಸಿನ ಕೊಲೆಗೆ ಕಾರಣವಾಯ್ತಲ್ಲವೇ?

ಎನಗಿದಯುಕ್ತಮೆಂದಿರದೆ ಪೆರ್ಬುಸಿಯೊಳ್ಪುದಿದಿರ್ದ ಧರ್ಮನಂ
ದನನನೆ ಧರ್ಮನಂದನನನೆನಲ್ದೊರೆ ದಿಗ್ಗಜಮೊತ್ತೆ ಬಿರ್ದು ಬಿ ।
ರ್ದಿನಿಸಗಿದಿರ್ದ ಭೀಮನನೆ ಭೀಮನೆನಲ್ದೊರೆ ಪೇಡಿಯಾಗಿ ಮ
ತ್ಸ್ಯನ ಮನೆವೊಕ್ಕ ಪಾರ್ಥನನೆ ಪಾರ್ಥನೆನಲ್ದೊರೆ ಗಂಡರೆಂಬರೇ ॥ ೩೨ ॥

ಎನಗೆ + ಇದು + ಅಯುಕ್ತಮ್ = ನನಗೆ ಇದು ಸುಳ್ಳು ಎಂದಾದರೆ (ಯುಕ್ತವಲ್ಲ ಎಂದಾದರೆ) ; ಪೆರ್ಬುಸಿ = ಮಹತ್ತರವಾದ ಸುಳ್ಳು ; ಪುದಿದಿರ್ದ = ಆವರಿಸಿದ್ದ ; ದಿಗ್ಗಜಂ + ಒತ್ತೆ = ಮದದಾನೆ ಒಡೆಯಲು ; ಬಿದ್ದು + ಇನಿಸು + ಅಗಿದಿರ್ದ = ಬಿದ್ದು – ಇಷ್ಟೊಂದು ಹೆದರಿದ್ದ ; ಮತ್ಸ್ಯನ ಮನೆ = ವಿರಾಟನ ಅರಮನೆ

ಇಲ್ಲಿ ಧರ್ಮರಾಯನು ಎಂದೂ ಸುಳ್ಳು ಹೇಳುವವನಲ್ಲ ಎಂದಾದರೆ ಆತ ಹೇಳಿದ ಮಹಾಸುಳ್ಳಿನಿಂದ ಆ ಧರ್ಮಪುತ್ರನನ್ನು ಅಧರ್ಮಸುತನೆಂದು ಕರೆಯಬಹುದಲ್ಲವೇ! ಇನ್ನು ಆ ಭೀಮಸೇನ ! ಭಯಂಕರವಾದ ಆನೆಯ ತುಳಿತಕ್ಕೆ ಸಿಕ್ಕ ಬೆದರಿದ ಅವನನ್ನು ಅಭೀಮ ಎನ್ನಲಡ್ಡಿಯಿಲ್ಲ ಅಲ್ಲವೇ? ಇನ್ನು ಆ ಅರ್ಜುನ ಹೇಡಿಯಂತೆ ನಪುಂಸಕನಾಗಿ ವಿರಾಟನರಮನೆ ಸೇರಿದ ಅವನನ್ನು ಅಪಾರ್ಥ ಎನ್ನುವುದೇ ಸೂಕ್ತ. ಇಂತಹವರನ್ನು ಶೂರರು ಎಂದು ಯಾರಾದರೂ ಕರೆಯುವರೇ?

ಗುರುವಂ ಪ್ರೋಜ್ಝಿತಚಾಪನಂ ಪುಸಿದು ಕೊಂದಾ ಬೀರಮಂ ಭೀಷ್ಮರಂ
ಶರಶಯ್ಯಾಗತರಂ ಕಱುತ್ತು ಗುಱಿಯೆಚ್ಚಾಪೊಚ್ಚಱಿಂ ಕರ್ಣನಂ ।
ವಿರಥಜ್ಯಾಯುಧನೆನ್ನದೆಚ್ಚು ತವೆಕೊಂದಾ ಶೌರ್ಯಮಂ ಪಾಂಡು ಪು
ತ್ರರೆ ಬಲ್ಲರ್ ಮೆಱೆಯೆಲ್ಕೆ ಸಾಹಸಧನಂ ದುರ್ಯೋಧನಂ ಬಲ್ಲನೇ ॥ ೩೩ ॥

ಪ್ರೋಜ್ಝಿತ ಚಾಪನಂ – ಪ್ರ + ಉಜ್ಝಿತ = ಪೂರ್ತಿಯಾಗಿ ನಿರಾಯುಧನಾದ – ಬಿಲ್ಲನ್ನು ತೊರೆದ ; ಬೀರಮಂ = ಶೌರ್ಯವನ್ನು ; ಶರಶಯ್ಯಾಗತರಂ = ಬಾಣಗಳ ಹಾಸುಗೆಯಲ್ಲಿ ಮಲಗಿರುವ ಭೀಷ್ಮರಂ ; ಕರುತ್ತು = ಗುರಿಯಿಟ್ಟು ; ಪೊಚ್ಚರಂ = ಪರಾಕ್ರಮ, ಶೌರ್ಯ, ಗರ್ವ ; ವಿರಥಜ್ಯಾಯುಧ = ರಥವಿಲ್ಲದ, ನಿರಾಯುಧನಾದ ; ತವೆ = ಅತಿಶಯ

ಗುರುಗಳಾದ ದ್ರೋಣಾಚಾರ್ಯರು, ನಿರಾಯುಧರಾಗಿ ಅಂದರೆ ಧನುರ್ಬಾಣಗಳನ್ನು ತ್ಯಜಿಸಿದಾಗ ಸುಳ್ಳು ಮಾತುಗಳಿಂದ ನಂಬಿಸಿ ಕೊಂದಾ ಶೌರ್ಯವನ್ನು ; ಬಾಣಗಳ ಹಾಸಿಗೆಯಲ್ಲಿ ಮಲಗಿದ್ದ ಭೀಷ್ಮಾಚಾರ್ಯರನ್ನು ಮತ್ತೆ ಮತ್ತೆ ಗುರಿಯಿಟ್ಟು ಹೊಡೆದು ಉರುಳಿಸಿದ ಪರಾಕ್ರಮವನ್ನು, ರಥಹೂತು ವಿರಥನಾಗಿ ನಿರಾಯುಧನಾದ ಕರ್ಣನನ್ನು ಆ ಅವಸ್ಥೆಯಲ್ಲಿ ಕೊಂದು ಹಾಕಿದ ಶೌರ್ಯವನ್ನು ಅವರ ಸಾಹಸವನ್ನು ಪಾಂಡು ಪುತ್ರರೇ ತಿಳಿಯಬೇಕಲ್ಲದೆ ದುರ್ಯೋಧನನು ಬಲ್ಲನೇ?

ಇಂತಹ ಅನುಭವ ದುರ್ಯೋಧನನಿಗೆ ಎಂದಿಗೂ ಇರಲಿಲ್ಲ. (ಈ ಮಾತು ಮಿಥ್ಯವಾದರೂ ತಥ್ಯ ಎಂಬುದೂ ಅಷ್ಟೇ ಸತ್ಯ!)

ಸೊಕಮಿರ್ಕಕ್ಕಟ ದರ್ಭಪಾಣಿ ಯಮಜಂ ದರ್ವೀಕರಂ ವಾಯು ಪು
ತ್ರಕನುಂ ಜರ್ಜರ ಹಸ್ತನಿಂದ್ರತನಯಂ ದಸ್ರಾತ್ಮಜರ್ದಂಡಮು ।
ಷ್ಟಿಕರರ್ ಶಸ್ತ್ರವಿಡಂಬಮೇವುದವರ್ಗಂ ಪಾಂಚಾಲಿಯುಂ ಗಂಧದಾ
ಯಕಿಯಾಗಿರ್ಪಿನಮಂದು ಮತ್ಸ್ಯಗೃಹದಿಂದೀ ನಿಗ್ರಹಂ ಪೊಲ್ಲದೇ ॥ ೩೪ ॥

ಸೊಕಮಿರ್ಕೆ = ಸೊಕಮ್ + ಇರ್ಕೆ = ಸುಖವಾಗಿ ಇರುವಿಕೆ ; ದರ್ಭಪಾಣಿ = ಒಂದು ಜಾತಿಯ ಹುಲ್ಲು, ಪಾವಿತ್ರ್ಯತೆ ಹೊಂದಿರುವುದು = ಅದನ್ನೂ ಧರಿಸಿರುವವ ; ದರ್ವೀಕರಂ = ಸೌಟು ಹಿಡಿದವನು ; ಜರ್ಜರ ಹಸ್ತನ್ = ನಟ್ಟುವಾಂಗ ಹೇಳುವವನು ಕೈಯಲ್ಲಿ ಹಿಡಿದು ನುಡಿಸುವ ತಾಳದಂತಹ ವಾದ್ಯ (ಖಂಜರಿ ಎಂಬ ಅರ್ಥವೂ ಇದೆ) ದಸ್ರಾತ್ಮಜರ್ – ದಸ್ರ + ಆತ್ಮಜರ್ = ಅಶ್ವಿನೀ ದೇವತೆಗಳ ಮಕ್ಕಳು ; ದಂಡ ಮುಷ್ಟಿಕರ್ = ಕೋಲನ್ನು ಕೈಯಲ್ಲಿ ಹಿಡಿದವರು ನಕುಲ – ಸಹದೇವರು ; ಗಂಧದಾಯಕಿ = ಗಂಧವನ್ನು ತೇದುಕೊಡುವ ಸೈರಂಧ್ರಿ ; ಶಸ್ತ್ರವಿಡಂಬಂ = ಆಯುಧ ಹಿಡಿಯುವುದು ಹಾಸ್ಯಾಸ್ಪದ ಅಥವಾ ಹಿಡಿಯುವ ಆಸೆ, ಚಪಲ ; ಮತ್ಸ್ಯಗೃಹ = ವಿರಾಟನ ಅರಮನೆ

ವಿರಾಟನ ಅರಮನೆಯಲ್ಲಿ ದರ್ಭೆ ಹಿಡಿದು ಸನ್ಯಾಸಿ ವೇಷದಲ್ಲಿದ್ದ ಧರ್ಮರಾಯ ಕೈಯಲ್ಲಿ ಸೌಟನ್ನು ಹಿಡಿದು ಅಡುಗೆಯವನಾಗಿದ್ದ ಭೀಮಸೇನ, ಕೈಯಲ್ಲಿ ನರ್ತನದ ತಾಳ ಹಿಡಿದು ನುಡಿಸುವ ಅರ್ಜುನ, ಮುಷ್ಠಿಯಲ್ಲಿ ಕೋಲನ್ನು ಹಿಡಿದು ಕುದುರೆ ಮತ್ತು ದನಗಳನ್ನು ಕಾಯುತ್ತಿದ್ದ ನಕುಲ ಸಹದೇವರು ಹಾಗೂ ರಾಣಿಗೆ ಗಂಧ ತೇದು ಸುಗಂಧ ದ್ರವ್ಯಗಳನ್ನು ನೀಡುತ್ತಿದ್ದ ಸೈರಂಧ್ರಿ ದ್ರೌಪದಿ ಅಲ್ಲಿ ಸುಖವಾಗಿದ್ದು ಜೀವನ ನಡೆಸುತ್ತಿರುವವರಿಗೆ ಶಸ್ತ್ರ ಹಿಡಿಯವ ಚಾಪಲ್ಯವೇ? ಅಂದರೆ ಅಜ್ಞಾತವಾಸ ಕಾಲದಲ್ಲಿ ದರ್ಭೆ, ಸೌಟು, ತಾಳ, ಕೋಲು ಹಿಡಿದ ಕೈ ಆಯುಧ ಹಿಡಿಯುವುದೆಂದರೆ ಹಾಸ್ಯಾಸ್ಪದವಲ್ಲವೇ ಎಂಬುದಾಗಿ ದುರ್ಯೋಧನನ ಮೂದಲಿಕೆ.

ಅಧಿಕಾರಿಗಳೆನೆ ಸೈರಿಸೆ
ವಧಿಕಾರಿಗಳಾಗಿ ಬಾಳ್ಗೆಬಡವುಗಳವರ್ಗಾ ।
ಯುಧ ಭಾರಮೇಕೆ [ಬಗೆಯ
ಲ್ಕೆ] ಧರ್ಮದಿಂ ಕ್ಷತ್ರಧರ್ಮವವರ್ಗೆ ವಿರುದ್ಧಂ ॥ ೩೫ ॥

ಅಧಿಕಾರಿಗಳೆನೆ – ಅಧಿಕ + ಅರಿಗಳ್ + ಎನೆ = ಪ್ರಬಲರಾದ ಶತ್ರುಗಳು ಎಂದರೆ ; ಸೈರಿಸೆವಧಿಕಾರಿಗಳಾಗಿ – ಸೈರಿಸೆವು + ಅಧಿಕ + ಅರಿಗಳ್ + ಆಗಿ = ಪ್ರಬಲ ಶತ್ರುಗಳೆಂದರೆ ಸೈರಿಸುವುದಿಲ್ಲ (ಸಹಿಸುವುದಿಲ್ಲ) ; ಅಧಿಕಾರಿಗಳ್ = ಅಧಿಕಾರ ಇರುವಂತಹವರು ; ಬಡುವುಗಳ್ = ಬಡಪಾಯಿಗಳು ; ಆಯುಧ ಭಾರಂ = ಆಯುಧದ ಹೊರೆ

ಹೀಗೆ ದುರ್ಯೋಧನನು ಸಂಜಯನನ್ನು ಕುರಿತು ಸಂಜಯಾ ಆ ಪಾಂಡವರು ನನ್ನ ಪ್ರಬಲರಾದ ಶತ್ರುಗಳು ಎಂದು ನೀನು ಹೇಳಿಬಿಟ್ಟರೆ ನಾನು ಸೈರಿಸಿಕೊಳ್ಳುವೆನೇ?

ಅಧಿಕಾರಿಗಳಾಗಿ ಅವರು ಯಾವುದೇ ರೀತಿಯ ಜವಾಬ್ದಾರಿ ವಹಿಸಿಕೊಂಡು ಬದುಕಿಕೊಳ್ಳಲಿ ಬಿಡು, ಇಂತಹವರಿಗೆ ಆಯುಧ ಹಿಡಿಯುವ ಆಸೆ ಏಕೆ? ಹಾಗೆ ನೋಡಿದರೆ ಅವರಿಗೆ ಈ ಕ್ಷಾತ್ರ ಧರ್ಮವೆಂಬುದು ಕೂಡ ವಿರೋಧಾಭಾಸವಲ್ಲವೇ ಎಂದು ಮತ್ತೆ ಮೂದಲಿಕೆಯ ನುಡಿಗಳನ್ನಾಡುತ್ತಾನೆ.

ಸಭೆಯೊಳ್ತಮ್ಮಯ ಪಕ್ಕದೆನ್ನನುಜನಾ ಪಾಂಚಾಲಿಯಂ ಪಂಚವ
ಲ್ಲಭೆಯಂ ಮೋದೆಯುಮಲ್ಲಿ ಮಿಳ್ಮಿಳನೆ ನೋಡುತ್ತಿರ್ದ ಬಿಲ್ಲಾಳ್ಗಳಿ ।
ಲ್ಲಿ ಭರಂಗೆಯ್ದಪರೀಪರಾಕ್ರಮಮುಮೀಪೆರ್ಮಾತುಮೀಗಂಡುಮೀ
ಸುಭಟಾಲಾಪಮುಮೆಲ್ಲಮಾನೃಪಸುತರ್ಗಂದೆಲ್ಲಿ ಪೊಕ್ಕಿರ್ದುವೊ ॥ ೩೬ ॥

ಸಭೆಯೊಳ್ + ತಮ್ಮಯ + ಪಕ್ಕದೆ = ಸಭೆಯಲ್ಲಿ ತಮ್ಮ ಪಕ್ಕದಲ್ಲೇ ; ಎನ್ನನುಜ = ದುಶ್ಶಾಸನ ಪಂಚವಲ್ಲಭೆ = ಐವರ (ಪಾಂಡವರ) ಮಡದಿ ; ಮೋದೆಯಂ + ಅಲ್ಲಿ = ಹೊಡೆದು ಬಡಿಯುತ್ತಿದ್ದಾಗ ಅಲ್ಲಿ ; ಮಿಳ್ಮಿಳನೆ = ಪಿಳಿ ಪಿಳಿಯಂತೆ ; ಭರಂಗೆಯ್ದಪರ್ = ಆರ್ಭಟಿಸುತ್ತಾರೆ ; ಪರಾಕ್ರಮಮುಮ್ + ಈ ಪೆರ್ಮಾತುಮ್ + ಈ ಗಂಡುಮ್ + ಈ ಸುಭಟಾಲಾಪ = ವೀರ್ಯ ವತ್ತಾದ ಮಾತು

ತುಂಬಿದ ಸಭಾಂಗಣದಲ್ಲಿ ನಮ್ಮ ಎದುರಿನಲ್ಲೇ ಆ ನನ್ನ ತಮ್ಮನಾದ ದುಶ್ಶಾಸನನು ಆ ಐದು ಮಂದಿಯ ಪತ್ನಿ ಪಾಂಚಾಲೆಯನ್ನು ಎಳೆದಾಡಿ ಬಡಿಯುತ್ತಿದ್ದಾಗ ಅಲ್ಲಿ ಅಸಹಾಯಕರಾಗಿ ಪಿಳಪಿಳನೆ ಕಣ್ಣು ಬಿಟ್ಟುಕೊಂಡು ನೋಡುತ್ತಿದ್ದ ಮಹಾವೀರರೆನಿಸಿದ ಆ ಹೇಡಿಗಳು ಇಂದು ಇಲ್ಲಿ ಈ ರಣರಂಗದಲ್ಲಿ ವೀರಾವೇಶವನ್ನು ಮೆರೆಸುತ್ತಿದ್ದಾರೆ! ಈ ಶೌರ್ಯ ಈ ಅಗ್ಗಳಿಕೆಯ ಮಾತು ಈ ವೀರಾಲಾಪವೆಲ್ಲವೂ ಅಂದು ಎಲ್ಲಿ ಅಡಗಿ ಹೋಗಿದ್ದವೋ... ಇವೆಲ್ಲ ದುರ್ಯೋಧನ ಪಾಂಡವರ ಕುರಿತಾಗಿ ಆಡುವ ವ್ಯಂಗದ ನುಡಿಗಳು. ಒಂದು ರೀತಿಯಲ್ಲಿ ಹತಾಶೆಯ ಮಾತುಗಳೂ ಎನ್ನಬಹುದು.

ಯಮವಾಯುತ್ರಿದಶಾಶ್ವಿನೀತನಯರುಂ ತಾವಾದರೀಯಯ್ವರುಂ
ಹಿಮಕೃದ್ವಂಶ ಕಳಂಕರಂತವರ್ಗಮಾ ಪಾಂಚಾಲ ಭೂಪಾಲ ಪು ।
ತ್ರಿ ಮನೋವಲ್ಲಭೆಯಾದಳೆಂದೊಡೆ ಗಡಂ ಕೇಳಲ್ಕದೇಂ ಕ್ಷತ್ರ ಧ
ರ್ಮಮೊ ಭೂಲೋಕಕೆ ಪೇಟಿಮೀದೊರೆಯ ಚಾರಿತ್ರಂ ಪೃಥಾ ಪುತ್ರರಾ ॥ ೩೭ ॥

ತ್ರಿದಶ = ಇಂದ್ರ ; ಹಿಮಕೃತ್ + ವಂಶ = ಚಂದ್ರವಂಶ ; ಪೃಥಾ ಪುತ್ರರು = ಕುಂತಿಯ ಮಕ್ಕಳು (ಪಾಂಡವರು) ; ಚಾರಿತ್ರಂ = ನಡತೆ

ಯಮ, ವಾಯು, ಇಂದ್ರ ಹಾಗೂ ಅಶ್ವಿನೀ ದೇವತೆಗಳು – ಪಾಂಡು ರಾಜನ ಮಕ್ಕಳಾಗಿ ಜನಿಸಿದರು. (ಕುಂತಿಯಲ್ಲಿ ಯುಧಿಷ್ಠಿರ, ಭೀಮಸೇನ, ಅರ್ಜುನ. ಮಾದ್ರಿಯಲ್ಲಿ ನಕುಲ – ಸಹದೇವರು.) ಈ ಐದು ಜನರೂ ಚಂದ್ರವಂಶಕ್ಕೆ ಕಳಂಕ ಪ್ರಾಯರೆನಿಸಿದರು. ಪಾಂಚಾಲ ದೇಶದ ಅರಸನಾದ ದ್ರುಪದ ರಾಜನ ಮಗಳು ದ್ರೌಪದಿ ಇವರ ಹೆಂಡತಿಯಾಗಿಬಿಟ್ಟ ಮಾತ್ರಕ್ಕೆ ಅದು ಕ್ಷಾತ್ರ ಧರ್ಮಯೆನಿಸಿಬಿಟ್ಟಿತೇ? ಇದೇನೇ ಕ್ಷತ್ರಿಯ ಧರ್ಮ? ಹೇಯಕೃತ್ಯವಲ್ಲವೇ? ಆದರೆ ಇವರು ಕುಂತೀ – ಮಾದ್ರಿ ಮಕ್ಕಳೇ ಹೊರತು ಪಾಂಡುವಿನ ಮಕ್ಕಳಲ್ಲಾ ಎಂಬ ಕಟುನುಡಿಗಳನ್ನಾಡುತ್ತಾನೆ ದುರ್ಯೋಧನ.

ಪಸೆಯೊಳ್ಪಸುರ್ವಂದರೊಳ
ಗ್ನಿಸಾಕ್ಷಿಯೊಳ್ಕೊಂಡ ಪಾಂಡು ಪತಿಯಿರೆ ದೋಷಾ ।
ವಸಥರ್ಪಾದರದಿಂ ಜನಿ
ಯಿಸಿದರ್ಪಾಂಡವರೊಳಲ್ಲದೆಮ್ಮೊಳುಮುಂಟೇ ॥ ೩೮ ॥

ಪಸೆ = ಹಸೆ, ಮಣೆ, ಚಾಪೆ ; ಪಸುರ್ವಂದರೊಳ್ – ಪಸುರ್ + ಪಂದರ = ಹಸಿರು ಚಪ್ಪರ ; ದೋಷಾವಸಥರ್ – ದೋಷ + ಅವಸಥರ್ = ದೋಷಕ್ಕೆ ಒಳಗಾದವರು ; ಪಾದರ = ಹಾದರ

ಸಮೃದ್ಧವಾದ ಸುಂದರ ಹಸಿರು ಚಪ್ಪರದಲ್ಲಿ ಹಸೆಮಣೆಯಲ್ಲಿ ಕುಳಿತು ಅಗ್ನಿಸಾಕ್ಷಿಯಾಗಿ ಕೈಹಿಡಿದ ಪಾಂಡುರಾಜನಿರಬೇಕಾದರೆ ಪರ ಪುರುಷರಿಂದ ಮಕ್ಕಳನ್ನು ಅನೀತಿಯಲ್ಲಿ ಪಡೆದಳು ಆ ಕುಂತಿ. ಹೀಗಾಗಿ ಅವರು ನಿಂದನೆಗೆ ಒಳಗಾದರು. ಅವರು ಪಾಂಡವರಲ್ಲದೆ ನಮ್ಮವರಲ್ಲಿ ಯಾರಿರುವರು ಹೇಳು ಸಂಜಯಾ? ಎಂತಹ ಈರ್ಷ್ಯೆಯ ಮಾತು ಈ ದುರ್ಯೋಧನದು?

ವಚನ : ಎಂದು ಧೃತರಾಷ್ಟ್ರ ನಂದನಂ ಧರ್ಮನಂದನುಮಂ ವಾಯು ನಂದನನುಮಂ ಸಕ್ರಂದನ ನಂದನನಮಶ್ವಿನೀ ನಂದನರುಮಂ ನಿರಾಕರಣಂ ಗೆಯ್ದುನಿತಱೊಳಂ ಮಾಣದೆ...

ಸಕ್ರಂದನ = ಇಂದ್ರ ;

ಹೀಗೆ ಹೇಳುತ್ತಾ ಆ ಧೃತರಾಷ್ಟ್ರನ ಪುತ್ರನಾದ ದುರ್ಯೋಧನ ಧರ್ಮರಾಯ, ವಾಯು ಪುತ್ರ ಭೀಮ, ಇಂದ್ರಸುತ ಅರ್ಜುನ, ಅಶ್ವಿನೀದೇವತೆಗಳಿಂದ ಹುಟ್ಟಿದ ನಕುಲ–ಸಹದೇವರ ಬಗ್ಗೆ ನಿಷ್ಠುರದ ನುಡಿಗಳನ್ನಾಡಿ ಅಷ್ಟಕ್ಕೇ ಬಿಡದೆ...

ಬಿಡದಾರಾಧಿಸೆ ಮುನ್ನಮೆ
ಕುಡಲಾಱದೆ ಬಟಿಕೆ ಗಂಟಲಂ ಮೆಟ್ಟಿದೊಡಿ ।
ಟ್ಟೆಡೆಯೊಳೊಟ್ಟಂ ಗೆಲ್ಲಂ
ಗುಡುವಂತೆ ನರಂಗೆ ಪಾಶುಪತಮಂ ರುದ್ರಂ ॥ ೩೯ ॥

ಮುನ್ನಮೇ = ಮೊದಲೇ ; ಇಟ್ಟೆಡೆಯೊಳ್ = ಇಕ್ಕಟ್ಟಿನಲ್ಲಿ ; ಗೆಲ್ಲಂಗುಡುವಂತೆ = ಬಹುಮಾನ ಕೊಡುವಂತೆ

ಇದು ಕಿರಾತಾರ್ಜುನೀಯ ಪ್ರಸಂಗದ ಕುರಿತಾಗಿ ದುರ್ಯೋಧನ ಹೇಳುವ ಮಾತು. ಅರ್ಜುನ ತಪಸ್ಸಿನಲ್ಲಿ ಕುಳಿತು ಎಡೆಬಿಡದೆ ಶಿವನನ್ನು ಆರಾಧಿಸಿದರೂ ಶಿವನಿಗೆ ಅವನ ಮೇಲೆ ಕರುಣೆ ಬರಲಿಲ್ಲ. ಬಳಿಕ ಅವನೊಡನೆ ಅರ್ಜುನ ಹೊಯ್ದಾಡಿ ಶಿವನನ್ನು ಕೆಡಹಿ ಗಂಟಲನ್ನು ಒತ್ತಿ ಹಿಡಿದಾಗ ಇಕ್ಕಟ್ಟಿಗೆ ಸಿಲುಕಿದ ರುದ್ರ ಮನಸ್ಸಿಲ್ಲದ ಮನಸ್ಸಿನಿಂದ ಅರ್ಜುನನಿಗೆ ಪಾಶುಪತಾಸ್ತ್ರವನ್ನು ಕೊಟ್ಟ. ಅದೂ ಬಹುಮಾನ ರೂಪದಲ್ಲಿ ಎಂಬುದು ಕೌರವನ ಕಲ್ಪನೆ ಮಾತ್ರ. ನಿಜಕ್ಕೂ ಆ ಸಂದರ್ಭವೇನು ಅರ್ಜುನ–ಶಿವರಿಗೆ ಕಾದಾಟವೇಕಾಯಿತು ಎಂಬ ಅರಿವೂ ಇವನಿಗೆ ಸ್ವಲ್ಪವೂ ಇಲ್ಲ ಎಂಬುದು ಅವನ ಮಾತಿನಿಂದಲೇ ತಿಳಿಯುತ್ತದೆ.

ತನಯನೆನಗೆಂದು ಮನ್ನಿಸಿ
ತನಗುರುಗಜ್ಜ [ಮೆನೆ] ಪಾಕಶಾಸನನರ್ಧಾ ।
ಸನಮೇಱಿಸಿ ನೀಱೇಱಿಸಿ
ಮನುಜಂಗಂ ಮಾನ್ಯ ಪದವಿಯಂ ಮಾಡಿದನೇ ॥ ೪೦ ॥

ತನಗುರುಗಜ್ಜಮೆನೆ – ತನಗೆ + ಉರು + ಕಜ್ಜಮ್ + ಎನೆ = ತನ್ನ ಗುರುತರವಾದ ಕಾರ್ಯವನ್ನು ಎಸಗಿದ್ದಕ್ಕೆ ಎನ್ನುವಂತೆ ; ಪಾಕಶಾಸನ = ಇಂದ್ರ ; ನೀಱೇಱಿಸಿ = ಪುಳಕಿತಗೊಳಿಸಿ ; ಮನುಜಂಗಂ = ನರನಿಗೆ (ಇಲ್ಲಿ ಅರ್ಜುನನ 12 ಹೆಸರುಗಳಲ್ಲಿ 'ನರ' ಎಂಬುದೂ ಒಂದು. ಅದನ್ನೇ ಕವಿ ಇಲ್ಲಿ ಅನ್ವರ್ಥದಿಂದ ಮನುಜ ಎಂದು ಉಲ್ಲೇಖಿಸಿರಬಹುದು.) ; ಮಾನ್ಯ ಪದವಿ = ಸನ್ಮಾನ – ಬಿರುದು ಬಾವಲಿಗಳು

ಅರ್ಜುನ ಇಂದ್ರಲೋಕಕ್ಕೆ ಸಶರೀರನಾಗಿ ಆಗಮಿಸಿದಾಗ ಇಂದ್ರ ಇವನು ತನ್ನ ಮಗ ಎಂಬ ವಾತ್ಸಲ್ಯದಿಂದ ತನ್ನ ಸಿಂಹಾಸನದಲ್ಲಿ ಅರ್ಧಾಸನವನ್ನು ನೀಡಿ ಗೌರವಿಸುತ್ತಾನೆ. ಕಾರಣ ತನ್ನಿಂದ ಸೋಲಿಸುವುದಕ್ಕೆ ಅಸಾಧ್ಯರೆನಿಸಿದ ನಿವಾತ ಕವಚರೆಂಬ ರಾಕ್ಷಸರನ್ನು ಅರ್ಜುನ ಸಂಹರಿಸುತ್ತಾನೆ. ಇಂತಹ ಗುರುತರವಾದ ಕಾರ್ಯವನ್ನು ಅರ್ಜುನ ಮಾಡಿದ್ದರಿಂದ ಅವನನ್ನು ಅರ್ಧಾಸನದಲ್ಲಿ ಕುಳ್ಳಿರಿಸಿ ಗೌರವಾದರಗಳನ್ನು ಮಾಡುತ್ತಾನೆ ಇಂದ್ರ. ಆದರೆ ದುರ್ಯೋಧನನ ಪ್ರಕಾರ ಇದರಲ್ಲಿ ಯಾವ ಮಹತ್ವವೂ ಇಲ್ಲ. ಇಂದ್ರ ತನ್ನ ಸ್ವಾರ್ಥಸಾಧನೆಗಾಗಿಯೇ ಈ ಕಾರ್ಯವೆಸಗಿದ ಎಂಬುದು. ಇಂತಹ ವಿಚಾರಗಳಲ್ಲಿ ಕೇವಲ ಹುಳುಕುಗಳನ್ನು ಹುಡುಕಿ ಕುಹಕವಾಡುವುದೇ ದುರ್ಯೋಧನನ ಸ್ವಭಾವ.

ಪವನಂಗೆ ಪುಟ್ಟಿದಂ ರಾ
ಘವನಣುಗಾಳ್ ತ್ರಿಣಯನಾಂಶಮೆನಿಪಣುವಂ ಪಾಂ ।
ಡವ ಕೇತುದಂಡದೊಳ್ನೆಲ
ಸುವುದಾವಗ್ಗಳಿಕೆ ಕಪಿಗೆ ಚಪಲತೆ ಸಹಜಂ ॥ ೪೧ ॥

ಪವನಂಗೆ ಪುಟ್ಟಿದಂ = ವಾಯುವಿಗೆ ಹುಟ್ಟಿದವನು ; ರಾಘವನ + ಅಣುಗಾಳ್ = ರಾಮಚಂದ್ರನ ನಚ್ಚಿನ ಸೇವಕ ; ತ್ರಿಣಯನ = ಮೂರು ಕಣ್ಣುಳ್ಳ ಶಿವ ; ಅಣುವಂ = ಅಣುಗ (ಮಗ – ಹನುಮಂತ) ; ಕೇತುದಂಡ = ಧ್ವಜಸ್ತಂಭ

ವಾಯುದೇವರ ಮಗನಾಗಿ ಆ ಶ್ರೀರಾಮಚಂದ್ರನ ನಚ್ಚಿನ ಸೇವಕನಾಗಿ ಅಂಜನಾ ದೇವಿಯಲ್ಲಿ ಶಿವನ ಅಂಶದಿಂದ ಹುಟ್ಟಿದ ಹನೂಮಂತ ಅರ್ಜುನನ ಧ್ವಜ ಸ್ತಂಭದಲ್ಲಿ ಆಸೀನನಾದುದರಲ್ಲಿ ಅಚ್ಚರಿಯೇನಿದೆ? ಕಪಿಗೆ ಚಪಲತೆ ಸಹಜ ತಾನೇ? ಅಂದರೆ ಹುಟ್ಟುಗುಣ ಸುಟ್ಟರೂ ಹೋಗುವುದಿಲ್ಲ ಎಂಬಂತೆ ಇಲ್ಲಿ ಹನೂಮಂತನನ್ನೂ ಛೇಡಿಸಿದ್ದಾನೆ ಈ ಕೌರವ. ಇಲ್ಲಿ ಹನುಮಂತನ ತಂದೆ ವಾಯು ಆತ ನಿತ್ಯ ಸಂಚಾರಿ. ರಾಮನೂ ಅರಣ್ಯವಾಸಿಯಾಗಿ ಹದಿನಾಲ್ಕು ವರ್ಷ ಬಳಲಿದವನು ಅಂದರೆ ಕಾಡಾಡಿ. ಇನ್ನು ಶಿವನೂ ಕಪಾಲ ಪಾತ್ರೆ ಹಿಡಿದು ಭಿಕ್ಷೆಗೈದವನು. ಈ ಮೂರು ಗುಣಗಳನ್ನು ಹೊಂದಿದ ಹನೂಮಂತ ಹಾರಿಬಂದು ಅರ್ಜುನನ ಧ್ವಜದಲ್ಲಿ ಕುಳಿತ ಅಷ್ಟೇ. ಇದಕ್ಕಾಗಿ ಅಚ್ಚರಿಪಡಬೇಕಾಗಿಲ್ಲ. ಇದು ಸಹಜವಾದ ಕಪಿಬುದ್ಧಿ ಎಂಬುದು ಕೌರವನ ವಾದ.

ಅನುಜೆಯನಿತ್ತು ನರಂಗಾ
ತನ ತನಯಂಗಿತ್ತು ತನ್ನ ಮಗಳಂ ತಾನಾ ।
ತನ ರಥಮನೆಸಗಿ ಧರ್ಮಜ
ನನುಜನ ನೆವದಿಂದಮರಸುಗೆಯ್ವಂ ಕೃಷ್ಣಂ ॥ ೪೨ ॥

ಅನುಜೆ = ತಂಗಿ (ಸುಭದ್ರೆ) ; ನರಂಗೆ = ಅರ್ಜುನನಿಗೆ ; ತನಯಂಗೆ = ಅಭಿಮನ್ಯುವಿಗೆ ; ರಥಮನ್ + ಎಸಗಿ = ರಥವನ್ನು ನಡೆಸಿ (ಸಾರಥಿಯಾಗಿ)

ಇಲ್ಲಿ ದುರ್ಯೋಧನ ಈಗ ಶ್ರೀಕೃಷ್ಣನ ಮೇಲೆ ಹರಿಹಾಯುತ್ತಾನೆ. ಕೃಷ್ಣ ತನ್ನ ತಂಗಿಯಾದ ಸುಭದ್ರೆಯನ್ನು ಕೊಟ್ಟು ಅರ್ಜುನನ ಮದುವೆ ಮಾಡಿಸಿದ. ಅಲ್ಲದೆ ತನ್ನ ಮಗಳಾದ (ಕೃಷ್ಣನಿಗೆ ಹೆಣ್ಣು ಮಕ್ಕಳಿರುವ ಉಲ್ಲೇಖ ಎಲ್ಲೂ ಇಲ್ಲ. ಅಂದಮೇಲೆ ಇಲ್ಲಿ ಬಲರಾಮನ ಮಗಳಾದ ಶಶಿರೇಖೆ ಎಂಬುವಳನ್ನು ಎಂಬುದು ಸೂಚ್ಯ.) ಶಶಿರೇಖೆಯನ್ನು ಅರ್ಜುನನ ಮಗನಾದ ಅಭಿಮನ್ಯುವಿಗೆ ಕೊಟ್ಟು ವಿವಾಹ ಮಾಡಿಸಿದ. ಅಲ್ಲದೆ ಪಾರ್ಥನ ರಥದ ಸಾರಥಿಯಾಗಿ ಕಾರ್ಯ ನಿರ್ವಹಿಸಿ, ಧರ್ಮರಾಯನ ತಮ್ಮ ಅರ್ಜುನನ ನೆಪದಿಂದ ತಾನೇ ರಾಜ್ಯವಾಳಿದ ಈ ಕೃಷ್ಣ !

ಪುರುಷರ್ ಮೂವರೊಳೊರ್ವನೆಂಬರಸುರ ಪ್ರಧ್ವಂಸಿಯೆಂಬರ್ ಜಗ
ದ್ಗುರುವೆಂಬರ್ ಪೆಱರ್ಗೇಕೆ ತೇರನೆಸಪಂ ಧರ್ಮಾನುಜಂಗೇಕೆ ಕಿಂ ।
ಕರನಾದಂ ಕರವೇಟಿಯಾದನದರಿಂ ಸೂತಂ ಭಟಂ ಪೇಟಿಯೆಂ
ಬರ ಮಾತೊಪ್ಪುಗುಮಾದಿ ದೇವನೆನಿಸಲ್ ಕೃಷ್ಣಂಗದೆಂತೊಪ್ಪುಗುಂ ॥ ೪೩ ॥

ಪುರುಷರ್ ಮೂವರ್ = ತ್ರಿಮೂರ್ತಿಗಳು (ಬ್ರಹ್ಮ – ವಿಷ್ಣು – ಮಹೇಶ್ವರ) ; ಅಸುರ ಪ್ರಧ್ವಂಸಿ = ರಾಕ್ಷಸರನ್ನು ಸಂಹರಿಸಿದವ ; ಪೆಱರ್ಗೆ = ಬೇರೆಯವರಿಗೆ ; ತೇರನ್ + ಎಸಪಂ = ರಥವನ್ನು ನಡೆಸುವುದು ; ಕಿಂಕರ = ದಾಸ, ಸೇವಕ ; ಕರವೇಟಿ = ಹೆದರುಪುಕ್ಕ ; ಸೂತ = ರಥನಡೆಸುವವ ; ಪೇಟಿ = ಹೇಡಿ ; ಮಾತು + ಒಪ್ಪುಗುಂ + ಆದಿದೇವನ್ + ಎನಿಸಲ್

ತ್ರಿಮೂರ್ತಿಗಳಲ್ಲಿ ಕೃಷ್ಣನೂ ಒಬ್ಬ, ರಾಕ್ಷಸ ಸಂಹಾರಿ ಎಂದು ಹೇಳುತ್ತಾರೆ. ಅವನನ್ನು ಜಗದ್ಗುರುವೆಂದೂ ಕರೆಯುತ್ತಾರೆ. ಅಂದಮೇಲೆ ಅವನೇಕೆ ಬೇರೆಯವರಿಗೆ ಸಾರಥಿಯಾಗುತ್ತಾನೆ? ಧರ್ಮರಾಯನ ತಮ್ಮನಾದ ಅರ್ಜುನನಿಗೇಕೆ ಸೇವಕನಾಗುತ್ತಾನೆ? ಹೇಡಿ ಎಂದು ಏಕೆ ಅನ್ನಿಸಿಕೊಳ್ಳುತ್ತಾನೆ? ಅದಕ್ಕೇ ಅವನಿಗೆ ಸೂತ, ಸೇವಕ ಹೇಡಿ ಎಂಬ ಮಾತು ಒಪ್ಪುತ್ತದೆ ! ಆದಿದೇವನೆಂದೆನಿಸುವ ಕೃಷ್ಣನಿಗೆ ಇದು ಹೇಗೆ ಒಪ್ಪುತ್ತದೆ?

ಅನಿಮೇಷಾದ್ಯಾವತಾರಂ
ತನಗಾಯ್ತು ದಶಾವತಾರಂ ಅಲ್ಲದೊಡಿರದ ।
ರ್ಜುನನ ರಥಮೆಸೆಪ ಪನ್ನೊಂ
ದನೆಯದು ಸೂತಾವತಾರಮುಂ ಹರಿಗಾಯ್ತೇ ॥ ೪೪ ॥

ಅನಿಮೇಷಾದ್ಯಾವತಾರಂ = ರೆಪ್ಪೆ ಮಿಟುಕಿಸಿದ ಅಂದರೆ ಮೀನು, ಅದರ ಅವತಾರ ಮತ್ಸಾವತಾರ ; ಸೂತಾವತಾರ = ರಥವನ್ನು ನಡೆಸುವ ಅವತಾರ

ಶ್ರೀಹರಿಯು ಮತ್ಸ್ಯಾದಿ ದಶಾವತಾರಗಳನ್ನು ಜಗತ್‌ಕಲ್ಯಾಣಕ್ಕಾಗಿ ಮಾಡಿದ್ದರೂ ಅಷ್ಟಕ್ಕೆ ತೃಪ್ತನಾಗದೆ ಅರ್ಜುನನ ರಥದ ಸೂತನಾಗಿ ಪಾರ್ಥಸಾರಥಿಯೆನಿಸಿದ್ದು ಈ ಕೃಷ್ಣನ ಹನ್ನೊಂದನೆ ಅವತಾರವೆನಿಸಿತೇ ಎಂಬುದು ದುರ್ಯೋಧನನ ಹಾಸ್ಯೋಕ್ತಿ ಅಲ್ಲವೇ?

ವಚನ : ಎಂದು ದುರ್ಯೋಧನಂ ಹರನುಮಂ ಪುರಂದರನುಮಂ ಕಪಿರಾಜನುಮಂ ಕಂಜೋದರನುಮಂ ನಿರಾಕರಣಂಗೆಯ್ದನಿತಱೊಳಂ ಮಾಣ್ದು ಸೈರಿಸಲಾಱದೆ ಸಮರೋದ್ಯೋಗಂಗೆಯ್ಯೆ ಸಂಜಯನಂಜದೆ ಮಾರ್ಕೊಂಡು...

ಪುರಂದರನುಮಂ = ಇಂದ್ರನನ್ನು ; ಕಂಜೋದರನುಮಂ = ಪದ್ಮನಾಭನೆನಿಸಿದಾ ಹರಿ (ಕೃಷ್ಣ) ; ನಿರಾಕರಣ = ತಿರಸ್ಕರಿಸು ; ಅನಿತಱೊಳಂಮಾಣ್ದು = ಅಷ್ಟಕ್ಕೆ ಸುಮ್ಮನಿರದೆ (ಬಿಡದೆ) ; ಸಮರೋದ್ಯೋಗ = ಯುದ್ಧ ಸಿದ್ಧತೆ (ಯುದ್ಧಕ್ಕೆ ಸಿದ್ಧನಾಗಲು) ಮಾರ್ಕೊಂಡು = ಪ್ರತಿಭಟಿಸು

ಹೀಗೆಂದು ಹೇಳುತ್ತಾ ದುರ್ಯೋಧನನು ಶಿವನನ್ನು, ದೇವೇಂದ್ರನನ್ನು, ಕಪಿರಾಜನಾದ ಹನುಮನನ್ನು ಹಾಗೂ ಶ್ರೀಕೃಷ್ಣನನ್ನು ತುಚ್ಛವಾಗಿ ಮೂದಲಿಸಿ ಅಷ್ಟಕ್ಕೆ ಸುಮ್ಮನಾಗದೆ ಯುದ್ಧಕ್ಕೆ ಸಿದ್ಧನಾದಾಗ ಅದಕ್ಕೆ ಅಂಜದೆ ಸಂಜಯನು ಧೈರ್ಯದಿಂದ ಪ್ರತಿಭಟಿಸುತ್ತಾನೆ ಮತ್ತು ಅವನನ್ನು ಹೀಗೆ ಜರಿಯುತ್ತಾನೆ.

ಪ್ರತಿಕೂಲದೈವನೈ ನೀಂ
ಪ್ರತಿನೃಪರನುಕೂಲದೈವರ ಸಹಾಯನೆ ನೀಂ ।
ಪ್ರತಿನೃಪರಸಹಾಯರ್ನೀಂ
ಪ್ರತಿಬಲನದಱಿಂದನರ್ಥಕಂ ವಾಕ್ಯಾರ್ಥಂ ॥ ೪೫ ॥

ಪ್ರತಿಕೂಲದೈವನೈ = ದೈವಸಹಾಯವಿಲ್ಲದವನು ; ಪ್ರತಿನೃಪರ್ + ಅನುಕೂಲ + ದೈವರ್ = ಶತ್ರು ರಾಜರು ದೈವಾನುಗ್ರಹ ಉಳ್ಳವರು ; ಅನರ್ಥಕ = ನಿಷ್ಪ್ರಯೋಜಕ

ಸುಯೋಧನಾ ನೀನು ಅಪ್ರತಿಮ ಅಥವಾ ಅಸಹಾಯ ಶೂರನೆಂಬುದರಲ್ಲಿ ಯಾವ ಸಂಶಯವೂ ಇಲ್ಲ. ಆದರೆ ನಿನಗೆ ದೈವಾನುಗ್ರಹವಿಲ್ಲ. ಶತ್ರುಗಳೆನಿಸಿದ ಪಾಂಡವರು ದೈವಾನುಗ್ರಹವುಳ್ಳವರು ಅಸಹಾಯ ಶೂರರು ನೀನು ದೈವಬಲವಿಲ್ಲದೆ ಅಸಹಾಯಕನಾಗಿರುವಿ. ಹಾಗಾಗಿ ನಿನಗೆ ಉಪದೇಶ ಅಥವಾ ಸಲಹೆ ನೀಡುವುದು ವ್ಯರ್ಥವೆಂದೇ ನನ್ನ ಅನಿಸಿಕೆ ಎನ್ನುತ್ತಾನೆ ಸಂಜಯ.

ವಚನ : ಎಂದು ನುಡಿದ ಸಂಜಯನ ನುಡಿಗೆ ದುರ್ಯೋಧನಂ ನಿರ್ವೈಸಿ...

ನಿರ್ವೈಸು = ಬೇಸರಗೊಳ್ಳು

ಹೀಗೆಂದು ನುಡಿದ ಸಂಜಯನ ಮಾತಿಗೆ ಅತ್ಯಂತ ಬೇಸರಗೊಂಡ ದುರ್ಯೋಧನ

ಸಮರಜಯಂ ದೈವಾಯ
ತ್ತಮದಱಿನಾಪುರುಷಕಾರಮೆಮಗಾಯ್ತೀಗಳ್ ।
ಯಮನಂದನಾದಿಗಳೊಳೊಂ
ದೆ ಮೈಯ್ಯೊಳಾಂತಿಱಿವೆನೆನ್ನ ಚಲಮಂ ಮೆಱೆವೆಂ ॥ ೪೬ ॥

ದೈವಾಯತ್ತಮ್ = ವಿಧಿಯ ಆಟದಂತೆ ; ದೈವೇಚ್ಛೆ ; ಪುರುಷಕಾರಂ = ಪುರುಷ ಪ್ರಯತ್ನ ; ಒಂದೆ ಮೈಯ್ಯೊಳ್ + ಆಂತು + ಇಱಿವೆನ್ = ಏಕಾಂಗಿಯಾಗಿ ಹೋರುವೆನು ; ಚಲಮಂ = ಹಠವನ್ನು

ಯುದ್ಧದಲ್ಲಿ ಸೋಲು–ಗೆಲುವು ದೈವದ ಇಚ್ಛೆಯಂತೆ ಆಗುವುದು. ಆದರೆ ಪುರುಷ ಪ್ರಯತ್ನವೂ ಇರಬೇಕಲ್ಲವೇ. ಅದು ಈಗ ನಮ್ಮ ಕಾರ್ಯವಾಗಿದೆ ನೋಡುತ್ತಿರು. ಆ ಯಮನಂದನಾದಿಯಾಗಿ ಆ ಪಾಂಡವರನ್ನು ಏಕಾಂಗಿಯಾಗಿ ಎದುರಿಸಿ ಕಾದಾಡುತ್ತೇನೆ. ನನ್ನ ಹಠ ಏನೆಂದು ತೋರಿಸುತ್ತೇನೆ ಎನ್ನುತ್ತಾನೆ. ಇದನ್ನೇ ಚಲದೊಳ್ ದುರ್ಯೋಧನಂ ಎಂದು ಸೂಚ್ಯವಾಗಿ ಕವಿ ಹೇಳುವುದು.

ಸುರಸಿಂಧೂದ್ಭವ ಕುಂಭಜನ್ಮ ದಿನಕೃತ್ಪುತ್ರಾದಿಗಳ್ಸಾಯೆ ಸಂ
ಗರದೊಳ್ಪಾಂಡವರಂ ಗೆಲಲ್ನೆಱೆಯನಿನ್ನೇಕಾಕಿ ದುರ್ಯೋಧನಂ ।
ಸೆರಗಂ ಸಾರ್ದಪನೆಂಗಮಿಾಧರೆ ಭುಜಾದಂಡಂ ಗದಾದಂಡಮೆಂ
ಬೆರಡುಂ ಸಂಜಯ ಮಜ್ಜಯಕ್ಕೆ ನೆರವಿಂ ಮತ್ತಾರ್ನೆರಂಬಾರ್ವನೇ ॥ ೪೭ ॥

ಸಿಂಧೂದ್ಭವ = ಗಂಗಾತನಯ ಭೀಷ್ಮ ; ಕುಂಭಜನ್ಮ = ಕೊಡದಿಂದ ಹುಟ್ಟಿದವ ದ್ರೋಣ ; ದಿನಕೃತ್ + ಪುತ್ರ = ಸೂರ್ಯ (ದಿನಕರ) ಪುತ್ರ ; ನೆಱೆಯನಿನ್ = ಸಮರ್ಥನಲ್ಲ ; ಸೆರಗಂ = ಸಹಾಯವನ್ನು ; ಸಾರ್ದಪನೆಂಗುಮ್ = ಅಪೇಕ್ಷಿಸಿದನೆಂದು ; ಮಜ್ಜಯ = ನನ್ನ ಗೆಲುವಿಗೆ ; ನೆರವಿಂ = ನೆರವಾಗಿರುವಾಗ ; ಮತ್ತೆ + ಆರ್ + ನೆರವಂ + ಪಾರ್ವನೆ = ಮತ್ತೆ ಇತರರ ಸಹಾಯವನ್ನು ಅಪೇಕ್ಷಿಸುವನೇ?

ಇಲ್ಲಿ ನಡೆದ ಈ ಘೋರ ಯುದ್ಧದಲ್ಲಿ ಭೀಷ್ಮ, ದ್ರೋಣ ಕರ್ಣಾದಿಗಳು ಸತ್ತನಂತರ (ಭೀಷ್ಮಾಚಾರ್ಯರು ಇನ್ನೂ ಮರಣ ಹೊಂದಿಲ್ಲ. ಶರಶಯ್ಯೆಯಲ್ಲಿ ಮಲಗಿದ್ದಾರೆ. ಆದರೂ ದುರ್ಯೋಧನನ ಪ್ರಕಾರ ಅವರು ಸತ್ತಂತೆಯೇ) ಏಕಾಂಗಿಯಾದ ದುರ್ಯೋಧನ ಶತ್ರುಗಳಾದ ಪಾಂಡವರನ್ನು ಜಯಿಸಲಾಗದೆ ಬೇರೆಯವರ ಸಹಾಯವನ್ನು ಕೋರಿದ ಎಂದು ಜನ ಆಡಿಕೊಳ್ಳುವುದಿಲ್ಲವೇ? ಇದಕ್ಕೆ ನಾನೆಂದೂ ದಾರಿಮಾಡಿಕೊಡುವುದಿಲ್ಲ. ಕೇಳು ಸಂಜಯಾ, ಈ ನನ್ನ ಭುಜಾದಂಡ ಗದಾದಂಡಗಳು ನನ್ನೊಡನೆ ಇರುವ ತನಕ ನಾನ್ಯಾರ ಸಹಾಯವನ್ನೂ ಬೇಡಲಾರೆ. ಇದು ಖಂಡಿತ ಅಂದಮೇಲೆ ಅವನಿಗೆ ತನ್ನ ಬಾಹು ಸತ್ವದ ಮೇಲೆ ಇರುವ ನಂಬಿಕೆ ಎಂತಹುದೆಂಬುದು ಅರಿವಾಗುತ್ತದೆ.

ಮದವತ್ಕರಿಗಳ ಭಿದುವಂ
ವಿದಾರಣಂಗೆಯ್ದು ಕೊಲ್ವ ಕಂಠೀರವಕಂ ।
ಕದನದೊಳರಿನೃಪರಂ ಕೋ
ಪದೆ ಕೊಲ್ವೆನಗಂ ಸಹಾಯಮೆಂಬರುಮೊಳರೇ ॥ ೪೮ ॥

ಮದವತ್ + ಕರಿಗಳ = ಮದವೇರಿದ ಆನೆಗಳ ; ಭಿದುವಂ = ಕುಂಭಸ್ಥಳ ; ವಿದಾರಣ = ಭೇದಿಸು ; ಕಂಠೀರವಕ = ಸಿಂಹ (ಮೃಗರಾಜ)

ಮದವೇರಿದ ಆನೆಗಳ ಕುಂಭಸ್ಥಳವನ್ನು ಭೇದಿಸಿ ಅಟ್ಟಾಡಿಸಿ ಕೊಲ್ಲುವ ಮೃಗರಾಜನಂತೆ ಯುದ್ಧದಲ್ಲಿ ಶತ್ರುಗಳನ್ನು ಸಂಹರಿಸುವ ಈ ದುರ್ಯೋಧನನೂ ಕೂಡ ಬೇರೆಯವರ ಸಹಾಯವನ್ನು ಬೇಡಲಾರ. ಹಾಗೆ ಆಲೋಚಿಸುವವರೂ ಇರುವರೇ? ಎಂಬಲ್ಲಿ ದುರ್ಯೋಧನ ತನ್ನನ್ನು ಸಿಂಹಕ್ಕೆ ಹೋಲಿಸಿಕೊಳ್ಳುವುದು ಅವನ ಸಾಹಸಕ್ಕೆ ಸಾಕ್ಷಿಯಾಗಿದೆ.

ಕಟಿದರ್ಕರ್ಣಾದಿಗಳಿ
ನ್ನುಳಿದುದನಾನಾಸೆಗೆಯ್ಯೆನೆನಗಂ ನೆರಮೇ ।
ಗಟಿಗೆಗೆ ಕರಡೆಯ ತಾಳದ
ಪಟಿವದ ಮದ್ದಳೆಯ ಮಿಕ್ಕ ವಾದ್ಯಮುಮೊಳವೇ ॥ ೪೯ ॥

ಕಟಿದರ್ + ಕರ್ಣಾದಿಗಳ್ = ಕರ್ಣನೇ ಮುಂತಾದವರು ಸತ್ತರು ; ನೆರಮೇ = ಸಹಾಯವೇ ; ಗಟಿಗೆಗೆ = ಗಡಿಗೆ (ಮಣ್ಣಿನ ಕುಂಭ – ಘಟ) ; ಕರಡೆ = ಒಂದು ರೀತಿಯ ಚರ್ಮ ವಾದ್ಯ (ಖಂಜರಿ) ; ಪಟಿವದ = ಪಟಹ, ಭೇರಿ

ಯುದ್ಧದಲ್ಲಿ ಮಹಾಕಲಿಗಳೆನಿಸಿದ ಕರ್ಣಾದಿಗಳು ಸತ್ತಮೇಲೆ ಇನ್ನುಳಿದವರು ಯಾರನ್ನು ನಾನು ಆಸೆಪಡಲಾರೆ. ನನ್ನಂತಹ ಶೂರನಿಗೆ ಬೇರೆಯವರ ನೆರವು ಬೇಕೇನು! ಒಂದು ಘಟವಾದ್ಯವಿದ್ದರೆ ಸಾಕು! ಅದಕ್ಕೆ ಖಂಜರಿ, ತಾಳ, ಭೇರಿ, ಮದ್ದಳೆ ಮುಂತಾದ ವಾದ್ಯಗಳ ನೆರವು ಬೇಕೇ? ಅದು ಎಲ್ಲವನ್ನೂ ಮೀರಿದ್ದು. (ಇಲ್ಲಿ ಹರಿಹರ ಕವಿಯ ಕುಂಬಾರ ಗುಂಡಯ್ಯನ ರಗಳೆಯನ್ನು ಉಲ್ಲೇಖಿಸಬಹುದು – "ಆಗಳ್ ಸುರಲೋಕದ ವಾದ್ಯಂ ಬರೆ – ಬೇಗಂ ಮೃಡನವನೊಲ್ಲದೆ ಬೇಡೆಂದೆನುತಿರೆ – ಮಡಕೆಯ ವಾದ್ಯಂ ಸಾಲ್ಗೆಂದೆನುತಿರೆ...." ಎಂಬಲ್ಲಿ ಘಟವಾದ್ಯಕ್ಕೆ ಶಿವ ಕೊಟ್ಟ ಪ್ರಾಮುಖ್ಯತೆಯ ಬಗ್ಗೆ ಅರಿವಾಗುತ್ತದೆ. ಅಂದಮೇಲೆ ಆ ಕಾಲದಲ್ಲಿ ಘಟವಾದನಕ್ಕೆ ಪ್ರಾಮುಖ್ಯತೆ ಇತ್ತು ಎಂಬುದು ತಿಳಿಯುತ್ತದೆ.)

ನರನುಂ ನರನಂದನನುಂ
ಗುರುವುಂ ಗುರುಸುತನುಮಾರ್ಯ ಭೂರಿಶ್ರವನುಂ ।
ಸುರಸಿಂಧುಸುತನುಮಿಂತಱು
ವರುಮತಿರಥರಲ್ತೆ ಕುರುಕುಲಾಂಬರ ಭಾನೂ ॥ ೫೦ ॥

ನರನುಂ = ಅರ್ಜುನನು ; ನರನಂದನ = ಅರ್ಜುನನ ಮಗ ಅಭಿಮನ್ಯು ; ಇಂತು + ಅರುವರು = ಹೀಗೆ ಆರು ಜನರು (ಷಡ್ರಥರು) ; ಕುರುಕುಲಾಂಬರ ಭಾನು = ಕುರುವಂಶವೆಂಬ ಆಗಸಕ್ಕೆ ಸೂರ್ಯ

ಅರ್ಜುನ, ಅವನ ಮಗ ಅಭಿಮನ್ಯು, ಗುರುಗಳಾದ ದ್ರೋಣಾಚಾರ್ಯರು, ಅವರ ಪುತ್ರ ಅಶ್ವತ್ಥಾಮ ; ಭೂರಿಶ್ರವ, ಗಂಗಾ ಪುತ್ರ ಭೀಷ್ಮಾಚಾರ್ಯರು ಈ ಆರು ಮಂದಿಯೂ ಅತಿರಥರಲ್ಲವೇ ದುರ್ಯೋಧನಾ? ಇಲ್ಲಿ ಕುರುಕುಲಾಂಬರ ಭಾನು ಎಂಬುದು ದುರ್ಯೋಧನನಿಗೆ ಅನ್ವರ್ಥ! ಅತಿರಥ ಎಂದರೆ ಒಬ್ಬನೇ ಇಡೀ ಸೈನ್ಯವನ್ನು ಎದುರಿಸಿ ಹೋರಾಡ ಬಲ್ಲವನು.

ಅನಿಲಜನುಂ ಧೃಷ್ಟದ್ಯು
ಮ್ನನುಮಂತಕತನಯನುಂ ಮಹಾಸಾತ್ಯಕಿ ಮ ।
ತ್ಸ್ಯನ ಸೂನು ಶಿಖಂಡಿ ವ್ಯಾ
ಸನ ಮತದಿಂದಱುವರುಂ ಮಹಾರಥರಲ್ತೆ ॥ ೫೧ ॥

ಅನಿಲಜ = ವಾಯುಪುತ್ರ ಭೀಮ ; ಅಂತಕ ತನಯ = ಯಮನ ಮಗ ಧರ್ಮರಾಯ ; ಮತ್ಸ್ಯನ ಸೂನು = ಮತ್ಸ್ಯನಗರದ ರಾಜ ವಿರಾಟನ ಮಗ – ಉತ್ತರ

ಭೀಮಸೇನ, ದ್ರುಪದನ ಮಕ್ಕಳಾದ ಧೃಷ್ಟದ್ಯುಮ್ನ ಮತ್ತು ಶಿಖಂಡಿ, ಧರ್ಮರಾಯ, ಯದುಕುಲದ ಸಾತ್ಯಕಿ, ವಿರಾಟನ ಮಗ ಉತ್ತರ ಇವರುಗಳು ವ್ಯಾಸ ಮುನಿಯ ಮತದಿಂದ ಮಹಾರಥರೆನಿಸಿಕೊಂಡವರಲ್ಲವೇ? ದುರ್ಯೋಧನಾ? – ಮಹಾರಥರು ಎಂದರೆ ಹತ್ತು ಸಾವಿರ ಮಂದಿಯನ್ನು ಒಮ್ಮೆಗೆ ಎದುರಿಸಬಲ್ಲವರು.

ಇನ ನಂದನನುಂ ದುಶ್ಶಾ
ಸನನುಂ ವೃಷಸೇನನುಂ ಘಟೋತ್ಕಚನುಂ ನ ।
ಚ್ಚಿನ ನಕುಳನುಮಾಸಹದೇ
ವನುಮರ್ಧರಥರ್ಕಳಿವರ್ಗಗಳಜೆವಾ ನೃಪತೀ ॥ ೫೨ ॥

ಇನ ನಂದನ = ಸೂರ್ಯನ ಮಗ – ಕರ್ಣ

ಕರ್ಣ, ದುಶ್ಶಾಸನ, ಕರ್ಣಪುತ್ರ ವೃಷಸೇನ, ಭೀಮನ ಮಗ ಘಟೋತ್ಕಚ ಮತ್ತು ಆ ನಕುಲ–ಸಹದೇವರು ಈ ಆರು ಮಂದಿ ಅರ್ಧರಥರೆಂಬುದನ್ನು ನೀನು ಬಲ್ಲೆಯಾ ದುರ್ಯೋಧನಾ? ಅರ್ಧರಥರೆಂದರೆ ಐದು ಸಾವಿರ ಸೈನಿಕರನ್ನು ಎದುರಿಸಬಲ್ಲ ಸಾಮರ್ಥ್ಯವುಳ್ಳವರು.

ಕುರುರಾಜ ನೀನುಮಾಮ
ದ್ರರಾಜನುಂ [ಸೋಮದತ್ತನುಂ] ಕೃಪಕೃತವ ।
ರ್ಮರುಮೊಡನೆ ಶಕುನಿಯುಂ ಕೂ
ಡಿರೆ ಸಮರಥರೆಂಬರಲ್ತೆ ನಿಮ್ಮಱುವರುವರುಮಂ ॥ ೫೨ ॥

ಮದ್ರರಾಜ = ಶಲ್ಯ

ದುರ್ಯೋಧನಾ ನೀನು ಆ ಮದ್ರದೇಶಾಧಿಪತಿಯಾದ ಶಲ್ಯ, ಸೋಮದತ್ತ, ಕೃಪಾಚಾರ್ಯ, ಕೃತವರ್ಮ ಹಾಗೂ ಅವರೊಂದಿಗೆ ಶಕುನಿಯೂ ಕೂಡಿದಾಗ ಆ ಆರು ಜನರೂ ನಿನ್ನವರಾಗಿ ಸಮರಥರೆನಿಸಿಕೊಂಡವರಲ್ಲವೇ? ಸಮರಥರು = ಅರ್ಧರಥರಿಗಿಂತ ಕೆಳದರ್ಜೆಯವರು. ಒಂದು ಬಾರಿಗೆ ಒಬ್ಬನೊಂದಿಗೆ ಕಾದಿ ಜಯಿಸುವವರು.

ಪವನಾತ್ಮಜಂ ಮಹಾರಥ
ನವನಿಪ ಸಮರಥನೆ ನೀನದರ್ಕಧಿಕನೊಳಾ ।
ಪವನಾತ್ಮಜನೊಳ್ಮಱೆ ಬ
ದ್ಧವೈರಮಂ ಸಂಧಿಮಾಳ್ಪುದುತ್ತಮ ಪಕ್ಷಂ ॥ ೫೪ ॥

ನೀನ್ + ಅದರ್ಕೆ + ಅಧಿಕನೊಳ್ = ನೀನು ಆ ಕಾರಣಕ್ಕೆ ಶ್ರೇಷ್ಠನೆನಿಸಿದ ; ಮಱೆ = ಮರೆತು ಬಿಡು ; ಉತ್ತಮ ಪಕ್ಷಂ = ಉಚಿತವಾದ ಯೋಚನೆ

ಸುಯೋಧನಾ ಭೀಮನಾದರೋ ಮಹಾರಥ ಆದರೆ ನೀನು ಕೇವಲ ಸಮರಥ ಅಂದ ಮೇಲೆ ನೀನು ಅವನಿಗಿಂತ ಕೆಳ ಮಟ್ಟದಲ್ಲಿರುವವನು. ಆದ್ದರಿಂದ ಈಗ ನೀನು

ಆ ಭೀಮನ ಮೇಲಿನ ದ್ವೇಷವನ್ನು ಬಿಟ್ಟು ಸಂಧಿಮಾಡಿಕೊಳ್ಳುವುದೇ ಉಚಿತವಾದ ಮಾರ್ಗ ಎಂಬುದು ನನ್ನ ಅಭಿಪ್ರಾಯ ಎನ್ನುತ್ತಾನೆ ಸಂಜಯ.

ವಚನ : ಎಂದು ನುಡಿದ ಸಂಜಯನ ನುಡಿಗೆ ಪಿಂಗಾಕ್ಷನತಿವಿಷಮಪರುಷ ವೇಷಾವೇಶಧರನಾಗಿ...

ಪಿಂಗಾಕ್ಷ = ಎಳೆಗೆಂಪುಬಣ್ಣದ ಕಣ್ಣುಳ್ಳವನು - ದುರ್ಯೋಧನ (ಅಂದರೆ ಕೆಂಗಣ್ಣ) ; ಅತಿ ವಿಷಮಪರುಷಾವೇಷಾ = ಅತ್ಯಂತ ರೋಷಾವಿಷ್ಟನಾಗಿ

ಹೀಗೆ ಹೇಳಿದ ಸಂಜಯನ ಮಾತಿಗೆ ಅತ್ಯಂತ ರೋಷಾವಿಷ್ಟನಾಗಿ ಕಣ್ಣುಗಳಲ್ಲಿ ಕೆಂಡ ಕಾರುತ್ತಾ...

ಅತಿರಥನಾತಂಗಡ ! ಬಲ
ಯುತ ಸಮರಥನೆನ್ನೊಳಧಿಕ ಬಲವಂತಂ ಮಾ ।
ರುತಿಗಡ ! ಮಹಾರಥಂ ಮಾ
ರುತಿಯುಂ ತದ್ರಥದಗಾಲಿಗಳ್ದೊಡ್ಡಿದುವೇ? ॥ ೫೫ ॥

ಭೀಮನು ಅತಿರಥನಂತೆ! ಆದರೆ ಮಹಾ ಬಲವಂತನೂ ಸಮರಥನೂ ಆದ ನನ್ನ ಮುಂದೆ ಭೀಮನು ಮಹಾರಥನೆಂದು ಹೊಗಳುತ್ತೀಯಲ್ಲ ಸಂಜಯಾ? ಭೀಮನದು ದೊಡ್ಡ ರಥವಾದರೆ ಅದರ ಚಕ್ರಗಳೂ ದೊಡ್ಡದಿರಬೇಕಲ್ಲವೇ? ಇಲ್ಲಿ ದುರ್ಯೋಧನ ಅತಿರಥವೆಂಬ ಶಬ್ದಕ್ಕೆ ದೊಡ್ಡ ರಥವೆಂದು ಅರ್ಥೈಸಿ ಅಣಕಿಸಿ ಕುಹುಕದ ಮಾತುಗಳನ್ನಾಡುತ್ತಾನೆ.

ಪೆಱರಂ ಪೊಗಟ್ದಿಪೆಯೆಮ್ಮಂ
ಕಿಱಿಯಂ ಮಾಡಿದಪೆಯೆಲವೊ ಸಂಜಯ ನೀನುಂ ।
ಪೆಱನೊರ್ವಂ ಬಿಲ್ಲೋಜಂ
ಪೆಱನೊರ್ವಂ ಸಿಂಧುಪುತ್ರನಾಗಲ್ಬಗೆವೋ ॥ ೫೬ ॥

ಪೆಱರಂ = ಬೇರೆಯವರನ್ನ (ಶತ್ರುಗಳನ್ನ) ; ಕಿಱಿಯಂ = ಕೀಳಾಗಿ, ಅಲ್ಪರನ್ನಾಗಿ ; ಪೆಱನೊರ್ವಂ = ಇನ್ನೊಬ್ಬನನ್ನು ; ಬಿಲ್ಲೋಜಂ = ಬಿಲ್ವಿದ್ಯಾ ನಿಪುಣ (ದ್ರೋಣ) ; ಸಿಂಧು ಪುತ್ರ = ಭೀಷ್ಮ ; ಆಗಲ್ + ಬಗೆವೋ = ಆಗಲು ಬಗೆಯುವೆಯಾ?

ಎಲೋ ಸಂಜಯಾ ನೀನು ಶತ್ರುಗಳನ್ನು ಬಲಶಾಲಿಗಳೆಂದು ಹೊಗಳುತ್ತೀಯೆ. ನನ್ನನ್ನು ಅಲ್ಪನೆಂದು ಅವಮಾನಿಸುತ್ತಿರುವೆ. ಇದರಲ್ಲಿ ನಿನ್ನ ಉದ್ದೇಶವಾದರೂ ಏನೆಂದು ಹೇಳುವೆಯಾ? ನೀನೇನು ಮತ್ತೊಬ್ಬ ದ್ರೋಣನೋ ಭೀಷ್ಮನೋ ಆಗಬಯಸುತ್ತೀಯೊ ಹೇಗೆ? (ಅಂದರೆ ಭೀಷ್ಮ ದ್ರೋಣರು ಒಂದು ರೀತಿಯಲ್ಲಿ ಪಾಂಡವ ಪಕ್ಷಪಾತಿಗಳಾಗಿ ನನ್ನ ಹಿತ ಶತ್ರುವೆನಿಸಿದ್ದವರು – ನೀನೂ ಹಾಗೆ ಆಗಬೇಕೆಂದಿರುವೆಯಾ ಎಂಬ ಭಾವವಿದೆ ದುರ್ಯೋಧನನ ಮಾತಿನಲ್ಲಿ!)

ನಿನ್ನ ಮಹಾರಥನಳವುಮ
ನೆನ್ನಳವುಮನಱಿಯದಿೞಿಸಿ ಸಮರಥನೆಂದೈ ।
ಮುನ್ನಂ ನಿನಗಾಂ ಪೊಸತೇ
ಪನ್ನಗಕೇತನನೊಳಾಂಪ ಗಂಡರುಮೊಳರೇ ॥ ೫೭ ॥

ಅಳವು = ಸಾಮರ್ಥ್ಯ ; ಅರಿಯದೆ + ಇಳಿಸಿ = ತಿಳಿಯದೆ ಹೀನಾಯವಾಗಿ ; ಪನ್ನಗಕೇತನ = ಸರ್ಪ ಧ್ವಜ ; ಆಂಪ = ಎದುರಿಸಿ ಕಾದುವ ; ಗಂಡರುಂ + ಒಳರೇ = ಪರಾಕ್ರಮಿಗಳೂ ಇರುವರೇ

ಸಂಜಯಾ ನಿನ್ನ ಮಾತನ್ನು ಕೇಳಿದರೆ ಅದು ಅರ್ಥಹೀನವಾದುದು ಎನಿಸುತ್ತದೆ. ನೀನು ಹೇಳುವ ಮಹಾರಥನೆನಿಸಿದ ಭೀಮನ ಪರಾಕ್ರಮವನ್ನೂ ನನ್ನ ಶೌರ್ಯ-ಶಕ್ತಿಗಳನ್ನು ಸರಿಯಾಗಿ ತಿಳಿದುಕೊಳ್ಳದೆ ನನ್ನನ್ನು ಸಮರಥನೆಂದು ತುಚ್ಛವಾಗಿ ಹೀಯಾಳಿಸಿಬಿಟ್ಟೆ. ಇದು ನಿನ್ನ ಮೂರ್ಖತನಕ್ಕೆ ಸಾಕ್ಷಿ. ನಾನಾರು? ನಾನೇನು? ಎಂಬುದು ನಿನಗೆ ತಿಳಿಯದೆ ವಿಷಯವೇ ನಿನಗೆ ನಾನೇನು ಹೊಸಬನೇ? ಈ ಪನ್ನಗ ಕೇತನನಾದ ನನ್ನನ್ನು ಎದುರಿಸಿ ಕಾದುವಂತಹ ಗಂಡುಗಲಿಗಳು ಈ ಲೋಕದಲ್ಲಿರುವರೇ? ಹೇಳು ಸಂಜಯಾ... (ಇಲ್ಲಿ ಪನ್ನಗಕೇತನ ಎಂಬ ಶಬ್ದ ಸೂಚ್ಯವಾಗಿ ಅವನೂ ಸರ್ಪದಂತೆ ಮತ್ಸರವುಳ್ಳವನು ಎಂಬರ್ಥವಿದೆ.)

ವಚನ : ಅಂತು ನರಮಾಂಸಮಂ ಮಹಾಮಾಂಸಮೆಂದು ನರತೈಲಮಂ ಮಹಾತೈಲಮೆಂದು ನರಮಾಂಸ ಬಲಿಯಂ ಮಹಾಮಾಂಸ ಬಲಿಯೆಂದು ದೀರ್ಘ ನಿದ್ರೆಯಂ ಮಹಾನಿದ್ರೆಯೆಂದು ದೀರ್ಘ ಪ್ರಾಣಮಂ ಮಹಾಪ್ರಾಣಮೆಂದು ಸ್ನುಹಿವೃಕ್ಷಮಂ ಮಹಾವೃಕ್ಷಮೆಂದು ನುಡಿದಂತೆ ಭೀಮನಂ ಮಹಾರಥನೆಂದು ನುಡಿಯಲ್ತಕ್ಕುದೆ ವಲಂ! – ಎಂದರಸನವಂಗೆ ವಿರಸಮಾಗಿ ಪರುಷಮಂ ನುಡಿಯೆ ಸಂಜಯನಂಜಿ –

ನರತೈಲ = ಮನುಷ್ಯರ ಕೊಬ್ಬು ; ದೀರ್ಘನಿದ್ರೆ = ಮರಣ ; ದೀರ್ಘಪ್ರಾಣ = ಸಾಯುವ ಕಾಲಕ್ಕೆ ಬಿಡುವಂಥ ಉಸಿರು ; ಸ್ನುಹಿವೃಕ್ಷ = ಒಂದು ರೀತಿಯ ಮುಳ್ಳಿನ ಮರ ; ವಿರಸ = ಕೋಪ ; ಪರುಷ = ಕಟುನುಡಿ

ಮನುಷ್ಯ ಮಾಂಸವನ್ನು ಶ್ರೇಷ್ಠ ಮಾಂಸವೆಂತಲೂ, ಮನುಷ್ಯನಲ್ಲಿನ ಕೊಬ್ಬನ್ನು ಉತ್ತಮವಾದ ಕೊಬ್ಬೆಂತಲೂ, ಮರಣಹೊಂದಿದ್ದರೆ ಅದು ಮಹಾನಿದ್ರೆಯೆಂದೂ, ಕೊನೆಯುಸಿರು ಬಿಟ್ಟರೆ ಅದನ್ನು ಮಹಾಪ್ರಾಣವೆಂದೂ, ಮುಳ್ಳಿನ ಮರವನ್ನು ಒಂದು ಉನ್ನತ ವೃಕ್ಷವೆಂದು ಹೇಳುವಂತೆ ಆ ಭೀಮನನ್ನು ಮಹಾರಥನೆಂದು ಕರೆಯುವುದು ಸರಿಯೇ? ಎಂದು ದುರ್ಯೋಧನನು ಸಂಜಯನನ್ನು ಕಟುನುಡಿಗಳಿಂದ ನಿಂದಿಸಲು ಅವನು ಭಯಗೊಂಡು...

ಎನಿತೆನಿತಂ ಕಲಿಸಿದೊಡಂ
ತನಿತನಿತುಂ ನೈಜಭಾವಮಕ್ಕುಂ ನೃಪನಂ ।
ದನನೆಂತುಮಂತು ಕರ್ಕಶ
ತನುವಂತಃಶೂನ್ಯಮಕ್ಕುಮುನ್ನತವಂಶಂ ॥ ೫೮ ॥

ಎನಿತು + ಎನಿತಂ + ಕಲಿಸಿದೊಡೆ + ಅಂತು + ಅನಿತನಿತುಂ ; ನೈಜ ಭಾವಂ + ಅಕ್ಕುಂ ನೃಪನಂದನನ್ + ಎಂತುಮ್ + ಅಂತು ; ಕರ್ಕಶ ತನುವು + ಅಂತಃ ಶೂನ್ಯಮ್ + ಅಕ್ಕುಂ + ಉನ್ನತ ವಂಶಂ

ನೈಜಭಾವ = ಸಹಜ ಸ್ವಭಾವ ; ಉನ್ನತ ವಂಶ = ಉತ್ತಮ ಕುಲ – ಉದ್ದವಾದ ಬಿದಿರೂ ಹೌದು ; ಅಂತಃ ಶೂನ್ಯ = ಒಳಗಿನ ಟೊಳ್ಳು

ಎಷ್ಟೆಷ್ಟು ಕಲಿಸಿದರೂ ಸಹಜ ಸ್ವಭಾವ ಮಾತ್ರ ಬಿಟ್ಟುಹೋಗುವುದಿಲ್ಲ. ಅದು ಹಾಗೇ ಇರುತ್ತದೆ. ಬಿದಿರು ಇದಕ್ಕೆ ಉದಾಹರಣೆ. ಅದು ಉದ್ದುದ್ದವಾಗಿ ಬೆಳೆದರೂ ಅದರ ಹೊರಮೈ ಗಟ್ಟಿಯಾಗಿರುವಂತೆ ಕಾಣುತ್ತದೆ. ಆದರೆ ಒಳಗೆ ಮಾತ್ರ ಟೊಳ್ಳು. ಅಂತೆಯೇ ಈ ದುರ್ಯೋಧನನೂ ಕೂಡ. ತೋರಿಕೆಗೆ ಮಹಾಶೂರನಂತೆ ಕಂಡರೂ ಒಳಗೆ ಅಂತಃ ಸತ್ವವಿಲ್ಲದವನು ಎಂಬುದು ಸಂಜಯನ ಅಭಿಮತ. – "ಹುಟ್ಟುಗುಣ ಸುಟ್ಟರೂ ಹೋಗುವುದಿಲ್ಲ" ಎಂಬ ಗಾದೆ ಮಾತು ಸುಯೋಧನನಿಗೆ ಅಕ್ಷರಶಃ ಅನ್ವಯ!

ವಚನ : ಎಂದಱಿದು "ಮೌನಂ ಸರ್ವಾರ್ಥಸಾಧನಂ" ಎಂಬುದು ಈತಂಗನುಕೂಲ ವೃತ್ತಿಯು, ಸ್ವಚ್ಛಂದಾನುವೃತ್ತಿಯುಮಾಗಿ ನೆಗಟ್ಟ್ದು ಎಂತುಂ "ಅರಾಧ್ಯಂ ನ ಪ್ರಕೋಪಯೇತ್" ಎಂದು ಮೋನಂಗೊಂಡು ಸಂಜಯಂ ಫಣಿರಾಜಕೇತನಂ ಯುದ್ಧ ಸನ್ನದ್ಧನಾಗಿ ನಡೆವುದಂ ಕಂಡು ಮತ್ತಮಾ ಸಂಜಯಂ ಕಿಱಿದುಬೇಗಮಿರ್ದು ನಿಸರ್ಗ ಮೂರ್ಖನುಂ ಸ್ವಭಾವ ದೃಢನುಂ ಸ್ವಾಮಿಹಿತನುಮಪ್ಪುದಱಿಂದಿರಲಾಱದೆ –

ಸ್ವಚ್ಛಂದಾನುವೃತ್ತಿ = ಮನಬಂದಂತೆ ನಡೆಯುವುದು (ಸ್ವೇಚ್ಛಾಚಾರ) ; ಫಣಿರಾಜಕೇತನ = ಸರ್ಪಧ್ವಜ ಉಳ್ಳವನು – ದುರ್ಯೋಧನ ; ನಿಸರ್ಗ ಮೂರ್ಖ = ಪ್ರಕೃತಿ ಸಹಜವಾದ ಮೂರ್ಖತನ ; ಕಿಱಿದು ಬೇಗಂ = ಸ್ವಲ್ಪ ಹೊತ್ತು

ಮೌನದಿಂದ ಎಲ್ಲವನ್ನೂ ಸಾಧಿಸಬಹುದು ಎಂಬುದು ನಾಣ್ನುಡಿ. ಇವನು ಸ್ವೇಚ್ಛಾಚಾರಿ ಅನುಕೂಲಸಿಂಧು ಎಂದಂದುಕೊಂಡ ಸಂಜಯ ಯಾರನ್ನು ಆರಾಧಿಸಬೇಕೋ ಅಥವಾ ಮೆಚ್ಚಿಸಬೇಕೋ ಅವನನ್ನು ರೇಗಿಸಬಾರದು. ಇಲ್ಲಿ ಮೌನವ್ರತವೇ ಸರಿಯಾದ ಮಾರ್ಗ ಎಂದು ಸ್ವಲ್ಪ ಹೊತ್ತು ಸುಮ್ಮನಿದ್ದು ಈ ಪ್ರಕೃತಿ ಸಹಜವಾದ ಮೂರ್ಖನೂ ದೃಢ ಸ್ವಭಾವದವನೂ ಆದ ತನ್ನ ಸ್ವಾಮಿಗೆ ಹಿತವನ್ನೂ ಬಯಸಬೇಕು ಎಂದಂದುಕೊಂಡು –

ಬಲದೊಳಗಶ್ವತ್ಥಾಮಮಂ
ಬಲನೊಳನಿರ್ಪರುಮನಾಸೆಗೆಯ್ಯದೆ ವಿದ್ಯಾ ।
ಬಲದಿಂ ಕಾದಿದೆ ನಿಜಭುಜ
ಬಲದಿಂ ಪಾಂಡವರೊಳರಸ ಕಾದಲ್ಬಗೆದೈ ॥ ೫೯ ॥

ಬಲದೊಳಗೆ = ಸೈನ್ಯದಲ್ಲಿ (ಬಲದೆ + ಒಳಂ) ; ಆಸೆಗೈಯದೆ = ಅಪೇಕ್ಷಿಪಡದೆ ; ವಿದ್ಯಾಬಲ = ಮಂತ್ರವಿದ್ಯೆ

ನಮ್ಮ ಸೈನ್ಯದೊಳಗೆ ಇನ್ನೂ ಅಶ್ವತ್ಥಾಮನಿದ್ದಾನೆ, ಬಲರಾಮನಿದ್ದಾನೆ! ಇವರಿಬ್ಬರ ಸಹಾಯವನ್ನು ನೀನು ಅಪೇಕ್ಷಿಪಡದೆ ಕೇವಲ ನಿನ್ನ ಭುಜಬಲದಿಂದ ಪಾಂಡವರೊಂದಿಗೆ ಕಾದಬಯಸುತ್ತೀಯಾ? ಇದು ಅಸಾಧ್ಯ. ಆದರೆ ಇವರಿಬ್ಬರನ್ನೂ ಕೂಡಿಕೊಂಡು ನಿನ್ನ ಮಂತ್ರ ವಿದ್ಯೆಯನ್ನು ಉಪಯೋಗಿಸಿಕೊಂಡು ಯುದ್ಧ ಮಾಡಿದರೆ ಮಾತ್ರ ಜಯಪಡೆಯಬಹುದು ಎಂಬ ಸಂಜಯನ ಸಲಹೆಗೆ ದುರ್ಯೋಧನ ಕಿವಿಗೊಡುವುದಿಲ್ಲ.

ವಚನ : ಆ ಬಲದೇವಾಶ್ವತ್ಥಾಮರುಮಿರ್ದರವರಿರ್ವರುಮಲ್ಲದೆ ಕೃಪ ಕೃತವರ್ಮರುಮಿರ್ದರಂತು ನಾಲ್ವರೊಳೊರ್ಬಂಗೆ ವೀರಪಟ್ಟಮಂ ಕಟ್ಟಿ ವೀರ ಪ್ರಮುಖಂಗೆ ಸೇನಾಧಿಪತ್ಯಾಭಿಷೇಕಮಂ ಮಾಡಿ ಪಗೆಯಂ ಕೈಗೆ ಮಾಟ್ಪುದೆಂಬುದುಂ ; ಸಂಜಯನ ನುಡಿಗೆ ದರ್ಯೋಧನನಿಂತೆಂದಂ...

ಇರ್ದರ್ = ಇದ್ದಾರೆ (ಇಲ್ಲಿ ಇರ್ದರ್ ಎಂದರೆ ಇದ್ದರು ಎಂಬರ್ಥ ಬಂದರೂ ಇದ್ದಾರೆ ಎಂದು ಅರ್ಥೈಸಲಾಗಿದೆ) ; ಕಯ್ಗೆಮಾಟ್ಪುದು = ಅಧೀನಕ್ಕೆ ತೆಗೆದುಕೊಳ್ಳುವುದು

ಆ ಬಲರಾಮ ಅಶ್ವತ್ಥಾಮರು ಇದ್ದಾರೆ ಜೊತೆಗೆ ಕೃಪ - ಕೃತವರ್ಮರೂ ಇದ್ದಾರೆ ಈ ನಾಲ್ವರಲ್ಲಿ ಒಬ್ಬನಿಗೆ ವೀರಪಟ್ಟವನ್ನು ಕಟ್ಟಿ ಆ ವೀರ ಪ್ರಮುಖನಿಗೆ ಸೇನಾಧಿಪತ್ಯದ ಪಟ್ಟವನ್ನು ಕಟ್ಟಿ ಶತ್ರುವನ್ನು ಕೈವಶಮಾಡಿಕೊಳ್ಳಬಹುದು ಎಂಬ ಸಂಜಯನ ಮಾತಿಗೆ ದುರ್ಯೋಧನ ಹೀಗೆ ಹೇಳುತ್ತಾನೆ.

ತ್ರಿದಶ ನದೀಸುತನಿಂ ತೀ
ರದ ಕಜ್ಜಂ ಮುನ್ನ ಕಳಶಸಂಭವನಿಂ ತೀ ।
ರದ ಕಜ್ಜಮಿನಜನಿಂ ತೀ
ರದ ಕಜ್ಜಂ ದ್ರೋಣಪುತ್ರನಿಂ ತೀರ್ದಪುದೇ ॥ ೬೦ ॥

ತ್ರಿದಶನದೀಸುತ = ದೇವನದಿ ಗಂಗೆ - ಗಂಗಾಪುತ್ರ ಭೀಷ್ಮ ; ತೀರದ ಕಜ್ಜ = ಮುಗಿಯದ ಕೆಲಸ ; ಮುನ್ನ = ಮೊದಲು ; ಇನಜ = ಸೂರ್ಯಪುತ್ರ ಕರ್ಣ

ಇದು ತನಕ ಭೀಷ್ಮ, ದ್ರೋಣ, ಕರ್ಣಾದಿಗಳಿಂದ ಆಗದ ಕಾರ್ಯ ಈಗ ಈ ದ್ರೋಣಪುತ್ರ ಅಶ್ವತ್ಥಾಮನಿಂದ ಸಾಧ್ಯವಾದೀತೇ? ತಂದೆಯಾದ ಬಿಲ್ಲೋಜ ದ್ರೋಣನಿಂದಾಗದ ಕೆಲಸ ಮಗ ಅಶ್ವತ್ಥಾಮನಿಂದಾಗುವುದೇ? ತಂದೆ ಮಕ್ಕಳಿಬ್ಬರೂ ಒಂದೇ ತಕ್ಕಡಿಯ ಎರಡು ತಟ್ಟೆಗಳಿದ್ದಂತೆ ಎಂಬುದು ಕೌರವನ ಅಭಿಪ್ರಾಯ.

ದ್ರೋಣನೆಮಗೊಳ್ಳಿಕೆಯ್ದಂ
ದ್ರೋಣನ ಸುತನೊಳ್ಳಿಕೆಯ್ಯದಿರ್ಕುಮೆ ಸಮರ ।
ಕ್ಷೋಣಿಯೊಳಿನ್ನವನಾಸೆಯ
ಮಾಣೆಯಣಂ ಕಯ್ಪೆಸೊರೆಯ ಕುಡಿಯೇಂ ಮಿಡಿಯೇಂ ॥ ೬೧ ॥

ಎಮಗೊಳ್ಳಿಕೆಯ್ದ = ನಮಗೆ ಒಳ್ಳೆಯದನ್ನೆ ಮಾಡಿದ ; ದ್ರೋಣ ಸುತನ್ + ಒಳ್ಳಿಕೆಯ್ಯದೆ + ಇರ್ಕುಮೆ = ಅಶ್ವತ್ಥಾಮ ಒಳ್ಳೆಯದನ್ನು ಮಾಡದೆ ಇರುತ್ತಾನೆಯೇ ; ಸಮರಕ್ಷೋಣಿ = ಯುದ್ಧ ಭೂಮಿ ; ಮಾಣೆಯಣಂ = ಬೇಡವೆಂದರೂ ಬಿಡದೆ ಇರುವುದು ; ಕಯ್ಪೆ = ಕಹಿಯಾದ ಸೊರೆಯ = ಸೋರೆಕಾಯಿ

ಸಂಜಯನನ್ನು ಕುರಿತು ದುರ್ಯೋಧನ ತಂದೆ ಮಕ್ಕಳ ಬಗ್ಗೆ ಸ್ವಲ್ಪ ವ್ಯಂಗವಾಗೇ ಪ್ರತಿಕ್ರಯಿಸುತ್ತಾನೆ – ಸಂಜಯಾ, ಈ ದ್ರೋಣಚಾರ್ಯ ನಮಗೆ ಒಳ್ಳೆಯದನ್ನೇ ಮಾಡಿರುವನಲ್ಲ. ಅದೇನೆಂದು ನಿನಗೇನೂ ತಿಳಿಯದ ವಿಷಯವಲ್ಲ. ಅಂತೆಯೇ ಈ ಅಶ್ವತ್ಥಾಮ ಕೂಡ ತನ್ನ ತಂದೆ ಮಾಡಿದಂತಹ ಒಳ್ಳೆಯ ಕೆಲಸ ಮಾಡದಿರುತ್ತಾನೆಯೇ? ಈ ಯುದ್ಧ ಭೂಮಿಯಲ್ಲಿ ನೀನು ಇನ್ನೂ ಅವನ ಮೇಲೆ ಆಸೆಯನ್ನು ಇಟ್ಟುಕೊಂಡಿದ್ದೀಯಾ? ಕಹಿ ಸೋರೆಯು ಕುಡಿಯಾದರೂ ಸರಿ ಮಿಡಿಯಾದರೂ ಸರಿ ಕಹಿಯೇ ಅಲ್ಲವೇ? ಅದು ಸಿಹಿಯಾಗಲು ಸಾಧ್ಯವೇ? – ಅಂದರೆ ಇಲ್ಲಿ ದುರ್ಯೋಧನ ಅಶ್ವತ್ಥಾಮನ ಮೇಲಿನ ನಂಬುಗೆಯನ್ನು ಕಳಕೊಂಡಿದ್ದಾನೆಂಬ ಭಾವವಿದೆ.

ಹಲಿಯಂ ರಣಕೇಳಿ ಕುತೂ
ಹಲಿಯಂ ನಚ್ಚಿರ್ದೆನವನುಮಾಹವಕೋಲಾ ।
ಹಲದಲ್ಲಿ ತೀರ್ಥಯಾತ್ರಾ
ಚ್ಛಲದಿಂದಿಮಗಲ್ದು ಪೋದನಿನ್ನುಂ ಬಾರಂ ॥ ೬೨ ॥

ರಣಕೇಳಿ = ಯುದ್ಧದಾಟ ; ಕುತೂಹಲಿಯಂ = ಆಸಕ್ತನಾದ ; ನಚ್ಚಿರ್ದೆನ್ = ನಂಬಿದ್ದೆ ; ಹಲಿಯಂ = ಹಲಾಯುಧನಾದ ಬಲರಾಮ

ಯುದ್ಧೋತ್ಸಾಹಿಯಾದ ಬಲರಾಮನನ್ನು ಬಲವಾಗಿ ನಂಬಿದ್ದೆ. ಆದರೆ ಯುದ್ಧದ ಕೋಲಾಹಲಕ್ಕೆ ಮುಂಚೆಯೇ ತೀರ್ಥಯಾತ್ರೆಯ ನೆಪಮಾಡಿಕೊಂಡು ಹೊರಟು ಹೋದವನು ಇನ್ನೂ ಬರಲಿಲ್ಲವಲ್ಲಾ ಎನ್ನುವ ದುರ್ಯೋಧನನ ಮಾತಿನಲ್ಲಿ ಬಲರಾಮನೂ ತನ್ನನ್ನು ವಂಚಿಸಿದ ಎಂಬ ವ್ಯಂಗವಿದೆ.

ಮಡಿಯದೆ ಪಗೆ, ರವಿಸುತನಿಂ
ಮಡಿಗುಂ ಮೇಣ್ ಶೌರ್ಯಶಾಳಿ ದುಶ್ಯಾಸನನಿಂ ।
ಮಡಿಗುಂ ಮೇಣೆನ್ನಿಂದಂ
ಮಡಿಗುಂ ಪೆಱಪೆಱರಿನೆನ್ನ ಪಗೆ ಮಡಿದಪುದೇ ॥ ೬೩ ॥

ಪಗೆ = ವೈರಿ ; ಮಡಿಯದೆ = ಸಾಯದೆ ; ಶೌರ್ಯಶಾಳಿ = ಶೂರನಾದ ;
ಪೆಱಪೆಱರಿನ್ = ಬೇರೆಯವರಿಂದ ಅಥವಾ ಮಿಕ್ಕವರಿಂದ

ಸಂಜಯಾ ಒಂದು ವಿಚಾರ, ಶತ್ರುಗಳು ನಾಶವಾಗಿ ಜಯ ನಮಗೆ ಲಭಿಸುವುದಾದಲ್ಲಿ ಅದು ಒಂದೋ ಕರ್ಣನಿಂದ ಇಲ್ಲವೇ ಮಹಾವೀರನೆನಿಸಿದ ದುಶ್ಶಾಸನನಿಂದ – ಅದು ಬಿಟ್ಟರೆ ಈ ಸಂಹಾರ ಕಾರ್ಯ ನನ್ನಿಂದಲೇ ಆಗಬೇಕೇ ಹೊರತು ಮಿಕ್ಕುಳಿದವರಿಂದ ಸಾಧ್ಯವೇ ಹೇಳು?

ನಿಲಲುಂ ನೂಂಕಲುಮರಿಯಂ
ಗೆಲಲುಂ ಪೆಱರೊಳರೆ ಕರ್ಣನಲ್ಲದೆ ಕರ್ಣಂ ।
ತಲೆನಾಯಕನಾರುಮವಂ
ನಿಲೆ ನಿಲ್ವನೂಂಕೆ ನೂಂಕುವರ್ಗೆಲೆ ಗೆಲ್ವರ್ ॥ ೬೪ ॥

ನಿಲಲುಂ = ಶತ್ರುಗಳನ್ನು ಎದುರಿಸಿ ನಿಲ್ಲುವುದು ; ನೂಂಕಲುಮ್ = ದಾಳಿಮಾಡಿ ಓಡಿಸುವುದು ; ಅರಿಯಂ ಗೆಲಲುಂ = ಶತ್ರುವನ್ನು ಗೆಲ್ಲಲು ; ಪೆಱರ್ + ಒಳರೆ = ಬೇರೆಯವರಿದ್ದಾರೆಯೆ ; ನಿಲ್ವರ್ + ನೂಂಕೆ = ಅಟ್ಟಿಸಲು ನಿಲ್ಲುವರು ; ನೂಂಕುವರ್ + ಗೆಲೆ = ಹಿಮ್ಮೆಟ್ಟಿಸಿಗೆಲುವವರು

ಮಹಾಪರಾಕ್ರಮಿ ಕರ್ಣನ ಹೊರತಾಗಿ ಶತ್ರುಗಳನ್ನು ಎದುರಿಸಿ ನಿಲ್ಲುವಂತಹ, ಹಿಮ್ಮೆಟ್ಟಿಸಿ ಗೆಲ್ಲುವುದಕ್ಕೆ ಬೇರೆ ಯಾರಿಂದಲೂ ಸಾಧ್ಯವಿಲ್ಲ. ಕರ್ಣನು ಮಹಾ ಶ್ರೇಷ್ಠನಾದ ವೀರ. ಅವನು ಯುದ್ಧದಲ್ಲಿ ಶತ್ರುಗಳನ್ನು ಎದುರಿಸಿ ಹಿಮ್ಮೆಟ್ಟಿಸುವಾಗ ಎಂತಹ ಅಳ್ಳೆದೆಯವರೂ ವೀರಾವೇಶ ತಾಳಿ ಅವನ ಜೊತೆಯಲ್ಲಿ ಬೆಂಬಲವಾಗಿ ನಿಂತು ಹೋರಾಡುವರು. ಅಂದರೆ ದುರ್ಯೋಧನನಿಗೆ ಕರ್ಣನ ಸಾಹಸದ ಬಗ್ಗೆ ಅಚಲ ವಿಶ್ವಾಸ ಇತ್ತೆಂಬುದು ಅವನ ಮಾತಿನಿಂದ ವ್ಯಕ್ತವಾಗುತ್ತದೆ.

ಕಡುಗೂಱಿತಕ್ಕುಮುಕ್ಕಿನೊ
ಳೊಡಗೂಡಿದ ಪಚ್ಚೆ ಬೇರೆ ಕೂರ್ಪಿಲ್ಲಾರುಂ ।
ತೊಡರ್ದಿಱಿವರರ್ಕನಂದನ
ನೊಡನಿಲ್ಲದೆ ತಾಮೆ ಬೇಱೆ ಕೂಱಿದರೊಳರೇ ॥ ೬೫ ॥

ಕಡುಗುಂ + ಊಱಿತುಂ + ಅಕ್ಕುಂ = ಕಠಿಣವೂ ಹರಿತವೂ ಆಗಿರುವ ; ಉಕ್ಕಿನೊಳ್ + ಒಡಗೂಡಿದ ಪಚ್ಚೆ = ಉಕ್ಕಿನೊಂದಿಗೆ ಸೇರಿದ ಹಸಿಲೋಹ ; ಕೂರ್ಪಿಲ್ಲ = ಹರಿತವಿಲ್ಲ ; ತೊಡರ್ದು + ಇಱಿವರ್ = ಹೋರಾಡುವರು ; ತಾಮೆ = ತಾವಾಗಿಯೆ ; ಕೂಱಿದರ್ + ಒಳರೇ = ಶೂರತ್ವವನ್ನು ತೋರುವವರು ಇದ್ದಾರಯೇ ; ಅರ್ಕನಂದನ = ಸೂರ್ಯಪುತ್ರ (ಕರ್ಣ)

ಅತ್ಯಂತ ಕಠಿಣವೂ, ಚೂಪಾಗಿಯೂ ಇರುವಂತಹ ಉಕ್ಕಿನೊಂದಿಗೆ ಮೃದುವಾದ ಹಸಿ ಕಬ್ಬಿಣ ಸೇರಿದರೆ ಅದೂ ಕೂಡ ಉಕ್ಕಿನಷ್ಟೇ ಹರಿತವಾಗುತ್ತದೆ. ಹಾಗೇ ಕರ್ಣನೊಂದಿಗೆ ಯಾರೇ ಸೇರಿ ಹೋರಾಡಿದರೂ ಅವನಂತೆಯೇ ಶೂರತ್ವವನ್ನು ಪಡೆಯುತ್ತಾರೆ.

ಕಾನೀನಂ ದ್ರೋಣನದೀ
ಸೂನುಗಳಳಿದಿಂಬಳಿಕ್ಕೆ ಪೆಱರೆನಗಿಲ್ಲೆಂ ।
ದಾನೆ ಗಳಿತಾಶ್ರುಜಲದಿಂ
ಸೇನಾಪತ್ಯಾಭಿಷೇಕಮಂ ಮಾಡಿದಪೆಂ ॥ ೬೬ ॥

ಕಾನೀನ = ಕನ್ಯೆಯಾಗಿದ್ದಾಗಲೇ ಮಕ್ಕಳು ಹುಟ್ಟುವುದು – ಅಂದರೆ ಕುಂತಿಯ ಕನ್ಯಾವಸ್ಥೆಯಲ್ಲೇ ಹುಟ್ಟಿದವನು – ಕರ್ಣ ; ಅಳಿದಿಂ + ಬಳಿಕ್ಕೆ = ಸತ್ತ ನಂತರ ; ಪೆಱರೆನಗಿಲ್ಲ = ನನ್ನ ಪಾಲಿಗೆ ಬೇರೆಯವರಿಲ್ಲ ; ಗಳಿತ + ಅಶ್ರುಜಲ = ಸುರಿವ ಕಣ್ಣೀರು

ಕರ್ಣ, ದ್ರೋಣ, ಭೀಷ್ಮಾದಿಗಳ ಮರಣದ ನಂತರ ನನ್ನ ಪಾಲಿಗೆ ಬೇರೆ ಯಾರೂ ಇಲ್ಲವಾಗಿಬಿಟ್ಟರು. ಹಾಗಾಗಿ ಅವರ ಅಗಲಿಕೆಗಾಗಿ ಸುರಿವ ನನ್ನ ಕಣ್ಣೀರಿನಿಂದಲೇ ನಾನು ಸೇನಾಧಿಪತಿಯ ಪಟ್ಟವನ್ನು ಕಟ್ಟಿಕೊಳ್ಳುತ್ತೇನೆ.

ಎನಗಿರ್ವರುಮೆರಡುಂ ತೋ
ಳೆನಗಿರ್ವರುಮೆರಡು ಕಣ್ಗಳೆನ್ನರೆ ಯುವರಾ ।
ಜನುಮಂಗರಾಜನುಂ ಪೋ
ಱೆನೆ ಸಂಜಯ ಮತ್ತಮೆನಗೆ ಮಾನಸವಾಳೀ? ॥ ೬೭ ॥

ಎನ್ನರೆ = ಹೇಳುವುದಿಲ್ಲವೇ ; ಯುವರಾಜ = ದುಶ್ಶಾಸನ ; ಅಂಗರಾಜ = ಕರ್ಣ ; ಪೋಱೆನೆ – (ಪೋರ್ + ಎನೆ) = ಹೋರಾಡದಿರುವುದು ; ಮಾನಸವಾಳೀ = ಮನುಷ್ಯ ಜೀವನವೇ

ಸಂಜಯಾ, ಕರ್ಣ–ದುಶ್ಶಾಸನರು ನನ್ನ ಎರಡು ಭುಜಗಳು–ತೋಳುಗಳು, ನನ್ನ ಎರಡು ಕಣ್ಣುಗಳು. ಅವರಿಬ್ಬರೂ ತೀರಿಕೊಂಡ ನಂತರ ನನ್ನ ತೋಳುಗಳೂ, ಕಣ್ಣುಗಳೂ ಕಳಕೊಂಡಂತೆ. ಹೀಗೆ ಅವರಿಬ್ಬರನ್ನು ಕಳಕೊಂಡು ಅಂಗಹೀನನಾದ ನಾನು ಈಗ ಸಂಧಿಗೆ ಒಪ್ಪಿಕೊಂಡರೆ ಅದು ಸಾಧುವೇ? ಅಂತಹ ಬದುಕು ಬದುಕೇ ಅಲ್ಲ. ಸ್ವಾಭಿಮಾನಿಯಾದ ನಾನು ಹೀಗೆ ಹೀನಾಯವಾಗಿ ಬದುಕುವುದಕ್ಕಿಂತ ಯುದ್ಧದಲ್ಲಿ ಹೋರಾಡಿ ವೀರ ಸ್ವರ್ಗ ಪಡೆಯುವುದೇ ಮೇಲಲ್ಲವೇ?

ಕಳಿದಂ ದಿನಕರತನಯಂ
ಕಳಿದಂ ಯುವರಾಜನಪ್ಪ ದುಶ್ಶಾಸನನುಂ ।
ತುಳಿಲಾಳ್ಗಳನಿರ್ವರುಮಂ
ಕಳಿಪಿ ಸುಯೋಧನನ ಬಾಳ್ವುದಂ ನಂಬಿದಿರೇ ॥ ೬೮ ॥

ಕಳಿದಂ = ಕಳೆದುಹೋದ (ಸತ್ತನು) ; ತುಳಿಲಾಳ್‌ಗಳ್ = ಸಮರ ವೀರರು

ನನಗಾಗಿ, ನನ್ನ ಉಪ್ಪಿನ ಋಣ ತೀರಿಸಲಿಕ್ಕಾಗಿ ಕರ್ಣ ಹೋರಾಡಿ ಮಡಿದ. ಅಂತೆಯೇ ದುಶ್ಶಾಸನನೂ ಕೂಡ ನನ್ನನ್ನು ಅಗಲಿದ. ಇಂತಹ ಯುದ್ಧ ಪರಾಕ್ರಮಿಗಳನ್ನ ಕಳೆದುಕೊಂಡು ಈ ಸುಯೋಧನನು ಬಾಳುವನೆಂಬ ಭ್ರಮೆಯಲ್ಲಿ ನೀವಿದ್ದರೆ ಅದನ್ನು ತೊಡೆದುಹಾಕಿ.

ಎನಗೆ ಮನಮಿಂದು ಶೂನ್ಯಂ
ಮನೆ ಶೂನ್ಯಂ ಬೀಡು ಶೂನ್ಯಮಾದುದು ಸಕಲಾ ।
ವನಿ ಶೂನ್ಯಮಾಯ್ತು ದುಶ್ಶಾ
ಸನನಿಲ್ಲದೆ ಕರ್ಣನಿಲ್ಲದಾನೆಂತಿರ್ಪೆಂ ॥ ೬೯ ॥

ಶೂನ್ಯ = ಬರಿದು (ಒಂದು ವಿಧದಲ್ಲಿ ಕತ್ತಲು)

ಇಂದು ನನ್ನ ಮನಸ್ಸು ಬರಿದಾಗಿದೆ, ಮನೆ ಖಾಲಿಯಾಗಿದೆ, ಬೀಡೂ ಯಾರೂ ಇಲ್ಲದಂತಾಗಿದೆ. ಇಡೀ ಭೂಮಿಯೇ ಬರಡಾದಂತಾಗಿದೆ. ಕಾರಣ ಕರ್ಣ–ದುಶ್ಶಾಸನರ ಮರಣ. ಅವರಿಲ್ಲದೆ ನಾನು ಹೇಗೆ ಜೀವದಿಂದಿರಲಿ?

ಬಾಂಧವರನಿಱಿಸಿ ಸರಸಿಜ
ಬಾಂಧವತನಯನುಮನೆನ್ನ ತಮ್ಮನುಮಂ ಸ ।
ಮ್ಮಂಧ ನರೇಂದ್ರನ ಮೊಗಮಂ
ಗಾಂಧಾರಿಯ ಮೊಗಮನಾವ ಮೊಗದೊಳೆ ನೋೞ್ಪೆಂ ॥ ೭೦ ॥

ಬಾಂಧವರ್ = ಬಂಧುಗಳು ; ಸರಸಿಜ ಬಾಂಧವತನಯನ್ = ಸರಸಿಜ = ತಾವರೆ – ಬಾಂಧವ = ಸೂರ್ಯ – ತನಯನ್ = ಕರ್ಣ ; ಇಱಿಸಿ = ಇರಿದು – ಕೊಲ್ಲಿಸಿ ; ಅಂಧ ನರೇಂದ್ರ = ಧೃತರಾಷ್ಟ್ರ

ನನ್ನ ಎಲ್ಲಾ ಬಂಧುಗಳನ್ನೂ ನನ್ನ ಆಪ್ತಮಿತ್ರನಾದ ಕರ್ಣನನ್ನು ಪ್ರೀತಿಯ ತಮ್ಮ ದುಶ್ಶಾಸನನ್ನ ಕೊಲ್ಲಿಸಿದ ನಾನು ನನ್ನ ತಂದೆ ಧೃತರಾಷ್ಟ್ರ, ತಾಯಿ ಗಾಂಧಾರಿಯ ಮುಂದೆ ಯಾವ ಮುಖವನ್ನಿಟ್ಟುಕೊಂಡು ಹೋಗಲಿ? ನನ್ನ ಈ ಮುಖವನ್ನು ಅವರಿಗೆ ಹೇಗೆ ತೋರಿಸಲಿ?

ವಚನ : ಎನೆ ಸಂಜಯನಾ ಪ್ರಸ್ತಾವದೊಳ್ ಭೀಷ್ಮ, ಕರ್ಣ, ದ್ರೋಣ, ದುಶ್ಶಾಸನ, ಶಲ್ಯ, ಶಕುನಿ, ಸೈಂಧವ, ಭೂರಿಶ್ರವ, ಸೋಮದತ್ತ, ಭಗದತ್ತ, ಸೌಬಲ, ಬೃಹದ್ಬಲ, ಬಾಹ್ಲೀಕ, ವಿಂದಾನುವಿಂದಾದಿಗಳ ಸಾವಿನೊಳ್ಸರ್ವಾಂಗ ವಿಕಳರಾಗಿರ್ದ ಧೃತರಾಷ್ಟ್ರ ಗಾಂಧಾರಿಯರ ಚರಣಾರವಿಂದ ವಂದನಂಗೆಯ್ದು ದೇವರ ಮನಃಕ್ಷಮತಮನಾಱಿಸಲ್ವೇೞ್ಬುದು ಬೀಡಿಂಗೆ ಬಿಜಯಂಗೆಯ್ವುದೆನೆ...

ಪ್ರಸ್ತಾವ = ಸಂದರ್ಭ ; ಸರ್ವಾಂಗ ವಿಕಳರ್ = ದೇಹದಾದ್ಯಂತ ಶೋಕತಪ್ತರಾದವರು ; ಮನಃಕ್ಷತ = ಮನಸ್ಸಿನ ದುಃಖ ; ಬೀಡಿಂಗೆ = ಸೇನಾ ಶಿಬಿರಕ್ಕೆ

ಹೀಗೆ ದುರ್ಯೋಧನನೆಂದಾಗ ಆ ಸಂದರ್ಭದಲ್ಲಿ ಸಂಜಯನು ಭೀಷ್ಮ, ಕರ್ಣ, ದ್ರೋಣ, ದುಶ್ಶಾಸನ, ಶಲ್ಯ, ಶಕುನಿ, ಸೈಂಧವ, ಭೂರಿಶ್ರವ, ಸೋಮದತ್ತ, ಭಗದತ್ತ, ಸೌಬಲ,

ಬೃಹದ್ಬಲ, ಬಾಹ್ಲೀಕ, ವಿಂದಾನುವಿಂದರ ಮರಣದಿಂದ ಮನೋಕ್ಷೋಭೆಗೊಳಗಾಗಿರುವ ಧೃತರಾಷ್ಟ್ರ ಗಾಂಧಾರಿಯರನ್ನು ಕಂಡು ಅವರ ಚರಣಾರವಿಂದಗಳಿಗೆ ನಮಸ್ಕರಿಸಿ ಅವರ ದುಃಖವನ್ನು ಶಮನ ಮಾಡುವುದಕ್ಕಾದರೂ ನೀನು ಸೇನಾ ಶಿಬಿರಕ್ಕೆ ಹೋಗು ಎಂದಾಗ...

ಪವಣದೆ[12] ಗುರುಜನದಲ್ಲಿಗೆ
ಯುವರಾಜನುಮಂಗರಾಜನುಂ ಬೆರಸು ರಣೋ ।
ತ್ಸವದಿಂ ಪೋಗಲ್ ನಾಣ್ಚುವೆ
ನವರಿರ್ವರುಮಿಲ್ಲದೀಗಳಲ್ಲಿಗೆ ಪೋಗಲ್ ॥ ೭೧ ॥[13]

ಪವಣದೆ – ಸವಳದೆ = ಬೆಳಗಿನ ಸಮಯ, ಪಾತಃಕಾಲ ; ಗುರುಜನರಲ್ಲಿಗೆ = ತಂದೆತಾಯಿಗಳ ಬಳಿಗೆ ; ಬೆರಸು = ಜೊತೆಗೆ ; ರಣೋತ್ಸವ = ಯುದ್ಧೋತ್ಸಾಹ – ಜಯ

ಯುದ್ಧದಲ್ಲಿ ಜಯವನ್ನು ಗಳಿಸಿ ಯುವರಾಜನಾದ ದುಶ್ಶಾಸನ ಅಂಗರಾಜನಾದ ಕರ್ಣರನ್ನೊಡಗೊಂಡು ತಂದೆ ತಾಯಿಯರ ಆಶೀರ್ವಾದವನ್ನು ಪಡೆಯಲಾಗದಿರುವಾಗ ಈಗ ಹೋಗಲು ನಾಚಿಕೆಯಾಗುತ್ತದೆ. ಅವರಿಬ್ಬರೂ ಇಲ್ಲದೆ ಅಲ್ಲಿಗೆ ಹೇಗೆ ಹೋಗಲಿ.

ಮಹಿ ಭೂಭೃಚ್ಛತ್ರಶೂನ್ಯಂ ಕನಕಮಹಿಧರಂ ದ್ರೋಣವೃಕ್ಷಾದಿ ಶೂನ್ಯಂ
ಗುಹೆ ಸಿಂಹಾಸನೀಕ ಶೂನ್ಯಂ ದೆಸದಿಗಿಭಘಟಾಶೂನ್ಯಮಾದಂತೆ ವಾಯು ।
ಸ್ಪೃಹ ಭೀಮೋದ್ಧಾಮಬಾಹಾಬಲದಳಿತಕುಭೃದ್ವರ್ಗ ಶೂನ್ಯಂ ವಿಷಾದಾ
ವಹಮಕ್ಕುಂ ಮುನ್ನಮೆನ್ನಿರ್ಪ‌ಜಿಕೆಯ ಸಭೆ ಮತ್ತೆಂತದಂ ಪೊಕ್ಕುನೋಟ್ಪೆಂ ॥ ೭೨ ॥

ಮಹಿ = ಭೂಮಿ ; ಭೂಭೃತ್ + ಛತ್ರ = ರಾಜನ ಬಿಳಿ ಛತ್ರ (ಬೆಳ್ಗೊಡೆ) ; ಕನಕ ಮಹಿಧರಂ = ಕನಕಾಚಲ ; ದ್ರೋಣವಕ್ಷಾದಿ = ದ್ರೋಣವೇ ಮುಂತಾದ ಮರಗಳು ; ಸಿಂಹ + ಅನೀಕ = ಸಿಂಹಗಳ ಗುಂಪು ; ದಿಗಿಭಘಟಾ = ದಿಗ್ಗಜಗಳ ಸಮೂಹ ; ದಳಿತ = ಸೀಳಿದ ; ಕುಭೃತ್ + ವರ್ಗ = ರಾಜರ ಸಮೂಹ (ಪರ್ವತ ಎಂಬ ಅರ್ಥವೂ ಇದೆ) ; ವಿಷಾದ + ಆವಹಂ + ಅಕ್ಕುಂ = ದುಃಖಕ್ಕೆ ಒಳಗಾಗಿದೆ

ರಾಜಲಾಂಛನವಾದ ಶ್ವೇತಚ್ಛತ್ರ ಇಲ್ಲದ ಭೂಮಿ, ದ್ರೋಣಾದಿ ವೃಕ್ಷಗಳಿಲ್ಲದ ಕನಕಾಚಲ ಪರ್ವತ, ಸಿಂಹಗಳಿಲ್ಲದ ಗುಹೆ, ದಿಗ್ಗಜಗಳಿಲ್ಲದ ದಿಕ್ಕುಗಳು ಇಲ್ಲವಾದಂತೆ ಅಥವಾ ಶೋಭೆ ಇಲ್ಲದಂತೆ ಹಿಂದೆ ನಾನು ಓಲಗ ಕೊಡುತ್ತಿದ್ದ ಪ್ರಸಿದ್ಧವಾದ ಒಡ್ಡೋಲಗವು ವಾಯುಪುತ್ರನಾದ ಭೀಮನ ಬಾಹುಗಳಿಂದ ಸೀಳಲ್ಪಟ್ಟು ರಾಜವರ್ಗವೇ ಇಲ್ಲದಂತೆ ಬರಿದಾಗಿದೆ. ಇಂತಹ ದುಃಖಕರವಾದ ಸನ್ನಿವೇಶದಲ್ಲಿ ನಾನಾದರೋ ಆ ಸಭಾಮಂಟಪಕ್ಕೆ ಹೇಗೆ ಹೋಗಲಿ?

---

(12) ಪವಳದೆ ; ಸವಳದೆ

(13) ನೋಡಿ ಪಂ.ಭಾ. ಆ. 13 – 2

ಪತಿಶೋಕವಿಕಳ ಪಾರ್ಥಿವ
ನಿತಂಬಿನೀಜನಮನೀಕ್ಷಿಸಲ್ಸಂಜಯ ಲ ।
ಜ್ಜತನೆನ್ನಿರ್ಪಿರವಿಂದೇ
ಕೆತ್ತೋರ್ಪೆ ನಾನೆನ್ನ ಮೊಗಮನತಿದುಃಖಿತನೆಂ ॥ ೭೩ ॥

ಪತಿಶೋಕವಿಕಳ = ಗಂಡಂದಿರ ಮರಣದಿಂದ ದುಃಖಕೊಳಗಾಗಿ ಬಾಡಿದ ;
ನಿತಂಬಿನೀಜನ = ರಾಜಪತ್ನಿಯರು

ತಮ್ಮ ತಮ್ಮ ಗಂಡಂದಿರುಗಳನ್ನ ಮಕ್ಕಳನ್ನ ಕಳೆದುಕೊಂಡು ದುಃಖದಿಂದ ಬಾಡಿ ಬಳಲಿರುವ ರಾಜಪತ್ನಿಯರನ್ನು ನಾನಿರುವ ಈಗಿನ ಹೀನಾಯ ಪರಿಸ್ಥಿತಿಯಲ್ಲಿ ನೋಡಲು ನಾಚಿಕೆ ಎನಿಸುತ್ತದೆ. ಅವರಿಗೆ ನನ್ನ ಈ ಮುಖವನ್ನು ಹೇಗೆ ತೋರಿಸಲಿ. ಸಂಜಯಾ ನಿಜಕ್ಕೂ ನಾನೀಗ ಅತಿ ದುಃಖಿತನಾಗಿದ್ದೇನೆ.

ವಚನ : ಎಂಬೆನ್ನೆಗಂ – ಸಕಲ ಚತುರಂಗಬಲವಿಕಳನಾಗಿ ಸಪ್ತಾಂಗರಾಜ್ಯ ಸಮಾಲಿಂಗಿತನಾಗಿ ಸಂಗ್ರಾಮರಂಗದೊಳಿರ್ದನೆಂಬುದನಾಪ್ತವರರಜೆಪೆ ಕೇಳ್ದು ಗಾಂಧಾರಿಯುಂ ಧೃತರಾಷ್ಟ್ರನುಂ ಶೋಕಾಕುಲೀಕೃತಚಿತ್ತರಾಗಿ ತಮ್ಮ ಮಗನನಾರಯ್ಯಲುಂ ಮನಃಕ್ಷತಮನಾಜೆಸಲುಮೆಂದಱಸುತ್ತುಂ ಬಂದು...

ಸಕಲಚತುರಂಗಬಲವಿಕಳ = ಸಮಸ್ತ ಚಾತುರಂಗ ಬಲ (ಗಜ, ಅಶ್ವ, ರಥ, ಪದಾತಿ)ವನ್ನು ಕಳಕೊಂಡವನಾಗಿ ; ಸಪ್ತಾಂಗ = ಏಳು ಅಂಗಗಳು (ರಾಜ, ಮಂತ್ರಿ, ಜನಪದ, ದುರ್ಗ[ಕೋಟೆ], ಕೋಶ, ಸೈನ್ಯ ಮತ್ತು ಮಿತ್ರ) ; ಸಮಾಲಿಂಗಿತ = ತನ್ನಲ್ಲೇ ಅಳವಡಿಸಿಕೊಳ್ಳುವುದು ; ಸಂಗ್ರಮರಂಗ = ಯುದ್ಧಭೂಮಿ ; ಆಪ್ತಚರರು = ಆತ್ಮೀಯರಾದ ಸೇವಕರು ; ಅಜೆಪ = ತಿಳಿಸಲು ; ಆರಯ್ಯಲು = ವಿಚಾರಿಸಲು ; ಮನಃಕ್ಷತ = ಮನೋವೇದನೆ

ಎಂದು ಹೇಳುತ್ತಿರುವಂತೆ ಸಮಸ್ತ ಚಾತುರಂಗ ಬಲವನ್ನೂ ಕಳಕೊಂಡು, ರಾಜ್ಯದ ಏಳು ಅಂಗಗಳನ್ನೂ ತನ್ನಲ್ಲೇ ಅಳವಡಿಸಿಕೊಂಡು ಯುದ್ಧರಂಗದಲ್ಲಿರುವನೆಂಬ ವಿಚಾರವನ್ನು ತನ್ನ ಆಪ್ತ ಸೇವಕರಿಂದ ತಿಳಿದ ಧೃತರಾಷ್ಟ್ರ ಮತ್ತು ಗಾಂಧಾರಿ ಅತ್ಯಂತ ಶೋಕತಪ್ತರಾಗಿ ತಮ್ಮ ಮಗನ ಯೋಗಕ್ಷೇಮವನ್ನು ವಿಚಾರಿಸಲು ಅವನ ಮನೋವೇದನೆಯನ್ನು ನಿವಾರಿಸುವ ಸಲುವಾಗಿ ಅವನನ್ನು ಅರಸುತ್ತ ಬಂದು...

ಪಡೆ ಪನ್ನೊಂದಕ್ಷೋಹಿಣಿ
ಗೊಡೆಯನೆ ಮೂರ್ಧಾಭಿಷಿಕ್ತನ್ನೈ ಮೂಱುಂ ಬೆ ।
ಳ್ಗೊಡೆಯ ನಡುವಿರ್ಪ ನೀನಿ
ರ್ದೆಡೆಯುಮನೆಮಗಱಿಯದಂತುಟಾದುದೇ ಮಗನೇ! ॥ ೭೪ ॥

ಪಡೆ = ಸೇನೆ ; ಮೂರ್ಧಾಭಿಷಿಕ್ತ = ರಾಜನಾದವನಿಗೆ ಮಾಡುವ ಶಿರಸಾಭಿಷೇಕ

ಹನ್ನೊಂದು ಅಕ್ಷೋಹಿಣೀ ಸೈನ್ಯಕ್ಕೆ ಒಡೆಯನಾಗಿ, ಮೂರ್ಧಾಭಿಷೇಚನನಾದ - ಉನ್ನತವಾದ ಬೆಳ್ಗೊಡೆಯ ನಡುವೆ ಮೆರೆಯುತ್ತಿದ್ದ, ಅಂದರೆ ಚಕ್ರವರ್ತಿಯಾಗಿ ಕಂಗೊಳಿಸಿದ ನೀನು ಇರುವ ಸ್ಥಳವೂ ನಮಗಿಂದು ತಿಳಿಯದ ಹಾಗಾಯಿತಲ್ಲಾ - ಅಂದರೆ ಮೇಲಿನ ಎಲ್ಲಾ ಚಹರೆಗಳಿಂದ ಅದರಲ್ಲೂ ಅತಿ ಎತ್ತರವಾದ ಬೆಳ್ಗೊಡೆಯ ಮಧ್ಯ ಮೆರೆಯುತ್ತಿದ್ದ ದುರ್ಯೋಧನನ್ನು ಎಷ್ಟೇ ದೂರದಿಂದಲಾದರೂ ಗುರುತಿಸಬಹುದಿತ್ತು. ಆದರೆ ಇಂದು ಅದೆಲ್ಲವನ್ನೂ ಕಳೆದುಕೊಂಡು ಅನಾಥನಂತಿರುವುದರಿಂದ ಅವನನ್ನು ಅರಸುವುದು ಕಷ್ಟವಾಯಿತಲ್ಲಾ ಎಂದು ಧೃತರಾಷ್ಟ್ರ ಗಾಂಧಾರಿಯರು ಕೊರಗುತ್ತಾರೆ.

ವಚನ : ಎಂದು ಪಳಯಿಸುತ್ತುಂ ಬರ್ಪ ಗುರುಜನದ ಸರಮಂ ಸಂಜಯನಱಿದು ಕರಕಮಲಮುಕುಳಿತಾಂಜಲಿಯಾಗಿ - ದೇವಾ ನಿನ್ನಲ್ಲಿಗೆ ನಿಜಜನನೀ ಜನಕರಱಸುತ್ತುಂ ಬಂದರ್ ಎಂಬುದಂ ಉಧೃತಗೋತ್ರಾಭಿಮುಖಂ ವಜ್ರಾಘಾತಮಾದಂತೆ ಸಿಗ್ಗಾಗಿ ತಲೆಯಂ ಬಾಗಿ...

ಪಳಯಿಸುತ್ತಂ = ಪ್ರಲಾಪಿಸುತ್ತಾ ; ಸರಮಂ = ಸ್ವರ (ಅಳು) ; ಕರಕಮಲಮುಕುಳಿತಾಂಜಲಿ = ಕೈಯನ್ನು ಮುಗಿಯುವುದು ; ಉಧೃತಗೋತ್ರಾಭಿಮುಖಂ = ಉನ್ನತವಂಶಾಭಿಮಾನಿ ; ವಜ್ರಾಘಾತ = ಸಿಡಿಲು ಬಡಿತ ; ಸಿಗ್ಗಾಗಿ = ನಾಚಿ

ಎಂದು ಅತ್ಯಂತ ದುಃಖದಿಂದ ಅಳುತ್ತಾ ಬರುತ್ತಿರುವ ತಂದೆತಾಯಿಯರ ಗೋದನದ ದನಿಯನ್ನು ಆಲಿಸಿ ತನ್ನ ಎರಡೂ ಕೈಗಳನ್ನು ಮುಗಿಯುತ್ತಾ ಸ್ವಾಮಿ ನಿನ್ನನ್ನು ಅರಸಿಕೊಂಡು ನಿನ್ನ ತಂದೆ ತಾಯಿಗಳು ಬರುತ್ತಿದ್ದಾರೆ ಎಂಬ ಮಾತನ್ನು ಕೇಳಿ ಉನ್ನತವಂಶಾಭಿಮಾನಿಯಾದ ಸುಯೋಧನನಿಗೆ ಸಿಡಿಲೆರಗಿದಂತಾಗಿ ನಾಚಿಕೆಯಿಂದ ತಲೆಯನ್ನು ತಗ್ಗಿಸಿ...

ಅರಿಭೂಪಾಲರನಿಕ್ಕಿ ಗೆಲ್ದೊಸಗೆಯಿಂ ತೂರ್ಯಸ್ವನಂ ಪೊಣ್ಮೆ ಸೋ
ದರರುಂ ಮಕ್ಕಳುಮಾಪ್ತರುಂ ಬೆರಸು ಬಂದಾನಂದದಿಂ ಕಾಣ್ಬೆನೆಂ ।
ದಿರಲಿಂತಾಯ್ತು ವಿಧಾತ್ರ! ಮದ್ಗುರುಗಳಂ ದುಃಖಾತ್ಮರಂ ಶೋಕತ
ಪ್ತರರಂ ಮೆಯ್ಯೊಳೆ ಬೀೞ್ವುದಶ್ರುಮುಖರಂ ಕಾಣ್ಬಂತುಟಂ ಮಾಡಿದೈ ॥ ೭೫ ॥

ಅರಿಭೂಪಾಲರನ್ + ಇಕ್ಕಿ = ಶತ್ರುಗಳನ್ನು (ಶತ್ರುರಾಜರು) ಕೊಂದು ; ಗೆಲ್ದ + ಒಸಗೆ = ಜಯದ ಉತ್ಸಾಹ (ಶುಭ ಸುದ್ದಿ) ; ತೂರ್ಯಸ್ವನ = ಗಾನ, ನೃತ್ಯವಾದಗಳ ಧ್ವನಿ ; ಪೊಣ್ಮೆ = ಮೊಳಗು ; ಬೆರಸು = ಕೂಡಿಕೊಂಡು ; ವಿಧಾತ್ರ = ವಿಧಿ ; ಮದ್ಗುರು - ಮತ್ + ಗುರು = ಗುರುಜನ (ತಂದೆತಾಯಿಗಳು) ; ಬೀೞ್ + ವುದ + ಅಶ್ರುಮುಖರಂ = ಧಾರಾಕಾರವಾಗಿ ಸುರಿಯುತ್ತಿರುವ ಕಣ್ಣೀರಿನ ಮುಖ ; ಕಾಣ್ಬಂತುಟಂ = ಕಾಣುವಂತೆ

ರಣರಂಗದಲ್ಲಿ ಶತ್ರುರಾಜರುಗಳನ್ನು ಸಂಹರಿಸಿ ವಿಜಯೋತ್ಸಾಹದಿಂದ ಮಂಗಳ ವಾದ್ಯಗಳನ್ನು ಮೊಳಗಿಸುತ್ತಾ ಸಹೋದರರು, ಮಕ್ಕಳು, ಆಪ್ತಜನರನ್ನು ಕೂಡಿಕೊಂಡು ಅತ್ಯಂತ ಸಂತೋಷದಿಂದ ತಂದೆ ತಾಯಿಯರನ್ನು ಕಾಣುವೆನು ಎಂದಿದ್ದಾಗ

ಹೀಗಾಯಿತಲ್ಲಾ ಎಲೈ ವಿಧಿಯೇ! ದುಃಖವೆಂಬ ಬೆಂಕಿಯಲ್ಲಿ ಬೆಂದು ಶೋಕತಪ್ತರಾಗಿ ಕಣ್ಣೀರಧಾರೆಯನ್ನು ಹರಿಸುತ್ತಿರುವ ಅವರ ಮುಖವನ್ನು ನೋಡುವಂತೆ ಮಾಡಿದೆಯಲ್ಲಾ...

ಕಂದ ನಿಜಾನುಜರೆಲ್ಲಿದ
ರೆಂದೆನ್ನಂ ಜನನಿ ಬಂದು ಬೆಸಗೊಂಡೊಡದೇ ।
ನೆಂದು ಮಱುವಾತುಗುಡುವೆಂ
ಕೊಂದರ್ಕೌಂತೇಯರೆಂದು ಬಿನ್ನೈಸುವೆನೋ! ॥ ೭೬ ॥

ನಿಜಾನುಜರ್ = ತಮ್ಮಂದಿರು ; ಮಱುವಾತು = ಉತ್ತರ ; ಕೊಂದರ್ + ಕೌಂತೇಯರ್ + ಎಂದು

ಸಂಜಯಾ ನನ್ನ ತಾಯಿ ಗಾಂಧಾರಿದೇವಿ ಬಂದು ಮಗನೇ ನಿನ್ನ ತಮ್ಮಂದಿರು ಎಲ್ಲಿರುವರು ಎಂದು ಕೇಳಿದರೆ ಏನೆಂದು ಉತ್ತರವನ್ನು ಕೊಡಲಿ? ಕುಂತಿಯ ಮಕ್ಕಳು ಅವರನ್ನೆಲ್ಲ ಕೊಂದುಬಿಟ್ಟರು ಎಂದು ಹೇಳಲೇ? ಯಾವ ಬಾಯಿಂದ ಈ ಮಾತು ಹೇಳಲಿ? ಅಂದರೆ ಮಾತೃ ಮಮತೆಯ ಮುಂದೆ ಚಕ್ರವರ್ತಿಯೂ ಮಗುವೇ, ದುರ್ಯೋಧನ ಇದಕ್ಕೆ ಹೊರತಲ್ಲ.

ಶೋಕಂ ಮಿಗೆ ಫಣಿರಾಜ ಪ
ತಾಕಂ ವಿಕಳಿತ ವಿವೇಕಶೂನ್ಯಂ ಬಾಷ್ಪೋ ।
ದ್ರೇಕಂ ಹಾ ದುಶ್ಶಾಸನ
ಹಾ ಕರ್ಣಾ ಎನುತುಂ ಅಂತೆ ಮೂರ್ಛೆಗೆ ಸಂದಂ ॥ ೭೭ ॥

ಶೋಕಂ ಮಿಗೆ = ದುಃಖ ಹೆಚ್ಚಲು ; ಫಣಿರಾಜ ಪತಾಕ = ಸರ್ಪಧ್ವಜನಾದ ದುರ್ಯೋಧನ ; ವಿಕಳಿತ ವಿವೇಕ = ಬುದ್ಧಿಯನ್ನು ಕಳಕೊಂಡವ

ಹೀಗೆ ಮಿತಿಮೀರಿದ ದುಃಖದಿಂದ ದುರ್ಯೋಧನನು ವಿವೇಕ ಶೂನ್ಯನಾಗಿ ಕಣ್ಣೀರು ಹರಿಸುತ್ತಾ, ಹಾ ದುಶ್ಶಾಸನಾ, ಹಾ ಕರ್ಣಾ ಎಂದು ಕೂಗುತ್ತಾ ಹಾಗೆ ಮೂರ್ಛಾಕ್ರಾಂತನಾದ.

ವಚನ : ಅಂತು ಮೂರ್ಛಾಪ್ರಸಂಗನಾದ ಪನ್ನಗಪತಾಕಂಗೆ ಶಿಶಿರೋಪಚಾರ ಕ್ರಿಯೆಗಳಂ ಮಾಟ್ಪಿ ಸಂಜಯನಿರವಂ ತತ್ಪರಿಜನಂ ಕಂಡು ಪೇೞೆ ಗಾಂಧಾರಿ ಮನದೊಳಳ್ಕಿ ಬಳ್ಕಿ ನನೆಕೊನೆವೋಗಿ...

ಮೂರ್ಛಾಪ್ರಸಂಗ = ಜ್ಞಾನತಪ್ಪಿದ ; ಶಿಶಿರೋಪಚಾರ = ಶೈತ್ಯೋಪಚಾರ ; ತತ್ಪರಿಜನಂ = ಧೃತರಾಷ್ಟ್ರನ ಪರಿಚಾರಕರು ; ನನೆಕೊನೆ = ಚಿಗುರು, ಮೊಗ್ಗು ಎಂಬ ಅರ್ಥವಿದೆ. ಆದರೆ ಇಲ್ಲಿ ನನೆಕೊನೆವೋಗಿ ಎಂಬ ಪ್ರಯೋಗ ಪ್ರಾಸಂಗಿಕವಾಗಿ ಬಾಡಿದ ಅಥವಾ ಮುರುಟಿಹೋದ ಎಂಬರ್ಥ ಬರುತ್ತದೆ ; ಅಳ್ಕಿ – ಬಳ್ಕಿ = ಬೆಚ್ಚಿ – ಬಾಗಿ

ಹೀಗೆ ಮೂರ್ಛಾಕ್ರಾಂತನಾದ ದುರ್ಯೋಧನನಿಗೆ ಸಂಜಯನು ಶೈತ್ಯೋಪಚಾರ ಮಾಡುತ್ತಿರುವುದನ್ನು ನೋಡಿದ ಧೃತರಾಷ್ಟ್ರನ ಸೇವಕರು ಗಾಂಧಾರಿಗೆ ಈ ವಿಷಯ ತಿಳಿಸಿದಾಗ ಅವಳ ಮುಖ ಮುರುಟಿ ಹೋದ ಮೊಗ್ಗಿನಂತೆ ಬಾಡಿಹೋಯಿತು.

ಮೃಗಧರಕುಲ ಲಕ್ಷ್ಮೀವ
ಲ್ಲಿಗೆ ಪೆಱರಾರ್ನೀನೆ ಮುನ್ನಡಪರ್ಪನಲಿರ್ದೈ ।
ಮಗನೆ ಲಯಕಾಲಭೀಮೋ
ರಗನುರಗ ಪತಾಕ ನಿನ್ನುಮಂ ನುಂಗಿದನೇ ॥ ೭೮ ॥

ಮೃಗಧರ = ಚಂದ್ರ ; ಕುಲ ಲಕ್ಷ್ಮೀವಲ್ಲಿ = ವಂಶದ ಸಂಪತ್ತೆಂಬ ಬಳ್ಳಿ ; ಲಯಕಾಲ = ಪ್ರಳಯಕಾಲ ; ಭೀಮೋರಗನ್ = ಭೀಮನೆಂಬ ಭಯಂಕರ ಸರ್ಪ

ಮಗನೆ ಚಂದ್ರಕುಲದ ಸಂಪತ್ತೆಂಬ ಬಳ್ಳಿಗೆ ನೀನೇ ಆಧಾರವಾಗಿರುವವನು ಅದು ಬಿಟ್ಟು ಬೇರಿನ್ನಾರಿದ್ದಾರೆ? ಅದನ್ನು ಮುನ್ನಡೆಸಲು ನೀನೇ ಸಮರ್ಥ! ಹೀಗಿರುವಾಗ ಆ ಲಯ ಕಾಲದ ಭೈರವನಂತಿರುವ ಭೀಮನೆಂಬ ಸರ್ಪ ಸರ್ಪಧ್ವಜನಾದ ನಿನ್ನನ್ನು ನುಂಗಿದನೇ? ಅಂದರೆ ದೊಡ್ಡ ಹಾವು ಸಣ್ಣ ಹಾವನ್ನು ನುಂಗುವಂತೆ ಭೀಮನೆಂಬ ಮಹಾಸರ್ಪ ಸಣ್ಣ ಹಾವೆನಿಸಿದ ದುರ್ಯೋಧನನನ್ನು ನುಂಗಿತು ಎನ್ನುವ ಭಾವವಿದೆ.

ಎಮಗಂಧಯಷ್ಟಿಯಾಗಿ
ರ್ದೆ ಮಗನೆ ನೀನುಳ್ಳೊಡೆಲ್ಲಮೊಳವೆಂದಿರೆ ನಿ ।
ನ್ನುಮನಿರಿಸದೆ ಕುರುವಂಶಾ
ನಿಮಿತ್ತರಿಪು ಪಾಶಪಾಣಿ ಸವಿ ನೋಡಿದನೇ ॥ ೭೯ ॥

ಅಂಧಯಷ್ಟಿ = ಕುರುಡರ ಊರುಗೋಲು ; ಪಾಶಪಾಣಿ (ಪಾಶಪಾಣಿ) = ಪಾಶವನ್ನು ಕೈಯಲ್ಲಿ ಹಿಡಿದಿರುವ ಯಮ ; ಕುರುವಂಶ + ಆನಿಮಿತ್ತರಿಪು = ಕುರುಕುಲದ ವಿನಾಕಾರಣ ಶತ್ರು

ಮಗೂ ದುರ್ಯೋಧನಾ, ಕುರುಡರಾದ ನಮಗೆ ನೀನೇ ಊರುಗೋಲಿನಂತಿದ್ದೆ. ನೀನೊಬ್ಬನಿದ್ದರೆ ಸಾಕು ಎಲ್ಲವೂ ಇದ್ದಂತೆ (ಅಂದರೆ ನಿನ್ನಲ್ಲಿ ನನ್ನ ಎಲ್ಲಾ ಸತ್ತ ಮಕ್ಕಳನ್ನು ನೋಡುತ್ತೇನೆ ಎಂಬ ಭಾವ) ಕುರುವಂಶದ ಮೇಲಿನ ಕಾರಣವಿಲ್ಲದ ವೈರದಿಂದ ಯಮ ನಿನ್ನನ್ನು ನುಂಗಿ ಬಿಟ್ಟನೇ?

ಗುರುಚರಣಂಗಳ್ಗೆಱಗದೆ
ಪರಕೆಯನಾದರದಿನಾಂತುಕೊಳ್ಳದೆ ಮೋನಂ ।
ಬೆರಸಿರ್ಪುದು ನಿನಗುಚಿತಮೆ
ಗುರುವಿನಯಮನೇಕೆ ಮಱೆದೆ ಕುರುಕುಲತಿಲಕಾ ॥ ೮೦ ॥

ಪಱಕೆ = ಹರಕೆ (ಆಶೀರ್ವಾದ) ; ಮೋನಂ = ಮೌನ ; ಗುರುಚರಣ = ಮಾತಾಪಿತರೇ ಗುರುಸ್ವರೂಪರು

ತಂದೆತಾಯಿಯರ ಪಾದಕ್ಕೆ ನಮಸ್ಕರಿಸಿ ಆಶೀರ್ವಾದವನ್ನು ಪಡೆಯದೆ ಸುಮ್ಮನೆ ಮೌನವಾಗಿರುವುದು ನಿನ್ನಂಥವರಿಗೆ ಉಚಿತವಾದುದೇ? ಇಂದು ನಿನ್ನ ಮಾತಾ ಪಿತೃಗಳಿಗೆ ಗೌರವಾದರಗಳನ್ನು ತೋರಿಸಲು ಮರೆತುಬಿಟ್ಟೆಯಾ ಕುರುವಂಶತಿಲಕಾ?

ಮಡಿದೀ ದುಶ್ಶಾಸನನೇಂ
ನುಡಿಯಿಸುವನೊ ಕುರುನರೇಂದ್ರ ದುರ್ಮರ್ಷಣನೇಂ ।
ನುಡಿಯಿಸುವನೊ ದುಷ್ಕರ್ಣಂ
ನುಡಿಯಿಸುವನೊ ನೀನುಮುಸಿರದಿರ್ಪುದೆ ಮಗನೇ ॥ ೮೧ ॥

ನುಡಿಯಿಸು = ಮಾತನಾಡಿಸು ; ದುರ್ಮರ್ಷಣ, ದುಷ್ಕರ್ಣ = ದುರ್ಯೋಧನನ ತಮ್ಮಂದಿರು

ಮಗ ದುರ್ಯೋಧನಾ ಈಗಾಗಲೇ ಸತ್ತಿರುವ ದುಶ್ಶಾಸನ, ದುರ್ಮರ್ಷಣ, ದುಷ್ಕರ್ಣಾದಿಗಳು ನನ್ನನ್ನು ಮಾತನಾಡಿಸಲು ಸಾಧ್ಯವೇ? ಕುರುರಾಜಾ ಈಗ ನೀನೂ ಮಾತನಾಡಿಸದೇ ಮೌನದಿಂದಿರುವುದು ಸರಿಯೇ ಹೇಳು ಕಂದಾ?

ವಚನ: ಎಂದು ಗಾಂಧಾರಿ ವಿಪ್ರಲಾಪಂಗೆಯ್ಯೆ ಧೃತರಾಷ್ಟ್ರಂ ಸಕಲ ರಾಷ್ಟ್ರರಾಜಕಿರೀಟ ಕೋಟಿ ತಾಡಿತ ಚರಣಾರವಿಂದ ದ್ವಂದ್ವನೆನಿಸಿದ ತನ್ನ ನಂದನನ ಕಾಲ ಮೇಲೆ ಕವಿದು ಬಿಟ್ಟು –

ವಿಪ್ರಲಾಪ = ಗೋಳಿಡು ; ಕಿರೀಟ ಕೋಟಿ ತಾಡಿತ = ಕಿರೀಟಗಳ ತುದಿ ತಾಗಿದ

ಎನ್ನುತ್ತಾ ಗಾಂಧಾರಿ ಗೋಳಿಡುತ್ತಿರುವಾಗ ಸಮಸ್ತರಾಜರ ಮುಕುಟಗಳ ತುದಿಯು ಪಾದದ್ವಯಗಳಲ್ಲಿ ವಂದಿಸಲ್ಪಡುವ ತನ್ನ ಮಗನ ಕಾಲ ಮೇಲೆ ಧೃತರಾಷ್ಟ್ರನು ಕವಿದು ಬಿದ್ದು...

ಹಾ ! ಕುರುಕುಲ ಚೂಡಾಮಣಿ
ಹಾ ! ಕುರುಕುಲ ಚಕ್ರವರ್ತಿ ಹಾ ! ಸಕಲಧರಿ ।
ತ್ರೀ ಕಾಂತ ನಿನ್ನುಮಂ ಪರ
ಲೋಕಕ್ಕಟ್ಟಿದೆನೆ ಕಾಯ್ದು ಮಾಯ್ದು ವಿಧಾತ್ರಂ ॥ ೮೨ ॥

ಮಾಯ್ದು ವಿಧಾತ್ರ = ದುರ್ವಿಧಿ

ಹಾ ಕುರುವಂಶ ಚೂಡಾಮಣಿಯೇ ಕುರುವಂಶ ಚಕ್ರೇಶ್ವರನೇ. ಇಡೀ ಭೂಮಂಡಲದ ಅಧಿಪತಿಯೇ ನಿನ್ನನ್ನೂ ಬಿಡದೆ ಆ ದುರ್ವಿಧಿ ಪರಲೋಕಕ್ಕೆ ಅಟ್ಟಿಬಿಟ್ಟನೇ ಅಯ್ಯೋ ! (ಇಲ್ಲಿ ದುರ್ಯೋಧನ ಸತ್ತನೆಂದೇ ಭ್ರಮಿಸಿ ಧೃತರಾಷ್ಟ್ರ ಗೋಳಿಡುತ್ತಾನೆ.)

ಭವದೇಕ ಶೇಷ ಮಾದುದು
ಯುವರಾಜಾದಿಗಳ ಸಾಯೆ ನೀಂ ಕಾದದೆ ಕೌ ।
ರವನಾಯಕ ನಿಶ್ಶೇಷಂ
ಭುವನಮಶೇಷಂ ಬಟಿಕ್ಕೆ ಶೇಷಗೆ ಭರಂ ॥ ೮೩ ॥

ಭವತ್ + ಏಕ + ಶೇಷಂ = ನೀನೊಬ್ಬ ಮಾತ್ರ ಉಳಿದೆ ; ನಿಶ್ಶೇಷ = ಸಂಪೂರ್ಣ ಖಾಲಿ

ಕೌರವೇಶ್ವರಾ, ನಿನ್ನ ಸಮಸ್ತ ಸಹೋದರರೂ ಸತ್ತು ನೀನು ಮಾತ್ರ ಬದುಕಿದ್ದೆ. ಈಗ ನೀನೂ ಸತ್ತ ಮೇಲೆ ಕುರುವಂಶವು ನಿಶ್ಶೇಷವಾಯಿತು. ಇಡೀ ಭೂಮಿಯೇ ನಿಶ್ಶೇಷವಾಗಿ ಈಗ ಆ ಭಾರ ಮತ್ತೆ ಮಹಾಶೇಷನ ಮೇಲೆ ಬಿತ್ತು. (ಅಂದರೆ ದುರ್ಯೋಧನ ಚಕ್ರೇಶ್ವರನೆನಿಸಿದ್ದರಿಂದ ಇಡೀ ಭೂಮಂಡಲದ ಭಾರ ಅವನ ಭುಜದ ಮೇಲಿತ್ತು. ಈಗ ಅವನೂ ಸತ್ತದ್ದರಿಂದ ಮತ್ತೆ ಮಹಾಶೇಷ ಹೊರುವಂತೆ ಆಯಿತು.)

ವಚನ : ಎಂದು ಕರುಣಾಕ್ರಂದನಂಗೆಯ್ದು ಗುರುಜನಂಗಳ ಸರಮಂ ಸಂಜಯಂ ಮಾಣಿಸಿ ಕರ್ಣದುಶ್ಶಾಸನರ ಸಾವಿನೊಳ್ ಶೋಕೋದ್ರೇಕದಿಂ ಮೂರ್ಛಾಗತನಾಗಿರ್ದಪನೀಗಳೆ ಚೇತರಿಸುಗುಮನ್ನೆಗಂ ವಿಪ್ರಲಾಪಮಂ ಉಪಸಂಹರಿಪುದೆನೆ ಸಮಹಿತಾಂತಃಕರಣರುಮಾಗಿ.

ಕರುಣಾಕ್ರಂದನ = ಕರುಣೆ ಹುಟ್ಟುವಂತೆ ರೋದಿಸುವುದು ; ಸರಮಂ = ಶಬ್ದ – ಧ್ವನಿಯನ್ನು ; ಮಾಣಿಸಿ = ತಡೆದು ; ವಿಪ್ರಲಾಪ = ಅಳುವನ್ನು ; ಉಪಸಂಹರಿಪುದು = ನಿಲ್ಲಿಸುವುದು ; ಸಮಾಹಿತ + ಅಂತಃಕರಣ = ಸಮಾಧಾನಗೊಂಡ ಅಂತಃಕರಣ (ಮನಸ್ಸಿನವರಾಗಿ)

ಈ ರೀತಿಯಾಗಿ ಮನಸ್ಸೇ ಕರಗುವಂತೆ ಅಳುತ್ತಿರುವ ಧೃತರಾಷ್ಟ್ರಾದಿಗಳನ್ನು ಸಂಜಯ ಸಮಾಧಾನ ಪಡಿಸುತ್ತಾ ದುರ್ಯೋಧನನು ದುಶ್ಶಾಸನ, ಕರ್ಣಾದಿಗಳ ಮರಣದಿಂದ ದುಃಖಿತನಾಗಿ ಮೂರ್ಛೆಗೊಂಡಿದ್ದಾನೆಯೇ ಹೊರತು ಸತ್ತಿಲ್ಲ. ದಯವಿಟ್ಟು ನಿಮ್ಮ ಈ ರೋದನವನ್ನು ನಿಲ್ಲಿಸಿ ಎಂದಾಗ ಸಮಾಧಾನದಿಂದ ದುಃಖದ ಮನಸ್ಸನ್ನು ತಡೆಹಿಡಿದು ಧೃತರಾಷ್ಟ್ರಾದಿಗಳು...

ಕುರುಕುಲ ಚೂಡಾಮಣಿ ನಿಜ
ಗುರುಗಳ ನಯನಾಂಬು ತಳಿವ ಜಲಮಾಗಿರೆ ತ ।
ದ್ಗುರುಗಳ ದೀರ್ಘೋಚ್ಛ್ವಾಸಮೆ
ಪರಿಘೋಷಮುಮಾಗೆ ಮೂರ್ಛೆಯಿಂದೆಚ್ಚೆತ್ತಂ ॥ ೮೪ ॥

ನಿಜಗುರುಗಳು = ಮಾತಾಪಿತೃಗಳು ; ನಯನಾಂಬು = ಕಣ್ಣೀರು ; ತಳಿವ = ಚಿಮುಕಿಸುವ ; ದೀರ್ಘ + ಉಚ್ಛ್ವಾಸ = ನಿಟ್ಟುಸಿರು ; ಪರಿಘೋಷ – ಪರಿವೀಜನ ಎಂಬ ಪಾಠಾಂತರವೂ ಇದೆ = ಗಾಳಿ ಬೀಸಿದಂತಾಗುವುದು

ತನ್ನ ತಂದೆ ತಾಯಿಗಳು ಸುರಿಸುತ್ತಿರುವ ಆನಂದಬಾಷ್ಪವೇ (ಸುಯೋಧನ ಬದುಕಿದ್ದಾನೆಂಬ ಸಂಜಯನ ಮಾತಿನಿಂದ ದುಃಖದ ಕಣ್ಣೀರು ಆನಂದದ ಕಣ್ಣೀರಾಯಿತು) ಅವನ ದೇಹಕ್ಕೆ ಚಿಮುಕಿಸಿದ ನೀರಾಗಲು, ಅವರು ಬಿಟ್ಟ ಸಮಾಧಾನದ ನಿಟ್ಟುಸಿರೇ ಬೀಸಣಿಗೆಯಿಂದ ಬೀಸಿದ ಗಾಳಿಯಂತಾಗಲು ದುರ್ಯೋಧನ ಮೂರ್ಛೆಯಿಂದ ಎಚ್ಚೆತ್ತನು.

ವಚನ : ಅಂತು ಮೂರ್ಛೆಯಿಂದೆಚ್ಚೆತ್ತು ನಿಜಜನನೀಜನಕರಂ ಕಂಡು ಲಜ್ಜಾಭರದಿಂ ಶಿರಮನಾನತಂ ಮಾಡೆ; ಸಂಜಯ ಧೃತರಾಷ್ಟ್ರಂಗಂ ಗಾಂಧಾರಿಗಂ –

ನಿಜತನೂಜನಪ್ಪ ರಾಜರಾಜಂ ಕುರುಕುಲ ಮಧ್ಯಮಹೀತಳ ಸಹಕಾರ ಭೂರುಹಂ ನಿಮಗೆ ವಿನಮಿತ್ತೋತ್ತಮಾಂಗನಾದನವಧರಿಸುವುದು, ಎನೆ; ತದೀಯವಚನಾಮೃತ ಸ್ಪರ್ಶನದಿಂದಾನಂದಿತಚಿತ್ತರಾಗಿ ತಡವರಿಸಿಯುಂ ತೆಬ್ಬರಿಸಿಯುಂ ತೆಗೆದಪ್ಪಿಯುಂ ಮನಃಕ್ಷತ ಶರೀರನಂ ಪರಮಾಶೀರ್ವಚನ ಶತಸಹಸ್ರಂಗಳಿಂ ಪರಸಿ ಪುನಃ ಪುನರಾಲಿಂಗನಂಗೆಯ್ದು ಕಿಱಿದಾನುಂ ಬೇಗದಿಂ ವಿಗತ ಪರಿಜನಂ ಮಾಡಿ...

ಲಜ್ಜಾಭರದಿಂ = ನಾಚಿಕೆಯಿಂದ ; ಆನತಂ = ತಲೆತಗ್ಗಿಸುವುದು ; ತೆಬ್ಬರಿಸು = ಚೇತನಗೊಳ್ಳು ; ತಡವರಿಸಿ = ಮೈಮೇಲೆ ಕೈಯಾಡಿಸಿ ; ಮನಃಕ್ಷತ = ಮನೋವೇದನೆ ; ಕಿಱಿದಾನುಂ = ಅಲ್ಪವಾದ ; ವಿಗತಪರಿಜನ = ಸೇವಕರನ್ನು ಪ್ರತ್ಯೇಕಿಸಿ ಅಥವಾ ದೂರಕಳುಹಿಸಿ

ಹೀಗೆ ಮೂರ್ಛೆಯಿಂದ ಎಚ್ಚೆತ್ತ ದುರ್ಯೋಧನ ತನ್ನ ತಂದೆ–ತಾಯಿಯರನ್ನು ಕಂಡು ಅತ್ಯಂತ ನಾಚಿಕೆಯಿಂದ ತಲೆತಗ್ಗಿಸಿದಾಗ ಸಂಜಯನು ಧೃತರಾಷ್ಟ್ರ – ಗಾಂಧಾರಿಯರನ್ನು ಕುರಿತು ನಿಮ್ಮ ಸುಪುತ್ರನಾದ ರಾಜರಾಜನೂ ಕುರುಕುಲದ ಮಧ್ಯದಲ್ಲಿ ನೆಲೆಸಿದ ಸಿಹಿಯಾದ ಮಾವಿನ ಮರದಂತಿರುವ ಸುಯೋಧನ ಎಚ್ಚೆತ್ತಿರುವನು ಅವಧರಿಸಬೇಕು ಎಂದಾಗ ಅವನ ಮಾತಿನಿಂದ ಆನಂದ ತುಂದಿಲರಾದ ಅವರು ಮಗನ ಮೈಯನ್ನು ಸವರುತ್ತಾ ಅಪ್ಪಿಕೊಂಡು ಮನೋವೇದನೆಯಿಂದ ಬಳಲಿರುವ ಅವನನ್ನು ನಾನಾ ರೀತಿಯಲ್ಲಿ ಹರಸಿ ಮತ್ತೆ ಮತ್ತೆ ಆಲಂಗಿಸಿಕೊಂಡು ಅಲ್ಪಸಮಯದಲ್ಲೇ ಅಲ್ಲಿದ್ದ ತನ್ನ ಸೇವಕಜನರನ್ನು ಅಲ್ಲಿಂದ ಕಳುಹಿಸಿ...

ಯಮಸುತನಿಂಬುಕೆಯ್ವನೆಮಗಿನ್ನುಮೊಡಂಬಡು ಕಂದ ಸಂಧಿಯುಂ
ಸಮಗೊಳಿಸಲ್ಕೆ ಸಂಜಯನನಟ್ಟುವೆ ಭೀಮನೊಳಾದ ಬದ್ಧ ವೈ ।
ರಮನುೞಿ ನೋಡದಿರ್ಸುತ ಸಹೋದರ ದುಃಖಮನೀವುದರ್ಧರಾ
ಜ್ಯಮನವರ್ಗೆಂದು ಕೆಯ್ಮುಗಿದು[14] ಬೇಡಿದನಂಧನೃಪಾಲ ಪುತ್ರನಂ ॥ ೮೫ ॥

ಯಮಸುತ = ಧರ್ಮರಾಯ ; ಇಂಬುಕೆಯ್ವನ್ = ಸ್ವೀಕಾರ ಮಾಡುವನು (ಮಾತುಕೇಳುತ್ತಾನೆ) ; ಒಡಂಬಡು = ಒಪ್ಪಿಕೊ ; ಸಮಗೊಳಿಸಲ್ಕೆ = ಏರ್ಪಡಿಸಲಿಕ್ಕೆ ; ಅಂಧನೃಪಾಲ = ಧೃತರಾಷ್ಟ್ರ

ಪಾಂಡು ಪುತ್ರನಾದ ಧರ್ಮರಾಯನು (ಯಮತನುಜ) ಈಗಲೂ ನಮ್ಮ ಮಾತಿಗೆ ಗೌರವ ಕೊಡುತ್ತಾನೆ. ಸಂಧಿಗೆ ಒಪ್ಪಿಕೊ. ಸಂಧಿಯ ಮಾತನ್ನಾಡಲು ಸಂಜಯನನ್ನು ಕಳುಹಿಸುವೆ. ಭೀಮನ ಮೇಲಿರುವ ಬದ್ಧ ವೈರತ್ವಕ್ಕೆ ಗಮನ ಕೊಡಬೇಡ. ಬಿಟ್ಟುಬಿಡು. ನಿನ್ನ ಮಕ್ಕಳು ತಮ್ಮಂದಿರ ಮರಣದ ದುಃಖವನ್ನು ಮನಸ್ಸಿಗೆ ಹಚ್ಚಿಕೊಳ್ಳಬೇಡ. ಸಂಧಿಮಾಡಿಕೊಂಡು ಅವರಿಗೆ ಅರ್ಧರಾಜ್ಯವನ್ನು ಕೊಟ್ಟುಬಿಡು ಎನ್ನುತ್ತಾ ಮಗನ ಬಳಿ ಕೈ ಮುಗಿದು (ಕಾಲು ಹಿಡಿದು) ಬೇಡಿಕೊಂಡ ಧೃತರಾಷ್ಟ್ರ.

(14) ಕಾಲ್ವಿಡಿದು (ಪಾ)

ವಚನ : ಅಂತು ಕುರು ನರೇಂದ್ರನಂಧನರೇಂದ್ರನಭ್ಯರ್ಥಿಸಿ...

ಅಭ್ಯರ್ಥಿಸಿ = ಪ್ರಾರ್ಥಿಸಿ

ಹಾಗೆ ಅಂಧನೃಪಾಲ ಧೃತರಾಷ್ಟ್ರ ಕುರುರಾಜ ದುರ್ಯೋಧನನನ್ನು ಪ್ರಾರ್ಥಿಸಿ...

ಅರಿಭೂಭೃದ್ಬಲಂ ಪಡಲ್ವಡಿಸಿ ಗೆಲ್ದೇಕಾಂಗ ವೀರಂ ಜಟಾ
ಸುರ ಕಿಮ್ಮೀರ ಹಿಡಿಂಬ ಕೀಚಕ ಜರಾಸಂಧರ್ಕಳಂ ಕೊಂದ ಭೀ ।
ಕರ ಶೌರ್ಯಂ ಕಡುಕೆಯ್ದು ನಿನ್ನನುಜರಂ ಕೊಂದಿಕ್ಕಿದಂ ಕೂಡೆ ನೂ
ರ್ವರುಮಂ ನಿನ್ನುಮನಿನ್ನದೇಕುಟಿಪುವಂ ಚಾಳುಕ್ಯ ಕಂಠೀರವಂ ॥ ೮೬ ॥

ಅರಿಭೂಭೃತ್ + ಬಲಂ = ಶತ್ರುಗಳ ಬೃಹತ್ ಸೈನ್ಯ ; ಪಡಲ್ + ವಡಿಸಿ = ಚದುರಿಸಿ (ಚೆಲ್ಲಾಪಿಲ್ಲಿ ಮಾಡಿ) ಚಾಳುಕ್ಯ ಕಂಠೀರವ = ಸತ್ಯಾಶ್ರಯ (ಅಂದರೆ ಇಲ್ಲಿ ಭೀಮಸೇನ)

ಶತ್ರುಗಳ ಬೃಹತ್ ಸೈನ್ಯವನ್ನು ನುಚ್ಚುನೂರು ಮಾಡಿ ಗೆದ್ದ ಏಕೈಕ ವೀರನಾದ, ಜಟಾಸುರ, ಕಿಮ್ಮೀರ, ಹಿಡಿಂಬ, ಕೀಚಕ, ಜರಾಸಂಧನೆ ಮುಂತಾದ ವೀರಾಧಿವೀರರನ್ನು ಕೊಂದ ಭೀಕರ ಪರಾಕ್ರಮಿಯಾದ ಭೀಮ ರೋಷದಿಂದ ನಿನ್ನ ನೂರ್ವರು ತಮ್ಮಂದಿರನ್ನೂ ಕೊಂದು ಹಾಕಿದ. ಈಗ ನಿನ್ನನ್ನು ಮಾತ್ರ ಉಳಿಸುತ್ತಾನೆಯೇ ಆ ಚಾಳುಕ್ಯ ಕಂಠೀರವ.[15]

ಎಂಬಲ್ಲಿಗೆ ಗದಾಯುದ್ಧದ

ತೃತೀಯಾಶ್ವಾಸಂ ಸಂಪೂರ್ಣವಾದುದು.

(15) ಧೃತರಾಷ್ಟ್ರನ ಬಾಯಿಂದ ಭೀಮನನ್ನು ಕುರಿತ ಇಂತಹ ಹೊಗಳಿಕೆ ಬರುವುದು ಅಸಹಜವೆನಿಸುತ್ತಾದರೂ ಕವಿ ತನ್ನ ನಾಯಕ ಸಾಹಸ ಭೀಮನ ಹೊಗಳಿಕೆಗೆ ಈ ಸಂದರ್ಭ ಕಲ್ಪಿಸಿರಬಹುದು.

ಚತುರ್ಥಾಶ್ವಾಸಂ

ಶ್ರೀವನಿತೆಗೆ ನಿಜ ವಿಜಯ
ಶ್ರೀವನಿತೆಯೇ ಸವತಿಯಾಗೆ ರಿಪುನೃಪರಂ ಶೌ ।
ರ್ಯಾವಷ್ಟಂಭದೆ ಗೆಲ್ದು ಜ
ಯಾವಸಥನಸಾಧ್ಯನಲ್ತೆ ಸಾಹಸಭೀಮಂ ॥ ೧ ॥

ಶ್ರೀವನಿತೆ = ಸಂಪತ್‌ಲಕ್ಷ್ಮಿ ; ವಿಜಯಶ್ರೀವನಿತೆ = ವಿಜಯಲಕ್ಷ್ಮಿ ; ಶೌರ್ಯ + ಅವಷ್ಟಂಭ = ಶೌರ್ಯಾವಲಂಬನ ; ಜಯಾವಸಥನ = ಗೆಲುವಿಗೆ ನೆಲೆಮನೆಯಾದ

ಶತ್ರುರಾಜರನ್ನು ತನ್ನ ಶೌರ್ಯ ಸಾಹಸಗಳಿಂದ ಗೆದ್ದು ವಿಜಯಲಕ್ಷ್ಮಿಯನ್ನು ಸಂಪತ್‌ಲಕ್ಷ್ಮಿಗೆ ಸವತಿಯನ್ನಾಗಿ ಮಾಡಿ ಗೆಲುವಿಗೆ ನೆಲೆಮನೆಯಾದ ಸಾಹಸ ಭೀಮನು ಅಸಾಧ್ಯನಲ್ಲದೆ ಮತ್ತೇನು?

ವಚನ : ಅದಱಿನಾತನೊಳಪ್ಪ ಸಮರಾನುಬಂಧಮಂ ಮಾಣ್ಬುದೆನ್ನೆಂಬುದ ನಿಂಬುಕೆಯ್ವುದೆಂದ ಧೃತರಾಷ್ಟ್ರನ ನುಡಿಯಂ ಗಾಂಧಾರಿ ಸಮಭ್ಯರ್ಥಿಸಿ ತಾನುಂ ಪ್ರಾರ್ಥಿಸಿ...

ಸಮರ + ಅನುಬಂಧ = ಯುದ್ಧ ಸಂಬಂಧ ; ಮಾಣ್ಬುದು = ಬಿಡುವುದು ; ಇಂಬುಕೈ = ಒಪ್ಪಿಕೊಳ್ಳು ; ಸಮಭ್ಯರ್ಥಿಸಿ = ಸಮರ್ಥಿಸಿ

ಅದರಿಂದ ಅವನಲ್ಲಿರುವ ಯುದ್ಧ ಸಂಬಂಧವನ್ನು ಬಿಟ್ಟು ನಾನು ಹೇಳುವುದನ್ನು ಒಪ್ಪಿಕೋ ಎಂಬ ಧೃತರಾಷ್ಟ್ರನ ಮಾತನ್ನು ಸಮರ್ಥಿಸಿದ ಗಾಂಧಾರಿ ತಾನು ಕೂಡ ಪ್ರಾರ್ಥಿಸುತ್ತಾಳೆ.

ಪರಿಣತವಯಸರೆಮಿರ್ಕ
ಣ್ಗುರುಡರೆಮೆಮಗಿಂಬುಕೆಯ್ವುದುಚಿತಂ ನಿನ್ನೀ ।
ಗುರುನುಡಿದ ನುಡಿಗೊಡಂಬಡು
ಗುರುವಚನಮಲಂಘನೀಯಮೆಂಬುದು ಮಗನೇ ॥ ೨ ॥

ಪರಿಣತವಯಸರೆಂ = ವಯಸ್ಸಾದವರು ; ಇರ್‌ಕಣ್ = ಇಬ್ಬರ ಕಣ್ಣೂ[16] ; ಗುರು ನುಡಿ = ತಂದೆಯ ಮಾತು

ಮಗನೇ ದುರ್ಯೋಧನಾ ನಾವಾದರೊ ವಯಸ್ಸಾದವರು, ವೃದ್ಧರು. ಜೊತೆಗೆ ಇಬ್ಬರೂ ಕಣ್ಣು ಕಾಣದ ಕುರುಡರು. ಹೀಗಿರುವಾಗ ನಮ್ಮ ಮಾತಿಗೆ ಒಡಂಬಡುವುದು ಉಚಿತವಾಗಿದೆ. ತಂದೆಯ ಮಾತನ್ನು ಒಪ್ಪಿಕೊ. ಗುರುವಚನವನ್ನು ಮೀರಲಾಗದು ಎಂಬ ಉಕ್ತಿಯೇ ಇದೆ. ಹಾಗಾಗಿ ನಮ್ಮ ಮನವಿಯನ್ನು ತಿರಸ್ಕರಿಸದೇ ಒಪ್ಪಿಕೋ ಎನ್ನುತ್ತಾಳೆ ಗಾಂಧಾರಿ.

---

(16) ಧೃತರಾಷ್ಟ್ರನ ಹುಟ್ಟು ಕುರುಡ. ಗಂಡನನ್ನನುಸರಿಸಿದ ಗಾಂಧಾರಿ ಕಣ್ಣಿಗೆ ಬಟ್ಟೆ ಕಟ್ಟಿಕೊಂಡು ಕುರುಡಳಾದಳು. ಹಾಗಾಗಿ 'ಇರ್ಕಣ್' ಎಂಬುದು ಇಬ್ಬರೂ ಕುರುಡರು ಎಂದಾಗುತ್ತದೆ.

ಸಮರವ್ಯಾಪಾರಂ ಮಾ
ಣ್ದು ಮಗನೆ ನಿಜ ಶಿಬಿರದತ್ತ ಬಿಜಯಂಗೆಯ್ ಸ ।
ತ್ತ ಮಗಂದಿರ್ಸತ್ತರ್ನೀ
ನೆಮಗುಳ್ಳೊಡೆ ಸಾಲ್ವುದವರನಿಂ ತಂದಪೆವೇ ॥ ೩ ॥

ಸಮರವ್ಯಾಪಾರ = ಯುದ್ಧ ಉದ್ಯೋಗ ; ಮಾಣ್ದು = ಬಿಟ್ಟು

ಮಗೂ ದುರ್ಯೋಧನಾ ಇನ್ನಾದರೂ ಈ ಯುದ್ಧವೆಂಬ ವ್ಯಾಪಾರವನ್ನು ನಿಲ್ಲಿಸಿ ನಮ್ಮ ಬೀಡಿಗೆ ಹಿಂದಿರುಗು. ನನ್ನ ಸತ್ತ ಮಕ್ಕಳು ಎಂದಿದ್ದರೂ ತಿರುಗಿಬಾರದವರು. ಸತ್ತವರು ಸತ್ತರು. ನೀನೊಬ್ಬನಾದರೂ ನಮ್ಮ ಪಾಲಿಗೆ ಉಳಿದೆಯಾದರೆ ನಿನ್ನನ್ನು ನೋಡಿ ಸತ್ತ ಮಕ್ಕಳ ದುಃಖವನ್ನು ಮರೆಯುತ್ತೇವೆ ಎನ್ನುತ್ತಾಳೆ ಗಾಂಧಾರಿ. ಆದರೆ ಎಂದಿದ್ದರೂ ಪುತ್ರಶೋಕಂ ನಿರಂತರಂ ಎನ್ನುವುದು ಎಂತಹ ತಾಯಂದಿರೂ ತಡಕೊಳ್ಳಲಾರದ ದುಃಖ. ಏಷ್ಟೆಂದರೂ ಅದು ಹಡೆದ ಕರುಳು.

ವಚನ : ಎಂದು ಗಾಂಧಾರಿ ತನ್ನ ಮತ್ತಿನ ಮಕ್ಕಳಂ ನೆನೆದು ದುಃಖ ಮರುಕೊಳಿಸಿ ದುಃಖಂಗೆಯ್ಯೆ ಸಂಜಯಂ ಜಡಿದು...

ಮತ್ತಿನ ಮಕ್ಕಳು = ತೀರಿಹೋದ ಮಕ್ಕಳು ; ಜಡಿದು = ಗದರಿಸಿ

ಮನೆಗೆ ಹಿಂದಿರುಗು ಎಂದು ಗಾಂಧಾರಿ ದುರ್ಯೋಧನನಿಗೆ ಹೇಳಿದರೂ ಅವಳು ತನ್ನ ಸತ್ತ ಮಕ್ಕಳನ್ನು ನೆನೆದಾಗ ದುಃಖ ಮರುಕಳಿಸಿ ಅಳುತ್ತಿರಲು ಸಂಜಯ ಬಂದು ಗದರಿಸುತ್ತಾನೆ.

ಪ್ರಿಯಸುತನಂ ಬಂದುಂ ಸಂ
ತಯಿಸುವುದದುಗೆಟ್ಟು ನೀನೆಗಳ ಶೋಕಾಕ್ರಾ ।
ತೆಯುಮಾಗಿ ಶೋಕಿಸಲ್ಸಂ
ತಯಿಸುವರಾರಂಧನೃಪತಿಯಂ ನೃಪತಿಯುಮಂ ॥ ೪ ॥

ಸಂತಯಿಸು = ಸಮಾಧಾನ ಮಾಡು ; ನೀನೆಗಳ = ನೀನೇ ; ಶೋಕಾಕ್ರಾಂತೆ = ದುಃಖದಲ್ಲಿರುವುದು

ತಾಯಿ ಗಾಂಧಾರಿ ಇಲ್ಲಿಯ ತನಕ ಬಹು ಪ್ರಯಾಸದಿಂದ ಬಂದು ನಿನ್ನ ಪ್ರೀತಿಯ ಪುತ್ರನಿಗೆ ಸಮಾಧಾನ ಹೇಳುವುದನ್ನು ಬಿಟ್ಟು ನೀನೇ ಹೀಗೆ ದುಃಖದಿಂದ ಗೋಳಾಡುತ್ತಿದ್ದರೆ ಧೃತರಾಷ್ಟ್ರನನ್ನೂ, ದುರ್ಯೋಧನನನ್ನೂ ಸಂತಯಿಸುವವರು ಯಾರು? ಬಿಡು ಶೋಕವನ್ನು, ಇಬ್ಬರನ್ನೂ ಸಮಾಧಾನಪಡಿಸು.

ವಚನ : ಎಂಬುದುಂ – ವೃದ್ಧರಾಜಂ ಕುರುರಾಜಂಗಭಿಮುಖನಾಗಿ...

ವೃದ್ಧರಾಜ = ಧೃತರಾಷ್ಟ್ರ ; ಕುರುರಾಜಂಗೆ = ದುರ್ಯೋಧನನಿಗೆ ; ಅಭಿಮುಖನಾಗಿ = ಮುಂದೆ ನಿಂತು

ಎಂದು ಸಂಜಯ ಹೇಳಿದಾಗ ವೃದ್ಧನಾದ ಧೃತರಾಷ್ಟ್ರ ಕೌರವನ ಮುಂದೆ ನಿಂತು...

ವೀರಶತಜನನಿಗೆ ಈ ಗಾಂ
ಧಾರಿಗೆ ದುಃಖ ಶತ(17) ಜನನಿವೆಸರಾಯ್ತೀಗಳ್ ।
ಕೌರವ ಪತಿ ದುಃಖ ಮಹಾ
ಭಾರಮನಾಂತಾಯಸಕ್ಕೆ ಗುಱಿಯಾದುದದಱಿಂ(18) ॥ ೫ ॥

ವೀರಶತ ಜನನಿ = ವೀರರಾದ ನೂರ ಮಕ್ಕಳ ತಾಯಿ ; ದುಃಖ ಶತ = ನೂರು ದುಃಖ ; ಮಹಾಭಾರ = ದೊಡ್ಡ ಹೊರೆ

ನೂರು ಮಂದಿ ವೀರ ಪುತ್ರರನ್ನು ಹೆತ್ತ ತಾಯಿ ಎಂದು ಹೆಸರು ಪಡೆದ ಈ ಗಾಂಧಾರಿಗೆ ಈಗ ನೂರು ದುಃಖಿಗಳ ತಾಯಿ ಎಂದೂ ಹೆಸರು ಬಂತು. ಅಂತೆಯೇ ಈಗ ಈ ಕೌರವನು ಆಕೆಯ ದುಃಖದ ದೊಡ್ಡ ಹೊರೆಯಾಗಿ ಬಹಳವಾಗಿ ಆಯಾಸಗೊಂಡಿದ್ದಾಳೆ – ಅದಕ್ಕೆ ಗುರಿಯಾಗಿದ್ದಾಳೆ.

ಭವದನುಜಕ್ಷಯಮಂ ಧಾ
ತ್ರೀವಲ್ಲಭಂ ಕಂಡು ಸಂಧಿಮಾಡಲ್ಶೋಕಾ ।
ನಿವಹಂ ಬಗೆವಂ ಧರ್ಮಜ
ನವನಾಕೃತಕ ಪ್ರತಿಜ್ಞೆಯಂ ಕೇಳ್ದಱಿಯಾ ॥ ೬ ॥

ಭವತ್ + ಅನುಜ ಕ್ಷಯ = ನಿನ್ನ ತಮ್ಮಂದಿರ ಅಳಿವು ; ಧಾತ್ರಿವಲ್ಲಭ = ಭೂಮಿಯ ಒಡೆಯ ; ಸಂಧಿಮಾಡಲ್ + ಶೋಕ + ಅನಿವಹಂ = ದುಃಖ ಸಾಗರದಲ್ಲಿ ಮುಳುಗಿದ ; ಬಗೆವಂ = ಭಾವಿಸುವುದು ; ಅವನಾ + ಕೃತ = ಅವನು ಮಾಡಿದ

ಕೌರವಾ, ನಿನ್ನ ಸಹೋದರರ ಅಳಿವನ್ನು ಕಣ್ಣಾರೆ ಕಂಡ ಭೂಮಿಯ ಒಡೆಯನಾದ ಧರ್ಮರಾಯನು ಈಗಲೂ ನಿನ್ನೊಡನೆ ಸಂಧಿ ಮಾಡಿಕೊಳ್ಳಲು ಇಚ್ಛಿಸುತ್ತಾನೆ. ಏಕೆಂದರೆ ಅವನು ಮಾಡಿರುವ ಪ್ರತಿಜ್ಞೆಯನ್ನು ನೀನು ಕೇಳಿಲ್ಲವೇ?

ಸಮರದೊಳದೃಷ್ಟವಶದಿಂ
ಸಮವಾಯಂ ಸಾಯೆ ನಾಲ್ವರನುಜರೊಳೊರ್ವಂ ।
ಯಮಭರನತೀತಮಪ್ಪಂ
ಯಮನಂದನನದಱಿನಾ ನೃಪಂ ಸಂಶಯಮೇ ॥ ೭ ॥

ಸಮರ = ಯುದ್ಧ ; ಸಮವಾಯಂ = ಒಬ್ಬರನ್ನೊಬ್ಬರು ಅಗಲದಿರುವುದು (ಒಂದಾಗಿರುವುದು) ; ಯಮಭರನ್ = ಯಮನ ಮನೆ ಅತಿಥಿ ; ಅತೀತ = ಇಲ್ಲವಾಗುವುದು (ಸಾಯುವುದು)

ಯುದ್ಧರಂಗದಲ್ಲಿ ಕಾದಾಡುವಾಗ ಎಲ್ಲರೂ ಬದುಕುಳಿಯುವರೆಂಬುದು ಕೇವಲ ಅದೃಷ್ಟದಿಂದ ಮಾತ್ರ. ತನ್ನ ತಮ್ಮಂದಿರಲ್ಲಿ ಒಬ್ಬ ಸತ್ತರೂ ತಾನು – ಯಮನಂದನನಾದ

(17) ಸುತ ದುಃಖ

(18) ಇಲ್ಲಿ 'ಪಂಪಭಾರತ' ಹಾಗೂ ಭಟ್ಟನಾರಾಯಣನ 'ವೇಣೀಸಂಹಾರ'ದ ದೃಷ್ಟಾಂತಗಳನ್ನು ಉಲ್ಲೇಖಿಸಬಹುದು – "ಹಾ ವೀರ ಶತಪ್ರಸವಿನೀಹತಗಾಂಧಾರಿ ದುಃಖ ಶತಂ ಪ್ರಸೂತಾ ನ ಪುನಃ ಶತಂ" (ವೇ.ಸಂ. ಅಂಕ – 5)

ಯುಧಿಷ್ಠಿರ ಯಮನ ಅತಿಥಿಯಾಗುತ್ತಾನೆ. ಅಂದರೆ ಪ್ರಾಣಕಳೆದುಕೊಳ್ಳುವುದಾಗಿ ಪ್ರತಿಜ್ಞೆ ಮಾಡಿದ್ದಾನೆ. ಹಾಗಾಗಿ ಅವನು ಸಂಧಿಗೆ ಒಪ್ಪದೇ ಇರನು. ಕಾರಣ ಯುದ್ಧದಲ್ಲಿನ ಜಯಾಪಜಯದ ಬಗ್ಗೆ ಅವನಿಗೂ ಭಯವಿದೆ. (ಇಲ್ಲಿ ಧರ್ಮರಾಯ ಅಗ್ನಿಪ್ರವೇಶ ಮಾಡುತ್ತಾನೆ ಎಂದೂ ಹೇಳಬಹುದು.)

ವಚನ : ಎಂದು ನುಡಿದ ನರೇಂದ್ರನ ನುಡಿಗೆ ಸಂಜಯನೊಡಂಬಟ್ಟು...

ನರೇಂದ್ರ = ಧೃತರಾಷ್ಟ್ರ

ಹೀಗೆ ಹೇಳಿದ ಧೃತರಾಷ್ಟ್ರನ ಮಾತಿಗೆ ಸಂಜಯನೂ ಒಪ್ಪಿಗೆ ನೀಡಿ...

ನೃಪಪತಿ[19]ಯುಕ್ತಮಿದಂ ನೀಂ
ನೃಪಕೆಯ್ಕೊಳ್ನಿನ್ನ ತಂದೆಯೆಂದುದನೆನೆ ಭೂ ।
ಮಿಪನೆಂದಂ ನಿಮ್ಮಯ ಪೂ
ರ್ವಪಕ್ಷಮೆಮಗಾದುದೇ ವಲಂ ಸಿದ್ಧಾಂತಂ ॥ ೮ ॥

ನೃಪಪತಿ = ಧೃತರಾಷ್ಟ್ರ ; ಯುಕ್ತಂ + ಇದಂ = ಇದು ಯುಕ್ತವಾದುದು ; ನೃಪ = ದುರ್ಯೋಧನ ; ಕೈ + ಕೊಳ್ + ನಿನ್ನ ; ಪೂರ್ವಪಕ್ಷ = ಎದುರು ಗುಂಪಿನವರು ಎತ್ತುವ ಆಕ್ಷೇಪಣೆ ; ವಲಂ = ಆದುದು

ಧೃತರಾಷ್ಟ್ರನ ಮಾತು ಯುಕ್ತವಾಗಿದೆ. ಆದ್ದರಿಂದ ದುರ್ಯೋಧನಾ ನಿನ್ನ ತಂದೆಯ ಮಾತನ್ನು ಒಪ್ಪಿಕೊ ಎಂದಾಗ ನೀವು ಸಂಧಿಗೆ ಅನುಕೂಲವೆನಿಸುವ ಯಾವ ಮಾತನ್ನು ಹೇಳುವಿರೋ ಅದೇ ಮಾತು ಸಂಧಿಮಾಡಕೂಡದು ಎಂಬ ನನ್ನ ಸಿದ್ಧಾಂತಕ್ಕೆ ಅನುಕೂಲವಾಗಿದೆ ಎನ್ನುತ್ತಾನೆ.

ತನ್ನೊಡವುಟ್ಟಿದರ್ಪೆಸರ ನಾಲ್ವರೊಳೊರ್ವರುಮಿಲ್ಲದಿರ್ದೊಡಂ
ತನ್ನಸುವಂ ನಿವೇದಿಸುವನಗ್ನಿಗೆ ಧರ್ಮತನೂಜನೆಂದೊಡಾ ।
ನೆನ್ನವೊಡವುಟ್ಟಿದರ್ಪೆಸರ ನೂರ್ವರೊಳೊರ್ವರುಮಿಲ್ಲ[20] ಬಾಳ್ವೆನೆಂ
ಬೆನ್ನಟಿಯಾಸೆಯಂ ಬಿಡಿಸುಮಿನ್ನವರಾದುದನಾಗದಿರ್ಪನೇ ॥ ೯ ॥

ಪೆಸರ = ಪ್ರಸಿದ್ಧ ; ತನ್ನಸುವಂ = ತನ್ನ ಪ್ರಾಣವನ್ನ ; ನಿವೇದಿಸು = ಅರ್ಪಿಸು – ಒಪ್ಪಿಸು ; ಬಾಳ್ವೆ = ಬಾಳು ; ಅಟಿಯಾಸೆ = ಕೆಟ್ಟ ಆಸೆ

ತನ್ನ ಒಡಹುಟ್ಟಿದ ಪ್ರಸಿದ್ಧರಾದ ನಾಲ್ಕು ಮಂದಿಯಲ್ಲಿ ಒಬ್ಬ ಸತ್ತರೂ ತಾನು ಅಗ್ನಿಪ್ರವೇಶ ಮಾಡುವುದಾಗಿ ಧರ್ಮರಾಯ ಪ್ರತಿಜ್ಞೆ ಮಾಡಿರುವಾಗ ನಾನು ನನ್ನ ನೂರ್ವರು ತಮ್ಮಂದಿರನ್ನು ಕಳಕೊಂಡು ಈಗ ನಾನೊಬ್ಬ ಉಳಿಯಬೇಕೆಂಬ ಕೆಟ್ಟ ಆಸೆ ನನ್ನದಲ್ಲ. ಅವರಿಗಾದ ಗತಿಯೇ ನನಗೂ ಆಗಲಿ ಎನ್ನುತ್ತಾನೆ ದುರ್ಯೋಧನ.

(19) ಉಪಪತ್ತಿಯುಕ್ತಂ (ಯುಕ್ತಾಯುಕ್ತತೆ) – ಎಂಬ ಪಾಠಾಂತರ ಸಹ ಇದೆ.

(20) "ತನಯ ಶತಮಾದುದಲ್ತೆನಗನಿವಾರಿತ ದುಃಖ ಶತಮೆ ತಾನಾದುದು" (ಪಂ.ಭಾ. 14–8)

ಸಾಧಿಸುವೆಂ ಫಲ್ಗುಣನಂ
ಸಾಧಿಸುವೆಂ ಪವನಸುತನ ಬಸಿಱಿಂ ಹಾ! ಕ ।
ರ್ಣಾ! ದುಶ್ಯಾಸನ! ತೆಗೆವೆಂ
ನಿರ್ದೋಷಿಗಳಿಕ್ಕೆಯಮಜನೊಳ್ಬುದು ವಾೞೆಂ ॥ ೧೦ ॥

ಸಾಧಿಸುವೆಂ ಫಲ್ಗುಣನಂ = ಅರ್ಜುನನೊಡನೆ ವೈರ ಸಾಧಿಸಿ ; ಬಸಿಱಿಂ = ಹೊಟ್ಟೆಯಿಂದ

ಭೀಮಾರ್ಜುನರೊಂದಿಗೆ ಮೊದಲು ಕಾದಾಟ. ಅದನ್ನು ಮೊದಲು ಸಾಧಿಸಿ ಅವರ ಬಸಿರನ್ನು ಬಗೆದು ಕರ್ಣ ದುಶ್ಯಾಸನರ ಮರಣದ ಸೇಡನ್ನು ತೀರಿಸಿಕೊಂಡು ಅನಂತರ ನಿರ್ದೋಷಿಯೆನಿಸಿದ ಧರ್ಮರಾಯನೊಡನೆ ಬಾಳುತ್ತೇನೆ. ಅವನ ಮೇಲೆ ನನಗಾವ ವೈರವೂ ಇಲ್ಲ. ಆದರೆ ಭೀಮಾರ್ಜುನರನ್ನು ಕೊಂದ ಮೇಲೇ ಸಂಧಿಯ ಮಾತು ಎಂಬುದು ದುರ್ಯೋಧನನ ನಿಲುವು.

ಧರೆಯಂ ಪಚ್ಚಾಳ್ದಿರ್ಪಾಂ
ಡುರಾಜನುಂ ನೀನುಮದನೆ ಕೈತವದಿಂ ದೈ ।
ವರ ಕೆಯ್ಯೊಳೆೞೆದುಕೊಂಡುಂ
ಕುರುರಾಜಂ ಮತ್ತಮವರ್ಗೆಪುದುವಿತ್ತಪನೇ ॥ ೧೧ ॥

ಧರೆಯಂ = ಭೂಮಿಯನ್ನು ; ಪಚ್ಚು + ಆಳ್ದಿರ್ = ಭಾಗ ಮಾಡಿಕೊಂಡು ಆಳಿದಿರಿ ; ಕೈತವ = ಮೋಸ ; ಪುದು = ಸಂಬಂಧ

ಭೂಮಿಯನ್ನು ವಿಭಾಗಿಸಿಕೊಂಡು ನೀನು ಹಾಗೂ ಪಾಂಡುರಾಜನು ಆಳಿದಿರಿ. ಆದರೆ ಆ ಪಾಂಡವರೈವರ ಭಾಗವನ್ನು ಮೋಸದಿಂದ ಅವರ ಕೈಯಿಂದ ಎಳೆದುಕೊಂಡ ಈ ಕೌರವೇಂದ್ರ ಮತ್ತೆ ಅವರೊಂದಿಗೆ ಬೆರೆತು ಸಂಬಂಧವನ್ನು ಮಾಡುವನೇ? ಎಂದಿಗೂ ಇಲ್ಲ.

ಆಮ್ಮಗನೆನಾಗೆ ಧರ್ಮಜ
ನೇಮ್ಮಗನಲ್ಲನೆ ಬೞಿಕ್ಕೆ ನೀಮುಂ ತಾಮುಂ ।
ನಿಮ್ಮೊಳ್ನೇರ್ಪಡುಗಿಡದೆ ಸು
ಖಮ್ಮುನ್ನಿನ ತೆಱದೆ ಬಾಳ್ವುದಾಂ ಬೆಸಕೆಯ್ಯೆಂ ॥ ೧೨ ॥

ಆಂ ಮಗನೆನಾಗೆ = ನೀನು ನಿಮ್ಮ ಮಗನಾದರೆ ; ನೀಮುಂ ತಾಮುಂ = ನೀವೂ ಅವರು ; ನಿಮ್ಮೊಳ್ + ನೇರ್ಪಡುಗಿಡದೆ = ನಿಮ್ಮಲ್ಲಿನ ಹೊಂದಾಣಿಕೆ ಕೆಡದ ರೀತಿಯಲ್ಲಿ ; ಸುಖಂ + ಮುನ್ನಿನ ತೆಱದೆ = ಹಿಂದಿನ ರೀತಿಯಲ್ಲಿ ಸುಖವಾಗಿ ; ಬೆಸಕೆಯ್ಯೆ = ಅಂಗೀಕರಿಸಲಾರೆ

ಇಲ್ಲಿ ದುರ್ಯೋಧನ ಒಂದು ವಿಧದಲ್ಲಿ ವ್ಯಂಗವಾಗಿ ಕಟು ನುಡಿಗಳನ್ನಾಡುತ್ತಾನೆ. ಇದು ಅವನ ಶೋಕಾಕ್ರೋಶದ ನುಡಿಯೇ ಹೊರತು ನಿಂದನೆಯಲ್ಲ – ನಾನು ನಿಮ್ಮ ಮಗ ಎಂದಾದ ಮೇಲೆ ಯುಧಿಷ್ಠಿರನೂ ನಿಮ್ಮ ಮಗನೇ ತಾನೆ ಅಂದಮೇಲೆ ನೀವೂ ಅವರೂ ಅನ್ಯೋನ್ಯತೆಯಿಂದ ಸುಖವಾಗಿ ಬಾಳಿರಿ ನಾನು ಮಾತ್ರ ನಿಮ್ಮೊಂದಿಗೆ ಇರುವವನೂ ಅಲ್ಲ ಸಂಧಾನಕ್ಕೆ ಒಪ್ಪುವವನೂ ಅಲ್ಲ ಎಂದು ಹೇಳುತ್ತಾ...

ಬಿಡಿಮೆನ್ನನೆಂದು ಮುಂದಿ
ರ್ದಡಿಗೆಱಗಿದ ಮಗನನಪ್ಪಿ ಕೊಂಡಶ್ರು ಜಲಂ ।
ಗುಡುಗುಡನೆ ಸುರಿಯೆ ನಾಲಗೆ
ತಡತಡವರೆ ನುಡಿದನಂಧನೃಪನಾ ನೃಪನಂ ॥ ೧೩ ॥

ಬಿಡಿಂ + ಎನ್ನನ್ + ಎಂದು = ನನ್ನ ಬಿಟ್ಟುಬಿಡಿ (ಹೋಗಬೇಡಿ) ; ಮುಂದಿರ್ದು = ಎದುರಿಗೆ ಬಂದು ; ಅಡಿಗೆಱಗಿ = ಪಾದಕ್ಕೆ ನಮಸ್ಕರಿಸಿ ; ಗುಡುಗುಡನೆ = ಒಂದೇ ಸಮನೆ ಸುರಿಯುವ ; ತಡತಡೆವರೆ = ತಡವರಿಸುತ್ತಿರೆ

ನನ್ನನ್ನು ನನ್ನ ಪಾಡಿಗೆ ಬಿಟ್ಟುಬಿಡಿ (ನನ್ನಾಸೆಯನ್ನು ಬಿಡಿ) ನಾನು ಹೋಗುತ್ತೇನೆ ಎನ್ನುತ್ತಾ ಮುಂದೆ ಬಂದು ಪಾದಗಳಿಗೆ ನಮಸ್ಕರಿಸಿದ ಮಗನನ್ನು ಎತ್ತಿ ಅಪ್ಪಿಕೊಂಡು ಕಣ್ಣೀರನ್ನು ಸುರಿಸುತ್ತಾ ಮಾತನಾಡಲು ನಾಲಗೆ ತಡವರಿಸುತ್ತಿದ್ದರೂ ಆ ಅಂಧನೃಪ ಧೃತರಾಷ್ಟ್ರ ಕುರುರಾಜನೊಡನೆ ಹೀಗೆನ್ನುತ್ತಾನೆ.

ವಚನ : ನೀನೆಂತುಮೆಮ್ಮ ಪೇೞ್ವುದಂ ಕೈಕೊಳ್ಳದೆ ವೈರಮನೆ ಕೈಕೊಂಡು ಪಾಂಡುನಂದನರೊಳ್ಕಾದಿದಲ್ಲದೆ ಸಂಧಿಯನೊಡಂಬಡೆಯಪ್ಪಿನಂ ನೀನೆಮಗಿನಿತನೊಳ್ಳಿಕೆಯ್ಯಲ್ವೇೞ್ಪುದು । ನೆಗೞ್ವ ಕಜ್ಜಮಾವುದುಮಂ ನಿಮ್ಮಜ್ಜನೊಳಾಲೋಚಿಸಿ ನೆಗೞ್ವುದು । ಅಲ್ಲಿಗೆ ಬಿಜಯಂಗೆಯ್ವುದೆನೆ – ಮಹಾ ಪ್ರಸಾದಮೆಂದದನೊಡಂಬಟ್ಟಂತೆಗೆಯ್ವೆನೆಂದು ನಿಜ ಗುರುಜನಮಂ ಬೀೞ್ಕೊಂಡು ಬೀಡಿಂಗೆ ಪೋಗಲ್ವೇೞ್ದು ಕಿೞಿದು ಪೊೞ್ತು ಶೋಕಾನು ಬಂಧದೊಳ್ಕೋಪಾನುಬಂಧಮುಂ ಸಮರಾನುಬಂಧಮುಮಂತರಿಸಿರ್ದು ಸಂಜಯ ದ್ವಿತೀಯನುಂ ನಿಜಭುಜಗದಾ ಸಹಾಯನುಮಾಗಿ ಸಂಗ್ರಾಮ ಭೂಮಿಯೊಳಗನೆಬರ್ಪಲ್ಲಿ –

ಒಡಂಬಡೆ = ಒಪ್ಪಿಕೊಳ್ಳದೆ ; ಒಳ್ಳಿಕೆಯ್ಯಲ್ + ವೇೞ್ಪುದು = ಉಪಕಾರವನ್ನು ಮಾಡಬೇಕು ; ಕಜ್ಜ = ಕಾರ್ಯ ; ನಿಮ್ಮಜ್ಜ = ಭೀಷ್ಮ

ನೀನಂತೂ ನಾವು ಹೇಳುವುದನ್ನು ಕೇಳುವುದಿಲ್ಲ. ಪಾಂಡುವಿನ ಮಕ್ಕಳೊಡನೆ ವೈರತ್ವವನ್ನೇ ಸಾಧಿಸಿ ಅವರೊಡನೆ ಕಾದಾಡುತ್ತೇನೆಯೇ ಹೊರತು ಸಂಧಿಯನ್ನೆಂದಿಗೂ ಮಾಡಿಕೊಳ್ಳಲಾರೆ ಅಂದಮೇಲೆ ನಮಗೊಂದು ಉಪಕಾರ ಮಾಡು. ನಿಮ್ಮಜ್ಜನಾದ ಭೀಷ್ಮಾಚಾರ್ಯ(21)ರನ್ನು ಕಂಡು ಅವರೊಂದಿಗೆ ಸಮಾಲೋಚಿಸಿ ಮುಂದಿನ ಕಾರ್ಯಮಾಡು, ಹೋಗು ಅಲ್ಲಿಗೆ ಎಂದಾಗ ಮಹಾಪ್ರಸಾದವೆಂದು ನೀವು ಹೇಳಿದಂತೆ ಮಾಡುವೆನೆಂದು ತಂದೆತಾಯಿಯರನ್ನು ಬೀಳ್ಕೊಂಡು ಅವರನ್ನು ಶಿಬಿರಕ್ಕೆ ಹೋಗಲು ಹೇಳಿ, ಶೋಕಾನುಬಂಧದ ಜೊತೆಗೆ ಕೋಪ ಹಾಗೂ ಯುದ್ಧಬಂಧವೂ ಸೇರಿ ಸಂಜಯನನ್ನು ಕೂಡಿಕೊಂಡು ತನ್ನ ಭುಜಾದಂಡ, ಗದಾದಂಡ ಸಹಾಯನಾಗಿ ರಣರಂಗದಲ್ಲಿ ಬರುತ್ತಿದ್ದಾಗ...

(21) ದುರ್ಯೋಧನ ಆಗಾಗ ಭೀಷ್ಮರೂ ಸತ್ತರು ಎಂದು ಹೇಳುತ್ತಿರುತ್ತಾನೆ. ಆದರೆ ಭೀಷ್ಮಾಚಾರ್ಯರಿನ್ನೂ ಮರಣ ಹೊಂದಿಲ್ಲ. ಶರಶಯ್ಯೆಯಲ್ಲಿ ಮಲಗಿದ್ದಾರೆ. ಹಾಗಾಗಿ ಅವರಲ್ಲಿಗೆ ಹೋಗು ಎನ್ನುತ್ತಾನೆ ಧೃತರಾಷ್ಟ್ರ.

ಉಡಿದಿರ್ದ ಕಯ್ದು ನೆತ್ತರ
ಕಡಲೊಳಲಡಿಗಡಿಗೆ ತಳಮನುರ್ಚುತ್ತಿರೆ ಕಾ ।
ಲಿಡಲೆಡೆವಡೆಯದೆ ಕುರುಪತಿ
ದಡಿಗವೆಣಂಗಳನೆ ಮೆಟ್ಟಿ ನಡೆಯುತ್ತಿರ್ದಂ ॥ ೧೪ ॥

ಉಡಿದಿರ್ದ ಕಯ್ದು = ತುಂಡು ತುಂಡಾಗಿ ಬಿದ್ದಿದ್ದ ಆಯುಧಗಳು ; ನೆತ್ತರ ಕಡಲೊಳ್ = ರಕ್ತಮಯವಾದ ಸಮುದ್ರದಂತಿರುವ ; ಅಡಿಗಡಿಗೆ = ಆಗಾಗ ; ತಳಮನ್ = ಪಾದಗಳನ್ನು ; ಉರ್ಚು = ಚುಚ್ಚು ; ದಡಿಗವೆಣ = ದೊಡ್ಡ ದೇಹದ ಹೆಣಗಳು

ಹೀಗೆ ಸಂಜಯನೊಡಗೂಡಿ ರಣರಂಗದಲ್ಲಿ ಬರುತ್ತಿರುವಾಗ ಅಲ್ಲಲ್ಲಿ ತುಂಡು ತುಂಡಾಗಿ ಬಿದ್ದಿದ್ದ ವಿವಿಧ ಆಯುಧಗಳು ಪಾದಗಳನ್ನು ಚುಚ್ಚುತ್ತಿದ್ದು, ನಡೆಯುವಾಗ ಕಾಲಿಗೆ ತೊಡರಿ ಹಾಕುತ್ತಿದ್ದ ದೊಡ್ಡ ದೊಡ್ಡ ಹೆಣಗಳೂ ಇದ್ದು, ಹೆಜ್ಜೆಯಿಡಲೂ ಸಾಧ್ಯವಾಗದ ದಾರಿಯಲ್ಲಿ ಕೌರವನು ಅದನ್ನೆಲ್ಲ ಹತ್ತಿ ಮೆಟ್ಟಿ ಇಳಿದು ನಡೆಯುತ್ತಿದ್ದ.

ವಚನ : ಆಗಳದಂ ಕಂಡು...

ಹೀಗೆ ಹೋಗುತ್ತಿರುವ ದುರ್ಯೋಧನನ್ನು ನೋಡಿ...

ಪೆಣನಿದಿಗಳ ತಂಡಂ ಬ
ಲ್ವೆಣಗಳನರಸುತ್ತುಮಲ್ಲಿ ಬರೆವರೆ ಸಾರ ।
ಲ್ಕಣಮೀಯದೆ ತಮ್ಮಾಳ್ದನ
ಪೆಣನಂ ಕಾದಿರ್ದರಲ್ಲಿ ಸಂತ ಭಟರ್ಕಳ್ ॥ ೧೫ ॥

ಪೆಣನಿದಿಗಳ ತಂಡ = ಪಿಶಾಚಿಗಳ ಗುಂಪು (ಪೆಣಂ + ತಿನಿಸಾಗಳು) ; ಬರೆವರೆ = ಬರುತ್ತಿರುವಾಗ ; ಸಾರಲ್ಕೆ + ಅಣಂ + ಈಯದೆ = ಹತ್ತಿರ ಬರಲೂ ದಾರಿ ಬಿಡದಂತೆ ; ತಮ್ಮಾಳ್ದನ = ತಮ್ಮ ಧಣಿ – ಒಡೆಯನ ; ಸಂತ ಭಟರ್ಕಳ್ = ಅಳಿದುಳಿದ ಸೈನಿಕರು

ಅಲ್ಲಿ ರಕ್ತಪೀಪಾಸಿಗಳಾದ ಪಿಶಾಚಿಗಳ ಶಾಕಿನಿ ಢಾಕಿನಿಯರ ಗುಂಪು ಸತ್ತು ಬಿದ್ದಿರುವ ದೊಡ್ಡ ಗಾತ್ರದ ಹೆಣಗಳನ್ನು ಹುಡುಕುತ್ತಾ ಬರುತ್ತಿರುವಾಗ ಅವುಗಳನ್ನು ಸ್ವಲ್ಪವೂ ಹತ್ತಿರಕ್ಕೆ ಬಾರದಂತೆ ತಮ್ಮ ಒಡೆಯರ – ಧಣಿಗಳ ಶವವನ್ನು ಅಳಿದುಳಿದ ಭಟರುಗಳು ಕಾಯುತ್ತಿದ್ದರು.

ಅಂಧನೃಪ ಸುತನೆಯೋ ಜಾ
ತ್ಯಂಧನೆಯೋ ಮೆಟ್ಟದಗಲ್ದು ಪೋಗೆನುತಂ ಕೋ ।
ಪಾಂಧರ್ ಜಡಿದರ್ ಪತಿಯ ಕ
ಬಂಧಮನೆಡಗಲಿಸಿ ಪೋಪ ದುರ್ಯೋಧನನಂ ॥ ೧೬ ॥

ಜಾತ್ಯಾಂಧ = ಹುಟ್ಟಿನಿಂದ ಕುರುಡ (ಧೃತರಾಷ್ಟ್ರ) ; ಮೆಟ್ಟದೆ + ಅಗಲ್ದು = ತುಳಿಯದೆ ಬಿಟ್ಟು ಹೋಗು ; ಪತಿಯ ಕಬಂಧಮನ್ + ಎಡಗಲಿಸಿ = ಒಡೆಯರ ಹೆಣಗಳನ್ನು ತುಳಿಯುತ್ತಾ ; ಪೋಪ = ಹೋಗುವ

ಬರುತ್ತಿರುವವನು ಧೃತರಾಷ್ಟ್ರನ ಮಗನೋ ಅಥವಾ ಧೃತರಾಷ್ಟ್ರನೆಯೋ ಯಾರೇ ಆಗಿರಲಿ ಈ ಶವಗಳನ್ನು ತುಳಿಯದೆ ದೂರ ಸರಿ ಎನ್ನುತ್ತಾ ಕೋಪದಿಂದ ಕುರುಡರಾದ ಗಾಯಾಳುಗಳು ತಮ್ಮ ಒಡೆಯರ ದೇಹಗಳನ್ನು ಮೆಟ್ಟುತ್ತಾ ಹೋಗುತ್ತಿರುವ ದುರ್ಯೋಧನನನ್ನು ಗದರಿಸುತ್ತಿದ್ದರು.

ಹಲ ಚಕ್ರಾಂಕುಶರೇಖಾ
ವಿಲಸಿತ ಪದತಳಕೆ ಮಾಡೆ ನವರಕ್ತತೆಯಂ[22] ।
ಹಲ ಚಕ್ರಾಂಕುಶ ಕುರುಕುಲ
ತಿಲಕಂ ಕುಸಿಕುಸಿದು ಮೆಲ್ಲಮೆಲ್ಲನೆ ನಡೆದಂ ॥ ೧೭ ॥

ಹಲ = ನೇಗಿಲು ; ವಿಲಸಿತ = ಶೋಭಿಸುವ ; ಪದತಳ = ಪಾದದ ಅಡಿಭಾಗ ; ನವರಕ್ತತೆ = ಹೊಸಗುರುತು

ದುರ್ಯೋಧನ ಕುರುಕುಲ ಚಕ್ರವರ್ತಿ. ಅವನ ಪಾದದಡಿಯಲ್ಲಿ ಚಕ್ರವರ್ತಿಯ ಚಿಹ್ನೆಗಳಾದ ನೇಗಿಲು, ಚಕ್ರ, ಅಂಕುಶಗಳು ಶೋಭಿಸುತ್ತಿದ್ದುವು. ಈಗ ಅವನು ರಣರಂಗದಲ್ಲಿ ನಡೆಯುತ್ತಿರಬೇಕಾದರೆ (ಬರಿಗಾಲಿನಲ್ಲಿ ನಡೆಯುತ್ತಿರುವಾಗ) – ಅಲ್ಲಲ್ಲಿ ತುಂಡಾಗಿ ಬಿದ್ದಿದ್ದ ನೇಗಿಲಿನಂತಹ ಆಯುಧ, ಚಕ್ರ, ಅಂಕುಶಗಳ ತುಂಡುಗಳು ಇವನ ಕಾಲಿಗೆ ಚುಚ್ಚಿಕೊಂಡು ಅವನ ಮೂಲ ಚಿಹ್ನೆಗಳ ಜೊತೆಗೇ ಈ ಗಾಯದ ಚಿಹ್ನೆಗಳೂ ಸೇರಿಕೊಂಡವು. ಹಾಗೆ ಆದ ಗಾಯಗಳ ಪಾದಗಳನ್ನು ಮೆಲ್ಲಮೆಲ್ಲನೆ ಇಡುತ್ತಾ ಕುಂಟುತ್ತಾ ನಿಧಾನವಾಗಿ ನಡೆದುಹೋಗುತ್ತಿದ್ದ.

ವಚನ : ಆಗಳದಂ ಕಂಡು ಸಂಜಯಂ ಗಳಗಳನೆ ಕಣ್ಣೀರಂ ನೆರಪಿ ಮನ್ಯೂದ್ಗತ ಕಂಠನುಮಾಗಿ...

ನೆರಪಿ = ಸೇರಿಸಿ (ಇಲ್ಲಿ ಸುರಿಸಿ ಎಂಬರ್ಥ ಬರುತ್ತದೆ) ; ಮನ್ಯೂದ್ಗತ ಕಂಠನ್ = ದುಃಖ ಒತ್ತರಿಸಿ ಬರುವಾಗ ಹೊರಹೊಮ್ಮುವ ದನಿ.

ಆಗ ಅದನ್ನು ನೋಡಿದ ಸಂಜಯ ಗಳಗಳನೆ ಕಣ್ಣೀರು ಸುರಿಸುತ್ತಾ ಗದ್ಗದ ಕಂಠದಿಂದ...

ವಿನುತ ವಿರೋಧಿ ಮಂಡಳಿಕ ಮೌಳಿ ವಿಘಟ್ಟಿತ ಪಾದ ಪೀಠಕಾಂ
ಚನಕಮಳಾಯಮಾನಮಿವು ನಿಮ್ಮಯ ಮೆಲ್ಲಡಿ ಭಿಂಡಿವಾಳದಂ ।
ಬಿನ ಕರವಾಳ ಕಕ್ಕಡೆಯ ಕೊಂತದ ಧಾರೆಗಳುರ್ಚೆ ಸಂಯುಗಾ
ವನಿತಳದೊಳ್ವಿಧಾತ್ರವಶದಿಂ ನಿಮಗಂ ನಡೆವಂತುಟಾದುದೇ ॥ ೧೮ ॥

ವಿನುತ = ಹೆಸರು ಪಡೆದ ; ಮಂಡಳಿಕ = ಸಾಮಂತ ; ವಿಘಟ್ಟಿತ = ತಾಗಲ್ಪಟ್ಟ ; ಕಾಂಚನ ಕಮಳಾಯಮಾನಂ = ಚಿನ್ನದ ಕಮಲದಂತೆ ಇರುವ ; ಭಿಂಡಿವಾಳ = ಒಂದು ರೀತಿಯ ಆಯುಧ ; ಕಕ್ಕಡೆ = ಒಂದು ಬಗೆಯ ಈಟಿ ; ಕೊಂತ = ಭರ್ಚಿ ; ಸಂಯುಗಾವನಿ = ಯುದ್ಧ (ಸಮರ) ಭೂಮಿ

(22) ಪುನರುಕ್ತತೆ (ಪಾ)

ದುರ್ಯೋಧನನು ಚಿನ್ನದ ಕಮಲಗಳಂತೆ ಶೋಭಾಯಮಾನವಾದ ತನ್ನ ಮೃದುವಾದ ಪಾದಗಳನ್ನು ಪಾದಪೀಠದಲ್ಲಿ ಇಟ್ಟಾಗ ಶತ್ರುರಾಜರು, ಮಾಂಡಳಿಕರು ಕಿರೀಟಸಮೇತ ತಮ್ಮ ತಲೆಗಳನ್ನು ಅಲ್ಲಿ ತಾಗಿಸುವ – ಪ್ರಣಾಮ ಮಾಡುವ ಆ ಪಾದ ಇಂದು ಭಿಂಡಿವಾಳ (ಚಿಕ್ಕ ಭರ್ಚಿ); ಈಟಿ, ಕತ್ತಿ, ದೊಡ್ಡ ಭರ್ಚಿ ಮುಂತಾದ ಆಯುಧಗಳ ತುಳಿಯುವಿಕೆಯಿಂದ ಗಾಯಗೊಂಡು ನಡೆಯುವಂತಹ ಪರಿಸ್ಥಿತಿ ಬಂತಲ್ಲಾ ಇದು ವಿಧಿಯ ಆಟವಲ್ಲವೇ ಎಂದು ದುಃಖಿಸುತ್ತಾನೆ ಸಂಜಯ.

ವಚನ : ಎಂದು ಗಳಗಳನೆ ಕಣ್ಣನೀರಂ ನೆರಪುವ ಸಂಜಯನನಭಿಮಾನಧನಂ ಸುಯೋಧನಂ ಸಂತೈಸಿ...

ಹೀಗೆ ಗಳಗಳನೆ ಕಣ್ಣೀರು ಸುರಿಸುತ್ತಿರುವ ಸಂಜಯನನ್ನು ಅಭಿಮಾನಧನನಾದ ದುರ್ಯೋಧನನು ಸಂತೈಸಿ...

ತನುಜಾನುಜರ ವಿಯೋಗದ
ಮನಃಕ್ಷತಂ ನೋಯಿಸಲ್ಕೆ ನೆಱೆಯವು ಸಮರಾ ।
ವನಿಯೊಳುಡಿದಿರ್ದ ಕಯ್ದುಗ
ಳಿನಿಸುಂ ನೋಯಿಕುಮೆ ವಜ್ರಮನನಪ್ಪೆನ್ನಂ ॥ ೧೯ ॥

ಮನಃಕ್ಷತ = ಮನೋವೇದನೆ ; ಉಡಿದಿರ್ದ = ತುಂಡಾಗಿ ಬಿದ್ದಿರುವ ; ವಜ್ರಮನ = ವಜ್ರದಷ್ಟು ಕಠಿಣ ಮನಸ್ಸು (ದುರ್ಯೋಧನ ವಜ್ರದೇಹಿಯೂ ಕೂಡ)

ತನ್ನ ಮಕ್ಕಳ, ಸಹೋದರರ ಸಾವಿನಿಂದುಂಟಾದ ಮನೋವೇದನೆಯನ್ನು ವಜ್ರದೇಹಿಯೆನಿಸಿದ ನನ್ನನ್ನು ನೋಯಿಸಲು ಸಾಧ್ಯವಾಗಲಿಲ್ಲ. ಈಗ ಈ ಯುದ್ಧರಂಗದಲ್ಲಿ ತುಂಡು ತುಂಡಾಗಿ ಬಿದ್ದಿರುವ ಆಯುಧಗಳ ಚುಚ್ಚುವಿಕೆಯಿಂದ ನನ್ನ ಪಾದಗಳು ನೋಯುವುದೇ?

ವಚನ : ಎಂದು ಕುರುಕುಲಮಾನಸ್ತಂಭಂ ಧೈರ್ಯಾವಷ್ಟಂಭನಾಗಿ ಬರುತ್ತುಂ...

ಕುರುಕುಲಮಾನಸ್ತಂಭ = ಕುರುವಂಶದ ಮಾನಧನನೆನಿಸಿದ ;
ಧೈರ್ಯಾವಷ್ಟಂಭ = ಧೈರ್ಯಾವಲಂಭಿಯಾಗಿ

ಎಂದು ಕುರುಕುಲದ ಮಾನಧನನೆನಿಸಿದ ದುರ್ಯೋಧನನು ಧೈರ್ಯದಿಂದ ಬರುತ್ತಿರುವಾಗ...

ಮೊನೆಯೊಳಿದಿರ್ಚಿ ಸತ್ತಭಟನಂ ಗಜದೃಷ್ಟಿಯೊಳಣ್ಮಿ ಸತ್ತ ಬೀ
ರನನದಟಿಂ ಸಹಸ್ರಭಟರಂ ರಣದೊಳ್ಮೊಣರ್ದಿಕ್ಕಿ ಸತ್ತ ಗಂ ।
ಡನನಱಿಸುತ್ತೆ ಬರ್ಪ ಸುರಸುಂದರಿಯರ್ಕಳನೀಕ್ಷಿಸುತ್ತುಮೊ
ಯ್ಯನೆ ನಡೆದಂ ಪರಾಕ್ರಮ ನಿಕೇತನನಾ ಫಣಿರಾಜಕೇತನಂ ॥ ೨೦ ॥

ಮೊನೆಯೊಳ್ = ಯುದ್ಧರಂಗದಲ್ಲಿ ; ಗಜದೃಷ್ಟಿಯೊಳ್ + ಅಣ್ಮಿ = ಆನೆಯ ದಂತದ ಮೇಲೆ ಶೌರ್ಯದಿಂದ ಹಾಯ್ದು ; ಮೊಣರ್ದಿಕ್ಕಿ = ಕಾದಾಡಿ ಕೊಂದು

ಯುದ್ಧರಂಗದಲ್ಲಿ ಮುಂದೆ ಬಂದು ಪ್ರತಿಭಟಿಸಿ ಕಾದಿ ಸತ್ತ ವೀರನನ್ನ, ಆನೆಯ ದಂತದ ಮೇಲೆ ಶೌರ್ಯದಿಂದ ಹಾಯ್ದು ಸತ್ತ ವೀರರನ್ನ, ಅತ್ಯಂತ ಪರಾಕ್ರಮದಿಂದ ಸಹಸ್ರಾರು ಸೈನಿಕರ ಕೂಡೆ ಹೋರಾಡಿ ಎಲ್ಲರನ್ನೂ ಕೊಂದ ನಂತರ ಆ ಸತ್ತ ಗಂಡಂದಿರನ್ನು ಅರಸುತ್ತಾ ಬರುತ್ತಿರುವ ಸುರಸುಂದರಿ (ಅಪ್ಸರ ಸ್ತ್ರೀಯರು)ಯರನ್ನು ನೋಡುತ್ತಾ ಪರಾಕ್ರಮಕ್ಕೆ ನೆಲೆವೀಡಾದ ಫಣಿರಾಜಕೇತನನು ನಡೆದು ಬರುತ್ತಿದ್ದನು.

ಇರೆ ಮೂವತ್ತೆರಡಾಯುಧ
[ಮುರವಣೆಯಿಂದುರ್ಚಿ] ಬಿಟ್ಟಿಭಟರಂ ವಿದ್ಯಾ ।
ಧರಕರಣದಿನುಯ್ವೆಡೆಯೊಳ್
ಸುರೇಂದ್ರವಧು ಪೋಲ್ತಳಿಂದ್ರಜಾಲದ ವಧುವಂ ॥ ೨೧ ॥

ಉರವಣೆಯಿಂದುರ್ಚಿ = ರಭಸದಿಂದ ತಿವಿಯುವುದು ; ವಿದ್ಯಾಧರಕರಣ = ಆಕಾಶಕ್ಕೆ ತಟ್ಟನೆ ನೆಗೆಯುವ ಒಂದು ವಿಶಿಷ್ಟ ಕಲೆ ; ಉಯ್ವು + ಎಡೆಯೊಳ್ = ಕೊಂಡೊಯ್ಯುತ್ತಿರುವ ವೇಳೆ ; ಸುರೇಂದ್ರ ವಧು = ದೇವತಾ ಸ್ತ್ರೀ (ಅಪ್ಸರೆ) ; ಇಂದ್ರಜಾಲದ ವಧು = ಮಾಯಾಂಗನೆ

ಹೀಗೆ ಹೋಗುತ್ತಿರುವಾಗ ಆ ಯುದ್ಧರಂಗದಲ್ಲಿ ಅನೇಕ (ಮೂವತ್ತೆರಡು?[(23)]) ಆಯುಧಗಳು ಚುಚ್ಚಿ ಸತ್ತು ಬಿದ್ದಿದ್ದ ವೀರಯೋಧರನ್ನು ಸುರಾಂಗನೆಯರು ಎತ್ತಿ ಆಕಾಶಕ್ಕೆ ಪುಟನೆಗೆಯುವಂತೆ ಹಾರಿ ಕೊಂಡೊಯ್ಯುತ್ತಿದ್ದಾಗ ಅವರು ಅವನಿಗೆ ಮಾಯಾಂಗನೆಯರಂತೆ ಕಾಣುತ್ತಿದ್ದರು.

ಅರುಣಜಲಾವಲಿಪ್ತ ಪೊಸಕುಂಕುಮದಂತಿರೆ ಕರ್ಣಲಗ್ನ ತೋ
ಮರಮವತಂಸದಂತಿರೆ ನಖಕ್ಷತರಾಜಿ ವಿಭೂಷಣಾಳಿಯಂ ।
ತಿರೆ ಮಿದುಳುಣ್ಮೆ ಪುಷ್ಪಕೃತಶೇಖರದಂತಿರೆ ಕೊಂಡುಪೋದರ
ಚ್ಚರಸಿಯರಣ್ಮಿ ಸತ್ತಭಟರಂ ಕೊನೆಮೀಸೆಯ ಚೆನ್ನಗಂಡರಂ ॥ ೨೨ ॥

ಅರುಣಜಲ = ಕೆಂಪಾದನೀರು (ರಕ್ತ) ; ಅವಲಿಪ್ತ = ಲೇಪಿಸಿದ ; ಕರ್ಣಲಗ್ನ ತೋಮರ = ಕಿವಿಗೆ ನಾಟಿದ ತೋಮರ (ಕಲ್ಲಿನ ಆಯುಧ – ಕಲ್ಲು = ಹರಳು) ; ಅವತಂಸ = ಆಭರಣ ; ನಖಕ್ಷತರಾಜಿ = ಉಗುರಿನಿಂದ ಪರಚುವಿಕೆ ; ಮಿದುಳುಣ್ಮೆ = ಮಿದುಳು ಹೊರ ಬಂದು ; ಪುಷ್ಪಕೃತ ಶೇಖರ = ಹೂವಿನಿಂದ ಕಟ್ಟಿದ ಹಾರ ; ಅಚ್ಚರಸಿಯರು = ಅಪ್ಸರ ಸ್ತ್ರೀಯರು ; ಕೊನೆಮೀಸೆಯ = ಕುಡಿಮೀಸೆಯ ; ಚೆನ್ನಗಂಡರಂ = ಸುಂದರ ಯೋಧರಂ

ರಕ್ತದಿಂದಾವೃತವಾದ ದೇಹಗಳು ಕೆಂಪಾಗಿ ಹೊಸದಾದ ಕುಂಕುಮದ ಪುಡಿಯಿಂದ ಲೇಪಿಸಿದ ಹಾಗೆ ಕಿವಿಯಲ್ಲಿ ಚುಚ್ಚಿಕೊಂಡ ಕಲ್ಲಿನಾಯುಧ ಕರ್ಣಾಭರಣದಂತಿರಲು ಉಗುರಿನಿಂದ ಪರಚಿದ ಗಾಯಗಳು ನಾನಾ ರೀತಿಯ ಆಭರಣಗಳಂತೆ ತೋರಲು ತಲೆಯಿಂದ ಮಿದುಳು ಹೊರಬಂದು ಅದು ಪುಷ್ಪಮಾಲೆಯಂತೆ ಕಾಣುತ್ತಿರುವ ಸತ್ತು ಬಿದ್ದ ಕುಡಿಮೀಸೆಯ ಸುಂದರ ಯೋಧರನ್ನು ಅಪ್ಸರ ಸ್ತ್ರೀಯರು ಹೊತ್ತುಕೊಂಡು ಹೋಗುತ್ತಿದ್ದರು. (ಇದೊಂದು ರೀತಿಯ ಭೀಭತ್ಸ – ಶೃಂಗಾರ ರಸ ವರ್ಣನೆಯೆನ್ನಬಹುದು – ರಕ್ತ,

(23) ಮೂವತ್ತೆರಡು ಆಯುಧ ಎಂಬುದು ಅನೇಕ ರೀತಿಯ ಆಯುಧ ಎಂದಾದರೂ ಇಲ್ಲಿ ಮೂವತ್ತೆರಡು ಹಲ್ಲು (ಹಲ್ಲು ಒಂದು ವಿಧದ ಆಯುಧವೇ!)ಗಳು – 16 ಮೇಲೆ, 16 ಕೆಳದವಡೆಯಲ್ಲಿ ಬೆಸದು – ಅಂದರೆ, ಹಲ್ಲುಮುಡಿ ಕಚ್ಚಿ ಬಿದ್ದಿದ್ದ ಎಂದೂ ಅರ್ಥೈಸಬಹುದು.

ನಖಕ್ಷತ, ಹೊರಬಂದ ಮಿದುಳು ಚುಚ್ಚಿಕೊಂಡ ಕಿವಿಗಳು ಭೀಭತ್ಸವಾದರೆ ಕುಂಕುಮ, ಆಭರಣ, ಪುಷ್ಪಕೃತ ಶೇಖರಗಳು ಶೃಂಗಾರ ಭಾವವಾಗಿ ಹೊಮ್ಮಿದೆ.)

ವಚನ : ಅಂತದಂ ನೋಡುತ್ತ ಬರೆವರೆ –

ಹೀಗೆ ಅದನ್ನು ನೋಡುತ್ತ ಬರುತ್ತಿರುವಾಗ...

ಶೃಂಗಾರಮೆಸೆಯೆ ತರಳಾ
ಪಾಂಗದೆ ನಡೆ ನೋಡಿ ವೀರಭಟರಂ ತನ್ನು ।
ತ್ಸಂಗದೊಳಿಟ್ಟುಯ್ವ ನಿಳಿಂ
ಪಾಂಗನೆಯರನಂದು ನೋಡಿದಂ ಕುರುರಾಜಂ ॥ ೨೩ ॥

ತರಳ + ಅಪಾಂಗ = ಚಂಚಲತೆಯ ಕುಡಿನೋಟ ; ತನ್ನ + ಉತ್ಸಂಗ = ತನ್ನ ಮಡಿಲಲ್ಲಿ ; ನಿಳಿಂಪಾಂಗನೆ = ದೇವಲೋಕದ ಸ್ತ್ರೀಯರು

ಶೃಂಗಾರ ಭಾವವು ಉಕ್ಕಿ ಹರಿವ ಕುಡಿನೋಟದ ಚಂಚಲತೆಯಿಂದ ಸೊಗಸಾಗಿ ವೀರಯೋಧರನ್ನು ತಮ್ಮ ಮಡಿಲಲ್ಲಿ ಇಟ್ಟುಕೊಂಡು ಹೋಗುತ್ತಿರುವ ಅಪ್ಸರೆಯರನ್ನು ಕೌರವ ನೋಡಿದ.

ವಚನ : ಆಗಳ್ಸಂಜಯನರಸನ ಚಿತ್ತವೃತ್ತಿಯನಱಿದು

ಆಗ ಸಂಜಯನು ದುರ್ಯೋಧನನ ಮನಸ್ಸಿನ ತುಯ್ದಾಟವನ್ನು ತಿಳಿದು

ಬಿಡದುತ್ಸಾಹಂ ಬೀರಮ
ನೊಡಱಿಸಿ ತಱಿಸಂದು ಚಲಕೆ ಬಿಡದಿಱಿದು ನೆಲಂ ।
ಬಿಡದಣ್ಮಿ ತಮ್ಮ ಮುಂದಿ
ರ್ದಡಿಯಂ ಪೆಱಗಿಡದೆ ಸತ್ತರಿಲ್ಲಿ ಭಟರ್ಕಳ್ ॥ ೨೪ ॥

ಬೀರಮನ್ + ಒಡರಿಸಿ = ಶೂರತ್ವವನ್ನು ಉಂಟುಮಾಡಿ ; ಚಲಕೆ = ಹಠಕ್ಕೆ ; ತಱಿಸಂದು = ನಿರ್ಣಯಿಸಿ ; ನೆಲಂಬಿಡದೆ = ನಿಂತಜಾಗದಿಂದ ಕದಲದೆ ; ಪೆಱಗಿಡದೆ = ಹಿಂದಕ್ಕೆ ಹೋಗದೆ ; ಭಟರ್ಕಳ್ = ಯೋಧರು, ಸೈನಿಕರು

ತಮ್ಮಲ್ಲಿ ಸದಾ ಇರುವ ಯುದ್ಧೋತ್ಸಾಹದಿಂದ ಶೌರ್ಯವನ್ನು ತುಂಬಿಕೊಂಡು ಹಿಡಿದ ಹಠವನ್ನು ಸಾಧಿಸಲು ನಿರ್ಣಯಿಸಿ ನಿಂತ ಜಾಗದಿಂದ ಕದಲದೆ ಹೆಜ್ಜೆಯನ್ನು ಹಿಂದಿಡದೆ ಎಡೆಬಿಡದೆ ಹೋರಾಡುತ್ತಾ ಆ ವೀರಯೋಧರು ಮಡಿದರು.

ಪರಿದತಲೆ ಬಿಟ್ಟ ಬಾಯ್ ನಸು
ಮುರಿದ ಕೊರಲ್ಮುಗುಳ್ದ ಕಣ್ಗಳಾರುಣ ಜಲದಿಂ ।
ಪೊರೆದ ತನುವೆಱಸು ಬೀಭ
ತ್ಸರಸಮನಭಿನಯಿಸುತಿರ್ದರಿಲ್ಲಿ ಭಟರ್ಕಳ್ ॥ ೨೫ ॥

ಪರಿದ ತಲೆ = ಕೆದರಿದ ತಲೆಗೂದಲ ರಾಶಿ ; ಮುಗುಳ್ದ ಕಣ್ಗಳ್ = ಮುಚ್ಚಿದ ಕಣ್ಣುಗಳು

ಕೆದರಿದ ಕೇಶರಾಶಿಗಳು, ತೆರೆದ ಬಾಯಿ, ಸ್ವಲ್ಪವೇ ಬಾಗಿದ ಕತ್ತು, ಮುಚ್ಚಿದ ಕಣ್ಣುಗಳು ರಕ್ತಸಿಕ್ತವಾದ ದೇಹಗಳಿಂದ ಅಲ್ಲಿನ ಯೋಧರು ಬೀಭತ್ಸರಸವನ್ನು ಅಭಿನಯಿಸಿ ತೋರಿಸುತ್ತಿದ್ದರು.

ಕವಲಂಬು ತನ್ನ ಸಾರಿ
ರ್ದವನಂ ಕೊಳೆ ನೆತ್ತರುಣ್ಮೆ ತಾಂ ನೊಂದೆನೆಗೆ ।
ತ್ತವಧರಿಸದೆ ಬೇಗಂ ಮೂ
ರ್ಛೆವೋಗಿ ಕಡುವಂದೆ ಪಡೆಗೆ ಪಡೆದಂ ನಗೆಯಂ ॥ ೨೬ ॥

ಕವಲಂಬು = ಕವಲಾಗಿರುವ ಬಾಣ ; ಸಾರೆ + ಇರ್ದವನ = ಬಳಿ ಇದ್ದವನ ; ಕೊಳೆ = ತಾಗು ; ನೆತ್ತರ್ + ಉಣ್ಮೆ = ರಕ್ತ ಚಿಮ್ಮಲು

ವೈರಿಯ ಕಡೆಯಿಂದ ಬಿಟ್ಟ ಕವಲಾಗಿರುವ ಬಾಣವು ತನ್ನ ಒತ್ತಟ್ಟಿಗೆ ಇದ್ದವನ ಯೋಧನಿಗೆ ತಾಗಲು ಚಿಮ್ಮಿದ ರಕ್ತವನ್ನು ಕಂಡು ತನಗೇ ಆ ಬಾಣ ತಾಗಿ ನೋವಾಯಿತೆಂದು ಭ್ರಮಿಸಿ ನಿಜವಾಗಿ ಏನಾಯಿತೆಂದು ಯೋಚಿಸದೆ ತಾನೂ ಅವನೊಂದಿಗೆ ಮೂರ್ಛೆಯಿಂದ ಬಿದ್ದಾಗ ಇದನ್ನು ನೋಡಿದ ಸೈನಿಕರು ನಗುವಿನಲ್ಲಿ ಮುಳುಗಿದರು.

ಅಱಿಪಿದುದು ರೌದ್ರರಸಮಂ
ನಿಱಿಸಿದಕುಡುಪುರ್ವುಕರ್ಚಿದೌಡುರ್ಚಿದ ಬಾಳ್
ಇಱಿಯಲನುಗೆಯ್ದ ಕೈ ಬೆ
ಳ್ಕುಱಿಬಿಟ್ಟನೆ ಬಿಟ್ಟ ಕಣ್ಗಳಾರೋಹಕರಾ ॥ ೨೭ ॥

ಅಱಿಪಿ = ತಿಳಿಸಿ ; ನಿಱಿಸಿದ = ಗಂಟಿಕ್ಕಿದ ; ಕುಡುಪುರ್ವು = ಬಾಗಿದ ಹುಬ್ಬು ; ಕರ್ಚಿದ + ಔಡು = ಕಚ್ಚಿದ ವಸಡು ; ಉರ್ಚಿದ + ಬಾಳ್ = ಸೆಳೆದ ಕತ್ತಿ ; ಆರೋಹಕರು = ರಾವುತರು (ಕುದುರೆ ಸವಾರರು)

ರಾವುತರ ಗಂಟಿಕ್ಕಿ ಬಾಗಿದ ಹುಬ್ಬುಗಳು, ಕಚ್ಚಿದ ವಸಡುಗಳು, ಒರೆಯಿಂದ ಹೊರಗೆಳೆದ ಕತ್ತಿ, ವೈರಿಗಳನ್ನು ತಿವಿಯಲು ಸಜ್ಜಾದ ಕೈಗಳು, ಭಯಾನಕವೆನಿಸುವ ಕೆಂಪಾದ ಕಣ್ಣುಗಳು ಅವರ ರೌದ್ರಾವೇಶವನ್ನು ತಿಳಿಸಿದವು (ರೌದ್ರರಸ).

ಬೆರಲಿಂ ಕರ್ಚುವ ಪುತ್ತಂ
ಪರಿದೇಱುವ ಕಯ್ದುವಿರಿಸಿ ಪೊಡೆಮಡುವ ಭಯ ।
ಜ್ವರದಿಂ ನಡುಗುವ ಭೀರುಗ
ಳರೆಬರ್ಕನ್ನಡಿಸಿದರ್ಭಯಾನಕ ರಸಮಂ ॥ ೨೮ ॥

ಕರ್ಚುವ = ಕಚ್ಚುವ ; ಪುತ್ತಂ = ಹುತ್ತ ; ಪರಿದೇಱುವ = ಓಡಿಹೋಗಿ ಹತ್ತುವ ; ಪೊಡೆ ಮಡು = ನಮಸ್ಕರಿಸು ; ಭೀರು = ಹೆದರುಪುಕ್ಕ ; ಅರೆಬರ್ = ಹಲವರು

ಒಂದೆಡೆ ಈ ರೀತಿಯ ರೌದ್ರರಸವಾದರೆ ಮತ್ತೊಂದೆಡೆ ಹೆದರಿ ಬೆರಳನ್ನು ಕಚ್ಚುವ, ಓಡಿ ಹೋಗಿ ಹುತ್ತದ ಮೇಲೇರುವ, ಆಯುಧವನ್ನು ಕೆಳಗಿಟ್ಟು ನಮಸ್ಕರಿಸುವ, ಭಯವೆಂಬ ಜ್ವರದಿಂದ ನಡುಗುವ ಕೆಲ ಹೇಡಿಗಳು ಭಯದಿಂದ ತತ್ತರಿಸುತ್ತಿದ್ದರು (ಭಯಾನಕ ರಸ).

ನಿರತೆನಿರಾಹಂಕಾರಂ
ನಿರಾಯುಧಂ ದೀನವದನದಿಂದಳ್ಕಿದರಂ ।
ಕರುಣಿಸಿ ಕಳಿಪಿದರಜೆಯದೆ
ಪರಾಙ್ಮುಖಸ್ಥಿತರನಳ್ಕಿ ಕಡುಮುಳಿದಾಳ್ಗಳ್ ॥ ೨೯ ॥

ನಿರತೆ = ನಿರರ್ಥ(?) ; ನಿರಾಹಂಕಾರ = ಕಡೆಗಣಿಸು ; ಅಳ್ಕಿದರಂ = ಹೆದರಿದ ; ಪರಾಙ್ಮುಖಸ್ಥಿತರು = ಮುಖತಿರುಗಿಸಿದವರು (ಬೆನ್ನುತೋರಿಸಿದ)

ನಿಷ್ಪ್ರಯೋಜಕರಾದ, ತಿರಸ್ಕರಿಸಲ್ಪಟ್ಟ, ನಿರಾಯುಧರಾದ, ಭಯದಿಂದ ಮುಖ ಬಾಡಿದವರನ್ನು ಕೊಲ್ಲುವುದು ನಿರರ್ಥಕವೆಂದು ಭಾವಿಸಿ, ಅಂತಹವರನ್ನು ಕೊಲ್ಲದೆ ಅತ್ಯಂತ ಕೋಪಾವಿಷ್ಟರಾದ ಯೋಧರು ಅವರನ್ನು ಹೋಗಗೊಟ್ಟರು (ಕರುಣಾರಸ).

ಕುದುರೆಗಳನೊಂದೆ ಪೊಯ್ಯಿಂ
ಮದಕರಿಗಳನೆರಡೆ ಪೊಯ್ಯೊಳಿರ್ಕಂಡಂ ಮಾ ।
ಡಿದ ಖಡ್ಗಧರರ ಭುಜಬಲ
ಮದೇಂ ನಿಮಿರ್ಚಿದುದೊ ರಣದೊಳದ್ಭುತರಸಮಂ ॥ ೩೦ ॥

ಒಂದೆ ಪೊಯ್ಯಿಂ = ಒಂದೇ ಹೊಡೆತ ; ಇರ್ಕಂಡಂ = ಎರಡು ತುಂಡು ;
ನಿಮಿರ್ಚು = ಉಂಟುಮಾಡು

ಯುದ್ಧದಲ್ಲಿ ಒಂದೇ ಏಟಿನಿಂದ ಕುದುರೆಯನ್ನೂ, ಎರಡೇಟಿನಿಂದ ಮದವೇರಿದ ಆನೆಗಳನ್ನೂ ತುಂಡುಮಾಡಿದ ಖಡ್ಗಧಾರಿಗಳ ಪರಾಕ್ರಮ ಅದೆಂತಹ ಅದ್ಭುತ ದೃಶ್ಯವನ್ನು ಉಂಟು ಮಾಡಿತೋ! (ಅದ್ಭುತ ರಸ)

ಕರಮಿಜಿದುನೊಂದು ಕಯ್ದುಗೆ
ಕರಮಂ ತರಲಾಜಿದಿಷ್ಟ ದೈವದ ಚರಣ ।
ಸ್ಮರಣ ಪರಿಣತ ನಿಜಾಂತಃ
ಕರಣ ನಿಲೆ ನಿಂದುದವರ್ಗಳೊಳ್ಶಾಂತರಸಂ ॥ ೩೧ ॥

ಕರಮ್ + ಇಜಿದು = ಕೈ ಮೀರಿ, ಸಾಕಷ್ಟು ಕಾದಾಡಿ ; ಕರಮಂ = ಕೈಯನ್ನು

ಸಾಕಷ್ಟು ಕೈಮೀರಿ ಹೋರಾಡಿ ಆಯಾಸಪಟ್ಟು ಆಯುಧವನ್ನೂ ಕೈಯಲ್ಲಿ ಹಿಡಿಯಲಾರದೆ ತಮ್ಮ ತಮ್ಮ ಇಷ್ಟ ದೇವತೆಯ ಪಾದಸ್ಮರಣೆಯನ್ನು ಶುದ್ಧ ಮನಸ್ಸಿನಿಂದ ಮಾಡುತ್ತಿದ್ದ ಯೋಧರಲ್ಲಿ ಒಂದು ರೀತಿಯ ಶಾಂತತೆ ನೆಲೆಸಿತ್ತು (ಶಾಂತ ರಸ).

ವಚನ : ಎಂದು ಸಂಜಯನರಸಂಗೆ ನವರಸಮಂ ಅಭಿನವರಸಂ ಮಾಡಿ ತೋಱುತ್ತುಂ ಬರೆವರೆ...

ಅಭಿನವರಸಂ = ಹೊಸ ಬಗೆಯ ರಸ

ಎಂಬುದಾಗಿ ಸಂಜಯನು ನವರಸಗಳ ರಸಾಭಿಜ್ಞತೆಗಳನ್ನು (ಹೊಸ ರೀತಿಯ ರಸ) ಮಾಡಿ ದುರ್ಯೋಧನನಿಗೆ ತೋರಿಸುತ್ತಾ ಬರುತ್ತಿರುವಾಗ...

ಶರವರ್ಷ ಸುಭಟಗರ್ಜಿತ
ಕರಾಳಸಂಘಟ್ಟ ಜನಿತ ದಹನ ಶಿಖಾ ಭಾ ।
ಸುರ ವಿದ್ಯುದ್ದೀಪ್ತಿ ಭಯಂ
ಕರಮಾದುದು ಕಾರದುರ್ದಿನಂ ರಣರಂಗಂ ॥ ೩೨ ॥

ಶರವರ್ಷ = ಬಾಣದ ಮಳೆ – ಇಲ್ಲಿ ಶರ = ನೀರು, ವರ್ಷ = ಸುರಿಯುವ ; ಸುಭಟ = ಯೋಧ (ಮಳೆರಾಯ) ; ಗರ್ಜಿತ = ಗುಡುಗು ; ಕರಾಳ = ಕಪ್ಪಾದ ಮೋಡಗಳ ; ಸಂಘಟ್ಟ ಜನಿತ = ತಿಕ್ಕಾಟದಿಂದ ಉಂಟಾದ ; ದಹನ ಶಿಖಾ = ಸಿಡಿಲಿನ ಬೆಂಕಿ ; ಭಾಸುರ ವಿದ್ಯುದ್ದೀಪ್ತಿ = ಫಳ್ಳನೆ ಹೊಳೆಯುವ ಮಿಂಚಿನ ಬೆಳಕು ; ಕಾರ = ಮಳೆಗಾಲದ

ಬಾಣಗಳ ವರ್ಷಾಧಾರೆಯಿಂದ ವೀರಯೋಧರ ಸಿಂಹನಾದದ ಘರ್ಜನೆಯಿಂದ ಕತ್ತಿ ಕತ್ತಿಗಳ ಹೊಡೆತದ ಘರ್ಷಣೆಯಿಂದ ಹೊರ ಹೊಮ್ಮಿದ ಬೆಂಕಿಯಿಂದ ರಣರಂಗ ಭಯಂಕರವಾಗಿ ಕಾಣಿಸುತ್ತಿತ್ತು.

ಯುದ್ಧವೆಂಬ ಬಿರುಗಾಳಿಗೆ ಸಿಲ್ಕಿ ಧಾರಾಕಾರವಾಗಿ ಸುರಿಯುವ ಮಳೆಯಿಂದ ವರ್ಷರಾಜನ ಘರ್ಜನೆಯೆಂಬ ಗುಡುಗು, ಮೋಡಗಳ ಘರ್ಷಣೆಯಿಂದ ಹುಟ್ಟಿದ ಸಿಡಿಲಿನ ಬೆಂಕಿಯಿಂದ, ಫಳ್ಳನೆ ಹೊಳೆಯುವ ಮಿಂಚಿನ ಪ್ರಕಾಶದಿಂದ ಇಡೀ ರಣರಂಗವೇ ಮಳೆಗಾಲದಂತೆ ಭಯಂಕರವಾಗಿ ಕಾಣುತ್ತಿತ್ತು.

ಕೃತವಿದ್ಯರ ಭೀಕರ ಶರ
ತತಿ ಮೊಳೆ ತೇವಂತೆ ಸಮೆದು ಬಿೞೆ ಸಂಗರದೊಳ್ ।
ಗತಿಗಂತುಟು ಧರ್ಮಗುಣ
ಚ್ಯುತದಿನಧೋಗತಿಗೆ ಬೀೞ್ವುದೊಂದಚ್ಚರಿಯೇ ॥ ೩೩ ॥

ಕೃತ ವಿದ್ಯರ್ = ಯುದ್ಧ ವಿಶಾರದರು (ಬಿಲ್ಗಾರರು) ; ಮೊಳೆತೇವಂತೆ (ಮೊಳೆಯಾಳ್ + ತೇವಂತೆ) = ಮೊಳಕೆಯಲ್ಲಿಯೇ ನಾಶವಾಗುವಂತೆ ; ಸಮೆದು ಬಿೞೆ = ಮೊಂಡಾಗಿ ಬೀಳುತ್ತಿರುವುದು

ಯುದ್ಧದಲ್ಲಿ ಧನುರ್ವಿದ್ಯಾ ಪರಿಣತರಿಂದ ಬಿಟ್ಟ ಬಾಣಗಳ ಸಮೂಹವೆಲ್ಲ ಮೊಳಕೆಯಲ್ಲಿಯೇ ನಾಶವಾಗುವ ರೀತಿಯಲ್ಲಿ ಮಾರ್ಗ ಮಧ್ಯದಲ್ಲೇ ತುಂಡು ತುಂಡಾಗಿ ಬೀಳುತ್ತಿರುವಂತೆ ಮಾನವನು ಧರ್ಮವೆಂಬ ಗುಣವನ್ನು ತ್ಯಜಿಸಿದಾಗ ಅಧೋಗತಿಗೆ ಇಳಿಯುತ್ತಾನೆಂಬುದರಲ್ಲಿ ಆಶ್ಚರ್ಯವೇನಿದೆ?

[ಪರಿಕಲಿತ ಶಿಳೀಮುಖ ವಾ
ನರ ಚಿಹ್ನಂ ಪತ್ರಿಕುಲಚರಿತ್ರಂ][(24)] ರಿಪು ಭೀ ।
ಕರಮೆನಿಪಂತಕ ಕೃತನವ
ತರುವಿರ್ಪಂತಿರ್ದುದಲ್ಲಿ ಗಾಂಡಿವಿಯ ರಥಂ ॥ ೩೪ ॥

ಪರಿಕಲಿತ = ಕೂಡಿಕೊಂಡಿರುವ (ಬೆರೆತುಕೊಂಡಿರುವ) ; ಶಿಳೀಮುಖ = ತುಂಬಿ, ಬಾಣ ; ವಾನರ = ಕಪಿ (ಹನೂಮಂತ) ; ಪತ್ರಿಕುಲ ಚರಿತ್ರಂ = ಹಕ್ಕಿಗಳ ಸಮೂಹದ ನಡೆ ; ನವ ತರು = ನೂತನ ವೃಕ್ಷ ; ಗಾಂಡಿವಿಯ = ಅರ್ಜುನನ

ಸುತ್ತಲೂ ತುಂಬಿಕೊಂಡು ಝೇಂಕರಿಸುತ್ತಿರುವ ತುಂಬಿಗಳ ಸಮೂಹ, ಮರದಿಂದ ಮರಕ್ಕೆ ಜಿಗಿಯುತ್ತಿರುವ ಕಪಿ ಸಮೂಹ, ಚಿಲಿಪಿಲಿಗುಟ್ಟುತ್ತ ಹಾರಾಡುತ್ತಿರುವ ಪಕ್ಷಿಗಳ ಗುಂಪು, ದಟ್ಟವಾದ ಎಲೆ ಕೊಂಬೆಗಳಿಂದ ಕೂಡಿದ ಆಕಾಶದೆತ್ತರಕ್ಕೆ ಬೆಳೆದು ನಿಂತ ಯಮ ನಿರ್ಮಿತ ಮಹಾವೃಕ್ಷದಂತೆ – ತುಂಬಿದ ಬಾಣಗಳಿಂದಲೂ ಕಪಿಕೇತನದಿಂದಲೂ, ಕೂಡಿ ಶತ್ರುಭಯಂಕರವೂ ಸರ್ವನಾಶಕವೂ ಆದಂಥ ಅರ್ಜುನನ ರಥ ಅಲ್ಲಿ ಶೋಭಿಸುತ್ತಿತ್ತು.

ಕಮನೀಯಕೇತು ನಕ್ಷ
ತ್ರಮಾಲಿಕಾರುಚಿರಮೆನೆ ಸುಭೂಷಣ ಘಂಟಾ ।
ರಮಣೀಯಮೆನಿಸೆ ಪವಮಾ
ನಮಾರ್ಗನಿಭಮಿರ್ದುದಲ್ಲಿ ಭಗದತ್ತೇಭಂ ॥ ೩೫ ॥

ಕಮನೀಯಕೇತು = ಅತ್ಯಂತ ಸುಂದರವಾದ ದೇವವಿಮಾನ ; ರುಚಿರಮ್ + ಎನೆ = ಕಾಂತಿ – ಪ್ರಕಾಶ ಎನ್ನುವಂತೆ ; ಸುಭೂಷಣ = ಸೊಗಸಾಗಿ ಹೊಳೆಯುತ್ತಿರುವ ; ಘಂಟಾ ರಮಣೀಯ = ಗಂಟೆಗಳ ಹಾರದಿಂದ ಶೋಭಿತವಾದ ; ಪವಮಾನ ಮಾರ್ಗ ನಿಭ = ವಾಯುವೇಗ ಸದೃಶವಾದ ; ಭಗದತ್ತ + ಇಭಂ = ಭಗದತ್ತನ ಆನೆ (ಸುಪ್ರತೀಕ)

ಅತ್ಯಂತ ಶೋಭಾಯಮಾನವಾಗಿ ಹೊಳೆಯುತ್ತಿರುವ ದೇವ ವಿಮಾನದಿಂದ, ಮಿರುಗುವ ನಕ್ಷತ್ರಗಳ ಪ್ರಕಾಶದಿಂದ, ಸೊಗಸಾದ ಪತಾಕೆಯಿಂದ, ಗಂಟೆಗಳ ಹಾರದಿಂದ ಶೋಭಿತವಾದ ವಾಯುವೇಗ ಸದೃಶವಾದ ಭಗದತ್ತನ ಸುಪ್ರತೀಕವೆಂಬ ಆನೆ ಅಲ್ಲಿ ಬೆಟ್ಟದೋಪಾದಿಯಲ್ಲಿ ಕೆಡೆದು ಬಿದ್ದಿತ್ತು.

ತುಂಗರಿಪುದಂತಿದಂತಾ
ಲಿಂಗನಮುಂ ದಿವಿಜ ಸುಂದರೀ ತುಂಗ ಕುಚಾ ।
ಲಿಂಗನಮುಮೊಡನೆ ವೀರ ಭ
ಟಂಗಾದುದು ರಣದೊಳಣ್ಮಿದಂಗರಿದುಂಟೇ ॥ ೩೬ ॥

ತುಂಗರಿಪುದಂತಿ = ನೀಳವಾದ ವೈರಿಗಜ ; ದಂತ + ಆಲಿಂಗನ = ದಾಡೆಯ ತಬ್ಬುವಿಕೆ ; ದಿವಿಜಸುಂದರಿ = ಅಪ್ಸರೆ, ದೇವಾಂಗನೆ ; ತುಂಗ ಕುಚಾ = ತುಂಬಿದ ಸ್ತನ ; ಅಣ್ಮಿದಂಗೆ = ಶೌರ್ಯವನ್ನು ತೋರಿದವನಿಗೆ ; ಅರಿದುಂಟೇ = ಅಸಾಧ್ಯವೆನಿಸಿದುದಿದೆಯೇ

(24) ಪರಿಗಳಿತ ಶಿಲೀಮುಖ ವಾ । ನರ ಚಿಹ್ನಂ ಪತ್ರ ಪುಷ್ಪಪರಿಣವು ತರದ ಚಿ ।
ತ್ರಕರಣಂ ಶಕುನಂಗಳ್ ಪಲ । ರರುದಿಪ್ಪಂತಿರ್ದುದಲ್ಲಿ ಗಾಂಡೀವ ರಥಂ ॥ – ಎಂಬ ಪಾಠಾಂತರವೂ ಇದೆ.

ಶತ್ರುವಿನ ಆನೆಯೊಡನೆ ಕಾದಾಡಿ ಅದರ ದಾಡೆಯನ್ನು ತಬ್ಬಿಕೊಳ್ಳುವುದು. ಅಂದರೆ ದಾಡೆಯ ಚುಚ್ಚುವಿಕೆಯಿಂದ ಸಾಯುವುದೂ, ಅಪ್ಸರ ಸ್ತ್ರೀಯರ ಸುಪುಷ್ಟವಾದ ಸ್ತನಗಳನ್ನು ಅಪ್ಪಿಕೊಳ್ಳುವುದೂ ಒಂದೇ ಸಾರಿಗೆ ಸಂಭವಿಸಿತು ಆ ವೀರಭಟನಿಗೆ. ಇದು ಸಾಧ್ಯವೇ ಎಂದರೆ ಯುದ್ಧದಲ್ಲಿ ಶೌರ್ಯ ಪ್ರದರ್ಶನ ಮಾಡಿದವನಿಗೆ ಯಾವುದೂ ಅಸಾಧ್ಯವಲ್ಲ ಎಂಬುದು ಇಲ್ಲಿನ ಅರ್ಥ.

ಕರಿಗಳ ಸಂಘಟ್ಟದಿನೊಗೆ
ವುರಿಗಳ ಬಕ್ಕಡಗಳರಿಯ ಬಕ್ಕಡಗಳ್ಜೋ ।
ದರ ಬಾಣಮಗ್ನಿ ಬಾಣಂ
ಕರಚಕ್ರ ತಮೋರಿ ಚಕ್ರಮೆನಿಸಿದುದೆನಸುಂ ॥ ೩೭ ॥

ಕರಿಗಳ ಸಂಘಟ್ಟದಿನ್ = ಆನೆಗಳ ತಿಕ್ಕಾಟದಿಂದ ; ಒಗೆವ = ಉಂಟಾಗುವ ; ಬಕ್ಕಡ = ಉಕ್ಕಡ (?) ; ಜೋದರ = ಯೋಧರ ; ತಮೋರಿ (ತಮಃ + ಅರಿ) = ಕತ್ತಲೆಯ ಶತ್ರು, ಸೂರ್ಯ ; ಎನಿಸುದುದೆನಸುಂ (ಎನಿಸಿದುದು + ಎನಸುಂ) ಎಂಬಂತೆ ಆಯಿತು

ಮದ್ದಾನೆಗಳ ಘರ್ಷಣೆಯಿಂದ ಸಂಭವಿಸಿದ ಬೆಂಕಿಯ ಜ್ವಾಲೆಗಳು ಶತ್ರುಗಳಿಗೆ ಗಡಿಯಂತೆ ಆದವು. ಸೈನಿಕರು – ಯೋಧರು ಬಿಡುತ್ತಿದ್ದ ಬಾಣಗಳು ಅಗ್ನಿಗೋಳದಂತಾದವು. ಕೈಯಲ್ಲಿ ಹಿಡಿದ ಚಕ್ರಾಯುಧವು ಸೂರ್ಯ ಪ್ರಕಾಶದಂತೆ ಹೊಳೆಯುತ್ತಿದ್ದುವು ಎಂಬ ರೀತಿಯಲ್ಲಿ ರಣರಂಗ ಕಾಣುತ್ತಿತ್ತು.

ವಚನ : ಎಂದಿಂತು ತೋಜೆನುಡಿಯೆ – ಸವ್ಯಾಪಸವ್ಯ ಸಂಮಿಶ್ರಿತ ನಿಶಿತನಾರಾಚ ಪರಂಪರಾಭಿಸಂಘಟ್ಟಿತ ಪ್ರಚಂಡ ಶುಂಡಾಲ ಮಂಡಲ ಮಸ್ತಕ ಪಿಂಡ ಮೂಲ ವಿವಿಧ ದಾರುಣಾರುಣ ಸಲಿಲ ಸಂವರ್ಧಿತ ಸಹಸ್ರಮುಖ ಪ್ರಸಾರಿತ ಸರಸ್ವತೀ ಸರಿತ್ಪ್ರವಾಹನಿವಹ ಭಯಾನಕಮುಂ ಸಮರ ಸಹಸ್ರಾದಿ ಮುಖ ಭೀಕರ ಗದಾ ಪರಿಘ ಸಂಘಾತ ಸಂಚೂರ್ಣಿತ ಸಕಲ ಮಕುಟಬದ್ಧ ಮಣಿಗಣ ಮರೀಚಿ ಮಂಜರೀ ವಿರಚಿತ ಸುರಶರಾಸನ ಸಹಸ್ರ ಸಂಭಾದಿತ ಗಗನ ಮಂಡಲಮುಂ ಉಭಯಬಲ ಸುಭಟಕೋಟಿ ಪರಸ್ಪರಾಭಿನಿಘರ್ಷಣ ಸಂಘಟ್ಟನ ವಿಷ್ಫೂರಿತ ವಿಷ್ಫುಲಿಂಗನಿಚಯ ಚಕಚಕಿತ ನಿಖಿಳ ದಿಙ್ಮಂಡಲಮುಂ ಅಖಿಲ ಕರಿತುರಗ ರಥಭಟ ಬಲಕಬಂಧ ನರ್ತನಾವಲೋಕನಾತಿ ಕುತೂಹಲೋನ್ಮೀಲಿತ ನಿಶಾಚರ ಪಿಶಾಚ ಭೂತ ವೇತಾಳೋತ್ತುಂಗ ಕರತಳಾನನ ಕೊಳಾಹಳ ಕಳಕಳಾಟ್ಟಹಾಸ ಹಾಸಸಂತ್ರಾಸಿತ ಸಕಲ ಕಟಕ ಚಾತುರಂಗ ಬಲ ಮಕುಟ ಸಂಘಟಿತ ಚಕ್ರ ಚಟುಲಗತಿ ನಿಯುದ್ಧಾಯುಧ ಪಾತರುಧಿರಕರ್ದಮ ಸಮ್ಮರ್ದಿತಮುಮಪ್ಪ ಸಂಗ್ರಾಮ ಭೂಮಿಯೊಳಗನೆ ಬರ್ಪಲ್ಲಿ –

ಸವ್ಯ + ಅಪಸವ್ಯ = ಬಲ ಮತ್ತು ಎಡ ; ನಿಶಿತನಾರಾಚ = ಹರಿತವಾದ ಬಾಣ ; ಪ್ರಚಂಡ ಶುಂಡಾಲ = ಭಯಾನಕವಾದ ಆನೆ ; ದಾರುಣ + ಅರುಣ = ದಾರುಣವಾದ ರಕ್ತ ; ಸರಿತ್ + ಪ್ರವಾಹ = ನೀರಿನ ರಭಸದ ಹರಿವು ; ಸಂಚೂರ್ಣಿತ = ಪುಡಿಗಟ್ಟಿದ

ಇಲ್ಲಿ ಪ್ರಸ್ತಾಪಿಸಿರುವ ಭಾಷಾ ಸಮುಚ್ಚಯದ ಬಗ್ಗೆಯೇ ಒಂದು ಬಗೆಯ ಪ್ರಶ್ನಾತೀತವಾದ ಪ್ರತಿಕ್ರಿಯೆ ವ್ಯಕ್ತವಾಗಿದೆ. ಇದು ಕನ್ನಡವೇ ಎಂಬ ಆಶ್ಚರ್ಯವೂ ವ್ಯಕ್ತವಾಗಿದೆ. ಹಾಗಾಗಿ ಇದರ ವ್ಯಾಖ್ಯಾನ – ಭಾವಾರ್ಥ ತಿಳಿಯುವುದು ಸ್ವಲ್ಪ ಕ್ಲಿಷ್ಟವೇ ಎನಿಸುತ್ತದೆ. ಈಗಾಗಲೇ ಗದಾಯುದ್ಧ ಕಾವ್ಯಕ್ಕೆ ದರ್ಪಣವನ್ನು ನೀಡಿರುವ ವಿದ್ವಾನ್ ಪಿ. ಸುಬ್ರಾಯಭಟ್ ಎಂಬುವರು ಇದನ್ನು ಈ ರೀತಿ ವ್ಯಾಖ್ಯಾನಿಸಿದ್ದಾರೆ. ಅದನ್ನು ಇಲ್ಲಿ ಉಲ್ಲೇಖಿಸಲಾಗಿದೆ – "ಎಡ ಬಲ ಕೈಗಳೊಂದಾಗಿ ಬಿಡಲ್ಪಟ್ಟ ಹರಿತವಾದ ಉದ್ದವಾದ ಬಾಣ ಸಮೂಹದಿಂದ ಭೇದಿಸಲ್ಪಟ್ಟ ಭಯಂಕರವಾದ ಆನೆಗಳ ಸಮೂಹದ ಮಿದುಳುಗಳಿಂದ ಕೂಡಿ ನಾನಾ ರೀತಿಯ ರಕ್ತದಿಂದ ತುಂಬಿ ಹರಿಯುವ ಸರಸ್ವತೀ ನದಿಯ ಪ್ರವಾಹದಿಂದ ಭಯಾನಕವೂ; ಯುದ್ಧದಲ್ಲಿ ಸಾವಿರಾರು ಶತ್ರುಗಳನ್ನು ಭಯಂಕರವಾಗಿ ಪರಿಘಸದೃಶವಾದ ಆಯುಧಗಳ ಹೊಡೆತದಿಂದ ಪುಡಿ ಪುಡಿಯಾದ ಸಮಸ್ತ ರಾಜರ ಕಿರೀಟಗಳಲ್ಲಿನ ನವರತ್ನ ಶೋಭಿತ ಸಮೂಹದಿಂದ ಹೊರಹೊಮ್ಮಿದ ಕಾಮನ ಬಿಲ್ಲುಗಳಿಂದ ಆಚ್ಛಾದಿತ ಗಗನ ಮಂಡಲ; ಎರಡೂ ಕಡೆಯ ಕೋಟಿಗಟ್ಟಲೆ ಸೈನಿಕರ ಪರಸ್ಪರ ತಿಕ್ಕಾಟದಿಂದ ಸ್ಫುರಿಸಿದ ಕಿಡಿಗಳ ಸಮೂಹದಿಂದ ಜಗಜಗಿಸುವ ಸಮಸ್ತ ದಿಙ್ಮಂಡಲವೂ, ಚತುರಂಗ ಬಲದ ಮುಂಡಗಳ ಕುಣಿತವನ್ನು ನೋಡಲು ಅತಿ ಕುತೂಹಲಿಗಳಾಗಿ ಸೇರಿದ ರಾಕ್ಷಸ – ಪಿಶಾಚಿ, ಭೂತ – ಬೇತಾಳಗಳ ಕೋಲಾಹಲ, ಆರ್ಭಟಗಳಿಂದ ಭಯಾನಕವಾಗಿ ರುಂಡ ಮುಂಡಗಳು ರಾಶಿರಾಶಿಯಾಗಿ ಬೆಟ್ಟದೋಪಾದಿ ಬಿದ್ದಿರುವ ರಕ್ತ ಮಾಂಸಗಳಿಂದ ಆವೃತವಾಗಿ ಕೆಸರಿನಿಂದ ಕೂಡಿದ ರಣರಂಗದಲ್ಲಿ ನಡೆದು ಬರುತ್ತಿರುವಾಗ –

ಇನಿಸಿನಿಸು ತಿಂಚಿ ಯೊರ್ಮೆಯೆ
ತಿನೆ ತವುಗುಮಿದೆಂದು ತಾಮುಮಾನೆಯ ಪೆಣನಂ ।
ತಿನಲಾಱದೆ ಪೆಱರ್ಗಿಕ್ಕದೆ
ಮನಮಂಪಸುತಿರ್ದುವಲ್ಲಿ ಲೋಭಿಮರುಳ್ಗಳ್ ॥ ೩೮ ॥

ಇನಿಸಿನಿಸು = ಇಷ್ಟಿಷ್ಟೇ (ಸ್ವಲ್ಪ ಸ್ವಲ್ಪ) ; ತಿಂಚಿ = ತಿನ್ನುವೆ ; ಒರ್ಮೆಯೆ ತಿನೆ = ಒಂದೇ ಸಲಕ್ಕೆ ತಿಂದರೆ ; ತವುಗುಂ + ಇದು + ಎಂದು = ಮುಗಿದುಹೋಗುವುದೆಂದು ; ತಾಮುಂ + ಆನೆಯ + ಪೆಣನಂ = ಆನೆಯ ಶರೀರವನ್ನು ತಾನೂ ; ಪಸುತಿರ್ದು = ಹಸಿವಿನಿಂದ ; ಲೋಭಿಮರುಳ್ಗಳ್ = ಜಿಪುಣ ಬೇತಾಳಗಳು

ಇಷ್ಟಿಷ್ಟೇ ತಿನ್ನೋಣ ಒಂದೇ ಬಾರಿಗೆ ಎಲ್ಲವನ್ನೂ ತಿಂದು ಬಿಟ್ಟರೆ ಮುಗಿದು ಹೋಗುತ್ತದೆ ಎಂದುಕೊಳ್ಳುತ್ತಾ ಆ ಆಸೆಬುರುಕ ಭೇತಾಳಗಳು ಅಲ್ಲಿ ಬಿದ್ದಿದ್ದ ಆನೆಯ ದೇಹವನ್ನು ತಾವೂ ತಿನ್ನದೆ ಇತರರಿಗೂ ತಿನ್ನಕೊಡದೆ ಹಾಗೆಯೇ ಹಸಿವಿನಿಂದ ಇದ್ದವು.

ನವರಕ್ತ ರಕ್ತ ವಸ್ತ್ರಂ
ನವಾಂತ್ರಯಜ್ಞೋಪವೀತಮೆಸೆಯೆ ಪಿಶಾಚಾ ।
ನಿವಹಮನಡಗುಣಿಮೆಂದು ನ
ವವೇದಮಂ ಪೇಟ್ವಿರಲ್ಲಿ ರಕ್ಕಸಪಾರ್ವರ್ ॥ ೩೯ ॥

ನವ + ಅಂತ್ರ = ಹೊಸ ಕರುಳು ; ಎಸೆಯೆ = ಕಾಣುತ್ತಿರಲು ; ಅಡಗಂ + ಉಣಿ = ಮಾಂಸವನ್ನು ತಿನ್ನಿರಿ ; ನವವೇದ = ಹೊಸ ತಿಳಿವಳಿಕೆ ; ರಕ್ಕಸ ಪಾರ್ವರ್ = ಬ್ರಹ್ಮರಾಕ್ಷಸರು

ಆಗ ತಾನೇ ಜಿನುಗುತ್ತಿದ್ದ ಹೊಸರಕ್ತದಿಂದ ತೊಯ್ದು ವಸ್ತ್ರಗಳು, ಶರೀರದಿಂದ ಹೊರಬಂದ ಕರುಳುಗಳು ಜನಿವಾರದಂತೆ ತೋರುತ್ತಿರುವಾಗ ಅಲ್ಲಿದ್ದ ಪಿಶಾಚಿಗಳ ಗುಂಪನ್ನು ಉದ್ದೇಶಿಸಿ ಈ ಮಾಂಸವನ್ನು ತಿನ್ನಿರಿ ಎಂದು ತಿಳಿವಳಿಕೆ ನೀಡುವ ಬ್ರಹ್ಮರಾಕ್ಷಸರು ಅಲ್ಲಿದ್ದರು.

ಮುಂಬಿಟ್ಟು ಕಾದಿ ಕೊಲೆ ಹೈ
ಡಿಂಬಿಯ ಸಮರಾಂಗದಲ್ಲಿ ಮೀನಂ ಮೀನಂ ।
ತಿಂಬಂತಿರೆ ನಾಯ್ನಾಯಂ
ತಿಂಬಂತಿರೆ ತಿಂದರನಿಬರಂ ರಕ್ಕಸಿಯರ್ ॥ ೪೦ ॥

ಮುಂಬಿಟ್ಟು = ಮೊದಲೇ ಕಳುಹಿಸಿ ; ಹೈಡಿಂಬಿಯ = ಹಿಡಿಂಬೆಯ ಮಗ ಘಟೋತ್ಕಚ ; ಸಮರಾಂಗ = ಯುದ್ಧ ಭೂಮಿ

ಹಿಡಿಂಬಿಯ ಮಗನಾದ (ಭೀಮನ ಮಗ) ಘಟೋತ್ಕಚನನ್ನು ಮೊದಲೇ ಬಿಟ್ಟು ರಾತ್ರಿ ಯುದ್ಧಕ್ಕೆ ಕಳುಹಿಸಿದಾಗ ಕರ್ಣನ ಶಕ್ತ್ಯಾಯುಧದಿಂದ ಅವನು ಸಾಯುತ್ತಾನೆ. ಆ ಯುದ್ಧ ಭೂಮಿಯಲ್ಲಿದ್ದ ರಕ್ಕಸಿಯರು ಮೀನನ್ನು ಮೀನೇ ತಿನ್ನುವಂತೆ, ನಾಯಿ – ನಾಯಿಯನ್ನೇ ತಿನ್ನುವಂತೆ ಅವನ ದೇಹವನ್ನು ಕುಕ್ಕಿ ಕುಕ್ಕಿ ತಿಂದರು.

ನವಭೂತ ಭಾಷೆಯಿಂ ಕುಱು
ಪುವೇೞ್ದು ತಾಮಡ್ಡಗವಿತೆಯಂ ಮಾಡಿ ಮಹಾ ।
ವ್ಯವಸಾಯಂಗೆಯ್ವ ಮರು
ಳ್ಗವಿಗಳ್ತಿವೇಂ ಗುಣಾಢ್ಯರಂ ಮಸುಳಿಸುವರೇ ॥ ೪೧ ॥

ನವಭೂತ ಭಾಷೆ = ಹೊಸ ಪೈಶಾಚಿಕ ಭಾಷೆ ; ಕುಱುಪಂ + ಪೇೞ್ದು = ಉದ್ದೇಶಿಸಿ ; ಅಡ್ಡಗವಿತೆ = ಅರೆಬರೆ ಕವನ ; ಮರುಳ್ + ಕವಿಗಳ್ = ಪಿಶಾಚಿ ಕವಿಗಳು ; ಗುಣಾಢ್ಯರ್ = ಬುದ್ಧಿವಂತರಾದವರು (ಗುಣಾಢ್ಯನೆಂಬ ಕವಿ ಪೈಶಾಚಿಕ ಭಾಷೆಯಲ್ಲಿ ಬೃಹತ್ ಕಥೆಯೊಂದನ್ನು ಬರೆದಿರುವನೆಂಬ ಉಲ್ಲೇಖವಿದೆ) ; ಮಸುಳಿಸು = ಕಾಂತಿ ಕೆಡಿಸು

ಹೊಸ ಪೈಶಾಚಿಕ ಭಾಷೆಯಲ್ಲಿ ಎಲ್ಲರನ್ನೂ ಉದ್ದೇಶಿಸಿ ತಾವೊಂದು ಅರೆಬರೆ (ವ್ಯಂಗ್ಯ) ಕಾವ್ಯವನ್ನು ರಚಿಸಿ ಬಹಳ ಶ್ರಮಪಟ್ಟು ಪ್ರಚಾರ ಮಾಡುವ ಪಿಶಾಚಿ ಕವಿಗಳು ಪೈಶಾಚಿಕ ಭಾಷೆಯಲ್ಲಿ ಬೃಹತ್ ಕಥೆಯನ್ನು ಬರೆದ ಗುಣಾಢ್ಯನನ್ನು ನಾಚಿಸುವಂತೆ ಮಾಡಿದರೇ? (ಅಂದರೆ ಇಲ್ಲಿ ಸಹಜವಾಗಿ ಕವಿತ್ವದ ಬಗ್ಗೆ ಅರಿವಿಲ್ಲದವರು ತಾವೂ ಕವಿಗಳಾಗಬೇಕೆಂಬ ಮಹತ್ ಬಯಕೆಯಿಂದ ತಮಗೆ ತಿಳಿದಂಥ ಎರಡು ಸಾಲು ಗೀಚಿ ತಮ್ಮ ಮೇಲ್ಮೆಯನ್ನು ಹೊಗಳಿಕೊಳ್ಳುವಂತೆ ತಮ್ಮ ಬೆನ್ನನ್ನು ತಾವೇ ತಟ್ಟಿಕೊಂಡಂತೆ ಎಂದು ರನ್ನನೇ ವ್ಯಂಗ್ಯವಾಡಿರಬೇಕು ಅಲ್ಲವೇ?)

ವಚನ : ಎನುತ್ತು ಬರೆವರೆ...

ಎಂದುಕೊಳ್ಳುತ್ತಾ ಬರುತ್ತಿರುವಾಗ

ಗುರುವಿನನೆತ್ತರಂ ಕುಡಿವೆನಪ್ಪೊಡವಂ ದ್ವಿಜವಂಶಜಂ ನಿಜಾ
ವರಜನ ನೆತ್ತರಂ ಕುಡಿವೆನಪ್ಪೊಡೆ ಭೀಮನೇ ಪೀರ್ದನೆಯ್ದೆ ಭೀ ।
ಷ್ಮರ ಬಿಸುನೆತ್ತರಂ ಕುಡಿವೆಡಿನ್ನುಮೊಳಂ ಕುರುರಾಜ ನಿನ್ನ ನೆ
ತ್ತರ ಸವಿನೋಟ್ಟಿನಂ ಬಯಸಿ ಬೀತಪೆನೆಂದುದದೊಂದು ಪುಲ್ಮರುಳ್ ॥ ೪೨ ॥

ದ್ವಿಜವಂಶಜಂ = ಬ್ರಾಹ್ಮಣ ಕುಲದವ ; ನಿಜಾವರಜ = ತಮ್ಮನಾದ ; ಪೀರ್ದನ್ = ಕುಡಿದ ; ಬಿಸುನೆತ್ತರು = ಬಿಸಿಯಾದ ರಕ್ತ ; ಇನ್ನುಂ ಒಳಂ = ಇನ್ನೂ ಇದ್ದಾರೆ ; ಬೀತಪೆ = ಬಂದೆನು ; ಪುಲ್ + ಮರುಳ್ = ಕ್ಷುದ್ರ ಪಿಶಾಚಿ

ಗುರುಗಳಾದ ದ್ರೋಣಾಚಾರ್ಯರ ರಕ್ತವನ್ನು ಕುಡಿಯೋಣವೆಂದರೆ ಆತ ಬ್ರಾಹ್ಮಣ - ಅದು ನನಗೆ ರುಚಿಸುವುದಿಲ್ಲ. ಇನ್ನು ನಿನ್ನ ಪ್ರೀತಿಯ ತಮ್ಮನಾದ ದುಶ್ಶಾಸನನ ರಕ್ತ ಕುಡಿಯೋಣವೆಂದರೆ ಈಗಾಗಲೇ ಭೀಮಸೇನ ಅದನ್ನು ಹೀರಿ ಕುಡಿದುಬಿಟ್ಟಿದ್ದಾನೆ. ಭೀಷ್ಮಾಚಾರ್ಯರ ಬಿಸಿ ರಕ್ತದ ರುಚಿ ನೋಡೋಣವೆಂದರೆ ಅವರಿನ್ನೂ ಬದುಕಿ ಉಳಿದಿದ್ದಾರೆ. ಹಾಗಾಗಿ ದುರ್ಯೋಧನಾ ನಿನ್ನ ಬಿಸಿರಕ್ತದ ರುಚಿಯನ್ನೇ ಸವಿಯೋಣವೆಂದು ಬಂದೆ ಎಂದು ಒಂದು ಕ್ಷುದ್ರ ಪಿಶಾಚಿ ಹೇಳಿತು.

ವಚನ : ಅದಂ ಕೇಳುತ್ತುಂ ಬರೆವರೆ...

ಅದನ್ನೂ ಕೇಳುತ್ತಾ ಬರುತ್ತಿರುವಾಗ

ಕದನದೊಳುಣ್ಮಿದೊಳ್ಮಿದುಳ ಕರ್ದಮದೊಳ್ಜಗುಳ್ದಂಘ್ರಿ ಜಾಡಿ ಪೋ
ಮದೊಮೊಡನಿರ್ದ ಸಂಜಯನಿಳೇಶ್ವರನಂ ಪಿಡಿದೂರುಭಂಗ ಮಾ ।
ಗದೆ ವಲಮೆಂದೊಡಾಗದೆನೆ ಪುಲ್ಮರುಳೊಂದೆಡೆವೋಗಿ ಭೀಮ ಕೋ
ಪದೆ ನಿನಗೂರುಭಂಗ ಭಯಮಾಗದೆ ಪೋಕುಮೆ ಕೌರವೇಶ್ವರಾ ॥ ೪೩ ॥

ಉಣ್ಮಿದ = ಹೊರಸೂಸಿದ ; ಕರ್ದಮ = ಕೆಸರು ; ಜಗುಳ್ದು = ಜಾರಿದ ; ಊರುಭಂಗಂ ಆಗದೆ ವಲಂ = ತೊಡೆ ಮುರಿಯಲಿಲ್ಲವಷ್ಟೆ ; ಪುಲ್ + ಮರುಳ್ = ಕ್ಷುದ್ರ ಪಿಶಾಚಿ ; ಎಡೆವೋಗಿ = ಮಧ್ಯೆ ಪ್ರವೇಶಿಸಿ ; ಆಗದೆ ಪೋಕುಮೆ = ಆಗದಿರುವುದೇ?

ಯುದ್ಧ ನಡೆದಾಗ ಸೈನಿಕರ ತಲೆಯೊಡೆದು ಉಬ್ಬಿ ಹೊರಟುಕೊಂಡ ಒಳ ಮಿದುಳಿನ ಕೆಸರಿನಲ್ಲಿ ಪಾದವು ಜಾರಿಬೀಳುತ್ತಿರುವಾಗ ಜೊತೆಗಿದ್ದ ಸಂಜಯನು ಭೂಮೀಶ್ವರ ದುರ್ಯೋಧನನನ್ನು ಹಿಡಿದು ತೊಡೆ ಮುರಿಯಲಿಲ್ಲ ತಾನೆ ಎಂದು ಕೇಳಿದಾಗ, ಇಲ್ಲ ಎನ್ನಲು ಇವರ ಮಾತನ್ನು ಕೇಳುತ್ತಿದ್ದ ಕ್ಷುದ್ರ ಪಿಶಾಚಿಯೊಂದು ಮಧ್ಯೆ ಪ್ರವೇಶಿಸಿ ಭೀಮಸೇನನ ಕೋಪದಿಂದ ನಿನಗೆ ತೊಡೆ ಮುರಿಯುವುದೆಂಬ ಭಯವಾಗದೆ ಕೌರವೇಶ್ವರಾ ಎಂದಿತು. (ಇಲ್ಲಿ ರನ್ನ ಮುಂದಿನ ಭವಿಷ್ಯದ ಬಗ್ಗೆ ಸೂಕ್ಷ್ಮವಾಗಿ ಸೂಚನೆ ಕೊಟ್ಟಿದ್ದಾನೆ - ಇದು ಕೇವಲ ಅವನ ಕಲ್ಪನೆ ಎನ್ನಬಹುದು.)

ವಚನ : ಎಂದ ಮರುಳು ಮಾತು ತನಗೆ ಕರ್ಣಕಠೋರಮಾಗೆ ತನಗೆ ಮುನ್ನಂ ಮೈತ್ರೇಯಕರ್ೂಟ್ಟೂರುಭಂಗ ಶಾಪಮಂ ನೆನೆನೆನೆದು ಮನದೊಳ್ಕಟ್ಟು

ಕಡೆದು ತಾಂ ಮಹಾಸತ್ವನಪ್ಪುದಱಿಂದಮೊಂದುಮಂ ಬಗೆಯದೆ ಮರುಳ
ಮಾತಿನೊಳ್ಪುರುಳೇನೆಂದರಸಂ ಪೋಗೆವೋಗೆ –

ಮನದೊಳ್ + ಕಟ್ಟುವಡೆದು = ಮನಸ್ಸಿನಲ್ಲೇ ತುಂಬಾ ದುಃಖಪಟ್ಟು ; ಮಹಾಸತ್ವನ್ = ಮಹಾ ಸತ್ವಶಾಲಿಯಾದ ; ಒಂದುಮಂಬಗೆಯದೆ = ಏನನ್ನೂ ಯೋಚಿಸದೆ

ಪಿಶಾಚಿ ಹೇಳಿದ ಮಾತು ತನ್ನ ಕಿವಿಗೆ ಕಠೋರವಾಗಿ ಕೇಳಿಸಿದ್ದರೂ ಹಿಂದೆ ಮೈತ್ರೇಯ ಋಷಿಗಳು ತನಗೆ "ತೊಡೆ ಮುರಿದು ಸಾಯುತ್ತೀ" ಎಂದು ಕೊಟ್ಟ ಶಾಪವನ್ನು ನೆನೆದು ಆ ಕ್ಷಣದಲ್ಲಿ ದುಃಖಿತನಾಗಿದ್ದರೂ ಆತ ಮಹಾ ಸತ್ವಶಾಲಿಯಾದುದರಿಂದ ಅದಾವುದನ್ನೂ ಗಮನಕ್ಕೆ ತಂದುಕೊಳ್ಳದೆ ಏನನ್ನೂ ಯೋಚಿಸದೆ ದುರ್ಯೋಧನ ಮುಂದೆ ಹೆಜ್ಜೆಯಿಟ್ಟ.

ಅರಗಿನ ಮಾಡದೊಳ್ವಿಷದ ಲಡ್ಡುಗೆಯೊಳ್ಕೊಲಲೆಂದು ಬಂಧು ಮ
ತ್ಸರದೊಳೆ ವೈರಮಂ ಪದೆದು ಭೀಮನನಿನನ್ನಿನಿತರ್ಕೆ ತಂದ ನೀಂ ।
ಮರುಳನೊ ಭೂತಕೋಟಿವೆರಸಾಹವರಂಗದೊಳಾಡುತಿರ್ಪ ತಾ
ಮರುಳನೊ ನೋಟ್ಪವಿರ್ವರ ಮರುಳ್ತನಮಂ ಫಣಿರಾಜಕೇತನಾ ॥ ೪೪ ॥

ಪದೆದು = ನೆಚ್ಚಿ ; ಇನಿತರ್ಕೆ = ಈ ನೆಲೆಗೆ ; ಭೂತಕೋಟಿವೆರಸಿ + ಆಹವರಂಗದೊಳ್ + ಆಡುತಿರ್ಪ = ಭೂತ ಪಿಶಾಚಿಗಳೊಡನೆ ಯುದ್ಧರಂಗದಲ್ಲಿ ಆಟವಾಡುವ

ವಾರಣಾವತದಲ್ಲಿ ನಿರ್ಮಿಸಿದ ಅರಗಿನ ಅರಮನೆಯಲ್ಲಿ, ವಿಷಪೂರಿತ ಲಡ್ಡುಗಳನ್ನು ತಿನ್ನಿಸಿಯೂ ಭೀಮನನ್ನು ಕೊಲ್ಲಲಾರದೆ ದಾಯಾದಿ ಮತ್ಸರವನ್ನು ಹೊಂದಿ ವೈರತ್ವ ಸಾಧಿಸಿ ಭೀಮನನ್ನು ಈ ನೆಲೆಗೆ ಕರೆತಂದ ನೀನು ಮೂರ್ಖನೋ ಅಥವಾ ಈ ರಣರಂಗದಲ್ಲಿ ಅಪರಿಮಿತ ಭೂತಗಳೊಂದಿಗೆ ಕ್ರೀಡಿಸುತ್ತಿರುವ ನಾನು ಮೂರ್ಖನೋ, ಈ ಇಬ್ಬರ ಮೂರ್ಖತನವನ್ನು ನೋಡೇ ಬಿಡೋಣ ಫಣಿರಾಜಕೇತನನೇ ಎನ್ನುತ್ತಾನೆ ಸಂಜಯ.

ವಚನ : ಎನೆ ಸುಯೋಧನಂ ಕೆಳಗಿವಿಗೇಳ್ದು ಮರುಳ ಮಾತಿನೊಳ್ ಪುರುಳಿಲ್ಲೆಂದು ಕಿಱಿದೆಡೆಯಂ ಪೋಗೆವೋಗೆ –

ಕೆಳಗು + ಕಿವಿ + ಕೇಳ್ದು = ಕಿವಿಯ ಮೇಲೆ ಹಾಕಿಕೊಳ್ಳದೆ, ಅಲಕ್ಷಿಸಿ ; ಪುರುಳಿಲ್ಲ = ಸತ್ವವಿಲ್ಲ ; ಕಿಱಿದೆಡೆ = ಸ್ವಲ್ಪ ದೂರ (ಕಿಱಿದು + ಅಡಿ = ಕೆಲ ಹೆಜ್ಜೆ)

ಎಂದು ಸಂಜಯ ಹೇಳಿದಾಗ ಆ ಮಾತಿಗೆ ಕಿವಿಗೊಡದೆ ಅಲಕ್ಷ್ಯದಿಂದ ಈ ಮರುಳು ಮಾತಿನಲ್ಲಿ ಸತ್ವವಿಲ್ಲವೆಂದು ಸ್ವಲ್ಪ ದೂರ ಹೋಗುತ್ತಿರುವಾಗ –

ನುಡಿಯದೆ ಪೋಗಲೀಯೆನೆಲೆ ಪೋದೊಡೆ ಧೂರ್ಜಟಿಯಾಣೆ ಮೀಱಿ ಪೋ
ದೊಡೆ ಕಲಿಭೀಮನಾಣೆಯೆನೆ ಧೂರ್ಜಟಿಯಾಣೆಗೆ ನಿಂದು ಭೀಮನೆಂ ।
ದೊಡೆ ಮುಳಿದಟ್ಟಿ ಕುಟ್ಟಲರಸಂ ಗದೆಗೊಂಡೊಡೆ ಭೂತಕೋಟಿಯುಂ
ಬಡಿಗೊಳೆ ಸಂಜಯಂ ನಯದೆ ಬಗ್ಗಿಸಿದಂ ಫಣಿರಾಜಕೇತುವಂ ॥ ೪೫ ॥

ಪೋಗಲೀಯೆಂ = ಹೋಗಲು ಬಿಡಲಾರೆ ; ಧೂರ್ಜಟಿ = ಈಶ್ವರ ; ಮುಳಿದು + ಅಟ್ಟಿ + ಕುಟ್ಟಲ್ = ಕೋಪದಿಂದ ಅಟ್ಟಿ ಹೊಡೆಯಲು ; ಬಡಿಗೊಳೆ = ಬಡಿಗೆಗಳನ್ನು ಹಿಡಿಯಲು ; ಬಗ್ಗಿಸಿದಂ = ಗದರಿಕೆ (ತಡೆದನು)

ಸಂಜಯನ ನುಡಿಯಲ್ಲಿ ಸತ್ವ ಸ್ವಲ್ಪವೂ ಇಲ್ಲವೆಂದು ಹೋಗುತ್ತಿರುವಾಗ, ಸಂಜಯನು ಉತ್ತರಕೊಡದೆ ಹೋದೆಯಾದರೆ ಶಿವನ ಮೇಲಾಣೆ. ಅದಕ್ಕೂ ಮೀರಿ ನಡೆದರೆ ಕಲಿಭೀಮನ ಮೇಲಾಣೆ ಎಂದು ಹೇಳಿದಾಗ ಶಿವನಾಣೆ ಎಂದಾಗ ನಿಂತವನು ಭೀಮನ ಮೇಲಾಣೆ ಎಂದಾಗ ಕೋಪದಿಂದ ಹೊಡೆಯಲು ಗದೆಯನ್ನು ಎತ್ತಿದಾಗ, ಇದನ್ನು ನೋಡಿದ ಅಲ್ಲಿದ್ದ ಪಿಶಾಚಿ ಸಮೂಹ ಸಹ ಬಡಿಗೆ – ದೊಣ್ಣೆಗಳನ್ನು ಹಿಡಿದಾಗ ಈ ಅನಿರೀಕ್ಷಿತ ಘಟನೆಯನ್ನು ನೋಡಿದ ಸಂಜಯ ನಯವಾಗಿಯೇ ದುರ್ಯೋಧನನನ್ನು ಗದರಿಸಿ ತಡೆದನು.

ವಚನ : ಅಂತು ಬಹಳ ಪ್ರತ್ಯವಾಯ ಪ್ರದೇಶಂಗಳನೆಂತಾನುಂ ಕಳೆದು ಪೋಗೆವೋಗೆ...

ಪ್ರತ್ಯವಾಯ = ಅಡ್ಡಿಗಳಿಂದ (ಅಡಚಣೆ) ಕೂಡಿದ

ಹೀಗೆ ಅನೇಕ ಅಡ್ಡಿ ಅಡಚಣೆಗಳಿಂದ ಕೂಡಿದ ಸ್ಥಳಗಳನ್ನು ಹೇಗೆ ದಾಟಿಹೋಗಲಿ ಎಂದುಕೊಳ್ಳುತ್ತಾ ದುರ್ಯೋಧನ ಸಾಗುತ್ತಿರುವಾಗ...

ಮುನಿದೆಯ್ತಂದಿಲ್ಲಿ ಭೀಮಂ ಭವದನುಜನನಾ ದ್ರೌಪದೀದ್ರೋಹನಂ ಕೊಂ
ದನೆನಲ್ಕಾಂ ಕೇಳಲಾಱೆಂ ಪರಿಭವಮನದಂ ಮುಂದೆ ಮುಂದೆಂದು ಬಾಷ್ಪಾಂ ।
ಬುನಿಮಗ್ನಂ ಭಗ್ನ ಚಿತ್ತಂ ತಲೆಯನೆಱಗಿ ಬಿಲ್ಲೋಜನೆಲ್ಲಿರ್ದನೆಲ್ಲಿ
ರ್ದನೊ ಭೀಷ್ಮಂ ನೋಡುವೆಂ ತೋಱೆನೆ ಕುರುಕುಲನಂ ಸಂಜಯಂ ಕೊಂಡು
ಪೋದಂ ॥ ೪೬ ॥

ಭವದನುಜನನ್ = ತನ್ನ ತಮ್ಮನಾದ ದುಶ್ಶಾಸನನನ್ನು ; ದ್ರೌಪದೀ ದ್ರೋಹನಂ = ದ್ರೌಪದಿಗೆ ಕೇಡು ಬಗೆದ ; ಬಾಷ್ಪಾಂಬುನಿಮಗ್ನಂ = ಕಂಬನಿದುಂಬಿದವನಾಗಿ

ಸಂಜಯನು ದುರ್ಯೋಧನನನ್ನು ಕುರಿತು ರಾಜಾ ಇದೋ ನೋಡು ಇಲ್ಲಿಯೇ ದ್ರೌಪದಿಗೆ ಕೇಡನ್ನ ಬಗೆದ ನಿನ್ನ ತಮ್ಮ ದುಶ್ಶಾಸನನನ್ನು ಆ ಭೀಮನು ಕೊಂದಿದ್ದು ಎಂದಾಗ ಇದನ್ನು ನಾನು ಕೇಳಲಾರೆ ಎನ್ನುತ್ತಾ ಕಂಬನಿದುಂಬಿದವನಾಗಿ ಮನನೊಂದು ತಲೆಯನ್ನು ತಗ್ಗಿಸಿಕೊಂಡು ಮುಂದೆ ಹೋಗೋಣವೆಂದು ಹೇಳುತ್ತಾ ಆ ಬಿಲ್ವಿದ್ಯಾಗುರು ದ್ರೋಣ ಮತ್ತು ಭೀಷ್ಮರು ಎಲ್ಲಿದ್ದಾರೆ? ಅವರನ್ನು ನೋಡೋಣ ತೋರಿಸು ಎಂದಾಗ ಆ ಕುರುಕುಲೇಶನನ್ನು ಸಂಜಯ ಕರೆದುಕೊಂಡು ಹೋದನು.

ವಚನ : ಅಂತು ಪೋಗೆ...

ಹಾಗೆ ಹೋಗಲು...

ಇಭಶೈಲಂಗಳನೇಱಯೇಱ ರುಧಿರಸ್ರೋತಂಗಳಂ ದಾಂಟಿದಾಂ
ಟಿಭದೋರ್ನೀಲ ಲತಾಪ್ರತಾನ ವಿಪಿನವ್ರಾತಂಗಳೊಳ್ಸಿಲ್ಕಿಸಿ ।
ಲ್ಕಿ ಭರಂಗೆಯ್ದುಱದೆಯ್ದಿ ಸಂಜಯ ಶಿರಸ್ಕಂಧಾವಲಂಬಂ ಕುರು
ಪ್ರಭುಕಂಡಂ ಶರಜಾಲಜರ್ಜರಿತ ಗಾತ್ರ ತ್ರಾಣನಂ ದ್ರೋಣನಂ ॥ ೪೭ ॥

ಇಭಶೈಲಂಗಳಂ = ಆನೆಯ ಬೆಟ್ಟಗಳನ್ನು (ಆನೆಗಳ ಹೆಣದ ರಾಶಿ) ; ರುಧಿರಸ್ರೋತಂಗಳಂ = ರಕ್ತದ ನದಿಗಳನ್ನು ; ಇಭದೋರ್ = ಆನೆಯ ಸೊಂಡಿಲು ; ನೀಲಲತಾಪ್ರತಾನ = ಕಪ್ಪುಬಳ್ಳಿಗಳ

ಮೆಳೆ (ಸಮೂಹ) ; ವಿಪಿನವ್ರಾತ = ಕಾಡುಗಳ ಸಮೂಹ ; ಭರಂಗೆಯ್ದು = ಅತಿರಭಸದಿಂದ ; ಉಜಿದೆ = ಗಮನ ಕೊಡದೆ ; ಸಂಜಯ ಶಿರಸ್ಕಂಧಾವಲಂಬಂ = ಸಂಜಯನ ಭುಜವನ್ನು ಆಧರಿಸಿಕೊಂಡ ; ಶರಜಾಲ = ಬಾಣಗಳ ಸಮೂಹ ; ಜರ್ಜರಿತ = ಭಿನ್ನಭಿನ್ನವಾದ ;

ಹೀಗೆ ದುರ್ಯೋಧನನು ಸಂಜಯನ ಭುಜವನ್ನು ಆಧರಿಸಿಕೊಂಡು ಆನೆಗಳ ದೇಹದ ಬೆಟ್ಟಗಳನ್ನು ಹತ್ತುತ್ತಾ ಹತ್ತುತ್ತಾ, ರಕ್ತದ ಹೊಳೆಗಳನ್ನು (ಮಡುಗಳನ್ನು) ದಾಟುತ್ತಾ ದಾಟುತ್ತಾ ದಪ್ಪ ಬಳ್ಳಿಯಂತಿರುವ ಆನೆಯ ಸೊಂಡಿಲುಗಳ ಬಳ್ಳಿ ಕಾಡುಗಳಲ್ಲಿ ಸಿಕ್ಕಿ ಸಿಕ್ಕಿಕೊಂಡರೂ ಇದಾವುದನ್ನೂ ಗಣನೆಗೆ ತೆಗೆದುಕೊಳ್ಳದೆ ಅತೀರಭಸದಿಂದ ನಡೆದು ಬರುತ್ತಿರುವಾಗ ಬಾಣಗಳ ವರ್ಷಧಾರೆಯಿಂದ ಭಿನ್ನ ಭಿನ್ನವಾದ ದೇಹ ಮತ್ತು ಕವಚವುಳ್ಳ ದ್ರೋಣನನ್ನು ನೋಡಿದನು – ಅಂದರೆ ಅಲ್ಲಿ ಬಿದ್ದಿದ್ದ ದ್ರೋಣರ ದೇಹವನ್ನು ನೋಡಿದನು.

ಗುರುವಂ ಲಘುಸಂಧಾನದೆ
ನರನಿಸೆ ಗುರುಲಘುವಿಮಿಶ್ರಿತಂ ದೊರೆಕೊಳೆ ತ ।
ದ್ಗುರು ತಚ್ಛಂದೋವೃತ್ತಿಗೆ
ದೊರೆಯೆನಿಸಿರ್ದುದು ಮನಕ್ಕೆ ದುರ್ಯೋಧನನಾ ॥ ೪೮ ॥

ಲಘು ಸಂಧಾನ = ಹಗುರವಾದ ಗುರಿ ; ನರನ್ + ಇಸೆ = ಅರ್ಜುನನು ಬಿಡಲು ; ದೊರಕೊಳೆ = ನಾಟಲು

ಗುರುಗಳಾದ ದ್ರೋಣರ ಮೇಲೆ ಲಘುವಾಗಿ ಅರ್ಜುನನು ಬಾಣಬಿಟ್ಟಾಗ ಆ ಬಾಣಗಳು ಅವರ ದೇಹದಲ್ಲಿ ನಾಟಿಕೊಂಡಿರಲು ಅದನ್ನು ನೋಡಿದ ದುರ್ಯೋಧನನ ಮನಸ್ಸಿನಲ್ಲಿ ಆ ಗುರುಗಳ ಇರವು ಗುರುಲಘುಗಳ ಮಿಶ್ರಿತವಾದ ಛಂದಸ್ಸಿಗೆ ಸರಿಸಮನಾಗಿದ್ದಂತೆ ತೋರಿತು. ಅಂದರೆ ಅವನ ಮನಸ್ಸಿಗೆ ಬಂದ ವಿಚಾರವೆಂದರೆ ಗುರುವೆಂಬ ಹಿರಿತನಕ್ಕೆ ಒಳಗಾದರೂ ಅರ್ಜುನನ ಲಘುಬಾಣ ಪ್ರಯೋಗದ ಮುಂದೆ ಅಲ್ಪವಾಗಿಬಿಟ್ಟರಲ್ಲಾ, ಗುರುವಾಗಿಯೂ ಲಘುವಾಗಿಬಿಟ್ಟರಿ ಎಂದು.

ವಚನ : ಅಂತೆನಿಸಿರ್ದ ನಿಸರ್ಗದುಷ್ಟ ಧೃಷ್ಟದ್ಯುಮ್ನನ ಕಚನಿಗ್ರಹಕರವಿಲುಳಿತ ಮೌಳಿಯಾಗಿರ್ದ ಭಾರದ್ವಾಜನಿರವಂ ರಾಜರಾಜಂ ನೋಡಿ –

ನಿಸರ್ಗ ದುಷ್ಟ = ಸ್ವಭಾವತಃ ದುಷ್ಟನಾದ ; ಕಚನಿಗ್ರಹ = ಕವಚವನ್ನು ಸೀಳಿದ ; ವಿಲುಳಿತ = ಅಸ್ತವ್ಯಸ್ತಗೊಂಡ ; ಮೌಳಿ = ಶಿರ ; ರಾಜರಾಜ = ದುರ್ಯೋಧನ

ಹೀಗೆಂದುಕೊಳ್ಳುತ್ತಾ ಸ್ವಭಾವತಃ ದುಷ್ಟನೆನಿಸಿದ ಧೃಷ್ಟದ್ಯುಮ್ನನಿಂದ ಕವಚವನ್ನು ತುಂಡರಿಸಿದ ಬಲಾತ್ಕಾರದಿಂದ ತಲೆಗೂದಲನ್ನು ಎಳೆದು ಶಿರಚ್ಛೇದ ಮಾಡಿದ್ದ ಅಸ್ತವ್ಯಸ್ತವಾದ ತಲೆಯುಳ್ಳ ದ್ರೋಣಾಚಾರ್ಯನ ಇರುವಿಕೆಯನ್ನು ದುರ್ಯೋಧನ ನೋಡಿ...

ಅಱಿಯೆಮೆ ಬಲ್ಲ ಬಿನ್ನಣಕೆ ಗಾಂಡಿವಿಯಲ್ತು ಪಿನಾಕಪಾಣಿಯುಂ
ನೆಱೆಯದಿದಿರ್ಚೆ ನಿಮ್ಮೊಡನೆಕಾದಿ ಗೆಲಲ್ಕದು ನಿಮ್ಮುಪೇಕ್ಷೆಯೆಂ ।
ದಱಿಯೆನಿದೆನ್ನ ಕರ್ಮವಶಮೆಂದಱಿಯೆಂ ನಿಮಗಿಂತು ಸಾವುಮೇ
ತಱಿದಿನಕಾರಣಂ ನೆಱೆಯೆ ಸಂಭವಿಸಿರ್ದುದೊ ಕುಂಭಸಂಭವಾ ॥ ೪೯ ॥

ಅಱಿಯೆಮೆ = ನಾವು ತಿಳಿಯೆವೆ ; ಬಿಲ್ಲಬಿನ್ನಣ = ಬಿಲ್ವಿದ್ಯಾ ಜಾಣ್ಮೆ ; ಪಿನಾಕಪಾಣಿ = ಪಿನಾಕ ಎಂಬ ಬಿಲ್ಲು ಹಿಡಿದ ರುದ್ರ ; ನೆಱೆಯಂ = ಸಮರ್ಥನಲ್ಲ ; ಇದಿರ್ಚೆ = ಎದುರಿಸಿ

ಗುರುಶ್ರೇಷ್ಠಾ ಬಿಲ್ವಿದ್ಯಾ ಕೌಶಲ್ಯದಲ್ಲಿ ಅರ್ಜುನನೇನು ಸಾಕ್ಷಾತ್ ರುದ್ರದೇವನೇ ಪಿನಾಕಧರನಾಗಿ ಬಂದರೂ ನಿಮ್ಮೊಡನೆ ಕಾದಿ ಗೆಲ್ಲಲಾರ. ಹೀಗಿರುವಾಗ ನೀವು ಶಸ್ತ್ರತ್ಯಾಗ ಮಾಡಿ ಅರ್ಜುನನ ಬಾಣಕ್ಕೆ ತುತ್ತಾಗಿದ್ದು ಕೇವಲ ತಿರಸ್ಕಾರದಿಂದಲೋ ಅಥವಾ ಕರ್ಮವಶದಿಂದಲೋ ಎಂಬುದನ್ನು ನಾನು ತಿಳಿಯೆ. ಅದೇನೇ ಇರಲಿ ನಿಮಗಿಂತಹ ಸಾವು ಬರಬಾರದಿತ್ತು. ನಿಷ್ಕಾರಣವಾಗಿ ದುರ್ಮರಣಕ್ಕೀಡಾದಿರಿ.

ವಚನ : ಎಂದು ದುಃಖಂಗೆಯ್ದು ರಾಜರಾಜಂ ತದೀಯ ತನುಜನಂ ನೆನೆದು –

ಎಂಬುದಾಗಿ ದುಃಖಿಸುತ್ತ ದುರ್ಯೋಧನನು ದ್ರೋಣನ ಮಗನಾದ ಅಶ್ವತ್ಥಾಮನನ್ನು ನೆನೆದು – ಸ್ಮರಿಸಿ...

ಅದಟಿನ ಪಾರ್ಥನೆಚ್ಚುಕೊಲೆ ಜಾತಬಲಂ ದ್ರುಪದಾತ್ಮಜಾತನೋ
ವದೆ ಪುಡಿಯೊಳ್ಪೊರಳ್ಚಿ ತಲೆಯಂ ತೆಗೆವಲ್ಲಿ ಪಿನಾಕವೆತ್ತವೋ ।
ದುದೊ ಶರವೆತ್ತವೋದುದೊ ಲಲಾಟದಿನಿಂಗಳಗಣ್ಣದೆತ್ತ ವೋ
ದುದೊ ಗುರುಸೂನು ತಾನುಮಣಮಮ್ಮನಲಂಪುಮದೆತ್ತವೋದುದೋ ॥ ೫೦ ॥

(ಇದು ಸ್ವಲ್ಪ ಕ್ಲಿಷ್ಟವೆನಿಸಿದ್ದು ಪದವಿಭಾಗ ಮಾಡಿ ಪುನರುಚ್ಚರಿಸಲಾಗಿದೆ.)

ಅದಟಿನ ಪಾರ್ಥನ್ + ಎಚ್ಚು ಕೊಲೆ ಜಾತಬಲಂ ದ್ರುಪದ + ಆತ್ಮಜಾತನ್ + ಓ
ವದೆ ಪುಡಿಯೊಳ್ + ಪೊರಳ್ಚಿ ತಲೆಯ ತೆಗೆವಲ್ಲಿ ಪಿನಾಕವು + ಎತ್ತ ವೋ
ದುದೊ ಶರವೆತ್ತವೋದುದೊ ಲಲಾಟದಿನ್ + ಇಂಗಳ ಗಣ್ + ಅದೆತ್ತ ವೋ
ದುದೊ ಗುರುಸೂನು ತಾನುಮ್ + ಅಣಂ + ಅಮ್ಮನ + ಅಲಂಪುಂ ಅದೆತ್ತ
ವೋದುದೋ ॥

ಅದಟಿನ = ಶೂರನಾದ ; ಎಚ್ಚು ಕೊಲೆ = ಬಾಣಗಳನ್ನು ಬಿಟ್ಟು ಕೊಂದಾಗ ; ಜಾತಬಲಂ = ಹುಟ್ಟಿನಿಂದಲೇ ಶೌರ್ಯವಂತನಾಗಿ (ಧೃಷ್ಟದ್ಯುಮ್ನ ಅಗ್ನಿಯಿಂದ ಬಂದವನು. ಬರುವಾಗಲೇ ಧನುರ್ಧಾರಿಯಾಗಿದ್ದುದರಿಂದ ಅವನು ಜಾತಬಲ.) ; ಓವದೆ = ನಿಷ್ಕರುಣಿಯಾಗಿ ; ಪುಡಿಯೊಳ್ ಪೊರಳ್ಚಿ = ಧೂಳಿನಲ್ಲಿ ಹೊರಳಾಡಿಸಿ ; ಲಲಾಟದಿನ್ = ಹಣೆಯಿಂದ ; ಇಂಗಳಗಣ್ = ಬೆಂಕಿ ಉಗುಳುವಂತಿರುವ ಕಣ್ಣು ; ತಾನುಂ + ಅಣಂ + ಅಮ್ಮನ = ತನಗೆ ತಂದೆಯ ಮೇಲಿದ್ದ ; ಅಲಂಪುಂ = ಅತಿಶಯವಾದ ಪ್ರೇಮ

ದ್ರೋಣ ಪುತ್ರನಾದ ಅಶ್ವತ್ಥಾಮ ಪರಾಕ್ರಮಿಯಾದ ಅರ್ಜುನ ಬಾಣಗಳನ್ನು ಬಿಟ್ಟು ಕೊಂದುದನ್ನು ಕಂಡ ದ್ರುಪದ ಪುತ್ರನಾದ ಧೃಷ್ಟದ್ಯುಮ್ನ ಬಂದು ಆ ಮೃತ ಶರೀರವನ್ನು ಭೂಮಿಗೆ ಕೆಡವಿ ಹೊರಳಾಡಿಸಿ ತಲೆಯನ್ನು ಕತ್ತರಿಸುವಾಗ ನಿನ್ನ ಆಯುಧ ಅದೆಲ್ಲಿ ಹೋಗಿತ್ತೋ? ನಿನ್ನ ಆ ಉರಿಗಣ್ಣು[25] ಇಂಗಿ ಹೋಗಿತ್ತೇ? ನಿನ್ನ ಪಿತೃಪ್ರೇಮ ಅದೆಲ್ಲಿ ಕಣ್ಮರೆಯಾಗಿತ್ತು? ಎಂದು ರೋಷದಿಂದ ನುಡಿಯುತ್ತಾನೆ ದುರ್ಯೋಧನ.

ಶರ ಸಂದೋಹಮನನ್ಯಸೈನ್ಯದೊಡಲೊಳ್ ಬಿಲ್ಬಲ್ಮೆಯಂ ತನ್ನ ಶಿ
ಷ್ಯರ ಮೆಯ್ಯೊಳ್ ನಿಜಕೀರ್ತಿಯಂ ನಿಖಿಳದಿಕ್ಚಕ್ರಂಗಳೊಳ್ ಚಿತ್ತಮಂ ।
ಹರ ಪಾದಾಂಬುಜಯುಗ್ಮದೊಳ್ ನಿಜೆಸಿದಂ ಚಾಪಾಗಮಾಚಾರ್ಯರೊಳ್
ದೊರೆಯಾರೆಂಬಿನಮಣ್ಮಿ ಸತ್ತಳವಿದೇಂ ದ್ರೋಣಂಗೆ ಮೆಯ್ವೆತ್ತುದೋ ॥ ೫೧ ॥

ನಿಜದಿಕ್ + ಚಕ್ರಂಗಳೊಳ್ = ದಶದಿಕ್ಕುಗಳಲ್ಲೂ ; ನಿಜೆಸಿದಂ = ನೆಲೆಗೊಳಿಸಿದನು; ಅಣ್ಮಿಸತ್ತ + ಅಳವು = ಸಾಹಸವನ್ನು ತೋರಿದ ಕೌಶಲ್ಯ

ತನ್ನಲ್ಲಿದ್ದ ಮಹಾ ಮಹಾ ಅಸ್ತ್ರಗಳನ್ನೆಲ್ಲ ಶತ್ರುಗಳ ದೇಹಗಳಲ್ಲಿ ಕೀಲಿಸಿ ತನ್ನ ಬಿಲ್ಲಾಣಿಕೆಯನ್ನು ತೋರಿಸಿ, ತನ್ನ ಧನುರ್ವಿದ್ಯಾ ಪ್ರಾವೀಣ್ಯತೆಯನ್ನು ತನ್ನ ಶಿಷ್ಯರಲ್ಲೂ ಮೈಗೂಡಿಸಿ ದಶದಿಕ್ಕುಗಳಲ್ಲೂ ತನ್ನ ಧವಳ ಕೀರ್ತಿ ಬೆಳಗುವಂತೆ ಮಾಡಿ, ತನ್ನ ಮನಸ್ಸನ್ನು ಹರನ ಪಾದಕಮಲಗಳಿಗೆ ಅರ್ಪಿಸಿದ ದ್ರೋಣನಿಗೆ ಸರಿಸಾಟಿ ಯಾರಿದ್ದಾರೆ? ಇಂತಹ ಅಮಾನುಷ ಸಾಹಸ ಆ ದ್ರೋಣನಿಗೆ ಹೇಗೆ ಉಂಟಾಯಿತೋ ಎನ್ನುತ್ತಾನೆ ಕೌರವ.

ವಚನ : ಎಂದು ಗುರುನಂದನನಂ ನಿಂದಿಸಿ ಗುರುವನಭಿವಂದಿಸಿ –

ಅಭಿವಂದಿಸಿ = ಸಾಷ್ಟಾಂಗ ನಮಸ್ಕಾರ ಮಾಡಿ

ಈ ರೀತಿಯಾಗಿ ಗುರುಪುತ್ರನಾದ ಅಶ್ವತ್ಥಾಮನನ್ನು ನಿಂದಿಸಿ ಗುರುಗಳಾದ ದ್ರೋಣಾಚಾರ್ಯರ ದೇಹಕ್ಕೆ ಸಾಷ್ಟಾಂಗ ನಮಸ್ಕಾರ ಮಾಡಿ –

ಎನ್ನನುಪೇಕ್ಷಿಸಿ ಕಾದಿದ
ನಿನ್ನೀ ಗುರುಗೆಱಗೆನೆನ್ನದೆಱಗಿದನಡಿಯೊಳ್ ।
ಪನ್ನಗ ಚಿಹ್ನಂ ಪಿರಿಯರ್
[ಮುನ್ನಂ ಕೂಡಿದುದ ನೆಡೆಯೊಳೇಂ ಕಿಡಿಸುವರೇ][26] ॥ ೫೨ ॥

ಎನ್ನನ್ + ಉಪೇಕ್ಷಿಸಿ ಕಾದಿದನ್ = ನನ್ನನ್ನು ಕಡೆಗಣಿಸಿ ಕಾದಿದನು (ಉಪೇಕ್ಷಾ ಭಾವ) ; ಇನ್ + ಈ + ಗುರುಗೆ + ಎಱಗೆನ್ + ಎನ್ನದೆ = ಇನ್ನು ಈ ಗುರುವಿಗೆ ನಮಸ್ಕರಿಸುವುದಿಲ್ಲ ಎನ್ನದೆ ; ಪನ್ನಗಚಿಹ್ನಂ = ಸರ್ಪಲಾಂಛನವುಳ್ಳ, ದುರ್ಯೋಧನ ; ಮುನ್ನಂಕೂಡಿದುದನ್ = ಹಿಂದೆ ಕೂಡಿಟ್ಟುದನ್ನು ; ಎಡೆಯೊಳ್ = ಮಧ್ಯದಲ್ಲಿ

(25) ದ್ರೋಣ ಪುತ್ರ ಅಶ್ವತ್ಥಾಮ ರುದ್ರಾಂಶ ಸಂಭೂತನಾದ್ದರಿಂದ ಅವನಿಗೆ ಹಣೆಗಣ್ಣೂ ಇತ್ತು. ಪಿನಾಕಪಾಣಿಯೂ ಆಗಿದ್ದ ಎಂಬುದು ಕವಿಯ ಉತ್ಪ್ರೇಕ್ಷಾ ವರ್ಣನೆ ಅಷ್ಟೇ.

(26) ಮುನ್ನಿಂ ಮಾಡಿದುದನೆಡೆಯೊಳೇಂ ಮರೆದಪರೇ (ಪಾ)

ಈ ದ್ರೋಣರು ನನಗೆ ಜಯಸಿಗಲಿ ಎಂಬ ವಿಶ್ವಾಸದಿಂದ ಕಾದಾಡಲಿಲ್ಲ. ಉಪೇಕ್ಷೆ ಮಾಡಿ ಕಾಟಾಚಾರಕ್ಕೆ ಕಾದಿದಂತೆ ಯುದ್ಧ ಮಾಡಿದರು. ಹಾಗಾಗಿ ಈ ಗುರುಗಳಿಗೆ ನಮಸ್ಕರಿಸೆನು ಎನ್ನದೆ, ಅವರ ಪಾದಕ್ಕೆ ಎರಗಿದನು ದುರ್ಯೋಧನ! ಹಿರಿಯರು ಮೊದಲು ಕೂಡಿಟ್ಟುದನ್ನು ಮಧ್ಯದಲ್ಲಿ ಕೆಡಿಸುವರೇ! (ಇದು ದುರ್ಯೋಧನನ ಗುರುಭಕ್ತಿಗೆ ಕನ್ನಡಿ ಹಿಡಿದಂತೆ ಇದೆ ರನ್ನನ ಈ ನುಡಿ.)

ವಚನ : ಎಂದು ಕುಂಭಸಂಭವನಂ ತ್ರಿಃಪ್ರದಕ್ಷಿಣಂಗೈದು ಬರುತ್ತುಮಾದಿಶಾಭಾಗದೊಳ್ ಶರಸಂದೋಹಾಶ್ಚರ್ಯ ಶರನಿಕರದಿಂ ಕ್ಷೀಣತರನಾಗಿ ಶರಾಚಾರ್ಯರ್ಗಭಿಮುಖನಾಗಿ –

ತ್ರಿಃಪ್ರದಕ್ಷಿಣಂ = ಮೂರು ಬಾರಿ ಪ್ರದಕ್ಷಿಣೆ ; ಕ್ಷೀಣತರ = ಸಾವನ್ನಪ್ಪಿ

ಎಂದು ಹೇಳುತ್ತಾ ಆ ಕುಂಭ ಸಂಭವನಾದ ದ್ರೋಣರಿಗೆ ಮೂರು ಬಾರಿ ಪ್ರದಕ್ಷಿಣೆ ಮಾಡಿ ಅವರ ದೇಹದ ಬದಿಯಲ್ಲೇ ಬಾಣಗಳ ಸಮೂಹದಿಂದ ಸಾವನ್ನಪ್ಪಿ ಅವರ ಎದುರುಗಡೆಯಲ್ಲಿ ಮಲಗಿದ್ದ –

ಅರೆಮುಗಿದಿರ್ದ ಕಣ್ಗಳುಮಲರ್ದ ಮೊಗಂ ಕಡಿವೋದಕೆಯ್ಯುಮಾ
ಸುರತರಮಾಗೆ ಕರ್ಚಿದವುಡುಂ ಬೆರಸನ್ಯಶರಪ್ರಹಾರ ಜ ।
ರ್ಜರಿತ ಶರೀರನಾಗಿ ನವಲೋಹಿತವಾರ್ಧಿಯೊಳಟ್ಟು ಬಿಟ್ಟಿನಂ
ಕುರುಪತಿನೋಡಿ ಕಂಡನಭಿಮನ್ಯುಕುಮಾರನನಾಜಿವೀರನಂ ॥ ೫೩ ॥

ಅರೆಮುಗಿದಿರ್ದ ಕಣ್ಗಳ್ = ಅರ್ಧ ಮುಚ್ಚಿದ ಕಣ್ಣುಗಳು ; ಅಲರ್ದ ಮೊಗಂ = ಅರಳಿದ ಮುಖ ; ಆಸುರತರಂ + ಆಗೆ = ಅತಿ ಭಯಂಕರವಾದ ರೀತಿ ; ಕರ್ಚಿದ + ಅವುಡು = ಕಚ್ಚಿದ ಒಸಡು ; ನವಲೋಹಿತವಾರ್ಧಿ = ಕೆಂಪಾದ ರಕ್ತದ ಕಡಲಲ್ಲಿ ; ಬಿಟ್ಟಿನಂ = ಮುಳುಗಿರುವ ; ಆಜಿವೀರ = ಯುದ್ಧ ಪರಾಕ್ರಮಿ

ಅರೆ ಮುಚ್ಚಿದ ಕಣ್ಣುಗಳು, ಅರಳಿದ ಮುಖ, ಕತ್ತರಿಸಿದ ಕೈಗಳು ಅತಿ ಭಯಂಕರವಾದ ರೀತಿಯಲ್ಲಿ – ಭಯವನ್ನುಂಟು ಮಾಡುವ ರೀತಿಯಲ್ಲಿ – ಕಚ್ಚಿದ ಒಸಡುಗಳಿಂದ, ಶತ್ರುಗಳ ಬಾಣಗಳಿಂದ ಚುಚ್ಚಿ ಜರ್ಜರಿತವಾದ ದೇಹವುಳ್ಳ ರಕ್ತದ ಕಡಲಲ್ಲಿ ಮುಳುಗಿ ಬಿದ್ದಿರುವ ಅಪ್ರತಿಮ ಯುದ್ಧ ಪರಾಕ್ರಮಿಯೆನಿಸಿದ ಅಭಿಮನ್ಯು ಕುಮಾರನನ್ನು ಕಂಡನು.

ವಚನ : ಅಂತಾತನನಹಿಕೇತನಂ ನೋಡಿ –

ಹಾಗೆ ಆತನನ್ನು ದುರ್ಯೋಧನ ನೋಡಿ –

ಗುರುಪಣ್ಣಿದ ಚಕ್ರವ್ಯೂ
ಹರಚನೆ ಪೆಱರ್ಗರಿದು ಪುಗಲಿದಂ ಪೊಕ್ಕು ರಣಾ ।
ಜಿರದೊಳರಿನೃಪರನಿಕ್ಕಿದ
ನರಸುತ! ನಿನ್ನೊರೆಗೆ ದೊರೆಗೆ ಗಂಡರುಮೊಳರೇ ॥ ೫೪ ॥

ಪಣ್ಣಿದ = ರಚಿಸಿದ ; ಪೆಱರ್ಗೆ + ಅರಿದು, ಬೇರೆಯವರಿಗೆ ತಿಳಿಯದ ; ಪುಗಲು = ನುಗ್ಗಲು ; ರಣಾಜಿರದೊಳ್ = ಯುದ್ಧರಂಗದಲ್ಲಿ ; ನರಸುತ = ಅರ್ಜುನನ ಮಗ ; ಒರೆಗೆದೊರೆಗೆ = ಸರಿಸಾಟಿಗೆ

ಗುರುಗಳಾದ ದ್ರೋಣಾಚಾರ್ಯರು ರಚಿಸಿದ ಚಕ್ರವ್ಯೂಹವನ್ನು ಭೇದಿಸಿ ಒಳ ಹೋಗಲು ನೀನು, ಅರ್ಜುನನ ಹೊರತಾಗಿ ಬೇರೆಯವರಿಗೆ ತಿಳಿಯದು. ನೀನು ಇದನ್ನು ಭೇದಿಸಿ ಒಳ ಹೊಕ್ಕು ಶತ್ರುಗಳನ್ನು ಸಂಹಾರ ಮಾಡಿದೆ. ಅರ್ಜುನ ಕುಮಾರ ನಿನಗೆ ಸರಿಸಮರಾದ ಪರಾಕ್ರಮಿಗಳು ಇರುವರೇ? ಎಂದು ಕೊಂಡಾಡುತ್ತಾನೆ ದುರ್ಯೋಧನ.

ಪಲರಿರ್ದುಕಾದಿದರ್ ಮೆ
ಯ್ಗಲಿಗಳ್ ನಿನ್ನೊಂದೆ ಮೆಯ್ಯೊಳಂ ತವೆಕೊಂದ್ಯೆ ।
ಪಲರಂ ನಿನ್ನಂ ಪೆತ್ತಳ್
ಮೊಲೆವೆತ್ತಳೆ ವೀರಜನನಿವೆಸರಂ ಪೆತ್ತಳ್ ॥ ೫೫ ॥

ಮೆಯ್ಗಲಿಗಳ್ = ಶೂರರು ; ನಿನ್ನೊಂದೆಮೆಯ್ಯೊಳ್ = ನೀನೊಬ್ಬನೇ ಏಕಾಂಗಿಯಾಗಿ ; ತವೆಕೊಂದ್ಯೆ = ಒಬ್ಬರನ್ನೂ ಉಳಿಸದೆ ಕೊಂದೆ

ಹಲವಾರು ಮಂದಿ ಶೂರರು ನಿನ್ನೊಡನೆ ಕಾದಿದರೂ ನೀನೊಬ್ಬನೇ ಏಕಾಂಗಿಯಾಗಿ ಅವರನ್ನು ಎದುರಿಸಿ ಒಬ್ಬರೂ ಉಳಿಯದಂತೆ ನಾಶಮಾಡಿದೆ. ನಿನ್ನ ಹಡೆದ ತಾಯಿ ಮೊಲೆಯೂಡಿದ ಅಮ್ಮ ಅಂದೇ ವೀರಮಾತೆ ಎಂಬ ಕೀರ್ತಿಯನ್ನು ಪಡೆದಳು.

ಅಸಮಬಲ ಭವದ್ವಿಕ್ರಮ
ಮಸಂಭವಂ ಪೆಱರ್ಗೆ ನಿನ್ನನಾನಿನಿತಂ ಪ್ರಾ ।
ರ್ಥಿಸುವೆನಭಿಮನ್ಯು ನಿಜ ಸಾ
ಹಸೈಕದೇಶಾನುಮರಣಮೆವಗಕ್ಕೆ ಗಡಾ ॥ ೫೬ ॥

ಅಸಮಬಲ = ಅದ್ವಿತೀಯ ಬಲಶಾಲಿ ; ಭವದ್ + ವಿಕ್ರಮ = ನಿನ್ನಂತಹವನ ಪರಾಕ್ರಮವು ; ನಿಜಸಾಹಸ + ಏಕದೇಶ = ನಿನ್ನ ಪರಾಕ್ರಮದ ಒಂದು ಭಾಗ

ಅಪ್ರತಿಮ ಸಾಹಸಿಯೇ, ನಿನ್ನ ಪರಾಕ್ರಮವು ಇತರರಿಗೆ ಅಸಾಧ್ಯವೆನಿಸಿದುದು. ನಾನು ನಿನ್ನಲ್ಲಿ ಪ್ರಾರ್ಥಿಸುವುದಿಷ್ಟೇ. ಅಭಿಮನ್ಯು ನಿನ್ನ ಸಾಹಸದ ಕೇವಲ ಒಂದು ಭಾಗವಾದರೂ ನನಗೆ ದೊರೆತು, ನಿನಗೆ ದೊರೆತ ವೀರ ಮರಣವೇ ನನಗೂ ಆಗಲಿ ಎಂದು. (ಇಲ್ಲಿ ಅಭಿಮನ್ಯುವಿನ ಸಾಹಸದ ಬಗ್ಗೆ ದುರ್ಯೋಧನನ ಮೆಚ್ಚುಗೆಯನ್ನು ಕವಿ ಬಹು ಹೃದಯಂಗಮವಾಗಿ ವರ್ಣಿಸಿದ್ದಾನೆ.)

ವಚನ : ಎಂದು ಆತ್ಮಗತದೊಳೆ ಬಗೆದು –

ಹೀಗೆ ಮನಸ್ಸಿನಲ್ಲೇ ಅಂದುಕೊಳ್ಳುತ್ತಾ –

ಧಾರಿಣಿಯೊಳ್ನಿಜ ಸಂಯುಗ
ಭಾರಮನಾಂತಿರ್ದ ವೀರಪುಂಗವರಿರೆ ತ ।
ದ್ಭಾರಮನಾಂತಭಿಮನ್ಯು ಕು[27]
ಮಾರಂ ಪುಗೆ ವೀರರಮಣನೆನಿಸಿದನಲ್ತೇ ॥ ೫೭ ॥

ಧಾರಿಣಿ = ಭೂಮಿ (ಇಲ್ಲಿ ಯುದ್ಧ ಭೂಮಿ – ಕುರುಕ್ಷೇತ್ರ) ; ನಿಜ ಸಂಯುಗ = ತಮ್ಮ ಯುದ್ಧದ

(27) ವೆ – ಧೀರಂ ಧೈರ್ಯಂ ಸುಶೌರ್‍ಯನೆನಿಸಿದನಲ್ತೆ (ಪಾ)

ರಣರಂಗ – ಕುರುಕ್ಷೇತ್ರದಲ್ಲಿ ಯುದ್ಧದ ಹೊರೆಯನ್ನು – ಜವಾಬ್ದಾರಿಯನ್ನು ಹೊತ್ತ ಅನೇಕ ವೀರ ಶ್ರೇಷ್ಠರಿದ್ದರೂ, ಆ ಭಾರವನ್ನು ತಾನೇ ಹೊತ್ತು ಚಕ್ರವ್ಯೂಹವನ್ನು ಪ್ರವೇಶಿಸಿ (ಭೇದಿಸಿ), ವೀರಾವೇಶದಿಂದ ಕಾದಾಡಿ, ಧೀರ, ಶೂರ, ಧೈರ್ಯವಂತನೆಂದೆನಿಸಿಕೊಂಡನಲ್ಲವೇ ಆ ವೀರ ಅಭಿಮನ್ಯು!

ತರುಣ ಯುವ ವೃದ್ಧ ವಿಕ್ರಮ
ಪರಿಣತರುಱದಿಕ್ಕಿ ಸಿಂಹಸಾಹಸನಿವನುಂ ।
ತರುಣನೆ ಯಾನುಂ ಯುವನನೆ
ಸುರಪಗಾನಂದನಂ ಮಹಾಜರ್ಜರನೇ ॥ ೫೮ ॥

ವಿಕ್ರಮ ಪರಿಣತರು = ಯುದ್ಧ ವಿಶಾರದರು ; ಉಱದೆ + ಇಕ್ಕಿ = ಲೆಕ್ಕಿಸದೆ ಕೊಂದು ; ಸುರಪಗಾನಂದನಂ (ಸುರ + ಅಪಗಾ + ನಂದನಂ) = ದೇವ ಗಂಗೆಯ ಮಗ ; ಜರ್ಜರ = ಮುದುಕ

ಯುದ್ಧ ವಿಶಾರದರೆನಿಸಿದ ಯುವಕರನ್ನೂ, ಮುದುಕರನ್ನೂ ಗಣನೆಗೆ ತೆಗೆದುಕೊಳ್ಳದೆ ಅವರನ್ನೆಲ್ಲ ತರಿದು ಹಾಕಿದ ಸಿಂಹ ಪರಾಕ್ರಮಿಯಾದ ಅಭಿಮನ್ಯು ಬಾಲಕನೇ? ಅಲ್ಲ ನಿಜಕ್ಕೂ ಯುವ ಸಾಹಸಿ! ತಾನೂ ಯುದ್ಧದ ವಿಚಾರದಲ್ಲಿ ಯುವಕನೆಂದೇ ಭಾವಿಸಿದ ಹಾಗೂ ಯುದ್ಧಕ್ಕೆ ಮುಂದಾಗಿ ಸೋತು ಹಣ್ಣಾದ ಗಂಗಾತನಯ ಭೀಷ್ಮನು ಮಹಾ ವೃದ್ಧನೇ ಎನ್ನಬಹುದೇ?

ವಚನ : ಎಂದಭಿಮನ್ಯುಕುಮಾರನ ಸಾಹಸಕ್ಕೆ ಮೆಚ್ಚಿ –

ಎಂದುಕೊಳ್ಳುತ್ತಾ ಆ ಅಭಿಮನ್ಯುಕುಮಾರನ ಶೌರ್ಯಕ್ಕೆ ಮೆಚ್ಚುಗೆ ವ್ಯಕ್ತಪಡಿಸಿ –

ಪಸಿವಿನೊಳನ್ನಮಂ ಪಸಿದು ಬಂದವರ್ಗಿಕ್ಕುವ ಯುದ್ಧರಂಗದೊಳ್
ಕುಸಿಯದೆ ಸೂಱೆಗೊಳ್ಳದೆ ರಣಕ್ಕೆ ಶುಚಿತ್ವಮನಪ್ಪುಕೆಯ್ವ ಮಾ ।
ನಸಿಕೆಯ ನಾಲ್ವರುಂ ನಮಗೆ ವಂದ್ಯರವಂದಿರೊಳೀತನಲ್ತೆ ಸಾ
ಹಸಧನನೆಂದು ಕೆಯ್ಮುಗಿದನಂದಭಿಮನ್ಯುಗೆ ಕೌರವೇಶ್ವರಂ ॥ ೫೯ ॥

ಕುಸಿಯದೆ = ಹಿಂಜರಿಯದೆ ; ಸೂಱೆಗೊಳ್ = ಸುಲಿಗೆ ಮಾಡು ; ಶುಚಿತ್ವ = ಶುದ್ಧತೆ – ಸತ್ಯ, ಧರ್ಮ ; ಅಪ್ಪುಕೆಯ್ವ = ಅಂಗೀಕರಿಸುವ ; ಮಾನಸಿಕೆ = ಗಾಂಭೀರ್ಯ ; ಅವಂದಿರೊಳ್ = ಅವರುಗಳಲ್ಲಿ

ಹಸಿದು ಬಂದವರಿಗೆ ಅನ್ನವನ್ನು ಕೊಡುವ, ರಣರಂಗದಲ್ಲಿ ಹಿಂಜರಿಯದೆ ವೀರಾವೇಶದಿಂದ ಕಾದಾಡುವ, ಬೇರೆಯವರ ಸಂಪತ್ತನ್ನು ಸುಲಿಗೆ ಅಥವಾ ಲೂಟಿ ಮಾಡದ, ಸತ್ಯ–ಧರ್ಮವನ್ನು ಕಾಪಾಡುವ, ಉದಾತ್ತ ಮನೋಭಾವವುಳ್ಳ ಈ ನಾಲ್ಕು ಮಂದಿಯೂ ನನಗೆ ಗೌರವಾನ್ವಿತರು. ಅವರೊಳಗೆ ಈ ಅಭಿಮನ್ಯು ಒಬ್ಬನೇ ಸಾಹಸಧನನು ಎಂದು ದುರ್ಯೋಧನನು ಆ ಅಭಿಮನ್ಯುವಿಗೆ ಕೈ ಜೋಡಿಸಿ ವಂದಿಸಿದನು.

ವಚನ : ಅಂತಭಿಮನ್ಯುವಿಗೆ ಕೆಯ್ಗಳಂ ಮುಗಿದು ಬರುತ್ತುಂ ತನ್ನ ಮಗನಪ್ಪ ಲಕ್ಷ್ಮಣ ಕುಮಾರನಂ ನೆನೆದು ಮನ್ಯೂದ್ಗತ ಕಂಠನಾಗಿ ತದಾಸನ್ನಪ್ರದೇಶದೊಳ್ ತನ್ನ ಕುಮಾರನಂ ಕಂಡು –

ಮನ್ಯೂದ್ಗತ ಕಂಠನಾಗಿ = ಮನದೊಳಗೆ ಉಕ್ಕಿಬರುತ್ತಿರುವ ದುಃಖವುಳ್ಳವನಾಗಿ (ಗದ್ಗದ ಕಂಠನಾಗಿ) ; ತದಾಸನ್ನ = ಅಲ್ಲಿಯೇ ಹತ್ತಿರದ

ಹೀಗೆ ಅಭಿಮನ್ಯುವಿಗೆ ಕೈಗಳನ್ನು ಮುಗಿದು ಬರುತ್ತಿರುವಾಗ ತನ್ನ ಮಗನಾದ ಲಕ್ಷಣ ಕುಮಾರನ ನೆನಪು ಬಂದು ಮನಸ್ಸಿನೊಳಗೇ ದುಃಖಪಡುತ್ತಾ ಸಾಗುತ್ತಿದ್ದಾಗ ಅಲ್ಲೇ ಹತ್ತಿರದಲ್ಲೇ ಮಲಗಿದ್ದ ತನ್ನ ಮಗನನ್ನು ಕಂಡು –

ಗಳಿತ ಶರಮಾಯ್ತು ಹಸ್ತಂ
ಗಳಿತರಣೋತ್ಸಾಹಮಾಯ್ತು ಹೃದಯಂ ನಯನಂ ।
ಗಳಿತಾಶ್ರುವಾಯ್ತು ಕೌರವ
ಕುಲತಿಲಕಂಗಾಕುಮಾರನಂ ಕಾಣಲೊಡಂ ॥ ೬೦ ॥

ಗಳಿತ = ಜಾರಿದ

ಆ ಲಕ್ಷಣ ಕುಮಾರನ ದೇಹವನ್ನು ಕಂಡದ್ದೆ ತಡ ದುರ್ಯೋಧನನ ಕೈಯಲ್ಲಿನ ಬಾಣವು ತನ್ನಷ್ಟಕ್ಕೇ ಜಾರಿ ಬಿತ್ತು. ಯುದ್ಧೋತ್ಸಾಹವು ಹೃದಯದಿಂದ ದೂರ ಸರಿಯಿತು. ಕಣ್ಣುಗಳಿಂದ ಕಂಬನಿ ಸುರಿಯಿತು.

ವಚನ : ಅಂತು ಪುತ್ರಸ್ನೇಹಕಾತರ ಹೃದಯನಾಗಿ ಗಾಂಧಾರೀನಂದನಂ ಭಾನುಮತೀ ನಂದನನ ವದನಾರವವಿಂದಮಂ ನೋಡಿ –

ಹಾಗೆ ಪುತ್ರನನ್ನು ನೋಡುತ್ತಾ ತಳಮಳದಿಂದ, ದುಃಖಾರ್ತನಾಗಿ ಆ ಗಾಂಧಾರಿನಂದನನಾದ ದುರ್ಯೋಧನನು ಭಾನುಮತಿ ಪುತ್ರನಾದ ಲಕ್ಷಣಕುಮಾರನ ಮುಖಕಮಲವನ್ನು ನೋಡಿ –

ಜನಕಂಗೆ ಜಲಾಂಜಲಿಯಂ
ತನೂಭವಂ ಕುಡುವುದುಚಿತಮದುಗೆಟ್ಟೀಗಳ್ ।
ನಿನಗಾಂ ಕುಡುವಂತಾದುದೆ
ತನೂಜ ನೀಂ ಕ್ರಮವಿಪರ್ಯಾಯಂ ಮಾಡುವುದೇ ॥ ೬೧ ॥

ತನೂಭವಂ = ಮಗನು ; ಜಲಾಂಜಲಿ = ತರ್ಪಣ ; ವಿಪರ್ಯಾಯಂ = ವಿಪರ್ಯಾಸ (ಪದ್ಧತಿಯನ್ನು ವ್ಯತ್ಯಾಸಗೊಳಿಸುವುದು)

ಮಗನಾದವನು ತಂದೆಗೆ ತಿಲತರ್ಪಣವನ್ನು ಕೊಡುವುದು ಲೋಕಾರೂಡಿ. ಅದನ್ನು ಬಿಟ್ಟು ಈಗ ತಂದೆಯಾಗಿ ಮಗನಿಗೇ ತಿಲತರ್ಪಣ ನೀಡುವ ಪರಿಸ್ಥಿತಿ ಬಂತಲ್ಲಾ ಮಗನೇ, ನೀನೇಕೆ ಈ ನಿಯಮವನ್ನು ಅದಲು ಬದಲು ಮಾಡಿದೆ?

ಸುರಪಜಸುತ ಶರವರ್ಷಂ
ಸುರತರುನವ ಕುಸುಮ ವರ್ಷಮಾದುದು ನಿನ್ನೀ ।
ಗುರುಜನದೃಗ್ಜಲ ವರ್ಷಂ
ದೊರೆಕೊಂಡಿತ್ತೆನ್ನ ಪಾಪಕರ್ಮನ ಕತದಿಂ ॥ ೬೨ ॥

ಸುರಪಜಸುತ = ಇಂದ್ರನ ಮಗ ಅರ್ಜುನನ ಸುತ – ಅಭಿಮನ್ಯು ; ಸುರತರು = ಕಲ್ಪವೃಕ್ಷ ; ಗುರುಜನದೃಕ್ + ಜಲ = ನಿನ್ನ ತಂದೆಯ ಕಣ್ಣೀರು ; ಕತದಿಂ = ಕಾರಣದಿಂದ

ಮಗೂ ಆ ಅಭಿಮನ್ಯುಕುಮಾರನು ನಿನ್ನ ಮೇಲೆ ಕರೆದ ಬಾಣಗಳ ಮಳೆಯು ನಿನಗೆ ಕಲ್ಪವೃಕ್ಷದ ಹೊಸದಾದ ಹೂಮಳೆಯಂತಾಗಿರಲು, ನಿನ್ನ ಈ ತಂದೆಯ ಕಣ್ಣೀರಿನ ಮಳೆಯಿಂದ ತೊಯ್ದು ಹೋಗುವಂತಾಯಿತೇ ಕಂದಾ ಲಕ್ಷಣಕುಮಾರಾ...

ವಚನ : ಎಂದಲ್ಲಿ ನಿಲಲಾಱದಾ ಪ್ರದೇಶದಿಂ ತಳರ್ದು –

ತಳರ್ದು = ಹೊರಟು

ಎಂದು ಅಲ್ಲಿ ನಿಲ್ಲಲಾರದೆ ಆ ಸ್ಥಳದಿಂದ ಹೊರಟು –

ಮದವದರಿಹಸ್ತಿ ಮಸ್ತಕ[28]
ಭಿದುರಂ [ಭಯ] ವಿಧುರನನ್ಯ ಬಾಣಚ್ಛಿದುರಂ ।
ಮದಪತ್ಯ ನಿರ್ವಿಶೇಷಂ
ಮದವದ್ದೋರ್ಲಲಿತನೆತ್ತಣಂ[29] ವೃಷಸೇನಂ ॥ ೬೩ ॥

ಮದವತ್ + ಅರಿ ಹಸ್ತಿ = ಮದವೇರಿದ ಶತ್ರುವೆಂಬ ಆನೆಗಳು ; ಮಸ್ತಕಭಿದುರಂ = ತಲೆಗಳನ್ನು ಒಡೆದವನು ; ಭಯವಿಧುರ = ಭಯರಹಿತ ; ಬಾಣಚ್ಛಿದುರ = ಬಾಣಗಳಿಂದ ಛೇದಿಸಲ್ಪಟ್ಟವ ; ಮದಪತ್ಯ ನಿರ್ವಿಶೇಷ = ನನ್ನ ಮಕ್ಕಳಿಗಿಂತ ಶ್ರೇಷ್ಠ ; ಮದವದ್ದೋರ್ + ಲಲಿತ = ಬಲಿಷ್ಠನಾದ ಭುಜಬಾಹುಗಳುಳ್ಳ ; ಎತ್ತಣಂ ಎಲ್ಲಿರುವನೋ

ಶತ್ರುಗಳೆಂಬ ಮದ್ದಾನೆಗಳ ಶಿರಗಳನ್ನು ತರಿದವನೂ, ಭಯರಹಿತನೂ, ವೈರಿಗಳ ಬಾಣಗಳಿಂದ ಛೇದಿಸಲ್ಪಟ್ಟವನೂ, ತನ್ನ ಮಕ್ಕಳಿಗಿಂತ ಹೆಚ್ಚಿನ ವೀರ್ಯವಂತನೂ, ಬಲಿಷ್ಠವಾದ ಬಾಹುಗಳುಳ್ಳವನೂ, ಸುಂದರನೂ ಆದ ವೃಷಸೇನ (ಕರ್ಣನ ಮಗ) ಎಲ್ಲಿರುವನೋ!

ವಚನ : ಎಂದಱಿಸುತ್ತುಂ ಬರೆವರೆ ಧರ್ಮಪುತ್ರ ಕೋಪಾನಲದಹ್ಯಮಾನನಾಗಿರ್ದ ಶಲ್ಯನುಮಂ ವಿಜಯ ಶರವಿಲುಳಿತನಾಗಿರ್ದ ಭಗದತ್ತನುಮಂ ಗಾಂಡಿವಿ ಪ್ರಚಂಡ ಕೋದಂಡ ಶರಶಯನನಾಗಿರ್ದ ಸಿಂಧೂರಾಜನುಮಂ ಸಹದೇವ ಖಡ್ಗೋಗ್ರಹಸ್ತಧ್ವಸ್ತನಾಗಿರ್ದ ಶಕುನಿಯುಮಂ ನಕುಲ ಕುಂತಕೆ ಬಳಿತ ಶರೀರನಾಗಿರ್ದ ದಂದಶೂಕನೆನಿಸಿದ ಶತಬಿಂದುವಿನ ಸಂತ

(28) ಮದವತ್ಕರಿಗಳ ಹಸ್ತಕ (ಪಾ)
(29) ಮದಮನೋಲ್ಲಸಿತನೆತ್ತಿದಂ (ಪಾ)

ಪಂಚಕಮುಮಂ ನಿವಾತಕವಚತಳತಳೂಕ ಪೌಲೋಮ ಪ್ರಮುಖ ಮಹಾಸಮರ್ಥರೆನಿಪ ದೈತ್ಯಾವತಾರರುಮಂ ಕಾಮರೂಪದೇಶಾಧೀಶ್ವರರುಮಂ ಷಷ್ಟಿಸಹಸ್ರಕೋಟ್ಯತಿರಥರುಮನಷ್ಟಾದಶಕೋಟಿ ಸಮರಥರುಮಂ ಸಂಶಪ್ತಕ ನಾಮಧೇಯರೆನಿಸಿದ ಸುಶರ್ಮತ್ರಿಗರ್ತಾಧೀಶ್ವರರುಮಂ ಬಕಾಸುರನ ಮೊಮ್ಮನಪ್ಪ ಜಟಾಸುರನ ಮಕ್ಕಳಪ್ಪ ಹಲಾಯುಧ ಮುಸಲಾಯುಧ ಕಾಲನೀಲರೂಕ್ಷರಾಕ್ಷಸರುಮಂ ಕಾಂಭೋಜ ಸುದಕ್ಷಿಣ ದಂಡಧರರೆನಿಪ ಶಂಖಾಯುಧರುಮಂ ಸೌಬಲ ಹೃದ್ಬಲ ವಿಂದಾನುವಿಂದ ಪ್ರಭೃತಿಗಳುಮಂ ಕಂಡು ಶೋಕಾಕುಳೀಕೃತಚಿತ್ತನಾಗಿ –

ಕೋಪಾನಲ = ಕೋಪವೆಂಬ ಬೆಂಕಿ ; ದಹ್ಯಮಾನ = ಸುಟ್ಟುಹೋದ ; ವಿಲುಳಿತ = ಕೆಡೆದು ಬಿದ್ದ ; ಸಿಂಧೂರಾಜ = ಸೈಂಧವ – ಜಯದ್ರಥ ; ಖಡ್ಗ + ಉದ್ + ಗ್ರಹಸ್ತ = ಕತ್ತಿಯ ಹೊಡೆತದಿಂದ ; ಧ್ವಸ್ತನಾಗಿರ್ದ = ಜರ್ಜರಿತನಾಗಿ ; ಕುಂತಕಬಳಿತ = ಈಟಿಗೆ ತುತ್ತಾದ ; ದಂದಶೂಕ = ಸರ್ಪ ; ಹಲಾಯುಧ = ನೇಗಿಲಿನಂತಹ ಆಯುಧ ; ಮುಸಲಾಯುಧ = ಒನಕೆಯಂತಿರುವ ಆಯುಧ ; ಶೋಕಾಕುಳೀಕೃತ ಚಿತ್ತ = ದುಃಖದಿಂದ ತುಂಬಿದ ಮನಸ್ಸು

ಹೀಗೆ ಹುಡುಕುತ್ತಾ ಬರುತ್ತಿರುವಾಗ ಧರ್ಮತನಯನ ಕೋಪವೆಂಬ ಅಗ್ನಿಗೆ ತುತ್ತಾಗಿ ಬೆಂದುಹೋದಂತಾಗಿದ್ದ ಶಲ್ಯನನ್ನು, ಅರ್ಜುನನ ಬಾಣಾಘಾತಕ್ಕೆ ತುತ್ತಾಗಿ ಸತ್ತುಬಿದ್ದಿದ್ದ ನರಕಾಸುರನ ಮಗ ಭಗದತ್ತನ ದೇಹವನ್ನು, ಗಾಂಡಿವಿಯ ಮಹಾಕೋಪಕ್ಕೆ ತುತ್ತಾಗಿ ಬಾಣಗಳ ಮಧ್ಯದಲ್ಲಿ ಮಲಗಿದ್ದ ಸೈಂಧವನನ್ನ, ಸಹದೇವನ ಖಡ್ಗಕ್ಕೆ ಆಹುತಿಯಾಗಿ ಬಿದ್ದಿದ್ದ ಶಕುನಿಯನ್ನ, ನಕುಲನ ಶೂಲಕ್ಕೆ ತುತ್ತಾಗಿ ಬಿದ್ದ ದಂದಶೂಕ ಎನಿಸಿದ್ದ ಶತಬಿಂದುವಿನ ಐದು ಮಕ್ಕಳ, ನಿವಾತಕವಚರ ಸಂಬಂಧಿಗಳಾದ ಪೌಲೋಮ ಪ್ರಮುಖರೆನಿಸಿದ ರಾಕ್ಷಸ ಸಮೂಹವನ್ನ, ಅರುವತ್ತು ಸಹಸ್ರಕೋಟಿ ಅತಿರಥರು, ಹದಿನೆಂಟು ಕೋಟಿ ಸಮರಥರ, ಸಂಶಪ್ತಕರೆಂದು ಕರೆಸಿಕೊಳ್ಳುವ ಸುಶರ್ಮ ತ್ರಿಗರ್ತಾಧೀಶ್ವರರು, ಬಕಾಸುರನ ಮೊಮ್ಮಗ ಜಟಾಸುರನ ಮಕ್ಕಳಾದ ಹಲಾಯುಧ, ಮುಸಲಾಯುಧ ರಾಕ್ಷಸರುಗಳು, ಕಾಂಭೋಜ ಸುದಕ್ಷಿಣ ದಂಡಧರರಾದ ಶಂಖಾಯುಧರು, ಸೌಬಲ ಬೃಹದ್ಬಲ ವಿಂದ ಅನುವಿಂದರ ದೇಹಗಳನ್ನು ಕಂಡು ಅತ್ಯಂತ ದುಃಖಾರ್ತನಾಗಿ...

ಗಣಿಸಲ್ತ್ರಿಲೋಕ ಚೂಡಾ
ಮಣಿಗಳ್ ಕೈಲಾಸ ಶೈಲ ಕಲ್ಪಕ ಸುಭಟಾ ।
ಗ್ರಣಿಗಳ್ ನೆರದೆನ್ನಯ ಕಾ
ರಣದಿಂದೀನೃಪಸುತರ್ಕಳಳ್ಕಾಡಿದರೇ ॥ ೬೪ ॥

ಗಣಿಸಲ್ = ಯೋಚಿಸಿದರೆ ; ತ್ರಿಲೋಕ ಚೂಡಾಮಣಿಗಳ್ = ಮೂರು ಲೋಕದ ಶ್ರೇಷ್ಠರತ್ನರು ; ಅಳ್ಕಾಡಿದರೇ = ನಾಶವಾದರೇ

ಗಣನೆಗೆ ತೆಗೆದುಕೊಂಡರೆ ಈ ಮೂರು ಲೋಕದ ಸರ್ವಶ್ರೇಷ್ಠರೆನಿಸಿದ ಕೈಲಾಸ ಪರ್ವತ ಸದೃಶರಾದ ಪರಾಕ್ರಮಿಗಳು ಎನಿಸಿದ ಈ ರಾಜಕುಮಾರರು ಒಟ್ಟಾಗಿ ಸೇರಿ ನನ್ನ ಕಾರಣದಿಂದ ನಾಶವಾದರೇ!

ವಚನ : ಎಂದು ಪಶ್ಚಾತ್ತಾಪಂಗೆಯ್ಯೆ ಸಂಜಯಂ ಸಂತೈಸಿ –

ಎಂಬುದಾಗಿ ಪಶ್ಚಾತ್ತಾಪ ಪಡುತ್ತಿರುವಾಗ ಸಂಜಯನು ಬಂದು ಸಂತೈಸುತ್ತಾ –

ನಯಮಂ ಪೇೞ್ವೊಡೆ ಸಂಧಿಮಾಡಿಱಿಯದಿರ್ಕೌಂತೇಯರೊಳ್ಯುದ್ಧಮ
ಕ್ಷಯ ದೋಷಾವಸಥಂ ಪ್ರಧಾನಪುರುಷರ್ ಕ್ಷತ್ರಕ್ಷಯ ಸ್ಥಾನಮೆಂ
ದು ಯಥಾರ್ಥಂ ನುಡಿದಾರ್ತರಿಲ್ಲ ಮೊದಲೊಳ್ನಿನ್ನಂ ಹಿಡಿಂಬಾಂತಕಂ
ಲಯಕಾಲಾಂತಕನಂತೆ ಕೊಲ್ಲದಿರನೀ ಚಾಳುಕ್ಯ ಕಂಠೀರವಂ ॥ ೬೫ ॥

ನಯಮುಂ ಪೇೞ್ವೊಡೆ = ಸರಿಯಾದ ರೀತಿಯಲ್ಲಿ ಹೇಳುವುದಾದರೆ ; ಇಱಿಯದಿರ್ = ಕಾದಾಡಬೇಡ ; ಯುದ್ಧಂ + ಅಕ್ಷಯ ದೋಷಾವಸಥಂ = ಯುದ್ಧವು ಗಣನೆಯಿಲ್ಲದೆ ನಾಶಕ್ಕೆ ದಾರಿಯಾದುದು ; ಕ್ಷತ್ರಕ್ಷಯಸ್ಥಾನ = ಕ್ಷತ್ರಿಯರ ವಿನಾಶದ ಸ್ಥಳ ; ಪ್ರಧಾನ ಪುರುಷರ್ = ಭೀಷ್ಮ ದ್ರೋಣಾದಿ ಮಹಾ ಪುರುಷರು ; ಹಿಡಿಂಬಾಂತಕ = ಹಿಡಿಂಬಾಸುರನನ್ನು ಕೊಂದವ ; ಲಯಕಾಲಾಂತಕ = ಪ್ರಳಯಕಾಲದ ರುದ್ರ ; ಚಾಳುಕ್ಯ ಕಂಠೀರವ = ಭೀಮಸೇನ

ಕೌರವೇಶ್ವರಾ ನಿಜವಾಗಿ ಹೇಳುವುದಾದಲ್ಲಿ ಇನ್ನಾದರೂ ಸಂಧಿಮಾಡಿಕೊ, ಪಾಂಡವರೊಡನೆ ಯುದ್ಧ ಬೇಡಾ. ಈ ಯುದ್ಧವೆನ್ನುವುದು ಅಪರಿಮಿತನಾಶಕ್ಕೆ ನೆಲೆ. ಇದು ಕ್ಷತ್ರಿಯರ ವಿನಾಶದ ಸ್ಥಳವೆಂದು ಹಿರಿಯರಾದ ಭೀಷ್ಮ ದ್ರೋಣ ಧೃತರಾಷ್ಟ್ರಾದಿಗಳು ಈಗಾಗಲೇ ಸತ್ಯದರ್ಶನ ಮಾಡಿಸಿದ್ದಾರೆ. ಈ ಸತ್ಯವನ್ನು ಅರಿತಿದ್ದರೂ ನೀನು ನಿನ್ನ ಹಟ ಬಿಡುತ್ತಿಲ್ಲ. ಇನ್ನು ಆ ಭೀಮಸೇನ ಪ್ರಳಯರುದ್ರನಂತೆ ಬಂದು ಖಂಡಿತವಾಗಿಯೂ ನಿನ್ನನ್ನು ಕೊಲ್ಲದೆ ಇರಲಾರ ಎನ್ನುತ್ತಾನೆ.

ಎಂಬಲ್ಲಿಗೆ ಗದಾಯುದ್ಧದ

ಚತುರ್ಥಾಶ್ವಾಸಂ ಸಂಪೂರ್ಣವಾದುದು.

ಪಂಚಮಾಶ್ವಾಸಂ

ಶ್ರೀಕಾಂತಂ ಸಮರಜಯ
ಶ್ರೀಕಾಂತಂ ಕುರುಕುಲಾಂತಕಂ ರಿಪುದರ್ಪೋ ।
ದ್ರೇಕ ಹರಂ ಮೃಗರಾಜ ಪ
ತಾಕಂ ಕೇವಳಮೆ ಸಮರ ಸಾಹಸಭೀಮಂ ॥ ೧ ॥

ಶ್ರೀಕಾಂತನ್ = ಲಕ್ಷ್ಮೀಪತಿ ; ಸಮರಜಯ ಶ್ರೀಕಾಂತನ್ = ಜಯಲಕ್ಷ್ಮಿಯ ಪತಿ ; ರಿಪುದರ್ಪೋದ್ರೇಕ ಹರ = ಶತ್ರುಗಳ ಅಹಂಕಾರ – ಆಕ್ರೋಶಗಳನ್ನು ದಮನ ಮಾಡಿದವನು ; ಕೇವಳಮೆ = ಸಾಮಾನ್ಯನೇ

ಲಕ್ಷ್ಮೀರಮಣನೂ, ಯುದ್ಧದಲ್ಲಿನ ಜಯಲಕ್ಷ್ಮೀ ಪತಿಯೂ ಇಡೀ ಕುರುವಂಶವನ್ನೇ ನಿರ್ನಾಮ ಮಾಡಿದವನೂ, ಶತ್ರುಗಳ ಅಹಂಕಾರ–ದರ್ಪಗಳನ್ನು ದಮನ ಮಾಡಿದವನೂ, ಸಿಂಹಧ್ವಜನೂ ಆದ ಯುದ್ಧ ಪರಾಕ್ರಮಿಯಾದ ಭೀಮಸೇನನೇನು ಸಾಮಾನ್ಯನೇ? – ಅಂದರೆ ಇಲ್ಲಿ ಭೀಮಸೇನನು ಅತುಳ ಪರಾಕ್ರಮಿ ಎಂಬ ಭಾವ!

ವಚನ : ಎಂಬುದುಮದನವಕರ್ಣಿಸಿ ಭೀಮಸೇನನ ಗದಾ ಪರಿಘ ಪ್ರಹರಣದಿಂ ರುಧಿರ ಪ್ರವಾಹವಶಗತನಾಗಿರ್ದ ಯುವರಾಜನಿರ್ದೆಡೆಯಂ ಕುರುರಾಜನೆಯ್ದಿ ವಂದಾಗಳ್ –

ಎಂಬುದನ್ + ಅದನ್ + ಅವಕರ್ಣಿಸಿ = ಎಂಬುದಾಗಿ ಹೇಳಿದಾಗ ಅದನ್ನು ಕೇಳದೇ ; ಪರಿಘ = ಅಗಳಿಯಂತಿರುವ ಉದ್ದನೆಯ ಆಯುಧ ; ಪ್ರಹರಣ = ಹೊಡೆತ

ಹೀಗೆ ಹೇಳಿದಾಗ ಅದನ್ನು ಕೇಳಿಸಿಕೊಳ್ಳದೆ – ಉಪೇಕ್ಷೆಮಾಡಿ – ಭೀಮಸೇನನ ಗದಾಪರಿಘದ ಹೊಡೆತದಿಂದ ರಕ್ತದ ಮಡುವಿನಲ್ಲಿ ಮುಳುಗಿದ್ದ ಯುವರಾಜ ದುಶ್ಶಾಸನನು ಇದ್ದ ಸ್ಥಳಕ್ಕೆ ಕುರುರಾಜನು ಬಂದಾಗ –

ಇದು ಭೀಮಂ ದೇವ ಕಾಳಿಂಗನ ಗಜಘಟೆಯಂ ಕೊಂದ ತಾಣಂ ಭರಂಗೆ
ಯ್ದಿದು ಭೀಮಂ ದೇವ ಕೌರವ್ಯರನನಿಬರುಮಂ ತಿಂದ ತಾಣಂ ಮೊಗಂಬೊ ।
ಕ್ಕಿದು ಭೀಮಂ ದೇವ ದುಶ್ಶಾಸನ ರುಧಿರಮುಮಂ ಪೀರ್ದ ತಾಣಂ ಛಲಂ ಬ
ಟ್ಟಿದು ಭೀಮಂ ದೇವ ಧಾತ್ರೀಸುತನಿಭದೊಳಿಭಂ ಪೋರ್ವವೋಲ್ ಪೋರ್ದ
ತಾಣಂ ॥ ೨ ॥

ದೇವ = ದುರ್ಯೋಧನನನ್ನು ಕುರಿತು ಸಂಜಯ ಮಾಡುವ ಸಂಬೋಧನೆ ; ಗಜಘಟೆ = ಆನೆಗಳ ಹಿಂಡು ; ಭರಂಗೆಯ್ದು = ಆಕ್ರೋಶದಿಂದ ; ಮೊಗಂಬೊಕ್ಕು = ಮುಖವಿಕ್ಕಿ ; ಛಲಂ ಬಟ್ಟು = ಹಟದಿಂದ ; ಧಾತ್ರೀಸುತನ = ಭೂದೇವಿಯ ಮಗ – ನರಕಾಸುರ ಅವನ ಮಗ ಭಗದತ್ತ ; ಇಭಂ = ಸುಪ್ರತೀಕವೆಂಬ ಆನೆ

ಸ್ವಾಮಿ ಇದು ಕಳಿಂಗರಾಜನಾದ ಕ್ಷೇಮಧೂರ್ತಿಯ ಆನೆಯ ಸೈನ್ಯವನ್ನು ಭೀಮನು ಕೊಂದ ಸ್ಥಳ – ಇದು ಇಡೀ ಕೌರವ ಸಹೋದರರನ್ನು ನುಂಗಿ ಹಾಕಿದ ಸ್ಥಳ – ಇದು ದುಶ್ಶಾಸನನ ಎದೆಯನ್ನು ಬಗಿದು ಚಿಮ್ಮಿದ ರಕ್ತವನ್ನು ಬಾಯಿಬಿಟ್ಟು ಹೀರಿದ ಸ್ಥಳ – ಇದು ಹಟದಿಂದ ಭೀಮನು ಭಗದತ್ತನ ಸುಪ್ರತೀಕ ಆನೆಯೊಡನೆ ಮದವೇರಿದ ಆನೆಯಂತೆ ಹೋರಾಡಿದ ಸ್ಥಳ ಎನ್ನುತ್ತಾ ದುರ್ಯೋಧನನನ್ನು ಆಯಾಯಾ ಸ್ಥಳಗಳಿಗೆ ಕರೆದೊಯ್ದು ಭೀಮನ ಸಾಹಸಮಯ ಕೃತ್ಯಗಳನ್ನು ವರ್ಣಿಸುತ್ತಾನೆ ಸಂಜಯ.

ಪುಡಿಯೊಳ್ಪೊರಳ್ಚಿಯುಂ ಮೆ
ಯ್ಯಡಗಂ ತಿಱಿತಿಱಿದು ಕೊಱೆದು ತಿಂದು ಗೊಲ್ಲಂ । (ಗೊಟ್ಟಂ)
ಗುಡಿದುಂ ನೆತ್ತರನೆಂತುಂ
ಹಿಡಿಂಬರಿಪು ತಣಿದನಿಲ್ಲ ದುಶ್ಶಾಸನನಂ ॥ ೩ ॥

ಪುಡಿಯೊಳ್ + ಪೊರಳ್ಚಿ = ಧೂಳಿನಲ್ಲಿ ಹೊರಳಾಡಿಸಿ ; ಮೆಯ್ + ಅಡಗನ್ = ದೇಹದ ಮಾಂಸವನ್ನು ; ತಿಱಿತಿಱಿದು ಕೊಱೆದು = ತುಂಡು ತುಂಡಾಗಿ ಕತ್ತರಿಸಿ ; ಗೊಲ್ಲಂ (ಗೊಟ್ಟಂ) = ಗೊಟ್ಟದಿಂದ (ಗೊಟ್ಟ = ಹಸುಗಳಿಗೆ – ಪ್ರಾಣಿಗಳಿಗೆ ಕುಡಿಸುವ ಬಿದಿರಿನ ಕೊಳವಿ)

ದುಶ್ಶಾಸನನನ್ನು ರಣರಂಗದ ಧೂಳಿನಲ್ಲಿ ಹೊರಳಾಡಿಸಿ, ಅವನ ದೇಹದ ಮಾಂಸವನ್ನು ತುಂಡು ತುಂಡಾಗಿ ಕತ್ತರಿಸಿ ತಿಂದು ರಕ್ತವನ್ನು ಬಸಿದು ಗೊಟ್ಟದಿಂದ ಕುಡಿದರೂ ಹಿಡಿಂಬನ ವೈರಿ ಭೀಮಸೇನ ತೃಪ್ತನಾಗಲಿಲ್ಲ. (ಇಷ್ಟೆಲ್ಲ ಮಾಡಿದರೂ ಭೀಮನಿಗೆ ತೃಪ್ತಿ ಸಿಗಲಿಲ್ಲವಂತೆ.)

ವಚನ : ಎಂದು ಸಂಜಯಂ ಪೇೞೆ ಕೆಳಗಿವಿಗೇಳ್ದು ಕಿಱಿದೆಡೆಯಂ ಪೋಗೆ – ತನ್ನ ತಮ್ಮನ ಕಣ್ಗಂ ಕರ್ದುಂಕುವ ಕಾಗೆಗಳುಮಂ, ಕರುಳ ಪಿಣಿಲಂ ತೆಗೆವ ಪರ್ದುಗಳುಮಂ, ಬರಿಯ ಬಳಸಿಗಂ ಬಂದು ಕಾಡುವ ಬಳ್ಳುಗಳುಮಂ, ನರವನುಗಿವ ನರಿಗಳುಮಂ, ಸೆರೆಯಂತೆಗೆವ ಸೀಳ್ನಾಯ್ಗಳುಮಂ, ಕೊರಲಂ ಕರ್ಚಿನಿಲ್ವ ಕೋಕಂಗಳುಮಂ, ಪುಡಿಯೊಳ್ಪೊರಳ್ಚುವ ಪುಲ್ಮರುಳ್ಗಳುಮಂ, ಬೆನ್ನಬೀಮಂ ತೆಗೆವ ಬೇತಾಳರುಮಂ, ಕತ್ತಿಗೆಯಂ ಕೊಂಡು ಕಪಾಲವಂ ಕಡಿವ ಕಾಳ ರಕ್ಕಸಿಯುಮಂ, ಪುಣ್ಗಬಾಯೊಳ್ತಮ್ಮ ಬಾಯನಿಟ್ಟು ಭೀಮಂ ಕುಡಿದುೞಿದ ನೆತ್ತರಂ ಕುಡಿಯಲ್ಪಡಯದಳವಳಿದು ಪುಯ್ಯಲಿಡುವ ಪಿಱಿತಿನಿಯರುಮಂ ಕಂಡು ತಾನೆ ಸೋರ್ದುಕಟಿದು ಸೌಧರ್ಮಿಕೆಗೆ ಮಿಕ್ಕು ಬರೆವರೆ ಅೞಲಂ ಸೈರಿಸಲಾಱದೆ –

ಕೆಳಗಿವಿಗೇಳ್ದು = ಕಿವಿಯ ಕೆಳಭಾಗದಿಂದ ಕೇಳಿ (ಅಂದರೆ ಕೇಳಿಯೂ ಕೇಳದವನಂತೆ) ; ಕರ್ದುಂಕುವ = ಕುಕ್ಕುವ ; ಪಿಣಿಲಂ = ಗುಂಪನ್ನು ; ಬಳಸಿಗಂ = ಪಕ್ಕೆಲುಬು ; ಬಳ್ಳುಗಳಂ = ಗುಳ್ಳೆ ನರಿಗಳು ; ಸೆರೆಯಂ = ರಕ್ತನಾಳ ; ಕೋಕಂಗಳು = ತೋಳಗಳು ; ಪುಲ್ಮರುಳ್‌ಗಳ್ = ಕೆಟ್ಟ ಪಿಶಾಚಿಗಳು ; ಬೀಮಂ = ಬೆನ್ನು ಹುರಿ ; ಸೌಧರ್ಮಿಕೆ = ಸಹೋದರ ವಾತ್ಸಲ್ಯ ; ಅೞಲಂ = ದುಃಖವನ್ನು

ಹೀಗೆಂದು ಸಂಜಯನು ಹೇಳುತ್ತಿದ್ದರೂ ಅದರ ಕಡೆಗೆ ಗಮನಕೊಡದೆ ಸ್ವಲ್ಪ ದೂರ ನಡೆವಾಗ ತನ್ನ ತಮ್ಮನಾದ ದುಶ್ಶಾಸನನ ಕಣ್ಣನ್ನು ಕುಕ್ಕುವ ಕಾಗೆಗಳು, ಕರುಳುಗಳನ್ನು ಎಳೆದೆಳೆದು ತಿನ್ನುವ ಹದ್ದುಗಳನ್ನು, ಬರಿದಾದ ಪಕ್ಕೆಲುಬುಗಳನ್ನು ಎಳೆದಾಡುವ ಗುಳ್ಳೆನರಿಗಳನ್ನು, ನರಗಳನ್ನು ಕಿತ್ತೊಗೆಯುತ್ತಿರುವ ನರಿಗಳನ್ನು, ರಕ್ತನಾಳಗಳನ್ನು ಎಳೆದೆಳೆದು ಸೀಳುವ ಸೀಳು ನಾಯಿಗಳನ್ನು, ಕೊರಳನ್ನು ಕಚ್ಚಿ ಮಾಂಸವನ್ನು ತಿನ್ನುತ್ತಿರುವ ತೋಳಗಳನ್ನು, ಧೂಳಿನಲ್ಲಿ ಹೊರಳಾಡುತ್ತಿರುವ ಕ್ಷುದ್ರ ಪಿಶಾಚಿಗಳನ್ನು, ಕುತ್ತಿಗೆಯನ್ನು ಸೀಳಿ ಕಪಾಲವನ್ನು ಸೆಳೆವ ಕಾಳ ರಕ್ಕಸಿಯರು, ತಮ್ಮ ಬಾಯನ್ನು ಅವನ ಬಾಯಲ್ಲಿಟ್ಟು ಭೀಮ ಕುಡಿದುಳಿದ ರಕ್ತವನ್ನು ಹೀರುತ್ತಿರುವ ರಕ್ತ ಪೀಪಾಸುಗಳನ್ನು ಕಂಡು ತನ್ನ ಸೋದರನಿಗುಂಟಾದ ಪರಿಸ್ಥಿತಿಯನ್ನು ನೋಡಲಾರದೆ ದುಃಖವನ್ನು ಸೈರಿಸಲಾರದೆ ಮುಂದಡಿ ಇಡುವಾಗ –

ನಡುವುಡಿವನ್ನಮೇಜೆ ಬರಿಯೆಲ್ವುಡಿವನ್ನೆಗಮೊತ್ತಿ ಮೆಟ್ಟಿ ಮೆ
ಯ್ಯಡಗಡಗಾಗೆ ಮುನ್ನುರಮನಿರ್ಬಗಿಯಾಗಿರೆ ಪೋೞ್ದು ನೆತ್ತರುಂ ।
ಕುಡಿದನನೆತ್ತರಂ ಕುಡಿಯದನ್ನೆಗ[30]ಮೆನ್ನಟಿಲೆಂತು ಪೋಕುಮೆಂ
ದಡಿಗಡಿಗಟ್ಟಿ ತನ್ನಣುಗದಮ್ಮನನೀಕ್ಷಿಸಿದಂ ಸುಯೋಧನಂ ॥ ೪ ॥

ನಡು + ಉಡಿವನ್ನಮ್ = ಸೊಂಟ ಮುರಿಯುವಂತೆ ; ಬರಿಯೆಲ್ವು = ಪಕ್ಕೆಲುಬುಗಳು ; ಮೆಯ್ಯ ಅಡಗು = ಶರೀರದ ಮಾಂಸ ; ಅಡಗಾಗೆ = ಮುದ್ದೆಯಾಗುವಂತೆ ; ಉರಮಂ = ಎದೆಯನ್ನು ; ಇರ್ಬಗಿ = ಎರಡು ಭಾಗ ; ಪೋೞ್ದು = ಸೀಳಿ ;

ನಡು ಮುರಿಯುವ ಹಾಗೆ ಮೇಲೆ ಬಿದ್ದು, ಪಕ್ಕೆಲುಬುಗಳೆಲ್ಲ ತುಂಡಾಗುವಂತೆ ಅಮುಕಿ, ಶರೀರದ ಮಾಂಸಗಳು ಮುದ್ದೆಯಾಗುವ ರೀತಿಯಲ್ಲಿ ಒದೆದು, ನಂತರ ಎದೆಯನ್ನು ಎರಡು ಹೋಳಾಗುವ ಹಾಗೆ ಸೀಳಿ ರಕ್ತವನ್ನು ಕುಡಿಯುತ್ತಾ ಅಬ್ಬರಿಸಿದ, ಶತ್ರುವಿನ ರಕ್ತವನ್ನು ಹೀರಿ ಕುಡಿಯುವ ತನಕ ನನ್ನ ದುಃಖ ಹೇಗೆ ಶಮನವಾಗಲು ಸಾಧ್ಯ ಎಂದು ಅಡಿಗಡಿಗೆ ಅಳುತ್ತ, ತನ್ನ ಪ್ರೀತಿಯ ತಮ್ಮನ ದೇಹವನ್ನು ದುರ್ಯೋಧನ ನೋಡುತ್ತಿದ್ದ.

ವಚನ : ಅಂತು ನಿಂದು ನೋಡಿ ಪಲುಂಬಿ ಪಲವಾಡಿ –

ಪಲುಂಬಿ – ಹಲುಬಿ, ದುಃಖಿಸಿ ; ಪಲವಾಡಿ – ಪಲವಂ + ಆಡಿ = ಹಲವು ರೀತಿಯಲ್ಲಿ ಹೊಗಳಿ

ಹಾಗೆಯೆ ನಿಂತು ನೋಡಿ ಹಲುಬುತ್ತಾ, ಅವನ ಗುಣಗಾನ ಮಾಡುತ್ತಾ –

ನಿಜಜೀವಂ ಪರಲೋಕದೊಳ್ನಿಜ ಮಹಾಮಾಂಸಂ ಪಿಶಾಚಾಸ್ಯದೊಳ್
ನಿಜರಕ್ತಂ ರಿಪುಕುಕ್ಷಿಯೊಳ್ನಿಜಶಿರಂ ನಕ್ತಂಚರೀ ಹಸ್ತದೊಳ್ ।
ನಿಜಕಾಯಂ ಕುರುಭೂಮಿಯೊಳ್ನೆಲಸೆ ಗಾಂಧಾರೀಜ ದುರ್ಯೋಧನಾ
ನುಜ ದುಶ್ಶಾಸನ ಭೀಮ ಭೀಮಗದೆಯಿಂ ಪಂಚತ್ವಮಂ ಪೊರ್ದಿದೈ ॥ ೫ ॥

ರಿಪುಕುಕ್ಷಿ = ಶತ್ರುವಿನ ಹೊಟ್ಟೆ ; ಮಹಾಮಾಂಸ = ಮನುಷ್ಯ ಮಾಂಸ ; ನಕ್ತಂಚರೀ = ರಾಕ್ಷಸಿ ; ಗಾಂಧಾರೀಜ = ಗಾಧಾರಿಯ ಮಗ ; ಭೀಮಗದೆ = ಭಯಂಕರವಾದ ಗದೆ ; ಪಂಚತ್ವ = ಪಂಚ ಮಹಾಭೂತಗಳಲ್ಲಿ ಲೀನ (ಭೂಮಿ, ಆಕಾಶ, ಅಗ್ನಿ, ಜಲ, ವಾಯು)

---

(30) ಕುಡಿಕುಡಿದಾರ್ದವೈರಿಯುಜೆದನ್ನಗಮ್

ನಿನ್ನ ಜೀವವು ಪರಲೋಕದಲ್ಲಿ, ಮಾಂಸವು ಪಿಶಾಚಿಗಳ ಬಾಯಲ್ಲಿ, ರಕ್ತವು ಶತ್ರುವಿನ ಹೊಟ್ಟೆಯಲ್ಲಿ, ನಿನ್ನ ತಲೆ ರಾಕ್ಷಸಿಯ ಕೈಯಲ್ಲಿ, ನಿನ್ನ ಶರೀರ ಈ ಕುರು ಭೂಮಿಯಲ್ಲಿ ಬಿದ್ದಿದೆ. ದುಶ್ಶಾಸನಾ, ದುರ್ಯೋಧನನ ತಮ್ಮನೇ, ಗಾಂಧಾರಿಯ ಮಗನೇ ಭೀಮನ ಭಯಂಕರವಾದ ಗದಾ ಪ್ರಹಾರದಿಂದ ನೀನು ಪಂಚತ್ವವನ್ನು ಹೊಂದಿದೆಯಾ? ಇಲ್ಲಿ ದುಶ್ಶಾಸನನ ಜೀವ, ಮಾಂಸ, ರಕ್ತ, ಶಿರಸ್ಸು, ದೇಹವೆಂಬ ಐದು ಭಾಗಗಳು ಬೇರೆ ಬೇರೆ ಕಡೆ ಸೇರಿ ಹೋಗಿವೆ ಎಂದು ಪಂಚತ್ವದ ವಿಲಕ್ಷಣಾರ್ಥವನ್ನು ಕವಿ ನೀಡುತ್ತಾನೆ.

ವಚನ : ಎಂದು ಅತಿ ಪ್ರಳಾಪಂಗೆಯ್ದು –

ಎಂದು ಅತಿಯಾಗಿ ಶೋಕಿಸುತ್ತಾ –

ನಿನ್ನಂ ಕೊಂದಂಗಡಮೊಳ
ನಿನ್ನುಂ ಕೊಂದವನ ನೀಳ್ಕಿ ಕೊಲ್ಲದೆ ಮಾಣ್ದಾ ।
ನಿನ್ನುಮೊಳೆಂ ಗಡ ಸಾಲದೆ
ನಿನ್ನಯ ಕೂರ್ಮೆಗಮದೆನ್ನ ಸೌಧರ್ಮಿಕೆಗಂ ॥ ೬ ॥

ಗಡಂ + ಒಳಂ + ಇನ್ನುಂ = ಇನ್ನೂ ಬದುಕಿರುವನಲ್ಲವೇ ; ಆನ್ + ಇನ್ನುಂ + ಒಳೆಂ = ನಾನು ಇನ್ನೂ ಬದುಕಿರುವೆನೇ ; ಕೂರ್ಮೆಗೆ = ಪ್ರೀತಿಗೆ ; ಸೌಧರ್ಮಿಕೆ = ಸೋದರ ವಾತ್ಸಲ್ಯ

ತಮ್ಮಾ ನಿನ್ನನ್ನು ಕೊಂದವನು ಇನ್ನೂ ಬದುಕಿದ್ದಾನೆ. ಅವನನ್ನು ಸೀಳಿ ಕೊಲ್ಲದೆ ಬಿಟ್ಟಿರುವ ನಾನಿನ್ನೂ ಬದುಕಿ ಉಳಿದಿರುವೆನಲ್ಲಾ. ನಿನಗೆ ನನ್ನ ಮೇಲಿದ್ದ ಪ್ರೀತಿಗೂ, ನನಗೆ ನಿನ್ನ ಮೇಲಿರುವ ಸೋದರ ವಾತ್ಸಲ್ಯಕ್ಕೆ ತಕ್ಕ ರೀತಿಯಲ್ಲಿ ನಾನು ನಡೆದುಕೊಂಡೆನೇ? ಮುಯ್ಯಿಗೆ ಮುಯ್ಯಿ ತೀರಿಸದೆ ಹೋದೆನಲ್ಲಾ, ಇದು ನನ್ನಂತಹವನಿಗೆ ಶೋಭೆ ತರುವಂತಹುದಲ್ಲ.

ಜನನೀ ಸ್ತನ್ಯಮನುಂಡೆನಾಂ ಬಟಿಕ ನೀಂ ಸೋಮಾಮೃತಂ ದಿವ್ಯ ಭೋ
ಜನಮೆಂಬಂತಿದನುಂಡೆನಾಂ ಬಟಿಕ ನೀಂ ಬಾಲತ್ವದಿಂದೆಲ್ಲಯುಂ ।
ವಿನಯೋಲ್ಲಂಘನಮಾದುದಿಲ್ಲ ಮರಣಕ್ಕೆನ್ನಿಂದೆ ನೀಂ ಮುಂಚಿದಯ್
ಮೊನೆಯೊಳ್ಸೂಟ್ತಿಡಮಾಯ್ತಿದೊಂದೆಡೆಯೊಳಂ ಹಾ! ವತ್ಸ ದುಶ್ಶಾಸನಾ ॥ ೭ ॥

ಜನನೀ ಸ್ತನ್ಯಮನ್ = ತಾಯಿಯ ಮೊಲೆ ಹಾಲನ್ನು ; ಸೋಮಾಮೃತ = ಯಾಗದ ಕೊನೆಯಲ್ಲಿ ಸೇವಿಸುವ ಸೋಮರಸ ; ವಿನಯ + ಉಲ್ಲಂಘನ = ವಿನಯವನ್ನು ಮೀರಿ ; ಮೊನೆಯೊಳ್ + ಸೂಳ್ + ತಡಂ + ಆಯ್ತು = ಯುದ್ಧದಲ್ಲಿ ಈ ಸರದಿ ಪಲ್ಲಟವಾಯಿತು

ತಾಯಿಯ ಎದೆ ಹಾಲನ್ನು ನಾನು ಮೊದಲು ಕುಡಿದೆ. ಅನಂತರ ನೀನು. ಯಾಗಾ ನಂತರದ ಸೋಮರಸ ಪಾನ, ದಿವ್ಯವಾದ ಭೋಜನ ಮುಂತಾದುವನ್ನು ನಾನು ಮೊದಲು ಸೇವಿಸಿದೆ, ಅನಂತರ ನೀನು. ಚಿಕ್ಕಂದಿನಿಂದಲೂ ಎಲ್ಲೂ ಈ ಪದ್ಧತಿ ಮೀರಿ ನಡೆದದ್ದಿಲ್ಲ. ಆದರೆ ಯುದ್ಧ ರಂಗದಲ್ಲಿ ನನಗಿಂತ ಮೊದಲು ನೀನು ಸಾವನ್ನಪ್ಪಿದೆಯಲ್ಲಾ. ಇಲ್ಲಿ ಮಾತ್ರ ಈ ಪದ್ಧತಿ ಪಲ್ಲಟವಾಯಿತೇ? ಹಾ! ವತ್ಸಾ ದುಶ್ಶಾಸನ!

ವಚನ : ಎಂದು ಕುರುಕುಲಪ್ರದೀಪಂ ವಿಪ್ರಳಾಪಂಗೆಯ್ದು –

ಎಂದು ಕುರುಕುಲೇಶ್ವರನಾದ ದುರ್ಯೋಧನ ವಿಪರೀತ ದುಃಖಿತನಾಗಿ –

ಅನುಜನ ನೆತ್ತರನೀಂಟಿದ
ವನ ನೆತ್ತರ ಜೀವಸಹಿತಮೊಂಟದೆ ದುರ್ಯೋ ।
ಧನನೆಂಬ ಪೆಸರ್ಗೆ ಮುಯ್ಯಾಂ
ಪೆನೆ ದುಶ್ಶಾಸನನ ಬನ್ನಮಮಂ ನೀಗುವೆನೇ ॥ ೮ ॥

ಜೀವಸಹಿತಮ್ + ಈಂಟದೆ = ಪ್ರಾಣಸಹಿತ ಪಾನಮಾಡದೆ ; ಮುಯ್ + ಆಂಪೆನೆ = ಹೆಮ್ಮೆ ಪಡುವೆನೆ ; ಬನ್ನಮಮಂ = ಭಂಗವನ್ನು

ತಮ್ಮನ ರಕ್ತವನ್ನು ಕುಡಿದ ಭೀಮನ ರಕ್ತವನ್ನು ಜೀವಸಹಿತವಾಗಿ ಹೀರಿದಲ್ಲದೆ ಹೋದಲ್ಲಿ ಈ ದುರ್ಯೋಧನನೆಂಬ ಹೆಸರಿಗೆ ಹೆಮ್ಮ ಪಡಲೇ? ದುಶ್ಶಾಸನನಿಗಾದ ಈ ಭಂಗವನ್ನು ಹೋಗಲಾಡಿಸುವೆನೇ?

ವಚನ : ಎಂದು ಪಿಂಗಾಕ್ಷಂ ಕೋಪಾರುಣೀಕೃತನೇತ್ರನಾಗಿ ತನ್ನ ತಮ್ಮನ ಕಳೇಬರಮಂ ನೋಡಲಾಱದೆ ಅಲ್ಲಿಂ ತಳರ್ದು –

ಎನ್ನುತ್ತಾ ದುರ್ಯೋಧನನು ಕೋಪದಿಂದ ಕೆಂಗಣ್ಣುಳ್ಳವನಾಗಿ ತನ್ನ ತಮ್ಮನ ಜರ್ಜರಿತ ದೇಹವನ್ನು ನೋಡಲಾರದೆ ಅಲ್ಲಿಂದ ಹೊರಟು –

ಕರಿತುರಗ ನರ ಕಳೇಬರ
ಕರಾಳ ಸಂಘಟ್ಟದಲ್ಲಿ ಬರೆವರೆ ಕಂಡಂ ।
ನರಕರ ವಿಮುಕ್ತ ಶರಜ
ರ್ಜರಿತಾಂಗನನಂಗರಾಜನಂ ಕುರುರಾಜಂ ॥ ೯ ॥

ಕರಿತುರಗ ನರ = ಆನೆ ಕುದುರೆ ಪದಾತಿ ; ಸಂಘಟ್ಟ = ತಾಗುವ ; ನರಕರ = ಅರ್ಜುನನ ಕೈಯಿಂದ ; ಅಂಗರಾಜ = ಕರ್ಣ

ರಣರಂಗದಲ್ಲಿ ಆನೆ ಕುದುರೆ ಪದಾತಿಗಳು ಮಡಿದು ಬಿದ್ದಿರಲು, ಆ ಭಯಂಕರ ತಾಗಾಟದಿಂದ ಏರಿಳಿದು ಬರುತ್ತಿರುವಾಗ ಅಲ್ಲಿ ಅರ್ಜುನನ ಬಾಣಾಘಾತದಿಂದ ಜರ್ಜರಿತನಾಗಿ ಬಿದ್ದಿದ್ದ ಅಂಗರಾಜನಾದ ಕರ್ಣನನ್ನು ದುರ್ಯೋಧನನು ಕಂಡನು.

ವಚನ : ಆಗಳದಂ ಸಂಜಯಂ ಕಂಡು ಗಂಡಸ್ಯೋಪರಿಸ್ಫೋಟಕಮೆಂಬಂತೆ ನಿಜಪ್ರಿಯ ತನೂಜಾನುಜರ ಶೋಕದಿಂ ವಿಹ್ವಳೀಕೃತನಪ್ಪ ಭೂತಳೇಶ್ವರಂಗೆ ನಿಜಪ್ರಿಯ ಸಖನಪ್ಪ ಕರ್ಣನ ದರ್ಶನದಿಂ ದುಃಖಂ ಮಱುಕೊಳಿಸುಗುಮೆಂದು ಮನದೊಳೆ ಬಗೆದಿರೆ –

ಗಂಡಸ್ಯ + ಉಪರಿ + ಸ್ಫೋಟಕ = ಕುರುವಿನ ಮೇಲೆ ಬೊಕ್ಕೆ ; ವಿಹ್ವಳೀಕೃತನ್ = ದುಃಖಿತನಾದ ; ಮಱುಕೊಳಿಸು = ಮರುಕಳಿಸು (ಇಮ್ಮಡಿಯಾಗು)

ಅದನ್ನು ನೋಡಿದ ಸಂಜಯನು ಕುರುವಿನ ಮೇಲೆ ಬೊಕ್ಕೆಯೆದ್ದಂತೆ ಈಗ ತನ್ನ ತಮ್ಮಂದಿರು – ಮಕ್ಕಳ ಮರಣದಿಂದ ದುಃಖಾರ್ತನಾಗಿರುವ ದುರ್ಯೋಧನನಿಗೆ ತನ್ನ ಪ್ರಿಯಸಖನಾದ ಕರ್ಣನ ದೇಹವನ್ನು ನೋಡಿದಾಗ ದುಃಖವು ಮತ್ತೆ ಮರುಕಳಿಸದೇ ಇರಲಾರದೆಂದು ಮನಸ್ಸಿನಲ್ಲೇ ಅಂದುಕೊಂಡು –

ನೆಗಪಿ ವರೂಥಮಮಂ ವಸುಧೆ ನುಂಗಿದುದಂ ಸಮಪಾದ ಶೋಭೆಯುಂ
ಬಗೆಗೊಳೆ ತನ್ನ ಮುಂ ತೆಗೆದ ದಕ್ಷಿಣ ಮುಷ್ಟಿಯೆ ಕರ್ಣಮೂಲದೊಳ್ ।
ಸೊಗಯಿಸೆ ಪಾಟಿಯಂ ನೆಱಪದಾಳ್ದನ ಕಜ್ಜಮನೊಕ್ಕು ಸತ್ತರಂ
ನಗುವವೊಲಿರ್ದನಂಗಪತಿ ನೆಮ್ಮಿ ನಿಜೋನ್ನತ ಕೇತುದಂಡಮಮಂ ॥ ೧೦ ॥

ನೆಗಪಿ = ಮೇಲಕ್ಕೆತ್ತಿ ; ವಸುಧೆ = ಭೂಮಿ ; ಸಮಪಾದ ಶೋಭೆ = ಒಂದೆ ಸಮನಾಗಿ ಜೋಡಿಸಿದ ಪಾದ ; ಬಗೆಗೊಳೆ = ಆಕರ್ಷಣೀಯ ; ತನ್ನ ಮುಂ ತೆಗೆದ = ತಾನು ಅನುಸಂಧಾನ ಮಾಡಿ ಸೆಳೆದ (ಬಾಣ) ; ದಕ್ಷಿಣ ಮುಷ್ಟಿ = ಬಲ ಮುಷ್ಟಿ ; ಕರ್ಣ ಮೂಲ = ಕಿವಿಯ ಬಳಿ ; ಪಾಟಿ = ಕರ್ತವ್ಯ ; ನೆಱಪದೆ = ನೆರವೇರಿಸದೆ ; ಆಳ್ದನ ಕಜ್ಜಮನ್ = ಸ್ವಾಮಿ ಕಾರ್ಯವನ್ನು ; ನೆಮ್ಮಿ = ಒರಗಿ ; ಕೇತುದಂಡ = ಧ್ವಜಕಂಬ

ಯುದ್ಧರಂಗದಲ್ಲಿ ಹೂತು ಹೋಗಿದ್ದ ತನ್ನ ರಥವನ್ನು ಮೇಲಕ್ಕೆತ್ತಿ ವೈರಿಯನ್ನು ಎದುರಿಸುವುದಕ್ಕಾಗಿ ಒಂದೇ ಸಮನಾಗಿ ಜೋಡಿಸಿದ ಪಾದಗಳ ನಿಲುವು, ಬಿಲ್ಲಿಗೆ ಬಾಣವನ್ನು ಅನುಸಂಧಾನ ಮಾಡಿ ಬಲಮುಷ್ಟಿಯಿಂದ ಕಿವಿಯ ತನಕ ಸೆಳೆದಾಗ ಬಲಕಿವಿಯ ಬದಿಯಲ್ಲಿ ಶೋಭಿಸಲು ತಮ್ಮ ಕರ್ತವ್ಯವನ್ನು ಪೂರ್ಣ ಮಾಡದೆ ಸ್ವಾಮಿ ಕಾರ್ಯವನ್ನು ಉಪೇಕ್ಷಿಸಿ, ಸತ್ತವರನ್ನು ನೋಡಿ ಪರಿಹಾಸ ಮಾಡುವಂತೆ ತನ್ನ ರಥದ ಧ್ವಜಕಂಬವನ್ನು ಒರಗಿ ಕುಳಿತಿರುವ ಕರ್ಣನನ್ನು ನೋಡಿದನು. ಅಂದರೆ ಸ್ವಾಮಿಕಾರ್ಯ ದುರಂಧರನಾದ ಕರ್ಣ ವೈರಿಯನ್ನು ಎದುರಿಸುತ್ತಿರುವಾಗಲೇ ಪ್ರಾಣ ತೆತ್ತಿದ್ದನು.

ವಚನ : ಅಂತಿರ್ದ ದಿನಕರತನೂಜನಂ ರಾಜಾಧಿರಾಜಂ ನೋಡಿ ಬಾಷ್ಪವಾರಿ ಧಾರಾಪೂರಿತ ಲೋಚನಂ ಮನ್ಯೂದ್ಗತಕಂಠನುಮಸಹ್ಯ ಶೋಕಾನಲ ದಹ್ಯಮಾನಾಂತಃಕರಣನುಮಾಗಿ –

ಬಾಷ್ಪವಾರಿ = ಕಣ್ಣೀರಿನ ಕೋಡಿ ; ಮನ್ಯೂದ್ಗತಕಂಠನುಂ = ಉಕ್ಕಿಬರುವ ಕೋಪ ದುಃಖಗಳಿಂದ ಗದ್ಗದಿತನಾಗಿ ; ಶೋಕ + ಅನಲ = ದುಃಖವೆಂಬ ಬೆಂಕಿ ; ದಹ್ಯಮಾನ = ಸುಡುತ್ತಿರುವ

ಹೀಗೆ ಒರಗಿದ್ದ ಸೂರ್ಯಪುತ್ರನಾದ ಕರ್ಣನನ್ನು ರಾಜಾಧಿರಾಜ ದುರ್ಯೋಧನ ನೋಡಿ ಕಣ್ಣೀರ ಕೋಡಿಯನ್ನು ಹರಿಸುತ್ತಾ ದುಃಖವೆಂಬ ಬೆಂಕಿಯಲ್ಲಿ ಸುಟ್ಟು ಉಕ್ಕಿಬರುವ ಕೋಪ ತಾಪಗಳಿಂದ ಗದ್ಗದಿತನಾಗಿ –

(ಇಲ್ಲಿಂದ ಮುಂದಿನ ಪದ್ಯಗಳು ಕನ್ನಡ ಸಾಹಿತ್ಯದಲ್ಲೇ ಅತ್ಯಂತವಾಗಿ ಮನಕಲಕುವಂತಹ ಶೋಕಗೀತೆಯೆನಿಸಿದೆ.)

ಆನುಂ ದುಶ್ಶಾಸನನುಂ
ನೀನುಂ ಮೂವರೆದಲಾತನುಂ ಕಟಿದಬಟಿ ।
ಕ್ಕಾನುಂ ನೀನೆದಲೀಗ
ಳ್ನೀನುಂ ಮಗುಟ್ದೆತ್ತವೋದೆಯಂಗಾದಿಪತೀ ॥ ೧೧ ॥

ಕಟಿದ ಬಟಿಕ್ಕ = ಸತ್ತ ಮೇಲೆ ; ಮಗುಟ್ದು + ಎತ್ತ = (ನೀನುಂ + ಅಗಲ್ದು + ಎತ್ತ) = ನೀನೂ ನನ್ನನ್ನು ಬಿಟ್ಟು ಎಲ್ಲಿಗೆ

ಅಂಗಾಧಿಪತಿ ಕರ್ಣನೇ ನಾನು, ದುಶ್ಶಾಸನ ಹಾಗೂ ನೀನು ಮೂವರು ಸಹ ಒಟ್ಟಾಗಿ ತ್ರಿಮೂರ್ತಿಗಳಂತೆ ಇದ್ದೆವು. ಆನಂತರ ದುಶ್ಶಾಸನ ಸತ್ತ ಬಳಿಕ ನಾನೂ ನೀನು ಇಬ್ಬರೇ ಆದೆವು. ಈಗ ನೀನೂ ಕೂಡ ನನ್ನನ್ನು ಬಿಟ್ಟು ಎಲ್ಲಿಗೆ ಹೋದೆ?

ನೀನಿಲ್ಲದರಸುಗೆಯ್ವೆನೆ
ನೀನಿಲ್ಲದೆ ಬಾಟ್ವೆನೆಂದು ಬಗೆದಪ್ಪೆನೆ ಪೇಟ್ ।
ನೀನಿಲ್ಲದಹಿತರೊಳ್ಸಂ
ಧಾನಂ ಮಾಡುವೆನೆ ಕೂಡೆನಂಗಾಧಿಪತೀ ॥ ೧೨ ॥

ಅರಸುಗೆಯ್ = ರಾಜ್ಯವಾಳು ; ಬಗೆದಪ್ಪೆನೆ = ಭಾವಿಸುವೆನೆ ; ಕೂಡೆಂ = ಸೇರಲಾರೆ

ಕರ್ಣಾ ನೀನಿಲ್ಲದೆ ನಾನು ರಾಜ್ಯವಾಳುವೆನೇ? ನಿನ್ನನ್ನು ಬಿಟ್ಟು ನಾನು ಬದುಕಲು ಸಾಧ್ಯವೇ ಹೇಳು. ನೀನಿಲ್ಲದೆ ಶತ್ರುಗಳೊಡನೆ ಸಂಧಿಕಾರ್ಯಕ್ಕೆ ಒಪ್ಪುವೆನೆ? ಶತ್ರುಗಳೊಂದಿಗೆ ಒಂದಾಗಿ ಸೇರಿ ಬಾಳುವುದು ಎಂದಿಗೂ ಸಾಧ್ಯವಿಲ್ಲ.

ನಿನ್ನ ಮಗಂ ವೃಷಸೇನಂ
ತನ್ನ ಮಗಂ ಸತ್ತನಣ್ಮಿಲಕ್ಷಣನುಂ ನೀ ।
ನೆನ್ನಂ ಸಂತೈಸುವುದಾಂ
ನಿನ್ನಂ ಸಂತೈಸೆ ಬಂದೆನಂಗಾಧಿಪತೀ ॥ ೧೩ ॥

ಅಣ್ಮಿ = ಪರಾಕ್ರಮದಿಂದ

ನಿನ್ನ ಮಗನಾದ ವೃಷಸೇನನೂ, ನನ್ನ ಮಗನಾದ ಲಕ್ಷಣಕುಮಾರನೂ ಯುದ್ಧದಲ್ಲಿ ಶೌರ್ಯದಿಂದ ಹೋರಾಡಿ ಸತ್ತರು. ನೀನು ನನ್ನನ್ನು ಸಂತೈಸಬೇಕು. ನಾನು ನಿನ್ನನ್ನು ಸಂತೈಸಲು ಬಂದಿರುವೆನು ಅಂಗಾಧಿಪತೀ.

ಪಟಿಯಂ ಕೇಳ್ದೆನೊ ಮೇಣ್ನಡೆ
ವಟಿಯಂ ತಪ್ಪಿದೆನೊ ಕಾಣೆ ಕಣ್ಣಿಂದಂ ಕೂ । (ಕಾಣೆನಣ್ಮದಂ)
ರ್ತಟಿಲ್ದಿವರಂ ಬಗೆದೆನೊ ಪ
ಚ್ಚಟಿದೆನೊ ಪೇಟ್ಕೂಡಿ ನಿನ್ನೊಳಂಗಾಧಿಪತೀ ॥ ೧೪ ॥

ಪಟಿಯಂ = ನಿಂದನೆ ; ನಡೆವಟಿ = ನಡತೆ ; ಕೂರ್ತು + ಅಳಲ್ದು + ಇವರಂ = ಪ್ರೀತಿಸಿ ದುಃಖಿಸಿ ಇವರನ್ನ ; ಬಗೆದೆನೊ = ದ್ವೇಷಿಸಿದೆನೊ ; ಪಚ್ಚಟಿದೆನೊ = ಭೇದವೆಣಿಸಿದೆನೊ

ಬೇರೆಯವರು ನಿನ್ನನ್ನು ನಿಂದಿಸುತ್ತಿದ್ದಾಗ ಅದನ್ನು ಕೇಳಿದೆನೊ, ಅಥವಾ ನನ್ನ ನಡತೆಯಲ್ಲಿಯೇ ಏನಾದರೂ ತಪ್ಪಾಯಿತೋ, ತಿಳಿಯೆ. ನನ್ನ ಮೇಲಿನ ಮಮತೆಯಿಂದ ನನಗಾಗಿ ಹೋರಾಡಿ ಮರಣವಪ್ಪಿದವರನ್ನು ದ್ವೇಷಿಸಿದೆನೊ ಅಥವಾ ನಿನ್ನೊಡನೆ ಒಟ್ಟಾಗಿರುವಾಗ ನಿನಗೇನಾದರೂ ಭೇದವೆಣಿಸಿದೆನೇ ಹೇಳು ಅಂಗಾಧಿಪತಿ.

ಅಱಿಯೆನಿದಂ ನಿನ್ನಿಂದಿನ
ತೆಱನಂ ನೀನೆನಗೆಯೇಕೆ ಮುಳಿದಿರ್ಪೆಯೊ ಮೇ ।
ಣ್ಮಱುವಾತುಗುಡದೆ ರವಿಸುತ
ಮಱುವಿಂದಿರ್ದಪೆಯೊ ಮೇಣ್ಬಟಲ್ದಿರ್ದಪೆಯೋ ॥ ೧೫ ॥

ತೆಱನಂ = ರೀತಿಯನ್ನು ; ಮಱುವಾತು = ಪ್ರತ್ಯುತ್ತರ

ನಿನ್ನ ಇಂದಿನ ಇರವಿನ ರೀತಿಯನ್ನು ನಾನು ತಿಳಿಯೆ. ನೀನು ನನ್ನ ಮೇಲೆ ಏಕೆ ಸಿಟ್ಟಾಗಿದ್ದೀಯೋ ಅಥವಾ ಮರುಮಾತನಾಡದೆ ಇಲ್ಲಾ ಅರೆನಿದ್ರೆಯಲ್ಲಿರುವೆಯೋ ಸೂರ್ಯಪುತ್ರಾ ಅಥವಾ ಆಯಾಸದಿಂದ ಬಳಲಿರುವೆಯೋ ಹೇಳು ಅಂಗಾಧಿಪತೀ.

ನಿನ್ನ ಕೆಳೆಯಂ ಸುಯೋಧನ
ನನ್ನೋಡದೆ ನುಡಿಯದಪ್ಪಿಕೊಳ್ಳದೆ ಬೆಸನೇ ।
ನೆನ್ನದೆ ಜೀಯೆನ್ನದೆ ದೇ
ವೆನ್ನದೆಯೇಕುಸಿರದಿರ್ಪೆಯಂಗಾಧಿಪತೀ ॥ ೧೬ ॥

ಕೆಳೆಯ = ಗೆಳೆಯ ; ಬೆಸನು = ಆಜ್ಞೆ

ನಿನ್ನ ಗೆಳೆಯನಾದ ಸುಯೋಧನನನ್ನು ನೋಡದೆ, ಮಾತನಾಡಿಸದೆ, ಅಪ್ಪಿಕೊಳ್ಳದೆ, ಏನಪ್ಪಣೆ ಎಂದು ಕೇಳದೆ ಜೀಯಾ ಎನ್ನದೆ ದೇವಾ ಎನ್ನದೆ ಏಕೆ ಮೌನದಿಂದ ಇರುವೆ ಅಂಗಾಧಿಪತಿ!

ಅನೃತಂ ಲೋಭಂ ಭಯಮೆಂ
ಬಿನಿತುಂ ನೀನಿರ್ದ ನಾಡೊಳಿರ್ಕುಮೆ ರವಿನಂ ।
ದನ ನನ್ನಿ ಚಾಗಮಣ್ಮೆಂ
ಬಿನಿತರ್ಕಂ ನೀನೆ ಮೊತ್ತಮೊದಲಿಗನಾದೈ ॥ ೧೭ ॥

ಅನೃತ = ಸುಳ್ಳು ; ನನ್ನಿ = ಸತ್ಯ ; ಚಾಗ = ತ್ಯಾಗ ; ಅಣ್ಮು = ಶೌರ್ಯ ;
ಇನಿತರ್ಕಂ = ಇಷ್ಟೆಲ್ಲಕ್ಕೂ

ಸುಳ್ಳು, ಮೋಸ, ಲೋಭ, ಭಯ ಇದಾವುದೂ ನೀನಿದ್ದ ರಾಜ್ಯದಲ್ಲಿ ಇರುತ್ತಿರಲಿಲ್ಲ. ಸೂರ್ಯಪುತ್ರ ನಿನ್ನೀ ಸತ್ಯ, ತ್ಯಾಗ, ಶೌರ್ಯ ಇವೆಲ್ಲಕ್ಕೂ ನೀನೆ ಮೊಟ್ಟಮೊದಲಿಗನು ಅಂಗಾಧಿಪತೀ.

ಆನಱಿವೆಂ[31] ಪೃಥೆಯಱಿವಳ್
ದಾನವರಿಪುವಱಿವನರ್ಕನಱಿವಂ ದಿವ್ಯ ।
ಜ್ಞಾನಿ ಸಹದೇವನಱಿವಂ
ನೀನಾರ್ಗೆಂದಾರುಮಱಿಯರಂಗಾಧಿಪತಿ ॥ ೧೮ ॥

ಪೃಥೆ = ಕುಂತಿ ; ದಾನವರಿಪು = ಕೃಷ್ಣ ; ಅರ್ಕ = ಸೂರ್ಯ ; ಅಱಿವಂ = ತಿಳಿದವ

ಇಲ್ಲಿ ಕರ್ಣ ಯಾರು, ಅವನ ಹುಟ್ಟು ಏನು ಎಂಬುದರ ಬಗ್ಗೆ ಹೇಳುತ್ತಾನೆ ಕೌರವ. ನೀನು ಯಾರೆಂದು ನನಗೆ ಗೊತ್ತಿತ್ತು. ಕುಂತಿಗೆ ತಿಳಿದಿತ್ತು. ಕೃಷ್ಣನು ಅರಿತಿದ್ದ. ಸೂರ್ಯನಿಗೂ ತಿಳಿದದ್ದೇ ಅಲ್ಲದೆ ತ್ರಿಕಾಲಜ್ಞಾನಿಯಾದ ಸಹದೇವನಿಗೂ ಇದು ಗೊತ್ತಿತ್ತು. ಇದು ಬಿಟ್ಟರೆ ನೀನಾರು ಎಂದು ಯಾರೂ ತಿಳಿಯರು ಅಂಗಾಧಿಪತೀ.

ಒಡವುಟ್ಟಿದನೆಂದಱಿದೊಡೆ
ಕುಡುಗುಂ ರಾಜ್ಯಮನೆ ಧರ್ಮತನಯಂ ನಿನಗಾಂ ।
ಕುಡಲಾರ್ತೆನಿಲ್ಲ ರಾಜ್ಯ
ಕ್ಕೊಡೆಯನನಱಿಯುತ್ತುಮಿರ್ದೆನಂಗಾಧಿಪತೀ ॥ ೧೯ ॥

ಕುಡುಗುಂ = ಒಪ್ಪಿಸಿಕೊಡು ; ಕುಡಲ್ + ಆರ್ತನ್ + ಇಲ್ಲ = ಕೊಡಲು ಮನಸ್ಸು ಬರಲಿಲ್ಲ ; ಅಱಿಯುತ್ತುಮ್ + ಇರ್ದೆ = ತಿಳಿದೂ ತಿಳಿಯದಂತಿದ್ದೆ

ಒಡಹುಟ್ಟಿದ ಸಹೋದರ ಎಂದು ತಿಳಿದಾಕ್ಷಣ ಆ ಧರ್ಮಪುತ್ರನಾದ ಯುಧಿಷ್ಠಿರ ನಿನಗೆ ರಾಜ್ಯವನ್ನು ಒಪ್ಪಿಸಿಬಿಡುತ್ತಿದ್ದ. ಆದರೆ ನೀನು ಒಡಹುಟ್ಟಿದವನು ಎಂದು ತಿಳಿದಿದ್ದರೂ ನಾನು ಅದನ್ನು ತಿಳಿಯದಂತಿದ್ದೆ. ನಿನಗೆ ರಾಜ್ಯವನ್ನು ಕೊಡಲು ನನಗೆ ಮನಸ್ಸು ಬರಲಿಲ್ಲ ಅಂಗಾಧಿಪತೀ.

ನೀನೂಳ್ಕೊಡುಂಟು ರಾಜ್ಯಂ
ನೀನುಳ್ಕೊಡೆ ಪಟ್ಟಮುಂಟು ಬೆಳ್ಗೊಡೆಯುಂಟೈ ।
ನೀನುಳ್ಕೊಡುಂಟು ಪೀಟಿಗೆ
ನೀನಿಲ್ಲದಿವೆಲ್ಲಮೊಳವೆ ಅಂಗಾಧಿಪತೀ ॥ ೨೦ ॥

ಪಟ್ಟಮ್ + ಉಂಟು = ಅರಸೊತ್ತಿಗೆ ಇದೆ ; ಬೆಳ್ + ಕೊಡೆ = ಬಿಳಿ ಕೊಡೆ – ಶ್ವೇತಚ್ಛತ್ರ ; ಪೀಟಿಗೆ = ವಂಶ ; ಒಳವೆ = ಇರುವುದೆ

ನೀನಿದ್ದರೆ ನನಗೆ ರಾಜ್ಯ, ನೀನಿದ್ದರೆ ನನಗೆ ಅರಸೊತ್ತಿಗೆ, ಶ್ವೇತಚ್ಛತ್ರದ ಗೌರವ, ನೀನಿದ್ದರೆ ಪರಂಪರಾಗತ ವಂಶ. ನೀನಿಲ್ಲದಿದ್ದರೆ ಇವೆಲ್ಲ ನನಗೆ ಇರುವುದೇ ಅಂಗಾಧಿಪತೀ. – ಅಂದರೆ ಕರ್ಣನೊಬ್ಬನಿದ್ದರೆ ದುರ್ಯೋಧನನಿಗೆ ಎಲ್ಲವೂ ಇದ್ದಂತೆ. ಅವನಿಲ್ಲದಿದ್ದಾಗ ಎಲ್ಲವೂ ಶೂನ್ಯ ಎಂಬ ಭಾವ. – ಕರ್ಣ ದುರ್ಯೋಧನರ ಗೆಳೆತನ ಅಂಥಾದ್ದು.

(31) ಇಲ್ಲಿ ಕರ್ಣನ ಹುಟ್ಟಿನ ಬಗ್ಗೆ 'ಆನರಿವೆಂ' ಎಂದಿದ್ದಾನೆ ದುರ್ಯೋಧನ. ಇದು ಅವನಿಗೆ ಹೇಗೆ ತಿಳಿಯಿತು ಎಂಬುದರ ಬಗ್ಗೆ ಮೂಲ (ವ್ಯಾಸ) ಭಾರತದಲ್ಲಿ ಉಲ್ಲೇಖವಿಲ್ಲ! ಆದರೆ ಪಂಪಭಾರತದಲ್ಲಿ ಇದರ ವಿವರಣೆಯಿದೆ. ಸತ್ಯಂತಪ ಎಂಬ ಋಷಿಯಿಂದ ತಿಳಿಯುತ್ತದೆ. ಪಂಪ ಭಾರತ ಆಶ್ವಾಸ 9, ಪದ್ಯ 66 ನೋಡಿ.

ಇನಸುತ ಗಾಂಡಿವಿ ಸಂಮೋ
ಹನಾಸ್ತ್ರದಿಂದೆಚ್ಚು ನಿದ್ರೆಯಂ ಮಾಡಿದನಂ ।
ದಿನಗೋಗ್ರಹಣದೊಳೀಗಳ್
ನಿನಗಿಂತೀ ದೀರ್ಘ ನಿದ್ರೆಯಂ ಮಾಡಿದನೆ ॥ ೨೧ ॥

ಇನಸುತ = ಸೂರ್ಯಪುತ್ರ ಕರ್ಣ ; ಗಾಂಡಿವಿ = ಅರ್ಜುನ ; ಸಂಮೋಹನಾಸ್ತ್ರ = ಮೈಮರೆಸುವ ಬಾಣ ; ಗೋಗ್ರಹಣ = ಗೋವುಗಳ ಸೆರೆ (ಅಪಹರಣ) ; ದೀರ್ಘನಿದ್ರೆ = ಸಾವು – ಮರಣ

ಸೂರ್ಯಪುತ್ರ ಅಂದು ವಿರಾಟನ ಗೋವುಗಳನ್ನು ಅಪಹರಣ ಮಾಡಿದ ಸಂದರ್ಭದಲ್ಲಿ ಅರ್ಜುನನು ತನ್ನಲ್ಲಿದ್ದ ಸಂಮೋಹನಾಸ್ತ್ರವನ್ನು ಪ್ರಯೋಗಿಸಿ ಎಲ್ಲರೂ ಮೈಮರೆಯುವಂತೆ ಮಾಡಿ ನಿದ್ರಾವಸ್ಥೆಗೆ ನೂಕಿದ. ಈಗ ನೀನು ಎಂದೆಂದಿಗೂ ಎಚ್ಚರವಾಗದಂತೆ ಇಂತಹ ದೀರ್ಘ ನಿದ್ರೆಗೆ ಗುರಿಮಾಡಿಬಿಟ್ಟನೇ?

ವಸುವಂ ದ್ವಿಜನ್ಮದಾನಕೆ
ಪೊಸಜೌವನಮಂ ಸ್ವದಾರ ಸಂತೋಷಕೆ ನಿ ।
ನ್ನಸುವಂ ಪತಿಕಾರ್ಯಕೆ ವ
ರ್ಜಿಸಿದ್ಯೆ ನಿನ್ನನ್ನನಾವನಂಗಾಧಿಪತೀ ॥ ೨೨ ॥

ವಸುವಂ = ಐಶ್ವರ್ಯ, ಸಂಪತ್ತು ; ದ್ವಿಜನ್ಮ = ಎರಡು ಬಾರಿ ಹುಟ್ಟು – ಬ್ರಾಹ್ಮಣ ;
ಜೌವನ = ಯೌವನ ; ಸ್ವದಾರ = ತನ್ನ ಪತ್ನಿ

ಕರ್ಣಾ! ಬ್ರಾಹ್ಮಣರಿಗೆ ದಾನ ಕೊಡಲು ಸಂಪತ್ತನ್ನೂ, ಪತ್ನಿಯನ್ನು ಸಂತೋಷ ಪಡಿಸಲು ನಿನ್ನ ನವಯೌವನವನ್ನೂ, ಅಂತೆಯೇ ಸ್ವಾಮಿಕಾರ್ಯಕ್ಕಾಗಿ ನಿನ್ನ ಪ್ರಾಣವನ್ನೇ ಕೊಟ್ಟುಬಿಟ್ಟೆಯೆಲ್ಲಾ, ನಿನ್ನಂತಹ ಮಹಾದಾನಿ ಈ ಲೋಕದಲ್ಲಿದ್ದಾರೆಯೇ ಅಂಗಾಧಿಪತೀ.

ಹರಿಬೇಡೆ ಕವಚಮಂ ನೀ
ನಿರದಿತ್ತೈ ಕೊಂತಿ ಬೇಡೆ ಬೆಗಡದೆ ಕೊಟ್ಟೈ ।
ಹುರಿಗಣೆಯಂ ನಿನಗೆಣೆಕಸ
ವರಗಲಿ ಮೈಯ್ಗಲಿಯುಮಾವನಂಗಾಧಿಪತೀ ॥ ೨೩ ॥

ಹರಿ = ಇಂದ್ರ ; ಕೊಂತಿ = ಕುಂತಿ ; ಬೆಗಡದೆ = ಬೆಚ್ಚದೆ (ಏನನ್ನೂ ಯೋಚಿಸದೆ) ; ಹುರಿಗಣೆ = ಸುಡು ಬಾಣ (ಆಗ್ನೇಯಾಸ್ತ್ರ) ; ಕಸವರಗಲಿ = ಚಿನ್ನವನ್ನು ; ಮೈಯ್ + ಕಲಿ = ಪರಾಕ್ರಮಿ

ದೇವೇಂದ್ರನು ಬಂದು ಕವಚವನ್ನು (ಕರ್ಣನಿಗೆ ಜನ್ಮತಃ ಬಂದ ಅಭೇದ್ಯ ಕವಚ) ಬೇಡಿದಾಗ ಗೊತ್ತಿದ್ದೂ ಅಳುಕದೆ ಕೊಟ್ಟುಬಿಟ್ಟೆ (ನೀನಿರಿದಿತ್ತೆ = ಕತ್ತರಿಸಿಕೊಟ್ಟೆ). ತಾಯಿ ಕುಂತಿ ಬಂದು ಬೇಡಿದಾಗ ಬೆಚ್ಚದೆ ಉರಿಬಾಣವನ್ನು (ಬೆಂಕಿ ಉಗುಳುವ ಬಾಣ) ಪ್ರಯೋಗ ಮಾಡುವುದಿಲ್ಲವೆಂದು ಮಾತುಕೊಟ್ಟೆ. ನಿನ್ನಂತಹ ದಾನ ಶೂರ ಪರಾಕ್ರಮಿ ಇನ್ಯಾರಿದ್ದಾರೆ ಅಂಗಾಧೀಪತೀ?

ನಯನದೊಳಮೆರ್ದೆಯೊಳಂ ನಿ
ನ್ನಯ ರೂಪಿರ್ದಪುದು ನಿನ್ನ ಮಾತಿರ್ದಪುದೆ ।
ನ್ನಯ ಕಿವಿಯೊಳಗಿನನಂದನ
ವಿಯೋಗಮೆಂತಾದುದಱಿಯೆನಂಗಾಧಿಪತೀ ॥ ೨೪ ॥

ನಯನದೊಳಮ್ = ಕಣ್ಣಿನೊಳಗೆ ; ಎರ್ದೆಯೊಳಂ = ಹೃದಯದಲ್ಲಿ ; ವಿಯೋಗ = ಅಗಲಿಕೆ

ಕರ್ಣಾ, ಕಣ್ಣಿನೊಳಗೆ ನಿನ್ನ ರೂಪಿದೆ. ನನ್ನ ಹೃದಯದಲ್ಲೂ ನಿನ್ನ ಆಕಾರವಿದೆ. ನಿನ್ನ ನುಡಿಗಳು ನನ್ನ ಕಿವಿಯಲ್ಲಿನ್ನೂ ಪ್ರತಿಧ್ವನಿಸುತ್ತಿದೆ. ಅಂದಮೇಲೆ ನಿನ್ನ ಈ ಅಗಲಿಕೆ ಹೇಗಾಯಿತು ಎಂಬುದನ್ನು ನಾ ತಿಳಿಯೆನು ಅಂಗಾಧಿಪತಿ.

ನಿನ್ನಂ ಕೊಂದ ಕಿರೀಟಿಯು
ಮೆನ್ನನುಜನನಿಕ್ಕಿ ಕೊಂದ ಭೀಮನುಮೊಳನಾ ।
ನಿನ್ನುಮೊಳೆಂಗಡ ಸಾಲದೆ
ನಿನ್ನಯ ಕೂರ್ಮೆಗಮದೆನ್ನ ಸೌಧರ್ಮಿಕೆಗಂ ॥ ೨೫ ॥

ಒಳನ್ = ಇದ್ದಾನೆ ; ಕೂರ್ಮೆ = ಪ್ರೀತಿ ; ಸೌಧರ್ಮಿಕೆ = ಸೋದರ ವಾತ್ಸಲ್ಯ

ನಿನ್ನನು ಕೊಂದ ಅರ್ಜುನನೂ, ನನ್ನ ತಮ್ಮ ದುಶ್ಶಾಸನನನ್ನು ಕೆಡವಿ ಕೊಂದ ಭೀಮನು ಇನ್ನೂ ಬದುಕಿದ್ದಾರೆ. ನಾನು ಕೂಡ ಬದುಕಿರುವೆನಲ್ಲವೆ? ನಿನ್ನ ಪ್ರೀತಿಗೂ ನನ್ನ ಆ ಸಹೋದರ ವಾತ್ಸಲ್ಯಕ್ಕೂ ಇದು ತಕ್ಕುದೇ? ಅಂದರೆ ಈ ಕೊಲೆಯ ಸೇಡನ್ನು ತೀರಿಸಿಕೊಳ್ಳದೆ ಇರಲಾರೆ ಎಂಬ ಅರ್ಥವಿದೆ.

ಪರಶುಧರಂ ಚಕ್ರಧರಂ
ಸುರಪತಿ ಭೂಕಾಂತೆ ಕೊಂತಿಯೆಂದೀಪೇಳ್ದಿ ।
ಯ್ವರೆ ಕೂಡಿ ನಿನ್ನ ಕೊಂದ
ರ್ನರನೊರ್ವನೆ ಕೊಂದನಲ್ಲನಂಗಾಧಿಪತೀ ॥ ೨೬ ॥

ಪರಶುಧರ = ಕೊಡಲಿ ಹಿಡಿದವ – ಪರಶುರಾಮ ; ಚಕ್ರಧರ = ಶ್ರೀಕೃಷ್ಣ ;
ಭೂಕಾಂತೆ = ಭೂದೇವಿ

ಪರಶುರಾಮ (ಶಾಪನೀಡಿ), ಶ್ರೀಕೃಷ್ಣ (ಭೇದದಿಂದ), ಸುರಪತಿಯಾದ ಇಂದ್ರ (ಕವಚ ಬೇಡಿ), ಭೂಮಿ (ರಥವನ್ನು ನುಂಗಿ), ಕುಂತಿ (ಸರಳ ಬೇಡಿ) ಈ ಐದು ಜನ ನಿನ್ನ ಕೊಂದರಲ್ಲದೆ ಅರ್ಜುನನೊಬ್ಬನೇ ಕೊಲ್ಲಲಿಲ್ಲ – ಕರ್ಣನೇ – ಇಲ್ಲಿ ದುರ್ಯೋಧನ ಕರ್ಣನ ಸಾವಿಗೆ ಕಾರಣಾರು ಎಂಬುದನ್ನು ಹೇಳಿದ. ಆದರೆ ತಾನೂ ಅದಕ್ಕೆ ಕಾರಣನೆಂದು ಹೇಳುವುದಿಲ್ಲ. (ಕರ್ಣನ ಹುಟ್ಟು ಅವನು ಯಾರೆಂದು ತಿಳಿದಿದ್ದರೂ ಮುಚ್ಚಿಟ್ಟು ಕರ್ಣನ ಅವಸಾನಕ್ಕೆ ಕಾರಣನಾಗುತ್ತಾನೆ. ಇದಲ್ಲವೆ ವಿಪರ್ಯಾಸ!)

ಇಂದಾನಾದೆಂ ಮೇಣಿನ
ನಂದನ ಕೇಳ್ಪಾಂಡುತನಯರಾದರ್ನಿನ್ನಂ ।
ಕೊಂದುಂ ದುಶ್ಶಾಸನನಂ
ಕೊಂದುಂ ಬರ್ದುಕುವನದಾವನಂಗಾಧಿಪತೀ ॥ ೨೭ ॥

ಬರ್ದುಕುವನ್ + ಅದಾವನ್ = ಬದುಕುವವನಾರು

ಸೂರ್ಯಪುತ್ರನೇ ಕೇಳು ಇಂದು ನಾನಾಯಿತು, ಆ ಪಾಂಡುಪುತ್ರರಾದರು ನಿನ್ನನ್ನು ದುಶ್ಶಾಸನನನ್ನು ಕೊಂದು ಅವರು ಬದುಕುವರೇ ಅಥವಾ ಅವರು ಬದುಕಿ ಉಳಿಯಲು ನಾನು ಬಿಡುವೆನೇ? ಅಂಗಾಧೀಪತೀ!

ವಚನ : ಎಂದನೇಕ ಪ್ರಕಾರದಿಂ ವಿಪ್ರಳಾಪಂಗೆಯ್ದು –

ಹೀಗೆ ಅನೇಕ ವಿಧವಾಗಿ ಗೋಳಿಟ್ಟು –

ಇನಸುತನಿರವಂ ದುಶ್ಶಾ
ಸನನಿರವಂ ಕಂಡುಮಿನ್ನುಮೆನ್ನಸುವಿದು ನೆ ।
ಟ್ಟನೆ ಪೋದುದಿಲ್ಲ ಕಲ್ಲೆರ್ದೆ
ತನದಿಂದೆನ್ನಂತು ಬರ್ದನಾವನುಮೊಳನೇ ॥ ೨೮ ॥

ಬರ್ದನ್ = ಬದುಕಿರುವ ; ಆವನುಮ್ + ಒಳನೆ = ಯಾರಾದರು ಇರುವನೆ

ಕರ್ಣನ ಈ ಸ್ಥಿತಿಯನ್ನು, ದುಶ್ಶಾಸನನ ಇರವನ್ನು ಕಂಡೂ ನನ್ನ ಪ್ರಾಣ ಇನ್ನೂ ಹೋಗಿಲ್ಲ ಅಂದ ಮೇಲೆ ಕಲ್ಲಿನಂತೆ ಕಟು ಮನಸ್ಸಿನವನಾಗಿ ಬದುಕಿರುವವರು ಬೇರಾರಾದರೂ ಇರುವರೇ ನನ್ನ ಹೊರತಾಗಿ?

ವಚನ : ಎಂದು ತನ್ನಂತಾನೇ ನಿಂದಿಸಿಕೊಂಡು –

ಎನ್ನುತ್ತಾ ತನ್ನನ್ನು ತಾನೇ ನಿಂದನೆಯನ್ನು ಮಾಡಿಕೊಳ್ಳುತ್ತಾ –

ಸೂನುಗಳಟಿವಂ ಪ್ರಿಯಮಿ
ತ್ರಾನುಜರಟಿವಂ ವಿಧಾತ್ರ! ನೀಂ ಕಾಣಿಸಿ ಮುಂ ।
ದೇನಂ ಕಾಣಸಲಿರ್ದಪೆ
ನೀನೆನ್ನಂ ಪಾಪಕರ್ಮನಂ ನಿರ್ಗುಣನಂ ॥ ೨೯ ॥

ಸೂನುಗಳ = ಮಕ್ಕಳ ; ಅಟಿವು = ಮರಣ ; ವಿಧಾತ್ರ = ವಿಧಿಯೇ

ಮಕ್ಕಳ ಮರಣವನ್ನು, ಪ್ರಿಯ ಮಿತ್ರ – ತಮ್ಮಂದಿರ ಸಾವನ್ನು ನನಗೆ ಕಾಣುವಂತೆ ಮಾಡಿ ಎಲೈ ವಿಧಿಯೇ ಇನ್ನು ಮುಂದೆ ಇನ್ನೇನನ್ನು ನನಗ ಕಾಣಿಸಲಿರುವೆ ನನ್ನಂತಹ ಪಾಪಿಷ್ಟನಿಗೆ ನಿರ್ಗುಣನಾದವನಿಗೆ ಇಂತಹ ಘೋರ ಶಿಕ್ಷೆಯೇ?

ವಚನ : ಎಂದು ವಿಧಾತ್ರಂಗೆ ಪಲುಂಬಿ ರಾಧಾನಂದನನ ಮೊಗಮಂ ನೋಡಿ ಸಂಜಯನನಿಂತೆಂದಂ –

ಪಲುಂಬಿ = ಹಲುಬಿ (ಮೊರೆಯಿಟ್ಟು) ; ರಾಧಾನಂದನ = ರಾಧೆಯ ಮಗ ಕರ್ಣ

ಎನ್ನುತ್ತಾ ಆ ವಿಧಿಗೆ – ಅವನ ಆಟಕ್ಕೆ ಹಲುಬುತ್ತಾ ರಾಧಾತನಯನಾದ ಕರ್ಣನ ಮುಖವನ್ನು ನೋಡಿ ಸಂಜಯನಿಗೆ ಹೀಗೆ ಹೇಳಿದನು.

ಆರೊಡನೆ ನುಡಿವೆನಟ್ಟಿಯೊ
ಳಾರೊಡನೋಲಗದೊಳಿರ್ಪೆನಾರೊಡನೆ ಸಮಂ ।
ತಾರೋಗಿಪೆನೇಱುವೆನಾ
ನಾರೊಡನೆನ್ನಣುಗರಿಗಿಲ್ಲದಿಭವಾಜಿಗಳಂ ॥ ೩೦ ॥

ಅಟ್ಟಿ = ಪ್ರೀತಿ ; ಸಮಂತು + ಆರೋಗಿಪೆನ್ = ಸುಖಭೋಜನ ಮಾಡಲಿ ; ಇಭ + ವಾಜಿ = ಆನೆ ಕುದುರೆ ; ಅಣುಗರ್ = ಆಪ್ತರು

ನಾನು ಯಾರೊಡನೆ ಮಾತನಾಡಲಿ, ಯಾರೊಡನೆ ಪ್ರೀತಿಯಿಂದ ಒಡ್ಡೋಲಗದಲ್ಲಿರಲಿ ಇನ್ನಾರೊಡನೆ ಕುಳಿತು ಸುಖಭೋಜನ ಮಾಡಲಿ, ಇನ್ನಾವ ಆಪ್ತರೊಡನೆ ಆನೆ ಕುದುರೆಗಳನ್ನು ಏರಿ ಸವಾರಿ ಮಾಡಲಿ – ಜೀವಗೆಳೆಯನಾದ ಕರ್ಣನಿಲ್ಲದ ಮೇಲೆ ಇದೆಲ್ಲ ಯಾಕೆ ಬೇಕು ಹೇಳು ಸಂಜಯಾ?

ಕೆಳೆಯಂಗಾಯ್ತಸುಮೋಕ್ಷಮಾಗದೆನಗಂ ಬಾಷ್ಪಾಂಬುಮೋಕ್ಷಂ ಧರಾ
ತಳಮಂ ಕೊಟ್ಟನಿವಂ ಜಳಾಂಜಳಿಯುಮಂ ನಾಂ ಕೊಟ್ಟೆನಿಲ್ಲನ್ಯಮಂ ।
ಡಳಮಂ ಸುಟ್ಟನಿವಂ ಪ್ರತಾಪ ಶಿಖಿಯಿಂದಾನೀತನಂ ಸತ್ಕ್ರಿಯಾ
ನಲನಿಂ ಸುಟ್ಟೆನುಮಿಲ್ಲ ಮತ್ಪ್ರಿಯತಮಂ ಕರ್ಣಂಗಿದೇಂ ಕೂರ್ತೆನೋ ॥ ೩೧ ॥

ಕೆಳೆಯ = ಗೆಳೆಯ, ಸಖ ; ಅಸುಮೋಕ್ಷ = ಪ್ರಾಣ ವಿಸರ್ಜನೆ ; ಬಾಷ್ಪಾಂಬು ಮೋಕ್ಷ = ಕಂಬನಿಯ ವಿಸರ್ಜನೆ ; ಜಳಾಂಜಳಿ = ಜಲತರ್ಪಣ ; ಅನ್ಯಮಂಡಳ = ಶತ್ರುಗಳ ರಾಜ್ಯ (ಪಾಳಯ) ; ಪ್ರತಾಪಶಿಖಿ = ಕೋಪಾಗ್ನಿ ; ಸತ್ಕ್ರಿಯಾ + ಅನಲ = ಸಂಸ್ಕಾರ ಅಗ್ನಿ ; ಕೂರ್ತೆನೊ = ಪ್ರೀತಿ ತೋರಿಕೆ

ಸ್ನೇಹಿತನಾದ ಕರ್ಣನು ನನಗೋಸ್ಕರ ತನ್ನ ಪ್ರಾಣವನ್ನೆ ತೆತ್ತ. ಆದರೆ ನಾನಾದರೊ ಇವನಿಗಾಗಿ ಕಣ್ಣೀರನ್ನೂ ಸುರಿಸಲಿಲ್ಲ. ತನ್ನದಾಗಬೇಕಾಗಿದ್ದ ಇಡೀ ಭೂಮಂಡಲವನ್ನೇ ನನಗರ್ಪಿಸಿದ ನಾನು ಇವನಿಗೆ ಜಲ ತರ್ಪಣವನ್ನೂ ನೀಡಲಿಲ್ಲ. ತನ್ನ ಕೋಪವೆಂಬ ಬೆಂಕಿಯಿಂದ ಶತ್ರುಗಳ ಪಾಳಯವನ್ನೇ ಧ್ವಂಸ ಮಾಡಿದ ನಾನಾದರೋ ಇವನ ದೇಹಕ್ಕೆ ವಿಧಿವತ್ತಾಗಿ ಅಗ್ನಿ ಸಂಸ್ಕಾರವನ್ನೂ ಮಾಡಲಿಲ್ಲ. ನನ್ನ ಪ್ರಿಯ ಸಖನಾದ ಕರ್ಣನಿಗೆ ನಾನೇನು ಕೊಟ್ಟೆ, ಇದೆಂತಹ ಪ್ರೀತಿ ತೋರಿಸಿದೆ, ಅಲ್ಲವೇ ಸಂಜಯಾ?

ವಚನ: ಎಂಬುದುಂ ದೇವಾ! ನೀವಿಂತೇಕೆ ಪಟಿಯಿಸುವಿರೆಂದು ಸಂಜಯನಿಂತೆಂದಂ –

ಪಟಿಯಿಸು = ಪ್ರಲಾಪಿಸು, ದುಃಖಿಸು

ಎಂದು ಹೇಳಿದಾಗ ಸಂಜಯನು ಸ್ವಾಮೀ ನೀವು ಹೀಗೇಕೆ ದುಃಖಿಸುವಿರಿ ಎಂದು ಹೇಳಿ –

ಜಲದಾನಕ್ರಿಯೆಯಂ ವಾ
ಗ್ಜಲದಿಂ ಕೋಪಾಗ್ನಿಯಿಂದೆ ದಹನಕ್ರಿಯೆಯಂ ।
ಕೆಳೆಯಂಗೆ ಮಾಡಿದೈ ಕುರು
ಕುಲದರ್ಪಣ ಮಱಿವುದಿನ್ನಹರ್ಪತಿಸುತನಂ ॥ ೩೨ ॥

ಜಲದಾನಕ್ರಿಯೆ = ಜಲಾಂಜಲಿ (ತರ್ಪಣ) ; ವಾಕ್ + ಜಲ = ಮಾತಿನಧಾರೆ ; ಕುರುಕುಲ ದರ್ಪಣ = ಕುರುಕುಲದ ಕನ್ನಡಿ ; ಅಹರ್ಪತಿ = ಸೂರ್ಯ

ಕುರುವಂಶಕ್ಕೇ ಕನ್ನಡಿಯೋಪಾದಿಯಲ್ಲಿರುವ ಸುಯೋಧನಾ ನೀನು ಮಾಡಬೇಕಾದ ಕಾರ್ಯವನ್ನು ಮಾಡಿರುವೆ. ಜಲತರ್ಪಣವನ್ನು ನಿನ್ನ ಮಾತಿನ ಧಾರೆಯಿಂದಲೂ ದಹನ ಸಂಸ್ಕಾರವನ್ನು ನಿನ್ನ ಕೋಪವೆಂಬ ಬೆಂಕಿಯಿಂದಲೂ ಮಾಡಿರುವೆ. ಹಾಗಾಗಿ ಈ ಕರ್ಣನ ಬಗ್ಗೆ ದುಃಖಿಸಬೇಡ. ಅವನನ್ನು ಮರೆಯುವುದೇ ನಿನಗುಳಿದಿರುವ ಮಾರ್ಗ.

ಪೆಂಡಿರ್ಪಲಿಯಿಸುವಂದದೆ
ಗಂಡರ್ಪಲಿಯಿಸುವುದಾಯಮೋ ಛಲಮಂ ಕೈ ।
ಕೊಂಡೆಸೆಪರಾರೊ ಕುರುಕುಲ
ಮಂಡನ ನೀನೆತ್ತಿಕೊಂಡ ಛಲಮನೆ ಮಱಿಯಾ ॥ ೩೩ ॥

ಪಲಿಯಿಸು = ಪ್ರಲಾಪಿಸು ; ಗಂಡರ್ = ಪುರುಷರು ; ಆಯಮಂ = ಶೌರ್ಯವನ್ನು ; ಛಲಮಂ = ಹಟವನ್ನು ; ಎಸೆಪರ್ = ಮಾಡುವವರು ; ಮಂಡನ = ಭೂಷಣ, ತಿಲಕ

ಇದೇನು ಕುರುಕುಲಭೂಷಣಾ! ಹೆಂಗಸರು ಅಳುವಂತೆ ಪುರುಷರೂ ಅಳುವುದಕ್ಕೆ ಆರಂಭಿಸಿದರೆ, ಹಿಡಿದ ಹಟವನ್ನೂ ಶೂರತ್ವವನ್ನೂ ತೋರಿಸುವವರ್ಯಾರು? ಹಾಗಾಗಿ ಕೌರವೇಶ್ವರ ಪರಾಕ್ರಮಶಾಲಿಯಾದ ನೀನು ನಿನ್ನ ಹಟವನ್ನು ಬಿಡಬೇಡ ಸಾಧಿಸು ನಡೆ ಎನ್ನುತ್ತಾನೆ ಸಂಜಯ.

ವಚನ : ಎಂದು ಸಂಜಯಂ ನುಡಿದ ನುಡಿಯನವಧಾರಿಸಿ –

ಹೀಗೆ ಹೇಳಿದ ಸಂಜಯನ ಮಾತನ್ನ ಕಿವಿಗೊಟ್ಟು ಕೇಳಿ –

ದರ ಹಾಸ ಪೇಶಲಂ ದಿ
ಕ್ಕರಿಗಮನಂ ಕನಕಪರ್ವತಪ್ರಾಂಶು ದಿನೇ ।
ಶ್ವರಸುತನ ರೂಪು ಚಿತ್ರಂ
ಬರೆದಂತಿರ್ಪುದು ಚಿತ್ತಭಿತ್ತಿಯೊಳೆನ್ನಾ ॥ ೩೪ ॥

ದರಹಾಸ = ಮುಗುಳುನಗೆ ; ಪೇಶಲಂ = ಮನೋಹರ ; ದಿಕ್ಕರಿ = ದಿಗ್ಗಜ ; ಕನಕಪರ್ವತ ಪ್ರಾಂಶು, ಮೇರು ಪರ್ವತದಂತೆ ಉನ್ನತವಾದ ; ದಿನೇಶ್ವರ = ಸೂರ್ಯ

ಸಂಜಯನನ್ನು ಕುರಿತು – ಸಂಜಯಾ ಮುಗುಳು ನಗೆಯಿಂದ ಕೂಡಿದವನೂ, ಮನೋಹರನೂ, ದಿಗ್ಗಜದಂತೆ ಗಂಭೀರವಾದ ನಡಿಗೆಯುಳ್ಳವನೂ, ಮೇರು ಪರ್ವತದಂತೆ ಉನ್ನತವಾದ ದೇಹವುಳ್ಳವನೂ ಆದ ಆ ಸೂರ್ಯಪುತ್ರ ಕರ್ಣನ ಚಿತ್ರ ನನ್ನ ಮನಸ್ಸಿನಲ್ಲಿ ಅಚ್ಚೊತ್ತಿದಂತಿರುವಾಗ ಅವನನ್ನು ಹೇಗೆ ಮರೆಯಲಿ? (ಇಲ್ಲಿ ಕವಿ ಕರ್ಣನ ರೂಪವನ್ನ ಸುಂದರವಾಗಿ ವರ್ಣಿಸಿದ್ದಾನೆ.)

ಗುರುದೀಕ್ಷಾವಿಧಿಗಳ್ಗೆ ಮಂತ್ರಿ ಹಿತಕಾರ್ಯಾಳೋಚನಕ್ಕಾಳ್ದನು
ರ್ವರೆಯಂ ಕಾವಗುಣಕ್ಕೆ ನರ್ಮಸಚಿವಂ ಕ್ರೀಡಾರಸಕ್ಕಾನೆಯಾಳ್ ।
ಗುರು ಭಾರಕ್ಕಿಱಿವಾಳ್ ರಣಕ್ಕೆ ತುಱಿಲಾಳ್ಕಟ್ಟಾಯದೊಳ್ಮೇಳದಾಳ್
ಪರಿಹಾಸಕ್ಕೆನಿಸಿರ್ದನೆಂತು ಮಱೆವಂ ದುರ್ಯೋಧನಂ ಕರ್ಣನಂ ॥ ೩೫ ॥

ದೀಕ್ಷಾವಿಧಿಗಳ್ = ಯಜ್ಞಯಾಗಾದಿಗಳನ್ನು ಮಾಡುವಾಗ ವಹಿಸುವ ದೀಕ್ಷೆ ; ನರ್ಮಸಚಿವ = ಆಪ್ತ ಮಂತ್ರಿ ; ಉರ್ವರೆ = ಭೂಮಿ ; ಆಳ್ದನ್ = ಒಡೆಯನು ; ಆನೆಯಾಳ್ = ಆನೆಯಂಥ ಸೇವಕ ; ಇಱಿವಾಳ್ = ಯೋಧ ; ತುಱಿಲಾಳ್ = ಪರಾಕ್ರಮಿ ; ಕಟ್ಟಾಯ = ಅತಿಶಯವಾದ ಸಾಮರ್ಥ್ಯ ; ಮೇಳದಾಳ್ = ಒಡನಾಡಿ

ದೀಕ್ಷೆವಹಿಸಿ ಯಜ್ಞಯಾಗಾದಿಗಳನ್ನು ಮಾಡುವಾಗ ಗುರುವಿನಂತೆ, ಒಳ್ಳೆಯ ಕೆಲಸಗಳನ್ನು ಮಾಡಲು ಯೋಚಿಸುವಾಗ ಮಂತ್ರಿಯಂತೆ ; ಭೂಮಿಯನ್ನು ರಕ್ಷಿಸಲು ಮುಂದಾದಾಗ ಒಡೆಯ, ರತಿವಿಲಾಸಗಳಲ್ಲಿ ತೊಡಗುವಾಗ ಆಪ್ತ (ರಹಸ್ಯ) ಸಚಿವ, ಮಹತ್ಕಾರ್ಯಗಳನ್ನು ಮಾಡುವಾಗ ಆನೆಯಂತೆ ಸೇವಕ, ಯುದ್ಧ ಮಾಡುವಾಗ ಮಹಾ ಪರಾಕ್ರಮಿಯಾದ ಯೋಧನಂತೆ, ವಿನೋದ–ಪರಿಹಾಸಗಳಲ್ಲಿ ಒಡನಾಡಿಯಾಗಿದ್ದ ಕರ್ಣನನ್ನು ಈ ದುರ್ಯೋಧನ ಹೇಗೆ ಮರೆಯಲು ಸಾಧ್ಯ ಹೇಳು ಸಂಜಯಾ!

ದಿವಿಜ ತನಯಂಗೆ ಮುಖ್ಯಂ
ರವಿಜಂ(ಜಯಗೆಂ)ದಾದನೆನಗೆ ಕಣ್ಣೊಳ್ಕಾಣಂ ।
ಕಿವಿಯೊಳ್ಕೇಳಂ ಕಾಣ್ಬಂ
ದವೆಂತು ಕೇಳ್ವಂದಮೆಂತು ತಲೆಯಿಲ್ಲದರಂ ॥ ೩೬ ॥

ದಿವಿಜ ತನಯ = ಇಂದ್ರಪುತ್ರ ಅರ್ಜುನ ; ರವಿಜಂ = ಕರ್ಣನು

ಇಂದ್ರ ಪುತ್ರನಾದ ಅರ್ಜುನನಿಗೆ ಪ್ರತಿಸ್ಪರ್ಧಿಯಾಗಿ ಹೋರಾಡಿ ಜಯವನ್ನು ಪಡೆಯಬೇಕಾದ ಕರ್ಣನು ಇಂದು ನನ್ನನ್ನು ಕಣ್ಣೆತ್ತಿಯೂ ನೋಡುತ್ತಿಲ್ಲ. ನನ್ನ ಮಾತುಗಳನ್ನೂ ಸಹ ಕೇಳಿಸಿಕೊಳ್ಳುತ್ತಿಲ್ಲ. ಇದೇಕೆ ಹೀಗೆ ಎಂದು ತಿಳಿಯಿತು ಬಿಡು. ಶಿರವನ್ನು ಛೇದಿಸಲ್ಪಟ್ಟವನು ಕಾಣುವುದಾದರೂ ಹೇಗೆ?

ವಚನ : ಎಂದು ಶೋಕಾಂಧಂ ಕರ್ಣವಿರಹಿತನಪ್ಪುದಱಿಂ ಸಕ್ರಂದನನಂದನಂಗೆ ಮುಳಿದು –

ಶೋಕಾಂಧ = ದುಃಖದಿಂದ ಕುರುಡ ; ವಿರಹಿತ = ಕಳೆದುಕೊಂಡ ; ಸಕ್ರಂದನ = ಇಂದ್ರ ; ಮುಳಿದು = ಕೋಪಿಸಿಕೊಂಡು

ಎನ್ನುತ್ತಾ ದುಃಖದಿಂದ ಕುರುಡನಾದ ದುರ್ಯೋಧನ ಕರ್ಣನನ್ನು ಕಳೆದುಕೊಂಡವನಾಗಿ ಅರ್ಜುನನ ಮೇಲೆ ಕೋಪಗೊಂಡು –

ತರಣಿಯ ತನಯನ ನೆನೆದಾ
ಸ್ಮರಣದೆ ಕೈಗಣ್ಮುವೆನ್ನ ಶೋಕಮಹಾಸಾ ।
ಗರಮಂ ತವೆ ಪೀರ್ದುದು ಭೀ
ಕರ ಮತ್ಕೋಪಾಗ್ನಿ ಬಾಡಬಾಗ್ನಿಯ ತೆಱದಿಂ ॥ ೩೭ ॥

ತರಣಿ = ಸೂರ್ಯ ; ಕೈಗೆ + ಅಣ್ಮು = ಕೈಮೀರಿ (ಉಕ್ಕೇರುವ) ; ಬಡಬಾಗ್ನಿ = ವಡ ಬಾನಲ (ವಡಬ + ಅನಲ) = ಸಮುದ್ರದೊಳಗಿನ ಬೆಂಕಿ

ಸೂರ್ಯ ಪುತ್ರ ಕರ್ಣನನ್ನು ನೆನೆದಾಕ್ಷಣ ಅವನ ನೆನಪಿನಿಂದ ನನ್ನ ಶೋಕವೆಂಬ ಕಡಲು ಉಕ್ಕೇರುತ್ತದೆ. ಆದರೆ ನನ್ನ ಕೋಪಾಗ್ನಿಯನ್ನು ಸಮುದ್ರದೊಳಗಿರುವ ಅಗ್ನಿಯಂತೆ ಹೀರಿಬಿಟ್ಟಿತು ಸಂಜಯಾ.

ವಚನ : ಎಂದು ಶೋಕರಸಮಂ ಕ್ರೋಧರಸದ ಮೇಲಿಕ್ಕಿ ಮಾರ್ಪಡೆಯೆಯ್ತರ್ಪುದಂ ನೋಡಿ ನಡೆವ ದಂದಶೂಕಪತಾಕನ ಗೆಲ್ಲದ ಮುಳಿಸಿನಂದಮನಱಿದು ಸಂಜಯನೆಂದನೆಲೆ ದೇವಾ! ಭೀಷ್ಮರಿತ್ತಲಿರ್ದಪರಿತ್ತ ಬಿಜಯಂಗೆಯ್ಯಿಂ । ನಿಜಗುರುಜನ ಪ್ರಾರ್ಥನಾ ಭಂಗಮಂ ಮಾಡಲಾಗದು । ಇಂ ನೀಂ ನೆಗೞ್ವ ಕಜ್ಜಮಾವುದಮಂ ನಿಮ್ಮಜ್ಜನೊಳಾಳೋಚಿಸಿ ನೆಗೞ್ವುದೆನೆ ಪೇೞ್ವುದುಂ । ನಿಜಗುರುಜನಪ್ರಾರ್ಥನಾಭಂಗಮಂ ಮಾಡದೆ ಸಂಜಯನ ಮಾತಂ ಮೀಱದೆ ಶರಶಯನಗತನಾಗಿರ್ಪ ನದೀನಂದನನ ಚರಣಾರವಿಂದ ವಂದನಂಗೆಯ್ಯಲೆಂದು ಗಾಂಧಾರಿಯ ನಂದನನೆಯ್ದೆವಂದು ಗಂಗಾನದೀ ನಂದನನಂ ಕಂಡು –

ಮೇಲಿಕ್ಕಿ = ಮೇಲೆ ಹಾಕಿ ; ಮಾರ್ಪಡೆ + ಎಯ್ತರ್ಪುದಂ = ಬದಲಾಗಿ ಬರುತ್ತಿರುವುದು ; ದಂದಶೂಕ ಪತಾಕ = ಸರ್ಪಧ್ವಜನಾದ ದುರ್ಯೋಧನ ; ಎಯ್ದೆವಂದು = ಹತ್ತಿರ ಬಂದು

ಎನ್ನುತ್ತಾ ತನ್ನ ಶೋಕರಸವನ್ನು ಕ್ರೋಧರಸದ ಮೇಲೆ ಹಾಕಿ ಅಂದರೆ ಶೋಕವು ಕ್ರೋಧವಾಗಿ ಮಾರ್ಪಟ್ಟು ನಡೆಯುವ ಪನ್ನಗ ಪತಾಕನ ಗೆಲ್ಲಲಾರದ ಕೋಪದ ರೀತಿಯನ್ನು ಅರಿತ ಸಂಜಯ ಹೇಳಿದ ಸ್ವಾಮಿ, ಭೀಷ್ಮಾಚಾರ್ಯರು ಈ ಕಡೆ ಇದ್ದಾರೆ ಬನ್ನಿ. ನಿಮ್ಮ ಮಾತಾಪಿತೃಗಳ ಇಚ್ಛೆಯನ್ನು ನಿರಾಶೆಗೊಳಿಸಬಾರದು. ಇನ್ನು ಮುಂದಿನ ಕಾರ್ಯವೇನೆಂದು ನಿಮ್ಮ ಅಜ್ಜನೊಡನೆ ಸಮಾಲೋಚಿಸಿ, ಅದರಂತೆ ನಡೆಯಿರಿ ಎಂಬ ಮಾತನ್ನು ಕೇಳಿದ ದುರ್ಯೋಧನ ತನ್ನ ತಂದೆ ತಾಯಿಯರ ಆಶೆಗೆ ಮಣ್ಣೆರಚದೆ ಸಂಜಯನ ಮಾತನ್ನೂ ಮೀರಲಾಗದೆ ಬಾಣದ ಹಾಸಿಗೆಯಲ್ಲಿ ಮಲಗಿರುವ ಗಂಗಾನದೀ ಮಗನ ಬಳಿಗೆ ಬಂದನು ಗಾಂಧಾರೀ ನಂದನನಾದ ದುರ್ಯೋಧನ – ಅಲ್ಲಿ ಭೀಷ್ಮರನ್ನು ಕಂಡು –

ನರಶರಕೋಟಿ ಜರ್ಜರಿಸೆ ತನ್ನ ಶರೀರಮನಸ್ತ್ರವೇದನಾ
ಪರವಶನಾಗಿಯುಂ ಮಱೆದನಿಲ್ಲ ಮುಕುಂದನನೇಕ ಚಿತ್ತದಿಂ ।
ಸ್ಮರಿಯಿಸುತಿರ್ದನಿತ್ತ ಕುರು ಭೂಪತಿಗೀಗಳಿದಿಂತುಟಾದುದೇ!
ಕುರುಪತಿಗೆಂದನಾ ಪರಮಯೋಗಿಗಮಿಂತುಟು ಮೋಹಮಾಗದೇ ॥ ೩೮ ॥

ನರಶರ ಕೋಟಿ = ಅರ್ಜುನನ ಅಪರಿಮಿತ ಬಾಣಗಳು ; ಜರ್ಜರಿಸೆ = ನಜ್ಜುಗುಜ್ಜಾಗಿ ; ಅರಿಭೂಪರಿಂ = ಶತ್ರುರಾಜರಾದ ಪಾಂಡವರು

ಅರ್ಜುನನು ಬಿಟ್ಟ ಬಾಣಗಳು ದೇಹಕ್ಕೆ ನಾಟಿಕೊಂಡು ನಜ್ಜುಗುಜ್ಜು ಮಾಡಿದರೂ ಅದರಿಂದಾದ ವೇದನೆಯನ್ನು ಸಹಿಸಿಕೊಂಡು ಭೀಷ್ಮರು ಆ ಕೃಷ್ಣನ ಸ್ಮರಣೆಯನ್ನು ಮರೆಯದೆ ಒಂದೇ ಮನಸ್ಸಿನಿಂದ ಧ್ಯಾನಿಸುತ್ತಿದ್ದರು. ಇಂತಹ ಸ್ಥಿತಿಯಲ್ಲಿದ್ದರೂ ಅತ್ತ ಕುರುಕ್ಷೇತ್ರದಲ್ಲಿ ದುರ್ಯೋಧನನ ಪರಿಸ್ಥಿತಿ ಏನಾಗಿರುವುದೋ ಪಾಂಡವರಿಂದ ಅವನಿಗೆ ಎಂತಹ ವಿಪತ್ತು ಬಂದಿರುವುದೋ ಎಂದು ತನ್ನಷ್ಟಕ್ಕೇ ಅಂದುಕೊಳ್ಳುತ್ತಿದ್ದರು. ಎಂತಹ ಪರಮಯೋಗಿಗೂ ಈ ರೀತಿಯ ವ್ಯಾಮೋಹ ಇರುವುದೇ? ಎಂದು ಆಶ್ಚರ್ಯವಾಗದಿರದು. ಆದರೆ ವ್ಯಾಮೋಹವೆಂಬುದು ಯಾರನ್ನೂ ಬಿಡುವುದಿಲ್ಲ ಎನ್ನುವುದಕ್ಕೆ ಇದೊಂದು ಉದಾಹರಣೆಯಷ್ಟೇ!

ಕವಲಂಬಾ ತಲೆಗಿಂಬೆನೆ
ಕವುಳುಡೆ ಶರಮಂಚವೆರಸದಂತಿಯ ಹಾಸಂ ।
ಬಿವು ಬಾಣಂ ಬಿಡದೆಸೆದಿರೆ
ದಿವಿಜನದೀಸೂನು ಶಸ್ತ್ರಶಯನದೊಳಿರ್ದಂ ॥ ೩೯ ॥

ಕವಲ್ + ಅಂಬು = ಕವಲಾಗಿರುವ ಬಾಣ ; ತಲೆಗಿಂಬು = ತಲೆಗೆ ಆಧಾರ ; ಕವುಳುಡೆ = ತಲೆ ದಿಂಬು ; ಶರ = ಹುಲ್ಲು ಎಂಬ ಅರ್ಥವೂ ಇದೆ

ಕವಲಾಗಿರುವ ಬಾಣಗಳೇ ತಲೆ ದಿಂಬಾಗಿರಲು, ಬಾಣಗಳ ಸಮೂಹದ ಹಾಸಿಗೆಯೇ ಹುಲ್ಲಿನ ಹಾಸಿಗೆಯಂತಿರಲು, ಆ ಗಂಗಾನದಿಯ ಮಗನು ಬಾಣಗಳ ಹಾಸಿಗೆಯಲ್ಲಿ ಮಲಗಿದ್ದನು.

ವಚನ : ಅಂತಿರ್ದ ನದೀನಂದನನಂ ಕಂಡು ರಾಜರಾಜಂ ನೋಡಿ ಮನ್ಯೂದ್ಗತ ಕಂಠನಾಗಿ –

ಅಂತಿರ್ದ = ಹಾಗೆ ಮಲಗಿದ್ದ ; ರಾಜರಾಜಂ = ಚಕ್ರೇಶ್ವರ (ರಾಜರಿಗೆ ರಾಜ) ; ಮನ್ಯೂದ್ಗತ = ಉಕ್ಕಿ ಬರುವ ದುಃಖ (ಗದ್ಗದಿತ)

ಹೀಗೆ ಮಲಗಿದ್ದ ಭೀಷ್ಮರನ್ನು ಚಕ್ರೇಶ್ವರನಾದ ದುರ್ಯೋಧನನು ನೋಡಿ ಅತೀವ ದುಃಖದಿಂದ ಗದ್ಗದ ಕಂಠನಾಗಿ

ವಿನಯಮನೊಕ್ಕು ನಿಮ್ಮ ಗುರುವೃದ್ಧರ ಪೇಳ್ದ ಹಿತೋಪದೇಶಮಂ
ಮನದೊಳವಜ್ಞೆಗೆಯ್ದನಿಲನಂದನ ವೈರದೆ ನಿಮ್ಮನಿಂದ್ರನಂ ।
ದನನೊಡನಾನೆ ಕಾದಿಸಿದೆನಾನೆ ಕಡಂಗಿದೆನೆನ್ನ ಪಾಪಕ
ರ್ಮನಕತದಿಂದಮೀ ನಿಮಗಮೀಯಿರವಾದುದೆ ಸಿಂಧುನಂದನಾ ॥ ೪೦ ॥

ವಿನಯಮನ್ + ಒಕ್ಕು = ನಮ್ರತೆಯನ್ನು ಮೀರಿ ; ಅವಜ್ಞೆ = ತಿರಸ್ಕಾರ ; ಕಡಂಗಿದೆನ್ = ಆತುರ ಪಡಿಸಿದೆ ; ಕತ = ನೆವ ; ಸಿಂಧು ನಂದನ = ಭೀಷ್ಮ

ತಾತಾ ನಾನು ವಿನಯವನ್ನು ಮೀರಿ ಗುರುಹಿರಿಯರೆನಿಸಿದ ನಿಮ್ಮ ಮಾತಿಗೆ – ಉಪದೇಶಕ್ಕೆ ಕಿವಿಗೊಡದೆ ಅದನ್ನು ಕಡೆಗಣಿಸಿ ಭೀಮನ ಮೇಲಿನ ವೈರದಿಂದ ನೀವು ಅರ್ಜುನನೊಡನೆ ಕಾದಾಡುವಂತೆ ನಾನೇ ಮಾಡಿದೆ. ನಾನೇ ಪ್ರೇರೇಪಿಸಿದೆ. ಪಾಪಿಷ್ಟನಾದ ನನ್ನ ದೆಸೆಯಿಂದ ಹಿರಿಯರಾದ ನಿಮಗಿಂದು ಈ ದುರವಸ್ಥೆ ಉಂಟಾಯಿತೇ ಎಂದು ಹಲುಬುತ್ತಾನೆ ದುರ್ಯೋಧನ.

ವಚನ : ಎಂದು ಪಶ್ಚಾತ್ತಾಪಂಗೆಯ್ಯುತುಂ ಮುಂಬರ್ಪ ತನ್ನ ಮೊಮ್ಮನ ಕಾಲ ಸೊಪ್ಪುಳಂ ಕೇಳ್ದು ವಿಕಚಧವಳಕುವಲಯವಿಲಾಸೋಪವಾಸಿತಂಗಳುಂ ಕರ್ಣಾಂತ ವಿಶ್ರಾಂತಗಳುಮಪ್ಪ ತನ್ನ ಕಣ್ಗಳನರೆದೆಱೆದು ದರನಿಮೀಲಿತ ಲೋಚನ ಕಮಲಾಕರಮಿರ್ಪಂತೆಯಿರ್ದ ಶಂತನುತನೂಜನ ಕರ್ಣಾಭ್ಯರ್ಣಮಂ ಪೊರ್ದಿ ಸಂಜಯನೆಂದಂ – ಅಜ್ಜಾ! ನಿಮ್ಮ ಮೊಮ್ಮನಪ್ಪ ಕುರುಕುಲಗಗನಗಭಸ್ತಿಮಾಲಿ ಬಾಹುಶಾಲಿ ದುರ್ಯೋಧನಂ ಬಂದನೆಂದು ಬಿನ್ನಪಂಗೆಯ್ಯೆ ಯೋಗಿ ಯೋಗಾಭಿಯೋಗಮನುಪ ಸಂಹರಿಸಿ ತನ್ನ ಚರಣೋಪಾಂಗೋತ್ತಮಾಂಗನಾಗಿರ್ದ ಪನ್ನಗ ಪತಾಕನಂ ಕುರುಕುಲೋತ್ತಂಸನಂ ಪರಮಾನಂದದಿಂ ಭೀಷ್ಮರಾಶೀರ್ವಚನ ಸಹಸ್ರಂಗಳಿಂ ಪರಸಿ ದಿಕ್ಕರಿಕರಾನುಕಾರಿಗಳಪ್ಪ ನಿಜಭುಜಾದಂಡಂಗಳಿಂದೆ ತೆಗೆದಪ್ಪಿ ಬಾಷ್ಪಾಂಬುಪೂರಿತಲೋಚನನಾಗಿ –

ಮೊಮ್ಮ = ಮೊಮ್ಮಗ ; ಸೊಪ್ಪುಳ = ಶಬ್ದ (ಸಪ್ಪುಳ) ; ವಿಕಚ = ಅರಳಿದ ; ಧವಳ = ಬಿಳಿ ; ಕುವಲಯ = ನೈದಿಲೆ ; ವಿಲಾಸೋಪವಾಸಿತ = ವಿಲಾಸವನ್ನು ಉಪಹಾಸ ಮಾಡುವುದು ; ಕರ್ಣಾಂತ = ಕಿವಿಯತನಕ ; ವಿಶ್ರಾಂತಗಳುಮ್ + ಅಪ್ಪ = ಚಾಚಿರುವ ; ದರನಿಮೀಲಿತ = ಅರೆ ಮುಚ್ಚಿದ ; ಲೋಚನ = ಕಣ್ಣು ; ಕರ್ಣಾಭ್ಯರ್ಣ = ಕಿವಿಯ ಸಮೀಪ ; ಗಭಸ್ತಿಮಾಲಿ = ಸೂರ್ಯ ; ಪೊರ್ದಿ = ಬಂದು ; ಚರಣೋಪಾಂಗ + ಉತ್ತಮಾಂಗನ್ + ಆಗಿರ್ದ = ಪಾದಗಳ ಬಳಿಯಲ್ಲಿ ಶಿರಸ್ಸುಳ್ಳವನಾಗಿದ್ದ ; ದಿಕ್ಕರಿಕರ = ಆನೆಯ ಸೊಂಡಿಲು ; ಅನುಕಾರಗಳಪ್ಪ = ಅನುಸರಿಸುವಂತಹ

ಹೀಗೆ ಪಶ್ಚಾತ್ತಾಪ ಪಡುತ್ತಾ ಮುಂದೆ ಬರುತ್ತಿರುವ ತನ್ನ ಮೊಮ್ಮಗನ ಕಾಲ ಸಪ್ಪುಳವನ್ನು ಕೇಳಿ ಅರಳಿದ ಬಿಳಿ ನೈದಿಲೆಯ ಎಸಳುಗಳಿಗಿಂತ ಸುಂದರವಾಗಿರುವ ಕಿವಿಯವರೆಗೆ ಚಾಚಿದ, ಅರೆ ಮುಚ್ಚಿದ ಕಣ್ಣೆಂಬ ಸರೋವರದಂತಿದ್ದ ಶಂತನುವಿನ ಮಗನಾದ ಭೀಷ್ಮರ ಕಿವಿಯ ಹತ್ತಿರ ಬಂದು ಸಂಜಯನು – ಅಜ್ಜ ನಿಮ್ಮ

ಮೊಮ್ಮಗನಾದ, ಕುರುಕುಲವೆಂಬ ಆಕಾಶಕ್ಕೆ ಸೂರ್ಯನಂತಿರುವ, ಮಹಾ ಬಲಶಾಲಿ ದುರ್ಯೋಧನನು ಬಂದಿರುವನು ಎಂದು ವಿನಂತಿಸಿಕೊಂಡಾಗ ತನ್ನ ಪಾದದ ಬಳಿ ಶಿರಸ್ಸನ್ನಿಟ್ಟು ನಮಸ್ಕಾರ ಮಾಡಿರುವ ಕುರುಕುಲಾಗ್ರೇಸರನನ್ನು ಅತ್ಯಂತ ಆನಂದದಿಂದ ಆಶೀರ್ವದಿಸಿ, ಹರಸಿ, ಆನೆಯ ಸೊಂಡಿಲಿನಂತಿರುವ ತನ್ನ ಬಾಹುಗಳಿಂದ ಅಪ್ಪಿಕೊಂಡು ಕಂಬನಿದುಂಬಿದ ಕಣ್ಣುಳ್ಳವನಾಗಿ –

ಧವಳ ಗಜೇಂದ್ರಮುಂ ಧವಳ ಚಾಮರಮುಂ ಧವಳಾತಪತ್ರಮುಂ
ಧವಳ ವಿಲೋಚನೋತ್ಪಲವಧೂಜನಮುಂ ಬೆರಸಷ್ಟದಿಕ್ತಟಂ ।
ಧವಳಿಸೆ ಕೀರ್ತಿಯಿಂ ಧವಳ ಮಂಗಳಗೇಯದಿನೊಪ್ಪಿ ಬರ್ಪ ಕೌ
ರವಧವಳಂಗೆ ದೇಸಿಗನೆ ಬರ್ಪವೊಲೊರ್ವನೆ ಬರ್ಪುದಾದುದೇ ॥ ೪೧ ॥

ಧವಳ ಗಜೇಂದ್ರ = ಬಿಳಿಯ ಪಟ್ಟದಾನೆ ; ಆತಪತ್ರ = ಬಿಳಿಯ ಕೊಡೆ (ಶ್ವೇತಚ್ಛತ್ರ) ; ಧವಳ ವಿಲೋಚನ = ಬಿಳಿಯ ನೈದಿಲೆಯ ಎಸಳು ; ಬೆರಸು = ಒಟ್ಟಾಗಿ ; ಧವಳಿಸಿ = ಶುಭ್ರವಾಗಲು ; ಧವಳ ಮಂಗಳ = ಮಂಗಳಗೀತೆ ; (ಧವಳ ಎಂಬುದು ಒಂದು ವಿಧದ ಹಾಡು ; ರಾಗವೂ ಕೂಡ) ; ದೇಸಿಗ = ನಿರ್ಗತಿಕ

ಐರಾವತದಂತೆ ಹೋಲುವ ಬಿಳಿಯ ಆನೆಯನ್ನು ಏರಿ, ಬಿಳಿಯ ಚಾಮರಗಳಿಂದ ಬೀಸಿಸಿಕೊಳ್ಳುತ್ತಾ, ಶ್ವೇತಚ್ಛತ್ರದ ನೆರಳಲ್ಲಿ ಬಿಳಿಯ ನೈದಿಲೆಯ ಎಸಳುಗಳಂತೆ ಕಣ್ಣುಗಳುಳ್ಳ ವಧೂಜನರೊಡಗೂಡಿ ತನ್ನ ಕೀರ್ತಿಯಿಂದ ಎಂಟು ದಿಕ್ಕುಗಳನ್ನೂ ಬೆಳಗಿಸುತ್ತಾ ಇಂಪಾದ ಮಂಗಳ ಗೀತೆಗಳನ್ನು ಕೇಳುತ್ತಾ ಅತಿ ವೈಭವದಿಂದ ಬರುತ್ತಿದ್ದ ಕುರುಕುಲಶ್ರೇಷ್ಠನು ಇಂದು ನಿರ್ಗತಿಕನಂತೆ ಏಕಾಂಗಿಯಾಗಿ ಬರುವಂತಾಯಿತೇ?

ವಚನ : ಎಂದು ಏಕಾಕಿಯಾಗಿ ಬಂದ ಧೃತರಾಷ್ಟ್ರನಂದನನ ಬರವಿನೊಳ್ ಸರಿತ್ಸುತಂ ಸಮರ ವೃತ್ತಾಂತಮನಱಿದು ವಿಸ್ಮಯಾಕ್ರಾಂತಸ್ವಾಂತನುಮಾಗಿ –

ಸರಿತ್ + ಸುತ = ನೀರಿನ – ಗಂಗೆಯ ಮಗ ; ವಿಸ್ಮಯಾಕ್ರಾಂತಸ್ವಾಂತ = ಆಶ್ಚರ್ಯದಿಂದ ಕೂಡಿದ ಮನಸ್ಸು

ಹೀಗೆ ಏಕಾಕಿಯಾಗಿ ಬಂದ ದುರ್ಯೋಧನನ ಬರುವಿಕೆಯಿಂದ ಗಂಗಾನಂದನನು ಯುದ್ಧರಂಗದ ಎಲ್ಲಾ ವಿಷಯಗಳನ್ನು ತಿಳಿದು ಆಶ್ಚರ್ಯದಿಂದ ಕೂಡಿದ ಮನಸ್ಸುಳ್ಳವನಾಗಿ –

ಎಲ್ಲಿದುವೊ ಧವಳ ಚಾಮರ
ಮೆಲ್ಲಿತ್ತೇಕಾತಪತ್ರಮಹೀಕೇತನ ಮ ।
ತ್ತೆಲ್ಲಿತ್ತೊ ಮೃಗೇಂದ್ರಾಸನ
ಮೆಲ್ಲಿದುವೋ ಲೋಲಪಾಳಿಕೇತನ ತತಿಗಳ್ ॥ ೪೨ ॥

ಆತಪತ್ರ = ಬಿಳಿಯ ಕೊಡೆ ; ಅಹಿಕೇತನ = ಸರ್ಪಧ್ವಜ (ದುರ್ಯೋಧನ) ; ಮೃಗೇಂದ್ರಾಸನ = ಸಿಂಹಾಸನ ; ಲೋಲಪಾಳೀಕೇತನ ತತಿಗಳ್ = ಸಾಲು ಸಾಲಾಗಿ ಹಾರಾಡುವ ಪತಾಕೆಗಳ ಸಮೂಹ

ದುರ್ಯೋಧನನನ್ನು ಕೇಳುತ್ತಾರೆ – ಮಗೂ ಸುಯೋಧನ ನಿನ್ನ ಆ ಬಿಳಿಯ ಚಾಮರವೆಲ್ಲಿ? ಆ ಶ್ವೇತಚ್ಛತ್ರವೆಲ್ಲಿ? ಮತ್ತೆ ಆ ಸಿಂಹಾಸನವದೆಲ್ಲಿ? ಎಲ್ಲಿ ಆ ಸಾಲು ಸಾಲಿನಲ್ಲಿ ಹಾರಾಡುವ ಪತಾಕೆಗಳ ಸಮೂಹ?

ಎಲ್ಲಿದಳೊ ಭಾನುಮತಿ ತಾ
ನಲ್ಲಿತ್ತೋಲಗದ ಸೂಳೆಯರ್ಕಳ ತಂಡಂ ।
ಎಲ್ಲಿತ್ತೋ ಗೀತವಾದ್ಯವೈಭವಂ
ಸಲ್ಲಲಿತ ವಧೂಜನಪ್ರವೃತ್ತಂ ನೃತ್ತಂ ॥ ೪೩ ॥

ಸೂಳೆಯರ್ಕಳ್ = ನರ್ತಿಸುವ ಹೆಣ್ಣುಗಳು ; ಸಲ್ಲಲಿತ = ಮನೋಹರವಾದ ; ವಧೂಜನ ಪ್ರವೃತ್ತಂ = ಅಂತಃಪುರದ ಸ್ತ್ರೀಯರು ; ನೃತ್ತಂ = ನರ್ತನ

ಎಲ್ಲಿರುವಳು ಆ ಭಾನುಮತಿ? ಆಸ್ಥಾನ ನರ್ತಕಿಯರ ತಂಡವೆಲ್ಲಿ? ಗೀತ ವಾದ್ಯ ನೃತ್ಯ ವೈಭವಗಳೆಲ್ಲ ಎಲ್ಲಿ? ಅದರೊಂದಿಗೆ ನರ್ತಿಸುವ ಸುಂದರಿಯರಾದ ಅಂತಃಪುರ ಸ್ತ್ರೀಯರು ಎಲ್ಲಿ?

ಸುತ ಶತಕಮುಂ ಸಹೋದರ
ಶತಕಮುಮೆಲ್ಲಿತ್ತೊ ಮಗನೆ ಪೇೞೆಲ್ಲಿತ್ತೋ ।
ಚತುರಂಗ ಸೈನ್ಯಮೆಲ್ಲಿದ
ರತಿರಥ ಸಮರಥ ಮಹಾರಥಾರ್ಧ ರಥರ್ಕಳ್ ॥ ೪೪ ॥

ನಿನ್ನ ನೂರು ಮಂದಿ ಪುತ್ರರೂ, ನೂರು ಜನ ತಮ್ಮಂದಿರೂ ಎಲ್ಲಿರುವರು? ನಿನ್ನ ಆ ಚಾತುರಂಗ ಬಲ ಸೇನೆಯದೆಲ್ಲಿ? ನಿನ್ನ ಜೊತೆಗಿದ್ದ ಅತಿರಥ ಮಹಾರಥ ಸಮರಥರು ಅರ್ಧರಥರೆಲ್ಲ ಎಲ್ಲಿರುವರು ಹೇಳು ಮಗನೆ ಹೇಳು?

ವಚನ : ಎಂದು ಶೋಕಂಗೆಯ್ಯೆ – ರಾಜರಾಜಂ ನದೀತನೂಜನಂ ಮಾಣಿಸಿ – ನೀವಪ್ಪೊಡೆ ವಿದಿತವೇದಿತಜ್ಞರುಂ ಭಾವಿತಾತ್ಮರುಮಾಗಿರ್ದ ಜ್ಞಾನಿಗಳ್ ಅಂತೆ ನೆಗಟಿಲಾಗದೆಂದು ನಿಜಾಗಮನ ವೃತ್ತಾಂತಮಂ ಸಮರ ಪರಿಚ್ಛೇದಮುಮನಱಿಪಿದೊಡೆ ಕಿಱಿದಾನುಂ ಬೇಗಂ ಚಿಂತಾ ಕ್ರಾಂತನಾಗಿರ್ದು – ಮಗನೆ ಕಮಲನಾಭನ ನಾಭಿನಳಿನಸಂಭವ ಹಿರಣ್ಯ ಗರ್ಭನ ಮನಸ್ಸಂಭವರಪ್ಪ ಸಪ್ತರ್ಷಿಯರೊಳಗೆ ಜಗತ್ಪವಿತ್ರನಪ್ಪ ತ್ರಿನೇತ್ರಸಂಜಾತ ಸೋಮನಿಂ ಸೋಮವಂಶಮಾದುದು । ಆ ಸೋಮವಂಶದೊಳನೇಕರರಸುಮಕ್ಕಳುಂ ಅತ್ರಿಕ್ರಾಂತರಾದರ್ ಅವರೊಳ್ ಸತ್ಯನೆಂಬುವಂಗೆ ಭರತನೆಂಬುವನಾದಂ । ಆತನಿಂ ಬೞಿಕ ಭರತಾನ್ವಯಮೆಂಬುದಾದುದು । ಆ ಭರತಕುಲದೊಳಪ್ರತಿಮ ಪ್ರಬಲ ಪ್ರತಾಪನೆಂಬಂ ಪ್ರದೀಪಂ । ಆತಂಗೆ ಪುಟ್ಟಿರ್ದ ಶಂತನುವುಂ

ಬಾಹ್ಲಿಕನುಂ ವಿನುತನುಂ ದೇವಾಪಿಯುಮೆಂಬೀ ನಾಲ್ವರ್ತನೂಜರಾದರ್ । ಅಲ್ಲಿ ಶಂತನುಗಂ ಗಂಗಾದೇವಿಗಮಾಂ ಪುಟ್ಟಿದೆಂ । ಬಾಲ್ಯಕಾಲದೊಳ್ ತೊಡಂಗಿ ಪರಿಗೃಹೀತ ಬ್ರಹ್ಮಚರ್ಯವ್ರತ ಪರಿಣತನಾದೆಂ । ಎಮ್ಮಮ್ಮನಪ್ಪ ಶಂತನುಗಂ ಯೋಜನಗಂಧಿಯೆನಿಸಿದ ಸತ್ಯವತಿಗಂ ಚಿತ್ರಾಂಗದನುಂ ವಿಚಿತ್ರವೀರ್ಯನುಮೆಂಬೀರ್ವರ್ತನೂಜರಾದರ್ । ಅವರ ಪರೋಕ್ಷದೊಳ್ ನಷ್ಟ ಸಂತತಿಯಾಗೆ ಕೃಷ್ಣದ್ವೈಪಾಯನರ ವರ ಪ್ರಸಾದದಿಂದಂಬಿಕೆಗೆ ಧೃತರಾಷ್ಟ್ರನುಂ ಅಂಬಾಲಿಕೆಗೆ ಪಾಂಡುರಾಜನುಂ ಅವರ ಸೂಳೆಯಪ್ಪಾಕೆಗೆ ವಿದುರನುಮೆಂಬ ಮೂವರ್ ತನೂಜರಾದರ್ । ಇಂತು ಸೋಮವಂಶದಿಂದಮವಿಚ್ಛಿನ್ನಮಾಗಿ ಬಂದ ಭರತಾನ್ವಯದೊಳ್ ಇನ್ನೆವರೆಗಂ ಗೋತ್ರಕಲಹಮೆಂಬುದಾದುದಿಲ್ಲ । ನಿಮ್ಮೊಳಾದುದು । ಇನ್ನಾನೆಂಬುದನಿಂಬುಕೆಯ್ವೆಯಪ್ಪೊಡೆ ಪಾಂಡವರನೊಡಂಬಡಿಸಿ ಸಂಧಿಯಂ ಮಾಡಿ ಪೂರ್ವಕ್ರಮದೊಳ್ ನಡೆವಂತು ಮಾಲ್ಪೆಂ । ಇನ್ನು ಮವರೆಮ್ಮೆಂದುದಂ ಇಂಬುಕಯ್ಯದವರ್ಮೀಱುವರಲ್ಲ । ನೀನುಮೆಮ್ಮ ಪೇೞ್ದುದಂ ಮೀಱದೆನೆಗೞಲ್ವೇೞ್ಕುಮೆನೆ – ಸುಯೋಧನಂ ಮುಗುಳ್ನಗೆ ನಕ್ಕು –

ಮಾಣಿಸಿ = ತಡೆದು ; ವಿದಿತವೇದಿತಜ್ಞರು = ತಿಳಿಯುವಂತಹ ಜ್ಞಾನಿಗಳು ; ಭಾವಿತಾತ್ಮರು = ಆತ್ಮ ಜ್ಞಾನವುಳ್ಳವರು ; ಸಮರ ಪರಿಚ್ಛೇದಂ = ಯುದ್ಧ ಮಾಡುವ ನಿರ್ಣಯ ; ನಾಭೀ ನಳಿನ ಸಂಭವ = ಹೊಕ್ಕಳಿನ ಕಮಲ ಪುಷ್ಪದಿಂದ ಬಂದವ ; ಹಿರಣ್ಯಗರ್ಭ = ಬ್ರಹ್ಮ ; ಮನಸ್ಸಂಭವರು = ಮಾನಸ ಪುತ್ರರು ; ಅತ್ರಿನೇತ್ರ ಸಂಜಾತ = ಅತ್ರಿ ಋಷಿಯ ಕಣ್ಣಿನಿಂದ ಹುಟ್ಟಿದವ ; ಸೋಮ = ಚಂದ್ರ ; ಅತ್ರಿಕಾಂತರು = ಅತ್ರಿವಂಶದವರು ; ಎಮ್ಮಮ್ಮ = ನನ್ನ ತಂದೆ ; ಸೂಳೆಯಪ್ಪ = ದಾಸಿಯಾದ ; ಗೋತ್ರ ಕಲಹ = ದಾಯಾದಿ ಕಲಹ (ಮತ್ಸರ) ; ಇಂಬುಕಯ್ = ಒಪ್ಪಿಕೊಳ್ಳು ; ನೆಗಳ್ = ಮಾಡು

ಇಲ್ಲಿ ಭೀಷ್ಮಾಚಾರ್ಯರು ದುರ್ಯೋಧನನಿಗೆ ತಮ್ಮ ಚಂದ್ರವಂಶದ ರಾಜರ ಪರಂಪರೆಯನ್ನು ವರ್ಣಿಸುತ್ತಾರೆ. ಮೂಲಭಾರತದಲ್ಲಿ ಇದು ಆದಿಪರ್ವದಲ್ಲಿ ಉಲ್ಲೇಖಿತವಾಗಿದೆ. ಅದನ್ನೆ ಇಲ್ಲಿ ಕವಿ ಭೀಷ್ಮರ ಮುಖೇನ ಹೇಳಿಸಿದ್ದಾನೆ.

ಹೀಗೆ ಭೀಷ್ಮರು ದುಃಖಿಸುತ್ತಿದ್ದಾಗ ರಾಜರಾಜನಾದ ದುರ್ಯೋಧನನು ಆ ಗಂಗಾಕುಮಾರನಾದ ಭೀಷ್ಮರನ್ನ ಸಮಾಧಾನ ಪಡಿಸಿ ನೀವಾದರೊ ಎಲ್ಲವನ್ನೂ ಅರಿತಿರುವಂತಹ ಜ್ಞಾನಿಗಳು, ಆತ್ಮಜ್ಞಾನವುಳ್ಳವರು. ತಾವು ಈ ರೀತಿ ದುಃಖಿಸಬಾರದು ಎಂದು ತಾನು ಬಂದ ವಿಷಯವನ್ನು ಯುದ್ಧಮಾಡುವ ನಿರ್ಣಯದ ಬಗ್ಗೆ ತಿಳಿಸಿದಾಗ ಅತ್ಯಂತ ಚಿಂತಾಕುಲರಾಗಿ – ಮಗನೆ, ಆ ಶ್ರೀಮನ್ನಾರಯಣನ ನಾಭಿಕಮಲದಿಂದ ಹುಟ್ಟಿದ ಬ್ರಹ್ಮನ ಮಾನಸಪುತ್ರರಾದ ಸಪ್ತರ್ಷಿಗಳಲ್ಲಿ ಅತ್ಯಂತ ಪವಿತ್ರನಾದ (ಶ್ರೇಷ್ಠನಾದ) ಅತ್ರಿ ಋಷಿಯ ಕಣ್ಣಿನಿಂದ ಹುಟ್ಟಿದ ಚಂದ್ರನಿಂದಾಗಿ ಚಂದ್ರವಂಶವೆಂಬುದಾಯಿತು.

ಅವರಲ್ಲಿ ಸತ್ಯನೆಂಬವನಿಗೆ ಭರತ ಹುಟ್ಟಿ ಅಲ್ಲಿಂದ ಅದು ಭರತವಂಶವಾಯಿತು. ಆ ಭರತ ಕುಲದಲ್ಲಿ ಮಹಾ ಪ್ರತಾಪಿಯೆನಿಸಿದ ಪ್ರದೀಪನೆಂಬವನಿಗೆ ಶಂತನು, ಬಾಹ್ಲಿಕ, ವಿನುತ ಹಾಗೂ ದೇವಾಪಿಯೆಂಬ ನಾಲ್ವರು ಮಕ್ಕಳಾದರು. ಅವರಲ್ಲಿ ಹಿರಿಯನಾದ ಶಂತನುವಿಗೆ ಗಂಗಾದೇವಿಯಿಂದ ನಾನು ಹುಟ್ಟಿದೆ. ಬ್ರಹ್ಮಚರ್ಯವ್ರತವನ್ನು ಚಿಕ್ಕಂದಿನಿಂದಲೂ ಪಾಲಿಸಿಕೊಂಡು ಬಂದೆ. ಆನಂತರದಲ್ಲಿ ನಮ್ಮ ತಂದೆಗೆ ಯೋಜನಗಂಧಿಯೆನಿಸಿದ ಸತ್ಯವತಿಯೊಡನೆ ವಿವಾಹವಾಗಿ ಅವಳಿಗೆ ಚಿತ್ರಾಂಗದ, ವಿಚಿತ್ರ ವೀರ್ಯರೆಂಬ ಇಬ್ಬರು ಗಂಡು ಮಕ್ಕಳಾದರು. ಆದರೆ ಅವರಿಬ್ಬರೂ ಸಂತಾನಹೀನರಾದರು. ಮುಂದೆ ಕೃಷ್ಣದ್ವೈಪಾಯನ ವ್ಯಾಸರ ಅನುಗ್ರಹದಿಂದ ವಿಚಿತ್ರ ವೀರ್ಯನ ಪತ್ನಿಯರಾದ ಅಂಬಿಕೆಗೆ ಧೃತರಾಷ್ಟ್ರನೂ, ಅಂಬಾಲಿಕೆಗೆ ಪಾಂಡುರಾಜನೂ ಹಾಗೂ ಅವರ ದಾಸಿಯಾದವಳಿಗೆ ವಿದುರರೆಂಬ ಮೂರು ಮಕ್ಕಳಾದರು. ಹೀಗೆ ಚಂದ್ರವಂಶದಿಂದ ಪರಂಪರಾನುಗತವಾಗಿ ಬಂದ ಭರತವಂಶದಲ್ಲಿ ಇಲ್ಲಿಯ ತನಕ ದಾಯಾದಿ ಕಲಹ ಎಂಬುದು ನಡೆದಿಲ್ಲ. ಈಗ ಇದು ನಿಮ್ಮಲ್ಲಿ ನಡೆಯುವಂತಾಯಿತು. ಈಗ ನಾನು ಹೇಳುವುದನ್ನು ನೀನು ಒಪ್ಪಿಕೊಳ್ಳುವುದಾದಲ್ಲಿ ಪಾಂಡವರನ್ನು ಒಡಂಬಡಿಸಿ ಸಂಧಾನ ಮಾಡಿ ಹಿಂದಿನಂತೆ ನಡೆಯುವ ರೀತಿಯಲ್ಲಿ ಮಾಡುತ್ತೇನೆ. ಇದುವರೆಗೆ ಅವರು ನಾವು ಹೇಳಿದ ಮಾತನ್ನು ಮೀರಿದವರಲ್ಲ, ಮೀರುವವರೂ ಅಲ್ಲ. ನೀನು ಕೂಡ ನಾವು ಹೇಳಿದಂತೆ ಕೇಳಿ ನಮ್ಮ ಮಾತನ್ನು ಮೀರದೆ ನಡೆಯುವುದು ಒಳ್ಳೆಯದು, ಎಂದಾಗ ದುರ್ಯೋಧನ ಮಂದಹಾಸ ಬೀರಿ –

ನಿಮಗೆ ಪೊಡೆಮಟ್ಟು ಪೋಪೀ
ಸಮಕಟ್ಟಿಂ ಬಂದೆನಹಿತರೊಳ್ ಸಂಧಿಯನೇಂ ।
ಸಮಕೊಳಿಸಲೆಂದು ಬಂದೆನೆ
ಸಮರದೊಳೆನಗಜ್ಜ ಪೇಟಿಮಾವುದು ಕಜ್ಜಂ ॥ ೪೫ ॥

ಸಮಕಟ್ಟಿಂ = ಉದ್ದೇಶದಿಂದ ; ಸಮಕೊಳಿಸು = ಏರ್ಪಡಿಸು ; ಕಜ್ಜ = ಕಾರ್ಯ

ತಾತ ಇಲ್ಲಿ ನಿಮಗೆ ನಮಸ್ಕಾರ ಮಾಡಿ ಆಶೀರ್ವಾದ ಪಡೆದು ಹೋಗೋಣವೆಂದು ಮಾತ್ರ ಬಂದೆನೆ ಹೊರತು ಶತ್ರುರಾಜರೊಂದಿಗೆ ಸಂಧಿಯನ್ನು ಮಾಡಿಕೊಳ್ಳಲು ಬಂದೆನೆಂದು ತಿಳಿದಿರಾ? ಯುದ್ಧದಲ್ಲಿ ನಾನು ಮಾಡಬೇಕಾದ ಕಾರ್ಯವೇನೆಂಬುದನ್ನು ಅಪ್ಪಣೆ ಕೊಡಿಸಿ.

ಕಲಿಗಂ ಶಂಕೆಯೆ ಚಾಗಿಗಂ ಬೆರಗೆ ಮೇಣ್ ಕಟ್ಟಾಳ್ಗೆರಂಬಾರ್ವನೇ
ಕುಲಜಂಗಂ ಮಱುವಾಳೆ ಸಜ್ಜನಿಕೆಗಂ ಕಲ್ವೋಜೆಯೇ ಧರ್ಮಿಗಂ ।
ಕೊಲೆಯೇ ಮಂತ್ರಿಗಮಿಚ್ಚಕಾರತನಮೇ ತಕ್ಕಂ ಪಿಸುಣ್ಗೇಟ್ವಿನೇ
ಚಲಮಂ ಗಂಡುಮನಪ್ಪುಕೆಯ್ವೆನಗಮಾಕೌಂತೇಯರೊಳ್ ಸಂಧಿಯೇ ॥ ೪೬ ॥

ಕಲಿಗಂ = ಪರಾಕ್ರಮಿಗೆ ; ಚಾಗಿಗೆ = ತ್ಯಾಗಿಗೆ ; ಬೆರಗೆ = ಗಾಬರಿ ; ಕಟ್ಟಾಳ್ = ಧೈರ್ಯಶಾಲಿ ; ನೆರಂ = ಸಹಾಯ ; ಪಾರ್ವನೆ = ಅಪೇಕ್ಷಿಸುವವನೇ ; ಮಱುವಾಳೆ = ಪುನರ್ಜನ್ಮ (ಮರು ಹುಟ್ಟು) ; ಸಜ್ಜನಿಕೆ = ಸಂಭಾವಿತ ; ಕಲ್ + ಓಜೆಯೇ = ಕದಿಯುವ ಕೆಲಸವೇ ; ಇಚ್ಚಕಾರತನಮ್ = ಮನಬಂದಂತೆ ವರ್ತಿಸುವುದು ; ಪಿಸುಣ್ = ಚಾಡಿ

ಶೂರನಾದವನಿಗೆ ಭಯವೆಂಬುದಿರುವುದೇ? ತ್ಯಾಗ ಮಾಡುವವನು ಗಾಬರಿಗೊಳ್ಳುತ್ತಾನೆಯೇ? ಅಥವಾ ಉತ್ತಮ ಕುಲದಿಂದ ಬಂದ ಧೈರ್ಯಶಾಲಿಗೆ ಮರು ಹುಟ್ಟೇ? ಸಂಭಾವಿತನೆನಿಸಿಕೊಳ್ಳುವವನು ಕಳ್ಳತನಕ್ಕಿಳಿಯುತ್ತಾನೆಯೇ? ಧರ್ಮವಂತನಾದವನು ಕೊಲೆ ಮಾಡುತ್ತಾನೆಯೇ? ಮಂತ್ರಿಯಾದವನು ಮನಬಂದಂತೆ ವರ್ತಿಸುವನೇ? ಅಂತೆಯೇ ಛಲವನ್ನು, ಶೌರ್ಯವನ್ನು ಹೊಂದಿರುವ ನನಗೆ ಆ ಕುಂತೀ ಪುತ್ರರಲ್ಲಿ ಸಂಧಿಯೇ? ಎಂದಿಗೂ ಸಾಧ್ಯವಿಲ್ಲ ಎಂಬುದು ದುರ್ಯೋಧನನ ನಿಲುವು.

ನೆಲಕಿಜಿವೆನೆಂದು ಬಗೆದಿರೆ
ಚಲಕಿಜಿವೆಂ ಪಾಂಡು ಸುತರೊಳೀನೆಲನಿದು ಪಾ ।
ೞ್ನೆಲನೆನಗೆ ದಿನಪಸುತನಂ
ಕೊಲಿಸಿದ ನೆಲನೊಡನೆ ಮತ್ತೆ ಪುದುವಾಳ್ದಪೆನೇ ॥ ೪೭ ॥

ನೆಲಕೆ = ಭೂಮಿಗೆ ; ಇಜಿವೆ = ಕಾದುವೆ ; ಪುದುವಾಳ್ದಪೆನೆ = ಒಂದಾಗಿ ಬಾಳುವೆನೆ

ನಾನು ರಾಜ್ಯಕ್ಕಾಗಿ ಪಾಂಡವರೊಡನೆ ಯುದ್ಧಮಾಡುವೆನೆಂದು ಬಗೆದಿರಾ? ನಾನು ಕಾದುವುದು ಛಲಕ್ಕೋಸ್ಕರ. ಈ ನೆಲ ಈಗ ನನಗೆ ಹಾಳು ಭೂಮಿ. ಕರ್ಣನ ರಥದ ಚಕ್ರವನ್ನು ನುಂಗಿದ ಈ ಭೂಮಿ ನನಗೆ ಬೇಕೇ? ಇಂತಹ ಭೂಮಿಯನ್ನು ಆಳಲು ನಾನು ಇಚ್ಚೆಪಡುವುದಿಲ್ಲ – ಇಲ್ಲಿ ದುರ್ಯೋಧನನ ಛಲ ಎಂತಹುದು ಎಂದು ಅರಿವಾಗುತ್ತದೆ.

ಅನುಜಸಮೇತನೊಳಂತಕ
ತನಯನೊಳನುಜವ್ಯಪೇತನೀಗಳ್ ದುರ್ಯೋ ।
ಧನನಳುಪಿ ಸಂಧಿಗೆಯ್ದೊಡೆ
ಮುನಿವರ ಮೆಚ್ಚುವರ ಮನಕೆ ಪಕ್ಕಾಗಿರೆನೇ ॥ ೪೮ ॥

ಅಂತಕ ತನಯ = ಯಮನ ಮಗ ಧರ್ಮರಾಯ ; ಅನುಜ ವ್ಯಪೇತನ್ = ತಮ್ಮಂದಿರನ್ನು ಕಳೆದುಕೊಂಡ ; ಮುನಿವರ = ದ್ವೇಷಿಸುವರ ; ಪಕ್ಕಾಗಿರು = ಗುರಿಯಾಗು

ತಮ್ಮಂದಿರನ್ನು ಕಳಕೊಂಡು ವಿರಹಿತನಾಗಿರುವ ನಾನು ತಮ್ಮಂದಿರ ಸಹಿತನಾಗಿರುವ ಧರ್ಮರಾಯನೊಂದಿಗೆ ದುರ್ಯೋಧನನು ಹೆದರಿ ಸಂಧಿಮಾಡಿಕೊಂಡರೆ ಮಿತ್ರರೇ ಅಲ್ಲದೆ ಶತ್ರಗಳೂ ನನ್ನ ಮೇಲೆ ಸಿಟ್ಟುಗೊಳ್ಳುತ್ತಾರೆ. ಇದಕ್ಕೆ ನಾನು ಗುರಿಯಾಗಲೇ? ಹೇಳಿ ಅಜ್ಜಾ!

ಕೂಡೆ ವಿರೋಧಿಯಂ ತಜಿದು ತದ್ರಸಮಾಂಸದೆ ಭೂತ ಭೋಜನಂ
ಮಾಡದೆ ವೈರಿವಾರವನಿತಾವದನಾಂಬುರುಹಂಗಳಂ ಬೆಳ ।
ರ್ಮಾಡದೆ ಬಂಧು ಶೋಕದೊಳೆ ಪೊರ್ದಿದ ಬಂಧು ಜನಕ್ಕೆ ಸಂತಸಂ
ಮಾಡದೆ ಸಂಧಿ ಮಾಡುವನೆ ಪಾಂಡವರೊಳ್ ಫಣಿರಾಜಕೇತನಂ ॥ ೪೯ ॥

ಕೂಡೆ = ಒಡನೆ ; ತತ್ + ರಸ + ಮಾಂಸ = ಅವರ ಕೊಬ್ಬು ಮಾಂಸ ; ಬೆಳರ್ + ಮಾಡದೆ = ಬಿಳಿದಾಗಿಸದೆ (ಶೋಕದಿಂದ ಬಿಳಿಚಾಗು)

ಈ ಕ್ಷಣದಲ್ಲಿ ಶತ್ರುಗಳನ್ನು ಕೊಂದು ಅವರ ರಕ್ತ ಕೊಬ್ಬು ಮಾಂಸಗಳಿಂದ ಪಿಶಾಚಿಗಳಿಗೆ ಔತಣವನ್ನು ಮಾಡದೆ, ಶತ್ರುಗಳ ಪತ್ನಿಯರ ಮುಖಕಮಲಗಳು ಬಾಡಿ ಬಿಳಿಚುವಂತೆ ಮಾಡದೆ, ಬಂಧುಗಳ ಮರಣ ಶೋಕದಿಂದ ದಗ್ಧರಾದ ಬಾಂಧವರ ಮನಸ್ಸಿಗೆ ಸಂತೋಷವನ್ನುಂಟು ಮಾಡದೆ ಪಾಂಡವರೊಡನೆ ಸಂಧಿಮಾಡಿಕೊಳ್ಳುವನೆ ಈ ದುರ್ಯೋಧನ?

ಬಾಡಮನೈದನವರ್ಮುಂ
ಬೇಡಿದೊಡಾನಿತ್ತೆನಿಲ್ಲ ರಾಜ್ಯಾರ್ಧಮನಾಂ ।
ಬೇಡಿಯವರಲ್ಲಿಗಟ್ಟಿದೊ
ಡೇಡಿಸಿ ಜೆಗೋಡಿಸನೆ ಪವನನಂದನನೆನ್ನಂ ॥ ೫೦ ॥

ಬಾಡಮನ್ = ಗ್ರಾಮಗಳು ; ಮುಂ = ಈ ಹಿಂದೆ ; ಏಡಿಸಿ = ಮೂದಲಿಸಿ ;
ಜೆಗೋಡಿಸು = ನಿಂದಿಸು, ಛೇಡಿಸು

ಅಂದು ಪಾಂಡವರು ನನ್ನಲ್ಲಿ ಐದು ಗ್ರಾಮಗಳನ್ನು ಬೇಡಿದಾಗ ನಾನು ಕೊಡಲೊಪ್ಪಲಿಲ್ಲ. ಈಗ ಸಂಧಿ ಮಾಡಿಕೊಂಡು ಅರ್ಧರಾಜ್ಯವನ್ನು ನನಗೆ ಬಿಡಿ ಎಂದು ಬೇಡಿಕೊಳ್ಳಲು ಅವರಲ್ಲಿಗೆ ಕಳುಹಿಸಿದರೆ ಆ ಭೀಮಸೇನನು ನನ್ನನ್ನ ನಿಂದಿಸುವುದಿಲ್ಲವೇ? ಮೂದಲಿಸುವನಲ್ಲವೇ?

ಎನ್ನಣುಗಾಳನೆನ್ನಣುಗದಮ್ಮನನಿಕ್ಕಿದ ಪಾರ್ಥಭೀಮರು
ಳ್ಳನ್ನೆಗಮೊಲ್ಲೆನೆನ್ನೊಡಲೊಳೆನ್ನಸುವುಳ್ಳಿನಮಜ್ಜ ಸಂಧಿಯಂ ।
ಮುನ್ನಮವಂದಿರಿರ್ಬರುಮನಿಕ್ಕುವೆನಿಕ್ಕಿ ಬಟಿಕ್ಕ ಸಂಧಿಗೆ
ಯ್ವೆನ್ನೆಗಟ್ದಂತಕಾತ್ಮಜನೊಳೆನ್ನಟಿಲಾಜಿದೊಡಾಗದೆಂಬೆನೇ ॥ ೫೧ ॥

ಎನ್ನ + ಅಣುಗ + ಆಳನ್ = ನನ್ನ ಪ್ರೀತಿಯ ಬಂಟ ಕರ್ಣ ; ಇಕ್ಕಿದ = ಕೊಂದ ; ಉಳ್ಳನ್ನೆಗಂ = ಬದುಕಿರುವ ತನಕ ; ನೆಗಟ್ದು = ಪ್ರಸಿದ್ಧನಾದ ; ಅಟಿಲ್ = ಶೋಕ, ದುಃಖ ; ಆಜಿದೊಡೆ = ತಣ್ಣಗಾದಾಗ

ಅಜ್ಜಾ ನನ್ನ ಆತ್ಮೀಯ ಸೇವಕನಾದ ಕರ್ಣ, ನನ್ನ ಪ್ರೀತಿಯ ತಮ್ಮನಾದ ದುಶ್ಶಾಸನನನ್ನು ಕೊಂದ ಅರ್ಜುನ ಭೀಮರಿರುವ ತನಕ, ನನ್ನ ದೇಹದಲ್ಲಿ ಪ್ರಾಣವಿರುವವರೆಗೆ ಸಂಧಿಯನ್ನು ನಾನು ಒಲ್ಲೆ. ಮೊದಲು ಅವರಿಬ್ಬರನ್ನು ಕೊಂದು ನನ್ನ ಛಲವನ್ನು ತೀರಿಸಿಕೊಂಡು ಅನಂತರ ಪ್ರಸಿದ್ಧನಾದ ಧರ್ಮರಾಯನೊಂದಿಗೆ ಸಂಧಿಯ ಮಾತನ್ನ ಆಡೋಣ. ನನ್ನ ದುಃಖ ಶಮನವಾದ ಬಳಿಕ ಸಂಧಿ ಬೇಡ ಎನ್ನುವೆನೇ?

ವಚನ : ಎಂದು ಮತ್ತಮಿಂತೆಂದಂ –

ಆ ರೀತಿ ಹೇಳಿ ಮತ್ತೆ ಹೀಗೆ ಹೇಳಿದ –

ಪುದುವಾಳಲ್ಕಣಮಾಗದೆಂತುಮವರೊಳ್ ಸಂಧಾನಮಂ ಮಾಡಲಾ
ಗದು ನೀಮಿಲ್ಲದೆಯಜ್ಜ ಬಿಲ್ಲಗುರುಗಳ್ತಾಮಿಲ್ಲದಾ ಕರ್ಣನಿ ।
ಲ್ಲದೆ ದುಶ್ಶಾಸನನಿಲ್ಲದಾರೊಡನೆ ರಾಜ್ಯಂಗೆಯ್ವೆನಾರ್ಗೆನ್ನ ಸಂ
ಪದಮಂ ತೋಱುವೆನಾರ್ಗೆ ತೋಱಿ ಮೆಱೆವೆಂ ನಾನಾ ವಿನೋದಂಗಳಂ ॥ ೫೨ ॥

ಪುದುವಾಳ್ = ಒಂದಾಗಿ ಬಾಳು ; ಅಣಮ್ + ಆಗದೆ = ಸ್ವಲ್ಪವೂ ಆಗದೆ

ತಾತಾ ಪಾಂಡವರೊಂದಿಗೆ ಕೂಡಿ ಬಾಳುವುದು ಆಗದ ಮಾತು. ಹಾಗಾಗಿ ಅವರೊಂದಿಗೆ ಸಂಧಾನ ಮಾಡುವುದು ಸಾಧ್ಯವಿಲ್ಲ. ಅಲ್ಲದೆ ನೀವಿಲ್ಲದೆ, ಗುರುಗಳಾದ ದ್ರೋಣರಿಲ್ಲದೆ, ಆತ್ಮೀಯ ಗೆಳೆಯ ಕರ್ಣನಿಲ್ಲದೆ, ತಮ್ಮ ದುಶ್ಶಾಸನನಿಲ್ಲದೆ ನಾನು ಯಾರೊಂದಿಗೆ ರಾಜ್ಯವಾಳಲಿ, ಯಾರ ಮುಂದೆ ನನ್ನ ಸಂಪತ್ತು ವೈಭವವನ್ನು ಮೆರೆಸಲಿ, ನಾನಾ ತರದ ವಿನೋದಗಳನ್ನು ಯಾರ ಮುಂದೆ ಮೆರೆಯಲಿ ಹೇಳಿ ಅಜ್ಜಾ!

ಖಂಡಿತಮೆನಿಪ್ಪ ಪರಮಹಿ
ಮಂಡಲ ಧವಲಾತಪತ್ರ ಸಂಪದಮೆನಗೇ ।
ಭಂಡಮದನೊಲ್ಲೆನೊಲ್ಲೆನ
ಖಂಡಿತಮಭಿಮಾನಮದನೆ ಬಲ್ವಿಡಿವಿಡಿವೆಂ ॥ ೫೩ ॥

ಖಂಡಿತ = ತುಂಡು ; ಅಹಿಮಂಡಲ = ಭೂಮಂಡಲ ; ಭಂಡಂ = ಪ್ರಯೋಜನ ; ಬಲ್‌ವಿಡಿವೆ = ದೃಢವಾಗಿ ಹಿಡಿವೆ

ರಾಜ್ಯವನ್ನು ಇಬ್ಭಾಗ ಮಾಡಿ ಅರ್ಧರಾಜ್ಯವನ್ನು ಪಡೆಯುವುದರಿಂದ ನನಗೇನು ಲಾಭ? ಇನ್ನು ಆ ಶ್ವೇತಚ್ಛತ್ರ ಸಂಪತ್ತು ಇವುಗಳಿಂದ ನನಗಾವ ಪ್ರಯೋಜವೂ ಇಲ್ಲವೆಂದ ಮೇಲೆ ನಾನೇಕೆ ಸಂಧಿಗೆ ಒಡಂಬಡಲಿ – ಖಂಡಿತಾ ನಾನು ಒಪ್ಪಲಾರೆ. ನನ್ನ ಅಭಿಮಾನ ಅಖಂಡವಾದದ್ದು. ಇಬ್ಭಾಗ ಮಾಡುವ ರಾಜ್ಯಕ್ಕಿಂತ ಅಖಂಡವಾದ ಅಭಿಮಾನಕ್ಕೆ ನಾನು ತಲೆಬಾಗುತ್ತೇನೆ. ಅದನ್ನೇ ದೃಢವಾಗಿ ನಂಬಿದ್ದೇನೆ ಕೂಡಾ.

ಪುಟ್ಟಿರ್ದ ನೂರ್ವರುಮೆನ್ನೊಡ
ವುಟ್ಟಿದ ನೂರ್ವರುಮಿದಿರ಼್್ಚಿ ಸತ್ತೊಡೆ ಕೋಪಂ ।
ಪುಟ್ಟಿ ಪೊದಟ್ಟುದು ಸತ್ತರ್
ಪುಟ್ಟರೆ ಪಾಂಡವರೊಳಿಱಿದು ಛಲಮನೆ ಮೆಱೆವೆಂ ॥ ೫೪ ॥

ಇದಿರ್ಚಿ = ಎದುರಿಸಿ ; ಪೊದಟ್ಟು = ಹೊರಹೊಮ್ಮಿ

ಹುಟ್ಟಿದ ನೂರು ಮಕ್ಕಳು, ಒಡ ಹುಟ್ಟಿದ ನೂರ್ವರು ತಮ್ಮಂದಿರು ಶತ್ರುಗಳನ್ನು ಎದುರಿಸಿ ಸತ್ತಾಗ ನನ್ನಲ್ಲಿನ ಕೋಪವು ಉಕ್ಕಿ ಹೊರ ಹೊಮ್ಮಿತು. ಸತ್ತವರು ಮತ್ತೆ ಹುಟ್ಟುವುದಿಲ್ಲವೇ? ಹೀಗೆ ಹೆದರಿ ಜೀವಿಸುವುದಕ್ಕಿಂತ ಯುದ್ಧ ಮಾಡಿ ಸತ್ತು ವೀರಸ್ವರ್ಗ ಪಡೆಯುವುದೇ ಸರಿಯಾದ ಮಾರ್ಗ. ಆದ್ದರಿಂದ ಪಾಂಡವರೊಡನೆ ಕಾದಾಡಿ ನನ್ನ ಛಲವನ್ನು ಸಾಧಿಸುತ್ತೇನೆ.

ಕಾದದಿರೆನಜ್ಜ ಪಾಂಡವ
ರಾದರ್ಮೇಣಿಂದಿನೊಂದೆ ಸಮರದೊಳಾಂ ಮೇ ।
ಣಾದೆನದಜಿಂದೆ ಪಾಂಡವ
ರ್ಗಾದುದು ಮೇಣಾಯ್ತು ಕೌರವಂಗವನಿತಳಂ ॥ ೫೫ ॥

ಅಜ್ಜಾ ಪಾಂಡವರೊಂದಿಗೆ ಯುದ್ಧ ಮಾಡಿಯೇ ತೀರುವೆನು. ಇಂದಿನ ಈ ಕಾದಾಟದಲ್ಲಿ ಒಂದೋ ಪಾಂಡವರು ಉಳಿಯಬೇಕು. ಇಲ್ಲಾ ನಾನು ಬದುಕಬೇಕು. ಇಬ್ಬರೂ ಉಳಿಯುವುದು ಅಸಾಧ್ಯವಾದ ಮಾತು. ಅಂದ ಮೇಲೆ ಈ ಭೂಮಿ ಒಂದೋ ಪಾಂಡವರದಾಗುವುದು ಇಲ್ಲಾ ನನ್ನದಾಗುವುದು.

ವಚನ : ಎಂದು ರಾಜಾಧಿರಾಜಂ ನಿರ್ವ್ಯಾಜ ಶೌರ್ಯಾವಳಂಬಿಯಾಗಿ ನುಡಿಯೆ, ಗಾಂಗೇಯನಜಿದು ಅತಿವಿಸ್ಮಯಾಕುಲಚಿತ್ತನಾಗಿ ಮುಹುರ್ಮುಹುರಾಂದೋಳಿ ತೋತ್ತಮಾಂಗನುಮಾಗಿ –

ನಿರ್ವ್ಯಾಜ = ಕೃತ್ರಿಮವಲ್ಲದ (ಸಹಜವಾದ) ; ಮುಹುರ್ – ಮುಹುರ್ = ಮತ್ತೆ ಮತ್ತೆ ; ಆಂದೋಳಿತ = ತೂಗಿದ ; ಉತ್ತಮಾಂಗ = ಶಿರಸ್ಸು

ಎಂದು ರಾಜಾಧಿರಾಜನಾದ ದುರ್ಯೋಧನನು ಸಹಜವಾಗಿ ತನ್ನ ಶೌರ್ಯವನ್ನೆ ಅವಲಂಬಿಸಿಕೊಂಡು ಹೇಳಲು ಇದನ್ನು ಮನಗಂಡ ಭೀಷ್ಮರು ಮತ್ತೆ ಮತ್ತೆ ಮೆಚ್ಚಿಕೆಯಿಂದ ಶಿರಸ್ಸನ್ನು ತೂಗುತ್ತಾ –

ಜಲಧಿಗಳೇೞುಂ ಭೂಭೃ
ತ್ಕುಲಂಗಳುಂ ರಿಪುಗೆ ಸಿರಿಯನೀವಂತೆತ್ತಂ ।
ತಳಮಳವಿಗಟಿಯೆ ಕುರುಕುಲ
ತಿಳಕಂ ರಿಪುಗೆಂತುಮೀವನಲ್ಲಂ ಶ್ರೀಯಂ ॥ ೫೬ ॥

ಜಲಧಿಗಳ್ + ಏೞುಂ = ಸಪ್ತ ಸಾಗರಗಳು ; ಭೂಭೃತ್ + ಕುಲ = ಸಪ್ತಕುಲಪರ್ವತ ; ತಳಂ ಅಳವಿಗಟಿಯೆ = ಎಲ್ಲೆಯನ್ನು ಮೀರಿದರೂ ; ಶ್ರೀಯಂ = ಕೀರ್ತಿ

ಏಳು ಸಮುದ್ರಗಳೂ, ಏಳು ಪರ್ವತಗಳು ತಂತಮ್ಮ ಎಲ್ಲೆಯನ್ನು ಒಂದು ವೇಳೆ ದಾಟಿ ಬರಬಹುದು. ಕೌರವೇಶ್ವರನು ವೈರಿಗಳಿಗೆ ತನ್ನ ಸಕಲ ಸಂಪತ್ತನ್ನು ಒಂದೊಮ್ಮೆ ಕೊಡಬಹುದು ಎಂದಾದರೂ ತನ್ನ ಆತ್ಮಶ್ರೀಯನ್ನು, ಕೀರ್ತಿಯಶಸ್ಸನ್ನು ಖಂಡಿತವಾಗಿಯೂ ಕೊಡುವವನಲ್ಲ ಎಂದು ಮೊಮ್ಮಗನ ಛಲವನ್ನು ಪ್ರಶಂಸಿಸುತ್ತಾರೆ ಭೀಷ್ಮರು.

ಜತುಗೇಹಾನಲಬೀಜಮುಗ್ರವಿಷ ಸಂಜಾತಾಂಕುರಂ ಕ್ರೀಡನೋ
ದ್ಧತಿಕೃದ್ದ್ಯೂತ ವಿನೋದ ಪಲ್ಲವಚಯಂ ಪಾಂಚಾಲರಾಜಾತ್ಮಜಾ ।
ಯತ ಕೇಶಗ್ರಹ ಪುಷ್ಪಮುಂ ಬಳೆದುದಾ ವೈರದ್ರುಮಂ ಕೌರವ
ಕ್ಷಿತಿಪಾಲೋರು ಕಿರೀಟ ಭಂಗ ಭಯಮಂ ಪೇೞ್ಮಾಡದೇಂ ಮೋಕುಮೇ ॥ ೫೭ ॥

ಜತುಗೇಹ = ಅರಗಿನಮನೆ ; ಅನಲ = ಬೆಂಕಿ ; ಉಗ್ರವಿಷ ಸಂಜಾತ ಅಂಕುರಂ = ಅತ್ಯುಗ್ರವಾದ ವಿಷಮಿಶ್ರಿತ ಮೊಳಕೆ ; ಪಲ್ಲವ ಚಯ = ಚಿಗುರಿನ ಸಾಲು ; ಆಯತ ಕೇಶ = ತುಂಬು

ಕೂದಲು ; ಗ್ರಹಪುಷ್ಪ = ಎಳೆದಾಡಿದ ಹೂವು ; ದ್ರುಮ = ಮರ, ವೃಕ್ಷ ; ಊರು = ತೊಡೆ ; ಪೋಕುಮೆ = ಹೋಗುವುದೇ

ಈಗ ಹೆಮ್ಮರವಾಗಿ ಹಬ್ಬಿರುವ ವೈರದ ಬೀಜ, ಮೊಳಕೆ ಮುಂತಾದವು ಯಾವುದೆಂಬುದು ಇಲ್ಲಿ ಸ್ಪಷ್ಟವಾಗುತ್ತದೆ. ಅಂದರೆ ಅರಗಿನ ಮನೆಯ ಬೆಂಕಿಯೆಂಬ ಬೀಜ, ಅತಿ ಉಗ್ರವಾದ ವಿಷದ ಲಡ್ಡುಗೆಯೇ ಮೊಳಕೆ ; ಕಪಟದ್ಯೂತ ಕ್ರೀಡೆಯೇ ಚಿಗುರು, ಪಾಂಚಾಲ ರಾಜಕುವರಿ ದ್ರೌಪದಿಯ ತುಂಬಿದ ತುರುಬನ್ನು ಬಿಚ್ಚಿ ಎಳೆದದ್ದೇ ಹೂವು, ಹೀಗೆ ಬಳೆದ ವೈರವೆಂಬ ವೃಕ್ಷವು ಹೆಮ್ಮರವಾಗಿ ಬೆಳೆದ ಮೇಲೆ ಊರುಭಂಗ ಕಿರೀಟ ಭಂಗದ ಭಯವೆಂಬ ಫಲವನ್ನು ಕೊಡದೆ ಇರುವುದೇ – ವಿಷ ವೃಕ್ಷದ ಫಲವು ವಿಷವನ್ನೇ ಕೊಡುತ್ತದೆ ಎಂಬ ಭಾವ ಇಲ್ಲಿದೆ. ಇದು ಭೀಷ್ಮರ ಭವಿಷ್ಯದ ಮಾತೂ ಆಗಬಹುದು.

ವಚನ : ಎಂದು ನಿಶ್ಚಯಿಸಿ –

ಈ ರೀತಿಯಾಗಿ ತಮ್ಮ ಮನಸ್ಸಿನಲ್ಲೇ ನಿರ್ಧರಿಸಿ –

ಕುರುರಾಜಾನುಜರಂ ಪ್ರಭಂಜನಸುತಂ ಕೊಂದಿಕ್ಕುಗುಂ ಕೌರವೇ
ಶ್ವರನೂರುದ್ವಯಮಂ ಗದಾಪರಿಘದಿಂ ನುರ್ಗೊತ್ತುಗುಂ ಸಪ್ತಸಾ ।
ಗರ ಪರ್ಯಂತ ವಸುಂಧರಾತಳಮನೇಕಚ್ಛತ್ರದಿಂದಾಳ್ಗುಮೆಂ
ಬರಮಾತಂ ಪುಸಿಯಾಗಲೀಯನದಟಂ ಚಾಳುಕ್ಯ ಕಂಠೀರವಂ ॥ ೫೮ ॥

ಪ್ರಭಂಜನ = ಬಿರುಸಿನಿಂದ ಬೀಸುವ ಗಾಳಿ – ವಾಯು ; ಊರುದ್ವಯ = ಎರಡು ತೊಡೆ ; ನುರ್ಗೆ + ಒತ್ತುಗುಂ = ಮುರಿಯುವಹಾಗೆ ಬಡಿಯುವುದು

ವಾಯುಪುತ್ರನಾದ ಭೀಮಸೇನನು ಕೌರವನ ತಮ್ಮಂದಿರನ್ನು ಕೊಂದು ಕೆಡವುತ್ತಾನೆ. ದುರ್ಯೋಧನನ ಎರಡೂ ತೊಡೆಗಳನ್ನು ತನ್ನ ಪರಿಘ (ಅಗಳಿ)ದಿಂದ ನುಗ್ಗಾಗುವಂತೆ ಮುರಿದು ಅನಂತರ ಸಪ್ತ ಸಾಗರ ಪರ್ಯಂತ ಹರಡಿರುವ ಭೂಮಂಡಲವನ್ನು ಏಕಚ್ಛತ್ರದಡಿಯಲ್ಲಿ ಆಳುವನು ಎಂದು ಮಾತನಾಡಿಕೊಳ್ಳುವ ಜನರ ಮಾತನ್ನು ಸುಳ್ಳಾಗದೇ ಬಿಡನು ಈ ಚಾಳುಕ್ಯ ಕಂಠೀರವನಾದ ಭೀಮಸೇನ.

ಎಂಬಲ್ಲಿಗೆ ಗದಾಯುದ್ಧದ

ಪಂಚಮಾಶ್ವಾಸ ಸಂಪೂರ್ಣವಾದುದು.

ಷಷ್ಠಾಶ್ವಾಸಂ

ಶ್ರೀವಧುವಂ ನಿಜಭುಜಶೌ
ರ್ಯಾವಷ್ಟಂಭದೊಳೆ ಕೈಗೆ ಮಾಡಲ್ ಜಯಲ ।
ಕ್ಷ್ಮೀವಲ್ಲಭನಿರ್ದಂ ಪೃ
ಥ್ವೀವಲ್ಲಭನುದಿತ ಕೀರ್ತಿ ಸಾಹಸಭೀಮಂ ॥ ೧ ॥

ಶ್ರೀವಧು = ಸಂಪತ್ತಿನಧಿದೇವತೆ ಲಕ್ಷ್ಮೀ ; ನಿಜಭುಜಶೌರ್ಯ = ತೋಳ್‌ಬಲದ ; ಅವಷ್ಟಂಭ = ಆತ್ಮ ವಿಶ್ವಾಸ ; ಕೈಗೆ ಮಾಡಲ್ = ಸ್ವಾಧೀನ ಪಡಿಸಲು

ಸಂಪತ್ತಿನ ಅಧಿದೇವತೆಯಾದ ಲಕ್ಷ್ಮೀದೇವಿಯನ್ನು ತನ್ನ ತೋಳ್‌ಬಲದ ಆತ್ಮ ವಿಶ್ವಾಸದಿಂದ ಸ್ವಾಧೀನಮಾಡಿಕೊಳ್ಳಲು ಜಯಲಕ್ಷ್ಮೀಪತಿಯಾದ ಭೂಮಂಡಲದ ಒಡೆಯನೂ ಆದ, ಅತ್ಯಂತ ಕೀರ್ತಿಶಾಲಿಯೆನಿಸಿದ ಸಾಹಸ ಭೀಮನು ಸಿದ್ಧನಾಗಿದ್ದನು. ಅಂದರೆ ಈಗಾಗಲೇ ಜಯಲಕ್ಷ್ಮಿ, ಭೂಲಕ್ಷ್ಮಿ, ಕೀರ್ತಿಲಕ್ಷ್ಮಿಯನ್ನು ಒಲಿಸಿಕೊಂಡಿದ್ದ ಭೀಮನು ಸಂಪತ್‌ಲಕ್ಷ್ಮಿಯನ್ನು ಒಲಿಸಿಕೊಳ್ಳುವ ಹಂಚಿಕೆಯಲ್ಲಿದ್ದನು.

ವಚನ : ಅಂತು ಗಾಂಗೇಯಂ ಮನದೊಳ್ ಪೊಗೞ್ದು –

ಹೀಗೆ ಭೀಷ್ಮನು ತನ್ನ ಮನಸ್ಸಿನಲ್ಲೇ ದುರ್ಯೋಧನನನ್ನು ಹೊಗಳಿ –

ಶರಮೊಂದಂ ತೆಗೆದು ನಿಜೋ
ದರದಿಂ ಲೆಕ್ಕಣಿಕೆ ಮಾಡಿ ಗಜದ ಮಸಿಯಂ ।
ತರಿಸಿ ಪತಾಕಾ ಪಟದೊಳ್
ಬರೆದಟ್ಟಿದನಂಧನೃಪತಿಗಾ ಸಿಂಧುಸುತಂ ॥ ೨ ॥

ನಿಜೋದರ = ತನ್ನ ಹೊಟ್ಟೆಯಿಂದ ; ಲೆಕ್ಕಣಿಕೆ = ಲೇಖನಿ – ಬರೆಯುವ ಸಾಧನ ; ಗಜದಮಸಿ = ಆನೆಯ ಮದಜಲ ; ಪತಾಕಾಪಟ = ಬಾವುಟದ ಬಟ್ಟೆ

ತನ್ನ ಹೊಟ್ಟೆಗೆ ಚುಚ್ಚಿಕೊಂಡಿದ್ದ ಬಾಣವೊಂದನ್ನು ತೆಗೆದು ಅದನ್ನು ಲೇಖನಿಯನ್ನಾಗಿ ಮಾಡಿಕೊಂಡು ಆನೆಯ ಮದಜಲವೆಂಬ ಮಸಿಯನ್ನು ತರಿಸಿ ಬಾವುಟದ ಬಟ್ಟೆಯ ಮೇಲೆ ಸಂದೇಶವೊಂದನ್ನು ಬರೆದು ಭೀಷ್ಮನು ಅದನ್ನು ಧೃತರಾಷ್ಟ್ರನಿಗೆ ಕಳುಹಿಸಿದನು.

ವಚನ : ಅಂತು ನಿಜನಾಮಾಂಕಿತ ಲೇಖನಮಂ ಬರೆದು – ಮೊಮ್ಮಂ ನುಡಿದ ನುಡಿಯನೆಂತುಮ್ ಒಡಂಬಡುವನಲ್ಲಂ । ನೀನುಂ ಗಾಂಧಾರಿಯುಮಿರ್ದು ಕುರುಕುಲಪ್ರದೀಪ ದುರ್ಯೋಧನನಂ ಕೌಂತೇಯರೊಳೆತ್ತಾನುಂ ಸಂಧಿಯಂ ಮಾಡಿ ಪೂರ್ವಕ್ರಮದೊಳ್ ನಡೆವಂತು ಮಾೞ್ಪುದೆಂದು – ಸಂಜಯನ ಕೆಯ್ಯೊಳ್ ಕೊಟ್ಟು ಧೃತರಾಷ್ಟ್ರನಲ್ಲಿಗಟ್ಟುವುದುಂ – ಕುರುರಾಜಂ ಸಿಂಧುಸುತನ ಮೊಗಮಂ ನೋಡಿ –

ನಿಜನಾಮಾಂಕಿತ = ತನ್ನ ಹೆಸರಿನಿಂದ ; ಮೊಮ್ಮ = ಮೊಮ್ಮಗ ; ಎತ್ತಾನುಂ = ಹೇಗಾದರೂ

ಹೀಗೆ ತನ್ನ ಹೆಸರಿನಲ್ಲಿ ಒಂದು ಲೇಖನವನ್ನು ಬರೆದು ದುರ್ಯೋಧನನ ಹಟವನ್ನೂ, ಅವನು ಯಾರ ಮಾತನ್ನೂ ಕೇಳದಿರುವುದನ್ನೂ ತಿಳಿಸಿ, ನೀನು ಗಾಂಧಾರಿಯೂ ಕೂಡಿ – ಕುರುಕುಲ ಪ್ರದೀಪನಾದ ದುರ್ಯೋಧನನನ್ನು ಪಾಂಡವರೊಂದಿಗೆ ಹೇಗಾದರೂ ಸರಿ ಸಂಧಿಯನ್ನು ಮಾಡಿಕೊಂಡು ಹಿಂದಿನ ರೀತಿಯಲ್ಲಿ ನಡೆಯುವಂತೆ ಮಾಡುವುದು – ಎಂಬ ಸಂದೇಶದ ಪತ್ರವನ್ನು ಸಂಜಯನ ಕೈಯಲ್ಲಿ ಕೊಟ್ಟು ಕಳುಹಿಸಲು – ಕೌರವನು ಭೀಷ್ಮರ ಮುಖವನ್ನು ನೋಡಿ...

ತುಂಗಕುರುವಂಶಮಯಶೋ
ಭಂಗಂ ಛಿದ್ರಿತಮದೆನ್ನ ದೂಸಱಿನಾಯ್ತಾ ।
ನುಂ ಗಡ ಕುರುರಾಜನೆ ನೀ
ಮುಂ ಗಡ ಸಂಧಾನವೇಟ್ಟಿರೆನಗರಸು ಗಡಾ ॥ ೩ ॥

ತುಂಗ = ಉನ್ನತ (ಶ್ರೇಷ್ಠ) ; ಅಯಶೋ = ಅಪಕೀರ್ತಿ ; ಛಿದ್ರಿತ = ನಾಶ (ಒಡೆಯುವುದು) ; ದೂಸಱಿ = ಕಾರಣ ; ವೇಟ್ಟಿರ್ = ಹೇಳಿದಿರಿ

ಅತ್ಯಂತ ಶ್ರೇಷ್ಠವಾದ ಕುರುವಂಶವು ನನ್ನ ಕಾರಣದಿಂದ ಅಪಕೀರ್ತಿಗೂ, ಸರ್ವನಾಶಕ್ಕೂ ಒಳಗಾಯಿತು. ಹೀಗಿದ್ದರೂ ನಾನು ಕುರುರಾಜನಂತೆ ! ಈಗಾಗಲೇ ನನ್ನ ವಂಶದವರನ್ನೆಲ್ಲಾ ಕೊಲ್ಲಿಸಿದವನಾಗಿರುವಾಗ ನಾನು ಇನ್ನೆಲ್ಲಿಯ ರಾಜ? ಇದೆಲ್ಲವನ್ನೂ ಅರಿತೂ ನೀವೀಗ ಸಂಧಿ ಮಾಡಿಕೊಳ್ಳುವಂತೆ ಉಪದೇಶಿಸುವಿರಿ ಅಲ್ಲವೇ?

ಈಯೆರಡನೆನ್ನ ನಿಡು ದೋ
ಳಾಯತ್ತಂ ವೀರವೃತ್ತಿ ಜಯಮೆಂಬುದು ದೈ ।
ವಾಯತ್ತಮಜ್ಜ ಭರತಾ
ನ್ವಾಯಕ್ಕೆ ಕಲಂಕಮಾಗದಂತಿರೆ ನೆಗಟ್ವೆಂ ॥ ೪ ॥

ಆಯತ್ತಂ = ಅಧೀನ ; ನೆಗಟ್ವೆಂ = ಪ್ರದರ್ಶಿಸು, ವರ್ತಿಸುತ್ತೇನೆ

ತಾತ ವೀರವೃತ್ತಿ ಎಂಬುದು ನನ್ನ ಈ ಎರಡು ನೀಳವಾದ ತೋಳುಗಳನ್ನು ಅವಲಂಬಿಸಿದೆ. ಇನ್ನು ಜಯವೆಂಬುದು ದೈವೇಚ್ಛೆ! ಏನೇ ಇರಲಿ ನಮ್ಮ ಭರತ ವಂಶಕ್ಕೆ ಯಾವುದೇ ರೀತಿಯ ಕಳಂಕ ಬಾರದಂತೆ ನನ್ನ ಪೌರುಷವನ್ನು ಪ್ರದರ್ಶಿಸುತ್ತೇನೆ. (ಎನ್ನುವಲ್ಲಿ ದುರ್ಯೋಧನನ ಸ್ವಾಭಿಮಾನ ಎಂತಹುದು ಎಂಬುದನ್ನು ತೋರಿಸುವುದು.)

ಬೆಸಕೆಯ್ಯೆಂ ಬಿಡಿಮಜ್ಜ ಮಂಗಳ ಮಹಾಶ್ರೀ ಸಂಧಿಕಾರ್ಯಕ್ಕೆ ಲಂ
ಘಿಸಿದೆಂ ನಿಮ್ಮಯ ಮಾತನೊರ್ಮೆಗಮಿದಾಜ್ಞಾಲಂಘನಂ ದೋಷಮೊಂ ।
ದಿಸದೆ ನಿನ್ನಾಗ್ರಹಮಂ ಬಿಸುಟ್ಟುದೆನೆ ಸತ್ವಕ್ಕಂ ತದೇಕಾಂಗ ಸಾ
ಹಸಕಂ ವಿಸ್ಮಯಮುತ್ತು ಮೆಚ್ಚಿ ಪೊಗಟ್ಟಿಂ ಮಂದಾಕಿನೀ ನಂದನಂ ॥ ೫ ॥

ಬೆಸಕೆಯ್ಯೆಂ = ಒಪ್ಪುವುದಿಲ್ಲ ; ಮಾತನ್ + ಒರ್ಮೆಗೆ = ಮಾತನ್ನು ಒಂದು ಬಾರಿ ; ಲಂಘನ = ಮೀರುವುದು ; ದೋಷಂ + ಒಂದಿಸದು = ದೋಷವೆನಿಸಲಾರದು ; ಬಿಸುಟಿ್ = ಬಿಡು ; ಪೊಗಟ್ಟಿಂ = ಹೊಗಳಿದನು

ಅಜ್ಜ ಬಿಡಿ ನಿಮ್ಮ ಮಂಗಳ ಮಹಾಶ್ರೀಸಂಧಾನಕ್ಕೆ (ಒಂದು ರೀತಿಯಲ್ಲಿ ಇದು ದುರ್ಯೋಧನನ ವ್ಯಂಗ್ಯ ಮಾತು.) ನಾನು ಸರ್ವಥಾ ಒಪ್ಪಲಾರೆ. ಇಲ್ಲಿ ನಾನು ನಿಮ್ಮ ಮಾತನ್ನು ಮೀರಿದ್ದೇನೆ. ಇದರಿಂದ ನನಗೇನೂ ದೋಷವುಂಟಾಗಲಾರದೆಂದು ನಂಬಿದ್ದೇನೆ. ಇನ್ನು ನನ್ನನ್ನು ಸಂಧಿ ಮಾಡಿಕೊ ಎಂದು ಬಲವಂತ ಮಾಡಬೇಡಿ ಎಂದಾಗ ತನ್ನ ಮೊಮ್ಮಗನ ಮಾತಿಗೆ ಅವನ ಸಾಹಸಕ್ಕೆ ಆಶ್ಚರ್ಯಪಡುವುದರೊಂದಿಗೆ ಮೆಚ್ಚಿಕೆಯನ್ನೂ ವ್ಯಕ್ತಪಡಿಸಿ ಹೊಗಳುತ್ತಾರೆ ಭೀಷ್ಮಾಚಾರ್ಯರು.

ಗುರು ಭೀಷ್ಮಾರ್ಕಸುತಾದ್ಯಶೇಷ ಸುಭಟಾನೀಕಂ ವಿನಿಶ್ಶೇಷಮಾ
ಗಿರೆ ಕೌರವ್ಯ ವಿಶೇಷಕಂ ಚಲಿತನಲ್ಲೇಕಾಕಿ ಕುಂತೀ ತನೂ ।
ಜರೊಳಿನ್ನುಂ ಪುದುವಾಳಲೊಲ್ಲನಿಜಿಯಲ್ಕೆಂದಿರ್ದಪಂ ಗಂಡನೀ
ಧರೆಯೊಳ್ ಮೆಯ್ಗಲಿಯಾವನೆಂದು ಪೊಗಟ್ದಿಂ ಮಂದಾಕಿನೀ ನಂದನಂ ॥ ೬ ॥

ಅರ್ಕಸುತ = ಸೂರ್ಯನ ಮಗ ಕರ್ಣ ; ಅಶೇಷ ಸುಭಟ + ಅನೀಕಂ = ಸಮಸ್ತವೀರರ ಸಮೂಹ ; ವಿನಿಶ್ಶೇಷ = ಸಂಪೂರ್ಣ ನಾಶ ; ಕೌರವ್ಯ ವಿಶೇಷಕ = ಕುರುಶ್ರೇಷ್ಠ ದುರ್ಯೋಧನ ; ಚಲಿತನಲ್ಲ = ಸ್ಥೈರ್ಯ ಕಳಕೊಂಡವನಲ್ಲ ; ಪುದುವಾಳ್ = ಒಟ್ಟಿಗೆ ಕೂಡಿ ಬದುಕು ; ಗಂಡನ್ = ವೀರ ; ಮೆಯ್ಗಲಿ = ಪರಾಕ್ರಮಿ

ಗುರುಗಳಾದ ದ್ರೋಣಾಚಾರ್ಯರು, ಪಿತಾಮಹ ಭೀಷ್ಮರು, ಸೂರ್ಯಪುತ್ರ ಕರ್ಣ ಮುಂತಾದ ಸಮಸ್ತ ವೀರರು ಯುದ್ಧದಲ್ಲಿ ನಿಶ್ಶೇಷರಾದರೂ ಕುರುಕುಲ ತಿಲಕನೆನಿಸಿದ ದುರ್ಯೋಧನ ತನ್ನ ಹಟವನ್ನು ಬಿಟ್ಟವನಲ್ಲ ! ತನ್ನವರನ್ನು ಕಳೆದುಕೊಂಡು ಏಕಾಕಿಯಾದರೂ ಪಾಂಡವರೊಡನೆ ಕೂಡಿ ಬಾಳಲು ಒಪ್ಪುವವನಲ್ಲ. ಕಾದಾಡಿ ಗೆಲ್ಲಲೆಂದೇ ಮನಸ್ಸು ಮಾಡಿರುವ ಇವನು ಮಾಹಾವೀರನೇ ಹೌದು. ಇಂತಹ ಶೂರ ಯಾರಿದ್ದಾರೆ? ಎಂದು ಭೀಷ್ಮನು ತನ್ನ ಮೊಮ್ಮಗನನ್ನು ಮನಃಪೂರ್ತಿಯಾಗಿ ಕೊಂಡಾಡಿದನು.

ವಚನ : ಎಂದು ಗಾಂಗೇಯಂ ಮನದೊಳ್ ಪೊಗಟ್ದಿಂ ಅಶುಭಸ್ಯ ಕಾಲಹರಣಮೆಂಬ ವಾಕ್ಯಾರ್ಥಮನವಾಧರಿಸಿ – ಮಗನೆ ನೀನೆಂತುಮೆಮ್ಮ ಪೇಟ್ದುದಂ ಕೈಕೊಳ್ಳದೆ ಛಲಮನೆ ಕೈಕೊಂಡು ಪಾಂಡುನಂದನರೊಳ್ ಕಾದಿದಲ್ಲದಿರೆನೆಂಬೆಯಪ್ಪೊಡೆ ತೀರ್ಥಯಾತ್ರೆಗೆ ಪೋದ ಬಲದೇವಂ ಬರ್ಪನ್ನೆಗಂ ನೀನಿರ್ದೆಡೆಯನಜಿಯದಂತು ಮೆಯ್ಗರೆದು ಅಶ್ವತ್ಥಾಮ ಕೃಪ ಕೃತವರ್ಮರ್ ಬರ್ಪನ್ನೆಗಂ ಕಾಲವಂಚನಂಗೆಯ್ವುದು । ಮೇಣ್ ಜಲ ಮಂತ್ರ ವಿದ್ಯಾಭ್ಯಾಸಮಂ ಕೈಕೊಂಡು ಕುರುಕ್ಷೇತ್ರದುತ್ತರ ದಿಶಾಭಾಗದೊಳಿರ್ಪ ವೈಶಂಪಾಯನ ಸರೋವರಮಂ ಪೊಕ್ಕಿರ್ದು ಇಂದಿನೊಂದಿರುಳಂ ಕಟಿಪಿ ನಾಳೆ ನಿಮ್ಮ ನೆಗಟ್ದುದಂ ನೆಗಟ್ದುದೆನೆ – ಮಹಾಪ್ರಸಾದಮೆಂದದರ್ಕೊಡಂಬಟ್ಟಿಂತೆಗೆಯ್ವೆನೆಂದು ಯಥೋಚಿತ ಹಿತೋಪದೇಶಂಬೆರಸು ಜಲಮಂತ್ರೋಪದೇಶಮಂ ಕೆಯ್ಕೊಂಡು ಕುರುಕುಲ

ಪಿತಾಮಹನಂ ಬೀಟಿಙ್ಕೊಂಡು ನಿಜಭುಜಗದಾಸಹಾಯನುಮಾಗಿ ಸಂಗ್ರಾಮರಂಗದೊಳಗನೆ ಬರುತ್ತು ತನ್ನಂತರ್ಗತದೊಳ್ –

ಅಶುಭಸ್ಯ ಕಾಲಹರಣ = ಅಮಂಗಲವನ್ನು ಕಾಲ ನಿವಾರಿಸುವುದು ("ಶುಭಸ್ಯಶೀಘ್ರ" ಎಂಬುದರ ವಿರುದ್ಧ ಪದ) ; ವಾಕ್ಯಾರ್ಥ = ಮಾತಿನ ಅರ್ಥ ; ಮೆಯ್ಗರೆದು = ಮರೆಯಾಗಿದ್ದು (ತಲೆ ಮರೆಸು) ; ಕಾಲವಂಚನೆ = ಕಾಲಕಳೆಯುವುದು ; ಕಟಿಪಿ = ಕಳೆದು

ಹೀಗೆ ಭೀಷ್ಮರು ತನ್ನ ಮೊಮ್ಮಗನನ್ನು ಮನಸ್ಸಿನಲ್ಲೇ ಹೊಗಳಿ, ಅಮಂಗಳವನ್ನು ಕಾಲವೇ ತೊಡೆದು ಹಾಕುವುದು ಎಂಬ ನಾಣ್ನುಡಿಯನ್ನು ಆಧರಿಸಿ, ಮಗನೆ ನೀನು ಹೀಗೆ ನಾವಂದುದ ಕೇಳದೆ ಹಟವನ್ನೇ ಸಾಧಿಸಿ ಪಾಂಡು ಪುತ್ರರೊಡನೆ ಕಾದಾಡಿದಲ್ಲದೆ ಬಿಡುವವನಲ್ಲ ಎಂದಾದರೆ, ತೀರ್ಥಯಾತ್ರೆಗೆ ಹೋಗಿರುವ ಬಲರಾಮನು ಬರುವ ತನಕ ನೀನಿರುವ ಜಾಗ ಯಾರಿಗೂ ತಿಳಿಯದ ರೀತಿಯಲ್ಲಿ ಮೈಮರೆಸಿಕೊಂಡಿರು. ಅಶ್ವತ್ಥಾಮ ಕೃಪ ಕೃತವರ್ಮರು ಬರುವವರೆಗೆ ಕಾಲಕಳೆಯುವುದು ಅಥವಾ ಜಲಸ್ತಂಭನ ಮಂತ್ರೋಪದೇಶವನ್ನು ಪಡೆದು ಕುರುಕ್ಷೇತ್ರದ ಉತ್ತರ ದಿಕ್ಕಿನ ಭಾಗದಲ್ಲಿರುವ ವೈಶಂಪಾಯನ ಸರೋವರವನ್ನು ಹೊಕ್ಕು ಅಲ್ಲಿ ಇಂದಿನ ರಾತ್ರಿಯನ್ನು ಕಳೆದು ನಾಳಿನ ದಿನ ನೀನು ಕಾರ್ಯಪ್ರವೃತ್ತನಾಗು. ಈ ಎರಡರಲ್ಲಿ ಯಾವುದು ಉಚಿತವೋ ಅದನ್ನು ಅನುಸರಿಸು ಎಂದಾಗ, ದುರ್ಯೋಧನನು ಜಲಸ್ತಂಭನವೇ ಸೂಕ್ತವೆಂದು ಮನಗಂಡು ಜಲಮಂತ್ರೋಪದೇಶವನ್ನು ಭೀಷ್ಮರಿಂದ ಪಡೆದು ಅವರನ್ನು ಬೀಳುಕೊಂಡು ಕುರುಕ್ಷೇತ್ರ ರಣರಂಗದಲ್ಲಿ ಬರುತ್ತಾ ತನ್ನ ಮನಸ್ಸಿನಲ್ಲೇ –

ದಿನಕರ ತನಯನ ದುಶ್ಶಾ
ಸನನ ವಿಯೋಗದೊಳಮಿಂದುವರೆಗಂ ನೋವಿ ।
ಲ್ಲೆನಗಹಿತರೊಡನೆ ಸಂಧಿಗು
ಡೆನೆ ನೊಂದೆಂ ಸುಜನಗುರುಜನಾಭ್ಯರ್ಥನೆಯಿಂ ॥ ೭ ॥

ದಿನಕರ = ಸೂರ್ಯ ; ತನಯ = ಮಗ ; ವಿಯೋಗ = ಅಗಲಿಕೆ ; ಅಹಿತರು = ಶತ್ರುಗಳು ; ಸಂಧಿಗುಡು = ಸಂಧಿಮಾಡಿಕೊ ; ಅಭ್ಯರ್ಥನೆ = ಪ್ರಾರ್ಥನೆ

ಸೂರ್ಯಪುತ್ರನಾದ ಕರ್ಣನ ಹಾಗೂ ತಮ್ಮ ದುಶ್ಶಾಸನನ ಅಗಲುವಿಕೆಯಿಂದ ಇಂದಿನ ತನಕ ನನಗೆ ನೋವು (ದುಃಖ) ಇರಲಿಲ್ಲ. ಆದರೆ ಶತ್ರುಗಳೊಂದಿಗೆ ಸಂಧಿ ಮಾಡಿಕೊ ಎಂಬ ಗುರುಹಿರಿಯರ ಪ್ರಾರ್ಥನೆಯಿಂದ ಆದ ನೋವು ಅಂತಹ ಸಹಿಸಲಸಾಧ್ಯವಾದ ನೋವನ್ನೂ ಮರೆಸಿಬಿಟ್ಟಿತು. (ಅಂದರೆ ಸಂಧಿಯ ಬಗ್ಗೆ ದುರ್ಯೋಧನನಿಗೆ ಇದ್ದ ತಾತ್ಸಾರವೆಷ್ಟು ಎಂಬುದು ಅರಿವಾಗುತ್ತದೆ.)

ಅರಿಗಳ್ ಪಾಂಡವರವರೊಳ್
ವಿರೋಧಮಂ ಬಿಸುಟು ಸಂಧಿಯಂ ಮಾಡುವುದೆಂ ।
ಬರನುಡಿಯಂ ಕೇಳಲ್ಕೆ
ನ್ನರಡುಂ ಕಿವಿಗಳುಮನೆನಗೆ ಬಿದಿ ಮಾಡಿದೆನೇ ॥ ೮ ॥

ಬಿದಿ = ವಿಧಿ (ದೈವ)

ಪರಮ ಶತ್ರುಗಳಾಗಿರುವ ಆ ಪಾಂಡವರೊಡನೆ ಶತ್ರುತ್ವವನ್ನು ಬಿಟ್ಟು ಸಂಧಿಯನ್ನು ಮಾಡಿಕೊ ಎನ್ನುವವರ ಮಾತನ್ನು ಕೇಳಲಿಕ್ಕಾಗಿಯೇ ಆ ವಿಧಿ ನನಗೆ ಎರಡು ಕಿವಿಗಳನ್ನು ಕೊಟ್ಟನೇ? (ಇಂತಹ ನುಡಿಗಳು ಕೇಳಿಸದಿದ್ದರೇ ಒಳ್ಳೆಯದಿತ್ತು ಎಂಬ ಭಾವ.)

ವಚನ : ಎನುತುಂ ತತ್ಸರೋವರದ ಸಮೀಪಮಂ ಕುರುಕುಲ
ಪ್ರದೀಪನೆಯ್ದೆವಂದಾಗಳ್ –

ಎಯ್ದೆ ವಂದಾಗಳ್ = ಸಮೀಪಿಸುವಾಗ

ಎಂದುಕೊಳ್ಳುತ್ತಾ ಆ ಕುರುಕುಲ ಪ್ರದೀಪನೆನಿಸಿದ ದುರ್ಯೋಧನನು ಆ ಸರೋವರದ ಸಮೀಪಕ್ಕೆ ಬಂದಾಗ –

ಒಂದೆರೆಡುಮತ್ತರಂತರ
ದಿಂದಂ ಪೊಱಮಟ್ಟ ಪಜ್ಜೆಯೆಂಬುದನೆನಿಸಲ್ ।
ಪಿಂದು ಪೆಱಗಾಗಿ ಪುಗೆ ಚೀಃ
ಎಂದವನಂ ರಾಜ್ಯಲಕ್ಷ್ಮಿ ಪೇಸಿ ಬಿಸುಟ್ಟಳ್ ॥ ೯ ॥

ಒಂದೆರೆಡು + ಮತ್ತರಂತರ = ಒಂದೊ ಎರಡೊ ಮತ್ತರ ಅಂದರೆ ಭೂಮಿಯನ್ನು ಅಳೆಯುವ ಸಾಧನ (ಪ್ರಮಾಣ) ; ಪಜ್ಜೆ = ಹೆಜ್ಜೆ ; ಪಿಂದು ಪೆಱಗಾಗಿ = ಹಿಂದು ಹಿಂದಾಗಿ ; ಪುಗೆ = ಹೋಗಲು ; ಪೇಸಿ = ಹೇಸಿ

ಒಂದೋ ಎರಡೋ ಅಂತರಗಳಷ್ಟು ದೂರದಿಂದ ಸರೋವರದ ಕಡೆಯಿಂದ ಬಂದ ಹೆಜ್ಜೆಗಳನ್ನು ಗುರುತಿಸುವಂತೆ ದುರ್ಯೋಧನನು ಹಿಂದೆ ಹಿಂದೆ ನಡೆಯುತ್ತಾ ಸರೋವರದ ಕಡೆ ಬಂದಾಗ ಅದನ್ನು ನೋಡಿದ ರಾಜ್ಯಲಕ್ಷ್ಮಿ ಛೀ ಛೀ ಎನ್ನುತ್ತಾ ಹೇಸಿಕೆಯಿಂದ ಅವನನ್ನು ಬಿಟ್ಟು ಹೋದಳು.

ತುಱುವಂ ಕಳಿಸುವ ಕೃಷ್ಣೆಯ
ನಿಱಿಯಂ ಪಿಡಿದುರ್ಚುವೇೞ್ವ ಕೊಳನಂ ಪಿಂದುಂ ।
ಪೆಱಗಾಗಿ ಪುಗುವ ದುರ್ನಯ
ಮಱಿಪವೆ ಕೌರವನ ರಾಜ್ಯದಾಯದ ಕುಂದಂ ॥ ೧೦ ॥

ತುಱುವಂ = ಹಸುಗಳನ್ನು ; ಕಳಿಸುವ = ಕದ್ದು ಕೊಂಡೊಯ್ಯುವ ; ಕೃಷ್ಣೆ = ದ್ರೌಪದಿ ; ನಿಱಿಯಂ = ನೆರಿಗೆಯನ್ನು ; ಉರ್ಚುವೇೞ್ವ = ಸೆಳೆಯಲು ಹೇಳುವ ; ದುರ್ನಯ = ಕೆಟ್ಟ ನಡತೆ ; ರಾಜ್ಯದ + ಆಯದ = ರಾಜ್ಯದ, ಶೌರ್ಯದ ; ಕುಂದು = ಕೇಡು

ಮತ್ಸ್ಯನಗರಿಯಲ್ಲಿ ವಿರಾಟರಾಜನ ಗೋವುಗಳನ್ನು ಕದಿಯಲು ಪ್ರಯತ್ನಿಸಿದುದು, ದ್ರೌಪದಿಯು ಉಟ್ಟ ಸೀರೆಯನ್ನು ಸೆಳೆಯುವಂತೆ ದುಶ್ಶಾಸನನಿಗೆ ಹೇಳುವಾಗಿನ, ಅಂತೆಯೇ ಸರೋವರಕ್ಕೆ ಹಿಂದು ಹಿಂದಾಗಿ ಹೋಗುವುದೂ ದುರ್ಯೋಧನನ ದುರ್ನೀತಿಯನ್ನು, ರಾಜ್ಯದ ಕೇಡನ್ನೂ, ಶೌರ್ಯದ ಕೊರತೆಯನ್ನೂ ಸೂಚಿಸುವುದಲ್ಲವೇ? (ಇಲ್ಲಿ ಮೇಲಿನ ದುಷ್ಕೃತ್ಯಗಳೆಲ್ಲವೂ ದುರ್ಯೋಧನನ ನಾಶಕ್ಕೆ ಕಾರಣ ಎಂಬುದು ಕವಿಯ ಅಭಿಪ್ರಾಯ.)

ವಚನ : ಅಂತು ಸರೋವರಮನೆಯ್ದೆ ವಂದು –

ಹೀಗೆ ಸರೋವರದ ಬಳಿಗೆ ಬಂದಾಗ –

ಗಗನಂ ಬಿೞ್ದುದೆ ಮೇಣ್ ನೆಲಕ್ಕೆ ನೆಲನುಂ ಪತ್ತಿತ್ತೊ ಮೇಣಿಲ್ಲಿ ಪ
ನ್ನಗ ವೃಂದಾರಕರೆಂದುಮಿರ್ಪ ಬಿಲನೋ ಮೇಣಿಲ್ಲಿ ದಿಗ್ನಾಗರಾ ।
ಜಿಗೆ ಮೆಯ್ಗರ್ಚೆ ಕೊಳಲ್ಕಜಂ ಸಮೆದ ತೋಯೋದ್ದೇಶಮೋ ಸಂದೆಯಂ
ಬಗೆಗಾದತ್ತೆನಿಸಿರ್ದುದೇಂ ಪಿರಿದೊ ವೈಶಂಪಾಯನಬ್ಜಾಕರಂ ॥ ೧೧ ॥

ಪತ್ತಿತ್ತೊ = ಅಂಟಿಕೊಂಡಿತ್ತೋ ; ಪನ್ನಗ ವೃಂದಾರಕರ್ = ನಾಗದೇವತೆಗಳು ; ಮೇಣ್ + ಇಲ್ಲಿ ; ದಿಕ್ + ನಾಗರು + ಆಜಿಗೆ = ಎಂಟು ದಿಗ್ಗಜಗಳ ಗುಂಪಿಗೆ ; ಮೆಯ್ಗರ್ಚೆ = ಮೈ ತೊಳೆಯಲು ; ಅಜಂ = ಬ್ರಹ್ಮ ; ಸಮೆದ = ನಿರ್ಮಿಸಿದ ; ತೋಯೇದ್ದೇಶ = ನೀರಿನ ನೆಲೆ ; ಸಂದೆಯಂ = ಸಂದೇಹ ; ಬಗೆಗೆ + ಆದತ್ತು = ಮನಸ್ಸಿಗೆ ಆಯಿತು ; ಅಬ್ಜಾಕರ = ಕೊಳ (ಸರೋವರ)

ಇಡೀ ಸರೋವರ ಯಾವ ಅಲೆಯೂ ಇಲ್ಲದೆ ತಿಳಿಯಾಗಿತ್ತು. ನೀಲಾಕಾಶ ಪ್ರತಿಬಿಂಬಿತವಾಗಿ ನೀಲಿ ಸಮುದ್ರದಂತೆ ಕಾಣುತ್ತಿತ್ತು. ಹಾಗಾಗಿ ನೀಲಾಕಾಶ ಕಳಚಿ ಕೆಳಕ್ಕೆ ಬಿದ್ದಿತೋ, ಅಥವಾ ಭೂಮಿ ತನ್ನಷ್ಟೇ ಅಗಲವುಳ್ಳ ಮತ್ತೊಂದು ಭೂಮಿಯನ್ನು ಹಡೆಯಿತೋ ಅಥವಾ ನಾಗದೇವತೆಗಳೂ, ಅಷ್ಟದಿಗ್ಗಜಗಳೂ ಮೈ ತೊಳೆಯಲೋಸುಗ ಬ್ರಹ್ಮನು ನಿರ್ಮಿಸಿದ ನೀರಿನ ನೆಲೆಯೋ ಎಂಬ ಸಂದೇಹವು ದುರ್ಯೋಧನನ ಮನಸ್ಸಿನಲ್ಲಿ ಉಂಟಾಯಿತು. ಹೀಗೆ ಆ ವೈಶಂಪಾಯನ ಸರೋವರವು ಕಂಗೊಳಿಸುತ್ತಿತ್ತು.

ವಚನ : ಅಂತು ಗಂಭೀರ ನೀರಾಕಾರಮಿರ್ಪಂತಿರ್ದ ಕಮಲಾಕರಮಂ
ನೋಟ್ಟಿನಮಲ್ಲಿ –

ನೀರಾಕಾರ = ಸಾಗರ ; ಇರ್ಪಂತೆ + ಇರ್ದ = ಇರುವಂತಿದ್ದ ;
ಕಮಲಾಕರ = ತಾವರೆಗಳಿಂದಾವೃತವಾದ ಸರೋವರ

ಹೀಗೆ ಗಂಭೀರವಾದ ಸಾಗರ (ಆಳವಾದ ಸಾಗರ)ದಂತಿರುವ ಸರೋವರವನ್ನು ನೋಡುತ್ತಿರುವಾಗ –

ಕುರುಪತಿ ನಿನ್ನ ಪೊಕ್ಕ ತೊಱೆಗಳ್ಮೊದಲಾಗಿರೆ ಬತ್ತುತಿರ್ಪುವೀ
ದೊರೆಯ ದುರಾತ್ಮನಂ ಖಳನನಾನೊಳಕೊಂಡೊಡೆ ಭೀಮನೀ ಸರೋ ।
ವರಮುಮನೆಮ್ಮುಮಂ ಕದಡುಗುಂ ಪುಗದಿರ್ತೊಲಗೆಂದು ಬಗ್ಗಿಪಂ
ತಿರೆ ನೆಗೆದತ್ತನೇಕ ಬಕ ಕೋಕ ಮರಾಳ ವಿಹಂಗಮಸ್ವನಂ ॥ ೧೨ ॥

ತೊಱೆಗಳ್ = ನದಿಗಳು ; ದೊರೆಯ = ಇಂತಹ ; ಒಳಕೊಂಡೊಡೆ = ಸೇರಿಸಿಕೊಂಡರೆ ; ಎಮ್ಮುಮಂ = ನಮ್ಮನ್ನೂ ; ಕದಡುಗುಂ = ಕಲಕುವನು ; ಪುಗದಿರ್ = ಹೋಗಬೇಡ ; ಬಗ್ಗಿ = ಗದರು ; ನೆಗೆದತ್ತು = ಕೇಳಿಸಿತು ; ಕೋಕ = ಕೊಕ್ಕರೆ ; ಮರಾಳ = ಹಂಸ ; ವಿಹಂಗ = ಪಕ್ಷಿ ; ಸ್ವನ = ಧ್ವನಿ

ಎಲ್ಕೆ ಕುರುರಾಜ ನೀನು ಹೋಗುವ ಹೊಳೆ, ನದಿಗಳು ಮುಂತಾದವುಗಳು ಸಹ ಬತ್ತಿಹೋಗುತ್ತವೆ! ಇಂತಹ ದುರಾತ್ಮನೂ ನೀಚನೂ ಆದ ಇವನನ್ನು ನಾನು ಒಳಗೆ ಸೇರಿಸಿಕೊಂಡರೆ ಭೀಮಸೇನನು ಈ ಸರೋವರವನ್ನೂ ನಮ್ಮನ್ನೂ ಕದಡಿ ಹಾಕದೆ ಬಿಡಲಾರ. ಹಾಗಾಗಿ ನೀನಿಲ್ಲಿಗೆ ಬರಬೇಡ ಹೊರಟು ಹೋಗು ಎಂದು ಗದರಿಸುತ್ತಿವೆಯೋ ಎಂಬಂತೆ ಇಲ್ಲಿನ ಕೊಕ್ಕರೆ ಚಕ್ರವಾಕ ಹಂಸಗಳೇ ಮೊದಲಾದ ಪಕ್ಷಿಗಳ ಧ್ವನಿ ಕೇಳಿಸಿತು.[32]

ವಳಿತ ಶಿಳೀಮುಖಮುತ್ಪಳ
ದಳನಯನಂ ಕಂಜರಂಜಿತಂ ಜಯಲಕ್ಷ್ಮೀ ।
ವಿಳಸಿತಮೆನೆ ದಿಟ್ಟಿಗೆ ಕೊಳು
ಗುಳಮಂ ಪೋಲ್ದತ್ತು ಪೂಗೊಳಂ ಕೌರವನಾ ॥ ೧೩ ॥

ವಳಿತ = ಸುತ್ತುವರಿದ ; ಶಿಳೀಮುಖ = ತುಂಬಿ – ಬಾಣ ; ಉತ್ಪಳದಳ = ನೈದಿಲೆಯ ಎಸಳು ; ಕಂಜರಂಜಿತ = ತಾವರೆಗಳಿಂದ ಶೋಭಿಸುವ ; ವಿಳಸಿತ = ವಿಲಾಸ ; ಕೊಳುಗುಳ = ಯುದ್ಧ ; ಪೋಲ್ದತ್ತು = ಹೋಲಿಸಿದಂತೆ

ಸರೋವರದ ಸುತ್ತಲೂ ಝೇಂಕರಿಸುತ್ತಾ ಹಾರಾಡುತ್ತಿರುವ ತುಂಬಿಗಳೇ ಬಾಣಗಳಂತಿರಲು, ನೈದಿಲೆ ಪುಷ್ಪದ ಎಸಳುಗಳೇ ಕಣ್ಣುಗಳಾಗಿರಲು ; ಶೋಭಾಯಮಾನವಾದ ತಾವರೆ ಪುಷ್ಪಗಳಂತಿರುವ ಜಯಲಕ್ಷ್ಮಿಯ ವಿಲಾಸವಾದಂತೆ ಸರೋವರ ಕಾಣಿಸಿತು – ಅಂದರೆ ಇದು ಹೂವಿನ ಎಸಳುಗಳೇ ಯೋಧರ ಕಣ್ಣುಗಳ ರೀತಿ, ತಾವರೆಗಳೇ ರುಂಡದಂತಿರುವಂತೆ ಜಯಲಕ್ಷ್ಮಿಯ ವಿಲಾಸ ಭೂಮಿಯಂತಿರುವ ಯುದ್ಧರಂಗದಂತೆ ಕಾಣಿಸಿತು ಎಂಬ ಭಾವ – ಕಣ್ಮನ ತಣಿಸುವ ಸರೋವರ ಇವನಿಗೆ ರುದ್ರರಮಣೀಯದಂತಿತ್ತು.

ವಚನ : ಆಗಳ್ ಕುರುಕುಳ ಸರೋರಾಜಹಂಸನಲ್ಲಿಯ ರಾಜ ಹಂಸಿಗಳುಮನಾ ವಿಶ್ವಂಭರಾಧಃಕೂರ್ಮನಲ್ಲಿಯ ಕೂರ್ಮಂಗಳುಮನಾ ಭರತಕುಲ ಚಕ್ರೇಶ್ವರನಲ್ಲಿಯ ಚಕ್ರವಾಕಂಗಳುಮನಾ ಮತ್ಸ್ಯಲೋಚನನಲ್ಲಿಯ ಮತ್ಸ್ಯಂಗಳುಮನಾ ಪುರುಷವರ ಪುಂಡರೀಕನಲ್ಲಿಯ ಪುಂಡರೀಕಂಗಳುಮನಾ ಕುರುಕುಲ ಕುವಲಯಲಲಾಮನಲ್ಲಿಯ ಕುವಲಯಂಗಳುಮನಾ ಶಂಖ ಚಕ್ರಾಂಕಿತ ಚರಣನಲ್ಲಿಯ ಷಟ್ಚರಣಂಗಳುಮನತಿ ಕುತೂಹಲಂಬೆರಸು ನೋಡಿ ಮುನ್ನಂ ತನ್ನ ಮೆಯ್ಯೊಳ್ ಕನ್ನೈಸಿದ ಕೆನ್ನತ್ತರಂ ಕರ್ಚಿ ಕಳೆದು

(32) ದುರ್ಯೋಧನನ ಕುರಿತಾಗಿ ಕಟುವಾದ ಶಬ್ದಗಳನ್ನು ಕವಿ ಇಲ್ಲಿ ಬಳಸಿದ್ದಾನೆ. ಸಾಮಾನ್ಯವಾಗಿ ಸರೋವರದಲ್ಲಿ ಈಜಾಡುವ ಪಕ್ಷಿಗಳು ಅಲ್ಲಿಗೆ ಯಾರಾದರೂ ಬಂದರೆ ರೆಕ್ಕೆಗಳನ್ನು ಪಟಪಟನೆ ಬಡಿಯುತ್ತಾ ಹಾರಿಹೋಗುವುದು ಸಹಜ. ಇದನ್ನೇ ಇಲ್ಲಿ ಕವಿ ಪಕ್ಷಿಗಳು ದುಷ್ಟನಾದ ದುರ್ಯೋಧನನಿಗೆ ಬಹಿಷ್ಕಾರ ಹಾಕಿದವೊ ಎನ್ನುವಂತೆ ಬಣ್ಣಿಸಿದ್ದಾನೆ. ಈ ಪದ್ಯವನ್ನು ಪಂಪಭಾರತದ 13ನೇ ಆಶ್ವಾಸದ 73ನೇ ಪದ್ಯದೊಂದಿಗೆ ಹೋಲಿಸಬಹುದು.

ಕರಚರಣ ವದನ ಪ್ರಕ್ಷಾಳನಂಗೆಯ್ದು ಮುಕ್ಕುಳಿಸಿಯುಗಳ್ದಾಚಮನಕ್ರಿಯೆಗಳಂ ಮಾಡಿ ಜಲದೇವತಾ ನಮಸ್ಕಾರಂಗೆಯ್ದು ಜಲಮಂತ್ರೋಪದೇಶದಿಂ ಜಲಜಾಕರಮನಭಿ ಮಂತ್ರಿಸಿ –

ವಿಶ್ವಂಭರೆ = ಭೂಮಿ ; ಕೂರ್ಮ = ಆಮೆ ; ಮತ್ಸ್ಯಲೋಚನ = ಮೀನಿನಂತೆ ಕಣ್ಣುಳ್ಳ ; ಪುಂಡರೀಕ = ಹುಲಿ (ವ್ಯಾಘ್ರ) ; ಕುವಲಯ = ನೈದಿಲೆ ; ಷಟ್ + ಚರಣ = ತುಂಬಿ ಕನ್ನೈಸಿದ = ಕೆಂಪುಕಟ್ಟಿದ (ಹೆಪ್ಪುಗಟ್ಟಿದ) ; ಕರ್ಚಿ = ತೊಳೆದು ; ಜಲಜಾಕರ = ಸರೋವರ

ಆಗ ಆ ಕುರುಕುಲವೆಂಬ ಸರೋವರದ ರಾಜಹಂಸನಂತಿರುವ ದುರ್ಯೋಧನ ಆ ಸರೋವರದ ರಾಜಹಂಸಗಳ, ವಿಶ್ವವನ್ನೇ ಹೊತ್ತಿರುವ ಕೂರ್ಮನಂತಿರುವ (ಭೂಮೀಶ್ವರ) ಅಲ್ಲಿನ ಆಮೆಗಳ, ಭರತವಂಶದ ಚಕ್ರೇಶ್ವರ ಅಲ್ಲಿನ ಚಕ್ರವಾಕ ಪಕ್ಷಿಗಳ, ಮೀನಿನಂತೆ ಕಣ್ಣುಳ್ಳವನು ಅಲ್ಲಿಯ ಮೀನುಗಳು, ಪುರುಷವ್ಯಾಘ್ರನಾದವನು ಅಲ್ಲಿಯ ವ್ಯಾಘ್ರಗಳ, ಕುರುಕುಲವೆಂಬ ಸರೋವರಕ್ಕೆ ನೈದಿಲೆಯಂತಿರುವ ಅಲ್ಲಿಯ ಸರೋವರದ ನೈದಿಲೆಗಳ, ಶಂಖ ಪದಚಿಹ್ನೆಗಳುಳ್ಳವನು ಅಲ್ಲಿಯ ಆರು ಪಾದಗಳ ತುಂಬಿಗಳ ಹೀಗೆ ಕುತೂಹಲವೆನಿಸುವ ರೀತಿಯಲ್ಲಿದ್ದ ದುರ್ಯೋಧನ ಮೊದಲು ತನ್ನ ಮೈಗೆ ಅಂಟಿಕೊಂಡಿದ್ದ ರಕ್ತದ ಕಲೆಗಳನ್ನು ತೊಳೆದು, ಕೈಕಾಲು ಮುಖಗಳನ್ನು ತೊಳೆದುಕೊಂಡು, ಬಾಯಿ ಮುಕ್ಕಳಿಸಿ, ಆಚಮನಾದಿ ಕ್ರಿಯೆಗಳನ್ನು ಮಾಡಿ, ಜಲದಧಿ ದೇವತೆಗೆ ನಮಸ್ಕಾರ ಮಾಡಿ, ಜಲಮಂತ್ರೋಪದೇಶದಿಂದ ಆ ಸರೋವರವನ್ನು ಅಭಿಮಂತ್ರಿಸಿ – (ಇಲ್ಲಿ ದುರ್ಯೋಧನನಿಗೂ ಜಲಚರಗಳಿಗೂ ಇರುವ ಹೋಲಿಕೆಯನ್ನು ಕವಿ ತುಂಬ ವಿಶೇಷವಾಗಿ ವರ್ಣಿಸಿದ್ದಾನೆ.)

ನರಲೋಕಮನಟ್ಗೀಟಿಸಿ
ಸುರಲೋಕದ ಸುಖಮನಾತ್ಮವಿಭವದೆ ಮೊಕ್ಕಂ ।
ಕುರುಪತಿ ವೈಶಂಪಾಯನ
ಸರಮಂ ಪುಗುವಂತೆ ನಾಗಲೋಕಮನಾಗಳ್ ॥ ೧೪ ॥

ಅಟ್ಗೀಟಿಸಿ = ಅನುಭವಿಸಿ ; ಆತ್ಮವಿಭವದೆ = ತನ್ನ ವೈಭವಗಳಿಂದ ; ಸರಮಂ = ಸರೋವರವನ್ನು ; ನಾಗಲೋಕ = ಪಾತಾಳಲೋಕ

ಮರ್ತ್ಯಲೋಕದ ವೈಭವವನ್ನು ಭೂಮೀಶ್ವರನಾಗಿ ಅನುಭವಿಸಿ, ತನ್ನ ವೈಭವವನ್ನು ದೇವಲೋಕದ ಸುಖದಂತೆಯೇ ಪಡೆದು ದುರ್ಯೋಧನನು ನಾಗದೇವತೆಗಳಿರುವ ಪಾತಾಳ ಲೋಕವನ್ನು ಹೋಗುವಂತೆ ವೈಶಂಪಾಯನ ಸರೋವರವನ್ನು ಪ್ರವೇಶಿಸಿದನು.

ವಚನ : ಅಂತು ಕುರುಕುಲ ಮಹೀಪಾಲಂ ಮಧ್ಯಮ ಲೋಕಪಾಲಕನಾಗಿಯುಂ ಪಶ್ಚಿಮ ಲೋಕಪಾಲಕನಂತೆ ಜಲನಿಲಯನಾಗಿ –

ಮಧ್ಯಮಲೋಕ = ಭೂಲೋಕ (ಮೇಲೆ ಸ್ವರ್ಗ, ಕೆಳಗೆ ಪಾತಾಳ ಲೋಕ. ಇವುಗಳ ಮಧ್ಯವಿರುವುದೇ ಭೂಲೋಕ) ; ಪಶ್ಚಿಮ ಲೋಕಪಾಲಕ = ವರುಣ

ಈ ರೀತಿಯಾಗಿ ಭೂಲೋಕದ ಒಡೆಯನಾಗಿದ್ದರೂ ಜಲದೇವತೆ ವರುಣನಂತೆ ನೀರಿನಲ್ಲಿ ವಾಸ ಮಾಡುವವನಾಗಿ –

ವನರುಹವಿಷ್ಟರಂ ರುಚಿರ ರೇಚಕ ಪೂರಕ ಕುಂಭಕಕ್ರಿಯಾ
ಮನಮಿರೆ ನೆತ್ತಿಯೊಳ್ದರನಿಮೀಲಿತ ದೃಷ್ಟಿ ನಿವಿಷ್ಟಮಾಗೆ ಮೂ ।
ಗಿನ ತುದಿಯೊಳ್ನಿರುದ್ಧ ಕರಮುಂ ನಿಲೆ ಮಂತ್ರ ಪದಾಕ್ಷರಂಗಳಂ
ಜಿನುಗುತುಮಿರ್ದನಾ ಪರಮಯೋಗಿಯವೋಲ್ಫಣಿರಾಜಕೇತನಂ ॥ ೧೫ ॥

ವನರುಹ = ಪದ್ಮ ; ವಿಷ್ಟರ = ಆಸನ ; ರೇಚಕ = ಉಸಿರನ್ನು ಹೊರಕ್ಕೆ ಬಿಡುವುದು ; ಕುಂಭಕ = ಸ್ತಂಭನ ; ದರನಿಮೀಲಿತ = ಅರೆ ಮುಚ್ಚಿದ ; ನಿವಿಷ್ಟ = ನೆಲೆ ; ನಿರುದ್ಧ = ತಡೆಯುವ ; ಜಿನುಗುತ = ಜಪಿಸುತ

ಧ್ಯಾನಕ್ಕೆ ಉಚಿತವಾದ ಪದ್ಮಾಸನವನ್ನು ಹಾಕಿಕೊಂಡು ಪ್ರಾಣಾಯಾಮ ಮಾಡುವ ರೀತಿಯಲ್ಲಿ ಶ್ವಾಸೋಚ್ಛ್ವಾಸಗಳನ್ನು ಸ್ತಂಭನ ಮಾಡಿ ಅರೆ ಮುಚ್ಚಿದ ಕಣ್ಣುಗಳನ್ನು ಹಣೆಯ ಮಧ್ಯದಲ್ಲಿ ಕೇಂದ್ರೀಕರಿಸಿ ಮೂಗಿನ ತುದಿಯನ್ನು ಕೈಯಿಂದ ಹಿಡಿದು ಜಲಸ್ತಂಭನ ಮಂತ್ರವನ್ನು ಜಪಿಸುತ್ತಾ ಪರಮ ತಪಸ್ವಿಯಂತೆ ಸರೋವರದೊಳಗೆ ದುರ್ಯೋಧನ ಕುಳಿತಿದ್ದನು.

ವಚನ : ಅನ್ನೆಗಮಿತ್ತಲ್ ಶಲ್ಯನ ವಧೆಯಿಂ ಬಟಿಯಮೆಲ್ಲಿಯುಮಱಿಸಿಯುಂ ದುರ್ಯೋಧನನ ರೂಪುಗಾಣದಿದೇನಾನುಮೊಂದು ಕಾರಣ ಮಾಗಲ್ವೇಟ್ಕುಮೆಂದು ಸೂಕ್ಷ್ಮ ಕ್ರಿಯೆಯಿನಂತಕತನಯಂ ಗರುಡ ಧ್ವಜನೊಳಾಳೋಚಿಸುವುದಂ ಕುರುಕಳಾಂತಕಂ ಕೇಳ್ದು –

ಬಟಿಯ = ಅನಂತರ ; ರೂಪುಗಾಣದೆ = ಕುರುಹುಕಾಣದೆ ; ಗರುಡಧ್ವಜ = ಶ್ರೀಕೃಷ್ಣ ; ಕುರುಕಳಾಂತಕ = ಭೀಮ

ಆ ಸಮಯದಲ್ಲಿ ಇತ್ತ ಕಡೆ ಶಲ್ಯನ ವಧೆಯ ನಂತರದಲ್ಲಿ ಎಲ್ಲೆಲ್ಲಿ ಹುಡುಕಿದರೂ ದುರ್ಯೋಧನನ ಸುಳಿವು ತಿಳಿಯದೆ ಇದೇನಿದು ಏನಾದರೂ ಒಂದು ಕಾರಣವಿರಲೇಬೇಕೆಂದು ಸೂಕ್ಷ್ಮವಾಗಿ ಆಲೋಚಿಸಿ ಧರ್ಮಜನು ಶ್ರೀಕೃಷ್ಣನ ಬಳಿ ಬಂದು ವಿಚಾರಿಸುತ್ತಿರುವಾಗ ಅದನ್ನು ಕುರುಕುಲಾಂತಕನಾದ ಭೀಮಸೇನನು ಕೇಳಿ –

ತೊದಳಾಯ್ತೆನ್ನಯ ಪೂಣ್ದ ಪೂಣ್ಕೆ ಸಭೆಯೊಳ್ಪಾಂಚಾಲರಾಜಾತ್ಮಜಾ
ವದನಮ್ಲಾನತೆ ಮಾಣ್ಬುದಿಲ್ಲಗಡ ಮದ್ದೋರ್ದಂಡ ಕಂಡೂತಿ ತೀ ।
ರ್ದುದುಮಿಲ್ಲಿನ್ನುಮೊಳಂ ಸುಯೋಧನ ವಧಕ್ಕೇಗೆಯ್ವೆನಂತಕ್ಕುಮೆಂ
ಬುದನಂದುತ್ಸುಕಚಿತ್ತನುಮ್ಮಳಿಸಿದಂ ಕೌರವ್ಯ ಕೊಳಾಹಳಂ ॥ ೧೬ ॥

ತೊದಳಾಯ್ತು = ಸುಳ್ಳಾಯಿತು ; ಪೂಣ್ದ ಪೂಣ್ಕೆ = ಮಾಡಿದ ಶಪಥದ (ಪ್ರತಿಜ್ಞೆಯ) ; ಪಾಂಚಾಲ ರಾಜಾತ್ಮಜೆ = ದ್ರೌಪದಿ ; ವದನ = ಮುಖ ; ಮ್ಲಾನತೆ = ಬಾಡಿದ ; ಕಂಡೂತಿ = ತುರಿಕೆ ; ಉತ್ಸುಕ ಚಿತ್ತ = ಆತುರದ ಮನಸ್ಸು ; ಉಮ್ಮಳಿಸು = ದುಃಖಿಸು (ಕಳಕಳಿಸು) ; ಕೋಳಾಹಳ = ಗಲಿಬಿಲಿ

ಅಂದು ದುರ್ಯೋಧನನ ಸಭೆಯಲ್ಲಿ ನಾನು ಮಾಡಿದ ಪ್ರತಿಜ್ಞೆ ಹುಸಿಯಾಯಿತೆ, ಆ ಪಾಂಚಲನಂದನೆ ದ್ರೌಪದಿಯ ಬಾಡಿದ ಮುಖ ಹಾಗೆಯೇ ಇದೆಯಲ್ಲಾ! ನನ್ನ ಈ ಬಾಹುಗಳ ತುರಿಕೆ ನಿಲ್ಲಲಿಲ್ಲ. ದುರ್ಯೋಧನ ಇನ್ನೂ ಬದುಕಿದ್ದಾನೆ. ಅವನನ್ನು ಕೊಲ್ಲುವುದು ಹೇಗೆ? ನನ್ನ ಶಪಥ ಪೂರೈಸುವುದು ಹೇಗೆ ಎಂದು ಕೌರವ ಸಮೂಹವನ್ನೇ ಗಲಿಬಿಲಿ ಮಾಡಿದ ಭೀಮಸೇನ ಕಳವಳಿಸಿದನು.

ವಚನ : ಅಂತುಮ್ಮಳಿಸಿ ಕುರುಕುಲಮಹೀಪಾಲ ಬೃಹದ್ದೂರು ಶೈಲ ದ್ವಂದ್ವಂಗಳಂ ತನ್ನ ಗದಾದಂಡ ವಜ್ರದಂಡದಿಂ ನುರ್ಗುನುಜಿ ಮಾಡಲುಂ । ತತ್ಕೌರವೇಶ್ವರನ ಬಾಹು ಶಾಖೆಗಳಂ ತನ್ನ ಗದಾಕುಠಾರದಿಂ ತತ್ತಱದಱಿಯಲುಂ । ತತ್ಪಿಂಗಾಕ್ಷನ ವಕ್ಷಸ್ಥಳಮಂ ತನ್ನ ಗದಾಲಾಂಗುಲದಿಂದಿರ್ಬಗಿಯಾಗೆ ಪೋೞ್ದು ಪರೆಪಲುಂ । ತತ್ಫಣಿರಾಜ ಕೇತನನ ವಿಕಟಲಲಾಟಶಿಲಾಪಟ್ಟಮಂ ತನ್ನ ಗದಾದಂಡದಿಂ ಚಿಪ್ಪುಚಿಪ್ಪಾಗಿರ್ದಿಡಲುಂ । ತದ್ರೌಪದೀದ್ರೋಹನ ಮಣಿಮಯ ಮಕುಟಮಂ ತನ್ನ ಗದಾ ಪ್ರಹರಣರಣದಿಂದುರುೞ್ಚಿ ಪಾದಪ್ರಹಾರದಿಂ ಪುಡಿಯೊಳ್ಪೊರಳ್ಚಲುಂ । ಆ ಸುಯೋಧನನ ರುಧಿರಧಾರಾ ಪೂರದಿಂ ತನ್ನ ಧಗಧಗಾಯಮಾನ ವಿಪುಳಕೋಪ ಪಾವಕ ಶಿಖಾಕಲಾಪಮನಾಱಿಸಲುಂ ಪಡೆಯದಡಹಡಿಸಿ ಭೀಮಸೇನಂ ಕಿಡಿಕಿಡಿವೋಗಿ ಮೀಸೆಯಂ ಕಡಿದು –

ಅಂತುಮ್ + ಉಮ್ಮಳಿಸಿ = ಹೀಗೆ ಕಳವಳಿಸಿ ; ಬೃಹತ್ + ಊರು + ಶೈಲ = ದೊಡ್ಡದಾದ ಪರ್ವತದಂತಿರುವ ತೊಡೆಗಳು ; ದ್ವಂದ್ವ = ಎರಡು ; ನುರ್ಗುನುಜಿ ಮಾಡು = ನುಚ್ಚು ನೂರು ಮಾಡು ; ಬಾಹು ಶಾಖೆ = ಭುಜಗಳೆಂಬ ಕೊಂಬೆ ; ಗದಾಕುಠಾರ = ಗದೆಯೆಂಬ ಕೊಡಲಿ ; ತತ್ತಱದಱಿ = ಚೂರು ಚೂರಾಗಿ ಕತ್ತರಿಸು ; ಪಿಂಗಾಕ್ಷ = ಕೆಂಗಣ್ಣ ; ಗದಾಲಾಂಗುಲ = ಗದೆಯೆಂಬ ನೇಗಿಲು ; ಪೋೞ್ದು ಪರಪು = ಹೋಳು ಮಾಡಿ ಹರಡು ; ಚಿಪ್ಪು ಚಿಪ್ಪಾಗಿರ್ದಿಡು = ಚಿಪ್ಪು ಚಿಪ್ಪಾಗಿ ಒಡೆ ; ಧಗಧಗಾಯಮಾನ = ಧಗಧಗನೆ ಉರಿಯುವ ; ಕೋಪಪಾವಕ ಶಿಖಾ = ಕೋಪದ ಬೆಂಕಿಯ ಉರಿ ; ಅಡಹಡಿಸಿ = ಚಡಪಡಿಸಿ

ಹೀಗೆ ಕಳವಳಿಸುತ್ತಾ ಆ ಕುರುಕುಲದ ಭೂಮೀಶ್ವರನ ದೊಡ್ಡದಾದ ಪರ್ವತೋಪಾದಿಯಂತಿರುವ ತೊಡೆಗಳನ್ನು ನನ್ನ ಗದೆಯೆಂಬ ವಜ್ರಾಯುಧದಿಂದ ನುಚ್ಚುನೂರು ಮಾಡಿ ಅವನ ಭುಜಗಳೆಂಬ ಕೊಂಬೆಗಳನ್ನು ನನ್ನ ಗದೆಯೆಂಬ ಕೊಡಲಿಯಿಂದ ಚೂರು ಚೂರಾಗಿ ಕತ್ತರಿಸಿ ಎಸೆದು, ಆ ಕೆಂಗಣ್ಣನ ವಕ್ಷ ಸ್ಥಳವನ್ನು ನನ್ನ ಗದೆಯೆಂಬ ನೇಗಿಲಿನಿಂದ ಎರಡು ಭಾಗವಾಗಿ ಸೀಳಿ ಹೋಳುಮಾಡಿ ಹರಡಿ ಆ ದ್ರೌಪದಿಗೆ ಅವಮಾನ ಮಾಡಿದ ದ್ರೋಹಿಯ ಕಿರೀಟವನ್ನು ನನ್ನ ಗದೆಯ ಹೊಡೆತದಿಂದ ಅಪ್ಪಳಿಸಿ ಪಾದದಿಂದ ಒದ್ದು ಪುಡಿಪುಡಿಮಾಡಿ ನನ್ನಲ್ಲಿ ಧಗಧಗಸುತ್ತಿರುವ ಕೋಪವೆಂಬ ಬೆಂಕಿಯ ಉರಿಯನ್ನು ನಂದಿಸುತ್ತೇನೆಂದು ಆ ಭೀಮಸೇನನು ಕಿಡಿ ಕಿಡಿಯಾಗಿ ಮೀಸೆಯನ್ನು ತಿರುವುತ್ತಾ... (ಇಲ್ಲಿ ಭೀಮಸೇನನ ಕೋಪ ದುರ್ಯೋಧನನ ಮೇಲಿನ ದ್ವೇಷ ಎಂತಹುದೆಂಬುದನ್ನು ಕವಿ ಎತ್ತಿತೋರಿಸಿದ್ದಾನೆ.)

ಮಿೞಿದ ಪಗೆವನ ಪಟ್ಟಂ
ಬಾೞಿಸುವೆನೊ ಮುನ್ನಮಮರರುಂಡಮೃತಮನೇಂ ।
ಕಾೞಿಸುವೆನೊ ಖಚರರನಡ
ರ್ದೇೞಿಸುವೆನೊ ಮೇರು ಗಿರಿಯ ತೂಱಲತುದಿಯಂ ॥ ೧೭ ॥

ಮಿೞಿದ = ಕೈತಪ್ಪಿದ ; ಪಟ್ಟಂ = ಸಿಂಹಾಸನ ; ಬಾೞಿಸು = ಹಾರಿಸು, ಪುಡಿಗಟ್ಟು ; ಕಾೞಿಸು = ಕಾರುವಂತೆ ; ಖಚರರು = ಗಂಧರ್ವರು ; ಅಡರ್ದು = ಮೇಲೆ ಬಿದ್ದು ; ತೂಱಲತುದಿ = ತುತ್ತತುದಿ

ನನ್ನ ಹಿಡಿತದಿಂದ ಕೈತಪ್ಪಿಹೋದ ಆ ಶತ್ರುವಾದ ದುರ್ಯೋಧನನ ಸಿಂಹಾಸನವನ್ನು ಪುಡಿಗಟ್ಟಿಬಿಡಲೆ, ಒಂದು ವೇಳೆ ದೇವತೆಗಳು ಅವನನ್ನ ರಕ್ಷಿಸಲು ಬಂದರೆ ಅವರು ಕುಡಿದಿರುವ ಅಮೃತವನ್ನೇ ಕಾರಿಸುತ್ತೇನೆ ಅಥವಾ ಆ ಖೇಚರರ ಮೊರೆ ಹೊಕ್ಕರೆ ಅವರ ಮೇಲೆ ಬಿದ್ದು ಮೇರು ಪರ್ವತದ ತುತ್ತತುದಿಗೆ ಎಸೆದು ಬಿಡುತ್ತೇನೆ.

ಎತ್ತುವೆನೊ ಮಂದರಾದ್ರಿಯ
ನೊತ್ತುವೆನೊ ರಸಾತಳಕ್ಕೆ ನೆಲನಂ ದೆಸೆಯಂ ।
ಪತ್ತುವೆನೊ ಪಗೆಯ ಬೆನ್ನಂ
ಪತ್ತುವೆನೊ ದಿಶಾಗಜಂಗಳಂ ತುತ್ತುವೆನೋ ॥ ೧೮ ॥

ದೆಸೆಯಂ = ದಿಕ್ಕುಗಳನ್ನು ; ಪತ್ತುವೆನೊ = ಬೆನ್ನಟ್ಟಲೋ ; ದಿಶಾಗಜ = ದಿಗ್ಗಜಗಳು ; ತುತ್ತು = ನುಂಗು

ಮಂದರ ಪರ್ವತವನ್ನೇ ಎತ್ತಿ ಹಾಕಿ ಬಿಡಲೇ? ಭೂಮಿಯನ್ನು ರಸಾತಳಕ್ಕೆ ಒತ್ತಿ ಬಿಡಲೇ? ಎಂಟು ದಿಕ್ಕುಗಳನ್ನೂ ನನ್ನ ವಶಮಾಡಿಕೊಳ್ಳಲೆ? ಶತ್ರಗಳನ್ನು ಬೆನ್ನಟ್ಟಲೇ ಅಥವಾ ದಿಗ್ಗಜಗಳನ್ನು ನುಂಗಿ ಬಿಡಲೇ?

ದಾಂಟುವೆನೊ ಕುಲನಗಂಗಳ
ನೀಂಟುವೆನೊ ಚತುಸ್ಸಮುದ್ರಮಮಂ ರವಿಶಶಿಯಂ ।
ಮಿಂಟುವೆನೊ ಗಗನ ತಳಮಂ
ಗಂಟಲನೊತ್ತುವೆನೊ ಸಕಲದಿಕ್ಪಾಲಕರಂ ॥ ೧೯ ॥

ಕುಲನಗಂಗಳ್ = ಏಳು ಕುಲ ಪರ್ವತಗಳು ; ಈಂಟು = ಕುಡಿ

ಕುಲ ಪರ್ವತಗಳನ್ನು ದಾಟಿ ಹೋಗಲೇ! ನಾಲ್ಕು ಸಮುದ್ರಗಳ ನೀರನ್ನೂ ಹೀರಿಬಿಡಲೇ? ಸೂರ್ಯಚಂದ್ರರನ್ನು ಕೆಳಕ್ಕುರುಳಿಸಲೇ? ಸಮಸ್ತ ದಿಕ್ಪಾಲಕರ ಗಂಟಲನ್ನು ಒತ್ತಿ ಹಿಡಿದು ಉಸಿರುಗಟ್ಟಿಸಲೇ? (ಇಲ್ಲಿ ದುರ್ಯೋಧನನ್ನು ಕಾಣದೆ ಕೈ ಕೈ ಹಿಸುಕಿಕೊಳ್ಳುತ್ತಾ ಭೀಮಸೇನನು ಕೋಪಾವಿಷ್ಟನಾಗಿ ಬ್ರಹ್ಮಾಂಡವನ್ನೇ ಅಡಿ ಮೇಲು ಮಾಡಿಬಿಡಲೆ ಎಂದು ಘರ್ಜಿಸುತ್ತಾನೆ.)

ವಚನ : ಅಂತು ಕುರುಕುಲ ಕೃತಾಂತಕನಂತಕನಂತೆ ಮಾಮಸಕಮಂ ಮಸಗಿ ಪ್ರಳಯ ಕಲ್ಪಸಂಕಲ್ಪಂಗೆಯ್ದು –

ಕೃತಾಂತಕನ್ + ಅಂತಕನ್ = ಯಮನಿಗೇ ಯಮನು ; ಮಾಮಸಕ = ಅತಿಶಯ ಕೋಪ ; ಮಸಗಿ = ಕೆರಳಿ

ಹಾಗೆ ಕುರುವಂಶಕ್ಕೆ ಯಮ ಸ್ವರೂಪಿಯಾದ, ಭೀಮಸೇನ ಯಮನಂತೆ ಅತಿಶಯವಾದ ಕೋಪದಿಂದ ಕೆರಳಿ ಪ್ರಳಯವನ್ನೇ ಉಂಟುಮಾಡುವ, ಸಂಕಲ್ಪ ಮಾಡಿ –

ರಸೆಗಿೞಿದನೊ ಮೇಣ್ನಾಲ್ಕುಂ
ದೆಸೆಗಳ ಕೋಣೆಗಳೊಳುೞಿದನೋ ಖಳನಿಲ್ಲೀ ।
ವಸುಮತಿಯೊಳ್ಗಾಂಧಾರಿಯ
ಬಸಿಱಿಂ ಮೇಣ್ಮಗುೞ್ದುಪೋಗಿ ಪೊಕ್ಕಿರ್ದಪನೋ ॥ ೨೦ ॥

ರಸೆ = ಪಾತಾಳ ; ನಾಲ್ಕುಂದೆಸೆ = ನಾಲ್ಕು ದಿಕ್ಕು ; ಕೋಣೆ = ಮೂಲೆ ; ಉೞಿ = ಬಿಡು ; ವಸುಮತಿ = ಭೂಮಿ ; ಮಗುೞ್ದು = ಮತ್ತೊಮ್ಮೆ

ಇದೇನು? ಆ ದುರ್ಯೋಧನ ನನ್ನ ಭಯದಿಂದ ಭೂಮಿಯನ್ನು ಬಿಟ್ಟು ರಸಾತಳಕ್ಕೆ ಇಳಿದು ಬಿಟ್ಟನೋ ಅಥವಾ ನಾಲ್ಕು ದಿಕ್ಕುಗಳ ಮೂಲೆಗಳಲ್ಲಿ ಅಡಗಿ ಕುಳಿತು ಬಿಟ್ಟನೋ, ಇಲ್ಲ ಮತ್ತೆ ಈ ಭೂಮಿಯಲ್ಲಿ ಗಾಂಧಾರಿಯ ಬಸಿರನ್ನು ಮರಳಿ ಹೊಕ್ಕು ಅವಿತಿರುವನೊ ಎಂದು ಘರ್ಜಿಸುತ್ತಾ ಭೀಮಸೇನ.

ಭುವನಂಗಳ್ಪದಿನಾಲ್ಕು ನಾಲ್ಕು ಪೆಸರಿಂ ವಾರಾಶಿಗಳ್ ಪತ್ತುದಿ
ಗ್ವಿವರಂ ನೋೞ್ಪೊಡಜಾಂಡಮೊಂದೆ ಪೆಱತಿಂಬಿನ್ನಿಲ್ಲಮಿನ್ನೆತ್ತಲೋ ।
ಡುವನಾರಂ ಗೆಡೆಗೊಳ್ವನಾರ ಮಱೆಯಂ ಪೊಕ್ಕಿರ್ಪನಿಂದಿಂತಿದಂ
ತಿವಿೞಿಂದಂ ಪೊಱಗೆಲ್ಲಿ ಪೊಕ್ಕು ಬರ್ದುಕಲ್ಕಕ್ಕು ಭುಜಂಗಧ್ವಜಂ ॥ ೨೧ ॥

ವಾರಾಶಿ = ಸಮುದ್ರ ; ದಿಕ್ + ವಿವರ = ದಿಕ್ಕುಗಳು ; ಅಜಾಂಡ = ಬ್ರಹ್ಮಾಂಡ ; ಪೆಱತು + ಇಂಬು + ಇನ್ನಿಲ್ಲ = ಬೇರೆ ಆಶ್ರಯವು ಇಲ್ಲ ; ಗೆಡೆಗೊಳ್ = ಸಂಪರ್ಕಮಾಡು (ಗೆಳೆತನ) ; ಭುಜಂಗ = ಸರ್ಪ

ಅಲ್ಲಾ! ಈಗ ಯೋಚಿಸಿ ನೋಡಿದರೆ ಇರುವುದು ಹದಿನಾಲ್ಕು ಲೋಕಗಳು, ಚತುಸ್ಸಮುದ್ರಗಳು, ಹತ್ತು ದಿಕ್ಕುಗಳು. ಇದೇ ಬ್ರಹ್ಮಾಂಡ. ಇದು ಬಿಟ್ಟು ಬೇರೆ ಎಡೆಯಿಲ್ಲ! ಹಾಗಿದ್ದ ಮೇಲೆ ಈ ಭುಜಂಗ ಧ್ವಜನಾದ ದುರ್ಯೋಧನ ಇನ್ನೆಲ್ಲಿ ಓಡಿ ಹೋಗಿರಬಹುದು? ಯಾರ ಆಶ್ರಯ ಪಡೆದಿರಬಹುದು? ಇನ್ನೆಲ್ಲಿ ಅಡಗಿರಬಹುದು? ಇವುಗಳನ್ನು ಬಿಟ್ಟು ಅವನು ಇನ್ನೆಲ್ಲಿ ಬದುಕಲು ಸಾಧ್ಯ? ಎಂದುಕೊಳ್ಳುತ್ತಾ...

ಚರಮಚರಮೆಂಬ ಜಗದಂ
ತರದೊಳ್ ಖಳನೆಲ್ಲಿ ಪೊಕ್ಕೊಡಂ ತದ್ಭುಜಪಂ ।
ಜರದೊಳಗಿರ್ದೊಡೆ ಹರಿಹರ
ಹಿರಣ್ಯಗರ್ಭರ್ಕಳಲ್ಲಿಯುಂ ಕೊಲ್ಲದಿರೆಂ ॥ ೨೨ ॥

ಚರಮ್ + ಅಚರಂ = ಚಲಿಸುವ ಚಲಿಸದ (ಚರಾಚರ) ; ಜಗದಂತರ = ಲೋಕದಲ್ಲಿ ; ಹಿರಣ್ಯಗರ್ಭ = ಬ್ರಹ್ಮ

ಆ ದುರ್ಯೋಧನ ಜಗತ್ತಿನ ಯಾವುದೆ ಚರಾಚರ ವಸ್ತುಗಳ ಎಡೆಯಲ್ಲಿ ಎಲ್ಲಿ ಅವಿತಿದ್ದರೂ, ಬ್ರಹ್ಮ ವಿಷ್ಣು ಮಹೇಶ್ವರರ ಬಾಹು ಪಂಜರಗಳಲ್ಲಿ ಅಡಗಿದ್ದರೂ ಅವನನ್ನು ಬಿಡುವುದಿಲ್ಲ. ಅಲ್ಲಿಯೂ ಯುದ್ಧ ಮಾಡಿ ಕೊಲ್ಲದೇ ಬಿಡುವುದಿಲ್ಲ ಎನ್ನುತ್ತಾ...

ಚತುರಂತಕ್ಷಿತಿಕಾಂತೆ ಕೇಳ್, ಜಲಧಿಕೇಳ್, ಸಪ್ತಾರ್ಚಿಕೇಳ್, ತಾತ ಮಾ
ರುತ ಕೇಳ್, ಮಾರುತ ಮಾರ್ಗಕೇಳ್, ಪಗೆವನಂ ಕೊಂದೆನ್ನಕೋಪಾಗ್ನಿಗಾ ।
ಹುತಿ ಮಾಟ್ಪೆಂ ಕೊಲಲಾಱದಂದು ತಱಿಸಂದಾನೆನ್ನ ಸಂದಗ್ನಿಗಾ
ಹುತಿ ಮಾಟ್ಪೆಂ ಗಡಮೆಂದು ಪೂಣ್ದೊದಱಿದಂ ಕೌರವ್ಯಕೋಳಾಹಳಂ ॥ ೨೩ ॥

ಚತುರಂತ = ನಾಲ್ಕು ಎಲ್ಲೆ (ಗಡಿ) ; ಕ್ಷಿತಿಕಾಂತೆ = ಭೂದೇವಿ ; ಸಪ್ತಾರ್ಚಿ = ಅಗ್ನಿ ; ತಾತ = ತಂದೆ ; ಮಾರುತ ಮಾರ್ಗ = ವಾಯುಮಾರ್ಗ, ಆಕಾಶ ; ಪಗೆವನಂ = ಶತ್ರುವಾದ ; ತಱಿಸಂದು = ನಿಶ್ಚಯಿಸಿ ; ಪೂಣ್ದು = ಪ್ರತಿಜ್ಞೆ ; ಒದರಿದಂ = ಗರ್ಜಿಸಿದನು

ಪಂಚಭೂತಗಳಾದ ಭೂಮಿ, ಆಕಾಶ, ಜಲ, ಅಗ್ನಿ, ವಾಯುಗಳೇ ಕೇಳಿ. ಶತ್ರುವನ್ನು ಕೊಂದು ನನ್ನ ಕೋಪವೆಂಬ ಬೆಂಕಿಗೆ ಆಹುತಿಕೊಡುತ್ತೇನೆ. ಒಂದೊ ಅವನನ್ನು ಕೊಲ್ಲಲಾಗದಿದ್ದಲ್ಲಿ ನಾನೇ ನನ್ನನ್ನು ಅಗ್ನಿಗೆ ಅರ್ಪಿಸಿಕೊಳ್ಳುತ್ತೇನೆ. ಇದು ಸತ್ಯವೆನ್ನುತ್ತಾ ಕೌರವ್ಯಕೋಳಾಹಳನಾದ ಭೀಮ ಶಪಥ ಮಾಡುತ್ತಾನೆ.

ವಚನ : ಅಂತು ಪಂಚಭೂತ ಸಾಕ್ಷಿಯೊಳ್ ಪೂಣ್ದು ನುಡಿದು ಅಜಾತ ಶತ್ರುಗೆ ಕುರುಕುಲ ಪ್ರಧಾನ ಶತ್ರುವೆನಿಸಿದ ಸಾಹಸಭೀಮಂ ಸಾಷ್ಟಾಂಗ ನಮಸ್ಕಾರಂ ಗೆಯ್ದಿಂತೆಂದಂ –

ಹೀಗೆ ಪಂಚಭೂತಗಳ ಸಾಕ್ಷಿಯಾಗಿ ಶಪಥ ಮಾಡಿ ಕುರುವಂಶದ ಪ್ರಧಾನ ಶತ್ರುವಾದ ಭೀಮಸೇನನು ಅಜಾತಶತ್ರು ಎನಿಸಿರುವ ಧರ್ಮರಾಯನಿಗೆ ಸಾಷ್ಟಾಂಗ ನಮಸ್ಕಾರ ಮಾಡಿ ಹೀಗೆಂದನು –

ಎನಿತುಂ ದ್ರೌಪದಿ ಮುಕ್ತಕೇಶಿ ನಮೆವಳ್ ತದ್ದುಃಖಮಂ ಕಂಡು ಕಂ
ಡೆನಿತುಂ ಸೈರಿಪೆನಾನುಮೆನ್ನನುಜರುಂ ಪಾಂಚಾಲಿಯಂ ನೋಡಿ ನೀಂ ।
ಮನದೊಳ್ನೋವುದುಮಿಲ್ಲ ನಿಷ್ಕರುಣೆಯ್ಯೆ ನೀವಿಂತಿರಾನನ್ನೆಗಂ
ಮುನಿಸಂ ತೀರ್ಚೆ ನರೇಂದ್ರವೈರಿತರುವಂ ನಿರ್ಮೂಲನಂ ಮಾಡುವೆಂ ॥ ೨೪ ॥

ಮುಕ್ತಕೇಶಿ = ಬಿರಿಹೊಯ್ದ ಕೂದಲು ; ನಮೆವಳ್ = ದುಃಖಪಡುವವಳೊ (ಬಡವಾಗಿರುವಳೊ) ; ವೈರಿತರು = ಶತ್ರುವೆಂಬ ವೃಕ್ಷ

ಪಾಂಚಾಲನಂದನೆಯಾದ ದ್ರೌಪದಿ ಬಿಚ್ಚಿಹೋದ ಕೂದಲುಳ್ಳವಳಾಗಿ ಎಷ್ಟೊಂದು ನವೆದಿದ್ದಾಳೊ, ದುಃಖದಿಂದ ಬಳಲಿರುವಳೊ, ಆ ದುಃಖವನ್ನು ಕಂಡೂ ಕಂಡೂ ಎಲ್ಲಿಯ ತನಕ ಸಹಿಸಿಕೊಳ್ಳಲಿ? ನನ್ನ ತಮ್ಮಂದಿರೂ ಇದನ್ನು ಸೈರಿಸಲಾರರು. ಆದರೆ ನಿನಗಾದರೂ ಇದರ ಚಿಂತೆಯೇ ಇದ್ದಂತಿಲ್ಲ. ನಿಷ್ಕರುಣಿಯಾಗಿದ್ದೀಯೆ. ನೀನು ಹೀಗೆಯೇ ಇರು. ಆದರೆ ನಾನು ಸುಮ್ಮನಿರುವವನಲ್ಲ. ಆ ಶತ್ರುವಾದ ದುರ್ಯೋಧನನೆಂಬ ಹೆಮ್ಮರವನ್ನು ಕಡಿದು ಬೇರು ಸಹಿತ ನಿರ್ಮೂಲನ ಮಾಡುವೆ.

ಆನುಂ ವಿಧೇಯನಲ್ಲಂ
ನೀನುಂ ಗುರುವಲ್ಲಮಿಂದಿನೊಂದೆವಸದೊಳು ।
ರ್ವಿನಾಥ ಪರಿಯ ಬಿಡ ಕುರು
ಸೂನುವನಿರದಿಕ್ಕಿ ಮೆಟ್ಟಿ ಡೊಕ್ಕರಿಸಿದಪೆಂ ॥ ೨೫ ॥

ಉರ್ವಿನಾಥ = ಭೂಮಿಯ ಒಡೆಯ ; ಇಕ್ಕಿಮೆಟ್ಟಿ = ಹೊಡೆದು ತುಳಿದು ; ಡೊಕ್ಕರಿಸಿ = ಕತ್ತು ಹಿಸುಕಿ, ಉಸಿರುಗಟ್ಟಿಸಿ

ರಾಜನೇ ಇಂದಿನ ಒಂದು ದಿನದ ಮಟ್ಟಿಗೆ ನಾನು ನಿನಗೆ ವಿಧೇಯನಲ್ಲ. ನೀನೂ ನನಗೆ ಹಿರಿಯನಲ್ಲ. ನಿನ್ನ ಈ ಭೂಮಿಯ ಒಡೆತನ ಬಿಡು. ಆ ದುರ್ಯೋಧನನನ್ನು ಹೊಡೆದು ಉರುಳಿಸಿ, ಮೆಟ್ಟಿ ನಿಂತು, ಅವನ ಕತ್ತು ಹಿಸುಕಿ ಕೊಲ್ಲದೆ ಬಿಡುವುದಿಲ್ಲ.

ಮುಂದಲೆಯಂ ಪಿಡಿದೆನ್ನಯ
ಮುಂದೆಳೆದನಲಜೆಯನುಯ್ದು ಪರಿಭವಿಸಿಯೆ ದ ।
ಳ್ಳೆಂದುರಿದು ಸೊರ್ಕಿದವನಂ
ಕೊಂದೆಂ ಕುರುಪತಿಯಂ ಕೊಲಲ್ತಡೆದಪೆನೇ ॥ ೨೬ ॥

ಮುಂದಲೆ = ಮುಂಗುರುಳು ; ಅನಲಜೆ = ಬೆಂಕಿಯ ಮಗಳು ದ್ರೌಪದಿ ; ಪರಿಭವಿಸಿ = ಅವಮಾನ ಮಾಡಿ ; ಸೊರ್ಕಿದವನಂ = ಅಹಂಕಾರಗೊಂಡವ (ದುಶ್ಯಾಸನ)

ಅದು ಮಾತ್ರವಲ್ಲ ನನ್ನ ಎದುರಿನಲ್ಲಿ ಆ ಅಗ್ನಿಪುತ್ರಿಯಾದ ದ್ರೌಪದಿಯ ಮುಂದಲೆಯನ್ನು ಹಿಡಿದೆಳೆದು ತಂದು ಅಪಮಾನ ಮಾಡಿದ ಅ ಸೊಕ್ಕಿನ ದುಶ್ಯಾಸನನನ್ನು ನನ್ನ ಕೋಪಾಗ್ನಿಗೆ ಆಹುತಿಯನ್ನು ಕೊಟ್ಟೆ. ಇನ್ನು ಈ ದುರ್ಯೋಧನನನ್ನ ಬಿಡುವೆನೇ?

ವಚನ : ಎಂದು ಕುರುಕುಲಾಂತಕಂ ಕುರುಕುಳವಿಳಯಕೇತುದಂಡ ಭೀಕರ ಕ್ರೋಧ ಬದ್ಧಾನುಕಾರಿತಮುಖನುಂ ಗಾಂಧಾರೀ ನಂದನ ಸಂಹರಣೋನ್ಮೀಲಿತ ಕರಾಳದಂತದಷ್ಟೋಷ್ಠ ವಿಕಟಬದ್ಧ ಭೃಕುಟಿಭಂಗಭೀಷಣಲಲಾಟಚ್ಛಟನುಂ ಕುರುವಂಶದಿಶಾಪಟ್ಟನುಂ ಸಂಧ್ಯಾರಾಗಸನ್ನಿಕಾಶದುರ್ನಿರೀಕ್ಷ್ಯ ಕಟಾಕ್ಷ ವಿಕ್ಷೇಪಲಕ್ಷಿತನುಂ ಪಿಂಗಾಕ್ಷ ಮಾರಣ ಕಾರಣನುಂ ಉತ್ಪನ್ನಮಹೋತ್ಸವ ಚಲಾಯಮಾನುಸ್ಫುರಿದಂಘ್ರಿಯುಗ್ಮನುಂ ಕುರುಕುಲ ಪ್ರಳಯ ಜಲಧರ ನಿನಾದಗಂಭೀರೋದ್ಧಾಮ ಸಿಂಹನಾದ ಪ್ರತಿಮ ಪ್ರತಿಜ್ಞಾ ಪ್ರಚಲಿತನಿಖಿಲ ದಿಕ್ಚಕ್ರವಾಳನುಂ ಸುಯೋಧನಾನುಜರುಧಿರೋದ್ಗತ ಧ್ವನಿ ವಿಶೇಷನುಂ ದುರ್ಯೋಧನ ವಿಶೇಷಣಾನ್ವೇಷಣಾರ್ಥಂ ಮಾಮಸಕಂ ಮಸಗಿ ಕುರುಕುಲ ಪ್ರಳಯಕಾಲ ದಂಡಮೆನಿಪ ನಿಜ ವಿಜಯಗದಾ ದಂಡಮನೆತ್ತಿಕೊಂಡು –

ಕುರುಕುಲಾಂತಕ = ಕುರುವಂಶಕ್ಕೇಯಮನಾದ, ಕುರುಕುಳವಿಳಯ = ಕುರುವಂಶನಾಶ ; ಕೇತು ದಂಡ = ಧೂಮಕೇತು ; ಕ್ರೋಧಬದ್ಧಾನುಕಾರಿತ = ಕೋಪದಿಂದ ಕೆಂಪಾದ ; ಸಂಹರಣ + ಉನ್ಮೀಲಿತ = ಕೊಲ್ಲಲು ಬಾಯ್ದೆರೆದ ; ದಂತದಷ್ಟೋಷ್ಠ = ಕಟಕಟನೆ ಹಲ್ಲು ಕಡಿ ; ಭೃಕುಟಿ = ಹುಬ್ಬು ಗಂಟು ; ಭೀಷಣಲಲಾಟ = ಭಯಂಕರವಾದ ಹಣೆ

ಎನ್ನುತ್ತಾ ಕುರುಕುಲಾಂತಕನೆನಿಸಿದ ಭೀಮಸೇನನು ಕುರುವಂಶವನ್ನೇ ನಾಶಪಡಿಸುವ ಧೂಮಕೇತುವಿನಂತೆ ಭಯಂಕರವಾದ ಕೋಪದಿಂದ ಕೆಂಪಾದ ಮುಖವುಳ್ಳವಾಗಿ ದುರ್ಯೋಧನನ ವಧೆ ಮಾಡಲು ಬಾಯ್ದೆರೆದು ಕಟಕಟನೆ ಹಲ್ಲುಕಡಿಯುತ್ತಾ ಹುಬ್ಬುಗಂಟಿಕ್ಕಿ ಕುರುವಂಶವನ್ನೂ ದಿಗ್ಬಲಿಕೊಟ್ಟವನಾಗಿರುವ ಸಂಜೆಯ ಕಾಲದ ಕೆಂಪಾದ ವರ್ಣದ, ನೋಡಲು ಭಯಂಕರನಾದ ಕರುಕುಲದ ನಾಶಕ್ಕೆ ನಿಮಿತ್ತನಾದ, ಇದಕ್ಕಾಗಿ ತನ್ನ ಪ್ರತಿಜ್ಞೆಯನ್ನು ದಿಕ್ಕುದಿಕ್ಕುಗಳೂ ಆಲಿಸುವಂತೆ ಸಿಂಹಗರ್ಜನೆ ಮಾಡುತ್ತಿರುವ ದುಶ್ಶಾಸನನ ರಕ್ತ ಹೀರಿ ಹೀರಿ ಪಾನ ಮಾಡಿದ ಭೀಮಸೇನ ಈಗ ಆ ದುರ್ಯೋಧನನನ್ನು ಹುಡುಕುತ್ತಾ ಅತ್ಯಂತ ಕೋಪಾವಿಷ್ಟನಾಗಿ ಪ್ರಳಯಕಾಲದ ರುದ್ರನಂತೆ ತನ್ನ ಗದಾದಂಡವನ್ನೆತ್ತಿಕೊಂಡು –

ಕುರುಕುಲಕದಳೀಕಾನನ
ಕರಿಕಳಭಂ ಶತ್ರು ಶಲಭಸಂಪಾತನವಿ ।
ಸ್ಫುರಿತಪ್ರದೀಪನಾ ಕುರು
ಧರೆಯೊಳ್ ಕುರುಪತಿಯನಱಸಿದಂ ಪವನಸುತಂ ॥ ೨೭ ॥

ಕುರುಕುಲ ಕದಳೀ ಕಾನನ = ಕುರುವಂಶವೆಂಬ ಬಾಳೆಯ ವನ ; ಕರಿಕಳಭ = ಆನೆಯ ಮರಿ ; ಶಲಭಸಂಪಾತನ್ = ಮಿಡಿತೆ (ಪತಂಗ) ಬೀಳುವ ; ವಿಸ್ಫುರಿತ = ಪ್ರಜ್ವಲಿಸುವ ; ಕುರುಧರೆ = ಕುರುಕ್ಷೇತ್ರ ಯುದ್ಧ ಭೂಮಿ

ಕುರುವಂಶವೆಂಬ ಬಾಳೆಯ ತೋಟಕ್ಕೆ ಮರಿಯಾನೆಯಂತಿರುವ, ಶತ್ರುಗಳೆಂಬ ಮಿಡಿತೆಗಳು ಬೀಳುತ್ತಿರುವ ಪ್ರಜ್ವಲಿತ ದೀಪದಂತಿರುವವನೂ ಆದ ಭೀಮಸೇನ ಕುರುಕ್ಷೇತ್ರ ರಣರಂಗದಲ್ಲಿ ದುರ್ಯೋಧನನನ್ನು ಅರಸುತ್ತಿದ್ದನು.

ಗುರುಲಕ್ಷ್ಯಸಿದ್ಧಯಿಲ್ಲೆನೆ
ಪರಿವಂಬಂ ಪರಿದು ಪಿಡಿದು ಬೇಗಂ ತರ್ಪಂ ।
ತಿರೆ ಪವನ ಜವದೆ ಪವನಜ
ಪರಿದಂ ಮಾಣ್ದಿರದೆಯಲ್ಲಿಯಿದಿರುಂ ಬಱಿಯುಂ ॥ ೨೮ ॥

ಲಕ್ಷ್ಯಸಿದ್ಧಿ = ಗುರಿಯನ್ನು ಸಿದ್ಧಿಸಿಕೊಳ್ಳು ; ಪರಿವ + ಅಂಬಂ = ಓಡುವ ಬಾಣ ; ಪರಿದು = ಓಡಿ ; ಪವನ ಜವ = ವಾಯುವೇಗ ; ಮಾಣ್ದು + ಇರದೆ = ತಡಮಾಡದೆ ; ಇದಿರುಂ = ಮುಂದಕ್ಕೆ ; ಬಱಿಯುಂ = ಹಿಂದಕ್ಕೆ

ಇದು ಹಿಂದೆ ಭೀಮ ಧನುರ್ವಿದ್ಯಾಭ್ಯಾಸ ಮಾಡುತ್ತಿದ್ದ ಕಾಲದ ಸಂಗತಿಯೊಂದನ್ನು ನೆನಪಿಗೆ ತರುತ್ತದೆ. ಗುರಿಹಿಡಿಯುವುದರಲ್ಲಿ ನಿನಗಿನ್ನೂ ಸಿದ್ಧಿ ದೊರೆತಿಲ್ಲ ಎಂದು ಗುರುಗಳಾದ ದ್ರೋಣಾಚಾರ್ಯರು ಭೀಮನಿಗೆ ಹೇಳಿದಾಗ ಬಿಲ್ಲಿನಿಂದ ಬಿಟ್ಟ ಬಾಣದ ಹಿಂದೆ ಅದಕ್ಕಿಂತ ವೇಗವಾಗಿ ಅಂದರೆ ವಾಯುವೇಗದಿಂದ ಓಡಿ ಅದು ಗುರಿಮುಟ್ಟುವ ಮುಂಚೆಯೇ ಅದನ್ನು ಹಿಡಿದು ತಂದ ರೀತಿಯಲ್ಲಿ ಈಗ ಕುರುಕ್ಷೇತ್ರದ ಉದ್ದಗಲಕ್ಕೂ ಅದೇ ವೇಗದಲ್ಲಿ ಧಾವಿಸುತ್ತಾ ದುರ್ಯೋಧನನನ್ನು ಹುಡುಕಲಾರಂಭಿಸಿದ.

ವಚನ : ಅಂತಿದಿರುಂ ಬಱಿಯುಂ ಪಾಸುಂ ಪೊಕ್ಕುಂ ದುಗುಣಮುಂ ತಿಗುಣಮುಂ ಅಡ್ಡಮುಂ ತಿಗಟಮುಂ ಪರಿದು ಕುರುಕ್ಷೇತ್ರದೊಳ್ ವಜ್ರಪ್ರಹರಣದಿ ನೆಱಂಕೆವೆರಸು ಕೆಡೆದ ಪರ್ವತಂಗಳಂತೆ ಲೋಹವಕ್ಕರಿಕೆಗಳ್ವೆರಸು ಕೋಡನೂಱಿ ಪಾಡಱಿದು ಪರಿಕಲಿಸಿ ಕೆಡೆದ ಮದಾಂಧ ಗಂಧ ಸಿಂಧುರಂಗಳಡಿಯೊಳಡಂಗಿದನೆಗೆತ್ತು ಕೈಗುತ್ತಿ ನೋಡಿಯುಂ ತನ್ನ ಭೀಕರ ಗದಾಘಾತದೊಳ್ ಜಾಱಿಪಱಿವಱಿದು ಪೆಱಗೆಡೆದು ತೂರುಪಾರಾದ ಕಾಂಭೋಜಾವಳಿಗಳ ತುರುಷ್ಕತುರಂಗಮಂಗಳಡಿಯೊಳಡಂಗಿದನೆಗೆತ್ತು ಕೈಗುತ್ತಿ ನೋಡಿಯುಂ ಬಲವಂದು ನೋಡಿಯುಂ ತನ್ನ ನಿಶಿತನಾರಾಚ ಪರಂಪರಾಭಿಘಾತದೊಳ್ ತಗ್ಗಿ ನುರ್ಗುನುಱಿಯಾಗಿ ಕೆಡೆದ ತೇರ ಪಲಗೆಗಳೊಳ್ ಮೆಯ್ಗೆರೆದನೆಗೆತ್ತು ಬೆದಂಕಿ ನೋಡಿಯುಂ ತನ್ನ ನಿಷ್ಠುರ ಚರಣ ಸಂಘಟ್ಟದೊಳ್ ಪಡಲ್ಪಟ್ಟ ವೀರ ಭಟರ ಮಕುಟಂಗಳೊಳ್ ತಲೆಗರೆದಿರ್ದನೆಗೆತ್ತು ಸೋದಿಸಿ ನೋಡಿಯುಂ ನೆತ್ತರ ತೊರಗಳೊಳ್ಕಾಲ್ಗುತ್ತಿ ನೋಡಿಯುಂ ನೆಣನ ಬಣಬೆಗಳೊಳ್ ಕೈದುಗುತ್ತಿ ನೋಡಿಯುಂ ಅಡಗಿನ ಗಿಡಿವಿನೊಳ್ ಸುೞಿದು ನೋಡಿಯುಂ ನರವಿನ ನೆಱವಿಯೊಳ್ತೊಱಲ್ದು ನೋಡಿಯುಂ ಮೂಳೆಯ ಮೊಱಡಿಗಳನೇಱಿ ನೋಡಿಯುಂ ಮಿದುಳ ಕೋೞ್ಗೆಸರೊಳ್ ಪೊಕ್ಕು ಕರುಳ ಮೆದೆಯಂ ಪಿಕ್ಕಿ ಪರಪಿ ನೋಡಿಯುಂ ಪಲ್ಗಳ ಬಣಂಬೆಗಳೊಳ್ ಪರವಸಂಗೊಂಡು ಮೆಟ್ಟಿಯುಂ ಅಟ್ಟೆಯ ಬೆಟ್ಟಘಟ್ಟದಿಟ್ಟೆಡೆಗಳೊಳ್ ನಿಟ್ಟಿಸಿಯುಂ ವೈಯಾಕರಣನಂತೆ ಶಬ್ದಮನಾಲಿಸಿಯುಂ ಬೇಂಟೆಕಾಱನಂತೆ ಅಡಿವೆಜ್ಜೆಯ ನಱಿಸಿಯುಂ ಗರುಡನಂತೆ ಹಾವಿನ ಹೞವಿಗೇಯನಾರಯ್ದು ನೋಡಿಯುಂ ವೈದ್ಯನಂತಹಿತಗದಾನ್ವೇಷಣಂ ಗೆಯ್ದು ನೋಡಿಯುಂ ಮುನ್ನಂ ಪರಶುರಾಮನೀ ನೆಲದೊಳುಳ್ಳರಸುವಕ್ಕಳೆಲ್ಲರುಮನಿರ್ಪತ್ತೊಂದು ಸೂೞ್ವೆರೆಗಂ ಪಿಳ್ಳೆಪೆಸರಿಲ್ಲದಂತು ಕೊಂದವಂದಿರ ನೊರೆನೆತ್ತರೊಳ್ ತೀವಿ ತನ್ನ ತಾಯ್ಗೆ ನೀರಿೞಿಯವುಂ ತಂದೆಗೆ ನೀರ್ಗುಡಲುಮೆಂದು ಮಾಡಿದ ಸ್ಯಮಂತ ಪಂಚಕಗಳೆಂಬ ಪೆಸರ ಪೆರ್ಮಡುಗಳೊಳಗೆ ಮೂಡಿ ಮುೞ್ಕಾಡಿ ನೋಡಿಯುಂ ನಾಲ್ವತ್ತೆಣ್ಣಾವುದ ಪರಿಪ್ರಮಾಣ ಕುರುಕ್ಷೇತ್ರದೊಳೆಲ್ಲಿಯುಂ ದುರ್ಯೋಧನನರಸಿ ಕಾಣದೆ ವಿಸ್ಮಯಂಬಟ್ಟವನ ಬಿಟ್ಟ ಬೀಡಿಂಗೆ ನಿಟ್ಟುರಿಗೊಂಡು –

ಇದಿರುಂ ಬಱಿಯುಂ = ಮುಂದೆ ಹಿಂದೆ ; ಪಾಸುಂ ಪೊಕ್ಕು = ಉದ್ದ ಅಡ್ಡ (ಆಸುಪಾಸು) ; ತಿಗುಟಮಂ = ತ್ರಿಕೋಣಾಕಾರ ; ಎಱಂಕೆ = ರೆಕ್ಕೆ ; ಲೋಹವಕ್ಕರಿಕೆ = ಉಕ್ಕಿನ ಪಕ್ಷರಕ್ಷೆ (ರಕ್ಷಾ ಕವಚ) ; ಕೋಡನೂಱಿ = ದಾಡೆಯೂರಿ ; ಪಾಡಱಿದು = ಕ್ರಮಗೆಟ್ಟು ; ಪರಿಕಲಿಸಿ = ವ್ಯಾಪಿಸಿ ; ಸಿಂಧುರ = ಆನೆ (ಮದಗಜ) ; ಪಱಿವಱಿ = ತುಂಡು ತುಂಡು ; ತೂರುಪಾರ್ = ಚೆಲ್ಲಾಪಿಲ್ಲಿ ;

ಬೆದಂಕಿ = ಕೆದಕಿ, ಹುಡುಕಿ ; ಬಣಬೆ = ರಾಶಿ ; ಗಿಡಿವು = ಮುದ್ದೆ ; ಮೊರಡಿ = ದಿಣ್ಣೆ (ಗುಡ್ಡ) ; ಕೋಟ್ಕೆಸೆರು = ತಣ್ಣನೆಯ ಕೆಸರು ; ಪರಪಿ = ಹರಡಿ ; ಅಡಿವೆಜ್ಜೆ = ಪಾದದಡಿ (ಪದಚಿಹ್ನೆ) ; ಅಟ್ಟೆ = ಮುಂಡ (ತಲೆಯಿಲ್ಲದ ದೇಹ) ; ಹಟಿವಿಗೆ = ಪತಾಕೆ ; ಅಹಿತಗದಾನ್ವೇಷಣೆ = ಹಿತವಾಗದ ರೋಗದ ಕಾರಣ ಹುಡುಕು ; ಸೂಟ್ = ಬಾರಿ (ಸಲ) ; ನೀರ್ಗುಡು = ಜಲತರ್ಪಣ ; ನಿಟ್ಟುರಿಗೊಂಡು = ವಿಪರಿತವಾಗಿ ಕೋಪತಾಳಿ ; ಪರಿಪ್ರಮಾಣ = ವಿಸ್ತೀರ್ಣ

(ಇಲ್ಲಿ ಭೀಮಸೇನ ಕೌರವನನ್ನು ಎಲ್ಲೆಲ್ಲಿ ಹೇಗೆ ಯಾವ್ಯಾವ ರೀತಿ ಹುಡುಕಿದ ಎಂಬ ವಿಶ್ಲೇಷಣೆಯನ್ನು ಕವಿ ಅತ್ಯಂತ ಮಾರ್ಮಿಕವಾಗಿ ವಿವರಿಸಿದ್ದಾನೆ.) ಹೇಗೆ ಹುಡುಕುತ್ತಿದ್ದಾನೆಂದರೆ ತನ್ನ ಎದುರು, ತನ್ನ ಹಿಂದೆ, ಉದ್ದಕ್ಕೆ ಅಡ್ಡಕ್ಕೆ, ಎರಡು ಮೂರು ಬಾರಿ ಸುತ್ತಿ, ಮತ್ತೆ ತ್ರಿಕೋಣಾಕಾರವಾಗಿ ತಿರುಗುತ್ತಾ ಕುರುಕ್ಷೇತ್ರದ ಉದ್ದಕ್ಕೂ ಅಗಲಕ್ಕೂ ಸಂಚರಿಸುತ್ತಾ ಇಂದ್ರನ ವಜ್ರಾಯುಧದ ಘಾತಕ್ಕೆ ಸಿಲುಕಿ ಬಿದ್ದ ಪರ್ವತಗಳೋಪಾದಿಯಲ್ಲಿ ಉಕ್ಕಿನ ಕವಚಗಳನ್ನೂ ಹರಿದು ಮುಗ್ಗರಿಸಿ ತಮ್ಮ ಕೋರೆದಾಡೆಗಳನ್ನು ಊರಿ ಬಿದ್ದಿರುವ ಆನೆಗಳ ದೇಹದ ರಾಶಿಗಳ ಮಧ್ಯೆ ಬೆದಕಿ ನೋಡಿ, ತನ್ನ ಮಹಾ ಭಯಂಕರವಾದ ಗದೆಯಿಂದ ಸಹಿಸಲಾರದ ಏಟುಗಳನ್ನು, ಹೊಡೆತಗಳನ್ನು ತಿಂದು ತುಂಡು ತುಂಡಾಗಿ ಹರಿದು ಹಂಚಾಗಿರುವ ಆನೆ – ಕುದುರೆಗಳ ಹೆಣದ ರಾಶಿಗಳ ಮಧ್ಯೆ ಕೆದಕಿ ಸುತ್ತಲೂ ಬಂದು ಹುಡುಕುತ್ತಾ, ತನ್ನ ಹರಿತವಾದ ತೀಕ್ಷ್ಣವಾದ ಬಾಣಗಳಿಂದ ನುಚ್ಚುನೂರಾದ ರಥದ ಹಲಗೆಗಳ ರಾಶಿಯನ್ನು ಕೆದಕಿ ಹುಡುಕಿ, ಅಲ್ಲಲ್ಲಿ ತಲೆಕಡಿದು ಕಿರೀಟ ಸಮೇತ ರಾಶಿ ರಾಶಿಯಾಗಿ ಬಿದ್ದಿದ್ದ ರುಂಡಗಳ ಮಧ್ಯದಲ್ಲಿ ಗದೆಯಿಂದ ಕೆದಕಿ ನೋಡುತ್ತಾ ರಕ್ತಪ್ರವಾಹದಿಂದ ಕೆಸರಿನಂತಿದ್ದ ಭೂಮಿಯನ್ನು ಬೆದಕಿ ನೋಡುತ್ತಾ ಮಾಂಸದ, ಮೂಳೆಗಳ ರಾಶಿಗಳಲ್ಲಿಯೂ ಕೆದಕಿ ಕೆದಕಿ ನೋಡುತ್ತಾ, ಪದಚಿಹ್ನೆಗಳನ್ನು ಅರಸಿ ನೋಡುತ್ತಾ (ಅಂದರೆ ದುರ್ಯೋಧನನ ಪಾದಲಕ್ಷಣಗಳು) ಗರುಡನಂತೆ ಹಾವಿನ ಹೆಜ್ಜೆಗಳನ್ನು ಅರಸುತ್ತಾ ಇಪ್ಪತ್ತೊಂದು ಬಾರಿ ಭೂಪ್ರದಕ್ಷಿಣೆ ಮಾಡಿ ಎಲ್ಲಾ ಕ್ಷತ್ರಿಯ ಸಮೂಹವನ್ನು ಸಂಹರಿಸಿ, ಹೇಳಹೆಸರಿಲ್ಲದಂತೆ ಮಾಡಿದ ಪರಶುರಾಮ ತನ್ನ ತಂದೆಗೆ ನೀಡಿದ ರಕ್ತ ತರ್ಪಣದ ಜಲತರ್ಪಣದ ಐದು ಮುಡುಗಳನ್ನು ಕೆದಕಿ – ಬೆದಕಿ ನೋಡಿ ಅರಸುತ್ತಾ ಆ ನಲವತ್ತೆಂಟು ಗಾವುದ ವಿಸ್ತೀರ್ಣವುಳ್ಳ ಕುರುರಣರಂಗದ ಮೂಲೆ ಮೂಲೆಯನ್ನೂ ಬಿಡದೆ ಅರಸಿದರೂ ದುರ್ಯೋಧನನನ್ನು ಎಲ್ಲಿಯೂ ಕಾಣದೆ ಆಶ್ಚರ್ಯ ಪಟ್ಟು – ಅವನಿರುವ ಬಗ್ಗೆ ವಿವರ ತಿಳಿಯದೆ ಅತ್ಯಂತ ಕೋಪಾವಿಷ್ಟನಾಗಿ –

ಜತುಗೃಹದೊಳ್ಸುಡಲ್ಬಗೆದನಿಕ್ಕಿ ವಿಷಾನ್ನಮಮಂ ಮರು
ತ್ಸುತನನುಪಾಯದಿಂ ಕೊಲಲೊಡರ್ಚಿದನೆಲ್ಲಿದನಾ ದುರೋದರ ।
ವ್ಯತಿಕರದೊಳ್ಪರಾಭವಿಸಿ ಕೃಷ್ಣೆಯನುಯ್ದುಪರಾಧಿಯೆಲ್ಲಿದಂ
ಕೃತಕ ಸಭಾಪ್ರವೇಶಕರನೆಲ್ಲಿದನೆಲ್ಲಿದನೋ ಸುಯೋಧನಂ ॥ ೨೯ ॥

ಜತುಗೃಹ = ಅರಗಿನ ಮನೆ ; ಮರುತ್ + ಸುತ = ವಾಯುವಿನ ಮಗ – ಭೀಮಸೇನ ; ಕೊಲಲ್ + ಒಡರ್ಚಿದ = ಕೊಲ್ಲಲು ಪ್ರಯತ್ನಿಸಿದ ; ದುರೋದರ = ದ್ಯೂತ ; ವ್ಯತಿಕರ = ಸಂದರ್ಭ

ವಾರಣಾವತದಲ್ಲಿ ಸೃಷ್ಟಿಸಿದ ಅರಗಿನ ಮನೆಗೆ ಬೆಂಕಿ ಹಚ್ಚಿಸಿ ಪಾಂಡವರನ್ನು ಸುಡಲು ಯತ್ನಿಸಿದ, ಮರುತ ಸುತನನ್ನು ವಿಷಾನ್ನವನ್ನಿಕ್ಕಿ ಉಪಾಯದಿಂದ ಕೊಲ್ಲಲು ಪ್ರಯತ್ನಿಸಿದ ಆ ದುರ್ಯೋಧನನು ಎಲ್ಲಿದ್ದಾನೆ? ಕಪಟ ಜೂಜಾಟದ ಸಂದರ್ಭದಲ್ಲಿ ದ್ರೌಪದಿಯನ್ನು ಎಳೆತಂದು ಅವಮಾನಗೊಳಿಸಿದ ಆ ಅಪರಾಧಿಯೆಲ್ಲಿ? ಮಯ ನಿರ್ಮಿತ ಸಭಾಭವನದಂತೆ ಕೃತಕ ಸಭಾಭವನ ನಿರ್ಮಿಸಿ ಆ ಸಭೆಗೆ ಬರಮಾಡಿಕೊಂಡ ಆ ಸುಯೋಧನನು ಎಲ್ಲಿದ್ದಾನೆ, ಎಲ್ಲಿದ್ದಾನೆ?

ಧೃತರಾಷ್ಟ್ರಾಪತ್ಯ ಕಂಜಪ್ರಿಯ ಸುತ ಸಖನೇಕಾದಶಾಕ್ಷೋಹಿಣೀಶಂ
ಕೃತಕ ದ್ಯೂತಸ್ವನಾಥೀಕೃತಯಮಸುತ ಭೀಮಾರ್ಜುನಂ ದ್ರೋಣ ಭೀಷ್ಮೋ ।
ಚಿತ ವಾಕ್ಯದ್ವೇಷಿ ಕೃಷ್ಣಾಂಬರ ಕಬರಿಹರಂ ಶೋಕತೀವ್ರಾಗ್ನಿ ದಗ್ಧಂ
ಸುತ ಶೋಕಾಕ್ರಾಂತನ್ ಎಲ್ಲಿರ್ದನೊ ನೃಪತಿಲಕಂ ನಿಮ್ಮ ರಾಜಾಧಿರಾಜಂ ॥ ೩೦ ॥

ಧೃತರಾಷ್ಟ್ರ + ಅಪತ್ಯ = ಧೃತರಾಷ್ಟ್ರನ ಮಗ (ಅಪತ್ಯ = ಸಂತಾನ) ; ಕಂಜಪ್ರಿಯ ಸುತ = ಸೂರ್ಯನ ಮಗ ಕರ್ಣ ; ಕೃತಕದ್ಯೂತಸ್ವನಾಥೀಕೃತ = ಕಪಟದ್ಯೂತದಲ್ಲಿ ಗೆದ್ದು ಬೀಗಿದ ; ಕೃಷ್ಣಾಂಬರ = ದ್ರೌಪದಿಯ ಸೀರೆ ; ಕಬರಿ = ತುರುಬು ; ಸುತಶೋಕ + ಅಕ್ರಾಂತ = ಪುತ್ರ ಶೋಕ ಪೀಡಿತ

ಆ ಧೃತರಾಷ್ಟ್ರನ ಮಗ ಸೂರ್ಯಪುತ್ರ ಕರ್ಣನ ಸಖನೂ, ಹನ್ನೊಂದು ಅಕ್ಷೋಹಿಣೀ ಸೇನೆಗೆ ಅಧಿಪತಿಯೂ, ಕಪಟ ದ್ಯೂತದಲ್ಲಿ ಪಾಂಡವರನ್ನು ಸೋಲಿಸಿ ರಾಜ್ಯ ಕಬಳಿಸಿದವನೂ, ದ್ರೋಣ ಭೀಷ್ಮರ ಹಿತನುಡಿಗಳನ್ನೂ ಉಪೇಕ್ಷ ಮಾಡಿದವನೂ, ದ್ರೌಪದಿಯ ಸೀರೆ ತುರುಬನ್ನು ಎಳೆದು ಅವಮಾನ ಮಾಡಿಸಿದವನೂ, ಅತಿಯಾದ ದುಃಖವೆಂಬ ಬೆಂಕಿಯಲ್ಲಿ ಬೆಂದು ಹೋದವನೂ, ಪುತ್ರ ಶೋಕ ಪೀಡಿತನೂ ಆಗಿರುವ ಆ ದುರ್ಯೋಧನ ಎಲ್ಲಿದ್ದಾನೋ? ಆ ನೃಪಶೇಷ್ಠ ನಿಮ್ಮ ರಾಜಾಧಿ ರಾಜನೆಲ್ಲಿದ್ದಾನೋ?

ಭರತಕುಲೇಂದು ಕಲಂಕಂ
ಭರತಾನ್ವಯ ರಾಜಭವನರಾಜಕಪೋತಂ ।
ಕುರುಕೇತುವೆಲ್ಲಿದಂ ತ
ತ್ಕುರುಕುಲಲಯಕೇತು ಭೀಮಸೇನಂ ಬಂದಂ ॥ ೩೧ ॥

ಭರತಕುಲ = ಭರತವಂಶ ; ಇಂದು = ಚಂದ್ರ ; ಕಲಂಕಂ = ಕಪ್ಪುಕಲೆ ; ರಾಜಕಪೋತ = ರಾಜ ಪಾರಿವಾಳ ; ಕುರುಕೇತು = ಕುರುವಂಶಕ್ಕೆ ಒಡೆಯ (ಕೇತು ಎಂಬ ಪದಕ್ಕೆ ಗ್ರಹ, ಧೂಮಕೇತು, ಒಡೆಯ ಎಂಬ ಅರ್ಥವಿದೆ) ; ಲಯಕೇತು = ಧೂಮಕೇತು

ಇಡೀ ಭರತ ವಂಶಕ್ಕೆ ಕಳಂಕಪ್ರಾಯನಾದವನೂ ಭರತ ಕುಲದ ರಾಜ ಪರಿವಾಳದಂತೆ ಅಪಶಕುನನಾದವನೂ, ಕುರುಕುಲದ ಒಡೆಯನೂ ಆ ಕುರುಕುಲಕ್ಕೇ ನಾಶ ಪ್ರಾಯದಂತೆ ಧೂಮಕೇತುವಿನಂತಿರುವ ಭೀಮಸೇನನು ಬಂದಿರುವನು.

ವಚನ : ಎಂದು ಶಿಬಿರರಕ್ಷಕರ ಗರ್ಭಮುಂ ಶಿಬಿರ ನಿತಂಬಿನಿಯ ಗರ್ಭಮುಂ ಒಡನೊಡನೆ ಗಳಿಯಿಸೆ ಸಿಂಹ ಗರ್ಜನೆಯಿಂ ಗರ್ಜಿಸಿ ಕುರುರಾಜ ದ್ವಾರೋಪಾಂತಮನೆಯ್ದಿವಂದಾಗಳ್ –

ನಿತಂಬಿನಿ = ಸ್ತ್ರೀ ; ಗಳಿಯಿಸಿ = ಸೋರು (ಪಾತವಾಗು) ; ದ್ವಾರೋಪಾಂತ = ಬಾಗಿಲ ಹತ್ತಿರ

ಎನ್ನುತ್ತಾ ಅಲ್ಲಿದ್ದ ಶಿಬಿರ ರಕ್ಷಕರ ಹಾಗೂ ಶಿಬಿರದಲ್ಲಿದ್ದ ಸ್ತ್ರೀ ಸಮೂಹದ ಗರ್ಭವು ಒಟ್ಟೊಟ್ಟಿಗೆ ಪಾತವಾಗುವಂತೆ ಸಿಂಹಗರ್ಜನೆಯನ್ನು ಮಾಡುತ್ತಾ ಕೌರವನ ಶಿಬಿರದ ಬಾಗಿಲಿನ ಹತ್ತಿರಕ್ಕೆ ಬಂದಾಗ –

ಆರಾರ್ಸತ್ತರ್ ಸಮರದೊ
ಳಾರಾರೊಳರೆನ್ನಸೂನುಗಳ್ಗೇನಾಯ್ತೆಂ ।
ದಾರಯ್ಯಲ್ ನೃಪಭವನ
ದ್ವಾರದೊಳಿರ್ದಹಿತಜನನಿ ಪರಿಜನ ಸಹಿತಂ ॥ ೩೨ ॥

ಆರ್ + ಒಳರ್ = ಯಾರು ಉಳಿದಿದ್ದಾರೆ ; ಆರಯ್ಯಿ = ವಿಚಾರಿಸು ; ಅಹಿತಜನನಿ = ಶತ್ರುವಿನ ತಾಯಿ (ಗಾಂಧಾರಿ) ; ಪರಿಜನ = ದಾಸೀ ಪರಿವಾರ

ಯುದ್ಧದಲ್ಲಿ ಯಾರು ಯಾರು ಸತ್ತರು? ಯಾರ್ಯಾರು ಬದುಕಿ ಉಳಿದಿದ್ದಾರೆ? ನನ್ನ ಮಕ್ಕಳಿಗೇನಾಯಿತು ಎಂಬುದನ್ನು ವಿಚಾರಿಸುವುದಕ್ಕಾಗಿ ಅತ್ಯಂತ ದುಃಖಿತೆಯಾದ ಗಾಂಧಾರಿ ದೇವಿ ತನ್ನ ಪರಿವಾರದವರೊಂದಿಗೆ ಅರಮನೆಯ ಬಾಗಿಲಲ್ಲಿ ಇರುವಾಗ

ದೆಸೆಯಂ ತೆಕ್ಕನೆ ತೀವಿ ಪರ್ಬಿ ಗಗನಂ ಕೂಡಿಟ್ಟವೋಲ್ನೀಳ್ದಗು
ರ್ವಿಸೆ ಬಾಹುಭ್ರಮಿತಾಭ್ರವಿಭ್ರಮಗದಂ ಕೌರವ್ಯರಂ ತಿಂದ ರ ।
ಕ್ಕಸನೋ ಈತನೊ ಭೀಮಸೇನನೆನುತುಂ ಗಾಂಧಾರಿ ಬಳ್ಕುತ್ತೆ ಬೆ
ಕ್ಕಸಮುತ್ತಳ್ ಬರೆ ಕಂಡು ಪಾಂಡವ ಬಲಪ್ರಾಕಾರನಾಕಾರಮಂ ॥ ೩೩ ॥

ದೆಸೆಯಂ = ದಿಕ್ಕುಗಳ ; ತೆಕ್ಕನೆ = ಅತಿಶಯವಾಗಿ ; ತೀವಿ = ತುಂಬಿಸಿಕೊಂಡು ; ಪರ್ಬಿ = ಹಬ್ಬಿ (ವ್ಯಾಪಿಸಿ) ; ಕೂಡಿಟ್ಟವೋಲ್ + ನೀಳ್ದು + ಅಗುರ್ವಿಸೆ = ಭಯಂಕರವಾಗಿರಲು ; ಬಾಹು ಭ್ರಮಿತ + ಅಭ್ರ + ವಿಭ್ರಮ + ಗದಂ = ತನ್ನ ತೋಳುಗಳಿಂದ ಆಕಾಶವನ್ನೇ ತಿರುಗಿಸುತ್ತಿರುವನೋ ಎನ್ನುವ ರೀತಿಯಲ್ಲಿ ಭ್ರಮೆ ಹುಟ್ಟಿಸುವ ಗದೆ ಇರುವವನು ; ಬಳ್ಕುತ್ತೆ = ಭಯದಿಂದ ಕಂಪಿಸುತ್ತಾ ; ಬೆಕ್ಕಸಂ + ಉತ್ತಳ್ = ಅಚ್ಚರಿ ಪಟ್ಟಳು

ಇಲ್ಲಿ ಭೀಮಸೇನನು ತನ್ನ ಗದೆಯನ್ನು ಬೀಸುವ ರೀತಿಯನ್ನು ಕವಿ ಹೀಗೆ ವರ್ಣಿಸುತ್ತಾನೆ – ತನ್ನ ಉದ್ದಂಡವಾದ ಬಾಹುಗಳಲ್ಲಿ ಹಿಡಿದ ನಿಡಿದಾದ ಗದೆಯನ್ನು ದಿಕ್ಕು ದಿಕ್ಕುಗಳಲ್ಲಿ ಅತಿಶಯವಾಗಿ ತಿರುಗಿಸುತ್ತಾ ಬರುವಾಗ ನೋಡಿದವರಿಗೆ ಈತ ಆಕಾಶವನ್ನೂ, ದಿಕ್ಕುಗಳನ್ನೂ ಒಂದುಗೂಡಿಸುತ್ತಿದ್ದಾನೋ ಎಂಬ ಭ್ರಮೆ ಹುಟ್ಟಿಸುವಂತೆ, ಕೌರವರನ್ನೆಲ್ಲ ಕೊಂದು ನುಂಗಿದ ರಾಕ್ಷಸನೋ, ಪಾಂಡವರ ಸೇನೆಯ ಭದ್ರಕೋಟೆಯಂತಿರುವ ಭೀಮಸೇನನೋ ಎಂದು ಅವನ ಬರವನ್ನು ಕಂಡು ಭಯದಿಂದ ಕಂಪಿಸುತ್ತಾ ಅಚ್ಚರಿ ಹೊಂದಿದಳು.

ವಚನ : ಅಂತು ಕಂಡು ಬಿಲ್ಲುಂ ಬೆಱಗುಮಾಗಿ –

ಹಾಗೆ ಬರುವುದನ್ನು ನೋಡಿ ಅತ್ಯಂತ ವಿಸ್ಮಯದಿಂದ –

ಎನ್ನಾತ್ಮಜರಂ ನೂರ್ವರು
ಮಂ ನುಂಗಿದ ತೆಱದೆ ನುಂಗೆ ಬಂದಂ ಭರದಿಂ ।
ಪನ್ನಗ ಕೇತನನುಮನಿಂ
ತನ್ನಯಮಾಯ್ತೆಂದು ಪಿರಿದು ಮುಮ್ಮಳಿಸುತ್ತಂ ॥ ೩೪ ॥

ಅನ್ನೆಯ = ಅನ್ಯಾಯ ; ಪಿರಿದು = ಹೆಚ್ಚಾಗಿ ; ಉಮ್ಮಳಿಸು = ದುಃಖಪಡು

ತನ್ನ ನೂರು ಜನ ಮಕ್ಕಳನ್ನು ಕೊಂದರೂ ತೃಪ್ತನಾಗದೆ ಇದೀಗ ದುರ್ಯೋಧನನನ್ನೂ ನುಂಗಲು ರಭಸದಿಂದ ಈ ಭೀಮಸೇನನು ಬರುತ್ತಿರುವನೊ ಅಯ್ಯೋ ಎಂತಹ ಅನ್ಯಾಯವಿದು ಎಂದು ಗಾಂಧಾರಿ ವಿಪರೀತವಾಗಿ ದುಃಖಪಡುತ್ತಾ...

ವಚನ : ಎಂಬನ್ನೆಗಂ ವಿಜೃಂಭಿಸಿಕಯ್ಪೆ ಸರದಿಂ ಗುರುಜನಕ್ಕೆ ಸಮುಚಿತಾ ಚಾರಮಂ ಮೆಱೆದು ಭೀಮಂ ಭೀಮನಾದಮಂ ನೆಗೞ್ಚಿ –

ಕಯ್ಪೆಸರದಿಂ = ಕಹಿಯಾದ ದನಿಯಿಂದ ; ಸಮುಚಿತ = ತಕ್ಕುದಾದ ರೀತಿ ; ನೆಗೞ್ಚಿ = ಮಾಡಿ

ಅತ್ಯಂತ ಕಹಿಯಾದ (ದುಃಖದ) ದನಿಯಲ್ಲಿ ಕೆರಳಿ ಹೇಳುತ್ತಿರುವಷ್ಟರಲ್ಲಿ ಅಲ್ಲಿಗೆ ಬಂದ ಭೀಮಸೇನ ಹಿರಿಯರಿಗೆ ವಂದಿಸುತ್ತಾ ಶಿಷ್ಟಾಚಾರವನ್ನು ಮೆರೆದು ಸಿಂಹಗರ್ಜನೆಯನ್ನು ಮಾಡುತ್ತಾ...

ಧೃತರಾಷ್ಟ್ರ ಕ್ಷಿತಿಪಾಲ ಕೇಳ್ ಜನನಿ ಕೇಳ್ ಗಾಂಧಾರಿ ಕೊಂದೆಂ ಭವ
ತ್ಸುತರಂ ನೂರ್ವರುಮಂ ಗದಾಪ್ರಹತಿಯಿಂ ದುಶ್ಶಾಸನನೋರುಸ್ಥಳ ।
ಕ್ಷತಜಾಸೃಗ್ಜಲಸೇಕದಿಂ ತಣಿಪಿದೆಂ ಕೋಪಾಗ್ನಿಯಂ ಬಂದೆನು
ದ್ಧತನಂ ಕೋಪಕೃತಾಪರಾಧ ಶತನಂ ನುಂಗಲ್ಕೆ ಪಿಂಗಾಕ್ಷನಂ ॥ ೩೫ ॥

ಭವತ್ + ಸುತರು = ನಿಮ್ಮ ಮಕ್ಕಳು ; ಪ್ರಹತಿ = ಬಲವಾದ ಹೊಡೆತ ; ಉರಸ್ಥಳ = ಹೃದಯ ಭಾಗ ; ಕ್ಷತಜ = ಗಾಯದಿಂದ ಚಿಮ್ಮಿದ ; ಅಸೃಕ್ + ಜಲ = ರಕ್ತ ; ಸೇಕ = ಚಿಮುಕಿಸಿ ; ಉದ್ಧತನ = ಗರ್ವಿಸುವ

ಭೂಮಿಯ ಒಡೆಯನಾದ ಧೃತರಾಷ್ಟ್ರ ರಾಜನೇ ಕೇಳು, ಮಾತೆ ಗಾಂಧಾರಿ ಕೇಳು, ನಿಮ್ಮ ನೂರ್ವರು ಮಕ್ಕಳನ್ನು ನನ್ನ ಈ ಗದೆಯ ಹೊಡೆತದಿಂದ ಕೊಂದು ಉರುಳಿಸಿದೆ. ಆ ದುಶ್ಶಾಸನನ ಎದೆಯನ್ನು ಬಗಿದು ಅಲ್ಲಿಂದ ಚಿಮ್ಮಿದ ರಕ್ತವನ್ನು ಚಿಮುಕಿಸಿ ನನ್ನ ಕೋಪವೆಂಬ ಬೆಂಕಿಯನ್ನು ಆರಿಸಿದೆ. ಇನ್ನು ನಮ್ಮೊಂದಿಗೆ ಅನುಚಿತವಾಗಿ ವರ್ತಿಸಿ ಅನೇಕ ಅಪರಾಧಗಳನ್ನು ಮಾಡಿರುವ ದುರ್ಯೋಧನನ್ನು

ಕೊಲ್ಲುವುದಕ್ಕಾಗಿ ಬಂದಿದ್ದೇನೆ. (ಎನ್ನುವ ಭೀಮನ ಮಾತು ಉದ್ಧಟತನದ ಪರಮಾವಧಿ ಎನಿಸದೇ ಇರದು. ಹಿರಿಯರ ಮುಂದೆ ಇಂತಹ ಕಟುವಾದ ಮಾತುಗಳನ್ನಾಡುವುದು ಭೀಮನಂತಹವನಿಗೆ ಶೋಭೆ ತರುವಂಥದ್ದಲ್ಲ, ಇದು ಅಕ್ಷಮ್ಯ.)

ವಚನ : ಎಂಬುದುಂ ಗಾಂಧಾರಿ ಜರಾಸಂಧಾರಿಗೆ ಬದ್ಧಾಂಜಲಿಯಾಗಿ –

ಜರಾಸಂಧ + ಅರಿ = ಭೀಮಸೇನ ; ಬದ್ಧಾಂಜಲಿ = ಕೈಮುಗಿದು

ಎಂದು ಹೇಳಿದಾಗ ಜರಾಸಂಧನ ಶತ್ರುವಾದ ಭೀಮಸೇನನಿಗೆ ಕೈಮುಗಿದು –

ಅನಿಬರ್ತನಯರ ದುಃಖಮ
ನನುಭವಿಸಿಯುಮಣಮೆ ಪೋಗವೆಮ್ಮಸುಗಳ್ ನೀ ।
ನಿನಿತನೆಮಗೊಳ್ಳಿಕೆಯ್ ಭೀ
ಮ ನುಂಗು ಮುನ್ನೆಮ್ಮನೆಮ್ಮ ಸುತನಂ ಬಟಿಯಂ ॥ ೩೬ ॥

ಅನಿಬರ್ = ಅಷ್ಟು ಜನ ; ಅಣಮೆ = ಸ್ವಲ್ಪವೂ ; ನೀನು + ಇನಿತನ್ + ಎಮಗೆ + ಒಳ್ಳಿಕೆಯ್ = ನೀನು ಇಷ್ಟಾದರೂ ನಮಗೆ ಉಪಕಾರ ಮಾಡು ; ಮುನ್ನ = ಮೊದಲು ; ಬಟಿಯಂ = ಆಮೇಲೆ

ಅಷ್ಟು ಜನ ಮಕ್ಕಳ ಸಾವನ್ನು ನೋಡಿಯೂ ಆ ದುಃಖವನ್ನನುಭವಿಸಿಯೂ ನಮ್ಮ ಪ್ರಾಣ ಹೋಗಲಿಲ್ಲ. ಭೀಮ ನೀನು ನಮಗೆ ಇಷ್ಟು ಮಾತ್ರ ಉಪಕಾರ ಮಾಡು. ಮೊದಲು ನಮ್ಮನ್ನು ಕೊಂದು ಆನಂತರ ದುರ್ಯೋಧನನನ್ನು ಸಂಹರಿಸು – ಒಬ್ಬ ತಾಯಿಯ ದುಃಖ ಏನು ಎಂಬುದು ಇಲ್ಲಿ ಅರಿವಾಗುತ್ತದೆ. ಆದರೆ ಭೀಮ ಮಾತ್ರ ಅಚಲ. ಅವನಿಗೆ ಇದಾವುದರ ಪರಿವೆಯೂ ಇದ್ದಂತಿರಲಿಲ್ಲ.

ವಚನ : ಎಂಬುದುಮ್ ಅಂಧರಾಜಂಗೆ ಪವನತನೂಜನಭಿಮುಖನಾಗಿ –

ಅಭಿಮುಖನಾಗಿ = ಎದುರಾಗಿ ನಿಂತು

ಹಾಗೆ ಗಾಂಧಾರಿ ಹೇಳಿದಾಗ ಭೀಮಸೇನ ಧೃತರಾಷ್ಟ್ರನಿಗೆ ಎದುರಾಗಿ ನಿಂತು –

ಕುರುಸುತ ಕುರುಕುಲವರ್ಧನ
ಕುರುಭೂತಳ ವಿಪಿನದೊಳಗೆ ಕುರುಶಾರ್ದೂಲಂ ।
ದೊರಕೊಳೆ ನಿನ್ನಯ ಬಟಿಯಂ
ಪೊರಳ್ಚಿ ಕೊಲಲೆಂದು ಬಂದ ಭೀಮಕಿರಾತಂ ॥ ೩೭ ॥

ಶಾರ್ದೂಲ = ಹುಲಿ (ಹೆಣ್ಣು ಸಿಂಹ ಎಂದೂ ಅರ್ಥವಿದೆ) ; ಪೊರಳ್ಚಿ = ಹೊಡೆದುರುಳಿಸಿ

ಕುರುವಂಶವನ್ನು ಬೆಳಗಿಸಿದ ಕುರುಸುತ ಸಂಜಾತನೇ ಈ ಕುರುಭೂಮಿಯೆನ್ನುವ ಕಾಡಿನೊಳಗೆ ಕುರುವಂಶದ ಹುಲಿಯೆಂಬ ದುರ್ಯೋಧನ ಸಿಕ್ಕಿಬಿಟ್ಟರೆ, ಅವನನ್ನು ನಿನ್ನ

ಎದುರಿನಲ್ಲೇ ಹೊಡೆದು ಉರುಳಿಸಿ ಕೊಲ್ಲಲೆಂದೇ ಬಂದಿದ್ದಾನೆ ಈ ಭೀಮನೆಂಬ ಕಿರಾತ! (ಅವಕಾಶ ಸಿಕ್ಕಾಗೆಲ್ಲ ಧೃತರಾಷ್ಟ್ರ - ಗಾಂಧಾರಿಯರನ್ನು ಭೀಮ ಹಂಗಿಸುವುದನ್ನು ಎಂದೂ ತಪ್ಪಿಸುತ್ತಿರಲಿಲ್ಲ - ಅವನ ಉದ್ಧರುಟುತನಕ್ಕೆ ಇದೊಂದು ಉದಾಹರಣೆ ಮಾತ್ರ.)

ವಚನ : ಎಂಬುದುಂ । ಅನ್ನೆಗಮ್ ಇತ್ತ ತ್ವರಿತಗತಿಯಿಂ ವಿಂಧ್ಯಕ ಜಾಲಕರೆಂಬ ಕಿರಾತ ದೂತರ್ ಬಂದು ದೂರಪ್ರಣತರಾಗಿ - ದೇವಾ ! ದುರ್ಯೋಧನನಂ ಕುರುಕ್ಷೇತ್ರದೊಳೆಲ್ಲಿಯುಮರಸಿಯುಂ ಕಾಣದೆ ಮಧ್ಯಂದಿನ ಸಮಯದೊಳ್ ಲಲಾಟಂತಪಮಾದ ತಪನ ತಾಪದಿಂ ತೃಷ್ಣಾಭಿಭೂತರಾಗಿ ಸಕಲ ಜಗತ್ಪಾವನಾಪ್ಯಾಯನಕಾರಿಯಪ್ಪ ವೈಶಂಪಾಯನ ಸರೋವರಕ್ಕೆ ನೀರ್ಗುಡಿಯೆ ಪೋಗಿ ಹಲಕುಲಿಶಕಮಲ ಶಂಖ ಚಕ್ರ ಲಾಂಛನಮಪ್ಪಡಿವಜ್ಜೆಯಂ ಕೊಳದ ತಡಿಯೊಳ್ ಕಂಡೆವಲ್ಲಿ ಪೊಱಮಟ್ಟ ಪಜ್ಜೆಯಲ್ಲದೆ ಪೊಕ್ಕ ಪಜ್ಜೆಯಂ ಕಾಣೆವೆನೆ । ಪವನತನಯನವರನೊಡಗೊಂಡು ಬಂದು ಧರ್ಮತನಯಾದಿಗಳ್ಗೆ ತದ್ವೃತ್ತಾಂತಮನೆಲ್ಲಮನಱಿಪೆ - ಯುಕ್ತಿಯುಕ್ತಮಪ್ಪ ದೂತರ ಮಾತಂ ಸಕಲ ಜಗದುತ್ಪತ್ತಿಸ್ಥಿತಿಪ್ರಳಯ ಪ್ರಭುವೆನಿಸಿದ ವಿಷ್ಣು ಕೇಳ್ದು ಮನದೊಳವಧಾರಿಸಿ -

ದೂರ ಪ್ರಣತ = ದೂರದಿಂದ ಅಡ್ಡ ಬೀಳು ; ಮಧ್ಯಂದಿನ = ಮಧ್ಯಾಹ್ನ ; ಲಲಾಟ = ನೆತ್ತಿ, ಹಣೆ ; ತಪ = ಸುಡು ; ತಪನ = ಸೂರ್ಯನ ; ತೃಷ್ಣ = ದಾಹ ; ಆಪ್ಯಾಯನಕಾರಿ = ಆಹ್ಲಾದವನ್ನುಂಟು ಮಾಡುವ (ಮುದನೀಡುವ) ; ಹಲ = ನೇಗಿಲು ; ಕುಲಿಶ = ವಜ್ರಾಯುಧ ; ಲಾಂಛನ = ಗುರುತು ; ಪಜ್ಜೆ = ಹೆಜ್ಜೆ ; ಸಕಲಜಗತ್ + ಉತ್ಪತ್ತಿ = ಸಮಸ್ತ ಜಗತ್ತಿನ ಸೃಷ್ಟಿ ; ಅವಧಾರಿಸಿ = ನಿಶ್ಚೈಸಿ

ಎಂದು ಹೇಳುತ್ತಿರುವಾಗಲೇ ಅಲ್ಲಿಗೆ ವಿಂಧ್ಯಕ ಜಾಲಕರೆಂಬ ಬೇಡರು ಓಡೋಡಿ ಬಂದು ದೂರದಿಂದಲೇ ಅಡ್ಡ ಬಿದ್ದು - ದೇವಾ, ದುರ್ಯೋಧನನ್ನು ಈ ಕುರುಕ್ಷೇತ್ರದಲ್ಲಿ ಹುಡುಕಿ ಎಲ್ಲಿಯೂ ಕಾಣದೆ ಮಧ್ಯಾಹ್ನದ ಸಮಯದಲ್ಲಿ ನೆತ್ತಿಯನ್ನು ಸುಡುತ್ತಿರುವ ಸೂರ್ಯನ ತಾಪದಿಂದ ಬಳಲಿ ಬಹಳವಾದ ಬಾಯಾರಿಕೆಯಿಂದ ಸಮಸ್ತ ಜಗತ್ತಿಗೆ ಮುದ ನೀಡುವಂತಹ ವೈಶಂಪಾಯನ ಸರೋವರಕ್ಕೆ ನೀರು ಕುಡಿಯಲು ಹೋದಾಗ ಅಲ್ಲಿ ನೇಗಿಲು ವಜ್ರಾಯುಧ ಶಂಖ ಚಕ್ರದ ಚಿಹ್ನೆಯಿರುವ ಹೆಜ್ಜೆಯ ಗುರುತನ್ನು ಆ ಕೊಳದ ದಡದಲ್ಲಿ ಕಂಡೆವು. ಆದರೆ ಅದು ಸರೋವರದಿಂದ ಹೊರ ಬಂದ ಗುರುತೇ ಹೊರತು, ಒಳಹೊಕ್ಕ ಗುರುತನ್ನು ಕಾಣಲಿಲ್ಲ - ಎಂದಾಗ, ಭೀಮಸೇನನು ಅವರನ್ನು ಕೂಡಿಕೊಂಡು

ಬಂದು ಧರ್ಮರಾಯನಾದಿಯಾಗಿ ಎಲ್ಲರ ಮುಂದೆ ವಿಷಯವನ್ನು ತಿಳಿಸಿದಾಗ, ಚಾತುರ್ಯಯುಕ್ತವಾದ ದೂತರ ಮಾತನ್ನು ಕೇಳಿದ ಸಮಸ್ತ ಜಗತ್ತಿನ ಸೃಷ್ಟಿಕರ್ತನೂ, ಸ್ಥಿತಿಕಾರಕನೂ, ಪ್ರಳಯ ಕಾಲನೂ ಆದ ವಿಷ್ಣು (ಕೃಷ್ಣ) ಮನಸ್ಸಿನಲ್ಲೇ ನಿಶ್ಚೈಸಿ...

ದ್ಯುನದೀಜಂ ಕುಡೆ ತೋಯ ಮಂತ್ರ ಬಲದಿಂ ಪೊಕ್ಕಿರ್ದಪಂ ಕಾಲವಂ
ಚನೆಗೆಯ್ಯಲ್ ಕೊಳನಂ ಹಲಾಯುಧಕೃಪಾಶ್ವತ್ಥಾಮರುಂ ನಾಗಕೇ ।
ತನನೊಳ್ನಾಳೆಯೆ ಕೂಡಿ ಬರ್ಪವರಿನ್ನುಂ ಬಾರದನ್ನಂ ಸುಯೋ
ಧನನಂ ಮುನ್ನಮೆ ಕೆಯ್ಗೆ ಮಾಳ್ಪುದು ಬೞಿಕ್ಕಾರ್ಗಂ ಗೆಲಲ್ಬರ್ಕುಮೇ ॥ ೩೮ ॥

ದ್ಯುನದೀಜ = ದೇವಗಂಗೆಯ ಮಗ – ಭೀಷ್ಮ (ಅಷ್ಟವಸುಗಳಲ್ಲಿ ಕೊನೆಯವನು 'ದ್ಯು') ; ತೋಯ ಮಂತ್ರ = ಜಲಸ್ತಂಭನ ಮಂತ್ರ ; ಕುಡೆ = ಉಪದೇಶಿಸು ; ಹಲಾಯುಧ = ಬಲರಾಮ ; ನಾಗಕೇತನ = ದುರ್ಯೋಧನ ; ಕೆಯ್ಗೆಮಾಳ್ಪುದು = ವಶಪಡಿಸಿಕೊಳ್ಳು

ದೇವಗಂಗಾ ಪುತ್ರನಾದ ಭೀಷ್ಮರಿಂದ ಜಲಸ್ತಂಭನ ಮಂತ್ರೋಪದೇಶವನ್ನ ಪಡೆದು ಅದರ ಬಲದಿಂದ ಸರೋವರ ಪ್ರವೇಶಿಸಿ, ಕಾಲಹರಣ ಮಾಡುತ್ತಿದ್ದಾನೆ. ಬಲರಾಮ ಕೃಪ ಅಶ್ವತ್ಥಾಮರು ಒಂದಾಗಿ ನಾಳೆಯೇ ದುರ್ಯೋಧನನ ಬಳಿಗೆ ಬರುವವರಿದ್ದಾರೆ. ಅವರು ಬರುವುದಕ್ಕೆ ಮುಂಚೆಯೇ ದುರ್ಯೋಧನನನ್ನು ವಶಪಡಿಸಿಕೊಳ್ಳಬೇಕು. ಅವರುಗಳು ಬಂದು ಒಟ್ಟಾದ ನಂತರ ಅವನನ್ನು ಜಯಿಸುವುದು ಅಸಾಧ್ಯ.

ವಚನ : ಅದರಿಂದೀಗಳೆ ಪೋಗಿ ಪೂಗೊಳನಂ ಮುತ್ತಿ ದುರ್ಯೋಧನನಂ ಪೊರಮಡಿಸಿ ಪಗೆಯಂ ಪೞಿವಡಿಪದೆಂದರವಿಂದನಾಭಂ ಧರ್ಮನಂದನಾದಿಗಳನೊಡಗೊಂಡು ಬಂದು ಕಿರಾತದೂತ ಸಂಸೂಚಿತಮಪ್ಪ ಹಲಕುಲಿಶಕಮಲ ಶಂಖಚಕ್ರಾಂಕಿತ ಲಕ್ಷಣಮಪ್ಪಡಿಯವಜ್ಜೆಯಂ ಕಂಡು ಸುಯೋಧನನಡಿ ವಜ್ಜೆಯಪ್ಪುದಂ ತಪ್ಪಿಲ್ಲದಱಿದು ನಿಸ್ಸಂದೇಹಚಿತ್ತರಾಗೆ –

ಪೂಗೊಳ = ತಾವರೆ ಹೂವಿಂದ ತುಂಬಿದ ಸರೋವರ ; ಪೞಿವಡಿಪು = ಪರಿಭವಸು, ಸೋಲಿಸು ; ಸಂಸೂಚಿತ = ಹೇಳಿದ ಅಥವಾ ತೋರಿಸಿದ ; ಅಡಿವಜ್ಜೆ = ಪಾದದ ಅಡಿ

ಆದ್ದರಿಂದ ಈಗಿಂದೀಗಲೇ ಹೋಗಿ ಆ ಸರೋವರವನ್ನು ಮುತ್ತಿ ಅದರೊಳಗಿರುವ ದುರ್ಯೋಧನನ್ನು ಹೊರಗೆ ಬರುವಂತೆ ಮಾಡಿ ಅವನನ್ನು ಸೋಲಿಸಬೇಕು ಎಂದು ಶ್ರೀಕೃಷ್ಣನು ಧರ್ಮರಾಯಾದಿಗಳನ್ನು ಕೂಡಿಕೊಂಡು ಬಂದು ಅಲ್ಲಿ ಕಿರಾತಕರು ಹೇಳಿದ್ದ ಪದಚಿಹ್ನೆಗಳನ್ನು ನೋಡಿ ಅದು ದುರ್ಯೋಧನನ ಹೆಜ್ಜೆ ಗುರುತೇ ಸಂಶಯವಿಲ್ಲ ಎಂದು ನಿಸ್ಸಂದೇಹಚಿತ್ತರಾಗಿ –

ಭರತಜರೊಳ್ಮುನ್ನಿಲ್ಲದ
ಪರಿಭಾಷೆಯನುಂಟು ಮಾಡಿ ಪೆಱಗಡಿಯಿಟ್ಟಂ ।
ಕುರುರಾಜನೆಂದು ಲಜ್ಜಾ
ಭರದಿಂದಂ ತಲೆಯನೆಱಗಿದಂ ಧರ್ಮಸುತಂ ॥ ೩೯ ॥

ಭರತಜರೊಳ್ = ಭರತವಂಶದಲ್ಲಿ ಹುಟ್ಟಿದವರು ; ಮುನ್ನಂ + ಇಲ್ಲದ = ಹಿಂದೆ ಇಲ್ಲದಂಥ ; ಪರಿಭಾಷೆ (ಪರಿಹಾಸ) = ಅಪವಾದ ; ಪೆಱಗೆ + ಅಡಿ = ಹಿಂದಕ್ಕೆ ಹೆಜ್ಜೆ ; ಎಱಗಿದಂ = ತಗ್ಗಿಸಿದನು

ಭರತಕುಲದಲ್ಲಿ ಬಂದಂತಹವರು ಹಿಂದೆಂದೂ ಮಾಡದಂತಹ ಹೇಯ ಕೃತ್ಯವನ್ನು ಮಾಡಿ ಅಪವಾದಕ್ಕೀಡಾಗುವಂತೆ ಈ ದುರ್ಯೋಧನನು ಹಿಂದಕ್ಕೆ ಹೆಜ್ಜೆಯಿಟ್ಟುಬಿಟ್ಟನಲ್ಲಾ ಎಂದು ಧರ್ಮರಾಯನು ನಾಚಿಕೆಯಿಂದ ತಲೆ ತಗ್ಗಿಸಿದನು. (ಇದು ಕೇವಲ ಕೌರವನಿಗೆ ಮಾತ್ರವಲ್ಲ, ಭರತಕುಲದವನಾದ ತನಗೂ ಅವಮಾನ ಎಂಬುದು ಧರ್ಮರಾಯನ ಅನಿಸಿಕೆ.)

ವಚನ : ಎಂದು ದುರ್ಯೋಧನನ ಮನದ ಧೈರ್ಯಕ್ಷತಿಗೆ ಮನಃಕ್ಷತನಾಗಿ ಸಿಗ್ಗಾಗಿ ತಲೆಯಂಬಾಗಿ ಧರ್ಮನಂದನನಿರೆ –

ಧೈರ್ಯಕ್ಷತಿ = ಧೈರ್ಯಕಳಕೊಳ್ಳು ; ಮನಃಕ್ಷತ = ಮನಸ್ಸಿನ ದುಃಖ, ಕ್ಷೋಭೆ ; ಸಿಗ್ಗಾಗಿ = ನಾಚಿ

ಎಂದು ದುರ್ಯೋಧನನ ಅಧೈರ್ಯಕ್ಕೆ ಮನಸ್ಸಿನಲ್ಲೇ ದುಃಖಿಸಿ ನಾಚಿಕೆಯಿಂದ ತಲೆತಗ್ಗಿಸಿ ಧರ್ಮರಾಯನಿರಲು –

ವಿರುವತ್ಸಾರಸ ರಾಜಹಂಸರವದಿಂದೇವಂದಿರೇ ಬನ್ನಿಮಿಂ
ತಿರಿಮೆಂದಾದರಿಪಂತುಟಾಯ್ತು ಪವನೋದ್ಧೂತೋತ್ತರಂಗಾಂಬುವಿಂ ।
ತರದಿಂ ಕಾಲ್ಗೆಱಪಂತುಟಾಯ್ತು ವಿಕಸತ್ಪಂಕೇಜದಿಂ ಪಂಕಜಾ
ಕರಮರ್ಘ್ಯಂಗುಡುವಂತುಟಾಯ್ತನಿಲಜಂಗಭ್ಯಾಗತ ಪ್ರೀತಿಯಿಂ ॥ ೪೦ ॥

ವಿರುವತ್ + ಸಾರಸ = ಕೂಗುತ್ತಿರುವ (ಗಟ್ಟಿಯಾಗಿ!) ಸರೋವರ ; ರವ = ಶಬ್ದ ; ಪವನ + ಉದ್ಧೂತ + ಉತ್ + ತರಂಗ + ಅಂಬು = ಗಾಳಿಯಿಂದ ಮೇಲೆದ್ದ ನೀರಿನ ಅಲೆ ; ತರದಿಂ = ಕ್ರಮವಾಗಿ ; ಕಾಲ್ಗೆ + ಎಱಪಂತುಟಾಯ್ತು = ಕಾಲಿಗೆ ಎರಗುವಂತಾಯಿತು ; ವಿಕಸತ್ + ಪಂಕೇಜ = ಅರಳಿದ ತಾವರೆ ; ಅನಿಲಜಂಗೆ + ಅಭ್ಯಾಗತ + ಪ್ರೀತಿ = ಭೀಮನೆಂಬ ಅತಿಥಿಗೆ ಪ್ರೀತಿಯಿಂದ

ವೈಶಂಪಾಯನ ಸರೋವರದಲ್ಲಿದ್ದ ರಾಜಹಂಸಗಳು ಉಚ್ಚಧ್ವನಿಯಿಂದ ಬಂದಿರಾ ಬನ್ನಿ ಬನ್ನಿ ಹೀಗೆ ಎಂದು ಆದರಿಸಿ ಸ್ವಾಗತಿಸಿದಂತಾಯ್ತು. ಬೀಸುತ್ತಿರುವ ಗಾಳಿಯಿಂದ

ಮೇಲಕ್ಕೆ ಎದ್ದ ಅಲೆಗಳು ಕಾಲಿಗೆ ಸೋಕಿ ಅರ್ಘ್ಯಪಾದ್ಯಗಳನ್ನಿತ್ತಂತಾಯಿತು. ಆಗತಾನೆ ಅರಳಿದ ತಾವರೆ ಹೂವಿನಿಂದ ಅರ್ಘ್ಯವನ್ನಿತ್ತಂತೆ ಪ್ರೀತ್ಯಾದರಗಳಿಂದ ಅತಿಥಿಯನ್ನು ಬರಮಾಡಿಕೊಂಡ ಅನುಭವವುಂಟಾಯಿತು ಭೀಮನಿಗೆ.

(ಇಲ್ಲಿ ಒಂದು ವಿಷಯವನ್ನು ಗಮನಿಸಬೇಕು. ಈ ಹಿಂದೆ ದುರ್ಯೋಧನನು ಇಲ್ಲಿಗೆ ಬಂದಾಗ ಥೂ, ಛೀ ಹೋಗು ಎಂದು ಅದೇ ರಾಜ ಹಂಸಗಳು ಕೂಗುತ್ತವೆ (ಪ. 24). ಆದರೆ ಅದೇ ಸ್ಥಳಕ್ಕೆ ಭೀಮ ಬಂದಾಗ ಸ್ವಾಗತಿಸುತ್ತವೆ, ಬಂದಿರಾ ಬನ್ನಿರಿ ಬನ್ನಿರಿ ಎಂದು ಕೂಗುತ್ತವೆ – ಇದಲ್ಲವೆ ವಿಪರ್ಯಾಸ!)

ಭಾವಿಸೆ ಪೋಲ್ತುದು ನಾಳಂ
ಕಾವನ ಕರ್ಣಿಕೆಯೆ ಕಳಸಮನೆ ಮರಕತ ಪ ।
ತ್ರಾವಳಿ ವಿಳಸಿತದಿಂ ಜಲ
ದೇವಿಯ ಪಿಂಛಾತ ಪತ್ರಮನೆ ಶತಪತ್ರಂ ॥ ೪೧ ॥

ನಾಳಂ = ತಾವರೆಯದಂಟು ; ಕರ್ಣಿಕೆ = ಬೀಜಕೋಶ (ಆನೆಯ ಸೊಂಡಿಲಿನ ತುದಿ) ; ಮರಕತ ಪತ್ರ = ಹಸಿರಾದ ಎಲೆ ; ಪಿಂಛಾತ = ನವಿಲುಗರಿಯ ಕೊಡೆ

ವಿಚಾರಿಸಿ ನೋಡಿದಾಗ ಅಲ್ಲಿದ್ದ ನಾಳಸಹಿತ ಕಮಲದ ಹೂ ಜಲದೇವತೆಗೆ ಕೊಡೆ ಹಿಡಿದಿದೆಯೋ ಎಂಬಂತೆ (ಅಂದರೆ ಕಮಲದ ನಾಳವೇ ಛತ್ರದ ಹಿಡಿ) ಬೀಜಕೋಶವೇ ಛತ್ರದ ಕಲಶವಾಗಿರಲು, ಹಸಿರಾದ ಅಗಲವಾದ ತಾವರೆ ಎಲೆಗಳೇ ಜಲದೇವಿಗೆ ಹಿಡಿದ ನವಿಲು ಗರಿಯ ಕೊಡೆಯಂತಿತ್ತು ಆ ಸರೋವರ ದೃಶ್ಯ!

ಕಡೆಯದಳಂಗಳೆ ವಜ್ರಂ
ನಡುವಣ ಕರ್ಣಿಕೆಯೇ ಕೇವಣಂ ಕೇವಣದೊಳ್ ।
ತೊಡರ್ದಳಿ ನೀಲದ ಪರಲೆನೆ
ಮೃಡರಿಪು ಮುದ್ರಿಕೆವೊಲಾಯ್ತು ಕನಕಾಂಬುರುಹಂ ॥ ೪೨ ॥

ಕಡೆಯದಳ = ಹೂವಿನ ಕೊನೆ ಎಸಳು ; ಕೇವಣ = ಆವರಣ ; ತೊಡರ್ದ = ಸಿಕ್ಕಿಬಿದ್ದ ; ಅಳಿ = ತುಂಬಿ ; ಪರಲ್ = ಹರಳು ; ಮೃಡರಿಪು = ಶಿವನ ಶತ್ರು – ಮನ್ಮಥ ; ಕನಕಾಂಬುರುಹ = ಹೊಂದಾವರೆ (ಹೊಂಬಣ್ಣದ ತಾವರೆ – ಸ್ವರ್ಣ ಕಮಲ) ; ಮುದ್ರಿಕೆ = ಉಂಗುರ

ಕೆಂಪಾದ ತಾವರೆಯ ಎಸಳುಗಳೇ ವಜ್ರದಂತಿರಲು (ಬಿಳಿಯ ಹರಳು) ; ಮಧ್ಯದಲ್ಲಿರುವ ಬೀಜಕೋಶವೇ ಆವರಣವಾಗಿರಲು, ಆ ಆವರಣದೊಳಗೆ ಸಿಲುಕಿಕೊಂಡ ತುಂಬಿಯೇ ನೀಲ ಮಣಿಯ ಹರಳಿನಂತಿರಲು, ಆ ಹೊಂಬಣ್ಣದ ತಾವರೆ ಮನ್ಮಥನ ಬೆರಳುಂಗುರದಂತೆ ಶೋಭಿಸುತ್ತಿತ್ತು. (ಅಂದರೆ ಈ ಕೆಂದಾವರೆಯನ್ನು ಮನ್ಮಥನ ಮುದ್ರಯುಂಗುರಕ್ಕೆ ಹೋಲಿಸಲಾಗಿದೆ.)

ಮರುದಾಂದೋಳಿತ ಜಂಬೂ
ತರು ಶಾಖಾಹಸ್ತ ಕಿಸಲಯಂ ಮಿಳಿ ಮಿಳಿರು ।
ತ್ತಿರೆ ಸರದೊಳ್ತೋಱಲ್ಕೇಂ
ಕರೆವವೊಲಾಯ್ತನಿಲಜಂಗೆ ದುರ್ಯೋಧನನಂ ॥ ೪೩ ॥

ಮರುತ್ + ಆಂದೋಳಿತ = ಗಾಳಿಗೆ ಅಲುಗಾಡುವ ; ಜಂಬೂತರು = ನೇರಳೆ ಮರ ; ಶಾಖಾ = ಕೊಂಬೆ ; ಕಿಸಲಯ = ಚಿಗುರು ; ಸರದೊಳ್ + ತೋಱಲ್ಕೆ = ಶಬ್ದಮಾಡಿ ತೋರಿಸುವಂತೆ

ಗಾಳಿಗೆ ಅಲುಗಾಡುತ್ತಿರುವ ಜಂಬುನೇರಳೆಯ ಮರದ ಕೊಂಬೆಗಳು ಚಿಗುರಗಳೆಂಬ ಹಸ್ತದಿಂದ ಕೈ ಬೀಸಿ ಕರೆದಂತೆ ಸನ್ನೆ ಮಾಡಿ ದುರ್ಯೋಧನನಿಲ್ಲಿದ್ದಾನೆ ಎಂದು ಭೀಮನಿಗೆ ತೋರಿಸುತ್ತಿವೆಯೋ ಎಂಬಂತಿತ್ತು ಅಲ್ಲಿಯ ವಾತಾವರಣ!

ಭವದಹಿತನಿಲ್ಲಿದಂ ಕೌ
ರವಾರಿನೋಡೆಂದು ಮೂಡಿ ಮುೞ್ಕಾಡಿಯೆ ತೋ ।
ರ್ಪವೊಲಲ್ಲಿ ಮೂಡಿ ಮುೞ್ಕಾ
ಡುವ ವಿಹಗಾವಳಿಗಳೇಂ ಮನಂಗೊಳಿಸಿದವೋ ॥ ೪೪ ॥

ಭವತ್ + ಅಹಿತ = ನಿನ್ನ ಶತ್ರು ; ಕೌರವಾರಿ = ಕೌರವ ಶತ್ರು – ಭೀಮ ; ಮುೞ್ಕಾಡಿ = ಮುಳುಗಾಡಿ ; ವಿಹಗಾವಳಿ = ಪಕ್ಷಿ ಸಮೂಹ ; ಮನಂಗೊಳಿಸು = ಮನಸ್ಸಿಗೆ ಮುದ ನೀಡು

ಎಲ್ಲೈ ಭೀಮಸೇನ ನಿನ್ನ ಶತ್ರುವಾದ ದುರ್ಯೋಧನ ಇಲ್ಲಿದ್ದಾನೆ ನೋಡು ಎನ್ನುವಂತೆ ಅಲ್ಲಿರುವ ಅನೇಕ ಪಕ್ಷಿಗಳು ನೀರಲ್ಲಿ ಮುಳುಗಿ ಏಳುತ್ತಾ ತನಗೆ ತೋರಿಸುತ್ತಿವೆಯೋ ಎನ್ನುವಂತೆ ಆ ನೋಟ ಬಹಳ ಆಪ್ಯಾಯಮಾನವಾಗಿತ್ತು.

ಮೀಂಗುಲಿಗವಕ್ಕಿ ಕೊಳನೊಳ್
ಮೀಂಗೆಱಗುವ ತೆಱದಿನೆಱಗಿ ನೋಡಿಲ್ಲಿರ್ದಂ ।
ಪಿಂಗಾಕ್ಷನೆಂದು ಪವನಸು
ತಂಗಿರ್ಪೆಡೆತೋರ್ಪ ತೆಱದಿನೇಂ ಸೊಗಯಿಸಿತೋ ॥ ೪೫ ॥

ಮೀಂಗುಲಿಗವಕ್ಕಿ = ಮಿಂಚುಳ್ಳಿ (ಮೀನನ್ನು ಕೊಲ್ಲುವ ಹಕ್ಕಿ)

ಮಿಂಚುಳ್ಳಿ ಹಕ್ಕಿ ಮೀನನ್ನು ಹಿಡಿಯಲು ನೀರಿಗೆ ಹಾರುವಂತೆ ಹಾರಿ ನೋಡು ಇಲ್ಲಿದ್ದಾನೆ ಆ ಕೌರವನೆಂದು ಭೀಮನಿಗೆ ತೋರಿಸುತ್ತಿದೆಯೋ ಎನ್ನುವಂತೆ ಭಾಸವಾಗುತ್ತಿತ್ತು ಅಲ್ಲಿನ ದೃಶ್ಯ!

ಮರುದಾತ್ಮಜ ನಿಜರಿಪು ತಲೆ
ಗರೆದಿರ್ದಿಪನಿಲ್ಲಿ ನೋಡು ಕೊಳದೊಳಗೆಂಬಂ ।
ತಿರೆ ಪೊಳೆದು ತೋರ್ಪ ಜಲಚರ
ಪರಿಕರಮಜೆಪಿದುವು ತಾಮೆ ದುರ್ಯೋಧನನಂ ॥ ೪೬ ॥

ತಲೆಗರೆದಿರ್ದಿಪ್ಪ = ತಲೆಮರೆಸಿಕೊಂಡಿದ್ದಾನೆ ; ತಾಮೆ = ತಾವಾಗಿ

ಎಲೈ ಭೀಮಸೇನ, ಇದೋ ನೋಡು ನಿನ್ನ ಶತ್ರು ದುರ್ಯೋಧನ ಇಲ್ಲಿ ತಲೆಮರೆಸಿಕೊಂಡು ಈ ಸರೋವರದೊಳಗೆ ಕುಳಿತಿದ್ದಾನೆ ಎಂದು ತೋರಿಸುತ್ತಿದೆಯೋ ಎಂಬಂತೆ ಅಲ್ಲಿನ ಮೀನಿನ ಗುಂಪು ಹೊಳೆದು ನೀರಿನಲ್ಲಿ ಮುಳುಗಿ ಏಳುತ್ತಿದ್ದವು.

ಒಳಗಾದಂ ಪಗೆವಂ ಸರೋವರದೊಳಿರ್ದಿನ್ನೆತ್ತವೋಪಂ ಸರೋ
ಜಲಮಂ ಮುಂ ತವೆಪೀರ್ದು ಪೀರ್ವೆನಸುಹೃದ್ರಕ್ತಾಂಬುವಂ ತೋರ್ಪೆನೆ ।
ನ್ನಳವಂ ಮತ್ಪತಿಗೆಂದು ಸಂತಸದೆ ಬಾಹಾಸ್ಫಾಲನಂಗೆಯ್ದು ದಿ
ಗ್ವಲಯಂ ಮಾರ್ದನಿಯಿಟ್ಟವೋಲ್ ಗಜಜಿದಂ ಚಾಳುಕ್ಯ ಕಂಠೀರವಂ ॥ ೪೭ ॥

ಒಳಗಾದಂ = ವಶವಾದನು ; ಪೀರ್ವೆನ್ + ಅಸು + ಹೃತ್ + ರಕ್ತಾಂಬು = ಶತ್ರುವಿನ ರಕ್ತಜಲವನ್ನು ಹೀರುವೆ ; ಮತ್ಪತಿ = ನನ್ನ ಒಡೆಯ ; ಬಾಹಾಸ್ಫಾಲನ = ಭುಜವನ್ನು ತಟ್ಟು ; ಗಜಱು = ಗರ್ಜಿಸು

ಇದನ್ನೆಲ್ಲ ನೋಡಿದ ಭೀಮಸೇನ ಇನ್ನೇನು ಶತ್ರು ಸಿಕ್ಕಿಯೇ ಬಿಟ್ಟ ! ಈ ಕೊಳದಲ್ಲಿರುವವನು ಇನ್ನೆಲ್ಲಿ ಹೋಗುತ್ತಾನೆ? ಮೊದಲು ಈ ಸರೋವರದ ನೀರನ್ನು ಕುಡಿದು ಆನಂತರ ಆ ಶತ್ರುವನ್ನು ಕೊಂದು ಅವನ ರಕ್ತಜಲವನ್ನು ಹೀರುತ್ತೇನೆ. ನನ್ನ ಶಕ್ತಿಯೇನೆಂದು ನನ್ನ ಒಡೆಯ ಧರ್ಮರಾಯನಿಗೆ ತೋರಿಸುತ್ತೇನೆ ಎನ್ನುತ್ತಾ ತನ್ನ ಉದ್ದಂಡ ಭುಜಗಳನ್ನು ತಟ್ಟುತ್ತಾ ಇಡೀ ದಿಕ್‌ವಲಯಗಳೇ ಮಾರುತ್ತರ ನೀಡುವಂತೆ ಗರ್ಜಿಸಿದನು.

ಎಂಬಲ್ಲಿಗೆ ಗದಾಯುದ್ಧದ

ಷಷ್ಠಾಶ್ವಾಸಂ ಸಂಪೂರ್ಣವಾದುದು.

ಸಪ್ತಮಾಶ್ವಾಸಂ

ಶ್ರೀರಮಣೀ ರಮಣಂ ಪೃಥು
ಳೋರಸ್ಥಳನಹಿತಕುಂಭಿ ಕುಂಭಸ್ಥಳ ನಿ ।
ರ್ದಾರಣ ಪಟು ಭುಜದಂಡಂ
ದಾರುಣಕೋಪಂ ಪ್ರತಾಪಿ ಸಾಹಸ ಭೀಮಂ ॥ ೧ ॥

ಪೃಥುಳ + ಉರಸ್ಥಳ = ಅಗಲವಾದ ಎದೆ ; ಅಹಿತ ಕುಂಭ = ಶತ್ರುವೆಂಬ ಆನೆ ; ನಿರ್ದಾರಣ = ಭೇದಿಸು

ಸಂಪದಧಿದೇವತೆಯಾದ ಲಕ್ಷ್ಮೀದೇವಿಯ ಪತಿಯೂ, ಅಗಲವಾದ ಎದೆಯುಳ್ಳವನೂ ಶತ್ರುವಾದ ಆನೆಯ ಗಂಡ ಸ್ಥಳವನ್ನೂ ಭೇದಿಸುವ ಶಕ್ತಿಯುಳ್ಳ ಬಾಹು ಭುಜಗಳನ್ನು ಹೊಂದಿರುವವನೂ, ಅಸಾಧಾರಣ ಕೋಪಾವಿಷ್ಟನೂ ಆದ ಮಹಾ ಪರಾಕ್ರಮಿಯಾದ ಭೀಮಸೇನನು ವಿಜೃಂಭಿಸಿದನು.

ವಚನ : ಆಗಳಾ ಕೊಳನಂ ಬಳಸಿ ಬಂದು ನಿರ್ಭರಮಾಗಿ ಬೊಬ್ಬಿಱಿದಬ್ಬರಂಗೆಯ್ದು ಪಲತೆಱದ ಪಱೆಗಳಂ ಪೊಯ್ಸಿಯುಂ, ಶಂಖಂಗಳಂ ಪೂರೈಸಿಯುಂ, ಭೇರಿಗಳಂ ತಾಟಿಸಿಯುಂ, ಕಾಹಳೆಗಳನೊತ್ತಿಸಿಯುಂ, ಪಂಚಮಹಾ ವಾದ್ಯಂಗಳಂ ಬಾಜಿಸಿಯುಂ, ಎಂತುಂ ಪೊಱಮಡಿಸಲಾಱದೆ ಸುಯೋಧನನಂ ಪೆಸರ್ಗೊಂಡು ನಕುಲನಾಸ್ಫೋಟಿಸಿ... –

ನಿರ್ಭರಮಾಗಿ = ರಭಸವಾಗಿ ; ಪಲತೆಱದ = ಹಲವು ವಿಧದ ; ಪಱೆಗಳಂ = ಚರ್ಮ ವಾದ್ಯಗಳನ್ನು ; ಪೂರೈಸಿ = ಊದಿಸಿ ; ತಾಟಿಸಿ = ಬಡಿ (ತಟ್ಟು) ; ಒತ್ತಿಸಿ = ಬಲವಾಗಿ ಊದಿ ; ಬಾಜಿಸಿ = ಬಾರಿಸಿ (ಪಂಚ ಮಹಾವಾದ್ಯಗಳು = ಶಂಖ, ಭೇರಿ, ಜಾಗಟೆ, ಕೊಂಬು, ತಮಟೆ) ; ಆಸ್ಫೋಟಿಸು = ಗರ್ಜಿಸು

ಆಗ ಎಲ್ಲರೂ ಆ ವೈಶಂಪಾಯನ ಸರೋವರವನ್ನು ಸುತ್ತುಗಟ್ಟಿ ನಿಂತು, ಅತ್ಯಂತ ರಭಸವಾಗಿ ಗರ್ಜಿಸುತ್ತಾ ಅನೇಕ ವಿಧವಾದ ಚರ್ಮ ವಾದ್ಯಗಳನ್ನು ಹೊಡಿಸುತ್ತಾ (ಡೋಲು, ತಮಟೆ, ಚಂಡೆ ಇತ್ಯಾದಿ), ಶಂಖಗಳನ್ನು ಊದುತ್ತಾ, ಭೇರಿಗಳನ್ನು ಬಡಿಯುತ್ತಾ, ಪಂಚಮಹಾವಾದ್ಯಗಳನ್ನು (ಚಕ್ರವರ್ತಿಯಾದವರನ್ನ ಗೌರವ ಸೂಚಕವಾಗಿ ಬರಮಾಡಿಕೊಳ್ಳುವ ವಾದ್ಯಗಳು) ಬಾರಿಸುತ್ತಲೇ ಇದ್ದರೂ ದುರ್ಯೋಧನನನ್ನು ಹೊರಕ್ಕೆ ಎಳೆಯಲಾರದೆ ಕೊನೆಗೆ ಅವನ ಹೆಸರನ್ನು ಹಿಡಿದು ಕೂಗುತ್ತಾ ನಕುಲನು ಗರ್ಜಿಸಿದನು.

ಅಂಕದ ಕಲಿ ಕುರುವಂಶ ಶ
ಶಾಂಕನೆ ದುರ್ಯೋಧನಾಂಕನನೆ ನೆಗಟ್ಟಿಯಶಃ ।
ಪಂಕದೊಳಮಿಸರೋವರ
ಪಂಕದೊಳಂ ನೀನೆ ನಿನ್ನನಿಂತರ್ದುವರೇ ॥ ೨ ॥

ಅಂಕದ ಕಲಿ = ಹೆಸರಾಂತ ಪರಾಕ್ರಮಿ ; ಶಶಾಂಕ = ಚಂದ್ರ ; ನೆಗಟ್ಟಿ = ಖ್ಯಾತಿಹೊಂದಿ ; ಅಯಶಃ = ಅಪಕೀರ್ತಿ ; ಪಂಕ = ಕೆಸರು

ಹೆಸರಾಂತ ಪರಾಕ್ರಮಿಯೆಂದೂ ಕೌರವವಂಶದ ಚಂದ್ರನೆಂದೂ ಹೆಸರು ಪಡೆದ ದುರ್ಯೋಧನನಾದ ನೀನು ಅಪಕೀರ್ತಿಯೆಂಬ ಕೆಸರಿನ ಜೊತೆಗೆ ಈ ಸರೋವರದ ಕೆಸರಿನೊಳಗೆ ನಿನ್ನನ್ನು ನೀನೇ ಅದ್ದಿಕೊಂಡೆಯಾ? ಹೀಗೆ ಮಾಡಿ ನಿನಗೆ ಮಾತ್ರವಲ್ಲದೆ ನಿನ್ನ ವಂಶಕ್ಕೂ ಕಳಂಕ ತಂದುಬಿಟ್ಟೆಯಾ?

ಇಱಿವಬೆಡಂಗನೊಳಿಱಿಯಲ್
ನೆಱೆಯೈ ನಿನಗಾನೆ ಸಾಲ್ವೆನೆಕ್ಕತುಳಕ್ಕಂ ।
ನೆಱೆದಿರ್ದನಿರದೆ ಕೊಳನಂ
ಪೊಱಮಡು ತೋಱಿದಪೆನೆನ್ನ ಕೊಂತದ ಸವಿಯಂ ॥ ೩ ॥

ಇಱಿವ ಬೆಡಂಗ = ಬೆಡಗಿನಿಂದ ಕಾದಾಡುವ (ಭೀಮ) ; ನೆಱೆಯೈ = ಸಮರ್ಥನಲ್ಲ ; ಆನೆ ಸಾಲ್ವೆನ್ = ನಾನೇ ಸಾಕು ; ಎಕ್ಕತುಳ = ದ್ವಂದ್ವಯುದ್ಧ ; ನೆಱೆದಿರ್ದೆ = ಸಿದ್ಧವಿದ್ದೇನೆ ; ಕೊಂತ = ಈಟಿ

ಎಲೋ ದುರ್ಯೋಧನ ನಿನಗೆ ಭೀಮನೊಡನೆ ಕಾದಾಡುವುದು ಸಾಧ್ಯವಾಗದ ಮಾತು. ನಿನ್ನನ್ನು ಸೋಲಿಸಲು ನಾನೇ ಸಾಕು. ಮಲ್ಲಯುದ್ಧಕ್ಕೂ ನಾನು ಸಿದ್ಧನಿದ್ದೇನೆ. ಕೊಳದೊಳಗೇ ಇರದೆ ಬೇಗನೆ ಹೊರಗೆ ಬಾ ನನ್ನ ಈಟಿಯ ರುಚಿಯನ್ನು ನಿನಗೆ ತೋರಿಸುತ್ತೇನೆ. ಹೇಗಿರುವುದೆಂದು ನೋಡು.

ವಚನ : ಎನೆ ; ಸಹದೇವನುತ್ಕಟಿಸಿ (ಆಸ್ಫೋಟಿಸಿ) –

ಉತ್ಕಟಿಸು = ಉದ್ರೇಕಗೊಳ್ಳು

ನಕುಲನು ಹೀಗೆ ಆರ್ಭಟಿಸಲು ಇದರಿಂದ ಉದ್ರೇಕಿತನಾದ ಸಹದೇವನು...

ಎಂದಿಂಗೆ ನಿನಗೆ ಸಾವಿ
ಲ್ಲೆಂದಿರ್ದಯ್ ನಿನ್ನ ಮನದೊಳಿನ್ನೆವರಂ ನೀ ।
ನೊಂದಂ ಬಗೆದೊಡೆ ವಿಧಿತಾ
ನೊಂದಂ ಬಗೆದತ್ತು ಸಕಲ ಕುರುಕುಲಕೇತೂ ॥ ೪ ॥

ಇನ್ನೆವರಂ = ಇಲ್ಲಿಯ ತನಕ ; ಬಗೆದತ್ತು = ಭಾವಿಸಿತು ; ಕುರುಕುಲಕೇತೂ = ಕುರುವಂಶದ ಧೂಮಕೇತು

ಎಲೈ ಕುರುವಂಶದ ಧೂಮಕೇತುವಂತಿರುವ ದುರ್ಯೋಧನನೇ ನಿನ್ನ ಮನಸ್ಸಿನಲ್ಲಿ ನೀನು ಏನೆಂದುಕೊಂಡಿರುವೇ? ನಿನಗೆ ಸಾವೇ ಇಲ್ಲವೆಂದು ಭಾವಿಸಿರುವೆಯಾ? ನೀನೊಂದು ಬಗೆದರೆ ವಿಧಿ ತಾನು ಮತ್ತೊಂದನ್ನು ಬಗೆಯುವುದು ಎಂಬುದನ್ನು ಮರೆಯಬೇಡ.

ಜವನ ಮಗನಿರ್ಕೆ ಸುಭಟರ
ಜವನಿರ್ಕೆ ಸಿತಾಶ್ವನಿರ್ಕೆ ನಕುಲನಮಿರ್ಕ ।
ಣ್ಮುವಡೆನ್ನ ಬಾಳ ಸವಿಯಂ
ಸವಿನೋಡಿ ಬಟಿಕ ನೀರ ಸವಿಯಂ ನೋಡಾ ॥ ೫ ॥

ಜವನ ಮಗ = ಯಮನ ಮಗ (ಧರ್ಮರಾಯ) ; ಸುಭಟರ ಜವ = ಸೈನಿಕರಿಗೆ ಯಮ ; ಸಿತಾಶ್ವ = ಬಿಳಿ ಕುದುರೆ (ಅರ್ಜುನನಿಗೆ ಸಿತಾಶ್ವನೆಂಬ ಹೆಸರಿದೆ) ; ಅಣ್ಮು = ಸಾಮರ್ಥ್ಯ ; ಬಾಳ ಸವಿ = ಕತ್ತಿಯ ರುಚಿ

ಯಮಧರ್ಮನ ಮಗ ಯುಧಿಷ್ಠಿರನಿರಲಿ, ಸೈನಿಕರಿಗೆಲ್ಲ ಯಮ ಸ್ವರೂಪಿಯಾದ ಭೀಮನಿರಲಿ, ಅರ್ಜುನನಿರಲಿ, ನಕುಲನಿರಲಿ, ನಿನ್ನಲ್ಲಿ ಪೌರುಷವೆಂಬ ಸಾಮರ್ಥ್ಯವಿದ್ದರೆ ಹೊರಗೆ ಬಾ. ನನ್ನ ಕತ್ತಿಯ ರುಚಿಯನ್ನು ನೋಡು. ಆಮೇಲೆ ನಿನಗೆ ತೃಪ್ತಿಯಾಗುವಷ್ಟು ನೀರನ್ನು ಕುಡಿವೆಯಂತೆ.

ವಚನ : ಎಂಬುದುಮರ್ಜುನಂ ವಿಜೃಂಭಿಸಿ –

ಎಂದಾಗ ಅರ್ಜುನನು ಸ್ಫೂರ್ತಿಗೊಂಡು

ಮಾನಧನನೆನಿಸಿ ನಿನ್ನಭಿ
ಮಾನಕ್ಷತಿಮಾಡಿದೈ ಸುಯೋಧನ ನೀಂ ಮ ।
ತ್ತೀನೀರೊಳಗೆಸಡಿರ್ಕುಂ
ಮೀನಿರ್ಕುಂ ಕಪ್ಪೆಯಿರ್ಕುಮಿರ್ಪರೆ ಗಂಡರ್ ॥ ೬ ॥

ಅಭಿಮಾನಕ್ಷತಿ = ಅಭಿಮಾನ ನಾಶ ; ಮುತ್ತ + ಈ = ಬಹುಕಾಲ ; ಎಸಡಿ = ಏಡಿ, ನಳ್ಳಿ

ಸ್ವಾಭಿಮಾನಿಯೆಂದು ಬಡಾಯಿಕೊಚ್ಚಿಕೊಳ್ಳುತ್ತಿದ್ದ ನೀನು ನಿರಭಿಮಾನಿಯಾಗಿ ನಿನ್ನ ಆತ್ಮಗೌರವವನ್ನೇ ಕಳಕೊಂಡೆಯಲ್ಲಾ ಸುಯೋಧನಾ. ಬಹುಕಾಲದಿಂದ ಈ ನೀರೊಳಗೆ ಏಡಿ (ನಳ್ಳಿ), ಮೀನುಗಳು, ಕಪ್ಪೆಗಳು ಇರುವುದು ಸಹಜ. ಇಂತಹ ಜಲಚರಗಳ ಮಧ್ಯೆ ನಿನ್ನಂತಹ ಶೂರನು ಇರುವುದೇ? ಛೀ ಅಸಹ್ಯ!

ಮಾನಧನ ನಿನ್ನ ಸುತ ಸೈ
ನ್ಯಾನುಜ ಶತಕಕ್ಕೆ ಕೇತುವಲ್ಲದೆ ಗಂಗಾ ।
ಸೂನು ಮೊದಲಾದ ಪಲರ್ಗಂ
ನೀನೋರ್ವನೆ ಕೇತುವಾದೆ ಕುರುಕುಲಕೇತೂ ॥ ೭ ॥

ಕೇತು = ಧೂಮಕೇತು (ಗ್ರಹ) ; ಕೇತೂ = ಶ್ರೇಷ್ಠ

ಎಲೈ ಮಾನಧನನೇ! ನಿನ್ನ ಮಕ್ಕಳು, ನಿನ್ನ ನೂರುಮಂದಿ ಸಹೋದರರು ಮುಂತಾದವರ ಗುಂಪಿಗೆ ಮಾತ್ರ ನೀನು ಕೇತುವಾಗಲಿಲ್ಲ ಭೀಷ್ಮನೇ ಮುಂತಾದ ಅತಿರಥ ಮಹಾರಥರಿಗೂ ನೀನು ಧೂಮಕೇತುವಾಗಿಬಿಟ್ಟೆಯಲ್ಲಾ ಕುರುಕುಲ ಶ್ರೇಷ್ಠಾ!

ಕುಮರಂಕರಾಮನೃಪನೊಳ್
ಸಮರಂ ನಿನಗರಿದು ತಕ್ಕುದೆನಗಂ ನಿನಗಂ ।
ಸಮರಂ ನಿನ್ನಂ ನುಂಗ
ಲ್ಕಮೋಘ ಶರಮಿರ್ದುವಿವಱಿಸವಿಯಂ ನೋಡಾ ॥ ೮ ॥

ಕುಮರಂಕರಾಮ = ಇದು ಸತ್ಯಾಶ್ರಯನ ಬಿರುದುಗಳಲ್ಲೊಂದು ; ಇಲ್ಲಿ ಇದು ಭೀಮನಿಗೆ ಅನ್ವಯ ; ಇವಱಿ = ಇವುಗಳ

ಭೀಮಸೇನನೊಂದಿಗೆ ಯುದ್ಧಮಾಡುವುದು ನಿನಗೆ ಅಸಾಧ್ಯದ ವಿಷಯ. ನನಗೂ ನಿನಗೂ ನಡೆಯುವ ಕಾಳಗವೇ ಸರಿಯಾದದ್ದು. ನಿನ್ನನ್ನು ನುಂಗಲು ನನ್ನ ಬಳಿ ಅನೇಕ ದಿವ್ಯಾಸ್ತ್ರಗಳಿವೆ! ಅವುಗಳ ರುಚಿಯನ್ನು ನೋಡುವೆಯಾ?

ವಚನ : ಎಂಬುದುಂ – ಧೃತರಾಷ್ಟ್ರನಂದನಂ ಮುನ್ನಗೆಯ್ದಧರ್ಮಮಂ ನೆನೆಯದೆ ಕುಲಕ್ರಮಯುಕ್ತಮಪ್ಪ ನಿರ್ಮಲ ಕ್ಷತ್ರಧರ್ಮಮನೆ ಬಗೆದು ಧರ್ಮನಂದನನಿಂತೆಂದು...

ಮುನ್ನಗೆಯ್ದ = ಹಿಂದೆ ಮಾಡಿದ ; ಕುಲಕ್ರಮ = ವಂಶಧರ್ಮ

ಎಂದು ಅರ್ಜುನನು ಹೇಳಿದಾಗ ಈ ಹಿಂದೆ ದುರ್ಯೋಧನನು ಮಾಡಿದ ಅನ್ಯಾಯಗಳನ್ನು ನೆನೆಯದೆ ಕುಲಧರ್ಮವೆನಿಸಿದ ಪವಿತ್ರವಾದ ಕ್ಷಾತ್ರಧರ್ಮವನ್ನು ನೆನೆದು ಧರ್ಮರಾಯನು ಹೀಗೆ ಹೇಳಿದ...

ಭರತಾನ್ವಾಯದೊಳಂದಿನಿಂದುವರೆಗಂ ಸಾಪತ್ನರೊಳ್ ಬದ್ಧ ಮ
ತ್ಸರದಿಂದೆಮ್ಮನಕಾರಣಂ ಕದಡಿದಯ್ ಸಾವೆಯ್ದಿದ್ದೈ ನಷ್ಟ ಸೋ ।
ದರಮಾಯಿತ್ತೆನಗಂ ಸ್ವಗೋತ್ರವಧೆಯಪ್ಪಾ ಪಾತಕಂ ಕೌರವೇ
ಶ್ವರ ನೀಂ ಸಂಧಿಗೊಡಂಬಡಿನ್ನು ಕೊಳನಂ ಪೊಕ್ಕಿರ್ಪುದೇಂ ತಕ್ಕುದೇ ॥ ೯ ॥

ಸಾಪತ್ನ್ಯ = ದಯಾದಿ ; ಬದ್ಧ ಮತ್ಸರ = ಸದಾ ದ್ವೇಷ

ಇಲ್ಲಿ ಒಂದು ವಿಷಯ ಗಮನಿಸಬೇಕು. ಅರ್ಜುನಾದಿಗಳ ಮನೋಭಾವಕ್ಕೂ ಯುಧಿಷ್ಠಿರನ ಭಾವನೆಗೂ ಇರುವ ಅಂತರವನ್ನು ಕವಿ ಇಲ್ಲಿ ಬಿಂಬಿಸಿದ್ದಾನೆ. ದುರ್ಯೋಧನನು ಎಷ್ಟೇ ದ್ರೋಹ ಮಾಡಿದ್ದರೂ ಅವನು ತನ್ನ ತಮ್ಮ ಎಂಬ ಭಾವನೆಯಿಂದ ಯುಧಿಷ್ಠಿರ ದೂರವಾಗಿಲ್ಲ! ಅವನೊಂದಿಗೆ ಸಂಧಿ ಮಾಡಿಕೊಳ್ಳಲು ಈಗಲೂ ಸಿದ್ಧನಿದ್ದಾನೆ.

ಕುರುಕುಲೇಶನೇ ಭರತವಂಶದಲ್ಲಿ ಅಂದಿನಿಂದ ಇಂದಿನ ತನಕ ದಾಯಾದ ಮತ್ಸರದಿಂದ ನಮ್ಮನ್ನು ಅಕಾರಣವಾಗಿ ಕೆಣಕಿದೆ – ಅವಮಾನಿಸಿದೆ. ನೀನೂ ಸಾವಿನ ಮನೆಗೆ ಹೋಗುತ್ತಿರುವೆ. ನಿನ್ನ ಸಹೋದರರ – ಮಕ್ಕಳ ಸಾವಿನ ದುಃಖ ನಿನಗೆ ಮಾತ್ರವಲ್ಲ ನನಗೂ ಇದೆ. ನನ್ನ ವಂಶದವರ ವಧೆಯ ಪಾಪ ನನಗು ತಟ್ಟಿದೆ. ಇನ್ನಾದರೂ ಸಂಧಿಗೆ ಒಪ್ಪಿಕೊ. ಅದು ಬಿಟ್ಟು ಹೀಗೆ ಹೇಡಿಯಂತೆ ನೀರೊಳಗೆ ಅಡಗಿ ಕುಳಿತುಕೊಳ್ಳುವುದು ನಿನ್ನಂಥವನಿಗೆ ಉಚಿತವಲ್ಲ.

ವಚನ : ಎಂಬುದುಮಾನುಡಿಗೆ ಸೈರಿಸದೀಬೂತೆನ್ನ ಸರಂಗೇಳ್ದೊಡಲ್ಲದೆ ಪೊಱಮಡುವನಲ್ಲನಿವಂಗಾನೆ ಸಾಲ್ವೆನೆಂದು ಭೀಮಸೇನನುದ್ದಾಮ ಕೋಪಾಟೋಪ ಚಿತ್ತದಿಂ ಬದ್ಧ ಭ್ರುಕುಟಿಯಾಗಿ –

ಬೂತು = ಜಂತು (ಹುಳ) ; ಸರಂ = ಧ್ವನಿ ; ಸಾಲ್ವೆನ್ = ಸಾಕು ; ಬದ್ಧಭೃಕುಟಿ = ಹುಬ್ಬು ಗಂಟಿಕ್ಕು

ಎಂದು ಧರ್ಮರಾಯನು ಹೇಳುತ್ತಿರುವಾಗಲೇ ಅದನ್ನು ತಡೆದುಕೊಳ್ಳಲಾಗದೆ – ಇವನು ನನ್ನ ಧ್ವನಿಯನ್ನು ಕೇಳದೆ ಕೊಳದಿಂದ ಹೊರಬರುವವನಲ್ಲ. ಇವನಿಗೆ ನಾನೇ ಸರಿ ಎನ್ನುತ್ತಾ ಭೀಮಸೇನನು ಅಪರಿಮಿತ ಕೋಪದಿಂದ ಹುಬ್ಬು ಗಂಟಿಕ್ಕುತ್ತಾ –

ಬಳವದ್ವಿಗ್ರಹದೊಳ್ ನೀ
ನೊಳಗಿರ್ದೆ ಮುನ್ನೆ ನಿನ್ನ ಕುಲಮೆಲ್ಲಮನಾಂ ।
ಮುಳಿದಿಱಿದುಂ ಪಿಂದನೆ ಬರೆ
ಕೊಳದೊಳಗುಟಿದಿರ್ದು ಮರುಳೆ ಬರ್ದುಕಲ್ಬಗೆವಾ? ॥ ೧೦ ॥

ಬಳವತ್ + ವಿಗ್ರಹದೊಳ್ = ಭಯಂಕರ ಯುದ್ಧದಲ್ಲಿ ; ಮುಳಿದು + ಇಱಿದು = ಕೋಪದಿಂದ ಕೊಂದು ;

ಮೊದಲಲ್ಲಿ ಘೋರವಾದ ಕಾಳಗವಾಗುತ್ತಿದ್ದಾಗ ನೀನು ನನ್ನ ಮುಂದೆ ಬಾರದೆ ಎಲ್ಲೋ ಅಡಗಿದ್ದೆ. ಈಗ ನಾನು ಕೋಪದಿಂದ ನಿನ್ನ ವಂಶವನ್ನೇ ಸವರಿ ಹಾಕಿ ನಿನ್ನನ್ನು ಹುಡುಕಿಕೊಂಡು ಬಂದರೆ ಕೊಳದಲ್ಲಿ ಅವಿತುಕೊಂಡು ಬದುಕಲು ಆಸೆಪಡುವೆಯಾ? ಎಲೋ ಮೂರ್ಖ ನಿನ್ನನ್ನು ನಾನು ಬಿಡುತ್ತೇನೆಂದು ಭಾವಿಸಿದೆಯಾ?

ಭವದನುಜನರುಣ ಜಲಮಂ
ಸವಿನೋಡಿದೆನಿಂತು ನಿನ್ನ ಬಲಜಲನಿಧಿಯಂ ।
ಸವಿನೋಡಿದೆನೀಕೊಳನಂ
ತವೆಪೀರ್ದು ಬಟಿಕ್ಕೆ ನಿನ್ನ ಸವಿಯಂ ನೋೞ್ಪೆಂ ॥ ೧೧ ॥

ಭವತ್ + ಅನುಜ = ನಿನ್ನ ತಮ್ಮ ; ಅರುಣಜಲ = ಕೆಂಪು ನೀರು – ರಕ್ತ ; ಬಲಜಲನಿಧಿ = ಸೈನ್ಯ ಸಾಗರ ; ತವೆಪೀರ್ದು = ಸಂಪೂರ್ಣವಾಗಿ ಕುಡಿದು

ನಿನ್ನ ತಮ್ಮ ದುಶ್ಶಾಸನನ ಕೆನ್ನೆತ್ತರಿನ ರುಚಿಯನ್ನು ಈಗಾಗಲೇ ಸವಿದಿದ್ದೇನೆ. ನಿನ್ನ ಸೇನಾ ಸಮುದ್ರದ ರುಚಿಯನ್ನೂ ನೋಡಿಯಾಯಿತು. ಇನ್ನು ಈ ಕೊಳದ ನೀರನ್ನು ಸಂಪೂರ್ಣವಾಗಿ ಹೀರಿ ಅನಂತರ ನಿನ್ನ ಸವಿಯನ್ನು ನೋಡುತ್ತೇನೆ ಎಂದು ಭೀಮನು ಗರ್ಜಿಸುತ್ತಾ...

ಸ್ವರಮಂ ಕೇಳಲ್ಕೆನ್ನು
ಗ್ರರೂಪಮಮಂ ನಿಂದು ನೋಡಲ್ಕಣ್ಮದೆ ಸಮರಾ ।
ಕರಮಂ ಬಿಸುಟ್ಟು ಕಮಲಾ
ಕರಮಂ ಪೊಕ್ಕೆಲವೋ ಮರುಳೆ ಬರ್ದುಕಲ್ಬಗೆವಾ ॥ ೧೨ ॥

ಅಣ್ಮದೆ = ಸಮರ್ಥನಾಗದೆ ; ಸಮರಾಕರ = ಯುದ್ಧರಂಗ (ರಣಭೂಮಿ) ;
ಕಮಲಾಕರ = ಸರೋವರ

ಎಲವೋ ಮೂರ್ಖಾ! ನನ್ನ ಸ್ವರ (ದನಿ)ವನ್ನು ಕೇಳಲಾರದೆ, ನನ್ನ ಉಗ್ರ ರೂಪವನ್ನು ನೋಡಲಾಗದೆ ರಣಭೂಮಿಯನ್ನು ಬಿಟ್ಟು ಓಡಿ ಹೋಗಿ ಸರೋವರನ್ನು ಹೊಕ್ಕಿಬಿಟ್ಟೆಯಲ್ಲಾ, ಎಲೋ ಹೇಡಿ ಹೀಗಾದರೂ ಬದುಕಲೇಬೇಕೆಂಬ ಆಸೆಯೇ ನಿನಗೆ – ಅದಕ್ಕೆ ನಾನು ಅವಕಾಶ ಮಾಡಿ ಕೊಡುವೆನೇ?

ಜಲದೊಳ್ ಮೀನಿರ್ಪವೋಲ್ನೀಂ ಕೊಳದೊಳೆ ಮುಳುಗಿರ್ದಕ್ಕಟಾ ಕೋಡಸೇಡಿಂ
ಗೊಳಗಾದ್ಯೆ ನಿನ್ನ ದುರ್ಯೋಧನವೆಸರ್ಗಿದು ಲಜ್ಜಾಕರಂ ತೋಱಿದ್ಯೆ ನಿ ।
ನ್ನಳವಂ ಚೀ! ಸತ್ತರೇಂ ಪುಟ್ಟರೆ ಪೊಱಮಡು ನೀಂ ಕೈದುಗೊಳ್ಕೌರವೇಂದ್ರಾ
ಚಳವಜ್ರಂ ಬಂದನೀಗಳ್ ಕುರುಕುಲಮಥನೋದ್ಭೀಕರಂ ಭೀಮಸೇನಂ ॥ ೧೩ ॥

ಕೋಡಸೇಡು = ಚಳಿಯ ಬಾಧೆ ; ಲಜ್ಜಾಕರಂ = ಅವಮಾನ ; ಅಚಲ ವಜ್ರಂ = ಪರ್ವತಕ್ಕೆ ವಜ್ರಾಯುಧದಂತೆ ; ಕುರುಕುಲ ಮಥನ + ಉದ್‌ಭೀಕರಂ = ಕುರುಕುಲವೆಂಬ ವಂಶವನ್ನು ನಾಶಮಾಡಿದ – ಭಯಂಕರನಾದ

ನೀರಿನಲ್ಲಿ ಮೀನುಗಳು ಇರುವಂತೆ ನೀನು ಕೊಳದಲ್ಲಿ ಮುಳುಗಿ ಚಳಿಯಿಂದ ನಡುಗುವಂತಾಯಿತೇ? ಥೂ! ನಿನ್ನ ದುರ್ಯೋಧನ ಎಂಬ ಹೆಸರಿಗೇ ಇದು ಅಪಮಾನಕರವಾದದ್ದು ! ತೋರಿಸಿಬಿಟ್ಟೆಯಲ್ಲಾ ನಿನ್ನ ಪರಾಕ್ರಮವನ್ನ – ಚೀಃ ಹೇಡಿ ಸತ್ತವರು ಮತ್ತೆ ಹುಟ್ಟಿ ಬರುವುದಿಲ್ಲವೇ? ನೀರಿನಿಂದ ಹೊರಗೆ ಬಾ ಹಿಡಿ ಆಯುಧವನ್ನು. ಇದೋ ಕೌರವೇಂದ್ರನೆಂಬ ಪರ್ವತವನ್ನು ಸವರಿ ಹಾಕಲು ಕುರುಕುಲವನ್ನೇ ನಾಶ ಮಾಡಿದ ರುದ್ರ ಭೀಕರ ಭೀಮಸೇನ ಬಂದಿದ್ದಾನೆ, ಏಳು ಬಾ ಹೊರಗೆ!

ಹರಿಸಂಧಾನಕ್ಕೆ ವಂದಂದವಗಡಿಸಿದಹಂಕಾರಮೆಲ್ಲಿತ್ತೊ ಕೃಷ್ಣಾಂ
ಬರ ಕೇಶಾಕೃಷ್ಟಿಯಂ ಮಾಡಿಸಿದ ಮದಮದೆಲ್ಲಿತ್ತೊ ಕೌಂತೇಯರಂ ಮ ।
ಚ್ಚರದಿಂ ಕಾಂತಾರದೊಳ್ತಿಱ್ರನೆ ತಿರಿಪಿದ ಸೊರ್ಕೀಗಳೇನಾದುದೆಂದಾ
ಕುರುವಂಶಾಧೀಶನಂ ಮೂದಲಿಸಿದನದಟಂ ಭೀಮನುದ್ದಾಮ ಭೀಮಂ ॥ ೧೪ ॥

ಅವಗಡಿಸು = ಕಡೆಗಣಿಸು ; ಆಕೃಷ್ಟಿ = ಸೆಳೆಯುವಿಕೆ ; ಮಚ್ಚರ = ಮತ್ಸರ (ದ್ವೇಷ) ; ಕಾಂತಾರ = ಕಾಡು ; ತಿಱ್ರನೆ + ತಿರಿಪು = ಅಲೆದಾಡು

ಅಂದು ಶ್ರೀಕೃಷ್ಣನು ಸಂಧಾನಕ್ಕಾಗಿ ನಿನ್ನಲ್ಲಿಗೆ ಬಂದಾಗ ಅವನನ್ನು ಕಡೆಗಣಿಸಿದ ಆ ಅಹಂಕಾರ ಈಗ ಎಲ್ಲಿ ಹೋಯಿತೋ? ದ್ರೌಪದಿಯ ತುರುಬನ್ನು ಹಿಡಿದೆಳೆಸಿ ಸೀರೆಯನ್ನು ಸೆಳೆದಾಡಿದ ನಿನ್ನ ಆ ಮದ ಇಂದೆಲ್ಲಿ ಹೋಯಿತೋ? ಕುಂತೀ ಮಕ್ಕಳಾದ ನಮ್ಮನ್ನು ದ್ವೇಷದಿಂದ ಕಾಡಿಗಟ್ಟಿ ಅಲ್ಲೆಲ್ಲ ಅಲೆದಾಡುವಂತೆ ಮಾಡಿದ ನಿನ್ನ ಆ ಸೊಕ್ಕು ಇಂದೆಲ್ಲಿ ಹೋಯಿತೋ? ಎಂದು ಆ ಕುರುಕುಲಾಧೀಶನನ್ನು ಶತ್ರುಗಳಿಗೇ ಸಿಂಹಸ್ವಪ್ನನಾದ ಭೀಮಸೇನನು ಹೀಯಾಳಿಸಿದ.

ವಚನ : ಅಂತು ಮುಟ್ಟಿ ಮೂದಲಿಸಿ ನುಡಿದುಮೆಂತುಂ ಪೊಱಮಡಿಸಲಾಱದೆ –

ಮುಟ್ಟಿ ಮೂದಲಿಸಿ = ಮರ್ಮಾಘಾತವಾಗುವಂತೆ ಹೀಯಾಳಿಸಿ

ಹೀಗೆ ಅವನ ಮನಸ್ಸಿಗೆ ನಾಟುವಂತೆ, ಮರ್ಮಾಘಾತವಾಗುವಂತೆ ಮೂದಲಿಸಿದರೂ ಅವನನ್ನು ಹೊರಬರುವಂತೆ ಮಾಡಲಾರದೆ –

ಎನಿತುಂ ಪೊಕ್ಕಿರ್ದಪ್ಪೈ ನೀಂ ಪೊಱಮಡು ಕೊಳದಿಂ ದ್ರೌಪದೀದ್ರೋಹ ದುಶ್ಶಾ
ಸನ ದುಷ್ಟ ಜ್ಯೇಷ್ಠ ಭೀಷ್ಮ ಪ್ರಮುಖ ನಿಖಿಲ ಬಂಧು ಕ್ಷಯೋತ್ಪನ್ನ ದುಃಖ
ಧ್ವನಿವಾರಿಚ್ಛಿನ್ನ ಧೈರ್ಯದ್ರುಮ ಯಮಸುತ ನಿಷ್ಕಾರಣದ್ವೇಷಿ ಭೀಮ
ಧ್ವನಿಯಂ ಕೇಳ್ದಿನ್ನುಮಿರ್ದೈ ಕುರುಕುಲವಿಲಯೋತ್ಪಾತನೋತ್ಪಾತ ಕೇತೂ ॥ ೧೫ ॥

ಕ್ಷಯ + ಉತ್ಪನ್ನ ದುಃಖ = ನಾಶದಿಂದಾದ ಶೋಕ ; ವಾರಿಚ್ಛಿನ್ನ = ಪ್ರವಾಹ ;
ದ್ರುಮ = ಮರ, ವೃಕ್ಷ

ಎಲೋ ದ್ರೌಪದೀ ದ್ರೋಹನೇ, ದುಶ್ಶಾಸನನ ದುಷ್ಟನಾದ ಅಣ್ಣನೇ ಇನ್ನೂ ಎಷ್ಟು ಕಾಲ ಈ ನೀರಲ್ಲಿ ಅಡಗಿ ಕುಳಿತುಕೊಳ್ಳುವೇ? ಭೀಷ್ಮರೇ ಮುಂತಾದ ಸಮಸ್ತ ಬಂಧುಗಳ ನಾಶದಿಂದುಂಟಾದ ಶೋಕವೆಂಬ ಪ್ರವಾಹದಲ್ಲಿ ಕೊಚ್ಚಿಹೋದ ಧೈರ್ಯವೆಂಬ ಮಹಾವೃಕ್ಷವೇ. ಧರ್ಮರಾಯನನ್ನು ವಿನಾಕಾರಣ ದ್ವೇಷಿಸುವವನೇ ಕುರುಕುಲವೆಂಬ ವಂಶನಾಶಕ. ಪ್ರಳಯಕಾಲದ ಧೂಮಕೇತುವೇ ಈ ಭೀಮನ ಧ್ವನಿಯನ್ನು ಕೇಳಿಯೂ ಇನ್ನೂ ನೀರಿನಡಿಯಲ್ಲೇ ಅವಿತಿರುವೆಯಾ? (ಇಷ್ಟೆಲ್ಲಾ ಬಿರುನುಡಿಗಳಿಂದ ಭೀಮ ಮೂದಲಿಸಿದರೂ ಯಾವುದೇ ಪ್ರಯೋಜನವಾಗಲಿಲ್ಲ ಆಗ ಮತ್ತಷ್ಟು ಕೆರಳಿದ ಭೀಮಸೇನ ಸುಮ್ಮನಿರದೆ)

ವಚನ : ಎಂದು ಮತ್ತಮಿರದೆ –

ಎನ್ನುತ್ತಾ ಅಲ್ಲಿಗೂ ಸುಮ್ಮನಾಗದೆ –

ಒಡೆಯಲಜಾಂಡಂ ಕುಲಗಿರಿ
ಕೆಡೆಯಲ್ ನಡುಗಲ್ಕೆ ಧಾತ್ರಿ ದಿವಿಜರ್ಸೆಡೆಯ ।
ಲ್ಕೊಡರಿಸುವಿನೆಗ ಜಟಾಸುರ
ಹಿಡಿಂಬಕ ವೈರಿ ಸಿಂಹನಾದಂಗೆಯ್ದಂ ॥ ೧೬ ॥

ಅಜಾಂಡ = ಬ್ರಹ್ಮಾಂಡ ; ಕುಲಗಿರಿ = ಕುಲ ಪರ್ವತ ; ದಿವಿಜರ್ + ಸೆಡೆಯಲ್ಕೆ = ದೇವತೆಗಳು ಹೆದರಿ ; ಒಡರಿಸು = ತೊಡಗು

ಬ್ರಹ್ಮಾಂಡವೇ ಒಡೆಯುವಂತೆ, ಕುಲ ಪರ್ವತಗಳು ಕುಸಿದು ಬೀಳುವಂತೆ ಭೂಮಿ ನಡುಗುವಂತೆ (ಭೂಕಂಪನ) ದೇವತೆಗಳು ಹೆದರಿ ಕುಸಿವಂತೆ ಜಟಾಸುರ, ಹಿಡಿಂಬರನ್ನು ಸಂಹರಿಸಿದ ಭೀಮ ಸಿಂಹನಾದ ಮಾಡಿದನು.

ವಚನ : ಆ ಪ್ರಸ್ತಾವದೊಳ್ –

ಆ ಸಂದರ್ಭದಲ್ಲಿ

ಅನಿಲ ತನೂಜನ ಸಿಂಹ
ಧ್ವನಿಯಂ ಕೇಳ್ದಳ್ಕಿ ತತ್ಸರೋವರದೆರ್ದೆ ಪ ।
ವ್ವನೆ ಪಾಱುವಂತೆ ಪಾಱಿದು
ವನಾಕುಳಂ ಕೊಳದೊಳಿರ್ದ ತದ್ವಿಹಗಕುಳಂ ॥ ೧೭ ॥

ಕೇಳ್ದು + ಅಳ್ಕಿ = ಕೇಳಿ ಹೆದರಿ ; ತತ್ + ಸರೋವರದ + ಎರ್ದೆ = ಆ ಸರೋವರದ ಪ್ರಾಣ ; ಪವ್ವನೆ = ಕೂಡಲೇ (ಥಟ್ಟನೆ) ; ಅನಾಕುಳುಂ = ಅದು ತನಕ ; ವಿಹಗ = ಪಕ್ಷಿ ; ಕುಳ = ಸಂಕುಲ

ಭೀಮಸೇನನ ಸಿಂಹಾನಾದದ ಧ್ವನಿಗೆ ಆ ಸರೋವರವೇ ಬೆಚ್ಚಿ ಬಿದ್ದಂತಾಗಿ ಅದರ ಪ್ರಾಣಪಕ್ಷಿಯೇ ಹವ್ವನೆ ಹಾರಿಹೋದಂತಾಯಿತೋ ಎನ್ನುವಂತೆ ಅಲ್ಲಿಯ ತನಕ ಆ ಕೊಳದಲ್ಲಿದ್ದ ಪಕ್ಷಿ ಸಮೂಹವು ಹಾರಿಹೋದುವು.

ಅರೆಬೆಂದುವು ತಾವರೆ ಖಗ
ಮರೆ ಬೆಂದುವು ಭೀಮ ಕೋಪ ಶಿಖಿ ಮುಟ್ಟೆ ಸರೋ ।
ವರದ ಮಱಲ್ಪುರಿಗಡಲೆಗೆ
ಪುರಿದ ಮಱಲ್ಕಾಯ್ವು ತೆಱದೆ ಕಾಯ್ದತ್ತೆತ್ತಂ ॥ ೧೮ ॥

ಖಗಮ್ = ಪಕ್ಷಿಗಳು ; ಮಱಲ್ = ಮರಳು

ಸರೋವರದಲ್ಲಿದ್ದ ತಾವರೆಗಳು ಅರ್ಧಬೆಂದುಹೋದುವು, ಪಕ್ಷಿಗಳೂ ಅರ್ಧಕ್ಕರ್ಧ ಸುಟ್ಟು ಹೋದುವು. ಆ ಭೀಮನ ಕೋಪವೆಂಬ ಬೆಂಕಿಗೆ ಸರೋವರದ ಸುತ್ತಲಿನ ಮರಳ ರಾಶಿ ಹುರಿಗಡಲೆಯನ್ನು ಹುರಿದ ಮರಳಿನಂತೆ ಕಾದು ಕೆಂಪಾದವು. – ಇಲ್ಲಿ ರನ್ನ 'ಹುರಿಗಡಲೆಯನ್ನು ಹುರಿದ' ಎಂಬ ದೇಸೀ ಪದಗಳ ಬಳಕೆ ಮಾಡಿರುವುದು ಗಮನಾರ್ಹ. ಕಾರಣ ಇಷ್ಟೇ ರನ್ನನ ಹುಟ್ಟೂರಾದ ಮುಧೋಳ ಹುರಿಗಡಲೆ – ಕಡಲೆಕಾಯಿಗೆ ಪ್ರಸಿದ್ಧಿ.

ಬಂದಂ ಬಕಾಂತಕಂ ಪೋ
ಕೊಂದಂ ಬಕವೆಸರ್ಗೆ ಮುನಿದು ನಮ್ಮುಮನಿನ್ನಂ ।
ಬಂದದೊಳೆ ಪಾಱಿ ಪೋದುವು
ನಿಂದಿರದುರವಣಿಸಿ ಬಕನಿಕಾಯಕಮದಱಿಕೊಳ್ ॥ ೧೯ ॥

ಬಕಾಂತಕ = ಭೀಮ ; ನಮ್ಮುಮಂ + ಇನ್ನ್ = ನಮ್ಮನ್ನೂ ಇನ್ನು ; ಎಂಬಂದದೊಳ್ = ಎನ್ನುವಂತೆ ; ಬಕನಿಕಾಯ = ಬಕಪಕ್ಷಿಗಳ ಸಮೂಹ

ಓ ಬಕನನ್ನು ಕೊಂದಂತಹ ಭೀಮನು ಬಂದಿದ್ದಾನೆ. ಬಕ ಎಂಬ ಹೆಸರನ್ನು ಕೇಳಿಯೇ ಕೋಪಿಸಿಕೊಂಡು ನಮ್ಮನ್ನೂ ಇವನು ಕೊಂದು ಬಿಡುವನೋ ಎನ್ನುವ ರೀತಿಯಲ್ಲಿ ಅ ಕೊಳದಲ್ಲಿದ್ದ ಬಕಪಕ್ಷಿಗಳ ಸಮೂಹವು ಗುಂಪು ಗುಂಪಾಗಿ ಹಾರಿ ಹೋಗಿಬಿಟ್ಟವು.

ಕುಪಿತಮರುತ್ಸುತ ರವಕ
ಳ್ಕಿ ಪಯಶ್ಚರ ನಿಕರ ಸಂಭ್ರಮೋಲ್ಲಹರಿಕೆ ಭಾ ।
ವಿಪೊಡೆ ಜನಕ್ಕೆ ಕೊಳಂ ಕಿ
ಟ್ಟಿ ಪಾಱುವಂತಾಯ್ತು ಕಮಲಜಾಂಡಂಬರೆಗಂ ॥ ೨೦ ॥

ಕುಪಿತ = ಕೋಪಗೊಂಡ ; ರವಕೆ + ಅಳ್ಕಿ = ಸಿಂಹಧ್ವನಿಗೆ ಹೆದರಿ ; ಪಯಶ್ಚರ ನಿಕರ = ಮೀನುಗಳ ಸಮೂಹ ; ಸಂಭ್ರಮ + ಉಲ್ + ಅಹರಿಕೆ = ಸಂಭ್ರಮದಿಂದ ನೀರಿನ ಮೇಲಕ್ಕೆ ಹಾರುವುದು (ಸಂಭ್ರಮವೆಂದಿದ್ದರೂ ಇಲ್ಲಿ ಒಂದು ವಿಧದ ಗಾಬರಿಯಿಂದ ಎನ್ನಬಹುದು) ; ಕಿಟ್ಟಿ = ಕಿತ್ತು

ಕೋಪಾವಿಷ್ಟನಾದ ಭೀಮಸೇನನ ಸಿಂಹನಾದಕ್ಕೆ ಬೆದರಿದ ಮೀನುಗಳ ಗುಂಪು ಗಾಬರಿಯಿಂದ ಒಮ್ಮಿಂದೊಮ್ಮೆಗೇ ನೀರಿನಿಂದ ಮೇಲಕ್ಕೆ ಹಾರುತ್ತಿದ್ದರೆ ಅದನ್ನು ನೋಡಿದ ಅಲ್ಲಿನ ಜನಕ್ಕೆ ಇದೇನು ಈ ಕೊಳವೇ ಕಿತ್ತು ಬ್ರಹ್ಮಾಂಡಕ್ಕೆ ಹಾರಿ ಹೋಗುತ್ತಿದೆಯೋ ಎಂದು ಭಾಸವಾಗುವಂತಿತ್ತು.

ಅಳುರ್ದುಕೊಳೆ ಭೀಮಕೋಪಾ
ನಳನೆಸರ್ವೊಯ್ದಿಟ್ಟ ಜಲದವೊಲ್ಮಱುಗಿದುದಾ ।
ಕೊಳದ ಜಲಮೆಯ್ದೆ ಕಾಯ್ದೆಸ
ರೊಳೆ ಕೂಱ್ಕುದಿವಂತೆ ಕುದಿದುವನಿಮಿಷ ತತಿಗಳ್ ॥ ೨೧ ॥

ಅಳುರ್ದು = ಉರಿ – ವ್ಯಾಪಿಸು – ಹರಡು ; ಎಸರ್ + ಒಯ್ದು + ಇಟ್ಟ = ಧಾನ್ಯವನ್ನ ಬೇಯಿಸಲು ಎಸರಿಗೆಂದು ಕಾಯುವುದಕ್ಕೆ ಇಟ್ಟ ; ಕೂೞ್ = ಅಕ್ಕಿ (ಅನ್ನ) ; ಅನಿಮಿಷ ತತಿ = ಮೀನುಗಳ ಸಮೂಹ (ಅನಿಮಿಷ – ರೆಪ್ಪೆಗಳನ್ನು ಮಿಟುಕಿಸದೇ ಇರುವುದು. ಒಂದು ರೀತಿಯಲ್ಲಿ ಇದು ದೇವತೆಗಳಿಗೆ ಅನ್ವಯ – ಮೀನುಗಳಿಗೆ ರೆಪ್ಪೆಯೇ ಇಲ್ಲ ಹಾಗಾಗಿ ಅವೂ ಮಿಟುಕಿಸುವುದಿಲ್ಲವಾದ್ದರಿಂದ ಅವನ್ನು ಸಹ ಅನಿಮಿಷ ಎಂದೇ ಕರೆಯಲಾಗಿದೆ.)

ಭೀಮಸೇನನ ಕೋಪವೆಂಬ ಉರಿ ಕೊಳವನ್ನೆಲ್ಲಾ ವ್ಯಾಪಿಸಿ ಬಿಟ್ಟಿತು. ಅದು ಅನ್ನಕ್ಕೆ ಎಸರಿಟ್ಟ ನೀರು ಕಾಯುವಂತೆ ಕುದಿಯಲಾರಂಭಿಸಿತು. ಅದರೊಳಗೆ ಹಾಕಿದ ಅಕ್ಕಿ ಕೊತಕೊತನೆ ಕುದಿಯುವಂತೆ ಸರೋವರದ ಮೀನುಗಳೆಲ್ಲ ಕುದಿದು ಹೋದುವು. (ಭೀಮನ ಕೋಪಾಟೋಪವೆಂಬ ಬೆಂಕಿಯ ಪ್ರಖರತೆಗೆ ಇದು ಕವಿಯ ಕಲ್ಪನೆ.)

ವಚನ : ಅಂತು ಜಲಚರ ಜೀವರಾಶಿಗಳೆಲ್ಲವಸುಂಗೊಳೆ, ಗೋಳುಂಡೆಗೊಳೆ, ಕೂಱ್ಕುದಿಗೊಳೆ ಮಹೋತ್ತುಂಗಸಿಂಹನಾದಂಗೆಯ್ಯೆ (ಸಿಂಹಕೇತನಂ ಸಿಂಹನಾದಂಗೆಯ್ಯೆ?) –

ಅಸುಂಗೊಳೆ = ಬೆಚ್ಚಿ ಬೆಂಡಾಗಲು ; ಗೋೞಿಂ + ಉಂಡೆಗೊಳೆ = ದುಃಖದಿಂದ ಮುದುಡಿ ಮುದ್ದೆಯಾಗು ; ಮಹೋತ್ತುಂಗ = ಮಹಾ ಉನ್ನತವಾದ (ಪರಾಕ್ರಮಿ)

ಹೀಗೆ ಸರೋವರದಲ್ಲಿರುವ ಜಲಚರಗಳೆಲ್ಲ ಬೆಚ್ಚಿ ಬೆಂಡಾಗಿ ದುಃಖದಿಂದ ಮುದುಡಿ ಮುದ್ದೆಯಾಗಿರಲು, ಅನ್ನವು ಕುದಿದಂತೆ ಕುದಿದು ಹೋದುವು. ಆ ಮಹಾಪರಾಕ್ರಮಿಯಾದ ಭೀಮಸೇನನು ಸಿಂಹಾನಾದ ಮಾಡಲು (ಸಿಂಹಕೇತನ ಎಂಬ ಪದ ಪ್ರಯೋಗವೂ ಇದ್ದು ಅದು ಭೀಮ ಸಿಂಹಧ್ವಜ ಹೊಂದಿದವನು ಎಂದು ಅರ್ಥೈಸಬಹುದು.) ಈ ಮೇಲಿನ ಎಲ್ಲ ಪದ್ಯಗಳೂ ಭೀಮಸೇನನ ಕೋಪದ ಬಗ್ಗೆ – ಅವನಿಗೆ ದುರ್ಯೋಧನನ ಮೇಲಿದ್ದ ದ್ವೇಷಾಗ್ನಿಯ ಬಗೆಗಿನ ಅದ್ಭುತ ನಿರೂಪಣೆಯಾಗಿದೆ.

ಆರವಮಂ ನಿರ್ಜಿತ ಕಂ
ಠೀರವರವಮಂ ನಿರಸ್ತಘನರವಮಂ ಕೋ ।
ಪಾರುಣ ನೇತ್ರಂ ಕೇಳ್ದಾ
ನೀರೊಳಗಿರ್ದುಂ ಬೆಮರ್ತನುರಗಪತಾಕಂ ॥ ೨೨ ॥

ರವಮಂ = ಧ್ವನಿಯನ್ನು ; ನಿರ್ಜಿತ = ಜಯಿಸಿದ ; ಕಂಠೀರವ = ಸಿಂಹ ; ನಿರಸ್ತ = ಹೊರ ದೂಡಿದ ; ಘನ = ಮೋಡದ (ಮೊಳಗು) ; ಕೋಪ + ಅರುಣ + ನೇತ್ರ = ಕೋಪದಿಂದ ಕೆಂಪಾದ ಕಣ್ಣು ; ಉರಗ ಪತಾಕ = ಸರ್ಪಧ್ವಜ – ದುರ್ಯೋಧನ ; ಬೆಮರ್ತನ್ = ಬೆವರಿದನು

ಸಿಂಹಧ್ವನಿ (ಗರ್ಜನೆ)ಯನ್ನು ಜಯಿಸಿದ, ಮೋಡದಿಂದ ಹೊರ ದಬ್ಬಿದ ಗುಡುಗಿನ ಮೊಳಗನ್ನೂ ಮೀರಿಸಿದ ಭೀಮನ ಆರ್ಭಟವನ್ನು ಕೋಪದಿಂದ ಕೆಂಪಾದ ಕಣ್ಣುಗಳುಳ್ಳ ದುರ್ಯೋಧನನು ಕೇಳಿ ಆ ತಣ್ಣನೆಯ ನೀರಿನೊಳಗೂ ಬೆವರಿದನಂತೆ – ಇಲ್ಲಿ 'ಉರಗ ಪತಾಕ' ಎಂಬ ಪದ ಪ್ರಯೋಗ ಅರ್ಥಪೂರ್ಣವಾಗಿದೆ. ಸರ್ಪಮತ್ಸರಕ್ಕೆ ಎರಕ ಹೊಯ್ದಂತಿದೆ.

ವಚನ : ಅಂತು ಬೆಮರ್ತುಮ್ಮಳಿಸಿ ಸ್ಥೈರಿಸಲಾಱದೆ ಜಲಮಂತ್ರಮನೇನುಮಂ ಬಗೆಯದೆ ಕೋಪೋದ್ರೇಕಮನೆ ಬಗೆದು –

ಬೆವರ್ತು + ಉಮ್ಮಳಿಸಿ = ಬೆವರಿ ದುಃಖಿಸಿ ; ಬಗೆಯದೆ = ಯೋಚಿಸದೆ

ಹೀಗೆ ಬೆವರಿಡುತ್ತಾ ದುಃಖಿಸುತ್ತಾ ಆ ಧ್ವನಿಯನ್ನು ತಡೆದುಕೊಳ್ಳಲಾರದೆ ತಾನು ಜಪಿಸುತ್ತಿದ್ದ ಜಲಸ್ತಂಭನ ಮಂತ್ರದ ಬಗ್ಗೆ ಸ್ವಲ್ಪವೂ ಚಿಂತಿಸದೆ ಕೋಪಾವಿಷ್ಟನಾಗಿ –

ಸಲಿಲಸ್ತಂಭನ ವಿದ್ಯಾ
ಬಲಮನಪೇಕ್ಷಿಸಿದನೆನ್ನದುರಗ ಪತಾಕಂ ।
ಬಲಹಾನಿಯಾಗೆ ಕೊಳದೊಳ್
ಮುಱುಗಿರ್ದಪನೆಂದು ನಗರೆ ಕೂರದರೆನ್ನಂ ॥ ೨೩ ॥

ಸಲಿಲಸ್ತಂಭನ = ಜಲಸ್ತಂಭನ ; ಕೂರದರ್ = ಆಗದವರು (ಶತ್ರುಗಳು) ; ಬಲಹಾನಿ = ಸೈನ್ಯನಾಶ

ದುರ್ಯೋಧನನು ಜಲಸ್ತಂಭನ ಮಂತ್ರವನ್ನು ಸಿದ್ಧಿಸಿಕೊಳ್ಳುವುದಕ್ಕಾಗಿ ಸರೋವರ ಪ್ರವೇಶವನ್ನು ಮಾಡಿದನೆಂದು ಯಾರು ಹೇಳುವುದಿಲ್ಲ! ಬದಲಾಗಿ ತನ್ನ ಸಮಸ್ತ ಸೈನ್ಯ ನಾಶವಾದುದರಿಂದ ಜೀವ ಭಯ ಹೊಂದಿ ಕೊಳದಲ್ಲಿ ಮುಳುಗಿದ್ದಾನೆ ಎಂದು ಶತ್ರುಗಳಾದ ಪಾಂಡವರು ಅಪಹಾಸ್ಯ ಮಾಡುವುದಿಲ್ಲವೇ ಎಂದು ದುರ್ಯೋಧನ ಯೋಚಿಸುತ್ತಾನೆ.

ಶಲ್ಯ ಸತ್ತಿಂಬಟಿಯಮ
ಖಿಲ್ಯಂ ಕೊಳದೊಳಗೆ ಪೊಕ್ಕು ಮೆಯ್ಗರೆದ್ಯೆ ಚಿಃ ।
ಖಿಲ್ಯನೆನೆ ಬಾರ್ತೆಗೆಟ್ಟುದ
ಮೂಲ್ಯಯಶೋರತ್ನಮೆಂಬುದಂ ಮಾಸುವೆನೇ ॥ ೨೪ ॥

ಶಲ್ಯ + ಸತ್ತ + ಇಂ + ಬಳಿಯಂ = ಶಲ್ಯನು ಮರಣಿಸಿದ ನಂತರ ; ಅಖಿಲ್ಯ = ಹೇಡಿ ; ಖಿಲ್ಯನ್ = ಲಜ್ಜೆಗೇಡಿ ; ಬಾರ್ತೆ = ವಾರ್ತೆ, ಸುದ್ದಿ ; ಮಾಸು = ಅಳಿಸು

ಶಲ್ಯನ ಮರಣಾನಂತರ ಹೇಡಿಯಂತೆ ಹೆದರಿ ಕೊಳದ ತಡಿಯನ್ನು ಸೇರಿ ಅವಿತುಕೊಂಡಿರುವೆಯಾ ಥೂ! ನಾಚಿಕೆಗೆಟ್ಟವನೇ! ನಿನ್ನಂಥವನನ್ನೂ ಶೂರ, ಪರಾಕ್ರಮಿ ಎಂದು ಕರೆಯುವುದೇ ವ್ಯರ್ಥ ಎಂದು ಶತ್ರುಗಳು ನನ್ನನ್ನು ಮೂದಲಿಸದೆ ಇರುವರೇ? ಕೀರ್ತಿ ಎಂಬುದು ಒಂದು ಅನರ್ಘ್ಯ ರತ್ನ ಅದನ್ನು ಅಳಿಸಿ ಹಾಕಲೇ ಎಂದು ಚಿಂತಿಸುತ್ತಾನೆ ದುರ್ಯೋಧನ.

ತೃಣವಲ್ಲಘುಜೀವಿತ ರ
ಕ್ಷಣಾರ್ಥದಿಂ ಕುಲದ ಚಲದ ಚಾಗಮನಾಂತುಂ ।
ಗುಣ ಹಾನಿಯಾಗಿ ಪುರುಷರ
ಗಣನೆಗೆ ವಂದೆನ್ನನಾನೆ ಲಘುಮಾಡುವೆನೇ ॥ ೨೫ ॥

ತೃಣ = ಹುಲ್ಲು ; ಜೀವಿತ ರಕ್ಷಣೆ = ಪ್ರಾಣ ರಕ್ಷಣೆ ; ಚಾಗ = ತ್ಯಾಗ ; ಲಘು = ಹಗುರ

ಯಕಃಶ್ಚಿತ್ ಹುಲ್ಲಿಗೆ ಸಮಾನವಾದ ಪ್ರಾಣರಕ್ಷಣೆಗೋಸ್ಕರ ವಂಶದ ಗೌರವ, ಹಟದ, ತ್ಯಾಗದ ಸ್ವಭಾವವುಳ್ಳವನಾಗಿ ಅದರಿಂದಲೇ ಖ್ಯಾತಿ ಪಡೆದವನಾಗಿಯೂ ಪರಾಕ್ರಮಿಗಳಲ್ಲಿ ಅದ್ವಿತೀಯನಾದವನೆಂದು ಹೆಸರು ಪಡೆದವನಾಗಿ ಈಗ ಅದಕ್ಕೆಲ್ಲ ಎಳ್ಳು ನೀರು ಬಿಟ್ಟು ನನ್ನನ್ನು ನಾನೇ ಹೀನಾಯ ಸ್ಥಿತಿಗೆ ತಂದುಕೊಳ್ಳಲೇ? ಇದು ಖಂಡಿತವಾಗಿಯೂ ಸಾಧ್ಯವಾಗದಂತಹ ಮಾತು.

ಮುನಿವಂ ಮೂದಲಿಸಿಯುಮಿ
ನ್ನಿನಿತುಂ ಪೊಕ್ಕಿರ್ಪೆನೆಂದು ಚಿತ್ತಕ್ಷೋಭಂ ।
ತನಗಾಗೆ ಜಲಚರಕ್ಷೋ
ಭನಿನಾದಂ ಪೊಕ್ಕು ಪೊಣ್ಮೆ ವಿಭುವಕ್ಷೋಭಂ ॥ ೨೬ ॥

ಜಲಚರಕ್ಷೋಭ = ಜಲಜಂತುಗಳ ತಳಮಳ ; ಪೊಣ್ಮೆ = ಹೊರಡು ; ವಿಭು = ರಾಜ (ದೇವತೆ) ; ಕ್ಷೋಭ = ಉದ್ವೇಗ

ಇಷ್ಟು ಮೂದಲಿಸಿದರೂ ಇನ್ನೂ ಎಷ್ಟು ಹೊತ್ತು ಈ ಕೊಳದಲ್ಲೇ ಮುಳುಗಿರುವನು ಎಂಬ ಚಿತ್ತ ಕ್ಷೋಭೆಯಿಂದ, ಭೀಮನ ಆರ್ಭಟದಿಂದ, ನೀರಿನಿಂದ ಮೇಲಕ್ಕೆ ಎಗರಿದ ಜಲಜಂತುಗಳ ಚೀತ್ಕಾರದಿಂದ, ದೇವತೆಗಳ ಮನಸ್ಸಿನಲ್ಲೂ ಆಂದೋಲನ ಉಂಟಾಗುದಿಲ್ಲವೇ? ಎನ್ನುತ್ತಾ ದುರ್ಯೋಧನ ಮತ್ತಷ್ಟು ಉದ್ವೇಗಗೊಂಡನು.

ವಚನ : ಆಗಳಾ ಜಲಸ್ತಂಭಮಂತ್ರಮೆಲ್ಲಮವಿನೀತನಪ್ಪ ರಾಜಪುತ್ರನೊಳಾಳೋಚಿಸಿದ ಮಂತ್ರದಂತೆ ಪರಿಣಾಮ ರಮಣೀಯಮಾಗದೆ ಕಿಡೆಯುಮಹಂಕಾರಂಗಿಡದೆ –

ಅವಿನೀತ = ವಿನಯವಿಲ್ಲದ ; ಕಿಡೆಯುಂ = ಕೆಟ್ಟುಹೋಗು ; ಆಳೋಚಿಸಿದ = ಉಪದೇಶಿಸಿದ

ಆಗ ಆ ಜಲಸ್ತಂಭನ ಮಂತ್ರವೆಲ್ಲ ಭೀಷ್ಮರು ಆ ರಾಜಕುಮಾರನಾದ ದುರ್ಯೋಧನನಿಗೆ ಉಪದೇಶಿಸಿದ ರೀತಿಯಲ್ಲಿ ಉಪಯೋಗಕ್ಕೆ ಬಾರದೆ ಕೆಟ್ಟುಹೋದರೂ ಅವನ ಆತ್ಮಾಭಿಮಾನಕ್ಕೆ ಯಾವ ಧಕ್ಕೆಯೂ ಉಂಟಾಗಲಿಲ್ಲ.

ನಿಜಮಕುಟಸ್ಫುರನ್ಮಣಿಗಣಚ್ಛವಿಯಿಂ ಸುರಚಾಪಲೀಲೆ ಪಂ
ಕಜವನದೊಳ್ಮನಂಗೊಳಿಸೆ ತನ್ನಯ ಮೇಲೆಸೆದಿರ್ದ ನೀಲ ನೀ ।
ರಜವನದಿಂ ಕಱಂಗಿ ಕಮಲಾಕದಿಂ ಪೊಱಮಟ್ಟನಾಗಳುಂ
ಭುಜಯುಗತೋರಣಾಯಿತಗದಾಪರಿಘಂ ಫಣಿರಾಜಕೇತನಂ ॥ ೨೭ ॥

ಸ್ಫುರತ್ + ಮಣಿ = ಪ್ರಕಾಶಿಸುವರತ್ನಗಳು ; ಛವಿ = ಕಾಂತಿ ; ಸುರಚಾಪ = ಕಾಮನಬಿಲ್ಲು ; ಪಂಕಜವನ = ತಾವರೆಕೊಳ ; ನೀಲನೀರಜ = ಕನ್ನೈದಿಲೆ ; ಕಱಂಗಿ = ಕಪ್ಪಾಗಿ

ದುರ್ಯೋಧನನು ಕೊಳದಿಂದ ಮೇಲಕ್ಕೆ ಎದ್ದು ಬಂದಾಗ ಅವನ ಕಿರೀಟದಲ್ಲಿದ್ದ ನವರತ್ನಗಳು ವಿವಿಧ ಬಣ್ಣಗಳಿಂದ ಕೂಡಿ ಆ ತಾವರೆ ತುಂಬಿದ ಕೊಳದಲ್ಲಿನ ಕಾಮನಬಿಲ್ಲಿನಂತೆ ಶೋಭಿಸಿತು. ಅವನ ನೆತ್ತಿಯ ಮೇಲೆ ಹರಡಿದ್ದ ನೀಲಿಯ ಕನ್ನೈದಿಲೆಗಳ ಕಪ್ಪುವರ್ಣದಿಂದ ಅವನೂ ಕ್ಷಣಕಾಲ ಕಪ್ಪಾಗಿ ಕಾಣಿಸಿದನು. ಅವನು ಹೊರಬರುವಾಗ ತನ್ನ ಎರಡು ಕೈಗಳನ್ನೂ ಮೇಲಕ್ಕೆತ್ತಿದ್ದುದರಿಂದ ಅವನ ಕೈಯಲ್ಲಿದ್ದ ಪರಿಘ ಸದೃಶವಾದ ಗದಾದಂಡ ತೋರಣದಂತೆ ಕಂಗೊಳಿಸುತ್ತಿತ್ತು. ಹೀಗೆ ದುರ್ಯೋಧನನು ಆ ಕೊಳದಿಂದ ಹೊರಬಂದನು.

ಉನ್ಮಜ್ಜತ್ಕುರುರಾಜಕ
ನನ್ಮಣಿಮಯ ಮಕುಟಮಣಿಗಣಾರುಣ ವಿಕ್ಷೇ ।
ಪೋನ್ಮಣಿ ಕಿರಣದ್ಯುತಿ ಜಲ
ಜನ್ಮಂ ಬೆಳರ್ಗೆಂಪನಾಳ್ದುದಾ ಕಮಲವನಂ ॥ ೨೮ ॥

ಉನ್ಮಜ್ಜತ್ = ನೀರಿನಿಂದ ಮೇಲಕ್ಕೇಳು ; ಕನನ್ಮಣಿ = ಪ್ರಕಾಶಿಸುವ ರತ್ನ ; ಅರುಣ ವಿಕ್ಷೇಪ = ಕೆಂಪು ವರ್ಣ ; ಜಲಜನ್ಮ = ನೀರಿನಿಂದ ಹುಟ್ಟಿದ ; ಬೆಳರ್ + ಕೆಂಪು = ಬಿಳಿ ಮತ್ತು ಕೆಂಪು ; ಆಳ್ದುದು = ಒಳಗೊಂಡುವು

ನೀರಿನಿಂದ ಮೇಲೆದ್ದು ಬಂದ ದುರ್ಯೋಧನನ ಕಿರೀಟದಲ್ಲಿ ಹೊಳೆಯುತ್ತಿದ್ದ ಮಣಿ ಸಮೂಹದ ಪ್ರಕಾಶ ಕೊಳದಲ್ಲಿನ ಬಿಳಿಯಾದ ತಾವರೆಗಳ ಮೇಲೆ ಬಿದ್ದು, ಅವು ಬಿಳಿ – ಕೆಂಪು ಮಿಶ್ರಿತ ಗುಲಾಬಿ ಬಣ್ಣದಿಂದ ಶೋಭಿಸುತ್ತ ಇದ್ದವು.

ರಭಸೋನ್ನತ ಲಗ್ನ ತರಂ
ಗಭಂಗಮೂರುಗಳೊಳುತ್ತಮಾಂಗದೊಳೆತ್ತಂ ।
ಪ್ರಭವಿಸಿದುದು ಕೌರವನೂ
ರುಭಂಗಮಮಂ ಮಕುಟಭಂಗಮಮಂ ಸೂಚಿಪವೋಲ್ ॥ ೨೯ ॥

ರಭಸ + ಉನ್ನತ = ರಭಸದಿಂದ ಮೇಲೆದ್ದ ; ತರಂಗಭಂಗ = ಅಲೆಗಳ ಹೊಡೆತ ; ಊರು = ತೊಡೆ ; ಉತ್ತಮಾಂಗ = ಶಿರಸ್ಸು ; ಪ್ರಭವಿಸು = ಉಂಟಾಗು

ದುರ್ಯೋಧನನು ಅತ್ಯಂತ ರಭಸದಿಂದ ಮೇಲೆದ್ದು ಬರುತ್ತಿರುವಾಗ ಆ ರಭಸಕ್ಕೆ ನೀರಿನ ದೊಡ್ಡ ದೊಡ್ಡ ಅಲೆಗಳು – ಮುಂದೆ ನಡೆಯಲ್ಪಡುವ ಕೌರವನ ಊರು ಭಂಗ ಹಾಗೂ ಕಿರೀಟ ಭಂಗಗಳ ಸೂಚನೆಯೋ ಎಂಬಂತೆ ಎಲ್ಲೆಡೆಯಲ್ಲೂ ಅಪ್ಪಳಿಸುತ್ತಿದ್ದವು.

ರಸೆಯಿಂ ಕಾಲಾಗ್ನಿ ರುದ್ರಂ ಪೊಱಮಡುವವೊಲಂತಾ ಸರೋವರ ಮಧ್ಯದಿಂ ಸಾ
ಹಸಗರ್ವಾಲಂಕೃತಂ ತೊಟ್ಟನೆ ಕೊಳೆ ಪೊಱಮಟ್ಟೆಲ್ಲಿದಂ ಭೀಮನೆಂದೆ ।
ಣ್ದೆಸೆಯಂ ನೋಡುತ್ತೆ ಮತ್ತದ್ಭುತ ನಟನಿಟಿಲಾಲೋಲಕೀಲಾಕ್ಷಿ ದ
ಳ್ಳಿಸೆ ಕೋಪಾರಕ್ತನೇತ್ರಂ ನಿಜಭುಜಗದೆಯಂ ತೂಗಿದಂ ಧಾರ್ತರಾಷ್ಟ್ರಂ ॥ ೩೦ ॥

ರಸೆಯಿಂ = ರಸಾತಳ ; ಕಾಲಾಗ್ನಿರುದ್ರ = ಹಣೆಗಣ್ಣಿನ ಬೆಂಕಿಯಿಂದ ಸುಟ್ಟುಬಿಡುವ ರುದ್ರ ; ಎಣ್ + ದೆಸೆ = ಎಂಟು ದಿಕ್ಕು ; ಅದ್ಭುತ ನಟನಿಟಿಲಾಲೋಲ = ಅದ್ಭುತವಾಗಿ ತಾಂಡವ ನೃತ್ಯವಾಡುವ ನಟರಾಜ ; ನಿಟಿಲ = ಹಣೆ ; ಕೀಲಾಕ್ಷಿ = ಉರಿಗಣ್ಣು ; ದಳ್ಳಿಸು = ಕಿಡಿಕಾರು

ಪ್ರಳಯ ಕಾಲದಲ್ಲಿ ಕಾಲಾಗ್ನಿ ರುದ್ರನು ರಸಾತಳದಿಂದ ಭೂಮಿಯನ್ನು ಭೇದಿಸಿಕೊಂಡು ಮೇಲಕ್ಕೆ ಬರುವಂತೆ ಆ ಸರೋವರದ ಮಧ್ಯದಿಂದ ಶೌರ್ಯ ಪರಾಕ್ರಮ ಗರ್ವಗಳಿಂದ ಯುಕ್ತನಾದ ದುರ್ಯೋಧನನು ಮೇಲೆ ಬಂದು ಕಾಣಿಸಿಕೊಳ್ಳುತ್ತಾ ಎಲ್ಲಿದ್ದಾನೆ ಆ ಭೀಮಸೇನ ಎಂದು ಎಂಟು ದಿಕ್ಕುಗಳನ್ನು ನೋಡುತ್ತಾ ರುದ್ರನಂತೆ ಕಿಡಿಗಣ್ಣುಗಳನ್ನು ಗರಗರನೆ ತಿರುಗಿಸುತ್ತಾ ತನ್ನ ಭುಜದ ಮೇಲಿದ್ದ ಗದಾದಂಡವನ್ನು ತೂಗುತ್ತಿದ್ದ.[33]

ವಚನ : ಅಂತುನಿಜಭುಜಗದೆಯಂ ತೂಗುತ್ತುಮಿರ್ದ ದಂಡಶೂಕಪತಾಕನ ಸೆರಗಿಲ್ಲದ ಮೆಯ್ಗಲಿತನಕ್ಕೆ ಮೆಚ್ಚಿ ತಲೆಯಂ ತೂಗಿ ನಿಜಭುಜ ಪ್ರತಾಪನಿರ್ಜಿತನಿಖಿಲ ಭೀಮಸೇನಂ ಕೌರವನಿದಿರ್ಗೆವಂದು –

ದಂಡಶೂಕ = ಸರ್ಪ ; ಸೆರಗಿಲ್ಲದ = ಅಸಹಾಯ ; ಮೆಯ್ಗಲಿತನ = ಪರಾಕ್ರಮ

ಈ ರೀತಿಯಾಗಿ ತನ್ನ ಭುಜದಲ್ಲಿದ್ದ ಗದೆಯನ್ನು ತೂಗುತ್ತಿದ್ದ ಫಣಿರಾಜಕೇತನನ ಅಸಹಾಯ ಶೂರತ್ವಕ್ಕೆ ಮೆಚ್ಚಿ ತಲೆತೂಗಿದ ಮಹಾಪರಾಕ್ರಮಿಯಾದ ಭೀಮಸೇನನು ಕೌರವನ ಎದುರಿಗೆ ಬಂದು –

(33) ಇದೊಂದು ಅದ್ಭುತವಾದ ನಿರೂಪಣೆ : ದುರ್ಯೋಧನನನ್ನು ಪ್ರಳಯಾಗ್ನಿಗೂ, ರೋಷದಿಂದ ಉರಿಯುತ್ತಿರುವ ಅವನ ರಕ್ತನೇತ್ರವನ್ನು ಶಿವನ ಉರಿಗಣ್ಣಿಗೂ ಹೋಲಿಸಿದ ಕವಿ ದುರ್ಯೋಧನನ ಕ್ರೋಧ ಎಂತಹುದು ಎಂಬುದನ್ನು ನಮ್ಮ ಮುಂದೆ ಚಿತ್ರಿಸಿದ್ದಾನೆ.

ನಿನ್ನನುಜನರುಣಜಲಮಂ
ಮುನ್ನಂ ತವೆ ಪೀರ್ದೊಡಂಜಿ ನೀಂ ಪುಗೆ ಕೊಳನಂ ।
ಬೆನ್ನನೆ ಬಂದಾತಂ ಶೌ
ರ್ಯೋನ್ನತನೀಯಿರ್ದನಲ್ತೆ ಕೌರವ ಮಲ್ಲಂ ॥ ೩೧ ॥

ಅರುಣ ಜಲ = ಕೆಂಪಾದ ನೀರು – ರಕ್ತ ; ಮುನ್ನಂ = ಹಿಂದೆ ; ಅಂಜಿ = ಹೆದರಿ ; ಬೆನ್ನನೆ = ಬೆನ್ನಹಿಂದೆಯೇ

ಈಗಾಗಲೇ ನಿನ್ನ ತಮ್ಮ ದುಶ್ಶಾಸನನ ರಕ್ತವನ್ನು ಒಂದು ತೊಟ್ಟೂ ಬಿಡದಂತೆ ಹೀರಿದಾಗ ನೀನು ಹೆದರಿ ಈ ಕೊಳವನ್ನು ಸೇರಿದೆ. ಈಗ ನಿನ್ನ ಬೆನ್ನ ಹಿಂದೆಯೇ ಈ ಮಹಾ ಪರಾಕ್ರಮಿಯಾದ ಭೀಮಸೇನನು – ಕೌರವನೆಂಬುವವನನ್ನು ಗೆಲ್ಲುವ ಜಟ್ಟಿ ಬಂದಿರುವನು ಎಂದು ಹಂಗಿಸುತ್ತಾನೆ ಭೀಮ.

ವಚನ : ಎಂದು ನೆಜಿನನುಂಟುಮಾಡಿ ಮೂದಲಿಸಿ ನುಡಿಯೆ ದುರ್ಯೋಧನನತಿ ಕ್ರೋಧಾನಲನಾಗಿ –

ನೆಜಿನಂ + ಉಂಟು ಮಾಡಿ = ಮರ್ಮಾಘಾತವನ್ನುಂಟು ಮಾಡಿ

ಎನ್ನುತ್ತಾ ದುರ್ಯೋಧನನಿಗೆ ಮರ್ಮಾಘಾತವನ್ನುಂಟುಮಾಡಿ ಮೂದಲಿಸಿ ನುಡಿದಾಗ ಅತ್ಯಂತ ಕೋಪಾವಿಷ್ಟನಾದ ದುರ್ಯೋಧನ –

ಯಮರಾಜಪ್ರಿಯಸೂನುಗಂ ನಿನಗಮಾಗಾಂಡೀವ ಧನ್ವಂಗಮಾ
ಯಮಳರ್ಗಂ ಪ್ರಿಯೆಯಪ್ಪ ಕೃಷ್ಣೆಯ ಕಚಪ್ರಾರಂಭಮಂ ಬಾಹು ವಿ ।
ಕ್ರಮಿ ದುಶ್ಶಾಸನ ನಿನ್ನ ಮುಂದೆ ತೆಗೆವಂದೆಲ್ಲಿರ್ದೆಯಿಗಂಡಗ
ರ್ವಮುಮಂದೆಲ್ಲಿಗೆ ಪೋಯ್ತು ಷಂಡ ನಿನಗಿಂತೀಗಂಡನಾರ್ಮಾಡಿದರ್ ॥ ೩೨ ॥

ಯಮರಾಜಪ್ರಿಯಸೂನು = ಯಮಧರ್ಮನ ಪ್ರೀತಿಯ ಮಗ – ಧರ್ಮರಾಯ ; ಗಾಂಡೀವ ಧನ್ವಂ = ಗಾಂಡೀವವೆಂಬ ಬಿಲ್ಲನ್ನು ಹಿಡಿದವ – ಅರ್ಜುನ ; ಕಚ ಪ್ರಾರಂಭ = ಕೂದಲಿನ ಬುಡ ; ಷಂಡ = ನಪುಂಸಕ ; ನಿನಗೆ + ಇಂತು + ಈ + ಗಂಡಂ + ಆರ್ + ಮಾಡಿದರ್ = ನಿನ್ನನ್ನು ಹೀಗೆ ಪೌರುಷವಂತನನ್ನಾಗಿ ಮಾಡಿದವರು ಯಾರು?

ಧರ್ಮರಾಯನಿಗೂ, ನಿನಗೂ, ಗಾಂಡೀವಧಾರಿ ಅರ್ಜುನನಿಗೂ, ಯಮಳರಾದ ನಕುಲ ಸಹದೇವರಿಗೂ ಪತ್ನಿಯಾದ ಆ ದ್ರೌಪದಿಯ ಕೂದಲನ್ನು ಮಹಾ ಪರಾಕ್ರಮಿಯಾದ ದುಶ್ಶಾಸನನು ನನ್ನ ಮುಂದೆ ಎಳೆಯುತ್ತಿದ್ದಾಗ ನೀನೆಲ್ಲಿದ್ದೆಯೋ? ಅಂದು ನಿನ್ನ ಪೌರುಷ ಎಲ್ಲಿ ಅಡಗಿತ್ತು? ಥೂ ಹೇಡಿ, ಶಿಖಂಡಿಯಂತೆ ನಿಂತಿದ್ದೆಯಲ್ಲಾ, ಈಗ ನಿನ್ನನ್ನು ಹೀಗೆ ಪೌರುಷವಂತನನ್ನಾಗಿ ಮಾಡಿದವರು ಯಾರು? ಎಂದು ದುರ್ಯೋಧನ ಪಾಂಡವರೆಲ್ಲರ ಹೆಸರನ್ನು ಬಿಡಿಸಿ ಬಿಡಿಸಿ ಹೇಳಿ ದ್ರೌಪದಿಯ ಪಂಚ ಪತಿತ್ವವನ್ನು ಅಪಹಾಸ್ಯ ಮಾಡುತ್ತಾನೆ. ಭೀಮಸೇನನ್ನು ನೇರವಾಗಿ ಹಂಗಿಸಿ ಷಂಡ ಎಂದು ಮೂದಲಿಸುತ್ತಾನೆ.

ಅನಿಲಾತ್ಮಜ ನಿಮ್ಮಯ್ವರ
ವನಿತೆಯನಂದೊರ್ವ ತಂದನಲ್ಲಿಂ ದುಶ್ಶಾ ।
ಸನನೆಳೆದುಕೊಂಡು ಬರಲೆಂ
ದೆನಗಖಿಳಾವನಿಯ ಲಕ್ಷ್ಮಿಯಂ ಕೀರ್ತಿಯುಮಂ ॥ ೩೩ ॥

ಅನಿಲಾತ್ಮಜ = ವಾಯುಪುತ್ರ – ಭೀಮ

ಎಲೊ ಭೀಮಸೇನ ಅಂದು ದುಶ್ಶಾಸನನು ನಿಮ್ಮ ಐದು ಜನರ ಪತ್ನಿಯನ್ನು ಮಾತ್ರ ಎಳೆದು ತರಲಿಲ್ಲ. ಜೊತೆಯಲ್ಲೇ ಭೂಮಂಡಲದ ಸಕಲ ಸಂಪತ್ತು, ಯಶೋಲಕ್ಷ್ಮಿಯನ್ನೂ ತಂದು ಕೊಟ್ಟಿದ್ದಾನೆ. ಇದು ದುರ್ಯೋಧನನಿಗೆ ತನ್ನ ತಮ್ಮ ದುಶ್ಶಾಸನನ ಬಗ್ಗೆ ಇರುವ ಅಭಿಮಾನ (ದುರಭಿಮಾನ!)ವನ್ನು ತೋರಿಸುತ್ತದೆ.

ಅಸುರಂ ವಸುಧಾತಳಮಂ
ರಸಾತಳಕ್ಕುಯ್ಯೆ ಹರಿ ತರಲ್ಪೊಕ್ಕವೋಲೀ ।
ವಸುಮತಿಯನೆತ್ತಿ ನಿನ್ನಯ
ದೆಸೆಯಿಂ ತರೆ ಪೊಕ್ಕೆನಂಜಿ ಪೊಕ್ಕೆನೆ ಕೊಳನಂ ॥ ೩೪ ॥

ಅಸುರ = ರಕ್ಕಸ (ಹಿರಣ್ಯಾಕ್ಷ) ; ವಸುಧಾತಳ = ಭೂಮಿ ; ಹರಿ = ವಿಷ್ಣು (ವರಾಹ)

ಅಂದು ಆ ರಕ್ಕಸನಾದ ಹಿರಣ್ಯಾಕ್ಷನು ಇಡೀ ಭೂಮಂಡಲವನ್ನು ಚಾಪೆಯಂತೆ ಸುತ್ತಿ ರಸಾತಳಕ್ಕೆ ಕೊಂಡೊಯ್ದಾಗ ಮಹಾವಿಷ್ಣು ವರಾಹರೂಪದಿಂದ ಬಂದು ಆ ರಕ್ಕಸನನ್ನು ಕೊಂದು ಭೂಮಿಯನ್ನು ಮೇಲಕ್ಕೆ ತಂದಂತೆ ನಿನ್ನಯ ವಶದಲ್ಲಿರುವ ಈ ಭೂಮಿಯನ್ನು ನಾನು ಮತ್ತೆ ಪಡೆಯಲು ಈ ಸರೋವರವನ್ನು ಹೊಕ್ಕೆನೇ ಹೊರತು ಭಯದಿಂದ ಅಲ್ಲ ಕೇಳಯ್ಯಾ ಭೀಮಸೇನಾ! – ಇಲ್ಲಿ ದುರ್ಯೋಧನ ತನ್ನನ್ನು ವಿಷ್ಣುವೆಂದೂ ಭೀಮನನ್ನು ಹಿರಣ್ಯಾಕ್ಷನಿಗೂ ಹೋಲಿಸಿ ನುಡಿಯುವುದು ಎಂತಹ ವಿಪರ್ಯಾಸ!

ನಾಡ್ಕಿಡೆಗಳೆದುಱ್ ಬೇರಂ
ಬಿಟ್ಕಿಯುಮಂ ತಿಂದು ವನದೊಳಡಗಿರೆ ನೀವುಂ ।
ನೀಟ್ಕಿರಿಸಿ ನಿಂದುಮಿೂಗಳ್
ಪೇಟ್ಕಿಮ್ಮೈಸುವರೆ ಬಿರುದುಮಂ ಬೀರಮುಮಂ ॥ ೩೫ ॥

ನಾಟ್ಕಿಡೆಗಳೆದು = ನಾಡ ಕಡೆಯಂ ಕಳೆದು (ನಾಡಿನ ಗಡಿಯನ್ನು ದಾಟಿ) ; ಉಟೆಬೇರಂ = ಹೆಚ್ಚಾಗಿ ಬೇರನ್ನು ; ಬೆಟ್ಕಿ = ಗೆಡ್ಡೆಗೆಣಸು (ಬಿಕ್ಕೆಯ ಹಣ್ಣು) ನೀಟ್ಕಿರಿಸು = ನೆಟ್ಟನೆ ನಿಲ್ಲು ; ಕಮ್ಮೈಸು = ಕೊಚ್ಚಿಕೊಳ್ಳು (ಕಮ್ಮೈಸು = ಕಮಾಯಿಸು ಎಂಬ ದೇಶೀ ಪದದ ಬಳಕೆ ಇರಬಹುದೇ?)

ನೀವುಗಳು ಹಿಂದೆ ಜೂಜಿನಲ್ಲಿ ಸೋತು ವನವಾಸಿಗಳಾಗಿ ಕಾಡು ಮೇಡುಗಳಲ್ಲಿ ಅಲೆಯುತ್ತಾ ಅಲ್ಲಿ ಸಿಗುವ ಗೆಡ್ಡೆಗೆಣಸು, ಬಿಕ್ಕೆ ಹಣ್ಣುಗಳನ್ನು ತಿಂದು ತಲೆಮರೆಸಿಕೊಂಡು ಇದ್ದವರು ಈಗ ಒಮ್ಮೆಗೇ ನೆಟ್ಟನೆ ನಿಂತು ನಿಮ್ಮ ಬಿರುದು ಪರಾಕ್ರಮಗಳನ್ನು ಕೊಚ್ಚಿಕೊಳ್ಳುವಿರಾ? ಛೀ! ನಿಮ್ಮ ಯೋಗ್ಯತೆಗಿಷ್ಟು ಎಂದು ಮೂದಲಿಸುವ ದುರ್ಯೋಧನನ ಯೋಗ್ಯತೆಯ ಮಿತಿಯನ್ನು ತಿಳಿಸುತ್ತದೆ.

ಪುಟ್ಟಂ ಸಟ್ಟುಗಮಂಕೊಂ
ಡಟ್ಟಾಡಿಸಿ ಬೋನಮಿಟ್ಟು ಬಂದೆಯೊ ಗದೆಗೊಂ ।
ಡೊಟ್ಟೈಸುವಂತುಟಾದುದೆ
ತೊಟ್ಟನೆ ಕೊಳೆ ನಿನಗೆ ಗಂಡಗರ್ವಮುಮಾಯ್ತೇ ॥ ೩೬ ॥

ಪುಟ್ಟಂ = ಹುಟ್ಟು (ಮರದ ಅಗಲವಾದ ಕೈ) ; ಸಟ್ಟುಗ = ಸೌಟು ; ಅಟ್ಟಾಡಿಸಿ = ಅಡುಗೆ ಮಾಡಿ (ತೊಳಸಿ) ; ಬೋನ = ಅನ್ನ ; ಒಟ್ಟೈಸು = ಎದುರಿಸು ; ಕೊಳೆ = ಮೇಲೆ ಬೀಳು

ಹುಟ್ಟು ಸೌಟುಗಳನ್ನು ಹಿಡಿದು ಎಸರಿನ ನೀರನ್ನು ತೊಳಸುತ್ತಾ ಅಡುಗೆ ಮಾಡಿ ಬಿಸಿಯಾರಿಸಿ ಎಲ್ಲರಿಗೂ ಉಣಬಡಿಸಿದ ನಂತರ ಇಲ್ಲಿಗೆ ಬಂದೆಯಾ? ಹುಟ್ಟು ಸಟ್ಟುಗಗಳನ್ನು ಹಿಡಿದ ಕೈ ಈಗ ಗದೆಯನ್ನು ಹಿಡಿದು ನಮ್ಮ ಮೇಲೆ ಆಕ್ರಮಣ ಮಾಡುವಷ್ಟು ಎದೆಗಾರಿಕೆ ಬಂತೇ ನಿನಗೆ?

ಎಸರನಿಡುವಕ್ಕಿಗರ್ಚುವ
ಬೆಸನಂ ಕೆಯ್ಗುಱಿವ ಕಂಚುಗರ್ಚುವ ಬೆಸನಂ ।
ಬೆಸನಲ್ಲದೆ ಮತ್ಸ್ಯನ ಬಾ
ಣಸಿಗಂಗಾರಿತ್ತರೆಲ್ಲವೊ ನಿನಗೀ ಬೆಸನಂ ॥ ೩೭ ॥

ಎಸರನ್ + ಇಡುವ = ಅಕ್ಕಿ ಅಥವಾ ಬೇಳೆ ಬೇಯಿಸಲು ಇಡುವ ನೀರು ; ಗರ್ಚು = ತೊಳೆ ; ಬೆಸನು = ಕೆಲಸ ; ಬೆಸನ = ವ್ಯಸನ

ಇನ್ನು ಎಸರನ್ನಿಡುವುದು ಅಕ್ಕಿಯನ್ನು ತೊಳೆದು ಕುದಿಯುವ ನೀರಿಗೆ ಹಾಕುವುದು. ಅಡುಗೆ ಮಾಡಿ ಊಟಕ್ಕೆ ಇಕ್ಕಿದ ಮೇಲೆ ಕೈ ತೊಳೆಯಲು ನೀರನ್ನು ನೀಡುವುದು, ಮುಸುರೆ ಪಾತ್ರೆಗಳನ್ನು ತೊಳೆದಿಡುವುದು ಇದು ನಿನ್ನ ನಿತ್ಯದ ಕೆಲಸವಾಗಿತ್ತು. ಇಂತಹವನು ವಿರಾಟನ ಅಡುಗೆಯವನಾಗಿ ಸೌಟನ್ನು ಹಿಡಿಯುವ ಕೈಗೆ ಗದೆಯನ್ನು ಹಿಡಿದು ಯುದ್ಧ ಮಾಡಲು ಹೇಳಿದವರಾರು? ಇದು ದುರ್ಯೋಧನನ ಹಂಗರಣೆ!

ವಚನ : ಎಂದು ಮುಟ್ಟೆ ಮೂದಲಿಸಿ ನುಡಿಯೆ ಭೀಮಸೇನಂ ಮುಗುಳ್ನಗೆ ನಕ್ಕು –

ಎಂದು ಭೀಮನನ್ನು ಕಟುವಾದ ಮಾತುಗಳಿಂದ ಮೂದಲಿಸಿದಾಗ ಭೀಮಸೇನ ಅದನ್ನು ಕೇಳಿಯೂ ಕೋಪಗೊಳ್ಳದೆ ಹುಸಿನಗೆ ಬೀರಿ –

ಪಿರಿಯಣ್ಣನ ನನ್ನಿಯನಾ
ದರದಿಂ ಕಾಯಲ್ಕೆ ಪೆಱರ್ಗೆ ಬಾಣಸುಗೆಯ್ದೆಂ ।
ಕುರುವಂಶಜ ಕೇಳ್ನಿನ್ನೀ
ಶರೀರ ಮಾಂಸದೊಳೆ ಮರುಳ್ಗೆ ಬಾಣಸುಗೆಯ್ವೆಂ ॥ ೩೮ ॥

ನನ್ನಿ = ಸತ್ಯ ; ಪೆಱರ್ಗೆ = ಬೇರೆಯವರಿಗೆ ; ಬಾಣಸು = ಅಡುಗೆ ; ಮರುಳ್ = ಪಿಶಾಚಿ

ಹಿರಿಯಣ್ಣ ಧರ್ಮರಾಯನ ಸತ್ಯವನ್ನು ಆದರದಿಂದ ಕಾಪಾಡಲು ನಾನು ಬೇರೆಯವರಿಗೆ ಅಡುಗೆ ಮಾಡಿ ಬಡಿಸಿದೆ. ಹೇ ಕೌರವಾ ಕೇಳು ಮುಂದಿನದನ್ನು! ನಿನ್ನ

ಕೊಬ್ಬಿದ ದೇಹವನ್ನು ತುಂಡು ತುಂಡಾಗಿ ಕತ್ತರಿಸಿ ಪಿಶಾಚಿಗಳಿಗೆ ಅಡುಗೆ ಮಾಡಿ ಬಡಿಸುತ್ತೇನೆ ಅರ್ಥವಾಯಿತೆ?

ನೆನೆ ಚಿತ್ರಾಂಗದನಿಂದಮಂದು ನಿನಗಾದಾಪತ್ತನಾ ಬನ್ನಮಂ
ನೆನೆ ನೀಂ ಗೋಗ್ರಹಣ ಪ್ರಪಂಚದೊಳೆ ಮೆಯ್ವೆತ್ತಿರ್ದುದಂ ನಿನ್ನ ತ ।
ಮ್ಮನ ಕೆನ್ನೆತ್ತರನೀಂಟುವಲ್ಲಿ ಭಯದಿಂದಳ್ಕುತ್ತೆ ಬೆನ್ನಿತ್ತುದಂ
ನೆನೆ ಪಿಂತಿಕ್ಕಿದ ನಿನ್ನ ಮುನ್ನಿನ ಕವಲ್ಬನ್ನಂಗಳಂ ಕೌರವಾ ॥ ೩೯ ॥

ಬನ್ನಮ್ = ಅಪಮಾನ ; ಕವಲ್ಬನ್ನ = ಕವಲು + ಬನ್ನ = ನಾನಾ ರೀತಿಯ ಸಂಕಟ

ಅಂದು ಘೋಷಯಾತ್ರಾ ಸಂದರ್ಭದಲ್ಲಿ ಆ ಚಿತ್ರಾಂಗದನೆಂಬ ಗಂಧರ್ವನಿಂದ ನಿನಗೆ ಬಂದ ಆಪತ್ತು – ಅವಮಾನವನ್ನು ನೆನೆಸಿಕೊ! ಅಷ್ಟೇಯಾಕೆ ವಿರಾಟರಾಜನ ಹಸು ಸಮೂಹವನ್ನು ಅಪಹರಿಸಿದಾಗ ನಿನಗುಂಟಾದ ಆಪತ್ತು ಅವಮಾನವನ್ನು ನೆನಸಿಕೋ! ನಿನ್ನ ತಮ್ಮನ ರಕ್ತವನ್ನು ಹೀರುತ್ತಿದ್ದಾಗ ಭಯದಿಂದ ಹೆದರಿ ನಡುಗುತ್ತ ಓಡಿ ಹೋದುದನ್ನು ನೆನಪಿಸಿಕೋ! ಹೀಗೆ ಹಿಂದೆ ನೀನು ಅನುಭವಿಸಿದ ನಾನಾ ಸಂಕಟಗಳನ್ನು ಮತ್ತೆ ಮತ್ತೆ ಮೆಲುಕು ಹಾಕು ದುರ್ಯೋಧನಾ!

ಜತುಗೇಹಾನಲದಾಹದಿಂ ವಿಷ ವಿಶೇಷಾಲಿಪ್ತಗುಪ್ತಾನ್ನದಿಂ
ಕೃತಕದ್ಯೂತ ವಿನೋದದಿಂ ದ್ರುಪದಜಾ ಕೇಶಾಂಬರಾಕೃಷ್ಟಿಯಿಂ ।
ಧೃತರಾಷ್ಟ್ರಾತ್ಮಜ ಪಾಂಡುರಾಜ ಸುತರಂ ಮುನ್ನಂ ಕೊಲಲ್ಕೋಜಿದೈ
ಗತಕಾಲಂ ಲಯಕಾಲಮಾಯ್ತು ನಿನಗಿನ್ನಾಯ್ತಂತ್ಯ ಕಾಲಂ ಗಡಾ ॥ ೪೦ ॥

ಜತುಗೇಹ + ಅನಲ = ಅರಗಿನ ಮನೆಯ ಬೆಂಕಿ ; ಕೃತಕ ದ್ಯೂತ = ಕಪಟದ ಜೂಜು ; ದ್ರುಪದಜೆ = ದ್ರುಪದ ರಾಜನ ಮಗಳು (ದ್ರೌಪದಿ) ; ಆಕೃಷ್ಟಿ = ಎಳೆಯುವುದು ; ಕೊಲಲ್ + ಕೋಜಿದೆ = ಕೊಲ್ಲಲು ಬಯಸಿದೆ

ವಾರಣಾವತದ ಅರಗಿನ ಮನೆಗೆ ಬೆಂಕಿ ಹತ್ತಿಸಿ ನಮ್ಮನ್ನು ಕೊಲ್ಲಲು ಬಯಸಿದೆ, ಹಾಲಾಹಲಕ್ಕೆ ಸಮನೆನಿಸಿದ ವಿಷಮಿಶ್ರಿತ ಆಹಾರವನ್ನು ರಹಸ್ಯವಾಗಿ ತಿನ್ನಿಸಲು ಮುಂದಾದೆ. ಕಪಟದ್ಯೂತದ ನೆವದಿಂದ ದ್ರೌಪದಿಯ ಕೇಶಾಂಬರಗಳನ್ನು ಸೆಳೆಯುವಂತೆ ಮಾಡಿದೆಯಲ್ಲಾ ಎಲೋ ಧೃತರಾಷ್ಟ್ರಸುತ ಪಾಂಡುಸುತರಾದ ನಮ್ಮನ್ನು ಕೊಲ್ಲಲು ಏನೆಲ್ಲಾ ಹಂಚಿಕೆ ಮಾಡಿದೆ. ಅದೆಲ್ಲಾ ಕಳೆದು ಹೋದ ಕಾಲ. ಇದೀಗ ನಿನ್ನ ಅಂತ್ಯಕಾಲ ಸಮೀಪಿಸಿದೆ ಎಂದು ತಿಳಿ ಎಂದು ಭೀಮನು ಸಹ ಬಿಡದೆ ದುರ್ಯೋಧನನನ್ನ ಮೂದಲಿಸುತ್ತಾನೆ.

ವಚನ : ಎಂದುರಗಧ್ವಜನಂ ಮರ್ಮೋದ್ಘಾಟನಂಗೆಯ್ದು ಮೂದಲಿಸದನಿತಱೊಳೆ
ನಿಂದುರಗಧ್ವಜಂ ಮುನಿದನಿಬರ ಮೊಗಮಂ ನೋಡಿ –

ಉರಗಧ್ವಜ = ಹಾವಿನ ಚಿಹ್ನೆಯ ಬಾವುಟ ; ಮರ್ಮೋದ್ಘಾಟನೆ = ಮನಸ್ಸಿಗೆ ನಾಟುವಂತೆ

ಎನ್ನುತ್ತಾ ದುರ್ಯೋಧನನನ್ನು ಕಟುವಾದ ನುಡಿಗಳಿಂದ ಮೂದಲಿಸುತ್ತಿರುವಂತೆಯೇ ಸುಯೋಧನನು ಕೋಪಗೊಂಡು ಅವರ ಮುಖಗಳನ್ನು ನೋಡುತ್ತಾ –

ಇರಲೀ ಮಾದ್ರಿ ತನೂಜರಿರ್ಬರವರಿನ್ನೇಗೆಯ್ದಪರ್ ಧರ್ಮಜಂ
ಬೆರಸೀಗಳ್ ಭೀಮಸೇನಂ ಪೊಣರಲಿನಿಬರುಂ ನಂದನರ್ ಮೂವರಲ್ಲೀ ।
ನರನುಂ ಬರ್ಕೆ ಕೃತಾಂತಜಂ ಪವನಜಂ ಗಾಂಡೀವಧಾನುಷ್ಕ ಮೂ
ವರೊಳೊರ್ವಂ ಬರ್ಕೆ ಭೀಮಂ ತೊಡರ್ದನಿಬರೊಳಂ ಬರ್ಕೆ ಮೇಣ್
ಬನ್ನಮೀವೆಂ ॥ ೪೧ ॥

ಬೆರಸು = ಒಂದಿಗೆ (ಜೊತೆಗೆ) ; ಪೊಣರಲಿ = ಕಾದಾಡಲಿ ; ಬರ್ಕೆ = ಬರಲಿ ; ಬನ್ನಮ್ + ಈವೆಂ = ಹಾನಿಯುಂಟುಮಾಡುತ್ತೇನೆ (ನಾಶ ಮಾಡುತ್ತೇನೆ)

ಈ ಮಾದ್ರಿಸುತರಾದ ನಕುಲ ಸಹದೇವರು ದುರ್ಬಲರು. ಅವರೇನು ಮಾಡಲು ಸಾಧ್ಯ? ಧರ್ಮರಾಯನನ್ನು ಕೂಡಿಕೊಂಡು ಈ ಭೀಮಸೇನನೇ ಯುದ್ಧ ಮಾಡಲಿ ಅಥವಾ ಧರ್ಮರಾಯ ಭೀಮ ಅರ್ಜುನರು ಒಟ್ಟಾಗಿ ಕೂಡಿ ನನ್ನೊಡನೆ ಕಾದಾಡಲಿ. ಇಲ್ಲಾ ಈ ಐದು ಜನರೂ ಒಟ್ಟಾಗಿ ಬಂದು ನನ್ನೆದುರು ನಿಂತು ಹೋರಾಡಲಿ. ಇಲ್ಲಾ ಒಬ್ಬೊಬ್ಬರೇ ಬಂದು ಎದುರಿಸಲಿ. ಹೇಗೇ ಇರಲಿ ನಾನು ಕಾದುವುದಂತೂ ನಿಜ. ನಿಮ್ಮನ್ನು ಭಂಗಿಸದೆ ಬಿಡುವವನಲ್ಲ ಎಂದು ದುರ್ಯೋಧನ ಸವಾಲೆಸೆಯುತ್ತಾನೆ.

ವಚನ : ಎಂದುರಗಧ್ವಜಂ ಗರುಡಧ್ವಜನಂ ಸಂಬೋಧಿಸಿ ನುಡಿಯೆ –

ಎಂದು ದುರ್ಯೋಧನನು ಶ್ರೀಕೃಷ್ಣನನ್ನು ಕುರಿತು ಹೇಳಲು –

ವನರುಹನಾಭಂ ದುರ್ಯೋ
ಧನನೆಂದೊಡೆ ಕೇಳ್ದು ಭೀಮಸೇನನ ಜಡಿದಂ ।
ವಿನಯಮನೆ ಮೆಱೆವ ದುರ್ಯೋ
ಧನನಂ ನೀನೆನ್ನ ಮುಂದೆ ನುಡಿವುದೆ ಭೀಮಾ ॥ ೪೨ ॥

ವನರುಹನಾಭ = ಪದ್ಮನಾಭ – ಶ್ರೀಕೃಷ್ಣ

ದುರ್ಯೋಧನನಾಡಿದ ಮಾತುಗಳನ್ನು ಕೇಳಿದ ಶ್ರೀಕೃಷ್ಣ ಭೀಮಸೇನನ್ನು ಹೀಗೆ ಗದರಿಸುತ್ತಾನೆ. ಇದೇನಯ್ಯ ಭೀಮಾ ಇಷ್ಟೊಂದು ವಿನಯವನ್ನು ತೋರಿಸುತ್ತಿರುವ ಕೌರವನನ್ನು ಈ ರೀತಿಯಾಗಿ ನನ್ನೆದುರೇ ಮೂದಲಿಸುವೆಯಾ? – ಇದು ಕೃಷ್ಣನ ಕುತಂತ್ರ! ಈ ರೀತಿ ಮಾತನಾಡಿ ಕೌರವನನ್ನು ಹುರಿದುಂಬಿಸಿ, ಯುದ್ಧ ಮಾಡುವಂತೆ ಪ್ರೇರೇಪಿಸುವುದೇ ಕೃಷ್ಣನ ತಂತ್ರ!

ವಚನ : ಎನೆ – ಧರ್ಮನಂದನಂ ಧೃತರಾಷ್ಟ್ರನಂದನಂ ಮುನ್ನೆಗೆಯ್ದ ಅಧರ್ಮಮಂ ನೆನೆಯದೆ ನಿರ್ಮಲಕ್ಷತ್ರ ಧರ್ಮಮಂ ನೆನೆದು –

ಶ್ರೀಕೃಷ್ಣನು ಹೀಗೆ ಹೇಳಲು ಧರ್ಮರಾಯನು ದುರ್ಯೋಧನನು ಈ ಹಿಂದೆ ಮಾಡಿದ ಅಧರ್ಮ ಕಾರ್ಯಗಳನ್ನೆಲ್ಲವನ್ನೂ ನೆನೆಸಿಕೊಳ್ಳದೆ ಪವಿತ್ರವಾದ ಕ್ಷತ್ರಿಯ ಧರ್ಮವನ್ನು ನೆನೆಯುತ್ತಾ –

ಆಗದು ಸಮರಂ ಗುಣಯುತ
ನಾಗು ಮಹಾಭೊಗಭಾಗಿ ನಿನ್ನಾಳ್ವ ಮಹೀ ।
ಭಾಗಮುಮಂ ಸಕಲಮಹೀ
ಭಾಗಮುಮಂ ನೀನೆ ಕೊಂಡು ಸುಖಮಿರಲಾಗಾ ॥ ೪೩ ॥

ಕೌರವೇಶ್ವರಾ ಯುದ್ಧ ಮಾಡುವುದು ಬೇಡ. ಒಳ್ಳೆಯ ಗುಣವಂತನಾಗು. ಅತ್ಯಂತ ಸುಖಿಯಾಗಿ ಬಾಳು. ನೀನಾಳುವ ಭೂಭಾಗವೇ ಏಕೆ ಇಡೀ ಭೂಮಂಡಲವನ್ನೆ ತೆಗೆದುಕೊಂಡು ಸುಖವಾಗಿ ಬಾಳಬಾರದೇ? – ಇದು ಧರ್ಮರಾಯ ದುರ್ಯೋಧನನಿಗೆ ಒಡ್ಡುವ ಆಮಿಷ.

ಧರಣೀಚಕ್ರಮನೊಪ್ಪುಗೊಳ್ ಬಗೆಯದಿರ್ವಿದ್ವೇಷಮಂ ನಮ್ಮನೈ
ವರ ನಿನ್ನಾಳ್ವೆಸಕ್ಕೈಸಿಕೊಳ್ನೆನೆಯದಿರ್ಕೀಟ್ಮೊಕ್ಕಿನೊಳ್ತೊಟ್ಟುಕೊಂ ।
ಡಿರದೆಮ್ಮಂದುದನಿಂಬುಕೆಯ್ಮನದೊಳೊಳ್ಪಿಂ ಶಾಂತಿ ವಿಶ್ರಾಂತಿ ಸೋ
ದರನೆಂಬಂತುಪಶಾಂತಿಯಂ ಕುರುಕುಲಕ್ಷ್ಮಾಪಾಲ ಚೂಡಾಮಣೀ ॥ ೪೪ ॥

ಧರಣೀ ಚಕ್ರ = ಭೂಮಂಡಲ ; ನಿನ್ನಾಳ್ವೆಸಕ್ಕೈಸಿಕೊಳ್ – ನಿನ್ನ + ಆಳ್ + ಬೆಸಕ್ಕೈಸಿ + ಕೊಳ್ = ನಿನ್ನ ಸೇವೆಯನ್ನು ಮಾಡಿಸಿಕೊ ; ನೆನೆಯದಿರ್ + ಕೀಳ್ + ಮೊಕ್ಕಿನೊಳ್ + ತೊಟ್ಟು = ಕೀಳು ಮಟ್ಟದ ಮಾತೆಂದು ಭಾವಿಸಬೇಡ ; ಕುರುಕುಲಕ್ಷ್ಮಾಪಾಲ = ಕುರು ವಂಶಕ್ಕೆ ಸೇರಿದ ಭೂಮಿಯ ಒಡೆಯ

ಕೌರವೇಶ್ವರಾ ಈ ಸಮಸ್ತ ಭೂಮಂಡಲವನ್ನೂ ನೀನೇ ಒಪ್ಪಿಸಿಕೋ! ದ್ವೇಷವನ್ನ ಸಾಧಿಸಬೇಡ. ನಮ್ಮ ಐದು ಜನರಿಂದಲೂ ನಿನಗೆ ಬೇಕಾದಂತೆ ಸೇವೆ ಮಾಡಿಸಿಕೋ. ನಾವಾಡಿದ ಮಾತು ಕೀಳು ಮಟ್ಟದ್ದೆಂದು ಭಾವಿಸಬೇಡ. ಎಲ್ಲರೂ ನಿನ್ನನ್ನು ಶಾಂತಿ ಸಮಾಧಾನಗಳುಳ್ಳ ಸಹೋದರನೆಂದು ಭಾವಿಸುವಂತೆ ನಡೆದು, ನೆಮ್ಮದಿಯಿಂದ ಬಾಳು ಎನ್ನುತ್ತಾನೆ ಧರ್ಮರಾಯ.

ಎನೆ ಹರಿಯೆಂದಂ ದುರ್ಯೋ
ಧನ ಧರ್ಮತನಯನೊಳ್ಳಿತಂ ಪೇಟ್ದಿಪನಾ ।
ತನ ಪೇಟ್ದುದೆಸಗಿ ನೀನರ
ಸನಾಗಿ ವಸುಮತಿಯನಾಳ್ವುದಾವುದು ದೋಷಂ ॥ ೪೫ ॥

ಹಾಗೆಂದಾಗ ಶ್ರೀಕೃಷ್ಣನು ದುರ್ಯೋಧನಾ ಧರ್ಮರಾಯನು ಸೂಕ್ತವಾದ ಮಾತನ್ನೇ ಹೇಳಿದ್ದಾನೆ. ಆತನ ಮಾತನ್ನು ಮನ್ನಿಸಿ ನೀನೇ ಈ ರಾಜ್ಯವನ್ನು ಸ್ವೀಕರಿಸಿ ಈ ಭೂಮಿಯ ಅರಸನಾಗಿ ಆಳ್ವಿಕೆ ಮಾಡುವುದರಲ್ಲಿ ಏನು ದೋಷವಿದೆ?

ವಚನ : ಎಂಬುದುಂ – ಭೀಮಸೇನನಿಂತೆಂದಂ –

ಎಂದು ಕೃಷ್ಣ ಹೇಳಿದಾಗ ಭೀಮಸೇನ ಹೀಗೆನ್ನುತ್ತಾನೆ –

ನೀನಯ್ದು ಬಾಡದೊಳ್ಸಂ
ಧಾನಂ ಮಾಡಲ್ಕೆ ಪೋದೊಡೊಲ್ಲದೆ ಮುನ್ನೀ ।
ಮಾನಧನನೆಯ್ದೆ ನಿಜತನು
ಜಾನುಜರಟ್ಟಾಡೆ ಸಂಧಿಯಂ ಮಾಡುವನೇ ॥ ೪೬ ॥

ಬಾಡದೊಳ್ = ಗ್ರಾಮಗಳ ; ಅಟ್ಟಾಡು = ನಾಶವಾಗು

ಕೃಷ್ಣಾ! ಅಂದು ನೀನು ಸಂಧಾನಕ್ಕಾಗಿ ಹೋಗಿ ಪಾಂಡವರಿಗೆ ಕೇವಲ ಐದು ಗ್ರಾಮಗಳನ್ನಾದರೂ ಕೊಡು ಸಾಕು ಎಂದು ಬೇಡಿದಾಗ, ಅದಕ್ಕೆ ಸರ್ವಥಾ ಒಪ್ಪದೆ ಇದ್ದಂತಹ ಈ ಮಾನಧನನು ಇದೀಗ ತನ್ನ ಮಕ್ಕಳೂ ಸಹೋದರರೂ ಸತ್ತ ಮೇಲೆ ಸಂಧಿಮಾಡಿಕೊಳ್ಳುವನೆಂದು ಭಾವಿಸಿದೆಯಾ?

ವಚನ : ಎನೆ – ದುರ್ಯೋಧನಂ ಭೀಮಸೇನನ ನುಡಿಯನೆ ಸಮರ್ಥಿಸಿ –

ಎಂದು ಭೀಮಸೇನನು ಹೇಳಿದಾಗ ಆ ಮಾತನ್ನು ದುರ್ಯೋಧನನು ಸಮರ್ಥಿಸಿ –

ಇನತನಯನ ನೇರ್ಪಿಂಗ
ರ್ಜುನನಂ ಮುಂಕೊಲ್ವೆನೆನ್ನ ತಮ್ಮನ ನೇರ್ಪಿಂ ।
ಗನಿಲಜನಂ ಕೊಲ್ವೆಂ ಕಮ
ಲನಾಭ ನೇರ್ಪಿಂಗೆ ನೇರ್ಪುಗೊಳ್ಳದೆ ಮಾಣೆಂ ॥ ೪೭ ॥

ನೇರ್ಪು = ಕೊಲೆ ; ನೇರ್ಪಿಂಗೆ ನೇರ್ಪು = ಮುಯ್ಯಿಗೆ ಮುಯ್ಯಿ ; ಮಾಣೆ = ಬಿಡೆ

ಕರ್ಣನನ್ನು ಕೊಂದ ಅರ್ಜುನನನ್ನು ಮೊದಲು ಕೊಲ್ಲುತ್ತೇನೆ. ಆ ಬಳಿಕ ನನ್ನ ತಮ್ಮ ದುಶ್ಶಾಸನನನ್ನು ಕೊಂದ ಭೀಮನನ್ನು ಕೊಲ್ಲುತ್ತೇನೆ. ಕೃಷ್ಣಾ ಮುಯ್ಯಿಗೆ ಮುಯ್ಯನ್ನು – ಸೇಡಿಗೆ ಸೇಡನ್ನು ತೀರಿಸಿಕೊಳ್ಳದೆ ಬಿಡುವುದಿಲ್ಲ.

ತಾಂ ಗಡ! ಮಧ್ಯಸ್ಥಂ ನುಡಿ
ವಂ ಗಡ ಪುದುವಾಳ್ಕೆಯೆನಗಮವರ್ಗಂ! ಸಂಧಾ ।
ನಂ ಗಡ ಸಂಧಿಯ ಮಾತಂ
ಲಂಘಿಸಿದ್ಯೆ ಮುನ್ನಮಿನ್ನೊಡಂ [ಬಟ್ಟಪೆಯ?] ॥ ೪೮ ॥

ಪುದುವಾಳ್ಕೆ = ಸಹಬಾಳ್ವೆ ; ಲಂಘಿಸು = ಮೀರು (ನೆಗೆ, ಹಾರು?)

ತಾನಂತೆ ಸಂಧಿಗೆ ಮಧ್ಯಸ್ಥಿಕೆಯಂತೆ! ನಮಗೂ ಅವರಿಗೂ ಸಹಬಾಳುವೆಯೇ? ನಾವು – ಅವರು ಕೂಡಿ ಬದುಕುವುದುಂಟೆ? ಸಂಧಿಯ ಮಾತನ್ನು ಈಗಾಗಲೇ ತಿರಸ್ಕರಿಸಿರುವಾಗ ಮತ್ತೆ ಇದಕ್ಕೆ ಒಪ್ಪುತ್ತೇನೆಂದು ಭಾವಿಸಿದೆಯಾ?

ವಚನ : ಎಂದು ನುಡಿದು ಕಂಜನಾಭನಸಮಂಜಸಿಕೆಯೊಳ್ ತನ್ನಂ ತೆಗಟ್ಟಿ ನುಡಿದುದರ್ಕೇವೈಸಿ –

ಅಸಮಂಜಸಿಕೆ = ಅಪ್ರಾಮಾಣಿಕತೆ ; ತೆಗಟ್ಟು = ತೆಗಳಿ ; ಏವೈಸಿ = ಕೋಪಿಸಿ

ಎಂದು ಹೇಳಿ ಶ್ರೀಕೃಷ್ಣನ ಅಪ್ರಾಮಾಣಿಕತೆಯನ್ನೂ ತನ್ನನ್ನು ತೆಗಳಿ ನುಡಿದುದಕ್ಕೆ ಕೋಪಿಸಿ –

ಅಂದು ಜರಾಸಂಧಂಗ
ಳ್ಕಿಂದುಂ ಪರಿಭವಮನೆಯ್ದಿ ಭೀಮನ ಮಱೆಯಂ ।
ಬಂದು ಪುಗೆ ಕೊಂದುಕುಡೆ ನೀ
ನಂದಿಂಬಟೆಕಹಹ ದೇವ ದೊಡ್ಡಿದನಾದೈ ॥ ೪೯ ॥

ಅಳ್ಕಿ = ಹೆದರಿ ; ಕೊಂದುಕುಡೆ = ಕೊಂದುಕೊಟ್ಟಾಗ ; ದೊಡ್ಡಿದನಾದೈ = ಮಹಾತ್ಮನಾದೆ

ಹಿಂದೆ ಜರಾಸಂಧಂಗೆ ಬೆದರಿ ಸೋಲನ್ನನುಭವಿಸಿ ಅನಂತರ ಭೀಮನ ಮರೆಹೊಕ್ಕೆ. ಆ ಭೀಮ ಅವನನ್ನು ಕೊಂದ. ಆನಂತರದಲ್ಲಿ ಆಹಾ ಕೃಷ್ಣ ನೀನು ದೇವನೆನಿಸಿದೆ. ಮಹಾತ್ಮನಾಗಿಬಿಟ್ಟೆ ಅಲ್ಲವೆ?

ಅನುಪಮ ಫಲದೆ ಜನಾರ್ದನ
ನೆನಲಕ್ಕುಂ ಗುರುಜನಾರ್ದನಂ ಬಂಧುಜನಾ ।
ರ್ದನನೆಂದು ಪಾಪಫಲದಿಂ
ನಿನಗಾಯ್ತು ಪೆಸರ್ನಿರರ್ಥಕಂ ವ್ಯಾಕ್ಯಾರ್ಥಂ ॥ ೫೦ ॥

ಅನುಪಮ = ಶ್ರೇಷ್ಠ ; ಗುರುಜನಾರ್ದನ = ತಂದೆಗೆ ಸಮಾನ

ಅತ್ಯಂತ ಶ್ರೇಷ್ಠವಾದ ಜಗತ್ಕಲ್ಯಾಣ ಕಾರ್ಯವನ್ನು ಮಾಡಿದವನನ್ನು ಜನಾರ್ದನ ಎಂದು ಕರೆಯುವುದು ಸೂಕ್ತವಾದುದು. ನೀನಾದರೋ ತಂದೆಗೆ ಸಮಾನನಾದ ಸೋದರಮಾವ ಕಂಸನನ್ನು ಕೊಂದೆ ; ಬಂಧುಗಳನ್ನು ಹತ್ಯೆಗೈದೆ. ಅದರ ಪಾಪದ ಫಲದಿಂದ ನೀನು ಜನಾರ್ದನ ಎನಿಸಿದೆ. ಈ ವಿಚಾರವಾಗಿ ತರ್ಕಮಾಡಿ ಏನು ಪ್ರಯೋಜನ – ಇಲ್ಲಿ ಕೃಷ್ಣನಿಗೆ ದುಷ್ಟ ಶಿಕ್ಷಕನಾದ್ದರಿಂದ ಜನಾರ್ದನ ಎಂಬ ಹೆಸರು ಬಂದಿದ್ದರೂ ಅದನ್ನೇ ದುರ್ಯೋಧನ ತನ್ನ ಮೂಗಿನ ನೇರಕ್ಕೆ ತಕ್ಕಂತೆ ಹಂಗಿಸುತ್ತಾನೆ.

ಪುರುಷಾಕಾರಮದಿಲ್ಲೈ
ಹರಿ ನಿನ್ನೊಳ್ ಪುರುಷಾಕಾರಮಂ ಕಾಣೆಂ ಕಾ ।
ಪುರುಷರ ಗಣನೆಗೆ ವಂದುಂ
ನರಂಗೆ ತೇರೆಸಗಿ ಮತ್ತೆ ಪುರುಷೋತ್ತಮನೇ ॥ ೫೧ ॥

ಕಾಪುರುಷ = ಹೀನ ಮನುಷ್ಯ ; ನರಂಗೆ = ಅರ್ಜುನನಿಗೆ ; ತೇರೆಸಗಿ = ರಥನಡೆಸಿ (ಸಾರಥಿ)

ಎಲ್ಲೈ ಕೃಷ್ಣ! ನೀನೇನು ಮಹಾಪುರುಷನೋ? ನಿನ್ನಲ್ಲಿ ಪುರುಷಾಕಾರವೇ ಇಲ್ಲ. ಇನ್ನು ಪೌರುಷವೆಲ್ಲಿಂದ ಬರಬೇಕು? ಹೀನಕುಲದಲ್ಲಿ (ಗೋವಳನಾಗಿ) ಹುಟ್ಟಿ, ಅರ್ಜುನನ ರಥವನ್ನು ನಡೆಸುವ ಸೂತನಾದವನು ನೀನು ಪುರುಷೋತ್ತಮನೇ? – ಹಿಂದೆ ಕರ್ಣನಿಗೆ ಶಲ್ಯನ ಸಾರಥಿಯಾಗಬೇಕೆಂದು ಬಯಸಿದಾಗ ಸಾರಥಿತನದ

ಮೇಲ್ಮೆಯನ್ನು ಎತ್ತಿ ಹಿಡಿದ ದುರ್ಯೋಧನ ಇಂದು ಅದೇ ಕೃಷ್ಣ ಸಾರಥ್ಯವನ್ನು ತುಚ್ಛವಾಗಿ ಕಾಣುತ್ತಾನೆ – ಇದಲ್ಲವೇ ವಿಪರ್ಯಾಸ!

ಬಿಲ್ದಿರುಮನಿಜಿವೆ ನೀನುಂ
ಬಿಲ್ದಿರುಮಂ ಕೊಲ್ವೆ ಕಲಹದೊಳ್ಸೂಟಿಂಗಂ ।
ದೆಲ್ದಾಡಿಯೆ ಮುನಿದಿಸುವೈ
ಬಿಲ್ದಾನೆಯ ಕೋಡನೆರಡುಮಮಂ ಕಿಟ್ಟಿಡುವೈ ॥ ೫೨ ॥

ಬಿಲ್ದಿರುಮಂ = ಬಿದ್ದವರನ್ನು ; ಇಜಿವೆ = ಹೊಡೆಯುವೆ ; ಸೂಟಿಂಗೆ = ಸರದಿಗಾಗಿ ; ಬಿಲ್ದಾನೆ = ಬಿದ್ದ ಆನೆ (ಕುವಲಯಾಪೀಡ) ; ಕೋಡು = ದಂತ

ಕೃಷ್ಣಾ ನೀನೆಂಥವನೆಂದು ನನಗೆ ತಿಳಿಯದೇ? ಯುದ್ಧದಲ್ಲಿ ಕೆಡೆದು ಬಿದ್ದವರನ್ನು ಕೊಲ್ಲುವೆ. ಬಿದ್ದವನನ್ನು ಹೊಡೆವೆ. ಮಾವ ಕಂಸನನ್ನು ಕೊಂದ ರೀತಿ ನನಗೆ ತಿಳಿಯದೆ? ರಾಜಸೂಯಯಾಗ ಸಂದರ್ಭದಲ್ಲಿ ಅಗ್ರಪೂಜೆ ಮಾಡಿಸಿಕೊಳ್ಳುವ ಸಲುವಾಗಿ ಶಿಶುಪಾಲನನ್ನೇ ಕೊಂದವನು. ಕುವಲಯಾಪೀಡವೆಂಬ ಆನೆಯನ್ನು ಬೀಳಿಸಿ ಅದರ ಎರಡೂ ದಂತಗಳನ್ನು ಕಿತ್ತು ಅದರಿಂದಲೇ ಆ ಆನೆಯನ್ನು ಕೊಂದವನಲ್ಲವೇ? ನೀನು ಧರ್ಮಾತ್ಮನೇ?

ವನವಾಸಮಲಿನನಂ ಯಮ
ತನಯನನುಜ್ವಳಿಸಿ ಗೋತ್ರಧವಳನನೆನ್ನಂ ।
ಘನ ಮಲಿನಂ ಮಾಡಿದೆ ಕೃ
ಷ್ಣ ನಿನ್ನವೋಲ್ ಶ್ವೇತಕೃಷ್ಣಕಾರಕರೊಳರೇ ॥ ೫೩ ॥

ಉಜ್ವಳಿಸು = ಪ್ರಕಾಶಿಸು, ಶೋಭಿಸು ; ಗೋತ್ರ ಧವಳ = ಪರಿಶುದ್ಧ ವಂಶ ; ಶ್ವೇತಕೃಷ್ಣ ಕಾರಕ = ಬಿಳಿದನ್ನ ಕರಿದು ಮಾಡುವ ; ಘನ = ಮೋಡ

ಕಾಡಿನಲ್ಲೇ ಹುಟ್ಟಿ ಕಾಡಿನಲ್ಲೇ ಅಲೆದಾಡಿದ ಧರ್ಮತನಯನಾದ ಯುಧಿಷ್ಠಿರನನ್ನು ವನವಾಸ ಮಲಿನನೆಂದು ತೆಗಳುತ್ತಾ ಅಂತಹವನನ್ನು ಪರಿಶುದ್ಧವಂಶದವನೆಂದು ಶೋಭಿಸುವಂತೆ ಮಾಡಿದೆ. ನನ್ನನ್ನು ಮೋಡದಷ್ಟು ಮಲಿನನ್ನಾಗಿ ಮಾಡಿದೆ. ಕೃಷ್ಣಾ ನಿನ್ನಂತೆ ಕರಿದನ್ನು ಬಿಳಿ – ಬಿಳಿಯನ್ನು ಕಪ್ಪು ಮಾಡುವ ಚಾಣಾಕ್ಷರು ಬೇರೆ ಯಾರಾದರೂ ಇದ್ದಾರೆಯೇ?

ನೀನುದಧಿಯೊಳೊರ್ವಳ್ನೀ
ರ್ವಾನಸೆಯಂ ಪಡೆದ ಗರ್ವದಿಂದಾನುಂ ಲ ।
ಕ್ಷ್ಮೀನಿಳಯನೆಂದಿರ್ದಪೆ
ನಾನಜಿಯೆನೆ ನಿನ್ನ ಸಿರಿಯ ಮಹಿಮೆಯ ಪುರುಳಂ ॥ ೫೪ ॥

ಉದಧಿ = ಸಮುದ್ರ ; ನೀರ್ವಾನಸೆ = ಜಲಕನ್ಯೆ ; ಪುರುಳ್ = ಯೋಗ್ಯತೆ

ಸಮುದ್ರ ಮಥನ ಕಾಲದಲ್ಲಿ ಅಲ್ಲಿಂದ ಬಂದ ಒಬ್ಬ ಜಲಕನ್ಯೆಯನ್ನು ಪಡೆದು ನೀನು ಲಕ್ಷ್ಮೀಪತಿಯೆಂದು ಗರ್ವಿಸಿದೆ. ನನಗೆ ತಿಳಿಯದೆ ನಿನ್ನ ಸಂಪತ್ತಿನ ಮಹಿಮೆ – ಇಲ್ಲಿ ನಿಜವಾದ ಲಕ್ಷ್ಮೀಪತಿ ನೀನಲ್ಲ – ನಾನು ಎಂಬ ಗರ್ವ ದುರ್ಯೋಧನನದು – ಕಾರಣ ಅವನ ಹಸ್ತದಲ್ಲಿ ಧನರೇಖೆ ಇರುವುದು!

ಯದುಕುಲಜಲನಿಧಿಯೊಳ್ಪು
ಟ್ಟಿದೆಯಮರ್ದುಂ ನಂಜುಮೊಡನೆ ಪುಟ್ಟುವವೋಲಂ ।
ಕದಹಲಿಯುಂ ನೀನುಂ ಬಲ
ನದರ್ಕೆ ಗುಣಿಯಾದ ಮತ್ತೆ ನೀಂ ನಿರ್ಗುಣಿಯೈ ॥ ೫೫ ॥

ಅಮರ್ದುಂ = ಅಮೃತ ; ನಂಜು = ವಿಷ ; ಅಂಕದ = ಪ್ರಸಿದ್ಧ ; ಹಲಿ = ಹಲಾಯುಧ – ಬಲರಾಮ ; ಅದರ್ಕೆ = ಅದಕ್ಕೆ

ಸಮುದ್ರವನ್ನು ಕಡೆಯುವ ಸಂದರ್ಭದಲ್ಲಿ ಹಾಲಾಹಲ, ವಿಷ, ಅಮೃತ ಹುಟ್ಟಿಬಂದಂತೆ ಯದುವಂಶವೆಂಬ ಸಮುದ್ರದಲ್ಲಿ ನೀನೂ ಮಹಾ ಪರಾಕ್ರಮಿ ಬಲರಾಮನೂ ಹುಟ್ಟಿಬಂದಿರುವಿರಿ. ಅಮೃತದಂತೆ ಬಲರಾಮ ಗುಣವಂತನಾದ. ನೀನಾದರೋ ವಿಷದಂತೆ ನಿರ್ಗುಣಿಯಾದೆ ಕೃಷ್ಣಾ!

ವಚನ : ಎಂಬನ್ನೆಗಮಾ ಪ್ರಸ್ತಾವದೊಳ್ –

ಹೀಗೆ ಹೇಳುತ್ತಿರುವ ಸಂದರ್ಭದಲ್ಲಿ –

ಹಲಮುಸಲಪಾಣಿ ಮಧುಪಾ
ಟಲನೇತ್ರಂ ನೀಲವಸನನಾಧವಳಾಂಗಂ ।
ಬಲನೇಕಕುಂಡಲಂ ಕುರು
ಕುಲನೊಳ್ಕೂಡಲ್ಕೆ ತಾಳಲಕ್ಷ್ಮಂ ಬಂದಂ ॥ ೫೬ ॥

ಹಲ = ನೇಗಿಲು ; ಮುಸಲ = ಒನಕೆ ; ಮಧುಪಾಟಲ = ಮದ್ಯಸೇವನೆ ; ಧವಳಾಂಗ = ಬಿಳಿ ವರ್ಣದ ದೇಹ ; ಏಕ ಕುಂಡಲ = ಒಂಟಿ ಕುಂಡಲ ; ತಾಳಲಕ್ಷ್ಮಂ = ತಾಳೆ ಮರದ ಧ್ವಜದ ಚಿಹ್ನೆ

ನೇಗಿಲು – ಒನಕೆಯ ರೀತಿಯ ಆಯುಧಗಳನ್ನು ಹಿಡಿದ, ಮದ್ಯಸೇವನೆ ಮಾಡಿದುದರಿಂದ ಕೆಂಪಾದ ಕಣ್ಣುಗಳುಳ್ಳ, ನೀಲಿಯ ವಸ್ತ್ರವನ್ನು ಧರಿಸಿದ, ಶ್ವೇತವರ್ಣದ ಕಿವಿಯಲ್ಲಿ ಒಂಟಿ ಕುಂಡಲಗಳನ್ನು ಧರಿಸಿದ, ತಾಳೆಯ ಮರದ ಪತಾಕಾ ಚಿಹ್ನೆಯುಳ್ಳ ಬಲರಾಮನು ದುರ್ಯೋಧನನನ್ನು ಕೂಡಿಕೊಳ್ಳಲು ಅಲ್ಲಿಗೆ ಆಗಮಿಸಿದನು.

ವಚನ : ಅಂತು ಸುಯೋಧನಂಗೆ ಸ್ಯೆಪು ಬರ್ಪಂತೆಯುಂ ಸಕಲಜಗತ್ಪವಿತ್ರತೀರ್ಥ ಸಲಿಲಸಂಪಾದಿತ ನಿಖಿಲಾಘ ಸಂಕರ್ಷಣಂ ಜಂಗಮ ಹಿಮಾಚಲಮೆ ಬರ್ಪಂತೆಯುಂ ಬಂದು ತಮ್ಮನಿಬರೊಂದಾಗಿ ಗೊಂದಣಿಸಿನಿಂದ ಪಾಂಡು ನಂದನರುಮಂ ಏಕಾಕಿಗನಾಗಿ ಸಾವಿಯ ದೇಸಿಗನಾಗಿ ನಿಂದ

ಕುರುಕುಲಸ್ವಾಮಿಯುಮಂ ಕಂಡು ದೇವಕೀನಂದನನ ವದನಾರವಿಂದಮಂ ನೋಡಿ ವಿಸ್ಮಯಾಕ್ರಾಂತಚಿತ್ತನಾಗಿ ಮನದೊಳ್ಕಟ್ಟುವಡೆದು ತನಗೆಱಗಿದ ಫಣಿರಾಜಕೇತನನಂ ಮನದೆಱಕದಿಂ ಪರಸಿ ಗರುಡಕೇತನನುಮಂ ಪಾಂಡವರುಮಂ ಪರಸಲೊಲ್ಲದೆ ಮುಳಿದು ತಮ್ಮನನವರಯ್ವರುಮಂ ನೋಡಿ –

ಸೈಪು = ಪುಣ್ಯ ; ಸಲಿಲ = ನೀರು ; ನಿಖಿಲಾಘ ಸಂಕರ್ಷಣಂ (ನಿಖಿಲಾಘಮರ್ಷಣಂ ಎಂದಿರಬಹುದೇ?) = ಸಮಸ್ತ ಪಾಪಗಳನ್ನು ಕಳೆದುಕೊಂಡ ; ಸಂಕರ್ಷಣ = ಬಲರಾಮ ; ಜಂಗಮ ಹಿಮಾಚಲ = ಚಲಿಸುವ ಹಿಮಾಲಯ ; ಗೊಂದಣಿಸಿ ನಿಂತ = ಗುಂಪಾಗಿ ನಿಂತಿದ್ದ ; ಮನದೆಱಕ = ಅಂತರಾಳದ ಪ್ರೀತಿ

ಹೀಗೆ ದುರ್ಯೋಧನನ ಪುಣ್ಯವೇ ಮೂರ್ತೀಭವಿಸಿ ಬಂದಿತೊ ಎಂಬಂತೆ ಸಮಸ್ತ ಜಗತ್ತಿನ ಪವಿತ್ರ ತೀರ್ಥಗಳಲ್ಲಿ ಮಿಂದು ಸಕಲ ಪಾಪಗಳನ್ನು ಕಳೆದುಕೊಂಡ ಸಂಕರ್ಷಣನಾದ ಬಲರಾಮನು ಚಲಿಸುತ್ತಿರುವ ಹಿಮಾಚಲದಂತೆ (ದೀರ್ಘದೇಹಿ – ಪರ್ವತಾಕಾರ) ಬಂದು (ಬಲರಾಮನು ಧವಳವರ್ಣದವನಾದ್ದರಿಂದ ಹಿಮಪರ್ವತಕ್ಕೆ ಹೋಲಿಸಿರಬೇಕು.), ತನ್ನವರೊಡನೆ ಗುಂಪಾಗಿ ಕೂಡಿ ನಿಂತಿದ್ದ ಪಾಂಡವರನ್ನೂ, ಏಕಾಂಗಿಯಾಗಿ ಸಾಯಲು ಸಿದ್ಧನಾಗಿರುವಂತಿರುವ ತನ್ನ ಶಿಷ್ಯ ಕುರುಕುಲೇಶ್ವರನನ್ನು ನೋಡಿ, ಕೃಷ್ಣನ ಮುಖಕಮಲವನ್ನೂ ನೋಡಿ, ಆಶ್ಚರ್ಯಚಿತ್ತನಾಗಿ ಮನಸ್ಸಿನಲ್ಲೇ ಸ್ನೇಹದಿಂದ ಬಂಧಿತನಾಗಿ, ಅಂತಃಕರಣದಿಂದ ತನಗೆ ನಮಸ್ಕರಿಸಿದ ದುರ್ಯೋಧನನನ್ನು ಹರಸಿ, ಕೃಷ್ಣನನ್ನು ಪಾಂಡವರನ್ನೂ ಹರಸಲು ಇಷ್ಟಪಡದೆ ಅವರನ್ನು ನೋಡಿ ಕೋಪಗೊಂಡು –

ಜಲರುಹಿನಾಭನ ನಾಭಿಗ
ಳೊಳಗುಟಿದರ್ನಿನ್ನ ಮಂತ್ರಬಲದಿಂ ಬ್ರಹ್ಮರ್ ।
ಪ್ರಳಯಮನಿನಿತುಂ ಕೌರವ
ಕುಲ ಚೂಡಾಮಣಿಯೊಳೇನನಾಳೋಚಿಸೆದೈ ॥ ೫೭ ॥

ನಾಭಿ = ಹೊಕ್ಕಳು

ಕೃಷ್ಣಾ, ನಿನ್ನ ಮಂತ್ರಶಕ್ತಿಯ ಬಲದಿಂದ ಪ್ರಳಯಕಾಲದ ಸಂದರ್ಭದಲ್ಲಿ ಬ್ರಹ್ಮನನ್ನು ಶ್ರೀ ಹರಿಯ ನಾಭಿಕಮಲದಲ್ಲಿರಿಸಿ ರಕ್ಷಿಸಿದೆ. ಅಂತಹ ಶಕ್ತಿ, ಮಹಿಮಾವಂತನಾದ ನೀನು ಈಗ ಈ ಕುರುಕುಲ ಯುದ್ಧವೆಂಬ ಪ್ರಳಯಕಾಲದಲ್ಲಿ ಏಕಾಕಿಯಾಗಿರುವ ದುರ್ಯೋಧನನ ಬಗ್ಗೆ ಏನು ಚಿಂತಿಸಿದ್ದೀಯಾ? ಅವನನ್ನೂ ಬ್ರಹ್ಮನೋಪಾದಿಯಲ್ಲಿ ರಕ್ಷಿಸುತ್ತೀಯಾ?

ವಚನ : ಎಂದು ನುಡಿದ ಹಲಾಯುಧನ ನುಡಿಗೆ ಚಕ್ರಾಯುಧನಿಂತೆಂದಂ –

ಹಲಾಯುಧ = ಬಲರಾಮ ; ಚಕ್ರಾಯುಧ = ಕೃಷ್ಣ

ಎಂದ ಬಲರಾಮನ ಮಾತಿಗೆ ಶ್ರೀಕೃಷ್ಣ ಹೀಗೆ ಹೇಳುತ್ತಾನೆ –

ಎನಗಭಿವಂದಿತಾರ್ಥರವಧಾರಿಸು ಚಿತ್ತದೊಳಗ್ರಜಾತ ನೀಂ
ಮುನಿಯದೆ ಪಾಂಡುನಂದನರ್ಗೆ ಬಾಡಮನ್ನೈದನೆ ಬೇಡೆ ಪೋಗೆ ದ್ರೋ ।
ಣನ ಧೃತರಾಷ್ಟ್ರ ಸಿಂಧುಸುತರೆಂದುದ ಮಾಡದೆ ನೀವಿದಂ ಸುಯೋ
ಧನನೊಳೆ ಕೇಳ್ದು ನಂಬುವುದೆರಟ್ನುಡಿಯಂ ಫಣಿರಾಜಕೇತನಂ ॥ ೫೮ ॥

ಅಭಿವಂದಿತಾರ್ಥರ್ = ಪೂಜ್ಯರು ; ಅಗ್ರಜಾತ = ಹಿರಿಯಣ್ಣ ; ಬಾಡಮನ್ = ಗ್ರಾಮಗಳನ್ನು ; ಸಿಂಧುಸುತ = ಗಂಗಾತನಯ (ಭೀಷ್ಮ) ; ಎರಟ್ನುಡಿಯಂ = ಎರಡು ಮಾತನಾಡುವವನಲ್ಲ

ಅಣ್ಣಾ ನೀವು ನನಗೆ ಪೂಜ್ಯರು. ನಾನು ಹೇಳುವುದಕ್ಕೆ ಮುಂಚೆಯೇ ನೀವು ಕೋಪಿಸಿಕೊಳ್ಳದಿರಿ. ನಾನು ಅಂದು ಸಂಧಾನಕ್ಕಾಗಿ ಹೋಗಿ, ಈ ದುರ್ಯೋಧನನಲ್ಲಿ ಕೇವಲ ಐದು ಗ್ರಾಮಗಳನ್ನಾದರೂ ಕೊಡು ಎಂದು ಪಾಂಡವರಿಗೋಸ್ಕರವಾಗಿ ಬೇಡಿದಾಗ ಧೃತರಾಷ್ಟ್ರ, ಭೀಷ್ಮ, ದ್ರೋಣರು ಪರಿಪರಿಯಾಗಿ ತಿಳಿಯ ಹೇಳಿದರೂ, ದುರ್ಯೋಧನನು ಅದಕ್ಕೂ ಒಪ್ಪದೆ ಅವರ ಮಾತನ್ನು ಧಿಕ್ಕರಿಸಿದ. ನಾನು ಈ ಮಾತನ್ನು ಹೇಳಿದರೆ ನೀವು ನಂಬಲಾರಿರಿ. ಈ ದುರ್ಯೋಧನನನ್ನೇ ಕೇಳಿ. ಅವನು ಎಂದೂ ಸುಳ್ಳಾಡುವವನಲ್ಲ, ಎಂದಾಗ...

ಎನೆ ದುರ್ಯೋಧನನೆಂದನೇಕೆ ಮುನಿವರ್ ನಿರ್ದೋಷಿಗಳ್ಪಾಂಡು ನಂ
ದನರಾನೊಲ್ಲೆನೆ ಮುನ್ನಮೆಂತುಮಿವರೊಳ್ ಸಂಧಾನಮಂ ಪೇಟ್ವೆನೆಂ ।
ದೆನೆ ಸತ್ತರ್ ತನುಜಾನುಜರ್ಪಲಬರುಂ ತದ್ದುಃಖಮಂ ಸೈರಿಸ
ಲ್ಕೆನಸುಂ ಬಂದಪುದೆಂದೊಡಿರ್ಕೆ ಪಗೆವರ್ ಸನ್ನದ್ಧನಾಗಿರ್ದಪೆಂ ॥ ೫೯ ॥

ಆನ್ + ಒಲ್ಲೆನೆ = ನಾನು ಒಪ್ಪಲಿಲ್ಲ ; ಮುನ್ನಂ = ಹಿಂದೆ ; ಪೇಟ್ವೆನ್ = ಮಾಡುವೆನ್

ಎಂದು ಕೃಷ್ಣನು ಹೇಳಿದಾಗ ದುರ್ಯೋಧನ ಬಲರಾಮನಿಗೆ ಹೀಗೆ ಹೇಳುತ್ತಾನೆ. ಸ್ವಾಮಿ ಪಾಂಡವರು ನಿರ್ದೋಷಿಗಳು ನೀವೇಕೆ ಕೋಪಿಸಿಕೊಳ್ಳುತ್ತೀರಿ? ಈ ಹಿಂದೆ ಈ ಕೃಷ್ಣ ಸಂಧಾನಕ್ಕೆ ಬಂದು ಸಂಧಿಯ ಮಾತನ್ನಾಡಿದಾಗ ನಾನು ಸುತರಾಂ ಇದಕ್ಕೆ ಒಪ್ಪಲಿಲ್ಲ ನಿಜ. ನಾನು ಎಂದೂ ಇವರೊಡನೆ ಸಂಧಿಯ ಪ್ರಸ್ತಾಪವನ್ನು ಎತ್ತಿದವನೇ ಅಲ್ಲ. ಯುದ್ಧದಲ್ಲಿ ನನ್ನ ಮಕ್ಕಳು, ತಮ್ಮಂದಿರು, ಇತರ ಬಂಧುಗಳೆಲ್ಲ ಸತ್ತರು. ಆ ದುಃಖವನ್ನೆಲ್ಲ ನಾನು ಅನುಭವಿಸಿದ್ದೇನೆ. ಇಷ್ಟೆಲ್ಲಾ ಆದಮೇಲೂ ಇನ್ನೂ ನಾನು ಸುಮ್ಮನಿರಲೇ? ಇನ್ನು ನನಗುಳಿದಿರುವುದು ಒಂದೇ, ಪಾಂಡವರೊಡನೆ ಹೋರಾಡುವುದು ಅದಕ್ಕೆ ನಾನು ಸಿದ್ಧ.

ಇವರೆನ್ನನುವರಮಂ ನೋ
ಡುವುದಲ್ಲದೆ ಬೇಱೆ ಪೆಱವು ಮಾತಿಂಗೆಡೆಯಿ ।
ಲ್ಲವಧಾರಿಪುದೆಂದೊಡೆ ಕೌ
ರವೇಂದ್ರನಂ ಮುಸಲಪಾಣಿ ಮನದೊಳ್ ಪೊಗೞ್ದಂ ॥ ೬೦ ॥

ಅನುವರ = ಯುದ್ಧ ; ಪೆಱವು = ಇತರ ; ಅವಧಾರಿಪುದು = ಕೇಳುವುದು ; ಮುಸಲಪಾಣಿ = ಬಲರಾಮ (ಒನಕೆ ಹಿಡಿದವ)

ಪಾಂಡವರ ಹಾಗೂ ನನ್ನ ಕಾಳಗವನ್ನು ಈಗ ನೋಡುವುದಲ್ಲದೆ ಬೇರೆ ಮಾತೇ ಇಲ್ಲ. ಇಲ್ಲಿ ಯುದ್ಧವಲ್ಲದೆ ಬೇರೆ ಇತರ ಮಾತಿಗೆ ಆಸ್ಪದವಿಲ್ಲ. ಕೇಳಿ ಎಂದಾಗ ದುರ್ಯೋಧನನ ಅಚಲ ನಿರ್ಧಾರಕ್ಕೆ ಬಲರಾಮ ಮನಸ್ಸಿನಲ್ಲೇ ಮೆಚ್ಚಿ ಹೊಗಳಿದನು.

ವಚನ : ಅಂತು ಪೊಗೞ್ದು ರಾಜರಾಜನ ನಿರ್ವ್ಯಾಜ ಶೌರ್ಯಕ್ಕೆ ಸಂಕಷಣನಾಶ್ಚರ್ಯಂ ಬಿಟ್ಟು ಪೆಱತೇನುಮನೆನಲಱಿಯದೆ ಧರ್ಮನಂದನಾದಿಗಳ ಮೊಗಮಂ ನೋಡಿ – ನಿಮ್ಮಯ್ವರೊಳಾರಾಗಿಯುಮೀತನೊಳೊರ್ವನೆ ಕಾದುವುದು । ಕಾದಿಗೆಲ್ದಿಂಬೞಿಕ್ಕೆ ದುರ್ಯೋಧನನಾಳ್ಗೆ ನೆಲನಂ । ಆತಂಗುೞಿದ ನಾಲ್ವರ್ಬೆಸಕೆಯ್ದು ಬಾೞ್ವಿರೆಂದು ನುಡಿಯೆ – ಭೀಮಸೇನನಿದಿರ್ಗೆ ವಂದು –

ರಾಜರಾಜ = ರಾಜರ ರಾಜ – ದುರ್ಯೋಧನ ; ನಿರ್ವ್ಯಾಜ = ಪ್ರಾಮಾಣಿಕ ; ಸಂಕರ್ಷಣ = ಬಲರಾಮ ; ಪೆಱತೇನುಂ = ಬೇರೇನನ್ನೂ ; ಆರಾಗಿಯುಂ = ಯಾರಾದರೊಬ್ಬರು

ಹೀಗೆ ಮನಸ್ಸಿನಲ್ಲಿಯೇ ದುರ್ಯೋಧನನನ್ನು ಹೊಗಳಿ ಅನಂತರ ಅವನ ಪ್ರಾಮಾಣಿಕ ಶೌರ್ಯಕ್ಕೆ ಬಲರಾಮನು ಆಶ್ಚರ್ಯಪಟ್ಟು ಬೇರೇನನ್ನೂ ಹೇಳಲು ತೋಚದೆ ಧರ್ಮನಂದನಾದಿಗಳ ಮುಖವನ್ನು ನೋಡಿ ನಿಮ್ಮ ಐವರೊಳಗೆ ಯಾರಾದರೂ ಒಬ್ಬರು ಇವನೊಡನೆ ಕಾದಾಡುವುದು. ಇದರಲ್ಲಿ ದುರ್ಯೋಧನ ಗೆದ್ದರೆ ಅವನು ರಾಜ್ಯವಾಳುತ್ತಾನೆ. ಉಳಿದ ನಾಲ್ವರು ಆತನ ಸೇವೆ ಮಾಡಿಕೊಂಡು ಬದುಕುವಿರಂತೆ – ಎಂದು ಹೇಳಲು, ಭೀಮಸೇನನು ಬಲರಾಮನೆದುರು ನಿಂತು –

ಅಱಿಮಗನಿರ್ಕೆ ಅರ್ಜುನನಿ
ರ್ಕಱಿಕೆಯ ಮಾದ್ರೀಸುತರ್ಕಳಿರ್ಕೞಿವಗೆಯಂ ।
ಪಱಿಪಡಿಸಲ್ಕೆ ಹಲಾಯುಧ
ನೆಱೆದಿರ್ದಪೆನೆಗೆ ತೋಱಿಬಿಡು ಕೌರವನಂ ॥ ೬೧ ॥

ಅಱಿಮಗ = ಯಮಸುತ – ಧರ್ಮರಾಯ ; ಅಱಿಕೆ = ಪ್ರಸಿದ್ಧ ; ಅೞಿವಗೆ = ನೀಚ ಶತ್ರು ; ಪಱಿಪಡಿಸು = ಕತ್ತರಿಸಿ ಹಾಕು ; ನೆಱೆದಿರ್ದಪೆನ್ = ಸಿದ್ಧನಾಗಿದ್ದೇನೆ

ಯಮಸೂನು ಧರ್ಮರಾಯನು, ಅರ್ಜುನ, ಪ್ರಸಿದ್ಧರಾದ ನಕುಲ ಸಹದೇವರು ಅವರೆಲ್ಲ ಒತ್ತಟ್ಟಿಗಿರಲಿ. ಅಂದರೆ ಅತ್ತ ಇರಲಿ ಈ ನೀಚ ಶತ್ರುವನ್ನು ಕತ್ತರಿಸಿ ಹಾಕಲು. ಬಲರಾಮನೇ ನಾನು ಸಿದ್ಧನಾಗಿದ್ದೇನೆ. ಕೌರವನನ್ನು ನನಗೆ ತೋರಿಸಿ ಬಿಟ್ಟು ಬಿಡು. ಉಳಿದುದನ್ನು ನಾನು ನೋಡಿಕೊಳ್ಳುತ್ತೇನೆ – ಎಂಬುದು ಭೀಮನ ಆತ್ಮವಿಶ್ವಾಸದ ಮಾತು.

ವಚನ : ಅಂತು ಮರುನ್ನಂದನಂ ರೋಹಿಣೀನಂದನಂಗೆ ನುಡಿದು ದ್ವಂದ್ವಯುದ್ಧಕ್ಕೆ ಧರ್ಮನಂದನಾದಿಗಳ ಮೊಗಮಂ ನೋಡಿ –

ಮರುತ್ + ನಂದನ = ವಾಯುಪುತ್ರ ಭೀಮ ; ರೋಹಿಣೀ ನಂದನ = ಬಲರಾಮ ; ದ್ವಂದ್ವ ಯುದ್ಧ = ಪರಸ್ಪರ ಕಾದಾಟ (ಮಲ್ಲಯುದ್ಧ)

ಈ ರೀತಿಯಾಗಿ ಭೀಮಸೇನನು ಬಲರಾಮನಿಗೆ ಹೇಳಿ ಮಲ್ಲಯುದ್ಧಕ್ಕಾಗಿ ಧರ್ಮನಂದನಾದಿಗಳ ಮುಖವನ್ನು ನೋಡಿ –

ಪಗೆಗೆ ಮೊದಲಿಗನೆ ನಾಂ ನಿಡು
ವಗೆ ಕೌರವನಂತದಕ್ಕೆ ನೀಮೆಲ್ಲಂ ದಾ।
ಯಿಗತನಮನಿಲ್ಲಿ ತೋಱ
ಲ್ತಗದೀತಂ ಮುನ್ನಮೆನಗೆ ದೊರೆಯಾಗಿರ್ದಂ ॥ ೬೨ ॥

ನಿಡುವಗೆ = ಬದ್ಧ ದ್ವೇಷಿ ; ದಾಯಿಗತನ = ಪಾಲು ಪಡೆಯುವಿಕೆ ; ತಗದು = ಕೂಡದು ; ದೊರೆ = ಸರಿಸಾಟಿ

ಸಹೋದರರೇ ಶತ್ರುತ್ವಕ್ಕೆ ನಾನೇ ಮೂಲಕಾರಣ. ಅದರಲ್ಲೂ ಈ ಕೌರವ ನನ್ನ ಬದ್ಧ ದ್ವೇಷಿ. ಹಾಗಾಗಿ ಇವನೊಂದಿಗೆ ಕಾದಾಡುವ ವಿಷಯದಲ್ಲಿ ನೀವುಗಳು ಯಾರೂ ಭಾಗವಹಿಸುವ ಅಗತ್ಯವಿಲ್ಲ. ಮೊದಲಿನಿಂದಲೂ ಈ ದುರ್ಯೋಧನ ನನಗೆ ಸರಿಸಮನಾಗಿದ್ದವನು. ನಾನೇ ಅವನೊಡನೆ ಹೋರಾಡುವುದು ಸರಿಯಾದ ಕ್ರಮ.

ವಚನ : ಎಂಬುದುಂ – ಕುರುಕುಲಾಚಲ ಪ್ರಳಯಕಾಲವಜ್ರಧರನೆನಿಸಿದ ಮಾರುತಿಗಂ ಪಾಂಚಾಲೀಕುಂಚಿತ ಕೇಶಪಾಶಾಕೃಷ್ಟಿ ಪಾತಕ ಪ್ರಧಾನನಿಹಿತನೆನಿಸಿದ ಫಣಿರಾಜಕೇತನಂಗಂ ಧರ್ಮನಂದನಾದಿಗಳಿರ್ದು ಧರ್ಮಯುದ್ಧಮನೆ ಸಮಕಟ್ಟಿದಾಗಳ್ –

ಕುರುಕುಲಾಚಲ = ಕುರುಕುಲವೆಂಬ ಪರ್ವತ ; ವಜ್ರಧರ = ಇಂದ್ರ (ಇಲ್ಲಿ ಭೀಮ) ; ಕುಂಚಿತ = ತುಚ್ಛ ; ಕೃಷ್ಟಿ ಪಾತಕ = ಸೆಳೆದ ಪಾಪಿ ; ಸಮಕಟ್ಟು = ಏರ್ಪಡಿಸು

ಎಂದು ಹೇಳಿದಾಗ ಕುರುಕುಲವೆಂಬ ಪರ್ವತಕ್ಕೆ ಪ್ರಳಯಕಾಲದ ಇಂದ್ರನಂತಿದ್ದ ಭೀಮಸೇನನಿಗೂ ದ್ರೌಪದಿಯ ತುರುಬನ್ನು ಹಿಡಿದೆಳೆಸಿದ ಪಾಪಿ – ಪ್ರಮುಖ ಶತ್ರುವೆನಿಸಿದ ದುರ್ಯೋಧನನಿಗೂ ಧರ್ಮರಾಯನೇ ಮುಂತಾಗಿ ಧರ್ಮಯುದ್ಧವನ್ನು ಏರ್ಪಡಿಸಿದಾಗ –

ಕ್ರಮಗಣನೆಗೆ ತಾನುಂ ಮ
ಧ್ಯಮ ಪಾಂಡವನಾದನಹಿತನೊಳ್ತೊಟ್ಟಮಹಾ।
ಸಮರಕ್ಕೆ ನರಾಗ್ರಜನ
ಗ್ರಿಮ ಪಾಂಡವನಲ್ತೆ ಪಗೆಗೆ ಮೊದಲಪ್ಪುದಱಿಂ ॥ ೬೩ ॥

ಅಹಿತ = ಶತ್ರು ; ತೊಟ್ಟ = ಹೂಡಿದ ; ನರಾಗ್ರಜ = ಅರ್ಜುನನ ಅಣ್ಣ ; ಅಗ್ರಿಮ = ಅಗ್ರಸ್ಥಾನ

ಸರಿಯಾದ ರೀತಿಯಲ್ಲಿ ನೋಡಿದರೆ ತಾನು ಮಧ್ಯಮ ಪಾಂಡವನು (ಕುಂತಿಯ ಮಕ್ಕಳಲ್ಲಿ ಭೀಮನು ಮಧ್ಯದವನು – ಮಧ್ಯಮ ಕೌಂತೇಯ ಎನ್ನುವುದು ಸರಿಯಾದ ಮಾತು – ಪಾಂಡವರಲ್ಲಿ ಅರ್ಜುನ ಮಧ್ಯಮ ಪಾಂಡವ) ಶತ್ರುವಿನೊಂದಿಗೆ ಹೂಡಿದ ಯುದ್ಧದಲ್ಲಿ ನರನ ಅಣ್ಣನಾದ ಭೀಮನೇ ಅಗ್ರಸ್ಥಾನ ಪಡೆಯುತ್ತಾನೆ. ಹಾಗಾಗಿ ಅವನೇ ಈ ಯುದ್ಧಕ್ಕೆ ಅರ್ಹನು. (ಭಾಸನ ಮಧ್ಯಮ ವ್ಯಾಯೋಗದಲ್ಲೂ ಭೀಮನೇ ಮಧ್ಯಮ ಪಾಂಡವ.)

ವನರುಹನಾಭನ ಬಲದೇ
ವನ ಸಾಕ್ಷಿಯೊಳಿರ್ದು ಕೌರವೇಶ್ವರನಾಭೀ ।
ಮನ ಕೆಯ್ವೊಯ್ದೊಡೆ ತದ್ದೇ
ವನಿಕಾಯಂ ಪೊಗಟ್ದಿರದಟುಮಮಂ ಕುರುಪತಿಯಾ ॥ ೬೪ ॥

ಕಯ್ ಪೊಯ್ = ಕೈ ಕೈ ಹಿಡಿ (ಹಸ್ತಲಾಘವ) ; ದೇವನಿಕಾಯ = ದೇವತೆಗಳ ಸಮೂಹ ; ಅದಟು = ಪರಾಕ್ರಮ

ಶ್ರೀಕೃಷ್ಣನ ಬಲರಾಮನ ಸಾಕ್ಷಿ ಅಥವಾ ಮಧ್ಯಸ್ಥಿಕೆಯಲ್ಲಿ ಭೀಮ – ದುರ್ಯೋಧನರು ಪರಸ್ಪರ ಹಸ್ತಲಾಘವ ಮಾಡಿ ಮಲ್ಲಯುದ್ಧಕ್ಕೆ ಒಬ್ಬರನ್ನೊಬ್ಬರು ಆಹ್ವಾನಿಸಿದಾಗ ಈ ದೃಶ್ಯವನ್ನು ನೋಡುತ್ತಿದ್ದ ದೇವತೆಗಳ ಸಮೂಹವು ಕೌರವನ ಪರಾಕ್ರಮವನ್ನು ಕೊಂಡಾಡಿದರು.

ವಚನ : ಅಂತು ಧರ್ಮಯುದ್ಧಮಂ ಕೆಯ್ವೊಯ್ದಾಗಳ್ –

ಹೀಗೆ ಧರ್ಮಯುದ್ಧಕ್ಕೆ ಪರಸ್ಪರ ಕರೆಕೊಟ್ಟಾಗ –

ಎನಿತು ಕುರುಕ್ಷೇತ್ರದೊಳೆಡೆ
ಯನಿತುಂ ಬಱೆದಿಲ್ಲದಂತು ಶವಶತದಿಂ ತೆ ।
ಕ್ಕನೆ ತೀವೆ ರಣೋತ್ಸವದಿಂ
ದನಿಲಸುತಂ ತಾನೆ ಸವಱೆದಂ ಕೊಳ್ಗುಳಮಂ ॥ ೬೫ ॥

ಎನಿತು = ಎಷ್ಟು ; ಎಡೆ = ಸ್ಥಳ ; ಅನಿತಂ = ಅಷ್ಟನ್ನೂ ; ಬಱೆದಿಲ್ಲ = ತೆರವಿಲ್ಲ ; ತೀವೆ = ತುಂಬಿ ; ರಣೋತ್ಸವ = ಯುದ್ಧೋತ್ಸಾಹ ; ಸವಱೆದ = ಒತ್ತರಿಸಿದ ; ಕೊಳ್ಗುಳ = ಯುದ್ಧರಂಗ

ಕುರುಕ್ಷೇತ್ರ ರಣರಂಗದಲ್ಲಿ ಎಷ್ಟು ಸ್ಥಳವಿದೆಯೋ ಆ ಸ್ಥಳವೆಲ್ಲಾ ಒಂದಿಷ್ಟೂ ಜಾಗವಿಲ್ಲದಂತೆ ಹೆಣದರಾಶಿಗಳಿಂದ ತುಂಬಿರಲು ಅತ್ಯಂತ ಯುದ್ಧೋತ್ಸಾಹದಿಂದ ಭೀಮಸೇನನು ತಾನೇ ಸ್ವತಃ ಆ ಶವಗಳನ್ನೆತ್ತಿ ದೂರಕ್ಕೆ ಎಸೆದು ಯುದ್ಧಕ್ಕೆ ಸಾಲುವಷ್ಟು ಸ್ಥಳವನ್ನು ತೆರವು ಮಾಡಿದನು – ಕೌರವನ ರಣೋತ್ಸಾಹಕ್ಕೆ ದೇವತೆಗಳೇ ಸಾಕ್ಷಿಯಾಗಿ ಕೊಂಡಾಡಿದರೆ, ಭೀಮನ ಉತ್ಸಾಹಕ್ಕೆ ಪ್ರಕೃತಿಯೇ ಸಾಕ್ಷಿಯಾಗಿತ್ತು.

ರಥಮಿಲ್ಲದೆಯುಂ ಜಂಘಾ
ರಥದಿಂದೆ ಸಹಾಯರಿಲ್ಲದಿರ್ದೊಡಮುರ್ವೀ ।
ಪ್ರಥಿತ ಭುಜಬಲ ಸಹಾಯದೆ
ಪೃಥಿವೀಪತಿ ತಾನೆ ಕಾದಲುದ್ಯತನಾದಂ ॥ ೬೬ ॥

ಜಂಘಾ ರಥ = ಕಿರುತೊಡೆಯ ರಥ ; ಉರ್ವೀ ಪ್ರಥಿತ = ಲೋಕ ಪ್ರಸಿದ್ಧ ; ಪೃಥಿವೀ ಪತಿ = ಭೂಮಿಯ ಒಡೆಯ = ದುರ್ಯೋಧನ ; ಉದ್ಯತ = ಸಿದ್ಧ

ರಥವಿಲ್ಲದೆ ಇದ್ದರೂ ತನ್ನ ಕಿರುತೊಡೆಗಳನ್ನೇ ರಥವನ್ನಾಗಿ ಮಾಡಿಕೊಂಡು ಜೊತೆಗೆ ಯಾರೊಬ್ಬರ ಸಹಾಯವಿಲ್ಲದಿದ್ದರೂ ತನ್ನ ಭುಜಬಲದ ಸಹಾಯದಿಂದ ಪೃಥ್ವೀ

ಪತಿಯಾದ ದುರ್ಯೋಧನನು ಏಕಾಂಗಿಯಾಗಿ ಕಾದುವುದಕ್ಕೆ ಸಿದ್ಧನಾದನು. (ಇಲ್ಲಿ ದುರ್ಯೋಧನನ ಏಕಾಕಿತನವನ್ನು ಕವಿ ಬಹು ಸ್ಪಷ್ಟವಾಗಿ ನಿರೂಪಿಸಿದ್ದಾನೆ.)

ಸುರರಾಜಂಬೆರಸಷ್ಟದಿಕ್ಪತಿಗಳುಂ ಮೂವತ್ತು ಮೂದೇವರುಂ
ಪರಮಬ್ರಹ್ಮನುಮಷ್ಟನಾಗಕುಲರಂ ಚಂದ್ರಾರ್ಕರುಂ ಪಾರ್ವತೀ ।
ಶ್ವರನುಂ ಷಣ್ಮುಖನುಂ ಗಜೇಂದ್ರಮುಖನುಂ ವಿದ್ಯಾಧರಾಧೀಶರುಂ
ನೆರೆದಿರ್ದರ್ನಭದೊಳ್ ಕುತೂಹಲಯುತರ್ನೋಡಲ್ ಗದಾಯುದ್ಧಮಂ ॥ ೬೭ ॥

ಸುರರಾಜ = ದೇವೇಂದ್ರ ; ಬೆರಸು = ಕೂಡಿ ; ಚಂದ್ರಾರ್ಕ = ಚಂದ್ರ ಸೂರ್ಯ ; ಗಜೇಂದ್ರಮುಖ = ಗಣಪತಿ

ದೇವತೆಗಳ ಅರಸನಾದ ದೇವೇಂದ್ರನನ್ನು ಕೂಡಿಕೊಂಡು ಅವನ ನಾಯಕತ್ವದಲ್ಲಿ ಅಷ್ಟದಿಕ್ಪಾಲಕರು, ಮೂವತ್ತುಮೂರು ಕೋಟಿ ದೇವತೆಗಳು, ಬ್ರಹ್ಮದೇವ, ಅಷ್ಟನಾಗ ಮುಖರು, ಸುಬ್ರಹ್ಮಣ್ಯ, ಗಣಪತಿ ಹಾಗೂ ವಿದ್ಯಾಧರರೇ ಮೊದಲಾಗಿ ಎಲ್ಲರೂ ಈ ಯುದ್ಧವನ್ನು ನೋಡಲು ಉತ್ಸುಕರಾಗಿ ಆಕಾಶದಲ್ಲಿ ನೆರೆದಿದ್ದರು.

ಪುದುವೆತ್ತೆಕ್ಕಟಿಗಾಳೆಗಂ ಸಮನಿಸಿತ್ತೆಮ್ಮಿೂ ಗದಾಯುದ್ಧಮಂ
ತ್ರಿದಶರ್ನೋಡಲೆ ಕೌತುಕಂ ಬೆರಸಿ ಬಂದಿರ್ದರ್ನಭೋಭಾಗದೊಳ್ ।
ಮದವದ್ವೈರಿಯನಿಕ್ಕಿ ಭೂವಳಯಮಂ ನಿಷ್ಕಂಟಕಂ ಮಾಳ್ಪೆನೆಂ
ಬುದನೆಂದಾಹವಲಂಪಟಂ ಮಸಗಿದಂ ಚಾಳುಕ್ಯ ಕಂಠೀರವಂ ॥ ೬೮ ॥

ಪುದುವೆತ್ತ – ಪುದುವಂಪೆತ್ತ = ಇಬ್ಬರಿಗೂ ಸಮಾನವಾದ ; ಎಕ್ಕಟಿ ಕಾಳಗ = ದ್ವಂದ್ವ ಯುದ್ಧ (ಪರಸ್ಪರ ಹೋರಾಟ) ; ಸಮನಿಸು = ಒದಗಿತು ; ತ್ರಿದಶರ್ = ದೇವತೆಗಳು ; ಕೌತುಕಂ ಬೆರಸಿ = ಸಂಭ್ರಮದಿಂದ ಕೂಡಿದ ; ನಭೋಭಾಗ = ಅಂತರಿಕ್ಷ ; ಮದವತ್ + ವೈರಿ = ಸೊಕ್ಕಿರುವ ಶತ್ರು ; ಇಕ್ಕಿ = ಕೊಂದು ; ಆಹವಲಂಪಟ = ಯುದ್ಧೋತ್ಸಾಹಿ ; ಮಸಗು = ವಿಜೃಂಭಿಸು

ಪರಸ್ಪರ ಬಯಸಿದ ಈ ಗದಾಯುದ್ಧ (ದ್ವಂದ್ವ ಕಾಳಗ)ವು ಈಗ ಒದಗಿ ಬಂತು. ನಮ್ಮಿೂರ್ವರ ಈ ಕಾಳಗವನ್ನು ನೋಡಲು ಸಂಭ್ರಮದಿಂದ ದೇವತೆಗಳೆಲ್ಲರೂ ಆಗಸದಲ್ಲಿ ಬಂದು ನೆರೆದಿದ್ದಾರೆ. ಹಾಗಾಗಿ ಈಗ ಕಾಳಗವನ್ನು ವ್ಯರ್ಥ ಮಾಡದೆ ಮದಾಂಧನಾದ ಈ ವೈರಿ ದುರ್ಯೋಧನನನ್ನ ಕೊಂದು ಈ ಭೂಮಂಡಲವನ್ನು ನಿಷ್ಕಂಟಕವಾಗುವಂತೆ ಮಾಡುತ್ತೇನೆಂದು ಚಾಳುಕ್ಯ ಕಂಠೀರವನೆನಿಸಿದ ಭೀಮಸೇನನು ರಣೋತ್ಸಾಹಿಯಾಗಿ ವಿಜೃಂಭಿಸಿದನು.

ಎಂಬಲ್ಲಿಗೆ ಗದಾಯುದ್ಧದ

ಸಪ್ತಮಾಶ್ವಾಸಂ ಸಂಪೂರ್ಣವಾದುದು.

ಅಷ್ಟಮಾಶ್ವಾಸಂ

ಶ್ರೀರಮಣಿಗೆ ನೆಲೆ ತನ್ನಯ
ಪೇರುರಮಮಂ ಮಾಳ್ಪೆನೆಂಬ ಬಗೆ ಮಿಗೆ ಸಮರ ।
ಪ್ರಾರಂಭದೆ ಪೂಣ್ದಿರ್ದಂ
ಕೌರವಕುಲ ವಿಲಯಕೇತು ಸಾಹಸಭೀಮಂ ॥ ೧ ॥

ಶ್ರೀರಮಣಿ = ಲಕ್ಷ್ಮೀ ; ಪೇರುರ = ವಿಶಾಲವಾದ ಎದೆ ; ಮಿಗೆ = ಅಧಿಕ

ಸಂಪತ್ತಿನ ಅಧಿದೇವತೆಯಾದ ಲಕ್ಷ್ಮೀದೇವಿಗೆ ತನ್ನ ವಿಶಾಲವಾದ ಎದೆಯನ್ನೇ ವಾಸಸ್ಥಳವನ್ನಾಗಿ ಮಾಡುತ್ತೇನೆಂಬ ಅಧಿಕ ವಿಶ್ವಾಸವನ್ನು ಹೊಂದಿ ಯುದ್ಧಾರಂಭದಲ್ಲೇ ಕುರುಕುಲ ಧೂಮಕೇತುವಾದ ಭೀಮಸೇನನು ಪ್ರತಿಜ್ಞೆ ಮಾಡಿದ್ದನು.

ವಚನ: ಅಂತು ಸಮರೋತ್ಸುಕ ಚಿತ್ತನಾಗಿ ಸಾಹಸ ಭೀಮಂ ದ್ರೋಣಾಚಾರ್ಯಂಗೆ ಮನದೊಳ್ ನಮಸ್ಕಾರಂ ಮಾಡಿ, ದುರ್ಯೋಧನಂ ಬಲದೇವಂಗೆ ನಮಸ್ಕಾರಂಗೆಯ್ದು ಪಂಚಷಡಂಗುಲಾಯಮಾನಮುಂ ಸಹಸ್ರಾಂಗುಲಿ ವಲಯ ನಿರ್ಮಿತಮುಮಷ್ಟಾಂಗುಲ ಸ್ಥೂಲ ಮೂಲಾಗ್ರಮುಮಪ್ಪುತ್ತಮ ಗದೆಯೊಳಂ ಚತ್ವಾರಿ ಷಡಂಗುಲಾಯಾಮಾನಮುಂ ಶತಾಂಗುಲವಲಯ ಪರಿಮಿತಮುಂ ಚತುರಂಗುಲಾಗ್ರ ಮೂಲಮುಮಪ್ಪ ಮಧ್ಯಮ ಗದೆಯೊಳಂ ಷಡಂಗ ಲಾಯಾಮಮುಂ ಷಟ್ತ್ರಿಂಶದ್ವಲಯಾಂಗುಲಮುಂ ದ್ವ್ಯಂಗುಲಾಗ್ರಮೂಲಮು ಮಪ್ಪಧಮಗದೆಯೊಳಂ ತಾಮುತ್ತಮ ಪುರುಷರಪ್ಪುದಱಿಂ ತಮಗನುರೂಪಮಪ್ಪುತ್ತಮ ಗದೆಯೊಳಂ ದಶಾಂಗುಲ ಪರಿಣಾಹಾಗ್ರ ಕನಕರಜತ ವಿಚಿತ್ರಾಲಂಕೃತ ಸ್ವರೂಪಸಮನ್ವಿತಂಗಳುಮಪ್ಪ ಗದೆಗಳು ಮನಿರ್ವರುಮಾಯ್ದು ಕೊಂಡು ಅಲೀಢ – ಪ್ರತ್ಯಾಲೀಢ ಸಮಪಾದ ವೈಷ್ಣವ ಮಂಡಲಾಗ್ರಮುಮೆಂಬ ಪಂಚವಿಧ ಸ್ಥಾನಂಗಳೊಳಂ ವಿಚಿತ್ರ ಸ್ವರೂಪ ಸಮನ್ವಿತ ವಾಮ ದಕ್ಷಿಣ ಬಾಹ್ಯಾಭ್ಯಂತರಾಸ್ಫಾಲನ ವಿಭೇದಂಗಳೊಳಂ ವಿಳಂಬಿತಮಾ ಕುಂಚಿತಮಾಸ್ಫೋಟಿತಮಾ ಕ್ಷಿಪ್ತಮುದ್ಭ್ರಾಮಿತಂ ದಿಗ್ಭ್ರಾಮಿತಮುಚಿತ ವಿರುದ್ಧಯಚಿಂತ್ಯಮುಮೆಂಬೆಣ್ಬುಂ ತೆಱದ ಪ್ರಹರಣಂಗಳೊಳಂ ಅತಿ ಪರಿಚಿತರಾಗಿ ವೈಶಾಖ ಸ್ಥಾನದೊಳ್ ನಿಂದು –

ಸಮರೋತ್ಸುಕ ಚಿತ್ತ = ಯುದ್ಧೋತ್ಸಾಹಿಯಾಗಿ ; ಪಂಚಷಡಂಗುಲ = 6 x 5 = 30 ಮೂವತ್ತು ಅಂಗುಲ ; ಆಯಾಮಾನ = ಉದ್ದ ; ವಲಯ ನಿರ್ಮಿತ = ಸುತ್ತು ವಳಯ ; ಸ್ಥೂಲ ಮೂಲಾಗ್ರ = ದಪ್ಪನಾದ ಹಿಡಿ ; ಚತ್ವಾರಿ ಷಡಂಗುಲ = 6 x 4 = 24 ಇಪ್ಪತ್ನಾಲ್ಕು ಅಂಗುಲ ; ತ್ರಿಷಡಂಗುಲ = 6 x 3 = 18 ಅಂಗುಲ ; ಷಟ್‌ತ್ರಿಂಶ = ಮೂವತ್ತಾರು ;

ದಶಾಂಗುಲ ಪರಿಣಾಹಾಗ್ರ = ಹತ್ತು ಅಂಗುಲ ವಿಸ್ತಾರ ; ಅಲೀಡ, ಪ್ರತ್ಯಾಲೀಡ, ಸಮಪಾದ, ವೈಷ್ಣವ, ಮಂಡಲಾಗ್ರ = ಈ ಐದು ಪ್ರಕಾರಗಳು ಮಲ್ಲಯುದ್ಧದಲ್ಲಿ ನಿಂತುಕೊಳ್ಳುವ ವಿಧಾನ ; ವಾಮ, ದಕ್ಷಿಣ = ಎಡ, ಬಲ ; ಬಾಹ್ಯಾ + ಅಭ್ಯಂತರ = ಹೊರಮೈ, ಒಳಮೈ (ಮುಂಭಾಗ) ; ಅಸ್ಫಾಲನ = ತಟ್ಟು ; ವಿಲಂಬಿತ, ಅಕುಂಚಿತ, ಆಸ್ಫೋಟಿತ, ಆಕ್ಷಿಪ್ತ, ಉದ್ಭ್ರಾಮಿತ, ದಿಗ್ಭ್ರಾಮಿತ, ಉಚಿತ ವಿರುದ್ಧ, ಅಚಿಂತ್ಯ = ಇವು ಎಂಟು ರೀತಿಯಲ್ಲಿ ಗದಾಯುದ್ಧದ ಹೊಡೆತದ ಪ್ರಕಾರಗಳು ; ವೈಶಾಖಸ್ಥಾನ = ಇದೂ ಒಂದು ರೀತಿಯ ನಿಲುವು (ಇದರ ಲಕ್ಷಣಗಳು ಭರತನ ನಾಟ್ಯ ಶಾಸ್ತ್ರದಲ್ಲಿ 20 = 61 – 65ರಲ್ಲಿ ಉಲ್ಲೇಖಿಸಲ್ಪಟ್ಟಿದೆ. ಇದಕ್ಕೆ ವಿಶಾಖ – ಸ್ಕಂಧನು ಅಧಿದೇವತೆ. ಹಾಗಾಗಿ ವೈಶಾಖಸ್ಥಾನ ಎಂದು ಕರೆಯಲಾಗಿದೆ.)

ಹೀಗೆ ಯುದ್ಧೋತ್ಸಾಹಿಯಾಗಿ ಭೀಮಸೇನನು ಗುರುಗಳಾದ ದ್ರೋಣಾಚಾರ್ಯರಿಗೆ ಮನಸ್ಸಿನಲ್ಲೇ ನಮಸ್ಕರಿಸಿದರೆ, ದುರ್ಯೋಧನನು ಬಲರಾಮನಿಗೆ ನಮಸ್ಕಾರ ಮಾಡುತ್ತಾನೆ. (ಬಲರಾಮ ಭೀಮನಿಗೂ ಗದಾಯುದ್ಧದ ಕಲೆಯನ್ನು ಕಲಿಸಿದ ಗುರುವಾದರೂ, ಎದುರಿಗೆ ಬಲರಾಮ ನಿಂತಿದ್ದರೂ ನಮಸ್ಕಾರ ಮಾಡದಿರುವುದು ಆಶ್ಚರ್ಯವೆನಿಸುತ್ತದೆ.) ಮೂವತ್ತು ಅಂಗುಲ ಉದ್ದವೂ, ಸಾವಿರ ಅಂಗುಲ ಸುತ್ತಳತೆಯುಳ್ಳ, ಎಂಟಂಗುಲ ದಪ್ಪವುಳ್ಳ ಹಿಡಿಯುಳ್ಳ ಉತ್ತಮವಾದ ಗದೆಯೊಂದಿಗೆ, ಇಪ್ಪತ್ತನಾಲ್ಕು ಅಂಗುಲ, ನೂರು ಅಂಗುಲ, ನಾಲ್ಕಂಗುಲಗಳಿರುವ ಮಧ್ಯಮ ಗದೆಯಲ್ಲಿ, ಹದಿನೆಂಟು, ಮೂವತ್ತಾರು, ಎರಡು ಅಂಗುಲದಳತೆಯ ಅಧಮಗದೆ, ಹತ್ತು ಅಂಗುಲ ವಿಸ್ತಾರದ ತನಕ ಬಂಗಾರ ಬೆಳ್ಳಿ ರೇಖೆಗಳಿಂದ ಹೊಳೆಯುವಂತೆ ಅಲಂಕೃತಗೊಂಡ ಗದೆಗಳೊಂದಿಗೆ ಅಲೀಡ, ಪ್ರತ್ಯಾಲೀಢ, ಸಮಪಾದ, ವೈಷ್ಣವ, ಮಂಡಲ ಮುಂತಾಗಿ ಐದು ಪ್ರಕಾರಗಳ ನಿಲ್ಲುವಿಕೆ, ಎಡ, ಬಲ, ದೇಹದ ಹಿಂಭಾಗ, ಮುಂಭಾಗ, ಒಳಭಾಗ, ಆಸ್ಫಾಲನ, ವಿಳಂಬಿತ, ಅಕುಂಚಿತ, ಆಸ್ಫೋಟಿತ, ಆಕ್ಷಿಪ್ತ, ಉದ್ಭ್ರಾಮಿತ, ದಿಗ್ಭ್ರಾಮಿತ ಉಚಿತ ವಿರುದ್ಧ, ಅಚಿಂತ್ಯ ಎಂಬ ಎಂಟು ಹೊಡೆತದ ಪ್ರಕಾರಗಳು ಹಾಗೂ ವೈಶಾಖ ಸ್ಥಾನದ ನಿಲುವಿನೊಂದಿಗೆ ನಿಂತು (ಇದು ಭೀಮಸೇನನು ಗದೆಯನ್ನು ಹಿಡಿದು ಯುದ್ಧ ಸನ್ನದ್ಧನಾದ ರೀತಿಯನ್ನು ವಿವರಿಸಿದ ರೀತಿ.) –

ಸ್ಥಿರ ಬದ್ಧ ಮತ್ಸರರ್ಭೀ
ಕರಬದ್ಧಭ್ರುಕುಟಿ ಘಟಿತರದ್ಭುತರಟ್ಟಾ ।
ಸುರರಧಿಕ ಕೋಪಪಾಟಲ
ಪರುಷೇಕ್ಷಣರೆನಿಸಿ ದೃಷ್ಟಿ ಯುದ್ಧಂಗೆಯ್ದರ್ ॥ ೨ ॥

ಸ್ಥಿರ ಬದ್ಧ ಮತ್ಸರ = ಎಂದೂ ಮಾಸದ ದ್ವೇಷ ; ಭೀಕರ ಬದ್ಧ ಭ್ರುಕುಟಿ ಘಟಿತರ್ = ಭಯಂಕರವಾಗಿ ಬಿಗಿದು ಹುಬ್ಬುಗಂಟಿಕ್ಕಿದವರು ; ಅಟ್ಟಾಸುರರು = ಅತಿ ಉಗ್ರರಾದವರು ; ಕೋಪ ಪಾಟಲ = ರೋಷದಿಂದ ಕೆಂಪಾದ ; ಪರುಷೇಕ್ಷಣ = ಬಿರುಗಣ್ಣು

ಯಾವತ್ತೂ ಮಾಸದಂತಹ ದ್ವೇಷವುಳ್ಳವರೂ, ಭಯಂಕರವಾಗಿ ಬಿಗಿದು ಹುಬ್ಬು ಗಂಟಿಕ್ಕಿದವರೂ, ಅತಿ ಉಗ್ರರಾದವರೂ, ಮಹಾಕೋಪವುಳ್ಳವರಾಗಿ ಬಿರುಗಣ್ಣುಳ್ಳವರೂ, ಕೆಂಗಣ್ಣಿನಿಂದ ಒಬ್ಬರನ್ನೊಬ್ಬರು ದಿಟ್ಟಿಸಿ ನೋಡುತ್ತಾ ದೃಷ್ಟಿಯುದ್ಧ ಮಾಡಿದರು. (ಮಲ್ಲಯುದ್ಧದಲ್ಲಿ ದೃಷ್ಟಿಯುದ್ಧವೂ ಒಂದು ಕ್ರಮ.)

ದೆಸೆದೇವತೆಗಳ್ಗೆ ಜಪಾ
ಪ್ರಸೂನಮಮಂ ರಕ್ತಬಲಿಯುಮಮಂ ತಾಮೆ ಕುಡುವಂ ।
ತೆಸೆದಿರ್ದರೊ ಕಡೆಗಣ್ಗೊಳ್
ಪಸರಿಸೆ ಕಡುಗೆಂಪು ಭೀಮದುರ್ಯೋಧನರಾ ॥ ೩ ॥

ದೆಸೆದೇವತೆಗಳ್ = ದಿಕ್ಪಾಲಕರು ; ಜಪಾ ಪ್ರಸೂನ = ಕೆಂಪು ದಾಸವಾಳ ; ತಾಮೆ = ತಾವೆ

ಆ ದೃಷ್ಟಿಯುದ್ಧದ ವೈಖರಿ ಹೇಗಿತ್ತೆಂದರೆ ಭೀಮದುರ್ಯೋಧನರು ಒಬರನ್ನೊಬ್ಬರು ದುರುಗುಟ್ಟಿ ನೋಡುತ್ತಿರುವಾಗ ಅವರ ಕಡೆಗಣ್ಣಿಂದ ಚಿಮ್ಮಿದ ರಕ್ತವರ್ಣದ ಕಾಂತಿಯು ತಾವಿಬ್ಬರೂ ದಿಕ್ಪಾಲಕರನ್ನು ಜಪಾಪುಷ್ಪವೆನಿಸಿದ ಕೆಂಪು ದಾಸವಾಳದ ಹೂವಿನಿಂದ, ರಕ್ತಬಲಿಯಿಂದ ಅರ್ಚಿಸುತ್ತಿದ್ದಾರೆಯೋ ಎಂಬಂತೆ ಕಾಣುತ್ತಿದ್ದರು.

ಉರಿಯನುಗುಟ್ವಂತೆ ಬಿಸುನೆ
ತ್ತರನೆತ್ತಂ ಸೂಸುವಂತೆ ಬಿಚ್ಚನೆ ಬಿಟ್ಟ ।
ರ್ದೆರಡುಂ ಕಣ್ಗಳೊಳವರೊ
ರ್ಬರನೊರ್ಬರ್ನುಂಗುವಂತೆ ನೋಡಿದರೆನಸುಂ ॥ ೪ ॥

ಬಿಸುನೆತ್ತರು = ಬೆಚ್ಚಗಿರುವ ರಕ್ತ ; ಬಿಚ್ಚನೆ ಬಿಟ್ಟ = ಅಗಲವಾಗಿ ತೆರೆದ ;
ಎನಸುಂ = ಅತಿಶಯದಿಂದ

ಉರಿಯನ್ನು (ಬೆಂಕಿಯನ್ನು) ಕಾರುತ್ತಿರುವರೋ ಎನ್ನುವ ರೀತಿಯಲ್ಲಿ ಕೆಂಪಾದ ಬೆಚ್ಚನೆಯ ರಕ್ತವನ್ನು ಎಲ್ಲೆಲ್ಲೂ ಎರಚುತ್ತಿರುವರೋ ಎನ್ನುವಂತೆ ಅಗಲವಾಗಿ ತೆರೆದಿಟ್ಟ ಎರಡೂ ಕಣ್ಣುಗಳಿಂದ ಅವರುಗಳು ಒಬ್ಬರನ್ನೊಬ್ಬರು ನುಂಗುವಂತೆ ಅತಿಶಯವಾದ ತೀಕ್ಷ್ಣತೆಯಿಂದ ನೋಡಿದರು.

ಖಳ ದುಶ್ಯಾಸನ ಲೋಹಿತ
ಜಳಮಂ ಕುಡಿದೆನಸುಮಳ್ಕಿಸಲ್ಕಾಱದೆ ಕ ।
ಣ್ಣೊಳೆ ಕಾಱುವಂತೆ ಕೌರವ
ಕುಳಾಂತಕಂ ತರಳ ತಾಮ್ರಲೋಚನ ನಾದಂ ॥ ೫ ॥

ಲೋಹಿತ ಜಳ = ಕೆಂಪು ರಕ್ತ ; ಅಳ್ಕಿಸಲ್ಕೆ + ಆಱದೆ = ಜೀರ್ಣಿಸಿಕೊಳ್ಳಲಾರದೆ ; ತರಳ ತಾಮ್ರ ಲೋಚನ = ಚಂಚಲವಾದ ಕೆಂಗಣ್ಣು

ದುಷ್ಟ ದುಶ್ಯಾಸನನ ಕೆನ್ನೆತ್ತರನ್ನು ಕಂಠಪೂರ್ತಿ ಕುಡಿದು ಅದನ್ನು ಸರಿಯಾಗಿ ಅರಗಿಸಿಕೊಳ್ಳಲಾರದೆ, ಕಣ್ಣುಗಳ ಮೂಲಕ ಅದನ್ನು ಕಾರುತ್ತಿರುವನೋ ಎನ್ನುವಂತೆ ಕೌರವ ಕುಲನಾಶಕನಾದ ಭೀಮಸೇನನು ಚಂಚಲವಾದ ಕೆಂಗಣ್ಣುಳ್ಳವನಾದನು.

ಉದಯಾದ್ರಿಯುಮಸ್ತಾದ್ರಿಯು
ಮುದಗ್ರಕೋಪೋತ್ಕರಂಗಳಿರ್ಪಂತಿರೆ ನೀ ।
ಳ್ದೊದವಿದರುನ್ನತ ಮೂರ್ತಿಗ
ಳೊದವಿ ಗದಾಯಧದೆ ಭೀಮ ಭುಜಗಧ್ವಜರುಂ ॥ ೬ ॥

ಅದ್ರಿ = ಪರ್ವತ ; ಉದಗ್ರ ಕೋಪೋತ್ಕರ = ಕೋಪೋದ್ರೇಕ (ಉಕ್ಕೇರಿದ ಕೋಪ) ; ಇರ್ಪಂತೆ = ಇರುವಂತೆ ; ನೀಳ್ದು + ಒದವಿದರ್ = ಉದ್ದಕ್ಕೆ (ನೆಟ್ಟಗೆ) ನಿಂತು ಸಿದ್ಧವಾದರು ; ಉನ್ನತ ಮೂರ್ತಿ = ದೀರ್ಘ (ದಷ್ಟಪುಷ್ಟ) ದೇಹಿಗಳು ; ಭುಜಗಧ್ವಜ = ಸರ್ಪಪತಾಕ – ದುರ್ಯೋಧನ

ಉದಯ ಪರ್ವತವೂ, ಅಸ್ತಾಚಲವೂ ಕೋಪೋದ್ರೇಕದಿಂದ ಒಂದರ ಮೇಲೊಂದು ಎರಗುವುದಕ್ಕೆ ಸಿದ್ಧವಾದುವೋ ಎನ್ನುವಂತೆ ದೀರ್ಘದೇಹಿಗಳಾದ ಭೀಮ ದುರ್ಯೋಧನರು ಎದುರು ಬದಿರಾಗಿ ನೆಟ್ಟಗೆ ನಿಂತು ಗದಾಯುದ್ಧಕ್ಕೆ ಸಿದ್ಧರಾದರು. (ಇಲ್ಲಿ ಕವಿಯ ಕಲ್ಪನೆ ಅಮೋಘ. ಭೀಮನನ್ನು ಉದಯಾ ಚಲಕ್ಕೂ ದುರ್ಯೋಧನನನ್ನು ಅಸ್ತಾದ್ರಿಗೂ ಹೋಲಿಸಿ ಅವರಿಬ್ಬರ ಭವಿಷ್ಯವನ್ನೂ ಸೂಚಿಸುವಲ್ಲಿ ಕವಿ ತನ್ನ ಕಲ್ಪನಾ ಸಾಮರ್ಥ್ಯವನ್ನು ತೋರಿದ್ದಾನೆ.)

ವಚನ : ಅಂತೊದವಿ –

ಆ ರೀತಿಯಲ್ಲಿ ಇಬ್ಬರೂ ಸಿದ್ಧರಾಗಿ –

ಕಿಱಿದೆ ಕಿಱಿದೆ ಮೆಟ್ಟೆ ಮುಂದಂ
ಕಿಱಿಕಿಱಿದನೆ ಸಾರ್ಚಿ ತಮ್ಮ ಗದೆಗಳನಾಗಳ್ ।
ಕಿಱಿಕಿಱಿದೆ ತಿರುಪಿ ಮಾಣದೆ
ಕಿಱಿಕಿಱಿದನೆ ತೂಂಕಿ ತೂಂಕಿ ನೂಂಕಿದರೆನಸುಂ ॥ ೭ ॥

ಕಿಱಿಕಿಱಿದೆ ಮೆಟ್ಟಿ = ಮೆಲ್ಲ ಮೆಲ್ಲನೆ (ಸ್ವಲ್ಪ ಸ್ವಲ್ಪ) ಹೆಜ್ಜೆಯಿಟ್ಟು ; ಸಾರ್ಚಿ = ಚಾಚಿ ; ತಿರುಪಿ = ತಿರುಗಿಸಿ ; ತೂಂಕಿ= ತೂಗಿ

ಗದಾಯುದ್ಧದ ಒಂದು ರೀತಿಯನ್ನು ಇಲ್ಲಿ ಕವಿ ವರ್ಣಿಸುತ್ತಾನೆ. ಯದ್ಧಾರಂಭಕ್ಕೆ ಮುಂಚೆ ಇಬ್ಬರೂ ಮೆಲ್ಲ ಮೆಲ್ಲನೆ ಹೆಜ್ಜೆಯಿಡುತ್ತಾ ಮುಂದೆ ಬಂದು ತಮ್ಮ ತಮ್ಮ ಗದೆಗಳನ್ನು ಮೆಲ್ಲ ಮೆಲ್ಲನೆ ಚಾಚುತ್ತಾ ಮತ್ತೆ ನಿಧಾನವಾಗಿ ತಿರುಗಿಸುತ್ತಾ, ಆಚೆ ಈಚೆ ಚಲಿಸುತ್ತಾ ಕ್ರಮೇಣ ಗದೆಯನ್ನು ರಭಸದಿಂದ ಬೀಸತೊಡಗಿದರು.

ಎಡದಡಿಯಂ ಪುಗಿಸುವ ಬಲ
ದಡಿಯಂ ಪೊಱಗಿಡುವ ದಂಡೆಯಂ ನಿಟ್ಟಿಸುವ ಕೈ ।
ನಡುಗದೆ ಗದೆಯಂ ಬೀಸುವ
ಬೆಡಂಗು ರಂಜಿಸಿತು ಭೀಮದುರ್ಯೋಧನರಾ ॥ ೮ ॥

ಪುಗಿಸುವ = ಒಳಹೊಗಿಸುವ ; ಪೊಱಗಿಡು = ಹೊರಗಿಡು ; ದಂಡೆಯಂ = ಆಯುಧವನ್ನು ; ನಿಟ್ಟಿಸುವ = ತಡೆಗಟ್ಟುವ ; ಬೆಡಂಗು = ಬೆಡಗು

ಭೀಮದುರ್ಯೋಧನರ ಯುದ್ಧದ ವೈಖರಿ ಹೇಗಿತ್ತೆಂದರೆ ಎಡದ ಹೆಜ್ಜೆಯನ್ನು ಒಳಹೊಗಿಸಿ ಬಲಗಾಲನ್ನು ಮುಂದಕ್ಕೆ ಇಟ್ಟು ನಿಂತು ತಮ್ಮ ತಮ್ಮ ಗದೆಗಳಿಂದ ಒಬ್ಬರನ್ನೊಬ್ಬರು ತಡೆಗಟ್ಟುತ್ತಾ ಕಿಂಚಿತ್ತು ಕೈ ನಡುಗದೆ ಗದೆಯನ್ನು ಬೀಸುವ ಅವರ ಯುದ್ಧದ ವೈಖರಿ ನೋಡುಗರನ್ನು ರಂಜಿಸುತ್ತಿತ್ತು.

ಕಡುಕೆಯ್ದು ಕುತ್ತೆ ವಂಚಿಸಿ
ಬಿಡೆ ಬೀಸಿದೊಡೊಡನೆ ಬೀಸಿ ನಿಮಿರ್ದಡಿ ಕಾಲಿ ।
ಟ್ಟಡಿಗಿಡೆ ನಿಘಾತದಿಂ ಪೊ
ಯ್ದೊಡಾಂಕೆಗೊಂಡಣ್ಮಿಕಾದಿದರ್ ಕಡುಕಲಿಗಳ್ ॥ ೯ ॥

ಕಡುಕೆಯ್ದು = ತೀವ್ರ – ರಭಸದಿಂದ ; ಕುತ್ತೆ = ತಿವಿಯಲು ; ನಿಮಿರ್ದು = ನೆಟ್ಟನೆ ; ನಿಘಾತ = ಬಲವಾದ ಹೊಡೆತ

ಒಬ್ಬನು ಅತ್ಯಂತ ರಭಸದಿಂದ ತಿವಿದಾಗ ಮತ್ತೊಬ್ಬ ಅದನ್ನು ಉಪಾಯವಾಗಿ ತಪ್ಪಿಸಿಕೊಂಡು ತನ್ನ ಗದೆಯನ್ನು ಬೀಸಿದಾಗ ಕೂಡಲೇ ಅವನ ಎದುರಾಳಿ ತನ್ನ ಉದ್ದವಾದ ಕಾಲನ್ನು ಇವನ ಸಂದಿಯಲ್ಲಿ ತುರುಕಿ ಆಯತಪ್ಪುವಂತೆ ಮಾಡಿ ಬಲವಾಗಿ ಹೊಡೆದರೆ ಅದನ್ನು ಚಾಕಚಕ್ಯತೆಯಿಂದ ತಪ್ಪಿಸಿ ತನ್ನ ಸಾಮರ್ಥ್ಯ ತೋರುತ್ತಾ ಭೀಮ ದುರ್ಯೋಧನರು ಮಹಾ ಸತ್ವಯುಕ್ತರಾಗಿ ವೀರಾವೇಶದಿಂದ ಕಾದಾಡುತ್ತಿದ್ದರು.

(34)ಪದಘಾತಕ್ಕಗಿದಳ್ಕಿ ಬಳ್ಕಿದುದಧೋಲೋಕಂ ಭಯಂ ಮರ್ತ್ಯಲೋ
ಕದೊಳಂ ಪೊಣ್ಮಿದದೂರ್ಧ್ವಲೋಕದೊಳೆ ಮತ್ತಾಯ್ತದ್ಭುತ ಭ್ರಾಂತಿಯೆಂ ।
ಬುದನೆಂಬಂತಿರೆಯಂತದೇಂ ಭವನಮಂ ಪರ್ಯಾಕುಲಂ ಮಾಡಲಾ
ರ್ತುದೊ ದುರ್ಯೋಧನ ಭೀಮಸೇನರ ಗದಾಯುದ್ಧಂ ತ್ರಿದಾಭ್ರಾಂತಿಯಂ ॥ ೧೦ ॥

ಅಳ್ಕಿ ಬಳ್ಕಿ = ಭಯದಿಂದ ಮುದುಡಿ ; ಅಧೋಲೋಕ = ಪಾತಾಳ ಲೋಕ ; ಪೊಣ್ಮಿ = ಉಂಟಾಗಿ ; ಊರ್ಧ್ವಲೋಕ = ಮೇಲಿನ – ದೇವಲೋಕ ; ಪರ್ಯಾಕುಲ = ಅಲ್ಲೋಲ ಕಲ್ಲೋಲ ; ತ್ರಿದಾಭ್ರಾಂತಿ = ಮೂರು ಲೋಕವನ್ನು ಭ್ರಾಂತಿಗೊಳಿಸು

ಭೀಮ ದುರ್ಯೋಧನರ ಪದ ಘಟ್ಟಣೆಗೆ ಪಾತಾಳ ಲೋಕ ಭಯದಿಂದ ಮುದುಡಿ ಹೋಯಿತು. ಮರ್ತ್ಯಲೋಕದಲ್ಲಿ ಭಯದ ವಾತಾವರಣ ಮೂಡಿತು. ಇನ್ನು ದೇವಲೋಕದಲ್ಲಿ ಆಶ್ಚರ್ಯಕರವಾದ ರೀತಿಯಲ್ಲಿ ಅಲ್ಲೋಲ ಕಲ್ಲೋಲವುಂಟಾಯಿತು. ಸಮಸ್ತ ಸಾಗರಗಳು ಉಕ್ಕಿ ಅಲೆಗಳಿಂದ ಅಪ್ಪಳಿಸುವಂತಾಗಿ ಮೂರು ಲೋಕಗಳೂ ತಲ್ಲಣಿಸಿತು.

---

(34) **ಮತ್ತೊಂದು ಪಾಠಾಂತರ ಹೀಗಿದೆ :**
ಪದಾಘಾತಕ್ಕವನೀತಳಂ ಕಳಲೆ ಪಾತಾಳಾಬ್ಧಿ ತಳ್ಕಂಕಗೊಂ
ಡುದುವೇಕೆಂದೆನೆ ಮರ್ತ್ಯಲೋಕದೊಳೆ ಮತ್ತಾಯ್ತದ್ಭುತ ಭ್ರಾಂತಿಯೆಂ ।
ಬುದುಮೆಂಬನ್ನೆಗಂ ಅಂತಿದಂ ಭುವನಮಂ ನಿರ್ವ್ಯಾಕುಲಂ ಮಾಡಲಾ
ದುದು ದುರ್ಯೋಧನ ಭೀಮಸೇನರ ಗದಾಯುದ್ಧಂ ಕುರುಕ್ಷೇತ್ರದೊಳ್ ॥

ದಪ್ಪರಿದಟ್ಟುಂ ಪೊಟ್ಟೆನೆ
ದೊಪ್ಪಧೊಗಪ್ಪೆನೆ ದಿಧಿಲ್ಬುಧಿಲ್ಲೆನೆ ಗದೆಗಳ್ ।
ಸೊಪ್ಪುಸೊವಡಪ್ಪಿನಂ ಸೂ
ಟ್ತಿಪ್ಪದೆ ಕಡುಕೆಯ್ದು ಪೊಯ್ದರೊರ್ವರನೊರ್ವರ್ ॥ ೧೧ ॥

ದಪ್ಪರಿದಟ್ಟುಂ + ಪೊಟ್ + ಎನೆ, ದೊಪ್ಪಧೊಗಪ್ಪೆನೆ, ದಿಧಿಲ್ಬುಧಿಲ್ = ಇವೆಲ್ಲವೂ ಗದೆಗಳ ಘಟ್ಟಣೆಯನ್ನು ಬಿಂಬಿಸುವ ಪದಗಳು ; ಸೊಪ್ಪುಸವಡಪ್ಪಿನಂ = ಜಜ್ಜಿ ನುಗ್ಗಾಗುವ ತನಕ ; ಸೂಳ್ ತಪ್ಪದೆ = ಸರದಿ ತಪ್ಪದೆ ; ಕಡುಕೆಯ್ದು = ಜೋರು ಜೋರಾಗಿ

ಭೀಮದುರ್ಯೋಧನರ ಗದಾಹೊಡೆತಗಳು ಹೇಗಿದ್ದುವೆಂದರೆ ಒಂದನ್ನೊಂದು ಘಟ್ಟಿಸಿದಾಗ ಧಪ್ ಧಪ್, ಪೊಟ್ ಪೊಟ್, ದಿಧಿಲ್ ಬುಧಿಲ್ ಎಂಬ ಶಬ್ದಗಳು ಹೊರಹೊಮ್ಮುತ್ತಿದ್ದುವು. ಹೀಗೆ ಒಬ್ಬರನ್ನೊಬ್ಬರು ಅತ್ಯಂತ ವೀರಾವೇಶದಿಂದ ಗದೆಗಳೂ ಜಜ್ಜಿ ನುಗ್ಗಾಗುವಂತೆ ಕಾದಾಡಿದರು.

ಪಗಲುಳ್ಕಮುಳ್ಕುವಂದದಿ
ನೊಗೆವ ಗದಾಶುಲ್ಕಮುಳ್ಕೆ ಕಣ್ಣಂ ಮುಚ್ಚಲ್ ।
ಬಗೆಯೆ ದಿವಿಜರ್ ಗದಾಹವ
ಮಗುರ್ವುಮದ್ಭುತಮುಮಾಯ್ತು ಕುರುಪಾಂಡವರಾ ॥ ೧೨ ॥

ಪಗಲ್ + ಉಳ್ಕು + ಉಳ್ಕುವಂದದಿ = ಹಗಲಲ್ಲೆ ಉಲ್ಕಾಪಾತವಾದಂತೆ ; ಗದಾಶುಲ್ಕ = ಗದೆಯಿಂದ ಏಳುವ ಚಕ್ಕೆಗಳು ; ಉಳ್ಕೆ = ಪ್ರಕಾಶಿಸಲು ; ಗದಾಹವ (ಗದೆ + ಆಹವ) = ಗದಾಯುದ್ಧ ; ಅಗುರ್ವು = ಭಯಂಕರ

ಹಗಲು ಹೊತ್ತಿನಲ್ಲಿಯೇ ಉಲ್ಕಾಪಾತವಾದಂತೆ ಗದೆ-ಗದೆಗಳ ಹೊಡೆತದಿಂದ ಹೊರಬೀಳುವ ಚಕ್ಕೆಗಳು ಕಣ್ಣುಕೋರೈಸುವಂತೆ ಹೊಳೆಯುತ್ತಿರಲು ಅದನ್ನು ಆಕಾಶದಲ್ಲಿ ನಿಂತು ವೀಕ್ಷಿಸುತ್ತಿದ್ದ ದೇವತೆಗಳು ತುಂಬು ಭಯದಿಂದ ತಮ್ಮ ಕಣ್ಣುಗಳನ್ನು ಮುಚ್ಚಿಕೊಳ್ಳಲು ಚಿಂತಿಸುತ್ತಿರುವಂತೆ ಭೀಮದುರ್ಯೋಧನರ ಗದಾಯುದ್ಧದ ಪ್ರಖರತೆ ಅತ್ಯದ್ಭುತವಾಗಿತ್ತು. ಅತಿ ಭಯಂಕರವೂ ಆಗಿತ್ತು.

ಗದೆಗದೆಯಂ ಘಟ್ಟಿಸೆ ಪು
ಟ್ಟಿದ ಕೆಂಡದ ಕಿಡಿಯ ತಂಡವೆಂಟುಂದೆಸೆಯಂ ।
ಪುದಿಯೆ ಪದಧೂಳಿ ಗಗನದೊ
ಳೊದವೆ ಸುರರ್ಬೆದಱೆ ಕಾದಿದರ್ ಕಡುಗಲಿಗಳ್ ॥ ೧೩ ॥

ಘಟ್ಟಿಸೆ = ಒಂದಕ್ಕೊಂದು ತಗುಲಿದಾಗ ; ತಂಡ = ಸಮೂಹ ; ಪುದಿಯೆ = ಕವಿಯಲು ; ಒದವೆ = ವ್ಯಾಪಿಸು ;

ಗದೆ ಗದೆಗಳು ಒಂದನ್ನೊಂದು ಘಟ್ಟಿಸಿದಾಗ ಹುಟ್ಟಿದ ಬೆಂಕಿಯ ಕಿಡಿಗಳ ಸಮೂಹವು ಎಂಟು ದಿಕ್ಕುಗಳನ್ನು ಆವರಿಸಲು (ಕವಿಯಲು) ಇಬ್ಬರ ಪಾದಾಘಾತದಿಂದ ಎದ್ದ ಧೂಳು ಆಕಾಶವನ್ನೇ ವ್ಯಾಪಿಸಿದಾಗ ದೇವತೆಗಳು ಹೆದರುತ್ತಿರಲು ಆ ಮಹಾ ಪರಾಕ್ರಮಿಗಳು ವೀರಾವೇಶದಿಂದ ಹೋರಾಡಿದರು.

ಕುರುಭೂಮಿಯೆ ಖಡ್ಗಡಿಗಳ್
ಸುರಿಯೆ ಗಳಜ್ಜೋದರಾಗಿಳಿಗಳ್ ಕೊಟಕರಾ ।(35)
ಗಿರೆ ಮುಂಬುಗಳೆದು ಕಾದಿದ
ರರಿ ಬಿರುದರ್ಕಾದುವಂತೆ ಕುರು ಪಾಂಡುಸುತರ್ ॥ ೧೪ ॥

ಖಡ್ಗಡಿ = ಕಿಡಿಗಳು ಹೊಮ್ಮುವುದು ; ಮುಂಬುಗಳೆದು = ಮುಂದಿನದನ್ನು ಚಿಂತಿಸದೆ

ಗದೆ ಗದೆಗಳ ಸಂಘಟ್ಟನೆಯಿಂದ ಹೊರಸೂಸಿದ ಕಿಡಿಗಳು ಇಡೀ ಕುರುಕ್ಷೇತ್ರವನ್ನೇ ಆವರಿಸುವಂತೆ ಸುರಿಯುತ್ತಿರಲು, ಬಲರಾಮಕೃಷ್ಣರಾದಿಯಾಗಿ ಎಲ್ಲರೂ ನೋಡುತ್ತಿರಲು ಜೀವದ ಹಂಗು ತೊರೆದು ಪರಸ್ಪರ ದ್ವೇಷಿಗಳು ಹೋರಾಡುವಂತೆ ಕಾದುತ್ತಿದ್ದರು ಭೀಮ ದುರ್ಯೋಧನರು.

ಅಡಿಯಂ ಕಿಱುದೊಡೆಯಂ ಪೆ
ರ್ದೊಡೆಯಂ ಪೊಱವಾಱನುಡಿಯನುರಮಂ ಮುಯ್ವಂ ।
ಮುಡುಪಂ ಬೆನ್ನಂ ಕೊರಲಂ
ನಡುನೆತ್ತಿಯನೆತ್ತಿ ಪೊಯ್ದರೊರ್ವರನೊರ್ವರ್ ॥ ೧೫ ॥

ಅಡಿ = ಪಾದ ; ಪೆರ್ದೊಡೆ = ದಪ್ಪ (ಕೊಬ್ಬಿದ) ತೊಡೆ ; ಪೊಱವಾಱಂ = ನಿತಂಬ ; ಉಡಿ = ಸೊಂಟ ; ಉರ = ಎದೆ ; ಮುಯ್ವಂ = ಹೆಕ್ಕತ್ತು ; ಮುಡುಪ = ಹೆಗಲು – ಭುಜ

ಇಲ್ಲಿಯ ತನಕ ಭೀಮದುರ್ಯೋಧನರ ಗದೆಗಳ ಸಂಘಟ್ಟನೆಯಿಂದ ಹೊರಸೂಸಿದ ಬೆಂಕಿಯ ಕಿಡಿಗಳ ವರ್ಣನೆಯಿದ್ದು ಈಗ ಇವರಿಬ್ಬರೂ ತಮ್ಮ ಗದೆಗಳಿಂದ ಒಬ್ಬರೊಬ್ಬರ ದೇಹದ ಭಾಗಗಳ ಮೇಲೆ ಹೊಯ್ದಾಡುವುದನ್ನು ಕವಿ ಬಹು ಸ್ವಾರಸ್ಯಕರವಾಗಿ ವರ್ಣಿಸಿದ್ದಾನೆ. ಪಾದದಿಂದ ಹಿಡಿದು ನಡುನೆತ್ತಿಯವರೆಗೆ ಇರುವ ಶರೀರದ ಎಲ್ಲಾ ಭಾಗಗಳ ಮೇಲೂ ಅಂದರೆ ಕಿರು ತೊಡೆ, ಹೆದ್ದೊಡೆ, ನಿತಂಬ, ಸೊಂಟ, ಎದೆ, ಕತ್ತು, ಹೆಗಲು, ತಲೆ, ನಡು ನೆತ್ತಿ ಹೀಗೆ ಒಂದೊಂದು ಅಂಗದ ಮೇಲೂ ಹೊಡೆಯುತ್ತಾ ಕಾದಾಡಿದರು.

ತಡದಿಂ ಕಿತ್ತಡಿಯೆಂಬುದ
ದಡಿಗಿಡೆ ಪೊಕ್ಕೊಳಗು ಪೊಱಗು ಬಲನೆಡನೆಂಬೀ ।
ಯಡೆಯಱಿದು ಮೆಯ್ಗಳಂ ಸೂ
ೞ್ತಿಡವಾಗದೆ ಕಾಯ್ದು ಪೊಯ್ದರೊರ್ವರನೊರ್ವರ್ ॥ ೧೬ ॥

ತಡ = ದಡ (ನೆಲ) ; ಕಿತ್ತಡಿ = ಎತ್ತಿದ ಪಾದ ; ಅಡಿಕಿಡೆ = ಹೆಜ್ಜೆ ತಪ್ಪುವಂತೆ ; ಸೂೞ್ = ಸರದಿ

ಭೂಮಿಯಿಂದ ಎತ್ತಿದ ಹೆಜ್ಜೆಯನ್ನು ತಪ್ಪಿಸುವುದಕ್ಕೆ ಮುನ್ನುಗ್ಗಿ ದೇಹದ ಒಳ–ಹೊರ ಭಾಗಗಳನ್ನು ಎಡ–ಬಲದ ಮಗ್ಗುಲುಗಳನ್ನು ನೋಡಿ ನೋಡಿ ಗುರಿಹಿಡಿದು ಸರದಿಯ ಪ್ರಕಾರ ಒಬ್ಬರನ್ನೊಬ್ಬರು ಹೊಯ್ದಾಡುತ್ತಾ ಕಾದಿದರು.

(35) ಇಲ್ಲಿನ ಪದ ಪ್ರಯೋಗ ಅಷ್ಟು ಸಮರ್ಪಕವಾಗಿಲ್ಲ! ಇದು ಹೀಗಿರಬಹುದೆಂದು ಕೆಲವರ ಅಭಿಪ್ರಾಯವಿದೆ. ("ಸುರಿಯೆ ಬಳಾಬ್ಜೋದರಾದಿಗಳ್ ನೋಟಕರಾ" – ಬಲರಾಮ ಕೃಷ್ಣರಾದಿಯಾದ ನೋಟಕರು)

ದಾರುಣರಕ್ತವಕ್ತ್ರ[36] ಮೃಗರಾಜಯುಗಕ್ಕೆ ನವಪ್ರಸೂನ[37] ಕಾಂ
ತಾರಕಕಿಂಶುಕದ್ರುಮಯುಗಕ್ಕೆ ಸಧಾತುಕುಭೃದ್ಯುಗಕ್ಕೆ ಸಿಂ ।
ಧೂರಿತ ಗಂಧಸಿಂಧುರಯುಗಕ್ಕೆಣೆಯೆಂಬಿನಮಣ್ಕಿಕಾದಿದರ್
ಕೌರವರಾಜನುಂ ಕುರುಕುಲಾಂತಕನುಂ ರುಧಿರಾಕ್ತಮೂರ್ತಿಗಳ್ ॥ ೧೭ ॥

ದಾರುಣರಕ್ತವಕ್ತ್ರ = ಉಗ್ರವಾದ ರಕ್ತಸಿಕ್ತದ ಮುಖ ; ನವಪ್ರಸೂನ = ಹೊಸ ಹೂವುಗಳ ; ಕಾಂತಾರಕ = ಕಾಡಿನ (ಕಠಿನವಾದ) ; ಕಿಂಶುಕದ್ರುಮ = ಮುತ್ತುಗದ ಮರ ; ಸಧಾತು = ಕೆಂಪು ಜಾಜುಗಲ್ಲು (?) ; ಕುಭೃದ್ಯುಗ = ಪರ್ವತಗಳ ಜೋಡಿ ; ಗಂಧ ಸಿಂಧೂರ = ಮದದಾನೆ ; ರುಧಿರ + ಅಕ್ತ = ರಕ್ತದಿಂದ ತೊಯ್ದು

ರಕ್ತಸಿಕ್ತವಾದ ಕೆಂಪಾದ ಮುಖವುಳ್ಳ ಸಿಂಹಗಳ ಜೋಡಿಯಂತೆ, ಹೊಸ ಹೂವುಗಳಿಂದ ಶೋಭಿತವಾದ ಮುತ್ತುಗದ ಮರಗಳ ಜೋಡಿಯಂತೆ, ಕೆಂಪು ಬಣ್ಣದ ಕಲ್ಲುಗಳಿಂದ ಕೂಡಿದ ಪರ್ವತಗಳ ಜೋಡಿಯಂತೆ, ಸಿಂಧೂರದಿಂದ ಅಲಂಕೃತಗೊಂಡ ಮದವೇರಿದ ಆನೆಗಳಂತೆ, ರಕ್ತವನ್ನೇ ಮೈಗೆ ಲೇಪಿಸಿಕೊಂಡ ರಕ್ತಸಿಕ್ತವಾದ ದೇಹದಿಂದ ಕೂಡಿದ ಭೀಮದುರ್ಯೋಧನರು ಒಬ್ಬರನ್ನೊಬ್ಬರು ಹೊಯ್ದಾಡುತ್ತಾ ಕಾದಿದರು.

ಕರಿಯಂ ನುಂಗಿ ಕಳಿಂಗನಂ ನೊಣೆದ ದರ್ಪಕ್ಕೊಂದುಗೊಳ್ ಮತ್ಸಹೋ
ದರರಂ ಕೋಪದೆ ತಿಂದುದರ್ಕೆರಡುಗೊಳ್ ದುಶ್ಶಾಸನೋರುಸ್ಥಳ ।
ಕ್ಷರದಸ್ರಾಂಬುವನಾರ್ದು ಪೀರ್ದ ಮುಳಿಸಿಂಗಂ ಮೂಱುಗೊಳ್ಳೆಂದು ಮ
ಚ್ಚರದಿಂದೋವದೆ ಪೊಯ್ದನೆತ್ತಿ ಗದೆಯಂ ದುರ್ಯೋಧನಂ ಭೀಮನಂ ॥ ೧೮ ॥

ಕರಿಯಂ = ಆನೆಗಳು ; ನೊಣೆದ = ನುಂಗಿದ ; ಕ್ಷರತ್ + ಅಸ್ರಾಂಬು = ಉಕ್ಕುತ್ತಿದ್ದ ರಕ್ತವನ್ನು ; ಮುಳಿಸಿಂಗೆ = ಕೋಪಕ್ಕೆ ; ಮಚ್ಚರ = ಮತ್ಸರ

ಕಳಿಂಗರಾಜನ ಆನೆಗಳ ಹಿಂಡನ್ನೇ ಕೊಂದು ಕಳಿಂಗನನ್ನೂ ಸಂಹರಿಸಿದ ದರ್ಪಕ್ಕೆ ಇದೋ ಒಂದೇಟು! ನನ್ನ ತಮ್ಮಂದಿರನ್ನು ಕೋಪದಿಂದ ಕೊಂದು ತಿಂದುದಕ್ಕೆ ಇದೋ ಎರಡೇಟು ; ದುಶ್ಶಾಸನನ ಎದೆಯನ್ನು ಬಗಿದು ಸೂಸಿದ ರಕ್ತವನ್ನು ಆರ್ಭಟಿಸಿ ಕುಡಿದುದಕ್ಕೆ ಇದೊ ಮೂರು ಹೊಡೆತ ತೆಗೆದುಕೊ ಎನ್ನುತ್ತಾ ಮತ್ಸರದಿಂದ ಬಿಡದೆ ಗದೆಯನ್ನು ಎತ್ತಿ ಭೀಮನಿಗೆ ಹೊಡೆದ ದುರ್ಯೋಧನ! (ಇದು ತನಕ ಬರೀ ಗದೆ ಗದೆಯನ್ನು ಘಟ್ಟಿಸುತ್ತಾ ಕಾದಾಡುತ್ತಿದ್ದವರು ಈಗ ಮೂದಲಿಕೆಯ ಮಾತುಗಳೊಂದಿಗೆ ಕಾದಾಡ ಹತ್ತಿದರು.)

ವಚನ : ಎಂದು ಮುಟ್ಟಿ ಮೂದಲಿಸೆ –

ಎನ್ನುತ್ತಾ ಮೂದಲಿಸಿ ಹೊಡೆದಾಗ –

(36) ವಾರಣ ರಕ್ತಸಿಕ್ತ (ಪಾಠಾಂತರ)

(37) ರಾಗಾರುಣ?

ಇದು ಲಾಕ್ಷಾಗೇಹದಾಹಕ್ಕಿದು ವಿಷಮ ವಿಷಾನ್ನಕ್ಕಿದಾ ನಾಡ ಜೂದಿಂ
ಗಿದು ಪಾಂಚಾಲೀ ಪ್ರಪಂಚಕ್ಕಿದು ಕೃತಕ ಸಭಾಳೋಕನಭ್ರಾಂತಿಗೆಂದೋ ।
ವದೆ ಪೊಯ್ದಂ ಕಾಲ್ಗಳಂ ತೋಳ್ಗಳನಗಲ್ದುರಮಂ ಕೆನ್ನೆಯಂ ನೆತ್ತಿಯಂ ಕೋ
ಪದಿನ್ನೆಯ್ದುಂ ದುರ್ನಯಕ್ಕೈದಡೆಯನುರುಗದಾದಂಡದಿಂ ಭೀಮಸೇನಂ ॥ ೧೯ ॥

ಲಾಕ್ಷಾಗೇಹ = ಅರಗಿನ ಮನೆ ; ನಾಡಜೂದು = ಕಪಟ ದ್ಯೂತ ; ಅಗಲ್ದ + ಉರ = ಅಗಲವಾದ ಎದೆ ; ಓವದೆ = ನಿಷ್ಕರುಣೆಯಿಂದ ; ದುರ್ನಯ = ತಪ್ಪು (ಅಪರಾಧ)

ಅಲ್ಲಿ ದುರ್ಯೋಧನ ಭೀಮನ ಅಪರಾಧಗಳಿಗೆ ಮೂರು ಹೊಡೆತಗಳನ್ನು ಹೊಡೆದರೆ ಪ್ರತಿಯಾಗಿ ಭೀಮಸೇನ ದುರ್ಯೋಧನನ ದುರ್ನಡತೆಗೆ ಐದು ಏಟುಗಳನ್ನು ಹೊಡೆಯುತ್ತಾನೆ –

ಇದು ಅಂದು ಅರಗಿನ ಮನೆಯಲ್ಲಿ ನಮ್ಮನ್ನು ಸುಡಲು ಪ್ರಯತ್ನಿಸಿದುದಕ್ಕೆ ; ಇದು ನನಗೆ ವಿಷಾನ್ನವನ್ನ ನೀಡಿದ್ದಕ್ಕೆ, ಇದು ಕಪಟದ ಜೂಜಿಗೆ, ಇದು ದ್ರೌಪದಿಯನ್ನು ಅವಮಾನಗೊಳಿಸಿದ್ದಕ್ಕೆ, ಇದೋ ಇದು ಮೋಸದಿಂದ ನಮ್ಮನ್ನು ನಿನ್ನ ಆ ಕೃತಕ ಸಭಾ ಭವನಕ್ಕೆ ಬರಮಾಡಿಕೊಂಡದ್ದಕ್ಕೆ ತೆಗೆದುಕೋ, ತಡೆದುಕೋ ಎನ್ನುತ್ತಾ ಭೀಮನು ಅತ್ಯಂತ ಕೋಪಾವೇಶದಿಂದ ನಿರ್ದಾಕ್ಷಿಣ್ಯನಾಗಿ ದುರ್ಯೋಧನನ ಕಾಲು, ತೋಳು, ಎದೆ, ಕೆನ್ನೆ, ನೆತ್ತಿಯನ್ನು ತನ್ನ ಭೀಕರವಾದ ಗದೆಯಿಂದ ಅಪ್ಪಳಿಸಿದನು.

ವಚನ : ಅಂತು ಪೊಯ್ದೊಂದುಮಂ ಬಗೆಯದೆ –

ಹಾಗೆ ಹೊಡೆದು ಒಂದನ್ನೂ ಗಣನೆಗೆ ತೆಗೆದುಕೊಳ್ಳದೆ –

ಚರಣಾಕ್ರಾಂತಂ ಮಹೀಮಂಡಲಮದಿರೆ ಭುಜಾಕ್ರಾಂತಮಾಶಾ ಗಜೇಂದ್ರೋ
ತ್ಕರಮಾಶಾಭಿತ್ತಿಯಿಂದಂ ಪೆಱದೆಗೆಯೆ ಗದಾಕ್ರಾಂತಮುದ್ಭ್ರಾಂತ ವಿದ್ಯಾ ।
ಧರ ಚಕ್ರಂ ಗೆಂಟುಗೆಂಟಾಗಿರಿಸೆ ನಿಜವಿಮಾನಂಗಳಂ ಭೈರವಾಡಂ
ಬರಮಾಕಲ್ಪಾಂತಕಾಲಂ ನೆಗೞ್ದುದು ಸಮರಂ ಭೀಮದುರ್ಯೋಧನೀಯಂ ॥ ೨೦ ॥

ಚರಣಾಕ್ರಾಂತಂ = ಪಾದಗಳ ತುಳಿತಕ್ಕೆ ಒಳಗಾದ ; ಭುಜಾಕ್ರಾಂತಂ = ಬಾಹುಗಳಿಂದ ಆಕ್ರಮಿಸಿದ ; ಆಶಾಗಜೇಂದ್ರ = ದಿಗ್ಗಜಗಳ ; ಉತ್ಕರ = ಸಮೂಹ, ಆಶಾಭಿತ್ತಿ = ದಿಕ್ಕುಗಳೆಂಬ ಗೋಡೆ ; ಪೆಱದೆಗೆ = ಹಿಮ್ಮೆಟ್ಟು ; ಉದ್ಭ್ರಾಂತ = ಅಧಿಕ ಭ್ರಮೆಗೊಂಡ ; ವಿದ್ಯಾಧರ ಚಕ್ರ = ವಿದ್ಯಾಧರ ಮಂಡಲ ; ಗೆಂಟು ಗೆಂಟಾಗಿ = ದೂರ ದೂರಕ್ಕೆ ; ಭೈರವಾಡಂಬರ = ಭಯಂಕರವಾದ ಆಡಂಬರ (ಪ್ರಳಯ ಕಾಲದ ಆರ್ಭಟ ಎಂದೂ ಅರ್ಥೈಸಬಹುದು) ; ನೆಗೞ್ದುದು = ಗೋಚರವಾಯಿತು

ಅವರಿಬ್ಬರ ಪಾದಗಳ ತುಳಿತಕ್ಕೆ ಇಡೀ ಭೂಮಂಡಲವೇ ಅದುರಿತು. ನೀಡಿದ ನೀಳವಾದ ತೋಳುಗಳು ದಿಗ್ಗಜಗಳನ್ನೆಲ್ಲ ಹಿಮ್ಮೆಟ್ಟುವಂತೆ ಮಾಡಿದವು. ಗದೆಗಳನ್ನು ಎತ್ತಿ ಆಕಾಶದತ್ತ ಬೀಸಲು ಈ ಕಾದಾಟವನ್ನು ನೋಡಲೆಂದೇ ನೆರೆದಿದ್ದ ವಿದ್ಯಾಧರ ಸಮೂಹವೆಲ್ಲ ಚೆದುರಿ ತಮಗೆಲ್ಲಿ ಏಟು ಬೀಳುವುದೋ ಎನ್ನುತ್ತಾ ತಮ್ಮ ತಮ್ಮ ವಿಮಾನಗಳನ್ನು ದೂರದೂರಕ್ಕೆ ಒಯ್ದು ನಿಲ್ಲಿಸಿದರು. ಇವರಿಬ್ಬರ ಕಾದಾಟದ ವೈಖರಿ ಹೇಗಿತ್ತೆಂದರೆ, ಪ್ರಳಯಕಾಲದ ಭೈರವನ ಆಡಂಬರವೋ ಎಂಬತ್ತಿತ್ತು.

ವಚನ : ಅಂತಿರ್ವರ ಗದಾಪಟ್ಟಸಪರಿಘ ಸಂಘಟ್ಟನದಿಂದೊಗೆದು ನೆಗಟ್ವಿ ಕಿಡಿಯ ಕೆಂಡಂಗಳ ಕುಂಡಗಳನೊಳಕೊಂಡು ಗಗನಮಂಡಲದೊಳ್ ಪೊಗೆ ನೆಗೆದು ಮಹೋತ್ಪಾತ ಕೇತು ಚಕ್ರದಂತೆ ಸುಟ್ಟುರೆಗಾಳಿಯೊಳ್ ಸುೞಿಗೊಂಡು ತಱಗೆಲೆಗಳ್ ಪಾಱುವಂತೆ ದೆಸೆದೆಸೆಗೆ ಪಾಱುವ ಘನಾಘನ ಚಕ್ರ ದಿಂದುಳ್ಕುಲ್ಕಾಕಾರಮಾಗೆ ಚಕ್ರಾಕಾರದಿನೊಗೆವ ದಿಶಾಚಕ್ರದಿಂ ಸ್ಫುರದ್ವಿಸ್ಫು ಲಿಂಗದಿನುರಿಲಿಂಗಮಿರ್ಪಂತಿರ್ದ ಸಕಲಕುಲಾಚಲಚಕ್ರದಿಂ ಆ ಸಕಲಕುಲಾ ಚಲಚಕ್ರದೊಳಗೆ ಕುರುರವ ಚಕ್ರದಿಂದಂ ತಿಱ್ರನೆ ತಿರುಗುವ ಧರಾಚಕ್ರ ಭ್ರಾಂತಿಯೊಳ್ ತಮಗೆ ಚಿತ್ತ ಭ್ರಾಂತಿಯಾಗೆ ದೀರ್ಘೋಷ್ಣ ಪೂತ್ಕಾರಂ ಗೆಯ್ವ ನಾಗರಾಜ ಚಕ್ರದಿಂಪ್ಲುಷ್ಟಮಾದ ಸಪ್ತಸಾಗರಸಲಿಲದೊಳ್ ಮಲಮಲನೆ ಮಱುಗುವ ಜಲಚರ ಚಕ್ರದಿನತಿ ಭಯಂಕರಮುಮದ್ಭುತಮುಮಾಗೆ ಕಾದುತಿರ್ಪಲ್ಲಿ –

ಪಟ್ಟಸ = ಪರಶು – ಕೊಡಲಿ ; ಪರಿಘ = ಅಗುಳಿಯಂತಿರುವ ಆಯುಧ ; ನೆಗಳ್ವ = ಕಾಣುವ ; ಮಹಾ + ಉತ್ಪಾತ ಕೇತು = ಧೂಮಕೇತು ; ಚಕ್ರ = ಮಂಡಲ ; ಸುಟ್ಟುರೆ ಗಾಳಿ = ಸುಂಟರಗಾಳಿ ; ಸುೞಿಗೊಂಡು = ಚಕ್ರಾಕಾರವಾಗಿ ಸುತ್ತುವುದು ; ಘನಾಘನಚಕ್ರ = ಕಾರ್ಮೋಡಗಳ ಗುಂಪು ; ಉಳ್ಕು = ಪ್ರಭೆ ; ಉಲ್ಕಾಕಾರ = ಉರಿವ ಕೊಳ್ಳಿ ; ಕುರುರವ ಚಕ್ರ = ಕುಲಾಲ ಚಕ್ರ (ಕುಂಬಾರನು ಮಡಿಕೆ ಮಾಡುವ ಚಕ್ರ) ; ದೀರ್ಘೋಷ್ಣಘೂತ್ಕಾರ = ನಿಡಿದಾದ ಬಿಸಿಯುಸಿರು ; ನಾಗರಾಜ = ಗಜರಾಜ ; ಪ್ಲುಷ್ಟ = ಸುಡು ; ಸಲಿಲ = ನೀರು ; ಮಲಮಲನೆ = ಮಮ್ಮಲ

ಹೀಗೆ ಇವರಿಬ್ಬರ ಗದೆ, ಕೊಡಲಿ, ಅಗಳಿಗಳ ಘರ್ಷಣೆಯಿಂದ ಹುಟ್ಟಿದ ಕಿಡಿಗಳ ಸಮೂಹದಿಂದ ಆಕಾಶದುದ್ದಕ್ಕೂ ಹೊಗೆ ವ್ಯಾಪಿಸಿ – ಅದು ಧೂಮಕೇತುವಿನ ಮಂಡಲದಂತೆ, ಸುಂಟರಗಾಳಿಯಂತೆ ಚಕ್ರಾಕಾರವಾಗಿ ಸುತ್ತುತ್ತಿದ್ದರೆ ತರಗೆಲೆಗಳು ಚೆಲ್ಲಾಪಿಲ್ಲಿಯಾಗಿ ಹಾರಿಹೋಗುವಂತೆ, ಕಾರ್ಮೋಡಗಳ ಸಮೂಹವು ತುಂಬಿ ತುಳುಕಿದಾಗ ಆಗಸದಲ್ಲಿನ ಪ್ರಭೆ ಉರಿವ ಕೊಳ್ಳಿಯಂತೆ ಕಾಣಲು ಚಕ್ರಾಕಾರದಿಂದ ಉದ್ಭವಿಸುವ ದಿಕ್ಕುಗಳ ಗುಂಪು, ಕುಲಪರ್ವತಗಳು, ಕುಂಬಾರನ ಕುಲಾಲ ಚಕ್ರದಂತೆ ಗಿರಗಿರನೆ ತಿರುಗುತ್ತಿರುವಂತೆ ಭೂಮಿಯು ದಿಘ್ಭ್ರಾಂತಿ ಹೊಂದಿ – ಗಜರಾಜ ಸಮೂಹ (ದಿಗ್ಗಜಗಳ ಸಮೂಹ) ನಿಡಿದಾದ ಬಿಸಿಯುಸಿರನ್ನು ಬಿಡುತ್ತಿದ್ದು ಅದರಿಂದ ಸಪ್ತಸಮುದ್ರಗಳೂ ಕುದಿದು ಅದರಲ್ಲಿನ ಜಲಚರಗಳು ಬಿಸಿಯ ಶಾಖದಿಂದ ಮಮ್ಮಲ ಮರುಗುವಂತೆ – ಇವರಿಬ್ಬರೂ ಭಯಂಕರವಾಗಿ ಕಾದಾಡುತ್ತಿರುವಾಗ –

(38)ಅನುಸಮಮಾಯ್ತೆನೆ ದುರ್ಯೋ
ಧನಶಬ್ದಂ ಭೀಮಸೇನಶಬ್ದಂ ದುರ್ಯೋ ।
ಧನನೆ ಗಡಂ ಭೀಮಂ ಭೀ
ಮನೆ ಗಡ ದುರ್ಯೋಧನಂ ಗಡೇಂ ಸಮಬಲರೋ ॥ ೨೧ ॥

ಅನುಸಮಂ = ಒಪ್ಪುವುದು (ಅನ್ವರ್ಥ)

---

(38) ಅನುಮತವಾದುದು ದುರ್ಯೋ । ಧನಶಬ್ದಂ ಭೀಮಶಬ್ದಮನ್ವರ್ಥಂ ಭೀ
ಮನೆ ಗಡ ದುರ್ಯೋಧನನೆಂ । ತೆನೆ ಕೌರವ ಭೀಮಸೇನರೇಂ ಸಮಬಲರೋ ॥ (ಪಾಠಾಂತರ)

ಕೌರವನಿಗೆ 'ದುರ್ಯೋಧನ' ಎಂಬ ಶಬ್ದವು ಸೊಗಸಾಗಿ ಒಪ್ಪುತ್ತದೆ ಎಂದಾಗ ಭೀಮಸೇನನಿಗೆ 'ಭೀಮ' ಎಂಬ ಶಬ್ದವೂ ಕೂಡ ಅನ್ವರ್ಥವಾದದ್ದೇ. ಅಂದಮೇಲೆ ಭೀಮನಂತೆ ದುರ್ಯೋಧನ! ಎನ್ನುವಲ್ಲಿ ಕೌರವ – ಭೀಮಸೇನರು ನಿಜಕ್ಕೂ ಸಮಾನ ಬಲಶಾಲಿಗಳು. ಹಾಗಾಗಿ ಇವರಿಬ್ಬರ ಹೆಸರೂ ಅನ್ವರ್ಥವಾದದ್ದೇ!

ಸಮಕಾಯರ್ಸಮ ಸತ್ವ
ರ್ಸಮವಿದ್ಯರ್ಸಮರದೊಳ್ ಪರಸ್ಪರ ಭುಜವಿ ।
ಕ್ರಮದವರಿವರೆನೆ ಚಕ್ರ
ಭ್ರಮಣದಿನನ್ಯೋನ್ಯಜಯಮನಾಱಿರೆ ತೋಱಿಲ್ ॥ ೨೨ ॥

ಸಮಕಾಯ = ಸಮಾನ ಶರೀರ ; ಚಕ್ರಭ್ರಮಣ = ಚಕ್ರಾಕಾರವಾಗಿ ಗದೆ ಬೀಸುವಿಕೆ ; ಆಱಿರೆ = ಅಸಾಧ್ಯರೆ

ದೇಹ, ಸತ್ವ, ವಿದ್ಯೆ, ಯುದ್ಧ ಈ ಎಲ್ಲಾ ವಿಚಾರಗಳಲ್ಲೂ ಭೀಮದುರ್ಯೋಧನರು ಸರಿಸಮಾನರು. ಹಾಗಾಗಿ ಇವರಿಬ್ಬರ ಗದಾಯುದ್ಧದ ಚಮತ್ಕಾರದಲ್ಲಿ ಅದರಲ್ಲೂ ಚಕ್ರಾಕಾರವಾಗಿ ಗದೆಯನ್ನು ತಿರುಗಿಸುವುದರಿಂದ ಜಯ ಯಾರಿಗೆ ಎಂಬುದು ನಿರ್ಣಯಿಸಲು ಸಾಧ್ಯವೇ ಆಗಲಿಲ್ಲ.

ನೆಲಸಿದ ಬಿನ್ನಣಂ ಸೆಣಸಿ ಬಿನ್ನಣಮಂ ಗೆಲೆ ಕಾಣ್ಕೆ ಕಾಣ್ಕೆಯಂ
ಗೆಲೆ ಜವಮಂ ಜವಂ ಗೆಲೆ ಬಲಂ ಬಲಮಂ ಗೆಲೆ ದಂಡೆ ದಂಡೆಯಂ ।
ಗೆಲೆ ಮುಳಿಸುಣ್ಮಿ ಪೊಣ್ಮಿ ಮುಳಿಸಂ ಗೆಲೆ ಸತ್ವದಳುರ್ಕೆ ಸತ್ವಮಂ
ಗೆಲೆ ಗೆಲಲಾರ್ತರಿಲ್ಲ ಕುರುಪಾಂಡವತನೂಭವರೊರ್ವರೊರ್ವರಂ ॥ ೨೩ ॥

ಬಿನ್ನಣ = ಕೌಶಲ್ಯ – ಸಾಮರ್ಥ್ಯ ; ಕಾಣ್ಕೆ = ನೋಟ (ದೃಷ್ಟಿ) ; ಜವ = ವೇಗ ; ದಂಡೆ = ಮುಷ್ಟಿಯ ಹಿಡಿತ ; ಮುಳಿಸು = ರೋಷ, ಕ್ರೋಧ ; ಅಳುರ್ಕೆ = ವ್ಯಾಪ್ತಿ

ಇವರಿಬ್ಬರಲ್ಲಿ ಅಡಕವಾಗಿದ್ದ ವಿದ್ಯಾ ನೈಪುಣ್ಯತೆ ಎಷ್ಟಿತ್ತೆಂದರೆ ಕಾದಾಡಿ ಗೆಲ್ಲಲು ; ದೃಷ್ಟಿಯಿಂದ ದೃಷ್ಟಿಯನ್ನು ಗೆಲ್ಲಲು, ವೇಗದಿಂದ ವೇಗವನ್ನು ಗೆಲ್ಲಲು, ಬಲದಿಂದ ಬಲ, ಮುಷ್ಟಿಗಳ ಹಿಡಿತದಿಂದ, ಸತ್ವಕ್ಕೆ ಸತ್ವ ಹೀಗೆ ಒಬ್ಬನ ಶಕ್ತಿಯ ನೈಪುಣ್ಯತೆಗೆ ಮತ್ತೊಬ್ಬನ ಶಕ್ತಿ ಸಾಮರ್ಥ್ಯವು ಸರಿ ಮಿಗಿಲೆನ್ನುವಂತೆ ಒಬ್ಬರನ್ನೊಬ್ಬರು ಜಯಿಸಲು ಸಮರ್ಥರಾಗಲೇ ಇಲ್ಲ !

ವಚನ : ಅಂತು ನೆೞಲೊಳ್ ಪೋರ್ಕುಳಿಯಾಡುವಂತೆ ಒರ್ವರೊರ್ವರಂ ಗೆಲಲ್ನೆಱೆಯದಿರೆ ದುರ್ಯೋಧನಂ ಕರಂ ಮುಳಿದು –

ನೆೞಲು = ನೆರಳು ; ಪೋರ್ಕುಳಿಯಾಡು = ತಾನೇ ಹೋರಾಡುವುದು ; ನೆಱೆ = ಅಸಾಧ್ಯ ; ಕರಂ ಮುಳಿದು = ಕಡುಕೋಪದಿಂದ

ಹೀಗೆ ತನ್ನ ನೆರಳಿನೊಂದಿಗೆ ತಾನೇ ಹೋರಾಡುವಂತೆ ಒಬ್ಬರನ್ನೊಬ್ಬರು ಗೆಲ್ಲುವುದು ಅಸಾಧ್ಯವೆನಿಸಿ ದುರ್ಯೋಧನನು ಅತ್ಯಂತ ಕೋಪಾವಿಷ್ಟನಾಗಿ –

ಕುರುರಾಜಂ ವಿದ್ಯಾಧರ
ಕರಣದೆ ನೆಗೆದಂಬರಕ್ಕೆ ಗದೆಯಂ ಕ್ರಮದಿಂ ।
ತಿರುಪೆ ಧರಾಚಕ್ರಂ ಕೋ
ವರಚಕ್ರಂ ತಿಱಿವ ತೆಱದೆ ತಿಱಿದತ್ತೆನಸುಂ ॥ ೨೪ ॥

ಕರಣ = ಹಸ್ತ – ಪಾದಗಳನ್ನು ವಿಶೇಷ ರೀತಿಯಲ್ಲಿ ಚಲಿಸಿ ಮಾಡುವ ಕ್ರಿಯೆ (ನೃತ್ಯ ಕಲೆಯಲ್ಲಿ ಇದು ವಿಶೇಷವಾಗಿ ಪ್ರಯೋಗ ಮಾಡಲಾಗುವುದು) – ವಿದ್ಯಾಧರ ಕರಣ ಎನ್ನುವ ಹೆಸರು ಇದಕ್ಕಿದೆ. ತಿರುಪೆ = ತಿರುಗಿಸಿ, ಬೀಸಿ ; ಕೋವರ ಚಕ್ರ = ಕುಂಬಾರ ತಿರುಗಿಸುವ ಚಕ್ರ

ಇಬ್ಬರೂ ಸಾಕಷ್ಟು ಹೊತ್ತು ಕಾದಾಡುತ್ತಿದ್ದರೂ ಸೋಲು ಗೆಲುವು ಅನಿಶ್ಚಿತವಾದಾಗ ಕೋಪಗೊಂಡ ದುರ್ಯೋಧನನು ತನ್ನ ದೇಹವನ್ನು ಕುಗ್ಗಿಸಿ ತಟ್ಟನೆ ಆಕಾಶಕ್ಕೆ ನೆಗೆದು ಗದೆಯನ್ನು ಜೋರಾಗಿ ತಿರುಗಿಸುತ್ತಿದ್ದರೆ ಕುಂಬಾರ ತನ್ನ ಕುಲಾಲ ಚಕ್ರವನ್ನು ತಿರುಗಿಸುವ ರೀತಿಯಲ್ಲಿ ಇಡೀ ಭೂಮಂಡಲವೇ ಗರಗರನೆ ತಿರುಗುವಂತಾಯಿತು.

ಛತ್ರಾಕಾರದೆ ಗದೆಯಂ
ಛತ್ರ ವಿಡಂಬದೊಳು ಬೀಸೆ ಗಗನದೊಳೇಕ ।
ಚ್ಛತ್ರಂ ಜಗಮೆಂದು ಮರು
ತ್ಸುತ್ರಂಗಱಿಪುವವೊಲಿರ್ದನಾ ಕುರುಪುತ್ರಂ ॥ ೨೫ ॥

ಛತ್ರಾಕಾರ = ಕೊಡೆಯಂತಿರುವ ; ಛತ್ರವಿಡಂಬ = ಕೊಡೆಯನ್ನು ಬೀಸುವುದು

ಹಾಗೆ ತನ್ನ ಗದೆಯನ್ನು ಆಕಾಶದಲ್ಲಿ ಕೊಡೆಯಂತೆ ಬೀಸುತ್ತಾ ನಿನಗೆ ಏಕಚ್ಛತ್ರವಷ್ಟೇ ಎನ್ನುವಂತೆ ಭೀಮನಿಗೆ ತಿಳಿಸುತ್ತಿದ್ದಾನೋ ಎನ್ನುವ ರೀತಿಯಲ್ಲಿ ದುರ್ಯೋಧನನು ಕಾಣುತ್ತಿದ್ದ.

ವಚನ : ಅಂತು ಮೂದಲಿಸದೆ ಇಱಿವುದು ತುಱಿಲಾಳಾಯ್ತಮಲ್ಲೆಂದು ಮುಟ್ಟೆ ಮೂದಲಿಸಿ –

ತುಱಿಲಾಳಾಯ್ತಮ್ = ವೀರ ವೃತ್ತಿ

ಹಾಗೆ ಮೂದಲಿಸದೇ ಇರುವುದು ವಿರೋಚಿತ ವೃತ್ತಿಯಲ್ಲವೆಂದು ಚಿಂತಿಸಿ ಮರ್ಮೋದ್ಘಾಟನೆಯನ್ನು ಮಾಡಿ –

ತೆಱಪಂ ನಿಟ್ಟಿಸಿ ಕುರುಪತಿ
ಬಱಸಿಡಿಲೆಱಗುವವೊಲೆಱಗಿ ಪೊಯ್ಯಲೊಡಂ ಮೆ ।
ಯ್ಮಱೆದು ಪವನಜನದೇಕೆಂ
ದಱಿಯದೆ ಮತಿವಿಕಳನಾಗಿ ಮೂರ್ಛೆಗೆ ಸಂದಂ ॥ ೨೬ ॥

ತೆಱಪು = ಸಂದರ್ಭ, ಅವಕಾಶ ; ನಿಟ್ಟಿಸಿ = ದೃಷ್ಟಿಯಿಟ್ಟು ನೋಡಿ

ಸೂಕ್ತವಾದ ಸಂದರ್ಭವನ್ನು ನೋಡಿ ಅಂತಹ ಅವಕಾಶವನ್ನು ಕಳೆದುಕೊಳ್ಳಲಿಚ್ಛಿಸದೆ ಬರಸಿಡಿಲಿನಂತೆರಗಿ ಭೀಮನನ್ನು ಬಲವಾಗಿ ಹೊಡದಾಗ, ಇದೇನಾಯಿತೆಂದು ತಿಳಿಯದೆ ಬುದ್ಧಿಶೂನ್ಯನಾಗಿ, ಮೂರ್ಛಿತನಾಗಿ ಬಿದ್ದುಬಿಟ್ಟ ಭೀಮಸೇನ!

ವಚನ : ಅಂತು ಕುಲಿಶಾಭಿಘಾತದಿಂ ನೀಲಾಚಲಮೆ ಕೆಡೆವಂತೆ ಕೆಡೆದು ಮೂರ್ಛಾಗತನಾಗಿರ್ದ ಭೀಮಸೇನನಿರವಂ ಕಂಡು ಗಾಂಡೀವಿ ಕೋಪಾತುರಾಟೋಪಮಂ ತಾಳ್ದಿ –

ಕುಲಿಶ = ವಜ್ರಾಯುಧ ; ಕೋಪಾತುರಾಟೋಪ = ಅತ್ಯಂತ ಕೋಪಾವಿಷ್ಟನಾಗಿ

ಹೀಗೆ ನೀಲಾಚಲವೆಂಬ ಪರ್ವತವು ವಜ್ರಾಯುಧದ ಹೊಡೆತದಿಂದ ಕುಸಿದು ಬೀಳುವಂತೆ ಬಿದ್ದ ಭೀಮಸೇನನ ಪರಿಸ್ಥಿತಿಯನ್ನು ನೋಡಿದ ಅರ್ಜುನ ಅತ್ಯಂತ ಕೋಪಾವಿಷ್ಟನಾಗಿ ಧನಷ್ಠಂಕಾರ ಮಾಡತ್ತಾ –

ಎಲ್ಲಿಯ ಬಲದೇವಂ ಮ
ತ್ತೆಲ್ಲಿಯ ಸತ್ಯವ್ಯವಸ್ಥೆ ದುರ್ಯೋಧನನಂ ।
ಕೊಲ್ಲದಿರನೆಂದು ಭಾರತ
ಮಲ್ಲಂ ಗಾಂಡಿವಕೆ ನೇಜೆದಂ ಕರತಳಮಂ ॥ ೨೭ ॥

ಭಾರತ ಮಲ್ಲ = ಅರ್ಜುನ ; ನೇಜೆದಂ = ಚಾಚಿದನು – ಅಳವಡಿಸು (ಹೆದೆಯೇರಿಸು)

ಎಲ್ಲಿ ಆ ಬಲರಾಮ? ಎಲ್ಲಿ ಹೋಯಿತು ಧರ್ಮಯುದ್ಧದ ನಿಯಮ? ಈ ನಿಯಮ ಬಾಹಿರನಾದ ದುರ್ಯೋಧನನನ್ನು ಕೊಲ್ಲದೆ ಬಿಡುವುದಿಲ್ಲ ಎನ್ನುತ್ತಾ ಅರ್ಜುನ ತನ್ನ ಗಾಂಡೀವಕ್ಕೆ ಕೈಚಾಚಿದನು.

ಮುಳಿದೇವಂ? ಹಲಿ ಕೃಷ್ಣಂ
ಮುಳಿದೇವಂ? ಧರ್ಮನಂದನಂ ಮುಳಿದೇವಂ ।
ಮುಳಿದರನಿಕ್ಕುವೆನೆಂದು
ಮ್ಮಳಿಸಿದರಿಜೆಯಲ್ಕೆ ನಕುಲ ಸಹದೇವರ್ಕಳ್ ॥ ೨೮ ॥

ಮುಳಿದು = ಕೋಪಿಸಿ ; ಏವಂ = ಏನು ಮಾಡಬಲ್ಲ ; ಹಲಿ = ಬಲರಾಮ

ಬಲರಾಮನು ಕೋಪಿಸಿಕೊಂಡು ಏನು ತಾನೆ ಮಾಡಬಲ್ಲ? ಕೃಷ್ಣನಾಗಲೀ ಧರ್ಮರಾಯನಾಗಲೀ ಕೋಪಿಸಿಕೊಂಡರೇನಂತೆ? ಯಾರೂ ನಮ್ಮನ್ನು ತಡೆಯಲು ಸಾಧ್ಯವಿಲ್ಲ. ಹಾಗೆ ನಮ್ಮ ಮೇಲೆ ಎರಗಿದವರನ್ನು ಹಿರಿಯರೆಂಬ ಗೌರವವನ್ನು ಬದಿಗಿರಿಸಿ ಹೊಡೆದುರುಳಿಸಿ ಬಿಡುತ್ತೇವೆ ಎಂದು ನಕುಲನೂ ಸಹದೇವನೂ ಆತುರಗೊಂಡರು.

ಅರಿಗಿಂಬಾಯ್ತುಟಿವಾದುದು
ಮರುತ್ಸುತಂಗರ್ಜುನಾದಿಗಳ್ ಮುಳಿದರ್ಮೂ ।
ವರುಮೆನೆ ನನ್ನಿಗೀಗಳೆ
ಪರಿಭವಮಾಯ್ತೆಂದು ಧರ್ಮಜಂ ಚಿಂತಿಸಿದಂ ॥ ೨೯ ॥

ಅರಿಗೆ = ಶತ್ರುವಿಗೆ ; ಇಂಬಾಯ್ತು = ಅನುಕೂಲವಾಯಿತು ; ನನ್ನಿಗೆ = ಸತ್ಯಕ್ಕೆ ;
ಪರಿಭವ = ಭಂಗ, ಸೋಲು

ಈ ಯುದ್ಧವು ಶತ್ರುವಾದ ದುರ್ಯೋಧನನಿಗೆ ಅನುಕೂಲವಾಗಿಬಿಟ್ಟಿತು. ಭೀಮಸೇನನು ಸಾವನ್ನಪ್ಪಿಬಿಟ್ಟ. ಇದರಿಂದ ನನ್ನ ಈ ಮೂವರು ತಮ್ಮಂದಿರೂ ಕೋಪದಿಂದ ಕೆರಳಿದ್ದಾರೆ. ದುರ್ಯೋಧನನ ಮೇಲೆ ಬೀಳಲು ಆತುರಗೊಂಡಿದ್ದಾರೆ. ಇದರಿಂದ ನನ್ನ ಸತ್ಯಕ್ಕೆ ಚ್ಯುತಿಯುಂಟಾಯಿತಲ್ಲ ಎಂದು ಧರ್ಮರಾಯ ಚಿಂತಿಸಿದ.

ಅಲರ್ದ ಹಲಧರನ ಮೊಗಮಂ
ತಲೆಯ ಬಾಗಿರ್ದ ಧರ್ಮತನಯನ ಮೊಗಮಂ ।
ಜಲರುಹನಾಭಂ ಕಂಡೆರ್ದೆ
ಕಲಂಕಿ ಕಣ್ಬುರ್ಜಿಜರ್ಬಿದಂ ಗಾಂಡಿವಿಯಂ ॥ ೩೦ ॥

ಅಲರ್ದ = ಅರಳಿದ ; ಹಲಧರ = ನೇಗಿಲು ಹಿಡಿದ (ಬಲರಾಮ) ; ಕಣ್‌ಜರ್ಬು = ಕಣ್ಣಿನಿಂದ ಗದರಿಸು

ಬಲರಾಮನ ಅರಳಿದ ಮುಖವನ್ನು ನೋಡಿ ಇತ್ತಕಡೆ ತಲೆತಗ್ಗಿಸಿ ದುಃಖದಿಂದ ನಿಂತಿದ್ದ ಧರ್ಮರಾಯನ ಮುಖ ನೋಡಿದ ಶ್ರೀಕೃಷ್ಣನು ತನ್ನ ಕಣ್ಣೋಟದ ಸಂಜ್ಞೆಯಿಂದಲೇ ಅರ್ಜುನನನ್ನು ಗದರಿಸುವಂತೆ ನೋಡಿದನು. ಧರ್ಮವನ್ನು ಮೀರಬೇಡ ಎಂಬ ಸೂಚನೆ ಅಲ್ಲಿ ಸ್ಪಷ್ಟವಾಗಿ ಕಾಣುತ್ತಿತ್ತು.

ವಚನ : ಆ ಪ್ರಸ್ತಾವದೊಳ್ ಧಾತುನಿರ್ಜರಗಿರಿ ಕೆಡೆವಂತು ಕೆಡೆದಿರ್ದ ಪಗೆಯಂ ನೋಡಿ –

ಧಾತುನಿರ್ಜರಗಿರಿ = ಕೆಂಪು ಬಣ್ಣದ ಜಾಜುಗಲ್ಲಿನಿಂದ ಕೂಡಿದ ಪರ್ವತ

ಆ ಸಮಯದಲ್ಲಿ ಕೆಂಪು ಬಣ್ಣದ ಜಾಜುಗಲ್ಲಿನಿಂದ ಕೂಡಿದ ಮೇರು ಪರ್ವತ ಬಿದ್ದಂತೆ ಬಿದ್ದಿರುವ ಭೀಮಸೇನನನ್ನು ನೋಡಿ –

ಕೆಡೆದೊಡೆ ಪವಜನಾಹವ
ದೆಡೆಯೊಳ್ ಬಿಟ್ಟಿವನನಿಱಿಯಲಾಗದುವೆಂಬರ್ ।
ಗಡಂ ಎಂದಂಬರತಳದೊಳ್
ಪೊಡವೀಶಂ ಗದೆಯನೆತ್ತಿ ತಿರುಪಿದನಾಗಳ್ ॥ ೩೧ ॥

ಕೆಡೆದೊಡೆ = ನೆಲಕ್ಕೆ ಬಿದ್ದರೆ ; ಆಹವದೆಡೆ = ಯುದ್ಧದ ಸಮಯ ; ಅಂಬರತಳ = ಆಕಾಶದಲ್ಲಿ ; ಬಿಟ್ಟಿವ = ಬಿದ್ದವ

ಯುದ್ಧವಾಗುತ್ತಿರುವಾಗ ಎದುರಾಳಿ ನೆಲಕ್ಕೆ ಬಿದ್ದು ನಿರಾಯುಧನಾದಾಗ ಅವನನ್ನು ಕೊಲ್ಲಬಾರದು ಎಂಬುದಾಗಿ ಹೇಳುತ್ತಾರೆ ಎನ್ನುತ್ತಾ ತನ್ನ ಗದೆಯನ್ನು ಆಕಾಶದ ಕಡೆ ಚಾಚಿ ವೇಗವಾಗಿ ಗಾಳಿ ಉದ್ಭವಿಸುವಂತೆ ಗರಗರನೆ ತಿರುಗಿಸಿದನು.

ವಚನ : ಆ ಪ್ರಸ್ತಾವದೊಳ್ ಧರ್ಮಯುದ್ಧಮಂ ನೆನೆದು –

ಪ್ರಸ್ತಾವ = ಸಂದರ್ಭ

ಆ ಸಮಯದಲ್ಲಿ ಧರ್ಮಯುದ್ಧವನ್ನು ನೆನೆದು –

ಇಱಿಯೆಂ ಬಿಟ್ಟಿನನೆಂಬೀ
ಬಿಱುಬಿಂದಂ ಬೀಸೆ ಗದೆಯ ಗಾಳಿಯ ಕೋೞ್ ।
ಚ್ಚಱಿಸಿದುದು ಭೀಮನಂ ಮೆ
ಯ್ಮಱೆದವನಂ ತಂದೆ ಸುತರ್ಗೆ ಕೂರದರೊಳರೇ ॥ ೩೨ ॥

ಇಱಿಯೆಂ = ಕೊಲ್ಲುವುದಿಲ್ಲ ; ಬಿಱುಬು = ಬಿರುಸು ; ಕೋೞ್ = ಹಿಡಿತ – ಸ್ಪರ್ಶ ; ಕೂರದರ್ = ಪ್ರೀತಿಸಿದ

ಬಿದ್ದವನನ್ನು ಮತ್ತೆ ಹೊಡೆಯಲಾರೆ ಎನ್ನುತ್ತಾ ಅತ್ಯಂತ ಆವೇಶದಿಂದ ದುರ್ಯೋಧನ ತನ್ನ ಗದೆಯನ್ನು ರಭಸದಿಂದ ಬೀಸುತ್ತಿರುವಾಗ ಅದರಿಂದ ಉಂಟಾದ ಗಾಳಿಯ ಸ್ಪರ್ಶದಿಂದ ಮೂರ್ಛಾಕ್ರಾಂತನಾಗಿದ್ದ ಭೀಮ ಎಚ್ಚರಗೊಂಡನು. ಇಲ್ಲಿ ಸಾಕ್ಷಾತ್ ವಾಯುವೇ ತನ್ನ ಮಗನಾದ ಭೀಮನಿಗೆ ತಣ್ಣನೆಯ ಗಾಳಿಯ ಸ್ಪರ್ಶ ಮಾಡಿಸಿ ಎಚ್ಚೆತ್ತುಕೊಳ್ಳುವಂತೆ ಮಾಡಿದನು. ಇದು ತಂದೆ – ಮಕ್ಕಳ ವಾತ್ಸಲ್ಯಕ್ಕೆ ಒಂದು ಉದಾಹರಣೆ.

ದಾನಿಯುಮಂ ಶೂರನುಮಂ
ತಾನೆಚ್ಚಱಿಕುಂ ಗದಾನಿಲಂ ಮೂರ್ಛಿತನಂ ।
ದೀನನುಮಂ ಪಂದೆಯುಮಂ
ತಾನೆಚ್ಚಱಿಕಬ್ಜದಳದ ಸಾರಂ ಪವನಂ ॥ ೩೩ ॥

ಗದಾನಿಲ = ಗದೆಯ ಗಾಳಿ ; ಪಂದೆ = ಹೇಡಿ ; ಅಬ್ಜದಳ = ತಾವರೆ ಎಲೆ

ಮೈಮರೆದು ಬಿದ್ದಿರುವ ದಾನಿಯನ್ನು, ಶೂರನನ್ನು, ಗದೆಯಗಾಳಿ ಎಚ್ಚರಿಸಿದರೆ, ಮೂರ್ಛೆಗೊಂಡವನನ್ನು, ದುಃಖಿಯನ್ನು, ಹೇಡಿಯನ್ನು ತಾವರೆ ಎಲೆಯ ಬೀಸಣಿಗೆಯ ತಂಪುಗಾಳಿ ಎಚ್ಚರಿಸುವುದು.

ಜ್ವಳನಸಖಸುತನ ಮೂರ್ಛೆಯೆ
ತಿಳಿದುದನಾಂ ನೋಡಿ ತಿಳಿದೆ ಕಡೆಗಣ್ಣಿಂದು ।
ಜ್ಜಳಿಪ ಕಡುಗೆಂಪು ಕೌರವ
ಕುಳಂಗೆ ಕಡುಮುಳಿದ ಜವನ ಕಣ್ಬೇಡಿನವೋಲ್ ॥ ೩೪ ॥

ಜ್ವಳನ ಸಖ = ಅಗ್ನಿಯ ಮಿತ್ರ ; ಸಖ = ಸ್ನೇಹಿತ (ವಾಯು) ; ಕಡೆಗಣ್ + ಅಂತು + ಉಜ್ಜಳಿಪ = ಕಣ್ಣುಗಳಲ್ಲಿ ಆ ರೀತಿ ಹೊಳೆಯುವ ; ಜವ = ಯಮ ; ಕಣ್ + ಬೀಡು = ಬಿಡುಗಣ್ಣು

ಮೂರ್ಛೆಯನ್ನು ತಿಳಿದೆದ್ದ ಭೀಮನ ಕಣ್ಣುಗಳಲ್ಲಿ ಸಿಡಿದೆದ್ದ ಆ ಕೆಂಪುವರ್ಣವು ಇನ್ನೂ ತಿಳಿಯಾಗದೆ ಶತ್ರುವಿನ ಮೇಲಣ ತೀವ್ರ ಕೋಪಗೊಂಡ ಯಮನ ಬಿಡುಗಣ್ಣಿನಂತೆ ಭಯಂಕರವಾಗಿ ಕಾಣುತ್ತಿತ್ತು.

ವಚನ : ಅಂತು ಮೂರ್ಛೆಯಿಂ ಮಾರುತಿಯೆಚ್ಚೆತ್ತಾಗಳ್ –

ಹಾಗೆ ಭೀಮಸೇನ ಮೂರ್ಛೆಯಿಂದ ಎಚ್ಚೆತ್ತುಕೊಂಡಾಗ –

ಪೊಡೆಯಲರಾತಂ ರಾಗದೆ
ತೊಡೆಯಂ ಪೊಯ್ದಾರ್ವ ನೆವದೆ ನೆಱನೀತಂಗೀ ।
ಯೆಡೆಯೆಂದು ತೋಱಿಕುಡೆ ಪೊಲ
ಗಿಡಿದಱಿದಂ ಪರಮ ಪಂಡಿತಂ ಪವನಸುತಂ ॥ ೩೫ ॥

ಪೊಡೆಯ + ಅಲರಂ + ಅರಾತಂ = ಉದರದಲ್ಲಿ ಹೂವುಳ್ಳವನು – ಕಮಲೋದರ = ಕೃಷ್ಣ ; ರಾಗದೆ = ಪ್ರೀತಿಯಿಂದ ; ಪೊಯ್ದು + ಆರ್ವ = ಹೊಡೆದು (ತಟ್ಟಿ) ಚೀರುವ ; ನೆಱಂ ಈತಂಗೆ ಈ ಎಡೆ = ದುರ್ಯೋಧನನ ಈ ಜಾಗ (ತೊಡೆ) ಮರ್ಮಸ್ಥಾನ ; ಪೊಲಗಿಡಿದು = ಗ್ರಹಿಸಿ

ಇದೇ ಸಂದರ್ಭವನ್ನು ಉಪಯೋಗಿಸಿಕೊಂಡ ಶ್ರೀಕೃಷ್ಣನು ಭೀಮನ ಮೇಲಿನ ಪ್ರೀತಿಯಿಂದ ಅವನನ್ನು ಹುರಿದುಂಬಿಸುವಂತೆ ತನ್ನ ತೊಡೆಯನ್ನು ತಟ್ಟಿ ಆರ್ಭಟಿಸುವ ಸೋಗಿನಲ್ಲಿ ದುರ್ಯೋಧನನ ಈ ಜಾಗವೇ ಅವನ ಮರ್ಮಸ್ಥಾನವೆಂಬುದನ್ನು ತೋರಿಸಿಕೊಟ್ಟಾಗ ಆ ಸೂಚನೆಯನ್ನು ಮಹಾರಣ ಪಂಡಿತನಾದ ಭೀಮಸೇನ ಸರಿಯಾದ ರೀತಿಯಲ್ಲಿ ಗ್ರಹಿಸಿದನು. ಬಹುಷಃ ಯುದ್ಧದ ಭರಾಟೆಯಲ್ಲಿ ಭೀಮನು ತನ್ನ ಪ್ರತಿಜ್ಞೆಯನ್ನು ಮರೆತುಬಿಟ್ಟಂತೆ ತೋರುತ್ತದೆ. ಇದನ್ನು ಸೂಕ್ಷ್ಮವಾಗಿ ಮನಗಂಡ ಶ್ರೀಕೃಷ್ಣ ತನ್ನ ತೊಡೆಯನ್ನು ತಟ್ಟುವ ಮೂಲಕ ಭೀಮನಿಗೆ ಸೂಚನೆ ಕೊಡಬೇಕಾಯಿತು. ಭೀಮನೂ ಇದನ್ನು ಗ್ರಹಿಸಿದ.

ತಿಳಿದಾಗಳ್ನೆಱನಿಂತುಟೆಂದು ನೆಲನಂ ಮಾಱುದ್ದಿ ಕೈಯಿಂ ಧರಾ
ತಳದೊಳ್ ಪಾಸಿದ ತನ್ನ ಚಿತ್ರಗದೆಯಂ ಕಂಡೆತ್ತಿ ಕೊಂಡಂಬರ ।
ಸ್ಥಳದಿಂದಂ ಸಿಡಿಲೇೞ್ಗೆಯಿಂದೆಱಗಿ ಪೊಯ್ವಾಗಳ್ ಗದಾದಂಡದಿಂ
ಮುಳಿದಿಟ್ಟಂ ಕಲಿಸತ್ತಿಗಂ ಕುರುಕುಭೃಚ್ಚಂಡೋರುದಂಡಂಗಳಂ ॥ ೩೬ ॥

ನೆಱನ್ + ಇಂತುಟು + ಎಂದು = ಮರ್ಮಸ್ಥಾನವು ಇದೇ ಎಂದು ; ಮಾಱುದ್ದಿ = ಎದುರಾಗಿ ಉಜ್ಜಿ ; ಪಾಸಿದ = ನೀಳವಾಗಿ ಬಿದ್ದಿದ್ದ ; ಚಿತ್ರಗದೆ = ಭಯಂಕರವಾದ ಗದೆ ; ಅಂಬರ ಸ್ಥಳ = ಆಕಾಶ ; ಸಿಡಿಲ್ + ಏೞ್ಗೆ = ಸಿಡಿಲಿನ ಆರ್ಭಟ (ರಭಸ) ; ಕಲಿಸತ್ತಿಗಂ = ವೀರನಾದ ಸತ್ಯಾಶ್ರಯ (ಭೀಮ) ; ಕುರುಕುಭೃತ್ = ಕುರುರಾಜ ; ಚಂಡ = ಉಗ್ರ ; ಊರುದಂಡ = ತೊಡೆ

ಇದೇ ದುರ್ಯೋಧನನ ಮರ್ಮಸ್ಥಾನವೆಂದು ಗ್ರಹಿಸಿದ ಭೀಮಸೇನ ಬೆವರಿನಿಂದ ತೊಯ್ದ ತನ್ನ ಕೈಗಳನ್ನು ನೆಲದಲ್ಲಿ ಉಜ್ಜಿಕೊಂಡು ಭೂಮಿಯಲ್ಲಿ ನೀಳವಾಗಿ ಬಿದ್ದಿದ್ದ ತನ್ನ ಭೀಕರವಾದ ಗದೆಯನ್ನು ನೋಡಿ ಕೈನೀಡಿ ಎತ್ತಿಕೊಂಡು ಆಕಾಶದಿಂದ ಬರಸಿಡಿಲೆರಗುವಂತೆ ಮೇಲಕ್ಕೆ ಎಗರಿ ತನ್ನ ಗದಾದಂಡದಿಂದ ಕಲಿಭೀಮ ದುರ್ಯೋಧನನ ತೊಡೆಗಳನ್ನು ಅಪ್ಪಳಿಸಿದನು.

ಇಡೆ, ತೊಡೆಯನುಡಿದು ನೆಟ್ಟನೆ
ಕೆಡೆಯುತ್ತುಂ ಕರ್ಚಿನೆಲನನಾನಿದನೆಂತುಂ ।
ಬಿಡೆನೆಂಬ ತೆಱದೆ ಕುಲಗಿರಿ
ಕೆಡೆವಂದದೆ ಕೆಡೆದು ಕೌರವೇಂದ್ರಂ ಮಡಿದಂ ॥ ೩೭ ॥

ಇಡೆ = ಹೊಡೆದಾಗ ; ಉಡಿದು = ಮುರಿದು ; ಕರ್ಚಿ = ಕಚ್ಚಿ

ಹೀಗೆ ಭೀಮನು ದುರ್ಯೋಧನನ ತೊಡೆಯನ್ನು ತನ್ನ ಗದೆಯಿಂದ ಅಪ್ಪಳಿಸಿದಾಗ ಆ ತೊಡೆ ಮುರಿದು ನೆಟ್ಟಗೆ ಕವಚಿ ಭೂಮಿಗೆ ಬಿದ್ದವನು ಈ ನೆಲವನ್ನು ಎಂದಿಗೂ ಬಿಡಲಾರೆ ಎನ್ನುವ ರೀತಿಯಲ್ಲಿ ತನ್ನ ಎರಡು ಹಸ್ತಗಳಿಂದ ಭೂಮಿಯನ್ನು ಮುಷ್ಟಿಯಲ್ಲಿ ಹಿಡಿದು, ತುಟಿಯಿಂದ ಕಚ್ಚಿ ಕುಸಿದು ಬಿದ್ದು ಕೌರವೇಂದ್ರ ಮಡಿದನು – ಇದೇ ಮಾತು ಪಂಪಭಾರತದಲ್ಲೂ ಉಲ್ಲೇಖವಾಗಿದೆ – "ಅಂತು ಸತ್ತುಂ ನೆಲನಂ ಪತ್ತುವಿಡೆನೆಂಬಂತೆ ನೆಲನಂ ಪತ್ತಿ" (13 – 99 ವ॥) ನೋಡಿ.'

ವಚನ : ಅಂತು ದಿಕ್ಕರಿಕರಾನುಕಾರಿಗಳಪ್ಪ ನಿಜಭುಜಸ್ತಂಭಂಗಳಿಂ ಕುರುಕುಲ ಮಹೀಶನ ಕದಳಿ ಸ್ತಂಭಂಗಳನನುಕರಿಸುವ ತೊಡೆಗಳನುಡಿದು ಅಶ್ರಮದೊಳ್ ಪುಡಿಯೊಳ್ ಪೊರಳ್ಚಿ ತನ್ನ ಮುನ್ನ ನುಡಿದೂರುಭಂಗ ಪ್ರತಿಜ್ಞೆಯಂ ತೀರ್ಚಿ, ಮಕುಟಭಂಗ ಪ್ರತಿಜ್ಞೆಯಂ ತೀರ್ಚಲೆಂದು ಕುರುಕುಲಾಂತಕಂ ಮಾಮಸಕಂ ಮಸಗಿ –

ದಿಕ್ಕರಿಕರ = ದಿಗ್ಗಜಗಳ ಸೊಂಡಿಲು ; ಅನುಕಾರಿ = ಹೋಲುವ ; ಕದಳೀಸ್ತಂಭ = ಬಾಳೆಯ ದಿಂಡು ; ಅಶ್ರಮ = ನಿರಾಯಾಸ ; ಮಾಮಸಕಂ ಮಸಗಿ = ಅತ್ಯಂತ ಕೋಪಾವಿಷ್ಟನಾಗಿ

ಹೀಗೆ ದಿಗ್ಗಜಗಳ ಸೊಂಡಿಲಿನಂತಿರುವ ತನ್ನ ಬಾಹುಗಳಿಂದ ದುರ್ಯೋಧನನ ಬಾಳೆಯ ದಿಂಡಿನಂತಿರುವ ತೊಡೆಗಳನ್ನು ಮುರಿದು ನಿರಾಯಾಸವಾಗಿ, ಕವಚಿ ಬಿದ್ದಿದ್ದ ಅವನ ದೇಹವನ್ನು ಹೊರಳಿಸಿ ತಾನು ಈ ಹಿಂದೆ ಮಾಡಿದ್ದ ಊರುಭಂಗದ ಪ್ರತಿಜ್ಞೆಯನ್ನು ತೀರಿಸಿ ಈಗ ಮಕುಟ (ಕಿರೀಟ) ಭಂಗದ ಪ್ರತಿಜ್ಞೆಯನ್ನು ತೀರಿಸಲೋಸುಗ ಭೀಮಸೇನ ಅತ್ಯಂತ ಕೋಪಾಟೋಪದಿಂದ –

ಇದು ಭುವನಾಧಿಪತ್ಯ ಸವನೋದಕದಿಂ ಗಡ ! ಪೂತಮಾದುದಿಂ
ತಿದು ಧವಳಾತಪತ್ರದ ನೆಟಿಲ್ಗೆಗಡಂ ! ಗುಜಿಯಾದುದಾರ್ಗಮಿಂ ।
ತಿದು ಗಡ ! ಬಾಗದೀತಲೆಗೆ ತಕ್ಕುದನೀಗಳೆ ಮಾಟ್ಪೆನೆಂದು ಕೋ
ಪದಿನೊಡೆಯಲ್ಕೆ ಸಾರ್ತರೆ ಸಪತ್ನ ಹತೋರು ಕಿರೀಟ ಭಂಗಮಂ ॥ ೩೮ ॥

ಸವನೋದಕ = ಮಂತ್ರಪೂರಿತ ಜಲ ; ಪೂತ = ಪವಿತ್ರ ; ಧವಳ + ಆತಪತ್ರ = ಶ್ವೇತಚ್ಛತ್ರ ; ಸಾರ್ತರೆ – ಸಾರ್ದು + ಬರೆ = ಹತ್ತಿರಕ್ಕೆ ಬರಲು ; ಸಪತ್ನ = ಶತ್ರುವಿನ ; ಹತೋರು – ಹತ + ಊರು = ಮುರಿದ ತೊಡೆ

ಈ ತಲೆ ಭೂಮಂಡಲಾಧಿಪತ್ಯದ ಅಭಿಷೇಕ ಜಲದಿಂದ ಪವಿತ್ರವಾದುದಂತೆ! ಇದು ಶ್ವೇತಚ್ಛತ್ರದ ತಂಪಾದ ನೆರಳಲ್ಲಿರುವುದಂತೆ! ಇದು ಯಾರಿಗೂ ಮಣಿಯಲಿಲ್ಲವಂತೆ! ಇಂತಹ ತಲೆಗೆ ಯೋಗ್ಯವಾದುದನ್ನು ನಾನೀಗಲೇ ಮಾಡುತ್ತೇನೆ – ಇದೇ ಇದಕ್ಕೆ ತಕ್ಕ ಶಾಸ್ತಿ ! ಎನ್ನುತ್ತ ತೊಡೆ ಮುರಿದು ಬಿದ್ದಿದ್ದ ದುರ್ಯೋಧನನ ಕಿರೀಟ ಭಂಗ ಮಾಡಲು ಆ ತಲೆಯನ್ನು ಒದೆಯಲು ಭೀಮ ಅವನ ಹತ್ತಿರಕ್ಕೆ ಬರುವಷ್ಟರಲ್ಲಿ –

ಬಲದೇವಾದಿಗಳಾಗದಾಗದೊದೆಯಲ್ಕೇಕಾದಕ್ಷೋಹಿಣೀ
ಬಲಲಕ್ಷ್ಮೀಪತಿಯಂ ಪರಾಭವಿಸದಿರ್ ಚಿಃ! ತಕ್ಕುದಲ್ಲೆಂದು ಮಾ ।
ರ್ಕೊಳಲುಂ ಮಾಣದೆ ಭೀಮಸೇನನೊದೆದಂ ವಾಮಾಂಘ್ರಿಯಿಂ ರತ್ನಮಂ
ಡಲರಶ್ಮಿಪ್ರಕಟಜ್ವಲನ್ಮಕುಟಮಂ ಕೌರವ್ಯರಾಜೇಂದ್ರನಾ ॥ ೩೯ ॥

ಮಾರ್ಕೊಳಲುಂ = ಪ್ರತಿಭಟಿಸು ; ಮಾಣದೆ = ಬಿಡದೆ ; ರತ್ನಮಂಡಲ = ನವರತ್ನ ಖಚಿತ ; ರಶ್ಮಿ ಪ್ರಕಟ ಮಕುಟ = ಪ್ರಕಾಶಮಾನವಾದ ಕಿರೀಟ

ಇದನ್ನು ನೋಡುತ್ತಿದ್ದ ಬಲರಾಮ, ಕೃಷ್ಣ, ಧರ್ಮರಾಯ ಮುಂತಾದವರು ಬೇಡ ಬೇಡ! ಒದೆಯಬೇಡ, ಹನ್ನೊಂದು ಅಕ್ಷೋಹಿಣೀ ಸೈನ್ಯದ ಒಡೆಯನನ್ನು ಹೀಗೆ ಅವಮಾನಿಸಬೇಡ ಎಂದು ಪ್ರತಿಭಟಿಸುತ್ತಿದ್ದರೂ ಅದಕ್ಕೆ ಲವಲೇಶವೂ ಒಪ್ಪದೆ ಭೀಮ ಪ್ರಜ್ವಲಿಸುತ್ತಿರುವ ಆ ನವರತ್ನ ಖಚಿತವಾದ ಕಿರೀಟವನ್ನು ತನ್ನ ಎಡಗಾಲಿನಿಂದ ಝಾಡಿಸಿ ಒದ್ದನು.

ಒದೆದ ಭರದಿಂದಮುಚ್ಚಳಿ
ಸಿದ ದುರ್ಯೋಧನನ ಮಕುಟಮಣಿಗಣವೆತ್ತಂ ।
ಕೆದರ್ಜಿದುವಿಜಿವ ಬೆಡಂಗನ
ಪೊದಟ್ದಿ ಕೋಪಾಗ್ನಿ ದಹನದಾಳ್ಕಿಡಿಗಳವೋಲ್ ॥ ೪೦ ॥

ಉಚ್ಚಳಿಸು = ಮೇಲಕ್ಕೆ ಸಿಡಿ ; ಪೊದಟ್ದಿ = ಅತ್ಯುನ್ನತವಾದ ; ಆಳ್ಕಿಡಿ = ಆವರಿಸಿದ ಕಿಡಿ

ಭೀಮನು ದುರ್ಯೋಧನನ ಕಿರೀಟ ಸಮೇತ ತಲೆಯನ್ನು ಒದೆದ ರಭಸಕ್ಕೆ ಆ ಕಿರೀಟದ ಮಣಿಗಳು ಚೆಲ್ಲಾಪಿಲ್ಲಿಯಾಗಿ ಮೇಲಕ್ಕೆ ಹಾರಿ ಬಿದ್ದವು. ಅದರಲ್ಲಿನ ಕೆಂಪಿನ ಮಣಿಗಳು ಸಿಡಿಯುತ್ತಿದ್ದರೆ ಅದು ಭೀಮಸೇನನ ಕೋಪವೆಂಬ ಬೆಂಕಿಯ ಕಿಡಿಗಳೊ ಎನ್ನುವಂತೆ ಕಾಣುತ್ತಿದ್ದವು.

ವಚನ : ಅಂತು ಗುಣರತ್ನಾರ್ಣವಂ ಪ್ರತಿಜ್ಞಾಪೂರ್ಣನುಮಾಗಿ –

ಗುಣ + ರತ್ನ + ಅರ್ಣವ = ಗುಣಗಳೆಂಬ ರತ್ನಗಳಿಗೆ ಸಾಗರ

ಇಲ್ಲಿ ರನ್ನ ಭೀಮನನ್ನು ಗುಣರತ್ನಾರ್ಣವ ಎಂದು ಸಂಬೋಧಿಸಿದರೆ, ಅಲ್ಲಿ ಪಂಪ ಅರ್ಜುನನನ್ನು ಗುಣಾರ್ಣವ ಎನ್ನುತ್ತಾನೆ. ಇದು ಗಮನಾರ್ಹ. ಹೀಗೆ ಭೀಮಸೇನನು ತನ್ನ ಪ್ರತಿಜ್ಞೆಯನ್ನು ಪೂರೈಸಿದವನಾಗಿ –

ತ್ರಿದಶೇಂದ್ರಂ ಜಂಭರೊಳ್ ತಟ್ಟಿಜಿದ ಸಮರಮಂ ನೋಡಿದೆಂ ರಾಮಚಂದ್ರಂ
ತ್ರಿದಶೇಂದ್ರಾರಾತಿಯಾಳ್ ತಟ್ಟಿಜಿದ ಸಮರಮಂ ನೋಡಿದೆಂ ಕಂಡೆನಿಲ್ಲಂ ।
ಕದಗಂಡಂ ಸಾಹಸಾಂಕಗೆಣೆ ಸುಭಟರನಾಂ ಮುನ್ನಮೆಂದಾನಭೋಭಾ
ಗದೊಳಾಗಳ್ ದೇವತೂರ್ಯಧ್ವನಿಗೆಳೆಸೆಯಲಂತಾಡಿದಂ ಬ್ರಹ್ಮಪುತ್ರಂ ॥ ೪೧ ॥

ತ್ರಿದಶೇಂದ್ರ = ದೇವೇಂದ್ರ ; ತಟ್ಟಿಜಿದ = ಮೇಲೆ ಬಿದ್ದು ; ತ್ರಿದಶೇಂದ್ರ + ಅರಾತಿ = ದೇವತೆಗಳ ವೈರಿ – ರಾವಣ ; ದೇವತೂರ್ಯ ಧ್ವನಿ = ದೇವದುಂದುಭಿಗಳು ; ಬ್ರಹ್ಮಪುತ್ರಂ = ನಾರದ

ದೇವೇಂದ್ರ – ಜಂಭಾಸುರರ ಯುದ್ಧದ ವೈಖರಿಯನ್ನು ನೋಡಿದ್ದೆ. ರಾಮಚಂದ್ರ – ರಾವಣೇಶ್ವರರ ಯುದ್ಧದ ಪ್ರಖರತೆಯನ್ನು ಕಂಡಿದ್ದೆ. ಆದರೆ ಈ ಭೀಮ – ದುರ್ಯೋಧನರ ಯುದ್ಧದಂತಹ ಕಾದಾಟವನ್ನು ಇದುವರೆಗೆ ಕಂಡಿದ್ದಿಲ್ಲ. ಈ ಭೀಮಸೇನನಿಗೆ ಸರಿಸಮನಾದ ಪರಾಕ್ರಮಿಗಳನ್ನು ಹಿಂದೆಂದೂ ನಾನು ನೋಡಿಲ್ಲ ಎಂದು ಉದ್ಗರಿಸುವಂತೆ ದೇವ ದುಂದುಭಿಗಳು ಮೊಳಗುತ್ತಿದ್ದರೆ, ಅದಕ್ಕೆ ದನಿಗೂಡಿಸುವಂತೆ ನಾರದನೂ ಅತ್ಯುತ್ಸಾಹದಿಂದ ಕುಣಿದಾಡಿದನು.

ಸುರತರು ಕುಸುಮೋತ್ಕರಮಂ
ಸುರಿಯೆ ಸುರಾಂಗನೆಯರುಲಿಯೆ ಸುರದುಂದುಭಿಗಳ್ ।
ಪರಮಾಶೀರ್ವಚನಪರಂ
ಪರೆಯಿಂದಂ ಮೆಚ್ಚಿ ಪರಸಿದರ್ಸತ್ತ್ರಿಗನಂ ॥ ೪೨ ॥

ಸುರತರು = ಕಲ್ಪವೃಕ್ಷ ; ಸತ್ತ್ರಿಗ = ಸತ್ಯಾಶ್ರಯ – ಭೀಮ

ಸ್ವರ್ಗಲೋಕದ ಅಪ್ಸರ ಸ್ತ್ರೀಯರು ಕಲ್ಪವೃಕ್ಷದ ಪುಷ್ಪ ವರ್ಷವನ್ನು ಕರೆಯುತ್ತಿರಲು ದೇವದುಂದುಭಿಗಳು ಮೊಳಗುತ್ತಿರುವಂತೆಯೇ ದೇವತೆಗಳು ಸಂತೋಷದಿಂದ ಪರಮಾಶೀರ್ವಚನಗಳ ಪರಂಪರೆಯಿಂದ ಸತ್ಯಾಶ್ರಯನಾದ ಭೀಮಸೇನನನ್ನು ಆಶೀರ್ವದಿಸಿದರು.

ಬಳದೇವಂ ಭೀಮನ ಭುಜ
ಬಳದೇವಂ ಮನಮನಲೆಯೆ ಕುರುಪತಿಯಂ ಮಾ ।
ರ್ಕೊಳೆ ಪರಿಭವಿಸಿದನೆಂದೆಂ
ದಳವಿಲ್ಲದೆ ಮುಳಿದು ಕೆಳರ್ದು ಕಿರ್ಚೆರ್ದಾಗಳ್ ॥ ೪೩ ॥

ಬಳದೇವಂ = ಬಲರಾಮನು ; ಭುಜಬಳದ + ಏವಂ = ಬಾಹುಬಲದಿಂದಾದ ವ್ಯಥೆ ; ಮನಮಂ ಅಲೆಯೆ = ಮನಸ್ಸನ್ನು ಪೀಡಿಸಲು ; ಮಾರ್ಕೊಳೆ = ನಾನು ಪ್ರತಿಭಟಿಸಿದರೂ ; ಕೆಳರ್ದು = ಕೆರಳಿ ; ಕಿರ್ಚೆರ್ದಾಗಳ್ = ಬೆಂಕಿಯಂತಾಗಲು

ಭೀಮಸೇನನ ಭುಜಬಲದ ಶೌರ್ಯದಿಂದ ಉಂಟಾದ ವ್ಯಥೆಯಿಂದ ಬಲರಾಮನ ಮನಸ್ಸು ವ್ಯಥೆಯಿಂದ ಕೂಡಿತು. ತಾನು ಬೇಡವೆಂದು ಪ್ರತಿಭಟಸಿದರೂ ಅದಕ್ಕೆ ಪ್ರತಿಕ್ರಿಯೆಯನ್ನೂ ತೋರಿಸದೆ ತನ್ನ ಶಿಷ್ಯನಾದ ದುರ್ಯೋಧನನನ್ನು ಅವಮಾನಿಸಿದನಲ್ಲಾ ಎಂಬ ಕ್ರೋಧದಿಂದ ಕೆರಳಿ ಕೆಂಡವಾಗಿ ಭೀಮನನ್ನೇ ನುಂಗುವಂತೆ ನೋಡುತ್ತಿದ್ದ ಬಲರಾಮ.

ವಚನ : ಅಂತು ಮುಳಿದಿರ್ದು ತನ್ನ ತಮ್ಮನಂ ನೋಯಿಸಲಾಱದೆಯುಂ ದುರ್ಯೋಧನಂಗಾದವಸ್ಥೆಯಂ ನೋಡಲಾಱದೆಯುಂ ಬಲದೇವಂ ದ್ವಾರಾವತಿಗೆ ಪೋದನನ್ನೆಗಮಿತ್ತಲ್ –

ಹೀಗೆ ಕೋಪಗೊಂಡ ಬಲರಾಮನು ತನ್ನ ತಮ್ಮನಾದ ಶ್ರೀಕೃಷ್ಣನ ಮನಸ್ಸನ್ನು ನೋಯಿಸಲು ಇಷ್ಟಪಡದೆ, ದುರ್ಯೋಧನನಿಗಾದ ಅವಸ್ಥೆಯನ್ನು ನೋಡಲಾರದೆ ಅಲ್ಲಿಂದ ದ್ವಾರಕೆಗೆ ಹೊರಟುಬಿಟ್ಟನು. ಆಗ ಈ ಕಡೆ –

ಧಾತ್ರೀಪತಿಗಜೆಪಿ ಮರು
ತ್ಪುತ್ರಂ ಬಟಿಯಟ್ಟಿ ಕರಸಿ ತೋಱಿಲ್ಕೇಕ ।
ಚ್ಛತ್ರೀಕೃತಜಗದಹಿತ
ಕ್ಷತ್ರಿಯಕುಳಕಾಳರಾತ್ರಿಯಂ ದ್ರೌಪದಿಯಂ ॥ ೪೪ ॥

ಧಾತ್ರೀಪತಿಗೆ = ಭೂಮಿಯ ಒಡೆಯ – ಧರ್ಮರಾಯನಿಗೆ ; ಅಜೆಪಿ = ತಿಳಿಸಿ (ಒಪ್ಪಿಗೆ ಪಡೆದು) ; ಬಟಿಯಟ್ಟಿ ಕರೆಸಿ = ಚಾರರನ್ನು ಅಟ್ಟಿ ದ್ರೌಪದಿಯನ್ನ ಕರೆಸಿ ; ಏಕಚ್ಛತ್ರೀಕೃತ = ಒಂದೇ ಬೆಳ್ಗೊಡೆಯ ಅಧೀನ ; ಅಹಿತ ಕ್ಷತ್ರಿಯ ಕುಳ = ಶತ್ರು ಕ್ಷತ್ರಿಯ ವಂಶದ ; ಕಾಳರಾತ್ರಿ = ಪ್ರಳಯದ ರಾತ್ರಿ

ಊರು ಭಂಗ, ಮಕುಟ ಭಂಗ ಮಾಡಿದ ಭೀಮಸೇನನು ಭೂಮಿಪತಿಯಾದ ಧರ್ಮರಾಯನ ಅಪ್ಪಣೆ ಪಡೆದು, ಏಕಛತ್ರದ ಅಧೀನದಲ್ಲಿ ಭೂಮಿಯನ್ನು ಪಾಲಿಸಿದ ದುರ್ಯೋಧನನನ್ನು ತೋರಿಸಲು ಶತ್ರುಕುಲಕ್ಕೇ ಪ್ರಳಯ ಸ್ವರೂಪಿಯಾದ ದ್ರೌಪದಿಯನ್ನು ಕರೆತರಲು ಚಾರರನ್ನು ಅಟ್ಟಿದನು.

ಮುಳಿಸಿಂ ನಂಜಿಕ್ಕಿ ಕೊಂದಂದಿನ ಜತುಗೃಹದೊಳ್ ಸುಟ್ಟ ಕೌಟಿಲ್ಯದುರ್ವೀ
ತಳಮಂ ಜೂದಾಡಿ ಗೆಲ್ದಂದಿನ ನಿಜಕಬರೀನೀವಿ ಬಂಧಂಗಳಂ ದೋ ।
ರ್ವಳದಿಂದಂ ತಮ್ಮನಿಂದಂ ತೆಗೆಯಿಸಿ ನಡೆದಾ ನೀಚನಾ ದ್ರೋಹನಾ ಸಂ
ಚಳನಾ ಚಂಡಾಲನಾ ಪಾತಕನಿರವನಿದಂ ನೋಡು ಪಂಕೇಜವಕ್ತ್ರೇ ॥ ೪೫ ॥

ನಂಜಿಕ್ಕಿ = ವಿಷವಿಕ್ಕಿ ; ಜುತುಗೃಹ = ಅರಗಿನ ಮನೆ ; ಕೌಟಿಲ್ಯದಿ = ಮೋಸದಿಂದ ; ಉರ್ವೀತಳ = ಭೂಮಿ ; ಜೂದಾಡಿ = ದ್ಯೂತವಾಡಿ ; ನಿಜಕಬರೀ = ನಿನ್ನ ಕೇಶವನ್ನು ; ಬಂಧಂಗಳಂ ನೀವಿ = ಮುಡಿಯನ್ನು ಬಿಚ್ಚಿ ; ದೋರ್ವಳ = ಬಾಹುಬಲ ; ಸಂಚಳ = ಚಂಚಲ ; ಪಂಕಜವಕ್ತ್ರೆ = ಕಮಲಮುಖಿ

ದ್ರೌಪದಿಯನ್ನು ಕರೆಸಿದ ಭೀಮಸೇನ ಅವಳನ್ನುದ್ದೇಶಿಸಿ ನೋಡು ಕಮಲಮುಖೀ ನೋಡು. ಅಂದು ನನ್ನ ಮೇಲಿನ ಕೋಪ–ದ್ವೇಷಗಳಿಂದ ವಿಷದ ಲಡ್ಡುಗೆಗಳನ್ನು ತಿನ್ನಿಸಿ, ನನ್ನನ್ನು ಕೊಲ್ಲಲು ಪ್ರಯತ್ನಿಸಿದ. ಅರಗಿನ ಮನೆಯಲ್ಲಿ ಬೆಂಕಿ ಹಚ್ಚಿ ಕೊಲ್ಲಲು ಯತ್ನಿಸಿದ. ಮೋಸದಿಂದ ದ್ಯೂತವಾಡಿ ನಮ್ಮ ಭೂಭಾಗವನ್ನು ಅಪಹರಿಸಿದ. ನಿನ್ನ ಕೇಶಪಾಶದ ಸಿರಿ ಮುಡಿಗೆ ಕೈಯಿಕ್ಕಿ ಸೆಳೆಯುವುದಕ್ಕೆ ತಮ್ಮನನ್ನು ಪ್ರೇರೇಪಿಸಿದ. ವಸ್ತ್ರಾಪಹರಣ ಮಾಡಲೂ ಹೇಸದ ಆ ಪಾತಕಿ, ಚಂಡಾಲ ದುರ್ಯೋಧನನ ಪರಿಸ್ಥಿತಿಯನ್ನು ಈಗ ನೋಡು ಎನ್ನುತ್ತಾನೆ.

ಅರಸಂ ದೀಕ್ಷಿತನಿಲ್ಲಿ ಋತ್ವಿಜರುಮೆಮ್ಮೊ ನಾಲ್ವರುಂ ಸಂಗರಾ
ಧ್ವರದೊಳ್ ತಾನುಪದೇಶಕಂ ಮುರಹರಂ ನೀನುಂ ಗೃಹೀತವ್ರತಾ ।
ಚರಣವ್ಯಾಪಿಕೆಯುಂ ಭವತ್ಪರಿಭವಂ ಸಂಚಾರಕಂ ಕೌರವೇ
ಶ್ವರನೀತಂ ಪಶುವಾಗೆ ಬೇಳ್ದೆನಿವನಂ ಕೋಪಾಗ್ನಿಯಿಂದಗ್ನಿಜೇ ॥ ೪೬ ॥[39]

---

(39) ಇಲ್ಲಿ ಭಟ್ಟನಾರಾಯಣನ 'ವೇಣಿ ಸಂಹಾರ' ನಾಟಕದ ಛಾಯೆ ಕಂಡು ಬರುತ್ತದೆ.
"ಚತ್ವಾರೋವಯಮೃತ್ವಿಜಃ ಸಭಗವಾನ್ ಕರ್ಮೋಪದೇಷ್ಟಾ ಹರಿಃ
ಸಂಗ್ರಾಮಾಧ್ವರ ದೀಕ್ಷಿತೋ ನರಪತಿಃ । ಪತ್ನಿಗೃಹೀತಾ ವ್ರತಾ ।
ಕೌರವ್ಯಾಃ ಪಶವಃ ಪ್ರಯಾ ಪರಭವಕ್ಲೇಶೋಪ ಶಾಂತಿಃ ಫಲಂ॥" (ವೇ.ಸಂ. ಅಂಕಣ – ಪದ್ಯ 25)

ದೀಕ್ಷಿತ = ದೀಕ್ಷೆವಹಿಸುವ ಮುಖ್ಯಸ್ಥ ; ಋತ್ವಿಜರು = ಮಂತ್ರಗಳನ್ನು ಹೇಳಿ ಹೋಮಾದಿಗಳನ್ನು ಮಾಡಿಸುವ ಹೋತೃ, ಅಧ್ವರ್ಯು, ಉದ್ಗಾತೃ, ಬ್ರಹ್ಮ ; ಗೃಹೀತ ವ್ರತಾಚರಣಂ = ವ್ರತಾಚರಣೆ ಕೈಗೊಳ್ಳುವುದು ; ವ್ಯಾಪಿಕೆ = ನಿರತೆ ; ಭವತ್ + ಪರಿಭವ = ನಿನ್ನ ಅವಮಾನ ; ಸಂಚಾರಕ = ಯಜ್ಞದ ಅಗ್ನಿಯನ್ನು ಉಜ್ವಲಿಸುವ ವಾಯು ; ಬೇಳ್ದೆಂ = ಆಹುತಿ ಕೊಟ್ಟೆ ; ಅಗ್ನಿಜೆ = ಬೆಂಕಿಯಿಂದ ಹುಟ್ಟಿದವಳು = ದ್ರೌಪದಿ

ಈ ಸಂದರ್ಭವನ್ನು ಕವಿ ಒಂದು ಯಾಗಕ್ಕೆ ಹೋಲಿಸುತ್ತಾನೆ. ಧರ್ಮರಾಯನೇ ಈ ಯಜ್ಞದ ಯಜಮಾನ. ನಾವು ನಾಲ್ವರು ಋತ್ವಿಜರು. ಈ ಯುದ್ಧವೆಂಬ ಯಜ್ಞಕ್ಕೆ ಶ್ರೀಕೃಷ್ಣನೇ ಉಪದೇಶಕ. ನೀನೂ ಸಹ ಈ ವ್ರತಾಚರಣೆಯಲ್ಲಿ ನಿರತಳಾದವಳೇ. ನಿನ್ನ ಅವಮಾನವೇ ಯಜ್ಞಾಗ್ನಿಯನ್ನ ಪ್ರಜ್ವಲಿಸುವ ವಾಯು. ಯಜ್ಞಪಶುವೇ ದುರ್ಯೋಧನ. ಇವನನ್ನ ಈಗ ನನ್ನ ಕೋಪವೆಂಬ ಬೆಂಕಿಗೆ ಆಹುತಿ ಕೊಟ್ಟಿದ್ದೇನೆ, ಎನ್ನುವಲ್ಲಿ ಭೀಮನ ಆಕ್ರೋಶ ಎಂಥಾದ್ದು ಎಂಬುದರ ಅರಿವಾಗುತ್ತದೆ.

ಸುಹುತಂ ಕೌರವ್ಯ ಕ್ರ
ವ್ಯಹವ್ಯದಿಂದೆನ್ನ ಕೋಪಹವ್ಯವಹಂ ದು ।
ರ್ವಹ ದುರ್ಯೋಧನ ದೇಹ
ಪ್ರಹರಣ ಲೋಹಿತದಿನಾದುದವಭೃತಸವನಂ ॥ ೪೭ ॥

ಸುಹುತಂ = ಪೂರ್ಣಾಹುತಿ ; ಕ್ರವ್ಯ ಹವ್ಯ = ಹಸಿಮಾಂಸದ ಹವಿಸ್ಸು ; ಕೋಪ ಹವ್ಯ = ಕೋಪವೆಂಬ ಬೆಂಕಿ ; ದುರ್ವಹ = ಸಹಿಸಲಶಕ್ಯ ; ಪ್ರಹರಣ = ಹೊಡೆತದಿಂದ ಚಿಮ್ಮಿದ ; ಅವಭೃತ ಸವನ = ಯಜ್ಞ ಸಮಾಪ್ತಿಯ ನಂತರದ ಸ್ನಾನ ; ಲೋಹಿತ = ರಕ್ತ

ಪ್ರಿಯೇ, ಈ ದುರ್ಯೋಧನನ ಹಸಿಮಾಂಸವೆಂಬ ಹವಿಸ್ಸಿನಿಂದ ನನ್ನ ಕೋಪವೆಂಬ ಬೆಂಕಿಯು ಪೂರ್ಣಾಹುತಿಯನ್ನು ಪಡೆಯಿತು. ಸಹಿಸಲಶಕ್ಯವಾದ ದುರ್ಯೋಧನನ ದೇಹದ ಪೆಟ್ಟುಗಳಿಂದ ಚಿಮ್ಮಿದ ರಕ್ತದಿಂದ ಯಜ್ಞ ಸಮಾಪ್ತಿ ಸಮಯದಲ್ಲಿ ಮಾಡುವ ಅವಭೃತ ಸ್ನಾನವೂ ನನಗಾಯಿತು. (ಅಂದರೆ ದುರ್ಯೋಧನನ ದೇಹದ ರಕ್ತವೇ ಭೀಮನಿಗೆ ಅವಭೃತ ಸ್ನಾನ.)

ವಚನ : ಎಂದು ಭೀಮಸೇನಂ ಯಾಜ್ಞಸೇನಿಗಾದಿತ್ಯನ ಸಾರಥಿ[40]ಯಿರ್ಪಂತೆ ನಿಜೋರುಯುಗಳ ವಿಕಳನಾಗಿರ್ದ ದುರ್ಯೋಧನನಂ ತೋಱೆ –

ಯಾಜ್ಞಸೇನಿ = ದ್ರೌಪದಿ ; ಆದಿತ್ಯನ ಸಾರಥಿ = ಸೂರ್ಯನ ಸೂತ (ಅರುಣ) ನಿಜ + ಊರು ಯುಗಳ = ಅವನ ಎರಡೂ ತೊಡೆಗಳು ; ವಿಕಳ = ವಿಕಲನಾಗಿದ್ದ (ತೊಡೆ ಮುರಿದು ಬಿದ್ದಿದ್ದ)

ಹೀಗೆ ಭೀಮಸೇನನು ದ್ರೌಪದಿಗೆ ಸೂರ್ಯನ ಸಾರಥಿ ಅರುಣನಂತಿರುವ ಅಂದರೆ ಎರಡೂ ತೊಡೆಯಿಲ್ಲದೆ ಹೆಳವನಾಗಿದ್ದ ದುರ್ಯೋಧನನನ್ನು ತೋರಿಸಿ –

---

(40) ಆದಿತ್ಯನ ಸಾರಥಿಯಿರ್ಪಂತೆ = ಸೂರ್ಯನ ಸಾರಥಿಯಾದ ಅರುಣ (ಗರುಡನ ಅಣ್ಣ) – ಇವನಿಗೆ ಸೊಂಟದಿಂದ ಕೆಳಗೆ ದೇಹವಿಲ್ಲ. ಹಾಗಾಗಿ ಇವನು ತೊಡೆಯಿಲ್ಲದವನು – ಅದರಂತೆ ಈಗ ದುರ್ಯೋಧನನೂ ಕೂಡ ಎಂದು ಅರ್ಥೈಸಲಾಗಿದೆ.

ಪಗೆ ಮಡಿದುದು ಮುಡಿಯೆನೆ ನಗೆ
ಮೊಗದಿಂ ಪಾಂಚಾಲಿ ಮಱೆದೆನಾಂ ಪಲಕಾಲಂ ।
ವಿಗತಾಭ್ಯಾಸದೆ ಸತ್ತಿಗ
ಪಗೆಯಂ ಮಡಿಯಿಸಿದೆ ನೀನೆ ಮುಡಿಯಲ್ವೇೞ್ಕುಂ ॥ ೪೮ ॥

ಪಗೆ = ಶತ್ರು ; ಸತ್ತಿಗ = ಸತ್ಯಾಶ್ರಯ ; ವಿಗತಾಭ್ಯಾಸ = ಅಭ್ಯಾಸವಿಲ್ಲದೆ (ತಪ್ಪಿಹೋಗಿ)

ವೈರಿ ಸತ್ತ! ಇನ್ನು ನೀನು ಮುಡಿಯನ್ನು ಕಟ್ಟಿಕೊ ಎಂದು ಭೀಮಸೇನ ದ್ರೌಪದಿಗೆ ಹೇಳಿದಾಗ, ಎಲೈ ಸತ್ಯಾಶ್ರಯನೇ ಹಲವಾರು ವರ್ಷ(ಹದಿಮೂರು ವರ್ಷಕ್ಕೂ ಮಿಕ್ಕಿ)ಗಳಿಂದ ಈ ಮುಡಿಯನ್ನು ಕಟ್ಟುವ ಅಭ್ಯಾಸವೇ ನನಗೆ ಮರೆತುಹೋಗಿದೆ. ಹೇಗಿದ್ದರೂ ಈಗ ಕೌರವನನ್ನು ಕೊಂದ ನೀನೇ ನನ್ನ ಮುಡಿಯನ್ನು ಕಟ್ಟು ಎಂದು ಹೇಳುತ್ತಾಳೆ ದ್ರೌಪದಿ. (ಇಲ್ಲಿ ಅವಳ ಮುಗುಳು ನಗೆ – ಭೀಮನ ಮರೆವಿಗಾಗಿ ಬರುತ್ತದೆ. "ವೇಣೀ ಸಂಹಾರ ಮಾಡುವೆಂ" ಎಂಬ ಅವನ ಪ್ರತಿಜ್ಞೆಯನ್ನು ನೆನಪಿಸುವಂತೆ ನೀನೆ ಮುಡಿಕಟ್ಟು ಎನ್ನುತ್ತಾಳೆ.)

ವಚನ : ಎಂದು ತನ್ನ ಕೆಯ್ಯಂ ಪಿಡಿದು ತೆಗೆವುದುಮಂತೆ ಗೆಯ್ವೆನೆಂದುಮಾಕೆಯ ವೇಣೀಸಂಹಾರಮಂ ತಾನೆ ಮಾಡಿ –

ವೇಣೀ ಸಂಹಾರ = ತುರುಬು ಕಟ್ಟುವುದು

ಎಂದು ಹೇಳಿದಾಗ ಹಾಗೇ ಮಾಡುವೆನೆಂದು ಆಕೆಯ ಮುಡಿಯನ್ನು ತಾನೆ ಕಟ್ಟಿ –

ಇದಱೊಳ್ ಮೂರ್ಧಾಭಿಷಿಕ್ತರ್ ಮಣಿಮಕುಟಧರರ್ ಕೃಷ್ಣೆ ಬಾಹಾಬಳಾಗ್ರ್ಯರ್
ಕದನಪ್ರೋಚ್ಚಂಡ ದಂಡಕ್ರಮ ವಿಜಿತರಿಪು ಕ್ಷತ್ರಿಯರ್ವೀರಲಕ್ಷ್ಮೀ ।
ಸದನರ್ಸೋಮಾಮೃತಾಸ್ವಾದನ ರುಚಿವದನರ್ ಮುನ್ನಮೞ್ಕಾಡಿದರ್ ನೋ
ಡಿದು ನಿನ್ನೀ ಕೇಶಪಾಶಂ ಕುರುಕುಲಪತಿಗಾಯ್ತಲ್ತೆ ಕೀನಾಶಪಾಶಂ ॥ ೪೯ ॥[41]

ಮೂರ್ಧಾಭಿಷಿಕ್ತ = ಶಿರಸ್ಸಿನ ಮೇಲೆ ನೀರೆರೆಯುವುದು (ಪಟ್ಟಾಭಿಷೇಕ) ; ಬಾಹಾಬಳಾಗ್ರ್ಯರ್ = ಬಾಹು ಬಲದಲ್ಲಿ ಅಗ್ರರೆನಿಸಿದವರು ; ಪ್ರೋಚ್ಚಂಡ = ಅತಿ ಉಗ್ರವಾದ ; ವಿಜಿತರಿಪು = ಶತ್ರುವನ್ನು ಗೆದ್ದವರು ; ಮುನ್ನಂ + ಅೞ್ಕಾಡಿದರ್ = ಹಿಂದೆ ನಿಶ್ಶೇಷರಾದರು ; ಕೀನಾಶ + ಪಾಶ = ಯಮನಪಾಶ

ಇಲ್ಲಿ ಭೀಮಸೇನ ದ್ರೌಪದಿಯ ಸಿರಿ ಮುಡಿಯನ್ನು ಸುರುಳಿಯಂತೆ ಸುತ್ತಿ ತೋರಿಸುತ್ತಾ ನಿನ್ನ ಈ ಕೇಶಪಾಶದಲ್ಲಿ ಈ ಹಿಂದೆ ಪಟ್ಟಾಭಿಷಿಕ್ತರಾದವರೂ, ಮಣಿ ಖಚಿತವಾದ ಕಿರೀಟ ಧರಿಸಿದವರೂ, ಬಾಹುಬಲದಲ್ಲಿ ಅಗ್ರಗಣ್ಯರೆನಿಸಿದವರೂ,

---

(41) ಈ ಪದ್ಯದಲ್ಲಿ ರನ್ನನ ಶೈಲಿಯ ಓಜಸ್ಸಿನಿಂದ – ಭೀಮನ ಭಾವನೆಗಳನ್ನು ಸೊಗಸಾಗಿ ಬಿಂಬಿಸಿದೆ. ಪಂಪ ಭಾರತದ 12ನೇ ಆಶ್ವಾಸದ ಪದ್ಯ 156ರ ಹೋಲಿಕೆಯಿದ್ದರೂ ಅದರಷ್ಟು ಸ್ವಾರಸ್ಯ ಇಲ್ಲಿಲ್ಲ ಎನ್ನಬಹುದು. ವ್ಯತ್ಯಾಸವೆಂದರೆ ಪಂಪಭಾರತದಲ್ಲಿ ದುಶ್ಶಾಸನವಧೆಯ ನಂತರದಲ್ಲಿ ಭೀಮ ದ್ರೌಪದಿಯ ಮುಡಿ ಕಟ್ಟುತ್ತಾನೆ. ಮೂಲ ಭಾರತದಲ್ಲೂ ಸಹ ಹೀಗೇ ಇದೆ. ಇಲ್ಲಿ ತನ್ನ ಪ್ರತಿಜ್ಞೆಗಳನ್ನು ಪೂರೈಸಿದ ನಂತರ ಭೀಮ 'ವೇಣೀ ಸಂಹಾರ" ಮಾಡುತ್ತಾನೆ. ರಸಮುಷ್ಟಿಯ ದೃಷ್ಟಿಯಿಂದ ಇದು ಉಚಿತವೆನಿಸುತ್ತದೆ.

ಯುದ್ಧದಲ್ಲಿ ಅತ್ಯಗ್ರವಾದ ದಂಡಕ್ರಮದಿಂದ ಶತ್ರುಗಳನ್ನು ಗೆದ್ದವರೂ, ವೀರ ಲಕ್ಷ್ಮಿಗೆ ನೆಲೆಯಾದವರೂ, ಸೋಮಾಮೃತವನ್ನು ಕುಡಿದು ಪವಿತ್ರರಾದವರೂ ಸಹ ನಿಶ್ಶೇಷರಾದರು. ಅಷ್ಟೇ ಅಲ್ಲ ನಿನ್ನ ಈ ಕೂದಲಿನಿಂದಾಗಿ ಕೌರವನ ಸಭೆಯಲ್ಲಿ ಆದ ಅವಮಾನದ ಫಲವಾಗಿ ಅನೇಕ ಮಂದಿ ಮಹಾವೀರರು ಹತರಾದರು. ಈ ಕುರುಪತಿಗಂತೂ ಈ ನಿನ್ನ ಕೇಶಪಾಶ ಯಮನ ಪಾಶವೇ ಆಯಿತು.

ವಚನ : ಎಂದು ಪೊಗೞ್ದು ಮಾಂಗಲ್ಯಮಾಲಾಂಕೃತಂ ಮಾಡೆ –

ಎಂದು ಹೊಗಳುತ್ತಾ ಮಂಗಳ ಸೂಚಕವಾದ ಪುಷ್ಪಮಾಲೆಯಿಂದ ತುರುಬನ್ನು ಅಲಂಕರಿಸಿ –

ಸ್ಮರಸಂಜೀವನೆ ಕೃಷ್ಣೆ ಪೂ ಮುಡಿದಳಾ ಶೃಂಗಾರಮಾ ಭಾವಮಾ
ಪರಿಜಾವಿಭ್ರಮಮಾ ಬೆಡಂಗು ನೆಗೞ್ದಾ ಸೌಂದರ್ಯಮಾ ಬಿಂಕಮಾ ।
ತರಳಾಪಾಂಗ ವಿಲಾಸಮಾ ಲಟಹಮಾ ಲಾವಣ್ಯಮಾ ಪುಣ್ಯಮಾ
ದರಹಾಸಾಮೃತಮೇಂ ಮನಂಗೊಳಿಸಿತೋ ಚಾಳುಕ್ಯ ಕಂದರ್ಪನಾ ॥ ೫೦ ॥

ಸ್ಮರಸಂಜೀವನೆ = ಮನ್ಮಥನನ್ನು ಬದುಕಿಸಿದವಳು ; ಪಂಜು = ರೂಪ – ಆಕಾರ ; ಲಟಹ = ಸೊಗಸು ; ದರಹಾಸ = ಮುಗುಳುನಗೆ ; ಕಂದರ್ಪ = ಮನ್ಮಥ ; ಬಿಂಕ = ವೈಯ್ಯಾರ

ಇದೊಂದು ಶೃಂಗಾರ ರಸ ಪ್ರಧಾನವಾದ ನಿರೂಪಣೆ! ಮನ್ಮಥನಿಗೆ ಸಂಜೀವನಪ್ರಾಯಳಾದ ದ್ರೌಪದಿ ಹೂ ಮುಡಿದಳು[42]. ಆಗ ಆಕೆಯ ಆ ಶೃಂಗಾರ, ಭಾವ, ರೂಪಾತಿಶಯ ಶೋಭೆ, ವೈಯಾರ, ಚಂಚಲತೆಯ ನೋಟ, ಸೌಂದರ್ಯ, ಮುಗುಳು ನಗೆಯ ಆ ನೋಟ[43] ಇವೆಲ್ಲವೂ ಚಾಳುಕ್ಯ ಕಂದರ್ಪನೆನಿಸಿದ ಭೀಮನಿಗೆ ಆನಂದವನ್ನುಂಟು ಮಾಡಿದವು.

ಅಡಿ ಕಿಱುದೊಡೆ ಪೆರ್ದೊಡೆ ಕಟಿ
ನಡು ಮೊಲೆ ತೋಳ್ ನೀಳ್ದ ಬೆರಲುಗುರ್ಕೊರಲಂದಂ ।
ಬಡೆದ ಮೊಗ ಸುಟಿಗುರುಳ್ಸೋ
ರ್ಮುಡಿ ನೋಡಲ್ಕಾಡೆ ಸೊಗಯಿಕುಂ ದ್ರೌಪದಿಯಾ ॥ ೫೧ ॥

ಪೆರ್ದೊಡೆ – ಪಿರಿದು + ತೊಡೆ = ದಪ್ಪವಾದ ತೊಡೆ ; ಕಟಿ = ಸೊಂಟ, ನಿತಂಬ ; ಬೆರಲ್ + ಉಗುರ್ + ಕೊರಲ್ + ಸೋರ್ಮುಡಿ = ಸಡಿಲವಾಗಿ ಕಟ್ಟಿದ ತುರುಬು

ಇದೊಂದು ಶೃಂಗಾರ ಪ್ರಧಾನವಾದ ವಿವರಣೆ. ದ್ರೌಪದಿಯ ರೂಪಲಾವಣ್ಯಗಳಿಗೆ ಮಾರುಹೋದ ಭೀಮಸೇನನ ಅನುರಾಗದ ದೃಷ್ಟಿ ಆಕೆಯ ಅಡಿಯಿಂದ ಮುಡಿಯವರೆಗೆ

(42) ಇಲ್ಲಿ ಎರಡು ವಿಚಾರ ಗಮನಿಸಬೇಕು. ಒಂದು ಭೀಮಸೇನ ದ್ರೌಪದಿಯ ತುರುಬು ಕಟ್ಟಿ ಹೂ ಮುಡಿಸುತ್ತಾನೆ. ಪಂಪಭಾರತದಲ್ಲಿ ದುಶ್ಶಾಸನನ ಕರುಳನ್ನು ಸುತ್ತಿ ಹೂವಿನಂತೆ ಮುಡಿಸುತ್ತಾನೆ (ಅದೇ ದ್ರೌಪದಿಯ ಶಪಥ).

(43) ಇಲ್ಲಿಯ ತನಕ ಭೀಮನಲ್ಲಿ ಶತ್ರುವಿನ ಮೇಲಣ ಕ್ರೋಧವನ್ನು ಉದ್ದೀಪಿಸುತ್ತಿದ್ದವಳು ಈಗ ತನ್ನ ಮುಗುಳು ನಗೆಯ ಮೂಲಕ ಪ್ರೇಮವನ್ನು ಉಕ್ಕಿಸುತ್ತಾಳೆ.

ಚಲಿಸುತ್ತದೆ. ಆಕೆಯ ಒಂದೊಂದು ಅಂಗವನ್ನೂ ಬಿಡದೆ ನೋಡುತ್ತಾನೆ. ಪಾದ, ಕಿರುತೊಡೆ, ದಪ್ಪ ತೊಡೆ, ನಿತಂಬ, ಸೊಂಟ, ಎದೆಯಭಾಗ, ತೋಳು, ನೀಳವಾದ ಬೆರಳು, ಉಗುರು, ಕೊರಳು, ಅಂದವಾದ ಮುಖ, ಅಳ್ಳಕವಾಗಿ ಕಟ್ಟಲ್ಪಟ್ಟ ತುರುಬು ಮುಂತಾದವು ಭೀಮನ ಕಣ್ಣಿಗೆ ಒಂದು ಬಗೆಯ ಆನಂದವವನ್ನು ನೀಡಿದವು.

ಗಳರೇಖಾಕೃತಿ ಭೂಮಿರೇಖೆ ದಶನಂ ವಜ್ರಂ ವಿಲೋಲೇಕ್ಷಣಂ
ದಳಮುದ್ಭ್ರೂಲತೆ ಕರ್ಣಿಕಾವಿಳಸನಂ ನಾಸಾಪುಟಂ ಸಂಪುಟಂ ।
ಗಳನಾದಾಕ್ಷರಮಕ್ಷರಂಗಳೆನೆ ಕಾಶ್ಮೀರಾದಿಲಿಪ್ತಂ ಮನಂ
ಗೊಳೆ ಕಂದರ್ಪನ ವಶ್ಯಯಂತ್ರಮೆನಿಸಿತ್ತಾಸ್ಯಂ ಸರೋಜಾಸ್ಯೆಯಾ ॥ ೫೨ ॥

ಗಳರೇಖಾಕೃತಿ = ಕೊರಳಲ್ಲಿನ ಗೆರೆ ; ದಶನ = ಹಲ್ಲು ; ವಿಲೋಲ + ಈ ಕ್ಷಣ = ಚಂಚಲತೆಯ ಕಣ್ಣುಗಳು ; ದಳಂ + ಉದ್ + ಭ್ರೂಲತೆ = ಎಸಳಿನಂತೆ ಬಾಗಿದ ಹುಬ್ಬು ; ಕರ್ಣಿಕಾ ವಿಳಸನ = ಅಂದವಾದ ಬೀಜಕೋಶ ; ನಾಸಾಪುಟ = ಮೂಗಿನ ಹೊಳ್ಳೆ ; ಕಾಶ್ಮೀರಾದಿಲಿಪ್ತ = ಕುಂಕುಮ ಕೇಸರಿ ಮುಂತಾದ ಸುಗಂಧ ದ್ರವ್ಯಗಳು ; ವಶ್ಯಯಂತ್ರ = ವಶೀಕರಣ

ದ್ರೌಪದಿಯ ಕೊರಳಲ್ಲಿ ಶೋಭಿಸುವ ರೇಖೆಗಳು ತಳಭಾಗದ ಎಸಳುಗಳು, ಹಲ್ಲಿನ ಸಾಲುಗಳೆ ಬಿಳಿಯ ರತ್ನಗಳು, ಚಂಚಲತೆಯ ಕಣ್ಣುಗಳೇ ಎಸಳುಗಳು, ನೀಳವಾಗಿ ಬಾಗಿದ ಹುಬ್ಬುಗಳೇ ಬೀಜಕೋಶಗಳು, ಮೂಗಿನ ಹೊಳ್ಳೆಗಳು ಮುಚ್ಚಿದ ಪೆಟ್ಟಿಗೆ, ಅಕ್ಷರ ರೂಪದಲ್ಲಿ ಹೊರಬರುವ ಕಂಠನಾದವೇ ಮಂತ್ರಾಕ್ಷರವು, ಕುಂಕುಮ ಕೇಸರಾದಿ ಸುಗಂಧ ದ್ರವ್ಯಗಳಿಂದ ಅಲಂಕೃತಗೊಂಡ ದ್ರೌಪದಿಯ ಮುಖ ಕಮಲವು ಮನಸ್ಸಿಗೆ ಒಂದು ರೀತಿಯ ಸಂತಸವನ್ನುಂಟುಮಾಡುತ್ತಿದ್ದರೆ ಅದು ಮನ್ಮಥನ ವಶೀಕರಣ ಯಂತ್ರವೋ ಎನ್ನುವಂತೆ ಭಾಸವಾಗುತ್ತಿತ್ತು.

ತಿಂಗಳ ಪಡಿಚಂದ್ರಂ ಕಮ
ಲಂಗಳ ಮಱುವಕ್ಕಮರ್ದ ತಿಳಿಗೊಳನಾ ಚೆ ।
ಲ್ವಿಂಗಿದೆ ದಾಯಿಗಮೆನೆ ಲಲಿ
ತಾಂಗಿಯ ನಗೆಮೊಗದ ಪೋಲ್ವೆಗೆಣೆ ಪೆಱವೊಳವೇ? ॥ ೫೩ ॥

ತಿಂಗಳ = ಚಂದ್ರ ; ಮಱುವಕ್ಕ = ಪ್ರತಿಸ್ಪರ್ಧಿ ; ದಾಯಿಗ = ದಾಯಾದಿ ; ಪೆಱವು = ಇತರೆ ವಸ್ತು ; ಒಳವೆ = ಇದೆಯೇ

ದ್ರೌಪದಿಯ ಮುಖವು ಚಂದ್ರನ ಪ್ರತಿಬಿಂಬದಂತೆ, ಕಮಲಗಳ ಪ್ರತಿಸ್ಪರ್ಧಿಯಾಗಿ ತಿಳಿಯಾದ ಸರೋವರದ ಚೆಲುವಿಕೆಯೊಂದಿಗೆ ಪಾಲ್ಗೊಳ್ಳುವಂತಿದೆ. ಅಂದಮೇಲೆ ಆ ಲಲಿತಾಂಗಿಯ ನಗೆ ಮುಖಕ್ಕೆ ಹೋಲಿಸಲು ಬೇರೆ ವಸ್ತುಗಳು ಇವೆಯೇ?

ನಗೆಗಣ್ಗಳೊಪ್ಪುವಳಿಗಳ್
ಸೊಗಯಿಸೆ ಕರಚರಣತಳದ ಮೆಲ್ಪೆಸೆಯೆ ಮನಂ ।
ಬುಗಲಾರ್ತರ ರಮಣಿಯವೋಲ್
ದ್ವಿಗುಣಂ ತ್ರಿಗುಣಂ ಚತುರ್ಗುಣಂ ಪಂಚಗುಣಂ ॥ ೫೪ ॥

ನಗೆಗಣ್ + ಗಳ್ = ನಗುಸೂಸುವ ಕಣ್ಣುಗಳು ; ಒಪ್ಪವಳಿಗಳ್ = ಹೊಳೆಯುವ ಗೆರೆಗಳು ; ಮೆಲ್ಪು + ಎಸೆಯೆ = ಮಾರ್ದವತೆ ಮೂಡಿರಲು ; ಮನಂಬುಗಲ್ (ಮನಂ + ಬುಗುವಳ್?) ; ಸಂಮೋಹಕತೆಯನ್ನು ಬೀರುವವಳು

ಮುಗುಳು ನಗೆ ಸೂಸುವ ಕಣ್ಣುಗಳು, ಕುಸುಮ ಬಾಣಗಳಿಂದ ದ್ವಿಗುಣವಾಗಿ ಹೊಳೆಯುವ ಗೆರೆಗಳು, ಮೂರು ಮಡಿಯಾಗಿಯೂ, ಅಂಗೈ ಅಂಗಾಲುಗಳು ನಾಲ್ಕು ಪಟ್ಟು ಹೆಚ್ಚಾಗಿಯೂ ಇವೆಲ್ಲವನ್ನೂ ಒಟ್ಟಾಗಿ ಸೇರಿಸಿ ತಾನು ಐದು ಪಟ್ಟು ಹೆಚ್ಚಾಗಿ ಸಂಮೋಹತೆಯನ್ನು ಬೀರುವವಳಾದಳು ದ್ರೌಪದಿ.

ತರಳಂಗಳ್ ತರಳಾಯತಂಗಳತಿ ತೀಕ್ಷ್ಣಂಗಳ್ ಚಕೋರೇಕ್ಷಣ
ಸ್ಫುರಿತಂಗಳ್ ಮದನಾಯುಧಾಕೃತಿಗಳಾಕರ್ಣಾಂತರಂಗಳ್ ಮನೋ ।
ಹರವರ್ಣಾಕೃತಿಗಳ್ವಿಭಾಸಿಗಳತಿಸ್ನಿಗ್ಧಂಗಳಂಭೋಜಭಿ
ನ್ನರುಚಿಸ್ಪರ್ಧಿಗಳಕ್ಷಿಗಳ್ ಬಹುಳ ಪಕ್ಷ್ಮಂಗಳ್ ಕುರಂಗಾಕ್ಷಿಯಾ ॥ ೫೫ ॥

ತರಳಂಗಳ್ = ಚಂಚಲವಾದುವು ; ತರಳ್ + ಆಯತ = ಚಪಲವೂ ವಿಸ್ತೃತವೂ ; ಚಕೋರೇಕ್ಷಣ (ಚಕೋರ + ಈ + ಕ್ಷಣ) = ಚಕೋರ ಪಕ್ಷಿಗಳ ಕಣ್ಣುಗಳು ; ಸ್ಫುರಿತ = ಪ್ರಕಾಶ ; ಆಕರ್ಣಾಂತ = ಕಿವಿಯತನಕ ; ವಿಭಾಸಿ = ವಿಶೇಷವಾಗಿ ಹೊಳೆಯುವ ; ಅತಿಸ್ನಗ್ಧ = ಅತ್ಯಂತ ಮನೋಹರವಾದ ; ಅಂಭೋಜ = ಕಮಲ ; ಬಹುಳ ಪಕ್ಷ್ಮ = ದಟ್ಟವಾದ ರೆಪ್ಪೆ ; ಕುರಂಗಾಕ್ಷಿ = ಜಿಂಕೆಯಂತೆ ಕಣ್ಣುಳ್ಳವಳು (ಹರಿಣಾಕ್ಷಿ)

ಹರಿಣಾಕ್ಷಿಯಾದ ದ್ರೌಪದಿಯ ಕಣ್ಣುಗಳು ಚಂಚಲವೂ, ಚಪಲತೆಯುಳ್ಳವೂ ಆಗಿ ಚಕೋರ ಪಕ್ಷಿಗಳ ಕಣ್ಣೋಟದಂತೆ ಪ್ರಕಾಶಮಾನವೂ, ಮನ್ಮಥನ ಆಯುಧವಾದ ಧನುಸ್ಸಿನಂತೆ ಕಿವಿಯತನಕ ವ್ಯಾಪಿಸಿರುವಂತಹ ವಿಶೇಷವಾಗಿ ಹೊಳೆಯುವ ಅತ್ಯಂತ ಮನೋಹರವಾದ ಕಮಲದ ಪ್ರಭೆಯೊಂದಿಗೆ ಸ್ಪರ್ಧಿಸುವ ರೀತಿಯಲ್ಲಿ ದಟ್ಟವಾದ ರೆಪ್ಪೆಗಳುಳ್ಳ ಕಣ್ಣುಗಳು ಶೋಭಿಸುತ್ತಿದ್ದವು.

ಅತಿನಿಬಿಡಂಗಳ್ ವೃತ್ತೋ
ನ್ನತಂಗಳತಿ ಪೀವರಂಗಳತಿಕಠಿನಂಗಳ್ ।
ರತಿರಮಣಕುಂಭಿ ಕುಂಭಾ
ಕೃತಿಗಳ್ ಕಳಶೋಪಮಂಗಳವಳ ಕುಚಂಗಳ್ ॥ ೫೬ ॥

ಅತಿನಿಬಿಡ = ತುಂಬಾ ಒತ್ತೊತ್ತಾಗಿ ; ವೃತ್ತ + ಉನ್ನತ = ದುಂಡಗೆ ಉಬ್ಬಿದ ; ಪೀವರಂಗಳ್ = ಕೊಬ್ಬಿದ ; ಕುಂಭಿ = ಆನೆ ; ಕುಂಭಾಕೃತಿ = ಕಲಶದಂತೆ ಆಕಾರ = ಕುಚ = ಸ್ತನ (ಮೊಲೆ)

ಆ ದ್ರೌಪದಿಯ ಅಂಗಸೌಷ್ಟವದ ಬಗ್ಗೆ ಕವಿ ವರ್ಣಿಸುತ್ತಾ ಆಕೆಯ ಸ್ತನಗಳು ಅತಿ ದಟ್ಟವಾಗಿ, ತುಂಬಾ ಒತ್ತೊತ್ತಾಗಿ, ದುಂಡಗೆ ಉಬ್ಬಿ ಬಹಳಷ್ಟು ಕೊಬ್ಬಿದವುಗಳಾಗಿ, ಅತಿ ಬಿರುಸಾಗಿ, ಮನ್ಮಥನ ಮದ್ದಾನೆಯ ಕುಂಭಸ್ಥಳದಂತಿದ್ದು, ತುಂಬು ಕಲಶದಂತೆ ಶೋಭಿಸುತ್ತಿತ್ತು.

ಲಲಿತವೃತ್ತ[44]

ತಾರಕನಖಂ ನವಸರೋರುಹದಳಾಂಘ್ರಿತಳ ಚಾರುಘನ ನಾಭಿ ಪುಳಿನಸ್ಥಳ
ನಿತಂಬಂ
ಹಾರಲತಿಕಾಕೃತಿ ವಿಹಾರ ನಿಬಿಡಸ್ಫುರದುರೋಜಯುಗಳಂ ಮದನ ಪಂಚ ಶರ
ಹಸ್ತಂ ।
ಸ್ಮೇರ ವದನಂ ಚಳಚಕೋರ ನಯನಂ ಚಿಕುರ ಚಾರು ಮೃದುಕುಂತಳಕಳಾಪ
ಮಳಿಕೇಶಂ[45]
ಚಾರುಕಟಿ ಸೂತ್ರ ಸುಕುಮಾರಮೆಸಗುಂ ಹೃದಯ ಹಾರ ಪೊಗಟಿಲ್ಕರಿದುಮಾ
ಸತಿಯ ರೂಪಂ ॥ ೫೭ ॥

ತಾರಕನಖ = ನಕ್ಷತ್ರದಂತಹ ಉಗುರು ; ನಾಭಿ = ಹೊಕ್ಕಳು ; ಪುಳಿನ ಸ್ಥಳ = ಮಳಲದಿಣ್ಣೆ ; ಹಾರಲತಿಕಾ = ಬಳ್ಳಿಯಂತೆ ಬಳುಕುವ ; ನಿಬಿಡ ಸ್ಫುರತ್ = ಒತ್ತೊತ್ತಾಗಿ (ನಿಬಿಡವಾಗಿ) ; ಉರೋಜಯುಗ = ಸ್ತನದ್ವಯ ; ಸ್ಮೇರವದನ = ಮಂದಹಾಸದಿಂದ ಕೂಡಿದ ಮುಖ ; ಚಿಕುರ ಚಾರು = ಚಂಚಲವೂ ಮನೋಹರವೂ ; ಮೃದುಕುಂತಳ ಕಳಾಪ = ನಯವಾದ ಕೇಶರಾಶಿ ; ಅಳಿಕೋಶ = ತುಂಬಿಗಳ ಗುಂಪು ; ಕಟಿ ಸೂತ್ರ = ಸೊಂಟಕ್ಕೆ ಕಟ್ಟುವ ಆಭರಣ (ಡಾಬು, ಒಡ್ಯಾಣ)

ನಕ್ಷತ್ರದಂತಿರುವ ಉಗುರುಗಳು, ಆಗತಾನೆ ಅರಳಿದ ತಾವರೆಯ ಎಸಳಿನಂತಿರುವ ಪಾದಗಳು, ಸುಂದರವೂ ಘನವೂ ಆಗಿರುವ ಹೊಕ್ಕಳು, ಮಳಲ ದಿಣ್ಣೆಯಂತಹ ಸೊಂಟ, ಬಳ್ಳಿಯಂತೆ ಬಳಕುವ ಒತ್ತೊತ್ತಾಗಿ ನಿಬಿಡವಾಗಿರುವ ಸ್ತನದ್ವಯಗಳು, ಮಂದಹಾಸಯುಕ್ತವಾದ ಮುಖಾರವಿಂದ; ಮನೋಹರವೂ ಅತ್ಯಂತ ನಯವೂ ಆಗಿರುವ ಕೇಶರಾಶಿ. ಚಕೋರ ಪಕ್ಷಿಯ ಕಣ್ಣುಗಳಂತೆ ಹೊಳೆಯುವ ಚಂಚಲತೆಯ ಕಣ್ಣುಗಳು, ಸುಂದರವಾದ ಒಡ್ಯಾಣಗಳಿಂದ ಶೋಭಿಸುತ್ತಿರುವ ದ್ರೌಪದಿಯ ಸೌಂದರ್ಯವನ್ನು ಹೊಗಳಲು (ವರ್ಣಿಸಲು) ನನಗೆ ತಿಳಿಯದು ಎನ್ನುತ್ತಾನೆ ಕವಿ.

---

(44) **ಲಲಿತ ವೃತ್ತದ ಲಕ್ಷಣ** : "ಭಂಜಸನ ಭಂಜಸನ ಭಂಯಮಿರೆ ದಿಗ್ವರದ ದಿಗ್ವಿರತಿ ತೋರಲದು ತಾಂ ಲಲಿತವೃತ್ತಂ."

ಇದರ ಪ್ರತಿಪಾದದಲ್ಲಿ ಮೇಲೆ ಹೇಳಿದ ಹತ್ತು ವರ್ಣಗಣಗಳೂ, ಎಂಟೆಂಟರಲ್ಲಿ ಯತಿಯೂ ಬರಬೇಕು. ಇದಕ್ಕೆ "ಲಯಗ್ರಾಹಿ" ಎಂಬ ಹೆಸರೂ ಇದೆ.

(45) "ಕೇಶಂ" ಎಂಬ ಪದ ಹೊಂದುವುದಿಲ್ಲ – 'ಕೋಶಂ' ಎಂದಿರಬಹುದೇ?

ಸ್ತನಕುಂಭಂ ಪೂರ್ಣಕುಂಭಕ್ಕೆಣೆಯೆನೆ ವಳಿರೇಖಾತ್ರಯಂ ರೇಖೆಗೊಂಡ
ತ್ತೆನೆ ನಾಭೀಮಂಡಲಂ ಮಂಡಲದೊಳನುಗತಂ ಬರ್ಹಿರೋಮಾವಳೀಕಾಂ ।
ಚನ ಕಾಂಚೀದಾಮ ಪಾತ್ರಂ ಜಘನಜಗತಿಯೊಳ್ ಶೋಭಿಸಲ್ಕಾಮ ಸಮ್ಮೋ
ಹನಮೋಹಂಗೆಯ್ವನಂಗೋದ್ಭವನೆನೆ ವನಿತಾರೂಪಮಾಶ್ಚರ್ಯ ರೂಪಂ ॥ ೫೮ ॥

ಸ್ತನಕುಂಭ = ಕುಚಕಲಶ ; ವಳಿರೇಖಾತ್ರಯ = ತ್ರಿವಳಿ ; ರೇಖೆಗೊಂಡತ್ತು = ಸ್ಪಷ್ಟವಾಗಿ ಗೋಚರ ; ಅನುಗತ = ಹೊಂದಿಕೆಯಾದ ; ಬರ್ಹಿರೋಮಾವಳಿ = ನವಿಲುಗರಿ ; ಕಾಂಚನ ಕಾಂಚೀದಾಮ = ಬಂಗಾರದ ಡಾಬು ; ಅಂಗೋದ್ಭವ = ಮನ್ಮಥ

ಪೂರ್ಣಕುಂಭಕ್ಕೆ ಸಮನಾಗಿರುವ ಕುಚಕಲಶ, ಎದ್ದುಕಾಣುವ ಹೊಟ್ಟೆಯ ಮೇಲಿನ ಮೂರು ರೇಖೆಗಳು, ನವಿಲುಗರಿಯಂತೆ ಶೋಭಿಸುವ ರೋಮಾವಳಿಗಳುಳ್ಳ ಜಘನ ಪ್ರದೇಶ ಅಲ್ಲಿ ಅಲಂಕರಿಸಲ್ಪಟ್ಟ ಬಂಗಾರದ ಒಡ್ಯಾಣ ಹೀಗೆ ದ್ರೌಪದಿ ಶೋಭಿಸುತ್ತಿದ್ದರೆ ಆಕೆಯನ್ನು ನೋಡಿದವರಿಗೆ ಕಾಮೋತ್ಕಟವಾಗುವಂತೆ ಮನ್ಮಥನು ಮಾಡುತ್ತಾನೆ ಅಂದ ಮೇಲೆ ನಿಜಕ್ಕೂ ಆಕೆಯ ರೂಪ – ಲಾವಣ್ಯ ಆಶ್ಚರ್ಯಕರವಾದುದು.[46]

ಚಳದಳಕಪ್ರತಾನ ವನದುರ್ಗಮನೆಯ್ದಿ ಬೃಹನ್ನಿತಂಬಮಂ
ಡಳ ಜಲದುರ್ಗದೊಳ್ ಸುಟಿದು ತುಂಗಕುಚದ್ವಯ ಶೈಲದುರ್ಗಮಂ ।
ಚಳಿತಡರ್ದೇಜೆಯುಂ ಮದನನಾಹವಭೀತಿಯಿನಿರ್ಪವೋಲ್ ಪ್ರಿಯಂ
ಗೆಳೆಯಳ ರೂಪು ಭಾವಿಪೊಡೆಯಂ ಗಜರಾಜನ ದುರ್ಗಮೆನ್ನಿರೇ ॥ ೫೯ ॥

ಚಳತ್ = ನಡುಗು (ಕಂಪಿಸು) ; ಅಳಕ ಪ್ರತಾನ = ಮುಂಗುರುಳು ; ವನದುರ್ಗ = ಕಾಡಿನ ಕೋಟೆ ; ಬೃಹತ್ + ನಿತಂಬ = ದೊಡ್ಡದಾದ ತೊಡೆ (ಜಘನ) ; ತುಂಗ = ಉನ್ನತವಾದ (ದುಂಡಗಿರುವ) ; ಶೈಲದುರ್ಗ = ಪರ್ವತದ ಕೋಟೆ

ಮುಂಗುರುಳುಗಳೆಂಬ ಬಳ್ಳಿಗಾಡಿನ ಕೋಟೆಯನ್ನು ವಶಪಡಿಸಿಕೊಂಡು, ದೊಡ್ಡದಾದ ನಿತಂಬ ಪ್ರದೇಶವೆಂಬ ನೀರಿನ ದುರ್ಗದಲ್ಲಿ ಈಸಾಡಿ, ಉನ್ನತವಾದ ಸ್ತನದ್ವಯವೆಂಬ ಪರ್ವತದ ಕೋಟೆಯನ್ನು ಹಿಡಿದು ಮೇಲಕ್ಕೇರಿದ ಮನ್ಮಥನೂ ಸಹ ತನಗೆ ಬೇರೆಯವರಿಂದ ಸಂಭವಿಸಬಹುದಾದ ಯುದ್ಧದ ಭೀತಿಯಿಂದ ಕಂಪಿಸುತ್ತಿರುವವನಂತೆ ಭೀಮನೂ ಸಹ ನೋಡಿದಾಗ ಕೋಮಲಾಂಗಿ ದ್ರೌಪದಿಯ ರೂಪವು ಮದನನ ಕೋಟೆಯೇ ಎನಿಸಿರಲಾರದೇ?

---

(46) ಪೆಜಗಿರ್ದು ನೋಡೆಯುಂ ಮುಂ
ಪೆಜಗುಂ ಮುಂದಿರ್ದು ನೋಡೆ ಕಣ್ಣುಂ ಪುರ್ಬುಂ ।
ಕಿಱುಮೊಲೆಯುಂ ತೆಳ್ವಸಿಱುಂ
ನಿಱಿದಲೆಯುಂ ನೆಱೆಯೆ ಸೊಗಯಿಕುಂ ದ್ರೌಪದಿಯಾ ॥
ಹೀಗೊಂದು ಪದ್ಯವಿದೆ – ಇದೂ ಸಹ ದ್ರೌಪದಿಯ ಸೌಂದರ್ಯ ವರ್ಣನೆಯಾಗಿದೆ.

ಬೆಳರ್ವಾಯಿಂತಾಗ ವೇಡಾ? ಬಿಗಿದೊಗೆವ ಕುಚದ್ವಂದ್ವಮಿಂತಾಗ ವೇಡಾ
ನಳಿನತೋಳಿಂತಾಗವೇಡಾ? ತೊಳಪ ತೊಡೆಗಳಿಂತಾಗ ವೇಡಾ? ನಿತಂಬ ।
ಸ್ಥಳದೊಳ್ಪಿಂತಾಗವೇಡಾ? ಸೊಗಯಿಪ ನಗೆಗಣ್ನೋಟಮಿಂತಾಗ ವೇಡಾ?
ಕೊಳದಿಂದಂ ಬಂದ ಲಕ್ಷ್ಮೀವಧುವೆನಿಸುವ ಪೆಣ್ಬಾವಮಿಂತಾಗವೇಡಾ ॥ ೬೦ ॥

ಬೆಳರ್ವಾಯಿ = ತುಟಿ (ಅಧರ) ; ಆಗ + ವೇಡಾ = ಹೀಗಿರಬೇಡವೇ ; ತೊಳಪ = ಪ್ರಕಾಶಿಸುವ

ದ್ರೌಪದಿಯ ಪ್ರಮುಖ ಅಂಗ ಸೌಂದರ್ಯವನ್ನು ಮೇಲಿನ ಪದ್ಯಗಳಲ್ಲಿ ವರ್ಣಿಸಿದ್ದರೂ ಬಹುಶಃ ರನ್ನನಿಗೆ ಅದು ತೃಪ್ತಿ ತಂದಿರಲಿಕ್ಕಿಲ್ಲವೆಂದು ತೋರುತ್ತದೆ. ಹಾಗಾಗಿ ಈ ಒಂದು ಪದ್ಯದಲ್ಲಿ ಸಂಪೂರ್ಣ ಲಾಲಿತ್ಯಯುತ ವರ್ಣನೆ ನೋಡಬಹುದು.

ತುಟಿಯಾದರೋ ಹೀಗಿರಬೇಡವೇ? ಒತ್ತೊತ್ತಾಗಿ ಎತ್ತಿಕಾಣುವ ಸ್ತನಗಳು ಇಂತಿರಬೇಡವೇ? ಕೋಮಲ ಹಾಗೂ ನೀಳವಾದ ತೋಳುಗಳು ಹೀಗಿರಬೇಡವೇ? ಹೊಳೆ ಹೊಳೆಯುವ ತೊಡೆಗಳು ಇಂತಿರಬೇಡವೇ? ನಿತಂಬದ ಸೊಗಸು ಹೀಗಿರಬೇಡವೇ, ನಗೆಗಣ್ಣಿನ ಆ ಕುಡಿನೋಟದ ಸೊಬಗು ಇಂತಿರಬೇಡವೇ, ಸಮುದ್ರ ಮಥನ ಕಾಲದಲ್ಲಿ ಹುಟ್ಟಿಬಂದ ಲಕ್ಷ್ಮೀದೇವಿಯ ಆಕೃತಿ ವಿಶೇಷ, ಅಗ್ನಿಯಿಂದ ಎದ್ದು ಬಂದ ದ್ರೌಪದಿಯಲ್ಲೂ ಇರಬೇಕಲ್ಲವೇ? ಎಂದು ವರ್ಣಿಸುವಾಗ ಕವಿ - ಲಕ್ಷ್ಮೀ ದೇವಿಯ ಸೌಂದರ್ಯಕ್ಕಿಂತ ದ್ರೌಪದಿಯ ರೂಪರಾಶಿಯೆ ಮಿಗಿಲು ಎಂದು ಉತ್ಪ್ರೇಕ್ಷಿಸಿದ್ದಾನೆ. (ಅಷ್ಟಲ್ಲದೆ ಅಜ್ಞಾತವಾಸ ಕಾಲದಲ್ಲಿ ಕೀಚಕ ಈಕೆಗೆ ಮಾರುಹೋದನಲ್ಲವೇ?)

ಪನ್ನೆರೆಡು ಬರಿಸಮಲಸದೆ
ಬನ್ನದ ಕೂಟುಂಡು ಬರ್ದಟಿಲ್ಪಿಂಗಲೊಡಂ ।
ತನ್ನಿಂ ಕಾಳಿಕೆ ಪಿಂಗಿದ
ಪೊನ್ನಿನ ತೆಱನಂತೆ ಕಾಂತೆ ಕರಮೆಸೆದಿರ್ದಳ್ ॥ ೬೧ ॥

ಅಲಸದೆ = ಬೇಸರಿಸದೆ ; ಬನ್ನ = ಭಂಗ ; ಕೂಳು = ಅನ್ನ ; ಬರ್ದ + ಅಳಲ್ = ಬಾಳಿದ ದುಃಖ ; ಪಿಂಗಲ್ = ಹಿಂಗಲು ; ಕಾಳಿಕೆ ಪಿಂಗಿದ = ಕಪ್ಪು ಕಸರು (ಕಿಲುಬು) ; ಪೊನ್ನಿನ ತೆರ = ಅಪರಂಜಿಯಂತೆ ; ಕರಂ + ಎಸೆ = ಶೋಭಿಸು

ಹನ್ನೆರಡು ವರುಷ ಹಾಗೂ ಒಂದು ವರ್ಷದ ಅಜ್ಞಾತವಾಸದ ಅವಧಿಯಲ್ಲಿ ಸ್ವಲ್ಪವೂ ಬೇಸರಪಟ್ಟುಕೊಳ್ಳದೆ ಭಂಗದ ಅನ್ನವನ್ನುಂಡು ಬಾಳಿದ ದುಃಖವು ಇಂದು ತೊಲಗಿ ತನ್ನಲ್ಲಿದ್ದ ಕೊಳೆಯನ್ನು ಸಂಪೂರ್ಣ ಕಳೆದುಕೊಂಡು ಪುಟವಿಟ್ಟ ಚಿನ್ನದಂತೆ ದ್ರೌಪದಿ ವಿಶೇಷ ರೀತಿಯಲ್ಲಿ ಪ್ರಕಾಶಿಸುತ್ತಿದ್ದಳು.

ವಚನ : ಅಂತಿರ್ದ ಜಾತವೇದೋಜಾತೆಯ ಪಾರಿಜಾತ ಪಲ್ಲವೋಲ್ಲಸಿತ ನಿಕಾಮ ಕೋಮಲ ಕರತಳ ಸ್ಪರ್ಶನದೊಳಂ ಕರ್ಣಾಂತ ವಿಶ್ರಾಂತ ವಿಕಚ

ಸುಂದರೇಂದೀವರ ಕುಸುಮಮಾಲಾನುಕಾರಿ ಕಟಾಕ್ಷಚ್ಛಟಾಚ್ಛೋಟನದೊಳಂ
ಅಪಗತ ಸಮರ ಪರಿಶ್ರಮನಾಗಿ –

ಜಾತವೇದೋಜಾತೆ = ಅಗ್ನಿಪುತ್ರಿ (ದ್ರೌಪದಿ) ; ಪಲ್ಲವೋಲ್ಲಸಿತ = ಚಿಗುರಿನಂತೆ ಉಲ್ಲಾಸಭರಿತ ; ಕರ್ಣಾಂತ ವಿಶ್ರಾಂತ = ಕಿವಿತನಕ ವ್ಯಾಪಿಸಿರುವ ; ವಿಕಚ = ಅರಳಿದ ; ಕಟಾಕ್ಷಚ್ಛಟ = ಕಣ್ನೋಟದ ಪ್ರಕಾಶ (ಕಾಂತಿ) ; ಆಚ್ಛೋಟ = ಅಪ್ಪಳಿಸು ; ಅಪಗತ ಸಮರ = ಯುದ್ಧದ ಆಯಾಸ ; ಪರಿಶ್ರಮ = ನಿವಾರಣೆ

ಭೀಮಸೇನನ ಯುದ್ಧದ ಆಯಾಸವು ಅಗ್ನಿಪುತ್ರಿಯಾದ ದ್ರೌಪದಿಯ ಕರತಳ ಸ್ಪರ್ಶದಿಂದ ಮನಸ್ಸಿಗೆ ಉಲ್ಲಾಸ ನೀಡುತ್ತಿದ್ದು, ಅವಳ ಕಣ್ನೋಟದ ಪ್ರಕಾಶದ ಅಪ್ಪಳಿಸುವಿಕೆಯಿಂದ ಪರಿಹಾರವಾಯಿತು.

ಕೃತಕರಿಪುರುಧಿರ ಪಾನ
ಪ್ರತಿಜ್ಞಕಂ ದ್ರೌಪದೀಕಚೋತ್ತಂಸಂ ತ್ರಿಃ ।
ಕೃತಸತ್ಪ್ರತಿಜ್ಞಕಂ ಸ
ತ್ಕೃತಕೃತ್ಯಂ ಸಿದ್ಧಸಾಧ್ಯನಿಜೀವ ಬೆಡಂಗಂ ॥ ೬೨ ॥

ಕಚೋತ್ತಂಸಂ = ತುರುಬನ್ನು ಎತ್ತಿ ಕಟ್ಟಿದ ; ಕೃತ = ತಾನು ಮಾಡಿದ

ಶತ್ರುಗಳನ್ನು ಸಂಹರಿಸಿ ರಕ್ತಪಾನ (ಪ್ರಮುಖವಾಗಿ ದುಶ್ಶಾಸನನ), ದ್ರೌಪದಿಯ ವೇಣೀ ಸಂಹಾರದ ಪ್ರತಿಜ್ಞೆಗಳನ್ನು ನೆರವೇರಿಸಿ ಭೀಮನು (ಇರಿವ ಬೆಡಂಗ) ಕೃತಕೃತ್ಯನೂ, ಸಿದ್ಧಸಾಧ್ಯನೂ ಎನಿಸಿಕೊಂಡನು.

ಗುರುಪಾದಾಂಬುರುಹಕ್ಕೆ ಮುಗ್ಗಿ ಪೊಡೆವಟ್ಟೆಂಗುಂ ಭುಜಗೇಂದ್ರ ಭೀ
ಕರ ಬಾಹಾ ಭ್ರಮಿತಾಭ್ರಮಗದಾನಿರ್ಘಾತನಿಷ್ಪಿಷ್ಟ ಸಿಂ ।
ಧುರಮೇದೋಸ್ರರಸಾರ್ದ್ರಮಾರಣರಣಕ್ಷೋಣೀತಳಂ ಕೌರವೇ
ಶ್ವರ ಚೂಡಾಮಣಿ ಚೂರ್ಣಕಲ್ಕಕುಲದಿಕ್ಚಕ್ರಂ ಹಿಡಿಂಬಾಂತಕಂ ॥ ೬೩ ॥

ಮುಗ್ಗಿ ಪೊಡೆವಟ್ಟು = ಸಾಷ್ಟಾಂಗ (ಉದ್ದಂಡವಾಗಿ) ನಮಸ್ಕಾರ ಮಾಡಿ ; ಭುಜಗೇಂದ್ರ = ಸರ್ಪರಾಜ ; ಬಾಹಾಭ್ರಮಿತ = ತೋಳನ್ನು ಎತ್ತಿ ; ಅಭ್ರಮಗದಾ ನಿರ್ಘಾತ = ಆಕಾಶದತ್ತ ಜೋರಾಗಿ ಬೀಸುವ ಗದೆ ; ನಿರ್ಘಾತ = ಹೊಡೆತ ; ನಿಷ್ಪಿಷ್ಟ = ಅಜಿಗಿಜಿಮಾಡು ; ಸಿಂಧುರ = ಆನೆ ; ಮೇದೋಸ್ರರಸ = ಕೊಬ್ಬು ರಕ್ತ ; ಆರ್ದ್ರ = ಒದ್ದೆಯಾದ ; ಮಾರಣ ರಣಕ್ಷೋಣಿ ತಳ = ವಿನಾಶಕರವಾದ ಯುದ್ಧ ಭೂಮಿ (ಕುರುಕ್ಷೇತ್ರ) ; ಚೂರ್ಣಕಲ್ಕಕುಲ ದಿಕ್ಚಕ್ರಂ = ಪುಡಿ ಪುಡಿ ಮಾಡಿ ದಿಕ್ಕು ದಿಕ್ಕುಗಳಿಗೆ ಚೆಲ್ಲಿದವನು

ಸರ್ಪರಾಜನಂತೆ ನಿಡಿದಾದ, ಭಯಂಕರವಾದ ತೋಳುಗಳಲ್ಲಿ ಹಿಡಿದ ಗದೆಯನ್ನು ಆಕಾಶದಲ್ಲಿ ಗಿರಗಿರನೆ ತಿರುಗಿಸುತ್ತಾ ಮದವೇರಿದ ಆನೆಗಳನ್ನು ಹೊಡೆದು ಅಜಿಗಿಜಿಮಾಡಿ ಅವುಗಳ ಕೊಬ್ಬು ರಕ್ತಗಳಿಂದ ಒದ್ದೆಯಾಗಿ – ಕೆಸರಿನಿಂದ ಕೂಡಿದ ಕುರುಕ್ಷೇತ್ರ

ರಣಭೂಮಿಯಲ್ಲಿ ಕೌರವೇಶ್ವರನ ಮಕುಟ ಮಣಿಗಳನ್ನು ಒದ್ದು ಪುಡಿ ಪುಡಿ ಮಾಡಿ, ದಿಗ್ಬಲಿ ಕೊಟ್ಟಂತಹ ಹಿಡಿಂಬಾಂತಕನಾದ ಭೀಮಸೇನನು ಗುರು ಸಮಾನನಾದ ಧರ್ಮರಾಯನ ಪಾದಗಳಿಗೆ ಉದ್ದಂಡ ನಮಸ್ಕಾರ ಮಾಡಿ ಹೀಗೆಂದನು.

ಹರಿಕೇಳ್ ಧರ್ಮಜಕೇಳ್ ಸುರೇಂದ್ರಸುತಕೇಳ್ ಮಾದ್ರೀಸುತರ್ಕೇಳಿಮಿ
ರ್ಬರುಮಿಂತೆಯ್ದಿದುದಲ್ತೆ ಕೌರವಹತಿವ್ಯಾಪಾರದೊಳ್ ದ್ರೋಹದು ।
ರ್ಧರ ದುಶ್ಶಾಸನ ರಕ್ತಪಾನವಿಧಿ ಪಾಂಚಾಲೀ ಕಚೋತ್ತಂಸನಂ
ಕುರುರಾಜೋರು ಕಿರೀಟ ಭಂಗಮಿನಿತುಂ ಭೀಮಪ್ರತಿಜ್ಞಾಕ್ಷರಂ ॥ ೬೪ ॥

ಸುರೇಂದ್ರ ಸುತ = ಇಂದ್ರ ಪುತ್ರ ಅರ್ಜುನ ; ಹತಿ = ವಧೆ, ಹನನ ; ದ್ರೋಹದುರ್ಧರ = ದ್ರೋಹ ಮಾಡಿದುದರಿಂದ ; ಕಚೋತ್ತಂಸ = ಮುಡಿಯನ್ನು ಎತ್ತಿ ಕಟ್ಟಿದ

ಕೃಷ್ಣ ಕೇಳು, ಅಣ್ಣ ಧರ್ಮರಾಯ ಕೇಳು, ಪಾರ್ಥ, ನಕುಲ ಸಹದೇವರುಗಳೇ ಕೇಳಿ, ಎಲ್ಲರೂ ಪ್ರತ್ಯೇಕ ಪ್ರತ್ಯೇಕವಾಗಿ ಆಲಿಸಿರಿ, ದುಷ್ಟರಾದ ಕೌರವರ ನಾಶದೊಂದಿಗೆ, ನಮಗೆ ತಡೆಯಲಾರದ ಕೇಡನ್ನುಂಟು ಮಾಡಿದ ದುಶ್ಶಾಸನನ ರಕ್ತಪಾನದ ಪ್ರತಿಜ್ಞೆ, ಪಾಂಚಾಲಿಯ ಮುಡಿ ಕಟ್ಟುವ ಶಪಥ, ದುರ್ಯೋಧನನ ತೊಡೆ ಮುರಿದು, ಕಿರೀಟ ಭಂಗ ಮಾಡುವ ಪ್ರತಿಜ್ಞೆಗಳನ್ನು ಭೀಮನು ನೆರವೇರಿಸಿದನಲ್ಲವೇ?

ವಚನ : ಎಂದು ಭೇರಿಯಂ ತಾಟಿಸಿದಂತೆ ಗಂಭೀರ ಧ್ವನಿಯಿಂ ಗರ್ಜಿಸೆ –

ತಾಟಿಸು = ಬಾರಿಸು (ಹೊಡೆ)

ಎನ್ನುತ್ತಾ ಭೇರಿಯನ್ನು ಬಾರಿಸುವಂತೆ ಗಂಭೀರ ಧ್ವನಿಯಿಂದ ಗರ್ಜಿಸಿದಾಗ –

ಹರಿಯುಂ ಧರ್ಮಜನುಂ ಸುರೇಂದ್ರ ಸುತನುಂ ಮಾದ್ರೀಜರುಂ ಕೃಷ್ಣೆಯುಂ
ಪರಮಾನಂದದೆ ಕರ್ಚಿ ತೀರ್ಥ ಜಲದಿಂ ಕಸ್ತೂರಿಕಾ ಚಂದನಾ ।
ಗರು ಕಾಶ್ಮೀರಜ ಪಂಕದಿಂ ತೊಡೆದು ಕೇಯೂರಾದಿಯಂ ಭೂಷಣೋ
ತ್ಕರಮಂ ನೇರ್ಪಡೆ ಕಟ್ಟಿ ಪೂಜಿಸಿದರಾದೋರ್ದಂಡಮಂ ಭೀಮನಾ ॥ ೬೫ ॥

ಕರ್ಚಿ = ತೊಳೆದು ; ಕೇಯೂರ = ತೋಳಬಂದಿ ; ನೇರ್ಪಡೆ = ಒಪ್ಪವಾಗಿ ; ದೋರ್ದಂಡ = ಬಾಹುದಂಡ ; ಕಾಶ್ಮೀರಜ = ಕುಂಕುಮ ಕೇಸರಿ

ಶ್ರೀಕೃಷ್ಣ, ಧರ್ಮರಾಯ, ಪಾರ್ಥ, ನಕುಲ ಸಹದೇವರುಗಳು ದ್ರೌಪದಿಯು ಸಹ ಒಟ್ಟಾಗಿ ಅತ್ಯಂತ ಸಂತೋಷದಿಂದ ಭೀಮನ ಉನ್ನತ ಬಾಹುಗಳನ್ನು ತೀರ್ಥ ಜಲದಿಂದ ತೊಳೆದು, ಪರಿಶುದ್ಧಗೊಳಿಸಿ ಕಸ್ತೂರಿ, ಗಂಧ, ಅಗರು ಕೇಸರಿಗಳಿಂದ ಲೇಪನ ಮಾಡಿ, ತೋಳ ಬಂದಿ ಮುಂತಾದ ಆಭರಣಗಳಿಂದ ತೋಳನ್ನು ಅಲಂಕರಿಸಿ ಪೂಜಿಸಿದರು.

ವಚನ : ಆ ಪ್ರಸ್ತಾವದೊಳ್ –

ಅದೇ ಸಂದರ್ಭದಲ್ಲಿ –

ಅಸುಹೃನ್ಮಾಂಸದಿನನ್ಯರಕ್ತಮಧುವಿಂ ವಿದ್ವಿಟ್ಶಿರೋಬ್ಜಂಗಳಿಂ
ದಸಮಾಮಿತ್ರಕಠೋರದಂತಕುಲದಿಂ ರೌದ್ರಾರ್ಚನಾ ದ್ರವ್ಯದಿಂ ।
ದೊಸೆದಾಗಳ್ಬಲವಂದು ಮುಗ್ಗಿ ಪೊಡೆವಟ್ಟುತ್ಸಾಹದಿಂ ತಾನೆ ಪೂ
ಜಿಸಿದಂ ಸಾಹಸ ಭೀಮನಾಹವ ಜಯೋದ್ದಂಡಂ ಗದಾದಂಡಮಂ ॥ ೬೬ ॥

ಅಸುಹೃತ್ + ಮಾಂಸ = ಶತ್ರುವಿನ ಮಾಂಸ ; ಅನ್ಯರಕ್ತ ಮಧು = ಬೇರೆಯವರ – ಶತ್ರುವಿನ ರಕ್ತವೆಂಬ ಮದ್ಯ ; ವಿದ್‌ವಿಟ್ + ಶಿರೋಬ್ಜ = ಶತ್ರುವಿನ ತಲೆಯೆಂಬ ಕಮಲ ; ಅಸಮ + ಅಮಿತ್ರ = ವಿಷಮ ಶತ್ರು ; ಒಸೆದಾಗಳ್ = ಶೋಭಿಸಿದಾಗ ; ಆಹವ = ಯುದ್ಧ

ಧರ್ಮರಾಯಾದಿಗಳು ಭೀಮನ ಬಾಹು ದಂಡವನ್ನು ಪೂಜಿಸಿದರೆ ಸ್ವತಃ ಭೀಮಸೇನ ತನಗೆ ಜಯವನ್ನು ತಂದಿತ್ತ ತನ್ನ ಗದಾದಂಡವನ್ನು ಪೂಜಿಸುತ್ತಾನೆ. ಅದೊಂದು ರೀತಿಯ ವಿಶಿಷ್ಟ ಪೂಜೆ? ಶತ್ರುಗಳ ರಕ್ತ, ಮಾಂಸಗಳೆಂಬ ಮದ್ಯದಿಂದ, ಅವರ ತಲೆ ದಂತಗಳೆಂಬ ಕಮಲ ಪುಷ್ಪ, ಮುಂತಾದ ಭೀಕರ ಪೂಜಾದ್ರವ್ಯಗಳಿಂದ ಸಾಹಸ ಭೀಮ ತನ್ನ ಗದಾದಂಡವನ್ನು ಪೂಜಿಸಿ ನಮಸ್ಕರಿಸಿದನು.

ವಚನ : ಅಂತು ಭುಜದಂಡಮುಮಂ ಗದಾದಂಡಮುಮಂ ಪೂಜಿಸಿ –

ಹೀಗೆ ಭುಜದಂಡವನ್ನೂ ಗದಾದಂಡವನ್ನೂ ಪೂಜಿಸಿ –

ವಿವಿಧಾತೋದ್ಯರವಂ ಪೊದಟ್ಟಿಖಿಳ ದಿಕ್ಚಕ್ರಂಬರಂ ಕೂಡೆ ಮೊ
ಳ್ಗುವಿನಂ ಮಂಗಳಗೀತ ಮಂಗಳರವಂ ಕರ್ಣಾಮೃತ ಸ್ಯಂದಿಯು ।
ಣ್ಮುವಿನಂ ದೇವಾನಿನಾದಮುಣ್ಮುವಿನಮತ್ಯುತ್ಸಾಹದಿಂ ಪೊಕ್ಕನು
ತ್ಸವ ಬದ್ಧಸ್ವನ ರಮ್ಯತಚ್ಛಿಬಿರಮಂ ಚಾಳುಕ್ಯ ಕಂಠೀರವಂ ॥ ೬೭ ॥

ವಿವಿಧ + ಆತೋದ್ಯ + ರವ = ನಾನಾ ವಾದ್ಯ ಸಮೂಹಗಳ ಶಬ್ದ ; ದಿಕ್ + ಚಕ್ರ + ಅಂಬರ = ದಿಗ್ವಲಯಗಳು ; ಸ್ಯಂದಿ = ಸೂಸು ; ಉಣ್ಮು = ಉಂಟಾಗು ; ಉತ್ಸವ ಬದ್ಧ ಸ್ವನ = ಉತ್ಸಾಹದಿಂದ ಕೂಡಿದ ಕೋಲಾಹಲ

ಅನೇಕ ರೀತಿಯ ವಾದ್ಯಘೋಷಗಳು ದಶದಿಕ್ಕುಗಳವರೆಗೂ ವ್ಯಾಪಿಸುತ್ತಿರಲು, ಮಂಗಳ ವಾದ್ಯಗಳ ಸುನಾದ ತರಂಗಗಳು ಕಿವಿಗೆ ಅಮೃತೋಪಾದಿಯಲ್ಲಿ ಸೂಸುತ್ತಿರಲು, ಜೊತೆಯಲ್ಲಿಯೇ ದೇವದುಂದುಭಿಗಳೂ ಮೊಳಗುತ್ತಿರಲು, ಇವೆಲ್ಲವೂ ಒಂದು ರೀತಿಯ ಉತ್ಸವದ ಉತ್ಸಾಹ ಕೋಲಾಹಲದಂತೆ ತುಂಬಿರಲು ಸತ್ಯಾಶ್ರಯನೂ, ಚಾಳುಕ್ಯ ಕಂಠೀರವನೂ ಆದ ಸಾಹಸ ಭೀಮನೂ ಸಹ ಅತ್ಯಂತ ಸಂತೋಷ, ಸಂಭ್ರಮದಿಂದ ತನ್ನ ಶಿಬಿರವನ್ನು ಹೊಕ್ಕನು

ಎಂಬಲ್ಲಿಗೆ ಗದಾಯುದ್ಧದ

ಅಷ್ಟಮಾಶ್ವಾಸವು ಸಂಪೂರ್ಣವಾದುದು.

ನವಮಾಶ್ವಾಸಂ

ಶ್ರೀಸೋಮವಂಶ ಕಮಲೋ
ದ್ಭಾಸಿಸರೋಹಂಸನಗ್ರಜಾನುಜ ಸಹಿತಂ ।
ಶ್ರೀಸತ್ಯನಿಲಯನಧಿಕ ವಿ
ಳಾಸಂ ಸುಖಮಿರ್ದನಲ್ತೆ ಸಾಹಸಭೀಮಂ ॥ ೧ ॥

ಸೋಮವಂಶ = ಚಂದ್ರವಂಶ ; ಉದ್ಭಾಸಿ ಸರೋಹಂಸ = ಹಂಸದಂತೆ ಪ್ರಕಾಶಿಸುವ ; ಅಧಿಕ ವಿಳಾಸನ್ = ಅತ್ಯಂತ ಸಂತೋಷವುಳ್ಳವನು

ಚಂದ್ರವಂಶವೆಂಬ ಕಮಲ ಸರೋವರದಲ್ಲಿ ಹಂಸದಂತೆ ಶೋಭಿಸುವವನೂ, ಸತ್ಯಾಶ್ರಯನೆನಿಸಿದವನೂ, ಅಣ್ಣ–ತಮ್ಮಂದಿರೊಡನೆ ಜೊತೆ ಜೊತೆಯಾಗಿರುವವನೂ, ಅತ್ಯಂತ ಸಂತೋಷವುಳ್ಳವನೂ ಆದ ಸಾಹಸ ಭೀಮನು ಸುಖವಾಗಿದ್ದನಲ್ಲವೇ?

ವಚನ : ಅಂತಿರ್ಪನ್ನೆಗಂ ಚಕ್ರಿತಾಂ ಕಾಲಚಕ್ರವರ್ತಿಯಪ್ಪುದಱಿಂ ಅಸಮಸಾಹಸೋದ್ಧಾಮನಪ್ಪಶ್ವತ್ಥಾಮನ ಬರವನಱಿದನಾಗತಬಾಧಾಪರಿಚ್ಛೇದಮಂಮಾಡಲೆಂದು ಧೃಷ್ಟದ್ಯುಮ್ನ, ಶಿಖಂಡಿ, ಚೇಕಿತಾನ, ಯುಧಾಮನ್ಯೂತ್ತಮೌಜರುಮಂ ಶ್ರುತಸೋಮಕ ಪ್ರಮುಖರಪ್ಪ, ಪಾಂಡವ ಸೂನುಗಳಪ್ಪ ಪಂಚಪಾಂಡವರುಮಂ ಬೀಡಿಂಗೆ ಕಾಪುವೇಟ್ಟು ಹಸ್ತ್ಯಶ್ವರಥಪದಾತಿ ಬಲಂಬೆರಸು ಹಸ್ತಿನಾಪುರಕ್ಕೆ ಕಳಿಪಿ ಪಾಂಡವರೈವರು ಮನೊಡಂಗೊಂಡು ಸಕಲವನಚರ ಜಲಚರಕಂಜಕುಮುದೇಂದೀವರ ಮಾಳಾನಿಳಯಮಪ್ಪ ನೀಳಾಚಳಕ್ಕೆ ನೀಲಾಂಗಂ ಪೋದನನ್ನೆಗಮಿತ್ತ ಗಾಂಗೇಯನಱಿಪೆ ಕೌರವೇಶ್ವರನಿರ್ದೆಡೆಯನಶ್ವತ್ಥಾಮನಱಿದು –

ಚಕ್ರಿ = ಚಕ್ರಧಾರಿ ಶ್ರೀಕೃಷ್ಣ ; ಕಾಲಚಕ್ರವರ್ತಿ = ತ್ರಿಕಾಲಜ್ಞಾನಿ (ಸರ್ವಜ್ಞ) ; ಬೀಡಿಂಗೆ = ಶಿಬಿರಕ್ಕೆ ; ಕಾಪುವೇಟ್ಟು = ರಕ್ಷಕರನ್ನಾಗಿ ನೇಮಿಸಿ ; ಹಸ್ತಿ + ಅಶ್ವ + ರಥ + ಪದಾತಿ = ಆನೆ, ಕುದುರೆ, ರಥ, ಕಾಲಾಳು (ಚತುರಂಗ ಬಲ) ; ನೀಲಾಂಗ = ನೀಲವರ್ಣದ ಕೃಷ್ಣ

ಹೀಗಿರುವಾಗ ಶ್ರೀಕೃಷ್ಣನು ತ್ರಿಕಾಲಜ್ಞಾನಿಯಾದ ಕಾರಣದಿಂದ ಅತ್ಯಂತ ಬಲಶಾಲಿಯೂ, ಸಮರ ಸಾಹಸಮಲ್ಲನೂ ಆದ ಅಶ್ವತ್ಥಾಮನ ಬರುವಿಕೆಯನ್ನು ತಿಳಿದು ಮುಂದೆ ಇವನಿಂದ ಪಾಂಡವರಿಗಾಗಬಹುದಾದ ಅಪಾಯವನ್ನು ಗ್ರಹಿಸಿ ಅದನ್ನು ನಿವಾರಿಸುವುದಕ್ಕಾಗಿ, ಧೃಷ್ಟದ್ಯುಮ್ನ, ಶಿಖಂಡಿ, ಚೇಕಿತಾನ, ಯಧಾಮನ್ಯು ಉತ್ತಮೌಜಸ (ಈ ಐವರೂ ಈ ಯುದ್ಧದಲ್ಲಿ ಬದುಕಿ ಉಳಿದಿರುವವರು)ರನ್ನು ಶ್ರುತಸೋಮಕನೇ ಮುಂತಾಗಿ ಪಾಂಡವರ ಮಕ್ಕಳುಗಳಾದ ಉಪ ಪಾಂಡವರು (ಶ್ರುತಸೋಮ ಭೀಮನ ಮಗ) ; ಪ್ರತಿವಿಂಧ್ಯ, ಶ್ರುತಕೀರ್ತಿ, ಶತಾನೀಕ ಹಾಗೂ ಶ್ರುತಸೇನ – ಕ್ರಮವಾಗಿ

ಧರ್ಮರಾಯ, ಅರ್ಜುನ, ನಕುಲ, ಸಹದೇವರ ಮಕ್ಕಳು) ಹಾಗೂ ಚತುರಂಗ ಬಲಸಹಿತ ಶಿಬಿರವನ್ನು ಕಾಯುವಂತೆ ನೇಮಿಸಿ ಹಸ್ತಿನಾಪುರಕ್ಕೆ ಕಳುಹಿಸಿ ಪಾಂಡವರನ್ನು ಮಾತ್ರ ಸಮಸ್ತ ವನಚರ, ಜಲಚರಗಳೂ, ಕಮಲ, ನೈದಿಲೆ ಪುಷ್ಪಗಳಿಂದ ಕಂಗೊಳಿಸುವ ಸರೋವರಗಳೂ ಉಳ್ಳ ನೀಲಾಚಲಕ್ಕೆ ಕರೆದುಕೊಂಡು ಹೋದನು. ಇತ್ತ ಭೀಷ್ಮರಿಂದ ದುರ್ಯೋಧನ ಇರುವ ತಾಣವನ್ನು ಅಶ್ವತ್ಥಾಮನು ತಿಳಿದು –

ಕೊರಲಕಱ ಶಿರದಪೆಱ ನೊಸ
ಲುರಿಗಣ್ ಧೃತಚಾಪಹಸ್ತ ಶಾಕ್ವರ ಚಿಹ್ನಂ ।
ವಿರಚಿಸೆ ಕೃಪಕೃತವರ್ಮ
ಬೆರಸಾಗಳ್ ಮುಳಿದು ಬಂದನಶ್ವತ್ಥಾಮಂ ॥ ೨ ॥

ಕಱ = ಕಪ್ಪು ; ಪೆಱ = ಚಂದ್ರ ; ಧೃತಚಾಪ = ಹಿಡಿದ ಬಿಲ್ಲು ; ಶಾಕ್ವರ = ಎತ್ತು – ಗೂಳಿ ; ಬೆರಸು = ಒಂದುಗೂಡು

ಇಲ್ಲಿ ಅಶ್ವತ್ಥಾಮನ ಇರುವಿಕೆಯ ಬಗ್ಗೆ ಕವಿ ಹೀಗೆ ವರ್ಣಿಸುತ್ತಾನೆ – ಅವನು ರುದ್ರಾಂಶಸಂಭೂತನೆಂಬುದಕ್ಕೆ ಇದು ಸಾಕ್ಷಿಯಾಗಿದೆ – ಕಪ್ಪಾದ ಕೊರಳು (ವಿಷಕಂಠ), ತಲೆಯಲ್ಲಿ ಚಂದ್ರ, ಹಣೆಯಲ್ಲಿನ ಉರಿಗಣ್ಣು, ಕೈಯಲ್ಲಿನ ಧನುಸ್ಸು, ನಂದಿಕೇತನ – ಇವೆಲ್ಲ ಲಕ್ಷಣಗಳುಳ್ಳ ಅಶ್ವತ್ಥಾಮನು ಅತ್ಯಂತ ಕೋಪಾವಿಷ್ಟನಾಗಿ ಕೃಪಕೃತವರ್ಮರನ್ನು ಕೂಡಿಕೊಂಡು ಬರುತ್ತಿದ್ದನು.

ಕನತ್ಕನಕತಾಮರಂ ಧವಳಚಾಮರಂ ಕೆಯ್ಗಳೊಳ್
ಮನಂಚಲಿಸೆ ಮಾಸಿತಾಱಿದ ಕುರುಳ್ಗಳುಂ ತನ್ನ ಬಿ ।
ನ್ನನಿರ್ದ ಮೊಗದಿಂ ತವಿಲ್ದಿರೆ ವಿಲಾಸಮುಂ ಮುಂದೆ ಕಂ
ಡನಲ್ಲಿ ಕಮಳಾಕ್ಷಿಯಂ ವೃಷಭಲಕ್ಷಣಂ ಲಕ್ಷ್ಮಿಯಂ ॥ ೩ ॥ (ಪೃಥ್ವೀ ವೃತ್ತ)[47]

ಕನದ್ + ಕನಕ + ತಾಮರ = ಹೊಳೆಯುವ ಹೊಂದಾವರೆ ; ತಾಱಿದ = ಶುಷ್ಕವಾದ ; ಕುರುಳ್‌ಗಳು = ಮುಂಗುರುಳು (ತಲೆಗೂದಲು) ; ಬಿನ್ನನಿರ್ದ = ಸಪ್ಪಗಾಗಿದ್ದ ; ತವಿಲ್ದು = ನಾಶವಾಗಿ ; ವೃಷಭಲಕ್ಷಣ = ಎತ್ತಿನ ಧ್ವಜದ ಚಿಹ್ನೆ

ಮೇಲಿನ ಪದ್ಯದಲ್ಲಿ ಅಶ್ವತ್ಥಾಮನ ವರ್ಣನೆಯನ್ನು ಕವಿ ಮಾಡಿ, ಇಲ್ಲಿ ಸಾಕ್ಷಾತ್ ಲಕ್ಷ್ಮೀದೇವಿಯ ಪರಿಸ್ಥಿತಿಯ ಬಗ್ಗೆ ವಿವರಿಸಿದ್ದಾನೆ.

ಒಂದು ಕೈಯಲ್ಲಿ ಹೊನ್ನಿನ ತಾವರೆಯನ್ನೂ ಮತ್ತೊಂದರಲ್ಲಿ ಬಿಳಿಯ ಚಾಮರವನ್ನೂ ಹಿಡಿದಿರುವ, ಮನಸ್ಸಿನಲ್ಲೆ ಭಯದಿಂದ ತಲ್ಲಣಗೊಂಡಿರುವ, ಶುಷ್ಕವಾಗಿ ಒಣಗಿ ಹಾರಾಡುತ್ತಿರುವ

(47) **ಪೃಥ್ವೀ ವೃತ್ತ** : ಇದು ಸಮವೃತ್ತ. ಇದರಲ್ಲಿ ಪಾದವೊಂದಕ್ಕೆ ಇಪ್ಪತ್ತಾರು ಅಕ್ಷರಗಳ ತನಕ ಇದ್ದು, ಇವು ಇಪ್ಪತ್ತಾರು ಗುಂಪಿನ ಛಂದಸ್ಸಿನಲ್ಲಿ ಹದಿನೇಳನೆಯ ಅತ್ಯಷ್ಟಿ ಛಂದಸ್ಸಿನಲ್ಲಿದೆ. "ಜಸಂಜಸಲಿಯಂಗಮೊಂದಿದೊಡೆ ಪೃಥ್ವಿಯೆಂಬರ್" ಎಂಬ ಉಲ್ಲೇಖವಿದೆ.

ಕೂದಲುಗಳುಳ್ಳ ಮುಖದ ಕಳೆಯನ್ನು ಸಂಪೂರ್ಣವಾಗಿ ಕಳೆದುಕೊಂಡಿರುವ ಕಮಲದ ಕಣ್ಣುಳ್ಳವಳಾದ ಲಕ್ಷ್ಮೀದೇವಿಯನ್ನು ವೃಷಭಧ್ವಜನಾದ ಅಶ್ವತ್ಥಾಮನು ಕಂಡನು.

ವಚನ : ಅಂತು ಕುಂಭಸಂಭವಸಂಭವಂ ಕಮಲನಾಭನ ಹೃದಯಭವನದಮೃತಾಬ್ಧಿ ಸಂಭವೆಯಂ ಕಂಡು "ನೀನಾರ್ಗೆ? ಎತ್ತಣಿಂದಂ ಬಂದೆ? ಎಲ್ಲಿಗೆ ಪೋದಪೆ?" ಎಂದು ಬೆಸಗೊಳೆ –

ಕುಂಭಸಂಭವ = ದ್ರೋಣ ; ಸಂಭವ = ಮಗ (ಹುಟ್ಟಿದವ) ; ಅಮೃತಾಬ್ಧಿ ಸಂಭವೆ = ಕ್ಷೀರ ಸಮುದ್ರದಿಂದ ಬಂದವಳು

ಹೀಗೆ ವಿಷ್ಣುವಿನ ವಕ್ಷಸ್ಥಳದಲ್ಲಿರುವ ಕ್ಷೀರಸಮುದ್ರದಲ್ಲಿ ಜನಿಸಿದ ಲಕ್ಷ್ಮಿಯನ್ನು ಕಂಡ ದ್ರೋಣಪುತ್ರನಾದ ಅಶ್ವತ್ಥಾಮನು ಯಾರು ನೀನು, ಎಲ್ಲಿಂದ ಬರುತ್ತಿರುವೆ? ಎಲ್ಲಿಗೆ ಹೋಗುತ್ತಿರುವೆ? ಎಂದು ಕೇಳಿದಾಗ –

ಅಮೃತ ಪಯೋಧಿಮಂಥನದೆ ಪುಟ್ಟಿದೆನಬ್ಜ ಭವಾಂತರಾಳದೊಳ್
ರಮಿಯಿಸಿ ಪದ್ಮನಾಭನುರದೊಳ್ ನೆಲಸಿರ್ಪ ಮಹಾನುಭಾವೆಯಾಂ ।
ಕಮಲೆಯೆನಿನ್ನೆಗಂ ಕುರುಮಹೀಪತಿಯೊಳ್ ನೆಲಸಿರ್ದೆನೀಗಳು
ತ್ತಮಪುರುಷೋತ್ತಮಂ ಬೆಸಸೆ ಪಾಂಡವರೊಳ್ ನೆಲಸಲ್ಕೆ ಪೋದಪೆಂ ॥ ೪ ॥

ಅಮೃತ ಪಯೋಧಿ = ಕ್ಷೀರ ಸಮುದ್ರ ; ಮಂಥನ = ಕಡೆಯುವುದು ; ಅಬ್ಜಭವ = ಕಮಲ ಪುಷ್ಪಗಳ ಸಮೂಹ ; ಅಂತರಾಳ = ಮಧ್ಯದಲ್ಲಿ ; ರಮಿಯಿಸಿ = ವಿಹರಿಸಿ ; ಉತ್ತಮ ಪುರುಷೋತ್ತಮ = ಶ್ರೇಷ್ಠನಾದ ವಿಷ್ಣು

ಅಮೃತವನ್ನು ಪಡೆಯಲು ದೇವದಾನವರು ಕ್ಷೀರಸಾಗರವನ್ನು ಕಡೆಯುವಾಗ ಹುಟ್ಟಿದವಳು. ಕಮಲ ಪುಷ್ಪಗಳ ವನಗಳೆಡೆಯಲ್ಲಿ ವಿಹರಿಸುತ್ತಿದ್ದು, ಆ ಪದ್ಮನಾಭನ ವಕ್ಷಸ್ಥಳದಲ್ಲಿ ನೆಲೆಸಿರುವ ಮಹಾನುಭಾವೆಯಾದ ಕಮಲೆಯೇ ನಾನು. ಇಷ್ಟು ಕಾಲದ ತನಕ ಕೌರವೇಶ್ವರನಾದ ದುರ್ಯೋಧನನಲ್ಲಿ ನೆಲಸಿದ್ದೆ. ಈಗ ಆ ಮಹಾವಿಷ್ಣುವಿನ ಆದೇಶದಂತೆ ಪಾಂಡವರೊಡನೆ ವಾಸಿಸಲು ಹೋಗುತ್ತಿದ್ದೇನೆ.

ವಚನ : ಎಂಬುದುಂ ದ್ರೋಣನಂದನಂ ನಾರಾಯಣಂ ಬೆಸಸೆ ಪೋದಪೆನೆಂಬ ಲಕ್ಷ್ಮಿಯ ಮಾತನವಧಾರಿಸಿ ಮುಗುಳ್ನಗೆ ನಕ್ಕು –

ಬೆಸಸೆ = ಹೇಳಿದಾಗ ; ಅವಧಾರಿಸಿ = ಲಕ್ಷ್ಯವಿಟ್ಟು ಕೇಳಿ

ಶ್ರೀವಿಷ್ಣುವು ಹೇಳಿದ್ದರಿಂದ ಹೋಗುತ್ತಿದ್ದೇನೆ ಎಂಬ ಮಾತನ್ನು ಅಶ್ವತ್ಥಾಮನು ಗಮನವಿಟ್ಟು ಕೇಳಿ ಮುಗುಳ್ನಗೆ ಬೀರಿ – ಸದಾ ಕೋಪಿಷ್ಠನಾಗಿರುವ ಮುಖದಲ್ಲಿ ನಗೆಯೇ ಕಾಣದ ಅಶ್ವತ್ಥಾಮನಿಗೂ ನಗು ಬಂದಿತಂತೆ – ಆಗ ಅವನಾಡುವ ಮೂದಲಿಕೆಯ ಮಾತುಗಳಿವು.

ಚಳಮತಿಯಾದೆ ನೀಂ ಜಡಧಿಸಂಭವೆಯಪ್ಪುದಱಿಂ ಸರೋಜ ಸಂ
ಕುಳರಜದಿಂದೆ ನೀಂ ಪೊರೆದು ರಾಜಸದೊಳ್ ನೆಲಸಿರ್ಪೆ ಗೋವುಗಾ ।
ದಳವಟಿದಿರ್ದ ಕೃಷ್ಣನೊಡನಿರ್ದುದಱಿಂದವೆ ಗೋವಿಯಾದೆಯ
ಗ್ಗಳದ ವಿವೇಕಮಿಲ್ಲ ನಿನಗೆತ್ತಱಿವಾ ಪುರುಷಾಂತರಂಗಳಾ ॥ ೫ ॥

ಚಳಮತಿ = ಚಂಚಲ ಬುದ್ಧಿ ; ಜಡದಿ = ಸಮುದ್ರ ; ಸರೋಜ = ಕಮಲ ; ಸಂಕುಳರಜ = ಧೂಳಿನ ಸಮೂಹ ; ರಾಜಸ = ತ್ರಿಗುಣಗಳಲ್ಲಿ ಒಂದು ; ಅಳವಳಿ = ಶಕ್ತಿಗುಂದು ; ಗೋವಿ = ಗೋಪಿಕೆ

ಚಂಚಲವಾದ ಜಲರಾಶಿಯಲ್ಲಿ ಹುಟ್ಟಿದವಳಾದ ನೀನು ಚಂಚಲ ಬುದ್ಧಿಯವಳಾದೆ. ಕಮಲ ಸಮೂಹದ ಧೂಳಿನಿಂದ ರಜೋಗುಣವುಳ್ಳವಳಾದೆ. ದನಗಳನ್ನು ಕಾದು ನಿನ್ನ ಶಕ್ತಿಯನ್ನು ಕಳೆದುಕೊಂಡು ಗೊಲ್ಲತಿಯಂತೆ ಮೂಢೆಯಾದೆ ಅದೂ ಕೃಷ್ಣನ ಒಡನಾಟದಿಂದ! ಹೀಗೆ ಮೂಢಮತಿಯಾದ ನಿನಗೆ ಬುದ್ಧಿ ಎಲ್ಲಿಂದ ಬರಬೇಕು. ಬುದ್ಧಿ ಹೀನಳಾದ ನಿನಗೆ ಪುರುಷರ ವ್ಯತ್ಯಾಸಗಳು ಹೇಗೆ ತಾನೆ ಅರಿವಾಗುತ್ತದೆ – ಲಕ್ಷ್ಮಿ ತನ್ನ ಜನ್ಮಸ್ಥಾನ, ವಾಸಸ್ಥಾನ, ವಿಹಾರ ಸ್ಥಾನಗಳ ಬಗ್ಗೆ ಹೆಮ್ಮೆಯಿಂದ ಹೇಳಿಕೊಂಡಾಗ ಈ ಮೂರರ ಸಂಪರ್ಕದಿಂದಲೇ ನೀನು ಚಂಚಲೆ, ರಜೋಗುಣೆ ಹಾಗೂ ಮೂಢೆಯೂ ಆದೆ ಎಂದು ಅಶ್ವತ್ಥಾಮ ಲಕ್ಷ್ಮಿಯನ್ನು ಮೂದಲಿಸುತ್ತಾನೆ.

ಕಲಿಪಂದೆಯೆಂದು ಬಗೆಯದೆ
ಕುಲಜಂ ಕುಲಹೀನನೆಂದು ಬಗೆಯದೆ ತರುಣಂ ।
ಸಲೆ ವೃದ್ಧನೆಂದು ಬಗೆಯದೆ
ನೆಲಸುವೆ ನಿನ್ನಿಂ ನಿಕೃಷ್ಟರೆಂಬುರುಮೊಳರೇ ॥ ೬ ॥

ಪಂದೆ = ಹೇಡಿ ; ಕಲಿ = ಸಾಹಸಿ ; ಕುಲಜಂ = ಕುಲೀನ ; ನಿಕೃಷ್ಟ = ನೀಚ

ನೀನು ಒಬ್ಬನನ್ನು ಶೂರನೇ ಹೇಡಿಯೇ ಎಂದು ಆಲೋಚಿಸದೆ, ಒಳ್ಳೆಯ ಕುಲದವನೇ, ಹೀನವಂಶದವನೇ ಎಂಬುದನ್ನೂ ಗಮನಿಸದೆ, ಯುವಕ–ಮುದುಕನೇ ಎಂಬುದನ್ನೂ ಚಿಂತಿಸದೇ, ಪಾತ್ರಾಪಾತ್ರಗಳನ್ನ ಸಹ ಗಮನಿಸದೇ ಅವರೊಂದಿಗೆ ಇರುವವಳು ನೀನು. ಇದರ ಬಗ್ಗೆ ಯೋಚನೆಯನ್ನೂ ಮಾಡದ ನಿನ್ನಂತಹ ನೀಚರೆನ್ನಿಸಿಕೊಂಡವರು ಇದ್ದಾರೆಯೇ?

ಇಱಿಯಿಸುವೆ ತಂದೆ ಮಕ್ಕಳ
ನಿಱಿಯಿಸುವೈ ಸೋದರರ್ಕಳಂ ತಮ್ಮೊಳ್ತ್ತ ।
ಟ್ಟಿಱಿಯಿಸುವೈ ಗುರುಶಿಷ್ಯರ
ನಱಿಗುಲಿ ನಿನ್ನಿಂ ನಿಕೃಷ್ಟರಾದರುಮೊಳರೇ ॥ ೭ ॥

ತಮ್ಮೊಳ್ + ತಟ್ಟು = ಒಬ್ಬರನ್ನೊಬ್ಬರು ಎದುರಿಸಿ ; ಅಱಿಗುಲಿ = ಧರ್ಮಘಾತುಕಿ

ತಂದೆ ಮಕ್ಕಳನ್ನು, ಅಣ್ಣತಮ್ಮಂದಿರನ್ನು, ಗುರು-ಶಿಷ್ಯರು ಎಂಬ ಯಾವ ತಾರತಮ್ಯವೂ ಇಲ್ಲದೆ ರಾಜ್ಯಕ್ಕಾಗಿ, ಐಶ್ವರ್ಯಕ್ಕಾಗಿ - ಆಸ್ತಿಗಾಗಿ ಒಬ್ಬರನ್ನೊಬ್ಬರು ಹೋರಾಡುವಂತೆ ಮಾಡುವೆ. ನೀನೊಬ್ಬಳು ಧರ್ಮಘಾತಕಿ. ನಿನಗಿಂತ ನೀಚ ಮನಸ್ಸಿನವರು ಬೇರೆ ಯಾರಾದರೂ ಇದ್ದಾರೆಯೇ? (ಹೆಣ್ಣು - ಮಣ್ಣು - ಹೊನ್ನಿಗಾಗಿ ಹೋರಾಡದವರು ಯಾರೂ ಇಲ್ಲ ಎಂಬ ಭಾವ ಇಲ್ಲಿದೆ.)

ವಚನ : ಅದಲ್ಲದೆಯುಮಮೃತ ಸಮುದ್ರ ಮಂಥನದೊಳ್ ಪುಟ್ಟುವಂದು ಐರಾವತದೊಡನೆ ಪುಟ್ಟಿದುದಱಿಂ ವಿಪರೀತ ವೃತ್ತಿಯುಂ । ಚಂದ್ರನೊಡನೆ ಪುಟ್ಟಿದುದಱಿಂ ಕೌಟಿಲ್ಯಮುಂ । ಕೌಸ್ತುಭದೊಡನೆ ಪುಟ್ಟಿದುದಱಿಂ ಕಠಿನತ್ವಮುಂ । ವಾಗ್ದೇವಿಯೊಡನೆ ಪುಟ್ಟಿದುದಱಿಂ ವಾಚಾಳತೆಯುಂ । ಅಮರ ವೈರಿಯೊಡನೆ ಪುಟ್ಟಿದುದಱಿಂ ಗ್ರಹಣ ಸಲ್ಲೇಖನಾ ಬುದ್ಧಿಯಂ । ವೈದ್ಯನೊಡನೆ ಪುಟ್ಟಿದುದಱಿಂ ವ್ರಣಶೂಲ ವೇದಿಯುಂ । ನಾರದನೊಡನೆ ಪುಟ್ಟಿದುದಱಿಂ ಕಲಹಸ್ವಭಾವಮುಂ । ಕಾಳಕೂಟದೊಡನೆ ಪುಟ್ಟಿದುದಱಿಂ ಕೊಲೆಯುಂ । ಕಳ್ಳೊಡನೆ ಪುಟ್ಟಿದುದಱಿಂ ಸೊರ್ಕುಂ । ಅಚ್ಚರಸಿಯರೊಡನೆ ಪುಟ್ಟಿದುದಱಿಂ ಪಾಱುಗೆಯ್ತಮುಂ ನಿನಗೆ ಸಹಜಮಾಗಿರ್ದುವು ಎಂದು ಲಕ್ಷ್ಮಿಯಂ ವಿಡಂಬನಂಗೆಯ್ದುನಿರತರೊಳಂ ಮಾಣದೆ -

ಐರಾವತ = ದೇವಲೋಕದ ಆನೆ ; ಅಮರ ವೈರಿ = ದೇವತೆಗಳ ಶತ್ರು ; ಕೌಟಿಲ್ಯ = ಕುಟಿಲತೆ (ಕಳಂಕ ಸ್ವಭಾವ) ; ಕೌಸ್ತುಭ = ವಿಷ್ಣುವಿನ ವಕ್ಷಸ್ಥಲದಲ್ಲಿರುವ ಮಣಿ ; ಗ್ರಹಣ ಸಲ್ಲೇಖನ = ಸಮ್ಮೋಹಗೊಳಿಸುವಿಕೆ ; ವೈದ್ಯ = ಧನ್ವಂತ್ರಿ ; ವ್ರಣಶೂಲವೇದಿ = ಹುಣ್ಣಿನ ನೋವು ; ಕಾಳ ಕೂಟ = ಹಾಲಾಹಲ ವಿಷ ; ಸೊರ್ಕುಂ = ಗರ್ವ, ಅಮಲು ; ಅಚ್ಚರಸಿ = ಅಪ್ಸರ ಸ್ತ್ರೀ ; ಪಾಱುಗೆಯ್ತಮುಂ = ವ್ಯಭಿಚಾರ ವೃತ್ತಿ ; ಕಳ್ಳು = ಹೆಂಡ ; ಮಾಣದೆ = ಬಿಡದೆ

ಇಲ್ಲಿ ಅಶ್ವತ್ಥಾಮ ಲಕ್ಷ್ಮಿಯ ನಾನಾತರಹದ ಸ್ವಭಾವಗಳು ಅದಕ್ಕೆ ಕಾರಣಗಳನ್ನು ಕೊಟ್ಟು ಹೀಯಾಳಿಸುತ್ತಾನೆ.

ಅಮೃತಕ್ಕಾಗಿ ಸಮದ್ರಮಥನ ಮಾಡುವಾಗ ನೀನು ಐರಾವತದೊಡನೆ ಹುಟ್ಟಿದುದರಿಂದ ಪ್ರತಿಕೂಲವೃತ್ತಿಯನ್ನೂ, ಚಂದ್ರನೊಡನೆ ಹುಟ್ಟಿದುದರಿಂದ ಕಳಂಕ ಸ್ವಭಾವವನ್ನೂ, ಕೌಸ್ತುಭ ಮಣಿಯೊಡನೆ ಹುಟ್ಟಿದ್ದರಿಂದ ಅದರ ಕಠಿಣತ್ವವನ್ನೂ, ಸರಸ್ವತಿಯೊಡನೆ ಹುಟ್ಟಿ ಬಂದದ್ದರಿಂದ ವಾಚಾಳತ್ವವನ್ನೂ, ಸುರಾರಿಯೊಡನೆ ಹುಟ್ಟಿದ್ದರಿಂದ ಸಮ್ಮೋಹತೆಯ ಬುದ್ಧಿಯನ್ನೂ, ಧನ್ವಂತರಿಯೊಂದಿಗೆ ಹುಟ್ಟಿದ್ದರಿಂದ ಹುಣ್ಣಿನ ನೋವಿನಂತೆ ನೋವನ್ನುಂಟು ಮಾಡುವವಳೂ, ಹಾಲಾಹಲ ವಿಷದೊಡನೆ ಹುಟ್ಟಿದ್ದರಿಂದ ಕೊಲೆ ಮಾಡುವ ಬುದ್ಧಿಯವಳೂ, ಕಳ್ಳಿನೊಡನೆ (ಮದ್ಯ) ಹುಟ್ಟಿದ್ದರಿಂದ ಅಮಲೇರಿಸುವವಳೂ, ಅಪ್ಸರ ಸ್ತ್ರೀಯರೊಡನೆ ಹುಟ್ಟಿದ್ದರಿಂದ ವ್ಯಭಿಚಾರ ಸ್ವಭಾವದವಳೂ ಆದೆ. ಇದೆಲ್ಲ ನಿನಗೆ ಸಹಜವಾದ ಗುಣಗಳು ತಾನೇ? - ಎಂದು ಲಕ್ಷ್ಮಿಯನ್ನು ಮೂದಲಿಸಿ ಅಷ್ಟಕ್ಕೇ ಬಿಡದೆ -

ಪೋ ಮಾಣ ಧರ್ಮಜಂಗಡ !
ಭೀಮಂಗಡ ! ಫಲ್ಗುಣಂಗಡೆಮಳರ್ಗಡ ! ಸಂ ।
ಗ್ರಾಮದೊಳವಂದಿರಶ್ವ
ತ್ಥಾಮಂಗಾಪೋಶನಂಗೊಳಲ್ನೆಱೆದಪರೇ ॥ ೮ ॥

ಪೋ ಮಾಣ = ಹೋ ನಿಲ್ಲು ; ಯಮಳರ್ + ಗಡ = ನಕುಲ ಸಹದೇವರಂತೆ ;
ಅವಂದಿರ್ = ಅವರೆಲ್ಲ

ಹೋ ಬಿಡು ಆ ಮಾತು. ಧರ್ಮರಾಯನಂತೆ, ಭೀಮನಂತೆ, ಅರ್ಜುನನಂತೆ, ಯಮಳರಾದ ನಕುಲ ಸಹದೇವರಂತೆ! ಅವರೆಲ್ಲ ಈ ಅಶ್ವತ್ಥಾಮನಿಗೆ ಯಾವ ಲೆಕ್ಕ? ಯುದ್ಧದಲ್ಲಿ ನನ್ನ ಆಪೋಶನಕ್ಕೂ ಸಾಲುವವರಲ್ಲ. (ಆಪೋಶನ ಎಂದರೆ ಊಟಕ್ಕೆ ಮೊದಲು ಅಂಗೈನಲ್ಲಿ ಒಂದು ತೊಟ್ಟು ತೀರ್ಥ ಸೇವನೆ. – ಅಂದರೆ ನನ್ನ ಹಸಿವಿಗೆ ಅವರು ಸಾಲದು ಎಂಬ ಭಾವ.)

ನಿನ್ನ ಮುರವೈರಿಯಳವುಮ
ನೆನ್ನಳವುಮನೆಲಗೆ ಕಾಣ್ಬೆ ಕುರುಪತಿಯಿಂದಂ ।
ಮುನ್ನಂ ತ್ವತ್ಪತಿಯಿಂದಂ
ನಿನ್ನನಗಲ್ಚಲ್ಕೆ ಕಪಟಗೋಪಂ ಪ್ರಭುವೇ ॥ ೯ ॥

ಅಳವುಮಂ = ಶಕ್ತಿಯನ್ನು, ಸಾಮರ್ಥ್ಯವನ್ನು ; ಮುನ್ನಂ = ಮೊದಲು ; ತ್ವತ್ಪತಿ = ನಿನ್ನ ಸ್ವಾಮಿ – ಒಡೆಯ ; ಕಪಟ ಗೋಪ = ಕಪಟಿ ಗೋಪಾಲ (ಕೃಷ್ಣ)

ಇಲ್ಲಿ ಲಕ್ಷ್ಮಿ ಅಶ್ವತ್ಥಾಮನಿಗೆ ಶ್ರೀಕೃಷ್ಣನ – ಪುರುಷೋತ್ತಮನ ಆಣತಿಯಂತೆ ಪಾಂಡವರನ್ನು ಸೇರಲು ಹೋಗುತ್ತಿದ್ದೇನೆ ಎಂದು ಹೇಳಲು –

ಎಲೈ ಹೆಣ್ಣೇ (ಲಕ್ಷ್ಮಿಯನ್ನು ಹೆಣ್ಣೇ ಎಂದು ಸಂಬೋಧಿಸುವಷ್ಟು ಗರ್ವ ಅಶ್ವತ್ಥಾಮನದ್ದು) ನಿನ್ನ ಆ ಕೃಷ್ಣನ ಶಕ್ತಿಯನ್ನೂ, ನನ್ನ ಸಾಮರ್ಥ್ಯವನ್ನೂ ನೀನೇ ನೋಡುವೆಯಂತೆ. ಕುರುವಂಶಕ್ಕೆ ಒಡೆಯನಾದ, ನಿನ್ನ ಸ್ವಾಮಿಯೂ ಆದ ದುರ್ಯೋಧನನಿಂದ ನಿನ್ನನ್ನು ಬೇರೆ ಮಾಡಲು ಆ ಕಪಟಿ ಕೃಷ್ಣನಿಗೆ ಏನು ಅಧಿಕಾರ? ಅವನೆಷ್ಟರವನು? ಅವನೇನು ರಾಜನೇ? ಎಂದು ಪಾಂಡವರನ್ನು ಮಾತ್ರವಲ್ಲ, ಕೃಷ್ಣನನ್ನೂ ಜರಿಯುತ್ತಾನೆ ಅಶ್ವತ್ಥಾಮ!

ಕುರುರಾಜಂ ರಾಜರಾಜಂ ಸಕಲವಸುಮತೀಕಾಂತನಿರ್ದಂತೆ ಯುದ್ಧಾ
ತುರನೀ ಸಾಹಸಾಂಕಂ ಕುರುಕುಳಪತಿಯಿರ್ದಂತೆ ಮೆಳ್ಪಟ್ಟು ದಾಮೋ ।
ದರನೆಂದೀ ಕಜ್ಜದೊಳ್ ನೀಂ ತೊಡರ್ದು ಮರುಳೆ ಬೆಂಡಾಗದಿರ್ಪೋಗುನೀಂ ಚೆ
ಚ್ಚರಮತ್ತಿನ್ನೆತ್ತವೋಪೌ ಪರಿಭವಿಸಿದಪೆಂ ನಿನ್ನನಿಂ ಕಾವನಾವೊಂ? ॥ ೧೦ ॥

ಮೆಳ್ಪಟ್ಟು = ಮೋಸಹೋಗಿ, ಮರುಳಾಗಿ ; ದಾಮೋದರ = ಕೃಷ್ಣ (ಯಶೋದೆಯಿಂದ ಒರಳಿಗೆ ಕಟ್ಟಿಹಾಕಿಸಿಕೊಂಡದ್ದರಿಂದ ದಾಮೋದರ ಎಂಬ ಹೆಸರು ಬಂದದ್ದು) ; ಕಜ್ಜ = ಕಾರ್ಯ ; ತೊಡರ್ದು = ಸಿಲುಕಿ ; ಬೆಂಡಾಗು = ಆಯಾಸಗೊಳ್ಳು ; ವೋಪೌ = ಹೊರಟೆ

ಕುರುವಂಶಕ್ಕೇ ಒಡೆಯನೂ, ರಾಜರುಗಳಿಗೆಲ್ಲ ಚಕ್ರೇಶ್ವರನೂ, ಇಡೀ ಭೂಮಂಡಲಕ್ಕೆ ಅಧಿಪತಿಯೂ, ಪ್ರಖ್ಯಾತ ಪರಾಕ್ರಮಿಯೂ ಆದ ದುರ್ಯೋಧನನು ಬದುಕಿರುವಂತೆಯೇ (ಅಶ್ವತ್ಥಾಮನಿಗೆ ದುರ್ಯೋಧನನ ಪರಿಸ್ಥಿತಿ ಏನೆಂದೇ ತಿಳಿಯದು) ಕಪಟಿಯಾದ ಆ ಕೃಷ್ಣನ ಮಾತಿಗೆ ಮರುಳಾಗಿ ಈ ಕಾರ್ಯಕ್ಕೆ ಕಟ್ಟುಬಿದ್ದು, ಎಲೆ ಮೂರ್ಖ ಹೆಣ್ಣೇ, ವೃಥಾ ತೇಜಸ್ಸನ್ನು ಕಳಕೊಳ್ಳಬೇಡ. ಬೇಗ ಹಿಂದಿರುಗಿ ದುರ್ಯೋಧನನನ್ನು ಸೇರಿಕೋ ಎಂದು ಅಶ್ವತ್ಥಾಮನು ಹೇಳುತ್ತಿದ್ದರೂ ಲೆಕ್ಕಿಸದೆ ಲಕ್ಷ್ಮಿಯು ಮುಂದೆ ಹೊರಟಾಗ, ಅಶ್ವತ್ಥಾಮ ಕೋಪದಿಂದ ಎಲ್ಲಿಗೆ ಹೋಗುತ್ತಿರುವೆ? ಒಂದು ಹೆಜ್ಜೆ ಮುಂದಿಟ್ಟರೂ ನಿನ್ನನ್ನು ಭಂಗಿಸುತ್ತೇನೆ. ಅದಾರು ಬಂದು ನಿನ್ನನ್ನು ರಕ್ಷಿಸುತ್ತಾರೋ ನೋಡೇ ಬಿಡುತ್ತೇನೆ ಎನ್ನುತ್ತಾ ಅಶ್ವತ್ಥಾಮ ಅವಳನ್ನು ತಡೆದ.

ವಚನ : ಎಂದಶ್ವತ್ಥಾಮನುದ್ದಾಮ ಕೋಪಾಟೋಪ ಬದ್ಧಭ್ರುಕುಟಿ ತರಳ ತಾಮ್ರ ಲೋಚನನುಮಾಗೆ –

ಬದ್ಧಭ್ರುಕುಟಿ = ಹುಬ್ಬುಗಂಟಿಕ್ಕು ; ತರಳತಾಮ್ರಲೋಚನ = ಚಂಚಲವಾದ ಕೆಂಗಣ್ಣು

ಎನ್ನುತ್ತಾ ಅಶ್ವತ್ಥಾಮನು ಅತ್ಯಂತ ಕೋಪಾವಿಷ್ಟನಾಗಿ ಹುಬ್ಬುಗಂಟಿಕ್ಕಿ, ಚಂಚಲವಾದ ಕೆಂಗಣ್ಣಿನಿಂದ ಕೂಡಿದವನಾಗಿದ್ದಾಗ –

ಅತ್ತಲಸುರಾರಿ ಬೆಸಸಿದ
ನಿತ್ತಲ್ ರುದ್ರಾವತಾರನೆೞೆದೊಯ್ದಪೆನೆಂ ।
ದತ್ತ ಪುಲಿಯಿತ್ತದರಿಯೆಂ
ದತ್ತಿತ್ತಡಿಯಿಡದೆ ಲಕ್ಷ್ಮೀತಳವೆಳಗಾದಳ್ ॥ ೧೧ ॥

ರುದ್ರಾವತಾರನ್ = ರುದ್ರಾಂಶ ಸಂಭೂತನಾದ ಅಶ್ವತ್ಥಾಮ ; ತಳವೆಳಗಾದಳ್ = ತಬ್ಬಿಬ್ಬಾದಳು

ಆ ಕಡೆ ಕೃಷ್ಣನ ಆದೇಶ, ಈ ಕಡೆ ರುದ್ರಾವತಾರಿ ಅಶ್ವತ್ಥಾಮನ ಬಲಾತ್ಕಾರ! ಅತ್ತ ಪುಲಿ ಇತ್ತ ದರಿ ಎಂಬಂತಾಯಿತು ಲಕ್ಷ್ಮಿಯ ಪರಿಸ್ಥಿತಿ – ಎತ್ತಕಡೆ ಹೆಜ್ಜೆಯಿಡಬೇಕೆಂಬುದು ತಿಳಿಯದೆ ತಬ್ಬಿಬ್ಬಾದಳು.

ವಚನ : ಅಂತು ತಳವೆಳಗಾದ ಲಕ್ಷ್ಮೀಕಾಂತೆಯ ಚಳದಳಿಕುಳವಿನೀಳ ಕುಟಿಲ ಕುಂತಲಂಗಳಂ ತಳಮಾೞೆ ತೆಗೆದು ಕುರುಕುಲ ಕುಟುಂಬನ ಘಟಚೇಟಿಯಂ ಕೊಂಡು ಪೋಪಂತೆ ಮಗುೞೆ ಕೊಂಡು ಪೋಗಿ ಭೀಮಸೇನನ ಗದಾಘಾತದೊಳೂರುಭಂಗಮುಂ ಪದಾಘಾತದೊಳ್ ಮಕುಟಭಂಗಮುಮಾಗೆ ಸುರುಳ್ದು ತೆರಳ್ದು ಸುಯೋಧನನಿರೆ –

ತಳವೆಳಗಾದ = ತಳಮಳಗೊಂಡ ; ಚಲತ್ + ಅಳಿಕುಳವಿನೀಳ = ಚಲಿಸುತ್ತಿರುವ ತುಂಬಿಗಳಂತೆ ಕಪ್ಪಾದ ; ತಳಂ + ಆೞೆ = ಬುಡದಿಂದ ; ಘಟಚೇಟಿ = ನೀರಿನ ಗಡಿಗೆ ಹೊರುವ ದಾಸಿ ; ಸುರುಳ್ದು = ಸುರುಟಿ ; ತೆರಳ್ದು = ಮುದುಡಿ

ಹೀಗೆ ತಬ್ಬಿಬ್ಬಾಗಿ ದಾರಿತೋರದಂತಿರುವಾಗ ಆ ಲಕ್ಷ್ಮೀದೇವಿಯ ಗುಂಗುರು ಕೂದಲು (ತುಂಬಿಯಂತೆ ಕಪ್ಪಾದ ಉದ್ದವಾದ ಗುಂಗುರು ಕೂದಲು)ಗಳನ್ನು ಅಂಗೈಯಲ್ಲಿ ಹಿಡಿದು ಎಳೆಯುತ್ತಾ ಕುರುಕುಲದ ಸ್ವಾಮಿಯಾದ ದುರ್ಯೋಧನನ ಬಳಿಗೆ ನೀರನ್ನು ಹೊರುವ ದಾಸಿಯನ್ನು ಎಳೆತರುವಂತೆ ಮತ್ತೆ ಭೀಮಸೇನನ ಗದಾಘಾತಕ್ಕೆ ಒಳಗಾಗಿ ತೊಡೆ ಮುರಿದು, ಪಾದಾಘಾತಕ್ಕೆ ಸಿಲಕಿ ಕಿರೀಟಭಂಗವಾಗಿ ಮುದುಡಿ ಮಲಗಿರುವ ದುರ್ಯೋಧನನ ಬಳಿಗೆ ಎಳೆದು ತರುತ್ತಾನೆ. (ಇದು ದುಶ್ಶಾಸನ ದ್ರೌಪದಿಯ ಮುಡಿಯನ್ನು ಹಿಡಿದು ಎಳೆದು ತರುವ ಸಂದರ್ಭವನ್ನೂ ನೆನಪಿಗೆ ತರುವಂತಿತ್ತು.)

ನೆತ್ತಿಯ ಮಿದುಳೊಡೆದುಣ್ಮುವ
ನೆತ್ತರ ಧಾರೆಗಳೆ ತೀವೆ ತನ್ನಯ ಮುಖದೊ ।
ಳ್ನೆತ್ತರನೆ ಕಾಜೆ ಕುರುಪತಿ
ನೆತ್ತರ ಕಡಲೊಳಗೆ ತೇಂಕಿ ತೆರೆಮುಳುಗಿರ್ದಂ ॥ ೧೨ ॥

ಉಣ್ಮುವ = ಹೊಮ್ಮುವ ; ತೀವೆ = ವ್ಯಾಪಿಸಿ ; ತೇಂಕಿ = ತೇಲುತ್ತಾ

ಅಲ್ಲಿನ ದೃಶ್ಯ ಹೇಗಿತ್ತೆಂದರೆ, ಭೀಮಸೇನನ ಪದಾಘಾತದಿಂದ ತಲೆಯೊಡೆದು ನೆತ್ತಿಯ ಮಿದುಳು ಹೊರಚೆಲ್ಲಿ ಹರಿದ ರಕ್ತ ಪ್ರವಾಹದಿಂದ ಮುಖವೆಲ್ಲ ರಕ್ತಮಯವಾಗಿ ರಕ್ತಕಾರುತ್ತಾ ದುರ್ಯೋಧನನು ರಕ್ತದ ಕಡಲಲ್ಲಿ ತೇಲುತ್ತಾ ಮುಳುಗುತ್ತಿದ್ದನು.

ಕುಂತೀಸುತ ಭೀಮಗದಾ
ಭ್ರಾಂತಂ ಜಂಘಾವ್ಯಪೇತನುಣ್ಮುವ ರಕ್ತಾ ।
ತ್ಯಂತ ಪ್ರವಾಹ ಸಹಿತಂ
ಶ್ರಾಂತಂ ರಾಗಿಯವೊಲಿರ್ದನಾ ಕುರುರಾಜಂ ॥ ೧೩ ॥

ಭ್ರಾಂತಂ = ಭ್ರಾಂತಿಯಿಂದಿರುವ (ಹೆದರಿದವನು) ; ಜಂಘ = ತೊಡೆ ; ವ್ಯಪೇತ = ಮುರಿದು (ಬೇರೆಯಾದ) ; ಉಣ್ಮುವ = ಚಿಮ್ಮುವ ; ಶ್ರಾಂತ = ಬಳಲಿದ ; ರಾಗಿಯವೊಲ್ = ಕೆಂಪು ಬಣ್ಣದಂತೆ

ಕುಂತೀಪುತ್ರನಾದ ಭೀಮಸೇನನ ಗದಾಘಾತಕ್ಕೆ ಹೆದರಿ ತೊಡೆಗಳನ್ನು ಮುರಿದುಕೊಂಡು ಚಿಮ್ಮುತ್ತಿರುವ ನೆತ್ತರಿನ ಕಡಲಲ್ಲಿ – ಪ್ರವಾಹದಲ್ಲಿ – ಮುಳುಗಿಹೋಗಿದ್ದ ದುರ್ಯೋಧನ ಆಯಾಸಗೊಂಡವನಾಗಿ ಮುಳುಗುತ್ತಿರುವ ಸೂರ್ಯನಂತೆ ಕೆಂಪು ವರ್ಣದವನಾಗಿದ್ದನು.

ಕುರುರಾಜಂ ತೊಡೆವೇನೆಗೆ
ನರಳನೆ ಕುಜುವಾದ ತೊಡೆಯ ಬೇನೆಗೆ ಕಂಡರ್ ।
ನರಳ್ವಂತೆ ನರಳದರಸಂ
ವಿರೋಧದಿಂದಾದ ಮಾನಹಾನಿಗೆ ನೊಂದಂ ॥ ೧೪ ॥

ಕುಜುವಾದ = ವ್ರಣವಾದ ; ಕಂಡರ್ = ಸಾಮಾನ್ಯರು

ಕೌರವೇಶ್ವರನು ತನಗಾದ ತೊಡೆಯ ಘಾತದ ನೋವಿಗೆ ನರಳಲಿಲ್ಲ. ಗಾಯವಾಗಿ ಅದು ವ್ರಣವಾದಾಗ ಅದರ ನೋವಿಗೆ ಸಾಮಾನ್ಯರು ನರಳುವಂತೆ ನರಳದೆ – ವೈರಿಯಿಂದ ತನಗಾದ ಅಪಮಾನ – ಮಾನಭಂಗಕ್ಕಾಗಿ ನೊಂದನು. (ಕ್ಷತ್ರಿಯನಾದವನು ದೇಹಬಾಧೆಗೆ ಎಂದೂ ನೋಯುವುದಿಲ್ಲ. ಅದನ್ನು ತಡೆಯುವ ಶಕ್ತಿ ದಾರ್ಢ್ಯ ಅವನಲ್ಲಿರುತ್ತದೆ. ಆದರೆ ಶತ್ರುವಿನಿಂದಾದ ಮಾನಭಂಗವನ್ನು ತಡೆದುಕೊಳ್ಳಲಾರ.)

ವಚನ : ಅಂತೆನಿಸಿರ್ದ ಕುರುರಾಜ ನಂದನನಂ ಗುರುನಂದನಂ ನೋಡಿ –

ಹೀಗೆ ಚಿಂತಿಸುತ್ತಾ ಮಲಗಿದ್ದ ಕುರುರಾಜ ಧೃತರಾಷ್ಟ್ರನ ಪುತ್ರನನ್ನು ದ್ರೋಣಾಚಾರ್ಯರ ಮಗನಾದ ಅಶ್ವತ್ಥಾಮನು ನೋಡಿ –

ಕುಳಿಕನ ಪಲ್ಗಳಂ ಮುಱಿಯೆ ಮೋದಿದರಾರ್ಕಡುಪಿಂದೆ ಸಿಂಹಮಂ
ಮುಳಿಯಿಸಿ ಪಲ್ಗಳಂ ಪಿಡಿದು ಕಿಟ್ಟಿವರಾರ್ಮದ ಹಸ್ತಿಯಂ ಭಯಂ ।
ಗೊಳೆ ನೆಲಕಿಕ್ಕಿ ಕೋಡೆರಡುಮಂ ಕುಸಿಯೊತ್ತಿದರಾರ್ಸುರಾದ್ರಿ ನಿ
ಶ್ಚಳ ನಿಬಿಡೋರು ಮಂಡಲಮನಾರುಡಿದರ್ ಫಣಿರಾಜಕೇತನಾ ॥ ೧೫ ॥

ಕುಳಿಕ = ವಿಷಪೂರಿತ ಹಾವು ; ಮೋದಿದ = ಹೊಡೆದ ; ಕಡುಪಿಂದೆ = ದರ್ಪದಿಂದ ; ಮುಳಿಯಿಸಿ = ಕೆರಳಿಸಿ ; ಮದಹಸ್ತಿ = ಮದ್ದಾನೆ ; ಕೋಡೆರಡು = ಎರಡು ದಂತ ; ಸುರಾದ್ರಿ = ಮೇರು ಪರ್ವತ ; ನಿಬಿಡ = ಒತ್ತಾದ ; ಊರುಮಂಡಲ = ತೊಡೆಗಳು ; ಉಡಿದರ್ = ಮುರಿದರು

ಉಗ್ರವಾದ ವಿಷಸರ್ಪದ ಹಲ್ಲುಗಳನ್ನು ಮುರಿಯುವಂತೆ ಹೊಡೆದವರಾರು? ದರ್ಪದಿಂದ ಸಿಂಹವನ್ನು ಕೆರಳಿಸಿ, ಹಲ್ಲುಗಳನ್ನು ಕಿತ್ತವರಾರು? ಮದವೇರಿದ ಆನೆಯನ್ನು ಕೆಳಕ್ಕುರುಳಿಸಿ ಅದರ ದಂತಗಳು ಕುಸಿದು ಬೀಳುವಂತೆ ಮಾಡಿದವರಾರು? ಮೇರು ಪರ್ವದಂತೆ ನಿಶ್ಚಲವಾದ ನಿನ್ನ ಈ ತೊಡೆಗಳನ್ನು ಯಾರು ಮುರಿದರು? – (ಇಲ್ಲಿನ ಸಂದರ್ಭಗಳೆಲ್ಲ ನೋಡಿದರೆ ಇದು ಅಸಾಧ್ಯವೆನಿಸುವ ಕೆಲಸ – ಇದು ಸಾಮಾನ್ಯರಿಂದ ಆಗುವಂತಹುದಲ್ಲ ಹಾಗಾಗಿ ಇಂತಹ ಅದ್ಭುತವಾದ ಘಟನೆ ಹೇಗಾಯಿತೆಂಬುದೇ ಅಶ್ವತ್ಥಾಮನ ಸಮಸ್ಯೆ) ಎಂದು ದುರ್ಯೋಧನನ್ನು ಕೇಳುತ್ತಾನೆ!

ವಚನ : ಎಂದು ಸೇದೆವಟ್ಟು ಬಾಯಂ ಬಿಟ್ಟು ಕಾಪಟಿದು ಕವಿದು ಬಿಟ್ಟು –

ಸೇದೆವಟ್ಟು = ಆಯಾಸಗೊಂಡು

ಎನ್ನುತ್ತಾ ಆಯಾಸಗೊಂಡವನಾಗಿ ಬಾಯಿಬಿಡುತ್ತಾ ಕಾಲಬಳಿ ಕವಿದು ಬಿದ್ದು –

ಹಾ ! ಕುರುಕುಲ ಮೂಲಸ್ತಂಭಾ
ಹಾ ! ಕುರುನೃಪ ಕುಲ ಮೃಗರಾಜಾ
ಹಾ ! ಕುರುನೃಪ ವತ್ಸಾ ಹಾ ! ಸುಹೃದ್ವ್ಯಸನ ಭಂಜನಾ
ಹಾ ! ಕುಂಭಕಸಂಭವ ಶಿಷ್ಯಾ
ಹಾ ! ಕೃಪಚರಣಾನತ ಮಕುಟಾ
ಹಾ ! ಕುಲನೃಪ ಪೂಜಿತ ಧೃತ ಮಕುಟ ಪನ್ನಗಕೇತೂ ॥ ೧೬ ॥[48]

ಅಯ್ಯೋ ಕುರುವಂಶಕ್ಕೆ ಮೂಲಸ್ತಂಭನೆನಿಸಿದವನೇ, ಕುರುವಂಶವೆಂಬ ವನಕ್ಕೆ ಸಿಂಹದಂತಿರುವವನೇ, ಕುರುರಾಜನಾದ ಧೃತರಾಷ್ಟ್ರ ಪುತ್ರನೇ, ಸುಜನರ ವ್ಯಸನವನ್ನು ಹೋಗಲಾಡಿಸುವವನೇ, ದ್ರೋಣಾಚಾರ್ಯರ ಶಿಷ್ಯನೇ, ಕೃಪಾಚಾರ್ಯರಿಗೆ ನಮಸ್ಕರಿಸುವವನೇ, ಕುಲದ ರಾಜರುಗಳಿಂದ ಪೂಜಿಸಲ್ಪಟ್ಟ ಕಿರೀಟವನ್ನು ಧರಿಸಿದ ಸರ್ಪಧ್ವಜನೇ –

ಹಾ ! ಕುರುವಂಶ ಮಹಾಕಮ
ಲಾಕರ ಕಲಹಂಸ ಹಾ ಸಮುದ್ರಾಂತಧರಿ ।
ತ್ರೀಕಾಂತ ಹಾ ! ಫಣೀಂದ್ರ ಪ
ತಾಕಾ ವಿಧಿವಶದೆ ನಿನಗಮೀಪರಿಯಾಯ್ತೇ ॥ ೧೭ ॥

ಕಮಲಾಕರ = ಸರೋವರ ; ಕಲಹಂಸ = ಬೂದು ಬಣ್ಣದ ರೆಕ್ಕೆಯುಳ್ಳ ಹಂಸ ;
ಸಮುದ್ರಾಂತ = ಸಾಗರ ಪರಿಯಂತ

ಕುರುಕುಲವೆಂಬ ಮಹಾ ಸರೋವರದ ಹಂಸನೇ, ಸಾಗರ ಪರಿಯಂತವಿರುವ ಭೂಮಿಯ ಒಡೆಯನೇ, ಸರ್ಪಧ್ವಜನೇ, ವಿಧಿಯ ಆಟದಿಂದ ನಿನಗೀ ಸ್ಥಿತಿಯಾಯಿತೇ?

ವಚನ : ಎಂದು ಗುರುನಂದನಂ ವಿಪ್ರಳಾಪಂಗೆಯ್ದು ತನ್ನ ಮೇಲುದಱ ಸೆಱಗಿಂದಾತನ ತಲೆಯ ಮೇಲೆ ಕೆದಱೆರ್ದ ಭೀಮಸೇನನ ಚರಣರಜಮಂ ತೊಡೆದು ಕಳೆದು –

ವಿಪ್ರಳಾಪ = ವಿಪರೀತವಾಗಿ ಶೋಕಿಸಿ ; ಮೇಲುದಱ = ಉತ್ತರೀಯ ; ಚರಣರಜ = ಕಾಲಧೂಳು

ಎಂದು ಅಶ್ವತ್ಥಾಮನು ವಿಪರೀತವಾದ ದುಃಖದಿಂದ ಶೋಕಿಸುತ್ತಾ ತನ್ನ ಉತ್ತರೀಯದ ಸೆರಗಿನಿಂದ ದುರ್ಯೋಧನನ ತಲೆಗೆ ಅಂಟಿಕೊಂಡದ್ದ ಭೀಮಸೇನನ ಪಾದಧೂಳಿಯನ್ನು ಒರೆಸಿ –

---

(48) ಇದನ್ನು "ಮಾತ್ರಾ ಸಮಕ ಷಟ್ಪದಿ" ಎಂದು ಕವಿ ಕರೆದಿದ್ದಾನೆ. ಇವನ ಕಾಲಕ್ಕೆ ಷಟ್ಪದಿಯೆಂಬ ಛಂದಸ್ಸು ಹುಟ್ಟಿರಲಿಲ್ಲ. ಇವನ ನಂತರದ ರಾಘವಾಂಕನೇ ಷಟ್ಪದಿಯ ಜನಕ ಎಂದು ಪ್ರತೀತಿ. ಅನಂತರದಲ್ಲಿ ಶರ, ಭೋಗ, ಕುಸುಮ, ಭಾಮಿನಿ, ಪರಿವರ್ಧಿನಿ, ವಾರ್ಧಕ ಷಟ್ಪದಿಗಳು ಪ್ರಚಲಿತಕ್ಕೆ ಬಂದಿವೆ. ಹಾಗಾಗಿ ಈ ಮತ್ರಾಸಮಕ ಷಟ್ಪದಿಯ ಬಗ್ಗೆ ವಿವರ ತಿಳಿಯುವುದಿಲ್ಲ.

ಸ್ಥಿರಮೂಲಪತ್ರಶತ ಖರ
ಕರಶಾಖಂ ದ್ವಿಜವಿಲಾಸ ಸುಖದಂ ಕುರುಭೂ ।
ವರನೆಂದೆಸೆದಿರ್ದ ಮಹಾ
ತರು ಕೆಡೆದುದು ಭೀಮಗಜದ ಚರಣಾಹತಿಯಿಂ ॥ ೧೮ ॥

ಸ್ಥಿರಮೂಲ = ಶಾಶ್ವತವಾದ ಬುಡ ; ಪತ್ರಶತ = ನೂರಾರು ಎಲೆಗಳು ; ಖರಕರ = ಸೂರ್ಯನ ; ದ್ವಿಜವಿಲಾಸ = ಪಕ್ಷಿಗಳ ಆಟ ; ಮಹಾತರು = ಮಹಾವೃಕ್ಷ ; ಭೀಮಗಜ = ಬಲಶಾಲಿಯಾದ ಆನೆ (ಇದು ಸಾಮಾನ್ಯ ವಿಶ್ಲೇಷಣೆ)

ಕೌರವನ ಕುರಿತಾಗಿ ಹೇಳುವಲ್ಲಿ – ಸ್ಥಿರಮೂಲ = ಶಾಶ್ವತವಾದ ಕುರುವಂಶ ; ಪತ್ರಶತ = ನೂರಾರು ರಥಗಳು ; ಖರಕರ = ತೀಕ್ಷ್ಣವಾದ ಬಾಹುಗಳು ; ದ್ವಿಜವಿಲಾಸ ಸುಖದಂ = ಬ್ರಾಹ್ಮಣರನ್ನು ಸಂತಸಗೊಳಿಸುವ ; ಭೀಮಗಜ = ಭೀಮನೆಂಬ ಆನೆ

ಶಾಶ್ವತವಾದ ಕುರುವಂಶದಲ್ಲಿ ಹುಟ್ಟಿ ಬಂದು, ಅಗಣಿತ ರಥಗಳನ್ನು ಹೊಂದಿದ ತೀಕ್ಷ್ಣವಾದ ದೀರ್ಘ ಬಾಹುಗಳುಳ್ಳ (ಆಜಾನುಬಾಹು), ಬ್ರಾಹ್ಮಣರಾದಿಯಾಗಿ ಕೋವಿದರನ್ನು ತೃಪ್ತಿಗೊಳಿಸುವ ಕುರುವಂಶಾಧಿಪನೆಂದು ಖ್ಯಾತಿ ಪಡೆದ ದುರ್ಯೋಧನನೆಂಬ ಮಹಾವೃಕ್ಷವು ಭೀಮನೆಂಬ ಆನೆಯ ಕಾಲೊದೆತದಿಂದ ಮುರಿದು ಬಿತ್ತು?

ವಚನ : ಎಂದು ನುಡಿದು ಮನದೊಳ್ ಕಟ್ಟುವಡೆದು –

ಕಟ್ಟುವಡೆದು = ಹತೋಟಿಗೆ ತಂದು

ಎಂದು ಹೇಳುತ್ತಾ ಮನಸ್ಸನ್ನು ಹತೋಟಿಗೆ ತಂದು –

ಎನ್ನಂ ವಂಚಿಸಿ ಬಂದುದ
ಜೆನ್ನಿನಗಿನಿತಾಯ್ತವಸ್ಥೆ ಕುರುಪತಿಯನಿತಂ ।
ನಿನ್ನುಂ ಪತಿಕಾರ್ಯಮನಜಿ
ದಿನ್ನುಂ ನೋಡೆನ್ನ ಶಕ್ತಿಯಂ ಭಕ್ತಿಯುಮಂ ॥ ೧೯ ॥

ಕುರುರಾಜಾ ನೀನು ಮೊದಲಿನಿಂದಲೂ ನನ್ನನ್ನು ವಂಚಿಸಿ ದೂರವಿಟ್ಟೆ – ನನ್ನನ್ನು ನಂಬಿದ್ದರೆ ನಿನಗೀ ಅವಸ್ಥೆ ಬರುತ್ತಿರಲಿಲ್ಲಾ. ನನ್ನನ್ನು ನಂಬದಿದ್ದುದರಿಂದಲೇ ನಿನಗೀ ಅವಸ್ಥೆ ಬಂತು. ಇರಲಿ ಇದಕ್ಕಾಗಿ ಯೋಚಿಸಿದರೇನು ಫಲ. ಈಗಲೂ ಕಾರ್ಯ ಮಿಂಚಿಲ್ಲ. ಮುಂದೆ ನಾನು ಮಾಡಬೇಕಾದ ಕಾರ್ಯವನ್ನು ತಿಳಿಸು. ಆನಂತರ ನೋಡುವಂತೆ ನನ್ನ ಸ್ವಾಮಿಭಕ್ತಿ, ಶಕ್ತಿಯನ್ನು ಎನ್ನುತ್ತಾನೆ ಅಶ್ವತ್ಥಾಮ – ಇಲ್ಲಿ ಅಶ್ವತ್ಥಾಮನಿಗೆ ಇರುವ ಕೌರವನ ಮೇಲಿನ ನೈಜ ಪ್ರೀತಿಯನ್ನು ತೋರಿಸುತ್ತದೆ.

ವಚನ : ಎಂದು ನುಡಿದ ಭಾರದ್ವಾಜತನೂಜನ ನುಡಿಗೆ ರಾಜರಾಜನವಧಾರಿಸಿ –

ಹೀಗೆ ಹೇಳಿದ ಅಶ್ವತ್ಥಾಮನ ಮಾತಿಗೆ ದುರ್ಯೋಧನನು ಆಳವಾಗಿ ಯೋಚಿಸಿ –

ಹತದೇಹ[(49)] ಪ್ರಾರಂಭಂ
ಪ್ರತಿಕಾರಂ ದೀರ್ಘಸೂತ್ರ ತತ್ಪ್ರತಿಕಾರಂ ।
ಶತಮಾದೊಡೆಂತು ಮೋಕ್ಷಂ
ಹತೋರುವಾದೆನಗಾವುದಿಂ ಗಡ ಪ್ರತಿಕಾರಂ ॥ ೨೦ ॥

ಹತದೇಹ = ದೇಹಾಂತ್ಯ ; ದೀರ್ಘಸೂತ್ರ = ಅತಿದೊಡ್ಡ ಪಾಶ ; ಮೋಕ್ಷಂ = ಬಿಡುಗಡೆ ; ಹತ + ಊರು = ತೊಡೆಗಳನ್ನು ಕಳೆದುಕೊಂಡ

ಹುಟ್ಟಿದಂದಿನಿಂದ ನಾನು ದುರ್ದೈವಿ – ಈಗ ನನ್ನ ದೇಹಾಂತ ಪ್ರಾರಂಭವಾಗಿದೆ. ಆದರೆ ನನ್ನ ಪ್ರತಿರೋಧವೆಂಬ ಮನೋಭಾವ ನನ್ನನ್ನು ಬಂಧಿಸಿರುವ ಬಹು ದೀರ್ಘವಾದ ಪಾಶ. ಅಂತಹ ಪ್ರತೀಕಾರ ಬುದ್ಧಿ ನೂರಾರು ಆದಾಗ ಅದರಿಂದ ಬಿಡುಗಡೆ ಆಗುವುದಾದರೂ ಹೇಗೆ? ಪ್ರಸ್ತುತ ತೊಡೆ ಮುರಿದುಕೊಂಡು ಬಿದ್ದಿರುವ ನನಗೆ ಈಗ ಪ್ರತೀಕಾರದ ಮಾತೆಲ್ಲಿದೆ? – ಇಲ್ಲಿ ದುರ್ಯೋಧನನ ಒಂದು ರೀತಿಯ ಹತಾಶಾ ಮನೋಭಾವ ಕಾಣಬಹುದಾಗಿದೆ.

ವಚನ : ಎಂದು ಪರಮ ನಿರ್ವೇದ ಪರಾಯಣನಾಗಿ ನುಡಿದು –

ನಿರ್ವೇದ ಪರಾಯಣ = ವೈರಾಗ್ಯ ಮನೋಭಾವ

ಎಂದು ಒಂದು ರೀತಿಯ ವೈರಾಗ್ಯ ಮನೋಭಾವವುಳ್ಳವನಾಗಿ ಹೇಳಿ –

ಹತದೇಹ ಹತ ಭುಜದ್ವಯ
ಹತೋರು ಹತಜೀವ ಹತಕಿರೀಟಂ ಹತಹೃ ।
ತ್ಪ್ರತಿಕಾರ್ಯಮೆಂಬುದುಂಟೇ
ಗತಿಯಂ ಸಾಧಿಸುವುದಲ್ತೆ ತಾಂ ಪ್ರತಿಕಾರಂ ॥ ೨೧ ॥

ಹತಹೃತ್ = ಹೃದಯ ನುಚ್ಚುನೂರು

ಗುರುನಂದನ ನನ್ನ ಈ ದೇಹ ಈಗ ಜರ್ಜರಿತವಾಗಿದೆ. ಎರಡೂ ಭುಜಗಳೂ ನಿಸ್ಸತ್ವವಾಗಿವೆ. ಇನ್ನು ಮುರಿದ ತೊಡೆ, ಪುಡಿಪುಡಿಯಾದ ಕಿರೀಟ, ನಿರ್ಜೀವತೆಯ ಜೊತೆಗೆ ಪ್ರತೀಕಾರವೆಂಬುದೂ ಸತ್ತಿದೆ. ಹೀಗಿರುವಾಗ ಅವಮಾನದ ಪ್ರತೀಕಾರವನ್ನು ಈ ಇಹಲೋಕದ ಯೋಚನೆಯನ್ನು ಬಿಟ್ಟು ಪರಲೋಕದ ಸದ್ಗತಿಯನ್ನು ಸಾಧಿಸಿಕೊಳ್ಳುವುದೊಂದೇ ನನಗಿರುವ ಪ್ರತೀಕಾರ.

ಅರಿಚರಣ ಪಾಂಸು ಪತ್ತಿರೆ
ಕರಾಗ್ರದಿಂ ತೊಡೆದು ಕಳೆದೆ ವಸ್ತ್ರಾಂಚಲದಿಂ ।
ಗುರುನಂದನ ನೀನೆನ್ನೀ
ಪರಿಭವಪಾಂಸುವನದೆಂತು ಪೇಟಿ್ ಕಳೆದಪೆಯೋ ॥ ೨೨ ॥

ಅರಿಚರಣ = ಶತ್ರುವಿನ ಪಾದ ; ಪಾಂಸು = ಧೂಳು ; ವಸ್ತ್ರಾಂಚಲ = ಬಟ್ಟೆಯ ಸೆರಗು ; ಪರಿಭವ ಪ್ರಾಂಸು = ಅವಮಾನವೆಂಬ ಧೂಳು (ಕಳಂಕ)

(49) ಹತದೈವಂ (ಪಾ) = ದುರ್ದೈವಿ

ಅಶ್ವತ್ಥಾಮಾ, ಶತ್ರುವಾದ ಭೀಮಸೇನನ ಪಾದಧೂಳು ನನ್ನ ದೇಹವೆಲ್ಲ ವ್ಯಾಪಿಸಿರಲು ಅದನ್ನೇನೋ ನೀನು ನಿನ್ನ ಉತ್ತರೀಯದ ಸೆರಗಿನಿಂದ ಒರೆಸಿ ತೆಗೆದೆ. ಆದರೆ ಈ ನನ್ನ ಅವಮಾನದ ಕಳಂಕವೆಂಬ ಧೂಳನ್ನು ನೀನು ಹೇಗೆ ತಾನೆ ತೆಗೆಯುವೆ ಹೇಳು?

ವಚನ : ಎಂದು ನುಡಿದ ಸುಯೋಧನಂ –

ಹಾಗೆ ಹೇಳಿದ ದುರ್ಯೋಧನನು –

ಹರಿಯನುಬಲದಿಂ ಪಾಂಡವ
ರರಿಯರ್ ಗೆಲಲೀಶ್ವರಾಂಗನಶ್ವತ್ಥಾಮಂ ।
ಪರಬಲನಜೇಯನೆಂದಂ
ತರಮಂ ನೃಪನಂತರಂಗದೊಳ್ ಚಿಂತಿಸದಂ ॥ ೨೩ ॥

ಹರಿಯ + ಅನುಬಲ = ಕೃಷ್ಣನ ಬೆಂಬಲ ; ಈಶ್ವರಾಂಗ = ರುದ್ರಾಂಶ ; ಪರಬಲನ್ + ಅಜೇಯನ್ + ಎಂದು + ಅಂತರಮಂ

ಶ್ರೀಕೃಷ್ಣನ ಬೆಂಬಲದಿಂದ ಪಾಂಡವರು ಅಜೇಯರೆನಿಸಿದ್ದಾರೆ. ಆದರೆ ರುದ್ರಾಂಶನೆನಿಸಿದ ಈ ಅಶ್ವತ್ಥಾಮನೂ ದಿವ್ಯಶಕ್ತಿಯುಳ್ಳವನು. ಇವನನ್ನೂ ಜಯಿಸುವುದೂ ಅಸಾಧ್ಯವಾದ ಮಾತು ಎಂದು ದುರ್ಯೋಧನನು ಹರಿ–ಹರ ಬಲಾಬಲಗಳ ಬಗ್ಗೆ ಮನಸ್ಸಿನಲ್ಲೇ ಚಿಂತಿಸುತ್ತಾನೆ. ಇಲ್ಲಿ ಅವನ ಪ್ರತೀಕಾರದ ಬುದ್ಧಿ ಮತ್ತೆ ಚಿಗುರೊಡೆದು ಅವನ ವೈರಾಗ್ಯ ಮನೋಭಾವ ಮರೆಯಾಗುತ್ತದೆ.

ವಚನ : ಎಂದು ಚಿಂತಿಸಿ –

ಹೀಗೆ ತನ್ನಲ್ಲೇ ಚಿಂತಿಸಿಕೊಂಡು –

ಇದುವಂ ನೋಡುವೆನಿನ್ನುಮೆನ್ನೊಡಲೊಳಿನ್ನೀ ಪ್ರಾಣಮುಳ್ಳನ್ನಮೋ
ವದೆ ಕೌಂತೇಯರನಿಕ್ಕಿ ಪಂದಲೆಗಳಂ ತಂದಿಕ್ಕು ಮುನ್ನೆನ್ನ ಕೂ ।
ರದ ದಾಯಾದರ ಮಿಕ್ಕ ಪಂದಲೆಗಳಂ ಕಣ್ಣಾಱೆ ಕಂಡೆನ್ನ ಚಿ
ತ್ತದೊಳೊಂದುಂ ತೊದಳಿಲ್ಲದೆನ್ನ ಸುಗಣಕ್ಕುತ್ಕ್ರಾಂತಿಯಂ ಮಾಡುವೆಂ ॥ ೨೪ ॥

ಪ್ರಾಣಮ್ + ಉಳ್ಳನ್ನಂ = ಇನ್ನೂ ಜೀವವಿರುವಾಗಲೇ ; ಓವದೆ = ನಿರ್ದಾಕ್ಷಿಣ್ಯವಾಗಿ ; ಪಂದಲೆ = ಹಸಿರು ತಲೆ (ಪಚ್ಚೆತಲೆ, ರಕ್ತಸಿಕ್ತ ತಲೆ) ; ಕೂರದ = ಪ್ರೀತಿಸದ ; ಒಂದುಂ ತೊದಳ್ = ಯಾವ ಹುಸಿಯೂ ; ಉತ್ಕ್ರಾಂತಿ = ಹೊರಗೆಡು (ಬಿಡುಗಡೆ)

ಇದನ್ನೂ ನೋಡೇಬಿಡುತ್ತೇನೆ. ನನ್ನ ಈ ದೇಹದಲ್ಲಿ ಜೀವವಿರುವುದರೊಳಗೆ ನಿರ್ದಾಕ್ಷಿಣ್ಯವಾಗಿ ಆ ಧರ್ಮರಾಯಾದಿಗಳ ತಲೆಗಳನ್ನ ಕತ್ತರಿಸಿ ಆ ಹಸಿ ತಲೆಗಳನ್ನ ತಂದು ನನ್ನ ಮುಂದೆ ಹಾಕು ಅಶ್ವತ್ಥಾಮಾ. ಆ ಹಸಿರು ತಲೆಗಳನ್ನು ನಾನು ನನ್ನ ಕಣ್ಣಾರೆ ಕಂಡು ಮನಸ್ಸಿನಲ್ಲಿ ಯಾವ ಚಿಂತೆಯೂ ಇಲ್ಲದಂತೆ ನಿಶ್ಚಿಂತೆಯಿಂದ ನನ್ನ ಪ್ರಾಣ

ವಾಯುವಿಗೆ ಮುಕ್ತಿಯನ್ನು ಕೊಡುತ್ತೇನೆ – ಎನ್ನುವ ದುರ್ಯೋಧನನ ಮಾತಿನಲ್ಲಿ ಶತ್ರುಗಳ (ದಾಯಾದರ) ಮೇಲಿನ ದ್ವೇಷದ ದಳ್ಳುರಿ ಎಷ್ಟಿತ್ತೆಂಬುದು ಅರಿವಾಗುತ್ತದೆ.

ವಚನ : ಎಂಬುದುಮದಾವ ಗಹನಮಂತೆ ಗೆಯ್ವೆನೆಂದು ಪೂಣ್ದು ಮಹೀಕಾಂತೆಯುಮಂ ಶ್ರೀಕಾಂತೆಯುಮಂ ಕಣ್ಗೆಡೆ ಜಡಿಯೆ –

ಅದಾವ ಗಹನಂ = ಇದು ಯಾವ ಘನಕಾರ್ಯ ; ಅಂತೆಗೆಯ್ವೆನ್ = ಹಾಗೇ ಮಾಡುವೆ ; ಪೂಣ್ದು = ಶಪಥ ಮಾಡಿ ; ಕಣ್ಗೆಡೆ ಜಡಿಯೆ = ಕಂಗೆಡುವಂತೆ ಗದರಿಸಲು

ಇದಾವ ಘನಕಾರ್ಯ? ಹಾಗೆಯೇ ಮಾಡುವೆನೆಂದು ಶಪಥ ಮಾಡಿ ಅಲ್ಲಿದ್ದ ಭೂಲಕ್ಷ್ಮಿ ಹಾಗೂ ಸೌಭಾಗ್ಯಲಕ್ಷ್ಮಿಯರು ಕಂಗೆಡುವಂತೆ ಗದರಿಸಲು –

ಉರಗೇಂದ್ರ ಫಣಾಮಣಿ ನೂ
ಪುರಮಣಿ ಜಲರಾಶಿರತ್ನ ಮೇಖಲೆಯೆನಿಪಾ ।
ಕುರುಧರೆ ನಿಜರೂಪದೆ ಬಂ
ದಿರದಾ ಗುರುಸೂನುಗಳ್ಕಿ ಬೆಸನೇನೆಂದಳ್ ॥ ೨೫ ॥

ಉರಗೇಂದ್ರ = ಆದಿಶೇಷ ; ಫಣಾಫಣಿ = ಹೆಡೆಯಲ್ಲಿನ ರತ್ನ ; ಜಲರಾಶಿ = ಸಮುದ್ರ ; ಮೇಖಲೆ = ಡಾಬು, ಒಡ್ಯಾಣ ; ಕುರುಧರೆ = ಕುರುಭೂದೇವಿ ; ಅಳ್ಕಿ = ಹೆದರಿ

ಆದಿಶೇಷನ ಹೆಡೆಯ ಮೇಲಿನ ರತ್ನವನ್ನೇ ತನ್ನ ಕಾಲಂದುಗೆಯಲ್ಲಿ ಧರಿಸಿದ, ಸಮುದ್ರವನ್ನೇ ತನ್ನ ಒಡ್ಯಾಣವನ್ನಾಗಿ (ಡಾಬು) ಮಾಡಿಕೊಂಡಿರುವ ಆ ಕುರು ಭೂಲಕ್ಷ್ಮಿಯು ಅಶ್ವತ್ಥಾಮನ ಗರ್ಜನೆಗೆ ಹೆದರಿ ಕಂಗಾಲಾಗಿ ಅವನ ಮುಂದೆ ಸ್ತ್ರೀರೂಪದಿಂದ ಪ್ರತ್ಯಕ್ಷಳಾಗಿ ಏನಪ್ಪಣೆ ಎಂದು ಕೇಳದಳು. – ಅಂದರೆ ಆದಿಶೇಷನ ಹೆಡೆಯ ಮೇಲೇ ಭೂಮಿ ನಿಂತಿದೆ ಎಂಬುದಕ್ಕೆ ಇದು ಒಂದು ಉಪಮೆ.

ಒರ್ವಳ್ಕೊಡೆವಿಡಿವುದು ಮ
ತ್ತೊರ್ವಳ್ಚಮರವನಿಕ್ಕುತಿರ್ಪುದು ಕುರುವಂ ।
ಶೋರ್ವೀತ ಪತಿಗಾಂ ಬರ್ಪಿನ
ಮಿರ್ವರುಮಿಂತಿರ್ಪುದೆಂದನಶ್ವತ್ಥಾಮಂ ॥ ೨೬ ॥

ಕುರುವಂಶ + ಉರ್ವೀತ ಪತಿ = ಕುರುವಂಶದ ಭೂಮಿಯ ಒಡೆಯ – ದುರ್ಯೋಧನ ; ಬರ್ಪಿನಂ = ಬರುವ ತನಕ

ಒಬ್ಬಳು ಭೂಲಕ್ಷ್ಮಿ, ಮತ್ತೊಬ್ಬಳು ಜಯಲಕ್ಷ್ಮಿ (ಸಂಪತ್‌ಲಕ್ಷ್ಮಿ) ಈ ಇಬ್ಬರನ್ನೂ ಕುರಿತು ನಾನು ಹಿಂದಿರುಗಿ ಬರುವ ತನಕ ನಿಮ್ಮಲ್ಲಿ ಒಬ್ಬಳು ಈ ಕೌರವೇಶ್ವರನಿಗೆ ಕೊಡೆ ಹಿಡಿದಿರಬೇಕು (ಶ್ವೇತಚ್ಛತ್ರ). ಇನ್ನೊಬ್ಬಳು ಚಾಮರ ಬೀಸುತ್ತಿರಬೇಕು ಎಂದು ಆಜ್ಞಾಪಿಸುತ್ತಾನೆ ಅಶ್ವತ್ಥಾಮ.

ವಚನ : ಅಂತಿರ್ವರಂ ನಿಯೋಜಿಸಿ ನೇಸರ್ಪಡುವಿನಮಿರ್ದು ನಿಜಪತಿಯ ಬೀಳ್ಕೊಂಡು ಪಯಣಂಬೋಗಿ ಹಸ್ತಿನಾಪುರಮಂ ಪೊಕ್ಕು ಅಲ್ಲಿ –

ನಿಯೋಜಿಸಿ = ನಿಯಮಿಸಿ ; ನೇಸರ್ + ಪಡುವಿನಮ್ + ಇರ್ದು = ಸೂರ್ಯನು ಮುಳುಗುವ ತನಕ ಇದ್ದು ; ನಿಜಪತಿ = ತನ್ನ ಒಡೆಯ ; ಪಯಣಂಬೋಗಿ = ಪ್ರಯಾಣ ಮಾಡಿ

ಹೀಗೆ ಇಬ್ಬರನ್ನೂ ಅಲ್ಲಿ ನಿಲ್ಲಿಸಿ, ಸೂರ್ಯಾಸ್ತಮಾನದವರೆಗೂ ಅಲ್ಲಿಯೇ ಇದ್ದು ಅನಂತರ ತನ್ನ ಧಣಿಯನ್ನು ಬೀಳ್ಕೊಂಡು ಪ್ರಯಾಣ ಮಾಡಿ ಹಸ್ತಿನಾಪುರವನ್ನು ಪ್ರವೇಶಿಸಿ ಅಲ್ಲಿ –

ಕಂಜವನದಂತೆ ಲಕ್ಷ್ಮೀ
ರಂಜಿತಮುಂ ಚಿತ್ರಪತ್ರಮುಂ ಚಕ್ರಾಂಕ ।
ವ್ಯಂಜಿತಮುಮಪ್ಪ ಬೀಡಂ
ಮಂಜಿರುವಂತಿರುಳೊಳಿಱಿದನಶ್ವತ್ಥಾಮಂ ॥ ೨೭ ॥

ಕಂಜವನ = ಕಮಲ ಸರೋವರ ; ಚಿತ್ರಪತ್ರಮುಂ = ನಾನಾರೀತಿಯ ಎಲೆಗಳಿಂದ ಕೂಡಿದ ; ಚಕ್ರಾಂಕ ವ್ಯಂಜಿತ = ಚಕ್ರವಾಕ ಪಕ್ಷಿಗಳಿಂದ ಕೂಡಿದ ; ಮಂಜು + ಇರಿವಂತೆ = ಹಿಮಾಚ್ಛಾದಿತ ವಾದಂತೆ ; ಇಱಿದನ್ = ಭೇದಿಸಿದನು

ಕಮಲದಿಂದ ತುಂಬಿದ ಸರೋವರದಂತೆ ಆ ಶಿಬಿರ ಐಶ್ವರ್ಯದಿಂದ ತುಂಬಿದುದಾಗಿ, ನಾನಾ ರೀತಿಯ ಎಲೆಗಳಿಂದ ಕೂಡಿದ ಅಂದರೆ ಅನೇಕ ಚಿತ್ರಮಯವಾದ ರಥಗಳಿಂದ ಕೂಡಿದ ಚಕ್ರವಾಕ ಪಕ್ಷಿಗಳಿಂದ ಕೂಡಿರುವಂತೆ ರಾಷ್ಟ್ರ ಚಿಹ್ನೆಯಿಂದ ಕೂಡಿದುದಾಗಿ ಇರುವ ಆ ಶಿಬಿರವನ್ನು ಸರೋವರಕ್ಕೆ ಮಂಜು ಮುಸುಕುವಂತೆ ಅಶ್ವತ್ಥಾಮನು ಭೇದಿಸಿ ತಡಕಾಡಿದನು.

ವಚನ : ಅಂತಿಱಿವಾಗಳ್ ಕೆಲವು ದಿವಸಂ ಕಾದು ಪಿರಿದುಂ ಪಯಣಂಬಂದು ಬೞಲ್ದು ಕೋರ್ವೈಸಿ ನಿದ್ರೆಗೆಯ್ದವರ್ ತೊಟ್ಟನೆ ನಿದ್ರೆಯಿಂದೆಚ್ಚತ್ತು ಮುಟ್ಟವಂದಾಗಳಾ ಕಳಕಳಮಂ ಕೇಳ್ದು ಕರತಳದಿಂ ಕಣ್ಣಂ ಪೊಸೆಯುತ್ತುಮೆೞ್ದು ತಂತಮ್ಮ ತಲೆದೆಸೆಯೊಳಿರ್ದ ಕರವಾಳಂ ಕೊಂಡು ನಿಂದ ನೆೞಿಯೊಳಳರದಿರ್ದ ತಲೆಗಾಪಿನಾಳುಕ್ಕಡದಾಳ ಮೇಲಿಕ್ಕಿ ಉಕ್ಕಡದಾಳ್ ಪುರವಟ್ಟಿಗೆಯಾಳ ಮೇಲಿಕ್ಕಿ ಪುರವಟ್ಟಿಗೆಯಾಗೆ – ಮಾಮಸಕಂ ಮಸಗಿ ಜವಂ ನೇಱಿ ಬರ್ಚಿದಂತೆ ಪೆಂಡಿರ್ಮಕ್ಕಳೆನ್ನದೆ ನಿವಳಿಮಟ್ಟವಪ್ಪಿನಮೊಂದಕ್ಷೋಹಿಣೀ ಬಲಮೆಲ್ಲಮಂ ಪೇೞ ಪೆಸರಿಲ್ಲವೆಂಬಂತೆ ಕೊಂದು ತನಗೆ ಕಟ್ಟಿದಿರೊಳಿರ್ದ ಧೃಷ್ಟದ್ಯುಮ್ನುಮುಮಂ ಮುಟ್ಟಿ ಮೂದಲಿಸಿ ತಮ್ಮಯ್ಯನಂ ಪರಿಭವಿಸಿದ ಪಗೆಯಂ ಕೊಂದು ದೆಸೆವಲಿಗೆಯ್ದು ಶಿಖಂಡೀ ಚೇಕಿತಾನ ಯುಧಾಮನ್ಯೂತ್ತಮೌಜಸ ಪ್ರಭೃತಿಗಳುವನಿಕ್ಕಿ ಪಾಂಡವರ ಶಂಕೆಯಿಂ ಶ್ರುತಸೋಮಕ ಪ್ರಭೃತಿಗಳಪ್ಪ ಪಂಚ ಪಾಂಡವರ ತಲೆಗಳಂ ಕೊಂಡು

ತಳತಳನೆ ನೇಸರ್ಮೂಡುವಾಗಳ್ ಬಂದು – ಕೊಳ್ ನಿನ್ನ ನಚ್ಚಿನ
ಪಾಂಡವರ ತಳೆಗಳಿವೆಯೆಂದು ದುರ್ಯೋಧನನ ಮುಂದಿಕ್ಕಿದೊಡಾ
ಮಹಾನುಭಾವನಾ ತಲೆಗಳಂ ನೀಡುಂ ಭಾವಿಸಿ ನೋಡಿ –

ಕೋರೈಸಿ = ಗೊರಕೆಹೊಡೆಯುತ್ತಾ ; ನೆಱಿಯೊಳ್ + ಅಳರದಿರ್ದ = ಇದ್ದ ಜಾಗದಿಂದ ಕದಲದೆ ; ತಲೆಗಾಪಿನ + ಆಳು = ತಲೆ ಕಾಯುವ ಸೇವಕ (ಅಂಗರಕ್ಷಕ) ; ಉಕ್ಕಡ = ಶಿಬಿರ ; ಪುರವಟ್ಟಿಗೆ = ಗಸ್ತಿನ ; ಮಾಮಸಕಂ = ಮಹತ್ವದಿಂದ ; ಮಸಗಿ = ಸಂಭ್ರಮಿಸಿ ; ಜವಂನೇಱಿ ಬರ್ಚಿ = ಯಮನು ಸಿದ್ಧವಾಗಿ ಎರಗಿದಂತೆ ; ನಿವಳಿಮಟ್ಟಂ ಅರ್ಪಿನಂ = ಬಲಿಗೊಟ್ಟು ನಿವಾಳಿಸಿ ಎಸೆದಂತೆ ; ಕಟ್ಟಿದಿರೊಳ್ = ಎದುರಿಗೆ – ನೇರವಾಗಿ ; ತಮ್ಮಯ್ಯ = ತನ್ನ ತಂದೆ ದ್ರೋಣಾಚಾರ್ಯ ; ದೆಸೆವಲಿಗೆಯ್ದು = ದಿಕ್ಕು ದಿಕ್ಕಿಗೆ ಬಲಿಯಿಕ್ಕಿ ; ಶಂಕೆ = ಸಂದೇಹ ; ನೀಡುಂ = ಬಹಳ ಹೊತ್ತು

ಹೀಗಿರುವಾಗಲೇ ಇತ್ತ ಹದಿನೆಂಟು ದಿನಗಳ ಕಾಲ ಯುದ್ಧಮಾಡಿ ಹಿಂದಿರುಗಿ ಬಂದು ಬಹಳವಾದ ಆಯಾಸದಿಂದ ಬಳಲಿ ಗೊರಕೆ ಹೊಡೆಯುತ್ತಾ ನಿದ್ರೆಯಲ್ಲಿ ಮುಳುಗಿ ಹೋಗಿದ್ದ ಸೈನಿಕರು ಅಶ್ವತ್ಥಾಮನು ಬಂದು ಒದ್ದು ಎಬ್ಬಿಸಿದಾಗ ಗಾಬರಿಯಿಂದ ಎಚ್ಚರಗೊಂಡು ಕಣ್ಣುಗಳನ್ನು ಹೊಸೆಯುತ್ತಾ ತಮ್ಮ ತಮ್ಮ ತಲೆದಸೆಯಲ್ಲಿದ್ದ ಖಡ್ಗ ಇತರ ಆಯುಧಗಳನ್ನು ತೆಗೆದುಕೊಂಡು ನಿಂತಲ್ಲೇ ನಿಂತಿದ್ದ ಅಂಗರಕ್ಷಕರನ್ನು ಶಿಬಿರದ ಹೊರಭಾಗದಲ್ಲಿ ನಿಂತಿದ್ದ ಭಟರ ಮೇಲೆ ಎಸೆದು ಗಸ್ತು ತಿರುಗುತ್ತಿದ್ದ ಯೋಧರ ಮೇಲೆಸೆದು, ತಾನೂ ಒಬ್ಬ ಗಸ್ತು ತಿರುಗುವ ಯೋಧನಂತೆ ಮಹತ್ವದಿಂದ ಸಂಭ್ರಮಿಸುತ್ತಾ ಯಮನೇ ನೇರವಾಗಿ ಬಂದು ಶೂಲದಿಂದ ತಿವಿದಂತೆ, ಹೆಂಗಸರು ಮಕ್ಕಳೆಂಬುದನ್ನೂ ಸಹಾ ನೋಡದೆ ಒಬ್ಬರನ್ನೂ ಬಿಡದಂತೆ ಒಂದಕ್ಷೋಹಿಣೀ ಭಟರನ್ನು ಹೇಳ ಹೆಸರಿಲ್ಲದಂತೆ ಕೊಂದು, ಎದುರಿನಲ್ಲೇ ಇದ್ದ ಧೃಷ್ಟದ್ಯುಮ್ನನನ್ನು ತನ್ನ ತಂದೆ ದ್ರೋಣನನ್ನ ಸಂಹರಿಸಿದ ದ್ವೇಷದಿಂದ ಬಲಿಗೊಂಡು ಶಿಖಂಡಿ, ಚೇಕಿತಾನ, ಯುಧಾಮನ್ಯು, ಉತ್ತಮೌಜಸ ಮುಂತಾದವರನ್ನು ಕೊಂದು, ಅಲ್ಲೇ ಮಲಗಿದ್ದ ಐದು ಜನರನ್ನು ಪಾಂಡವರೆಂದೇ ಊಹಿಸಿ ಪಾಂಡವರ ಮಕ್ಕಳಾದ ಶ್ರುತಸೋಮಕಾದಿಗಳ ತಲೆಗಳನ್ನು ಕತ್ತರಿಸಿ, ಹೊಳೆಹೊಳೆಯುತ್ತಾ ಸುರ್ಯೋದಯವಾಗುವ ಹೊತ್ತಿಗೆ ಅವುಗಳನ್ನು ತಂದು ದುರ್ಯೋಧನನ ಮುಂದೆ ಹಾಕಿ, ತೆಗೆದುಕೋ ನಿನ್ನ ನೆಚ್ಚಿನ ಪಾಂಡವರ ತಲೆಗಳು ಇವು ಎಂದಾಗ ಬಹಳ ಹೊತ್ತಿನ ತನಕ ಆ ತಲೆಗಳನ್ನು ನೋಡುತ್ತಾ...

ಪವನಜಮಾಸ್ಯಮಲ್ತಿದವನಾನನಮಪ್ಪೊಡೆ ಮಟ್ಟಮಿರ್ದು ನೋ
ಡುವುದೆ ಮದೀಯ ವಕ್ತ್ರಮನೆ ಕೆಮ್ಮನೆ ಪೋಯ್ತುಱಿವಿಲ್ಲದಾಯ್ತು ಪಾಂ
ಡವರ ಶಿರಂಗಳಲ್ಲವಿವು ಕೃಷ್ಣೆಯ ಸೂನುಗಳಪ್ಪ ಪಂಚಪಾಂ
ಡವರ ಶಿರಂಗಳಂ ನೆಱಿ ವಿಚಾರಿಸದಕ್ಕಟ ಕೊಡುಬರ್ಪುದೆ ॥ ೨೮ ॥

ಪವನಜ = ವಾಯುಪುತ್ರ (ಭೀಮಸೇನ) ; ಆಸ್ಯ = ಮುಖ ; ಮಟ್ಟಮಿರ್ದು = ಮಟ್ಟವಾಗಿ ಸಮದೃಷ್ಟಿ ; ವಕ್ತ್ರ = ಮುಖ ; ಕೆಮ್ಮನೆ = ಸುಮ್ಮನೆ ; ಅಱಿವಿಲ್ಲದಾಯ್ತು = ಬುದ್ಧಿಯಿಲ್ಲದಂತಾಯ್ತು ; ಕೃಷ್ಣೆ = ದ್ರೌಪದಿ

ಅಶ್ವತ್ಥಾಮಾ! ಇದು ಭೀಮನ ಮುಖವಲ್ಲ. ಅವನದೇ ಮುಖವಾಗಿದ್ದರೆ ನನ್ನ ಮುಖವನ್ನು ಸಮದೃಷ್ಟಿಯಿಂದ ನೋಡುತ್ತಿತ್ತೇ? ಅಂದರೆ ಅದು ನಿರ್ಜೀವವಾಗಿದ್ದರೂ ದುರ್ಯೋಧನನನ್ನು ಕಂಡಾಕ್ಷಣ ದ್ವೇಷದಿಂದ ದುರುಗುಟ್ಟಿ ನೋಡುತ್ತಿರಲಿಲ್ಲವೇ? ನಿನ್ನ ಕೆಲಸ ವೃಥಾ ವ್ಯರ್ಥವಾಯಿತು. ಇದು ಪಾಂಡವರ ಶಿರಗಳಲ್ಲ. ದ್ರೌಪದಿಯ ಪುತ್ರರಾದ ಉಪ ಪಾಂಡವರ ತಲೆಗಳು ಇವು. ಪೂರ್ವಾಪರ ವಿಚಾರಮಾಡದೆ ಅಯ್ಯೋ ಮಕ್ಕಳ ತಲೆಗಳನ್ನು ತರಿದು ತಂದಿರುವೆಯಲ್ಲಾ, ತಪ್ಪಾಯಿತು ಎನ್ನುತ್ತಾನೆ ದುರ್ಯೋಧನ. – (ಇಲ್ಲಿ ಒಂದು ವಿಷಯವನ್ನು ಗಮನಿಸಬೇಕು. ದುರ್ಯೋಧನನ ದ್ವೇಷ ಪಾಂಡವರ ಮೇಲಿತ್ತೇ ಹೊರತು, ಅವರ ಮಕ್ಕಳ ಮೇಲಾಗಲೀ, ಇತರರ ಮೇಲಾಗಲೀ ಇರಲಿಲ್ಲವೆಂಬುದು ಗಮನಾರ್ಹ. ಹಿಂದೆ ಅಭಿಮನ್ಯುವಿನ ಮೃತ ಶರೀರವನ್ನು ನೋಡಿದಾಗಲೂ ತುಂಬಾ ದುಃಖಿಸಿ ಅವನ ಸಾಹಸವನ್ನು ಹೊಗಳುತ್ತಾನೆ. ಈಗಲೂ ಸಹ ಉಪಪಾಂಡವರ ಹತ್ಯೆಯಿಂದಲೂ ದುಃಖಿಸಿ ಅಶ್ವತ್ಥಾಮನನ್ನು ನಿಂದಿಸುತ್ತಾನೆ. ಶಿಶು ಹತ್ಯಾದೋಷಕ್ಕೆ ಗುರಿಯಾದೆ ಎನ್ನುತ್ತಾನೆ. ಇಲ್ಲಿ ಅವನ ಪುತ್ರ ವಾತ್ಸಲ್ಯದ ಬಗ್ಗೆ ಸಹಾನುಭೂತಿಯುಂಟಾಗುವಂತೆ ಕವಿ ವರ್ಣಿಸುತ್ತಾನೆ.)

ಪರಮೇಶ್ವರಾವತಾರನೆ
ಪರಮ ಜ್ಞಾನಿಯೆ ವಿವೇಕವಿಕಳರವೋಲ್ ಬಾ ।
ಲರ ತಲೆಯನರಿದು ತಂದೆಯೋ
ದೊರಕೊಂಡುದು ನಿನಗೆ ಪಾತಕಂ ಬಾಲವಧಂ ॥ ೨೯ ॥

ವಿವೇಕ ವಿಕಳ = ಬುದ್ಧಿ ಹೀನ

ರುದ್ರಾಂಶ ಸಂಭೂತನೂ, ಮಹಾ ಜ್ಞಾನಿಯೂ ಆಗಿರುವ ನೀನು ವಿವೇಚನಾರಹಿತನಾಗಿ ಬುದ್ಧಿಹೀನನಂತೆ ಏನೂ ಅರಿಯದ ಮಕ್ಕಳ ತಲೆಯನ್ನು ತರಿದು ತಂದೆಯಲ್ಲಾ ನಿನಗೀಗ ಶಿಶುಹತ್ಯಾದೋಷ ಪ್ರಾಪ್ತವಾಯಿತು ಎನ್ನುತ್ತಾನೆ ಕೌರವ – ಇಲ್ಲಿ ಪರಮೇಶ್ವರಾವತಾರ – ಪರಮಜ್ಞಾನಿ ಎಂಬ ಸಂಬೋಧನೆ ಒಂದು ರೀತಿಯಲ್ಲಿ ಪರಿಹಾಸ್ಯ ಮಾಡಿದಂತೆ ಭಾಸವಾಗುತ್ತದೆ.

ವಚನ : ಅಂದು...[50] ಮುತ್ತಿನ ಮಾಣಿಕ್ಯದ ಪೊನ್ನ ಪೇಳಿಗೆಗಳಂ ಪೊತ್ತು ಕಳಕಳವಿದೇನೆಂದು ನೆರೆಯಂಗಡಿಯ ಮುಂದಣಂಗಡಿಯ ಪರದರಂ ಕಂಡು ಬೆಸಗೊಳ್ವ ಬಚ್ಚ ಬಜೆಯೆಗ್ಗರುಮಂ । ಕುಬ್ಜ ವಾಮನಬಧಿರ ಜನಂಗಳ್ವೆರಸು ತಮ್ಮಂ ತೆಗೆವರಕೆಯ್ಯ ಪತ್ತಿ ಬರ್ಪ... ಬಳಸಿಯುಂ ಬರ್ಪ ವೃದ್ಧಕಂಚುಕಿಗಳುಮಂ । ಪೂಟ್ಟಿ ಬಟ್ಟಾಗಿರ್ದ ಪೆಜಿನಟ್ಟನಡುವಂ ನೋಡಿ ಪೊಕ್ಕು ಮಿಟ್ಟೆಂದು ಮಿಡುಕಲಣ್ಮದೆ ಕಾಪಿನಾಳ್ಗಳುಮಂ । ಕಜ್ಜಮಂ ಕಾಲಮಂ ಪಾರ್ವ ಕಜ್ಜಗಲಿಗಳುಮಂ । ಮಾರ್ಗಮಿಂಯದ ಬಿದಿರಿದ

(50) ಅದು ಕಾರಣಂ [ನೀಂ] ಪ್ರಾಯಶ್ಚಿತ್ತ ಪವಿತ್ರಗಾತ್ರನಾಗೆ ಹಿಮವಂತಕ್ಕೆ ಪೋಪುದೆಂದು ಸುಯೋಧನ ನುಡಿದ ನುಡಿಯನವಧಾರಿಸಿ ರುದ್ರಾವತಾರಂ ಕರಂ ಸಿಗ್ಗಾಗಿ ಪಶ್ಚಾತ್ತಾಪಂ ಬಟ್ಟಾ ಪ್ರದೇಶದಿಂ ತಳರ್ದು ಹಸ್ತಿನಾಪುರದ ಪುರವೀಧಿಗಳೊಳಗನೆ ಬರುತ್ತುಮಂದಿನ ಯುದ್ಧಾವಸಾನದೊಳಾದ ಕಳಕಳದಿಂ ಕಳಕುಳಮಾದ ಪುರಜನಂಗಳ ನೆರವಿಯೊಳಗೋರಂತೆ ಎಡೆಯೊಳ್ ಪವಳದ....
(ಗ್ರಂಥದಲ್ಲಿ ಬಿಟ್ಟುಹೋದ ಭಾಗ – ಮದರಾಸಿನ ಒಂದು ಪ್ರತಿಯ ಆಧಾರದಿಂದ ಇದನ್ನು ಸೇರಿಸಲಾಗಿದೆ.)

ಲೋಭಿಗಲಿಗಳುಮಂ । ನೊಂದು ಪಲ್ಗಿಱಿದೋಡುವ ಪುಲ್ಗಲಿಗಳುಮಂ । ಒಂದೆ ಮೈಯೊಳ್ನಿಂದಿಱಿವರಿಗಲಿಗಳುಮಂ । ಸೆರಗಂ ಬೆರಗಂ ಬಗೆಯದ ನಿಚ್ಚಟಗಲಿಗಳುಮಂ । ಎತ್ತಾನು ಮಿ... ದೋಡಿಱಿವ ಬೇಗಿಱಿವ ಬಲ್ಗಲಿಗಳು ಮಂ । ಆಳ್ದನ ಬೆಸನಂ ಮರಳಿ ಕೇಳದ ಬೆಸಗಲಿಗಳುಮಂ । ಉಬ್ಬಾಳಿಯಳವಿಯ ಲೆಕ್ಕಕ್ಕಿಱಿದು ಬೆಸಕೆಯ್ವ ಪಟಿಗಲಿಗಳುಮಂ । ಮತ್ತಮಣ್ಮಿ ನಡೆದಿಱಿವ ನಡೆಗಲಿಗಳುಮಂ ನೋಡಿ ರುದ್ರಾವತಾರಂ ಪ್ರಳಯರುದ್ರನಂತೆ ರೌದ್ರಪ್ರಾಯಶ್ಚಿತ್ತಾ ಪ್ರವರ್ತನಾರ್ಥಂ ಹಿಮವತ್ಪರ್ವತಕ್ಕೆ ಪೋಪುದೆಂದು ಚಿತ್ತ ಸಮಾಧಾನಂಗೆಯ್ದುಚಿತಮಂ ಸ್ಮರಿಯಿಸಿ ಸುರಲೋಕಮಂ ಸಾಧಿಸುವೆನೆಂದು ಅಶ್ವತ್ಥಾಮಾದಿಗಳಂ ವಿಸರ್ಜಿಸಿ ತದ್ದಿವಸಾವಸಾನ ಸಮಯದೊಳ್ ದುರ್ಯೋಧನಂ ಪ್ರಾಣ ವಿಸರ್ಜನೋನ್ಮುಖನಾದನಿಂತು –

ಪ್ರಾಯಶ್ಚಿತ್ತ ಪವಿತ್ರಗಾತ್ರ = ಪಾಪಕರ್ಮದ ಪರಿಹಾರದಿಂದ ಪವಿತ್ರನಾಗಲು ; ಕರಂಸಿಗ್ಗಾಗಿ = ಅತ್ಯಂತ ಲಜ್ಜಾನ್ವಿತನಾಗಿ ; ತಳರ್ದು = ಹೊರಟು ; ಕಳಕುಳಮಾದ = ಚದುರಿಹೋದ – ಅಸ್ತವ್ಯಸ್ತವಾದ ; ಓರಂತೆ ಎಡೆಯೊಳ್ = ಒಂದೊಂದು ಕಡೆಯಲ್ಲಿ ; ಪವಳ = ಹವಳ ; ಪೊನ್ನ ಪೇಳಿಗೆ = ಚಿನ್ನದ ಪೆಟ್ಟಿಗೆ ; ಪರದರಂ = ವ್ಯಾಪಾರಿಗಳನ್ನು ; ಬಚ್ಚಬಱಿಯೆಗ್ಗರು = ಶುದ್ಧ ಮೂರ್ಖರು (ಗಾಂಪರು) ; ಕುಬ್ಜ ವಾಮನ ಬಧಿರ = ಗೂನ, ಕುಳ್ಳ, ಕಿವುಡ ; ಪತ್ತಿ ಬರ್ಪ = ಹಿಡಿದುಕೊಂಡು ಬರುವ ; ಪೊಟ್ಟೆಬಿಟ್ಟು = ದುಂಡನೆ ಹೊಟ್ಟೆ ; ಪೆರನಟ್ಟ = ಹಿಂದಿರುವ ; ಮಿಟ್ಟೆಂದು ಮಿಡುಕಲ್ + ಅಣ್ಮರೆ = ಕಿಂಚಿತ್ತೂ ನಡೆಯಲು ಧೈರ್ಯ ಸಾಲದೆ ; ಕಾಪಿನಾಳ್ಗಳ್ = ಅಂಗರಕ್ಷಕರು ; ಬಿದಿರಿದ = ಅಲ್ಲಾಡದ ; ಪುಲ್ಗಲಿ = ಹುಲುಕಲಿ (ಹೇಡಿಗಳು) ; ಸೆರಗಂ = ಸಹಾಯವನ್ನು ; ಬೆಱಗು = ಅಚ್ಚರಿ ; ಉಬ್ಬಾಳಿ = ಹೊಗಳಿಕೆಯಿಂದ ಉಬ್ಬುವುದು ; ಪಟಿಗಲಿ = ವೃದ್ಧಯೋಧ ; ಪೋಣಿಸಿಱಿವ = ಶಪಥ ಮಾಡಿ ಕಾದುವ ; ಕಸವರಗಲಿ = ಅಕ್ಕಸಾಲಿಗಳು

– ದುರ್ಯೋಧನನ ಆದೇಶದಂತೆ –

ತಾನು ಮಾಡಿದ ಪಾಪ ಕಾರ್ಯಕ್ಕೆ ಪ್ರಾಯಶ್ಚಿತ್ತ ಮಾಡಿಕೊಳ್ಳಲು ಮಾಡಿದ ಪಾಪಗೆಲಸಕ್ಕೆ ಬಹುವಾಗಿ ನಾಚಿಕೆ ಪಟ್ಟು ಹಿಮಾಚಲಕ್ಕೆ ಹೊರಟು ಹಸ್ತಿನಾಪುರದ ಬೀದಿಬೀದಿಗಳಲ್ಲಿ ಬರುತ್ತಾ ಅಂದಿನ ಯುದ್ಧ ಅವಸಾನದಲ್ಲಿ ಸಂಭವಿಸಿದ ಕಳವಳದಿಂದಾಗಿ ಚೆದುರಿಹೋದ ಜನ ಸಮೂಹ, ಒಂದೆಡೆಯಲ್ಲಾದರೆ ಇನ್ನೊಂದೆಡೆ ತಮ್ಮಲ್ಲಿದ್ದ ಮುತ್ತು ರತ್ನ ಹವಳದ ಪೆಟ್ಟಿಗೆಗಳನ್ನು ಹೊತ್ತು ಪಕ್ಕದಂಗಡಿಯ, ಆಚೆಯಂಗಡಿಯ, ಎದುರಂಗಡಿಯ ವ್ಯಾಪಾರಿಗಳನ್ನು ಕಂಡು ವಿಚಾರಿಸುವ ಶುದ್ಧ ಮೂರ್ಖಶಿಖಾಮಣಿಗಳು, ತಮ್ಮನ್ನು ಹಿಡಿದವರ ಕೈಯನ್ನು ಹಿಡಿದುಕೊಂಡು ಬರುತ್ತಿರುವ ವೃದ್ಧ ದ್ವಾರಪಾಲಕರು, ಹೊಟ್ಟೆ ದುಂಡಗಿದ್ದು ಕೊಂಚವಾದರೂ ನಡೆಯುವ ಧೈರ್ಯವಿಲ್ಲದೆ ಇರುವ ಗಸ್ತಿನ ಆಳುಗಳು – ಭಟರು ಅಲ್ಲಾಡದೆ ಹಲ್ಲುಕಿರಿಯುತ್ತಾ ನಿಂತಿರುವ ಹೇಡಿಕಲಿಗಳು, ಯಾರ ಸಹಾಯವನ್ನು ಬಯಸದ, ಆಗಿರುವ ಅಚ್ಚರಿಯ ವಿದ್ಯಮಾನವನ್ನೂ ಲೆಕ್ಕಿಸದ, ನಿಷ್ಕಪಟ ವೀರವಂತರೂ, ಒಡೆಯನ ಆದೇಶದ ಕಾರ್ಯವನ್ನು ಫಲಾಪೇಕ್ಷೆಯಿಲ್ಲದೆ ಮಾಡುವ, ಹೊಗಳಿಕೆಯಿಂದ ಉಬ್ಬುವ, ಶಪಥ ಮಾಡಿ ಹೋರಾಡುವ, ವೃದ್ಧಯೋಧರನ್ನು, ಶತ್ರುಬಲವನ್ನು ತರಿದು

ಹಾಕುವ ಬೇಡಿದುದನ್ನು ಕೊಟ್ಟು ಅವರಿಗೆ ನೀಡುವ ಅಕ್ಕಸಾಲಿ (ಬಂಗಾರ – ಚಿನ್ನದ ಕೆಲಸಗಾರರು)ಗಳನ್ನು ನೋಡಿ ಆಶ್ಚರ್ಯಪಟ್ಟು ರುದ್ರಾವತಾರಿಯಾದ ಅಶ್ವತ್ಥಾಮನು ಹಿಮವತ್ ಪರ್ವತದ ಕಡೆಗೆ ಹೋಗುವುದನ್ನು ಕಂಡು ಸುಯೋಧನನು ಸಮಾಧಾನ ಹೊಂದಿ ಶ್ರೀಹರಿಯನ್ನು ನೆನೆಯುತ್ತಾ ಪರಲೋಕ ಪ್ರಯಾಣಕ್ಕೆ ಸಿದ್ಧನಾಗಿ ಜೀವಬಿಡಲು ನಿಶ್ಚಯಿಸಿದನು.

ಪಂಕಜಮುಂ ಸುಹೃದ್ವದನ ಪಂಕಜಮುಂ ಮುಗಿವನ್ನಮುಗ್ರ ತೇ
ಜಂ ಕಿಡುತಿರ್ಪಿನಂ ನಿಜಕರಂಗಳನಂದುಡುಗುತ್ತುಮಿರ್ದು ಚ
ಕ್ರಾಂಕಮಗಲ್ವಿನಂ ಕ್ರಮದಿನಂಬರಮಂ ಬಿಸುಟುರ್ಬಿನಂಧಕಾ
ರಂ ಕವಿತರ್ಪಿನಂ ಕುರುಕುಲಾರ್ಕನುಮರ್ಕನುಮಸ್ತಮೆಯ್ದಿದರ್ ॥ ೩೦ ॥

ಮುಗಿವನ್ನಂ = ಮುಚ್ಚಿಕೊಳ್ಳುತ್ತಿರಲು ; ಉಗ್ರತೇಜಂ = ಪ್ರಖರವಾದ ತೇಜಸ್ಸು (ಬಿಸಿಲು) ; ಕಿಡುತಿರ್ಪಿನಂ = ಕೆಡುತ್ತಿರುವ ; ಉಡುಗುತ್ತುಂ + ಇರ್ದು = ಕಳೆದು (ಮುದುರಿ)ಕೊಳ್ಳುತ್ತಿದ್ದು ; (1) ಚಕ್ರಾಂಕ = ಚಕ್ರವಾಕಪಕ್ಷಿ – (2) ಚಕ್ರಾಂಕ = ಚಕ್ರಾಧಿಪತ್ಯ ; ಅಗಲ್ವಿನಂ = ಅಗಲಿಕೆಯಿಂದ ; ಕ್ರಮದಿಂ = ರಾಜ್ಯದಿಂದ (ಪಾದದಿಂದ) ; ಉರ್ಬಿ (ಉರ್ವಿ) = ಭೂಮಿ ; ಕುರುಕುಲ + ಅರ್ಕ = ಕುರುವಂಶದ ಸೂರ್ಯ

ಇಲ್ಲಿ ಸೂರ್ಯಸ್ತಮಾನ ಸಮಯದಲ್ಲಿ ದುರ್ಯೋಧನ ಪ್ರಾಣತ್ಯಾಗ ಮಾಡುತ್ತಾನೆ. ಅದನ್ನ ಕವಿ ಚಮತ್ಕಾರವಾಗಿ ತಾವರೆಗೂ – ದುರ್ಯೋಧನನಿಗೂ ಹೋಲಿಕೆ ನೀಡುತ್ತಾನೆ. ತಾವರೆ – ಸೂರ್ಯಾಸ್ತಮಾನವಾದಾಗ ತಾವರೆ ಪುಷ್ಪಗಳು ಮುದುಡಿ ತಮ್ಮ ಪ್ರಭೆಯು ಕುಂದುವಂತೆ, ಕಿರಣಗಳು ಮರೆಯಾಗುತ್ತಿದ್ದಂತೆ ಅಲ್ಲಿದ್ದ ಚಕ್ರವಾಕ ಪಕ್ಷಿಗಳು ವಿರಹದಿಂದ ಬಳಲುತ್ತಿರುವಂತೆಯೇ ಸೂರ್ಯನು ತನ್ನ ಉಗ್ರತೇಜಸ್ಸನ್ನು ಕಳೆದು ಮುಳುಗಿದನು ಎನ್ನುತ್ತಾ ದುರ್ಯೋಧನನ ಪರವಾಗಿ ಈ ರೀತಿ ವರ್ಣಿಸುತ್ತಾನೆ.

ದುರ್ಯೋಧನನೆಂಬ ಕಮಲ ಬಾಡುತ್ತಿರಲು ಅಲ್ಲಿದ್ದ ಮಿತ್ರರ ಮುಖ ಕಮಲಗಳೂ ಕುಂದುತ್ತಿರಲು, ತನ್ನ ದಿವ್ಯತೇಜಸ್ಸು ಕ್ಷೀಣಿಸುತ್ತಿರುವಾಗ ಚಕ್ರಾಧಿಪತ್ಯ ತನ್ನ ಕೈ ಬಿಟ್ಟು ಹೋಗುತ್ತಿರಲು ಭೂಮಿಯೇ ಅಂಧಕಾರದಲ್ಲಿ ಮುಳುಗುತ್ತಿರುವಂತೆ ಸುಯೋಧನನೆಂಬ ಸೂರ್ಯನು ಅಸ್ತಮಿಸಿದನು. ಈ ಎರಡರ ಹೋಲಿಕೆ ಎಂಥವರ ಮನಸ್ಸನ್ನೂ ಕರಗಿಸುವಂತಿದೆ.

ಮೊದಲೊಳ್ಶಂತನು ಸೂನು ಪತ್ತುದಿವಸಂ ಚಾಪಾಗಮಾಚಾರ್ಯನ
ಯ್ದುದಿನಂ ಭಾಸ್ಕರನಂದನಂ ದಿನಯುಗಂ ಶಲ್ಯಂ ಭರಂಗೆಯ್ದೊಡಾ ।
ದದಿನಾರ್ಧಂ ದಿನದರ್ಧದಿಂದಿನ ಗದಾಯುದ್ಧಂ ಪರಿಚ್ಛಿನ್ನಮಿಂ
ತು ದಿನಂಗಳ್ ಪದಿನೆಂಟಪೆಂ ಸಮೆದುದಾ ರೌದ್ರಾಹವಂ ಭಾರತಂ ॥ ೩೧ ॥

ಶಂತನು ಸೂನು = ಭೀಷ್ಮ ; ಚಾಪಾಗಮಾಚಾರ್ಯ = ಬಿಲ್ವಿದ್ಯಾಪ್ರವೀಣ = ದ್ರೋಣ ; ಭಾಸ್ಕರನಂದನ = ಕರ್ಣ ; ದಿನಯುಗಂ = ಎರಡು ದಿವಸ ; ಶಲ್ಯಂ ಭರಂಗೆಯ್ದು = ಶಲ್ಯನು ರಭಸದಿಂದ ಕಾದಾಡಿ ; ಪರಿಚ್ಛಿನ್ನಂ = ಭಾಗಮಾಡಿ (ವಿಭಜಿಸಿದ)

ಪ್ರಥಮದಲ್ಲಿ ಭೀಷ್ಮಾಚಾರ್ಯರು ಹತ್ತುದಿನ, ಅನಂತರ ದ್ರೋಣಾಚಾರ್ಯರು ಐದು ದಿವಸ ; ತದನಂತರದಲ್ಲಿ ಕರ್ಣ ಎರಡು ದಿನ ಮತ್ತೆ ಮದ್ರಾಧಿಪತಿ ಶಲ್ಯ ಅರ್ಧದಿನ ಪರಾಕ್ರಮದಿಂದ ಕಾದಿದರು. ಮುಂದಿನ ಅರ್ಧದಿನ ಗದಾಯುದ್ಧವಾಗಿ ಪರಿವರ್ತಿತವಾಗಿ ಹೀಗೆ ಭಾರತ ಮಹಾಯುದ್ಧ ಹದಿನೆಂಟು ದಿನಗಳ ಕಾಲ ನಡೆದು ಕೊನೆಗೊಂಡಿತು.

ಕದನಂ ಮಾರ್ಗಶಿರದ ಶು
ದ್ಧದಿನಂ ತೇರಸಿ ತಾರಗೆ ಭರಣಿಯೊಳಾ ಮೂ ।
ಲದ ಕಡೆಯಮವಾಸೆಯ ದಿವ
ಸದೊಳಂ ನಿರ್ಮೂಲಮಾಯ್ತು ಕೌರವವಂಶಂ ॥ ೩೨ ॥

ತೇರಸಿ = ತ್ರಯೋದಶಿ ; ತಾರಗೆ = ನಕ್ಷತ್ರ ; ಮೂಲದ = ಮೂಲಾನಕ್ಷತ್ರ ; ಕಡೆ = ಕೊನೆ ಪಾದ

ಕುರುಕ್ಷೇತ್ರ ಮಹಾಯುದ್ಧವು ಹೇಮಂತ ಋತುವಿನ ಮಾರ್ಗಶಿರ ಮಾಸದ ಶುದ್ಧ ತ್ರಯೋದಶಿ ದಿನದಂದು ಭರಣೀ ನಕ್ಷತ್ರದಲ್ಲಿ ಆರಂಭವಾಗಿ ಮೂಲಾ ನಕ್ಷತ್ರದ ಕೊನೆಯ ಪಾದದಲ್ಲಿ ಅಮಾವಾಸ್ಯೆಯ[51] ದಿನದಂದು ಕೊನೆಗೊಂಡು ಕೌರವ ವಂಶದ ನಿರ್ಮೂಲನವಾಯಿತು.

ವಚನ : ಅಂತು ಭಾರತಂ ಸಮರಾಭಾರಾವತಾರಮಾಗೆ –

ಸಮರ + ಭಾರಾವತಾರಂ = ಯುದ್ಧದ ಹೊರೆ ; ಆಗೆ = ಇಳಿಸಿದಾಗ

ಹೀಗೆ ಭಾರತ ವಂಶದ ಯುದ್ಧದ ಹೊರೆಯನ್ನು ಇಳಿಸಿದಾಗ –

ಜಯಲಕ್ಷ್ಮೀಪ್ರಿಯನೊಳ್[52] ಪರಾಕ್ರಮಕೃತಾಲಂಕಾರನೊಳ್ ಸತ್ಯವಾ
ದಿಯೊಳರ್ಥಿಪ್ರಿಯನೊಳ್ ಧರಾಪ್ರಣಯಿಯೊಳ್ ನಿರ್ದ್ವೇಷಿಯೊಳ್ ಪಂಡಿತಾ ।
ಶ್ರಯನೊಳ್ ರಾಜಿತ ರಾಜ ಚಿಹ್ನಯುತನೊಳ್ ಶ್ರೀದೇವಿಯುಂ ಭೂಮಿ ದೇ
ವಿಯುಮತ್ಯುತ್ಸವದಿಂದೆ ಬಂದು ನೆರೆದರ್ ಚಾಳುಕ್ಯ ಕಂದರ್ಪನೊಳ್ ॥ ೩೩ ॥

ಪರಾಕ್ರಮಾಕೃತ + ಅಲಂಕಾರನೊಳ್ = ಶೂರತ್ವವನ್ನೇ ಭೂಷಣಪ್ರಾಯವನ್ನಾಗಿ ಮಾಡಿಕೊಂಡ ; ಸತ್ಯವಾದಿ = ಪ್ರಾಮಾಣಿಕ ; ಅರ್ಥಿಪ್ರಿಯ = ಯಾಚಕರನ್ನು ಪ್ರೀತಿಸುವ ; ಧರಾಪ್ರಣಯಿ = ಲೋಕ ಪ್ರಿಯ ; ರಾಜಿತ = ಶೋಭಿಸುವ ; ಚಾಳುಕ್ಯ ಕಂದರ್ಪ = ಭೀಮಸೇನ

ಜಯಲಕ್ಷ್ಮೀಪತಿಯೂ ಪರಾಕ್ರಮ ಭೂಷಣನೂ, ಸತ್ಯವಾದಿಯೂ, ಯಾಚಕ ವೃಂದವನ್ನು ಪ್ರೀತಿಯಿಂದ ನೋಡಿಕೊಳ್ಳುವವನೂ, ದ್ವೇಷರಹಿತನೂ, ವಿಬುಧಾಶ್ರಯನೂ, ಲೋಕ ಪ್ರಿಯನೂ, ರಾಜವೈಭವದಿಂದ ಕೂಡಿರುವ ಮನ್ಮಥ ಸದೃಶನೂ ಆದ ಭೀಮಸೇನನ್ನು ಶ್ರೀಕಾಂತೆ ಭೂಕಾಂತೆಯರು ಸಂಭ್ರಮದಿಂದ ಬಂದು ಕೂಡಿಕೊಂಡರು.[53]

---

(51) ಭರಣೀ ನಕ್ಷತ್ರದಿಂದ ಮೂಲಾ ನಕ್ಷತ್ರದ ತನಕ ಲೆಕ್ಕ ಹಾಕಿದರೆ ಸರಿಯಾಗಿ ಹದಿನೆಂಟು ದಿನ ಪೂರ್ತಿಯಾಗುತ್ತದೆ.

(52) ಪತಿಯೊಳ್

(53) ಅಶ್ವತ್ಥಾಮ ಶ್ರೀಲಕ್ಷ್ಮಿ – ಭೂಲಕ್ಷ್ಮಿಯರನ್ನು ತಾನು ಹಿಂದಿರುಗಿ ಬರುವ ತನಕ ಜಾಗಬಿಟ್ಟು (ರಣರಂಗ) ಕದಲದಂತೆ ದಿಗ್ಬಂಧನ ಮಾಡಿ ಹೋಗಿದ್ದ – ಈಗ ದುರ್ಯೋಧನನೂ ಸತ್ತು ಅಶ್ವತ್ಥಾಮನೂ ದೇಶಾಂತರ ಹೋದ ಹಾಗಾಗಿ ಈ ಲಕ್ಷ್ಮೀದ್ವಯರು ಯಾರ ಹಂಗೂ ಇಲ್ಲದಂತೆ ಭೀಮನ ಬಳಿ ಹೋಗುತ್ತಾರೆ.

ಧರಣೀಕಾಂತೆಯುಮಾಸೆಯಿಂ[54] ಪರಸೆಯುಂ ಶ್ರೀಕಾಂತೆಯುಂ ಬಂದು ತಾಂ
ಪರಮಾನಂದದೆ ಸೇಸೆಯಂ ಪರಕೆಯಂ ತಾನಾಂತುಕೊಂಡಾಗಳಾ ।
ದರದಿಂ ದಕ್ಷಿಣ ಬಾಹುದಂಡದೆ ಜಯಶ್ರೀಕಾಂತೆಯಂ ತಾಳ್ದಿ ಮೂ
ವರುಮಾಕಾಂತೆಯರಂ ಮನಂಗೊಳಿಸಿದಂ ಚಾಳುಕ್ಯ ಕಂಠೀರವಂ ॥ ೩೪ ॥

ಸೇಸೆಯಂ = ಅಕ್ಷತೆಯನ್ನು ; ಪರಸೆ = ಆಶೀರ್ವಾದ (ಹರಸು) ; ಪರಕೆ = ಹರಕೆ ; ದಕ್ಷಿಣ ಬಾಹು = ಬಲಭುಜ ; ತಾಳ್ದಿ = ಆಲಂಗಿಸಿ ; ಮನಂಗೊಳಿಸು = ಸಂತೋಷಪಡಿಸು

ಭೂದೇವಿಯು ಪರಮಾನಂದದಿಂದ ಹರಸಿದಾಗ ಲಕ್ಷ್ಮೀದೇವಿಯು ತನ್ನ ತಲೆಯ ಮೇಲೆ ಮಂತ್ರಾಕ್ಷತೆಯನ್ನು ಹಾಕಿದಾಗ ಅವುಗಳನ್ನು ತಾನು ಅತ್ಯಾನಂದದಿಂದ ಸ್ವೀಕರಿಸಿ ಜಯಲಕ್ಷ್ಮಿಯನ್ನು ತನ್ನ ಬಲಭುಜದಲ್ಲಿ ಧರಿಸಿಕೊಂಡು ಆಲಂಗಿಸಿ ಈ ಮೂವರೂ ಪತ್ನಿಯರನ್ನು ಸಿಂಹ ಪರಾಕ್ರಮಿಯಾದ ಭೀಮಸೇನನು ಸಂತೋಷಗೊಳಿಸಿದನು.

(ಆ ಭೀಮಸೇನನಂತೆ ಚಾಳುಕ್ಯ ಕಂಠೀರವ ಸತ್ಯಾಶ್ರಯನೂ ಈ ವೈಭವವನ್ನು ಅನುಭವಿಸುತ್ತಿದ್ದ ಎಂಬ ಭಾವವಿದೆ.)

ಎಂಬಲ್ಲಿಗೆ ಗದಾಯುದ್ಧದ

ನವಮಾಶ್ವಾಸಂ ಸಂಪೂರ್ಣವಾದುದು.

(54) ಸುಹರ್ಷದಿಂ

ದಶಮಾಶ್ವಾಸಂ

ಶ್ರೀಗೆ ಜಯಶ್ರೀಗೆ ಧರಾ
ಶ್ರೀಗೆ ಮನೋರಮಣನೆನಿಸಿ ಸಕಲಧರಿತ್ರೀ ।
ಭಾಗದೊಳುಂ ನೆಗಳ್ದಖಿಲ ದಿ
ಗ್ಭಾಗದೊಳೆಸೆಯಲ್ಕೆ ಕೀರ್ತಿ ಸಾಹಸಭೀಮಂ ॥ ೧ ॥

ಶ್ರೀಗೆ = ಸಂಪತ್ ಅಧಿದೇವತೆ ಲಕ್ಷ್ಮಿಗೆ ; ನೆಗಳ್ದ = ಪ್ರಸಿದ್ಧಿ

ಶ್ರೀಲಕ್ಷ್ಮಿ, ಜಯಲಕ್ಷ್ಮಿ, ಭೂಲಕ್ಷ್ಮಿಯರಿಗೆ ಮನೋರಮಣನೆನಿಸಿ ಸಮಸ್ತ ಭೂಮಂಡಲದ ಅಧಿಪತಿಯಾಗಿ ದಶದಿಕ್ಕುಗಳಲ್ಲೂ ತನ್ನ ಕೀರ್ತಿ ಪತಾಕೆಯನ್ನು ಹಾರಿಸುತ್ತಾ ಸಾಹಸ ಭೀಮನು ಖ್ಯಾತಿವಂತನಾದನು.

ವಚನ : ಆಗಳ್ ಸಮರವಿಜಯಿಯಪ್ಪ ಮುರಾಂತಕಂ ಸಾಹಸ ಭೀಮನ ಸಾಹಸಕ್ಕೆ ಮೆಚ್ಚಿ ಧರ್ಮನಂದನನ ಮೊಗಮಂ ನೋಡಿ –

ಮುರಾಂತಕ = ಶ್ರೀಕೃಷ್ಣ

ಆಗ ಯುದ್ಧ ವಿಜಯಿಯಾದ ಭೀಮಸೇನನ ಸಾಹಸಕ್ಕೆ ಮೆಚ್ಚುಗೆ ತೋರಿ ಶ್ರೀಕೃಷ್ಣನು ಧರ್ಮರಾಯನನ್ನು ನೋಡುತ್ತಾ –

ಕುರುಪತಿಪಾತದಿಂ ಕೃತಭಯಂಕರಮರ್ಜುನ ಬಾಣಘಾತಜ
ರ್ಜರಿತ ಶರೀರ ಸೈಂಧವ ಮದಾತ್ತಲಾಂಬುಧಿಯುಂ ನಿಶಾತ ತೋ ।
ಮರ ಹತಕರ್ಣಮಸ್ತಮಿತ ಶಲ್ಯ ಶರಸ್ಥಿತ ಭೀಷ್ಮ ಸಾಹಸಂ
ದೊರೆಯೆನಿಸಿತ್ತು ಭಾರತದೆ ಗೆಲ್ದರಣಂ ಕುಮರಾಂಕರಾಮನಾ ॥ ೨ ॥

ಪಾತ = ಬೀಳು (ಕೆಡಹು) ; ತೋಮರ = ಈಟಿ

ದುರ್ಯೋಧನನ ಅವಸಾನದಿಂದ, ಅರಿಭಯಂಕರನೆನಿಸಿದ ಅರ್ಜುನನ ಬಾಣಾಘಾತದಿಂದ ಕರ್ಣ, ನಿನ್ನ ಶೂಲದ ಇರಿತದಿಂದ ಶಲ್ಯನೂ, ಬಾಣಗಳ ಹಾಸಿಗೆಯಲ್ಲಿ ಮಲಗಿರುವ ಭೀಷ್ಮರೂ, ಅರ್ಜುನನ ಕೈಯಿಂದ ಹತನಾದ ಸೈಂಧವ ಮುಂತಾದವರಿಂದ ಕೂಡಿದ ಭಾರತ ಯುದ್ಧ ಇಂದಿಗೆ ಮುಗಿಯಿತು.

ಸಮದ ವಿರೋಧಿ ಹತ್ಯದೊಳೆ ತದ್ರುಧಿರಾಂಬುನಿಮಜ್ಜನಾರ್ದ್ರಕ
ರ್ದಮಮಿಷುಘಾತ ಪಾತಿತ ಶಿರೋವನಿಪಾಲನಟತ್ಕಬಂಧ ವಿ ।
ಭ್ರಮಮತಿ ರೌದ್ರಮಾಯ್ತು ಸುಮನಸ್ಸುಮನೋಭರನಿತ್ಯ ಲಂಪಟ
ಭ್ರಮರಮನೇಕ ಭೂತನಿಳಯಂ ಸಮರಂ ಕುಮರಾಂಕರಾಮನಾ ॥ ೩ ॥

ಸಮದ = ಮದೋನ್ಮತ್ತ ; ನಿಮಜ್ಜನಾರ್ದ್ರ = ಮುಳುಗಿಹೋದ ; ಕರ್ದಮ = ಕೆಸರು ; ಇಷುಘಾತ = ಬಾಣಗಳ ಹೊಡೆತ ; ಪಾತಿತ = ಕೆಡವಲ್ಪಟ್ಟ ; ನಟತ್ = ನರ್ತಿಸುವ ;

ಕಬಂಧ = ಮುಂಡ ; ವಿಭ್ರಮ = ಅಲೆದಾಟ ; ಸುಮನಸ = ದೇವತೆ ; ಸುಮನೋಭರ = ಪುಷ್ಪ ವೃಷ್ಟಿ ; ಲಂಪಟ = ಅತಿಯಾಸೆ

(ಇದೊಂದು ರಣರಂಗದ ಭೀಕರ, ರೌದ್ರ, ಬೀಭತ್ಸ, ಭಯಾನಕ ದೃಶ್ಯ) ಯುದ್ಧ ಮದೋನ್ಮತ್ತರಾದ ಶತ್ರು ಸಂಹಾರದಿಂದ ಅವರ ದೇಹಗಳಿಂದ ಹರಿದ ರಕ್ತ ಮಾಂಸಗಳಿಂದ ತೊಯ್ದು ಕೆಸರಿನಿಂದ ಕೂಡಿದ ನೆಲದಿಂದ, ಬಾಣಗಳ ಹೊಡೆತದಿಂದ ಕೆಡವಲ್ಪಟ್ಟ ರುಂಡಗಳು, ಶಿರಶ್ಛೇದನವಾದ ಮುಂಡಗಳ ನರ್ತನದಿಂದ, ಜೊತೆಗೆ ಆಕಾಶದಿಂದ ದೇವತೆಗಳು ಸುರಿಸುತ್ತಿರುವ ಪುಷ್ಪಗಳಿಗಾಗಿ ಆಸೆಯಿಂದ ಸುತ್ತಲೂ ಹಾರಾಡುತ್ತಿರುವ ದುಂಬಿಗಳ ಝೇಂಕಾರದಿಂದ ಬಿದ್ದ ಹೆಣಗಳನ್ನು ಕುಕ್ಕಿ ಕುಕ್ಕಿ ತಿನ್ನಲು ಹಾತೊರೆಯುತ್ತಿರುವ ಭೂತ ಪಿಶಾಚಿಗಳಿಂದ ಕೂಡಿರುವ ಭೀಮಸೇನನ ಯುದ್ಧವು ಅತಿ ಭಯಂಕರತೆಯಿಂದ ಕೂಡಿತ್ತು.

ಕುರುಧರೆಯಂ ನಿಜೋಗ್ರಗದೆಯೇರ್ಗಳಿನುತ್ತುಗಿಯುತ್ತೆ ವೈರಿ ಭೂ
ಪರ ರುಧಿರಾಂಬುವಿಂದೆ ಬೆದೆಮಾಡಿಯೆ ಘಟ್ಟಿತ ಕುಂಭಿ ಮುಕ್ತ ಭಾ ।
ಸುರ ನವಮೌಕ್ತಿಕಪ್ರಸರ ಬೀಜಮನೋಳಿಯೆ ಬಿತ್ತಿ ತಾರಭೂ
ಧರಸಿತಕೀರ್ತಿಯೆಂಬ ಬೆಳಸಂ ಬೆಳೆದಂ ಪರಸೈನ್ಯಭೈರವಂ ॥ ೪ ॥

ಕುರುಧರೆ = ಕುರುಕ್ಷೇತ್ರ ; ನಿಜ + ಉಗ್ರ = ತನ್ನ ಭಯಂಕರವಾದ ; ಯೇರ್ಗಳಿಂ = ಹೊಡೆತದಿಂದ ; ಬೆದೆ = ಬಿತ್ತು ; ಘಟ್ಟಿತ ಕುಂಭಿ = ಹೊಡೆತ ತಿಂದ ಆನೆಯ ಕುಂಭಸ್ಥಳ ; ಓಳಿಯೆ = ಸಾಲಾಗಿ ; ತಾರಭೂಧರ = ಬೆಳ್ಳಿಯ ಬೆಟ್ಟ ; ಸಿತ = ಬಿಳಿಯ

(ಇಲ್ಲಿನ ವಿಶೇಷವೆಂದರೆ ರಣರಂಗದಲ್ಲಿ ಭೀಮಸೇನ ಮಾಡಿದ ಕಾರ್ಯವನ್ನು – ಒಬ್ಬ ರೈತನ ಕಾರ್ಯಕ್ಕೆ ಹೋಲಿಸಲಾಗಿದೆ.)

ತನ್ನ ಅತ್ಯುಗ್ರವಾದ ಗದೆಯ ಹೊಡೆತಗಳಿಂದ ಕುರುರಣರಂಗವೆಂಬ ಭೂಮಿಯನ್ನು ಉತ್ತು, ಶತ್ರುಗಳ ಕೆನ್ನೆತ್ತರೆಂಬ ನೀರಿನಿಂದ ಬಿತ್ತನೆಗೆ ಹದಗೊಳಿಸಿ ಮದ್ದಾನೆಗಳ ಕುಂಭಸ್ಥಳ ಭೇದನದಿಂದ ರಾಶಿರಾಶಿಯಾಗಿ ಉದುರಿದ ಮುತ್ತುಗಳೆಂಬ (ಆನೆಯ ಕುಂಭಸ್ಥಲದಲ್ಲಿ ಮುತ್ತುಗಳಿರುವುದೆಂದು ಪ್ರತೀತಿ) ಬೀಜಗಳನ್ನು ಸಾಲಾಗಿ ಬಿತ್ತಿ, ಬೆಳ್ಳಿಯ ಬೆಟ್ಟದಂತೆ ಬಿಳುಪಾದ ಅಂದರೆ ಶುಭ್ರಕೀರ್ತಿಯೆಂಬ ಹುಲುಸಾದ ಬೆಳೆಯನ್ನು ಶತ್ರುಸೈನ್ಯಕ್ಕೆ ಕಾಲರುದ್ರನಂತಿರುವ ಭೀಮನು ಬೆಳೆಸಿದನು.

ನುಡಿವುದಜೊಳ್ ತೊದಳ್ನುಡಿದರೆಂದೊಡಮೊಯದೆ ಪೂಣ್ದಪೂಣ್ಕೆ ಮಾ
ಣ್ದೊಡಮಿಜೆವಲ್ಲಿ ಮೆಯ್ಸೆಡೆದು ಪಿಂದಡಿಯಿಟ್ಟೊಡಮನ್ಯ ಕಾಂತೆ ಬಂ ।
ದೊಡಮುಳಿಪಿಂದೆ ಸೋಲ್ತೊಡಮದಾಗದೆ ಅಂಬುಧಿ ಮೇರೆದಪ್ಪುಗುಂ
ನಡುಗುಗು ಧಾತ್ರಿ ದಿಕ್ಕರಿ ಭಯಂಗೊಳುಗುಂ ಕುಮರಂಕರಾಮನಾ ॥ ೫ ॥

ನುಡಿವುದಜೊಳ್ = ಹೇಳುವ ಮಾತಿನಲ್ಲಿ ; ತೊದಲ್ ನುಡಿದರ್ = ಸುಳ್ಳಾಡಿದರು (ತಡವರಿಸಿ) ; ಪೂಣ್ದ ಪೂಣ್ಕೆ = ನೀಡಿದ ಭಾಷೆ (ಶಪಥ) ; ಮಾಣ್ದೊಡಮ್ = ಈಡೇರಿಸದೆ ; ಇಜೆ = ಹೊಡಿ – ಚುಚ್ಚು ; ಮೆಯ್ + ಸೆಡೆದು = ಶರೀರ ಕುಸಿದು (ಹೆದರಿ)

ಯಾರೆ ಆದರೂ ಮಾತಿಗೆ ತಪ್ಪಿ ಸುಳ್ಳಾಡಿದರೆಂದರೆ, ಮಾಡಿದ ಶಪಥವನ್ನು ಈಡೇರಿಸದಿದ್ದಲ್ಲಿ, ವೈರಿ ಹೊಡೆತಕ್ಕೆ ಹೆದರಿ ಹಿಂದಕ್ಕೆ ಓಡಿದರೆ, ಬೇರೊಬ್ಬ ಹೆಂಗಸನ್ನು ಕಂಡಾಗ ಸೋಲೊಪ್ಪಿಕೊಂಡಂತೆ ಆಗಿ ನಾಚಿ ಕರಗಿ ನೀರಾಗುವನು. ಆದರೆ ಭೀಮನ ಹೆಸರು ಕೇಳಿದರೆ ಸಾಕು ಸಮುದ್ರ ದಾರಿ ತಪ್ಪುವುದು (ಉಕ್ಕುವುದು), ಭೂಮಿ ನಡುಗುವುದು, ದಿಗ್ಗಜಗಳು ಭಯದಿಂದ ತತ್ತರಿಸುವುವು – ಎಂದು ಶ್ರೀಕೃಷ್ಣ ಭೀಮನ ಕಡು ಸಾಹಸವನ್ನು ಹೊಗಳುತ್ತಾನೆ.

ವಸುಧೆಗೆ ಮೇರೆಯಾದುದು ಪಯೋಧಿ ಪಯೋಧಿಗೆ ಮೇರೆಯಾದುದೆ
ಣ್ದೆಸೆ ದೆಸೆಗಳ್ಗೆ ಸೀಮೆ ದಿಗಿಭಾವಳಿಯಾಯ್ತೆನೆ ಮಾಣದೆಲ್ಲಿಯುಂ ।
ಪಸರಿಸೆ ತಾನೆ ವಾರಿಧಿಯಿನತ್ತ ದಿಶಾಳಿಯಿನತ್ತ ದಿಗ್ಗಜ
ಪ್ರಸರದಿನತ್ತ ನೀಳ್ದುದು ಯಶಃಪ್ರಕರಂ ಕುವರಾಂಕರಾಮನಾ ॥ ೬ ॥[55]

ವಸುಧೆ = ಭೂಮಿ ; ಪಯೋಧಿ = ಸಮುದ್ರ ; ಮೇರೆ = ಎಲ್ಲೆ (ಗಡಿ) ; ಮಾಣದೆ = ಬಿಡದೆ ; ಯಶಃಪ್ರಕರ = ಕೀರ್ತಿ ಸಮೂಹ ; ನೀಳ್ದುದು = ವಿಸ್ತರಿಸಿತು

ಭೂಮಿಗೆ ಸಮುದ್ರವು ಎಲ್ಲೆಯಾಯಿತು. ಸಮುದ್ರಕ್ಕೆ ಎಂಟು ದಿಕ್ಕುಗಳೇ ಗಡಿ ಪ್ರದೇಶಗಳಾದವು. ಆ ಅಷ್ಟ ದಿಕ್ಕುಗಳಿಗೆ ಅಷ್ಟ ದಿಗ್ಗಜಗಳೇ ಸೀಮೆಯಾಯಿತು. ಆದರೆ ಅದೆಲ್ಲಕ್ಕೂ ಮಿಗಿಲಾಗಿ ಸಮುದ್ರದಿಂದಾಚೆ, ದಿಕ್ಕು–ದಿಗ್ಗಜಗಳಂದಾಚೆ ಎಲ್ಲೆಯನ್ನು ಮೀರಿ ಭೀಮಸೇನನ ಕೀರ್ತಿ ತಾನೇ ತಾನಾಗಿ ವಿಸ್ತರಿಸಿತು.

ಇಳೆಯೊಳದಂಕುರಿಸಿ ಹರಿ
ತ್ಕುಲದೊಳ್ ವರ್ಧಿಸಿಯೆ ನೀಳ್ದು ಗಗನಕ್ಕಸುಹೃ ।
ತ್ಕುಳ ನಾರೀನಯನಾಂಬುವೆ
ಬೆಳೆಸಿದುದೆನೆ ಕೀರ್ತಿವಲ್ಲಿಯಿಂ ಸತ್ತಿಗನಾ ॥ ೭ ॥

ಅಂಕುರಿಸಿ = ಚಿಗುರೊಡೆದು ; ಹರಿತ್ + ಕುಲ = ದಿಕ್ಕುಗಳು ; ವರ್ಧಿಸಿಯೆ = ಬೆಳೆದು – ವ್ಯಾಪಿಸಿ ; ಅಸುಹೃತ್ಕುಳ ನಾರಿ = ಶತ್ರುಗಳ ಸಮೂಹದ ಸ್ತ್ರೀ ; ಕೀರ್ತಿವಲ್ಲಿ = ಯಶಸ್ಸೆಂಬ ಬಳ್ಳಿ ; ಸತ್ತಿಗ = ಸತ್ಯಾಶ್ರಯನಾದ ಭೀಮ

ಸತ್ಯಾಶ್ರಯನೆನಿಸಿದ ಭೀಮಸೇನನ ಕೀರ್ತಿಲತೆಯ ಬೀಜವು ಭೂಮಿಯಲ್ಲಿ ಚಿಗುರೊಡೆದು ದಿಕ್ಕು ದಿಕ್ಕುಗಳಿಗೂ ವ್ಯಾಪಿಸಿ ಆಗಸದ ತನಕ ಉದ್ದವಾಗಿ ಬೆಳೆಯಿತು. ಅದನ್ನು ಶತ್ರುರಾಜರ ರಾಣಿಯರ ಕಣ್ಣೀರೇ ಬೆಳೆಯಿಸಿತು.

ವಚನ : ಎಂದು ಮುರಾಂತಕಂ ಪೊಗಟ್ಟು ಕುರುಕುಲಾಂತಕನ ಮೊಗಮಂ ನೋಡಿ –

ಎಂದು ಶ್ರೀಕೃಷ್ಣನು ಹೊಗಳಿ ಕುರುವಂಶಕುಠಾರನಾದ ಭೀಮನ ಮುಖವನ್ನು ನೋಡಿ –

---

(55) ಇದು ಪರಿಷ್ಕೃತ ಮುದ್ರಣದ ಪ್ರತಿಯಲ್ಲಿ ಸ್ಪಷ್ಟವಾಗಿಲ್ಲದ ಕಾರಣ ಮತ್ತೊಂದು ಲಭ್ಯ ಪ್ರತಿಯಿಂದ ತೆಗೆದುಕೊಳ್ಳಲಾಗಿದೆ.

ಮುನಿಯಿಸಿದರಾತಿಯಂ ಕೊ
ಲ್ವೆನೆಂದು ಪೂಣ್ದಂತೆ ಪೂಣ್ಕೆ ತಪ್ಪದೆ ಕೊಲಲೇಂ ।
ನಿನಗಲ್ಲದಿಂತು ತೀರ್ಗುಮೆ
ಅನುನಯದಿಂ ನುಡಿದ ಬಲ್ಮೆಯಿಱಿವ ಬೆಡಂಗಾ ॥ ೮ ॥

ಅರಾತಿ = ವೈರಿ ; ಪೂಣ್ದಂತೆ ಪೂಣ್ಕೆ = ಮಾಡಿದ ಪ್ರತಿಜ್ಞೆಯಂತೆ ; ತೀರ್ಗುಮೆ = ಪೂರೈಸಿತೆ

ಕೋಪಗೊಳ್ಳುವಂತೆ ಮಾಡಿದ ಶತ್ರುವನ್ನು ಕೊಂದೇ ತೀರುವೆನೆಂದು ಮಾಡಿದ ಶಪಥಕ್ಕೆ ಭಂಗ ಬಾರದಂತೆ ಅದನ್ನು ಮಾಡಿಯೇ ತೀರುವೆನೆಂದು ಹೇಳಿದ ಮಾತನ್ನ ಉಳಿಸಿಕೊಳ್ಳಲು ನಿನಗಲ್ಲದೆ ಇನ್ನಾರಿಗೆ ಸಾಧ್ಯ ಭೀಮಸೇನಾ!

ಪೆಱರಾಳ ಪೆಱರ ಕುದುರೆಯ
ಪೆಱರಾನೆಯ ಪೆಱರ ರಥದ ಪೆರ್ಬಲದಿಂದಂ ।
ಇಱಿವರ್ಪೆಱರೇಕಾಂಗದಿ
ನಿಱಿವವರಾರ್ನಿನ್ನ ತೆಱದಿನಿಱಿವ ಬೆಡಂಗಾ ॥ ೯ ॥

ಪೆಱರ = ಬೇರೆಯವರ ; ಆಳ = ಕಾಲಾಳು ; ಪೆರ್ಬಲ = ದೊಡ್ಡ ಸೈನ್ಯ

ಭೀಮಸೇನಾ ಬೇರೆಲ್ಲಾ ಅರಸರುಗಳಿಗೆ ಯುದ್ಧ ಮಾಡಲು ಬೇರೆಯವರ ಕಾಲಾಳು, ಕುದುರೆ, ಆನೆ, ರಥ ಮುಂತಾಗಿ ಚತುರಂಗ ಬಲದ ಸಹಾಯದಿಂದ ಮಾತ್ರ ಸಾಧ್ಯ. ಆದರೆ ನೀನು ಏಕಾಂಗಿಯಾಗಿ ಕಾದಾಡಿರುವೆ. ನಿನ್ನಂತೆ ಇನ್ಯಾರಿದ್ದಾರಯ್ಯಾ ಇಂತಹ ಸಾಹ ಕೃತ್ಯ ಮಾಡಲು ಎಂದು ಕೃಷ್ಣ ಭೀಮನನ್ನು ಹೊಗಳುತ್ತಾನೆ.

ಜವನುಱಿ ಬರ್ಚಿದವೊಲ್ ಕೌ
ರವರೆಲ್ಲರ ಕೊಂದು ಕೌರವೇಶ್ವರ ಬಲಮಂ ।
ತವೆ ಕೊಂದು ತೀರ್ಚಲೇಕಾಂ
ಗವೀರ ನಿನ್ನಿತನಾವನಿಱಿವ ಬೆಡಂಗಾ ॥ ೧೦ ॥

ಜವನ್ = ಯಮ ; ಉಱಿಬರ್ಚಿದ = ವಿಶೇಷವಾಗಿ ಇರಿದು ಕೊಂದಂತೆ ; ತವೆಯಿಱಿದು = ಅತಿಶಯವಾಗಿ ಇರಿದು ; ತೀರ್ಚಲ್ = ತೀರಿಸಲು ; ನಿನ್ನಿತನ್ = ನಿನ್ನಂತೆ

ಸ್ವತಃ ಯಮಧರ್ಮನೇ ಬಂದು ತನ್ನ ಶೂಲದಿಂದ ಇರಿದು ಕೊಂದಂತೆ ನೀನೂ ಸಹ ಏಕಾಂಗಿಯಾಗಿ ನಿಂತು ಇಡೀ ಕೌರವ ಸಮೂಹವನ್ನೇ ನಾಶಮಾಡಿಬಿಟ್ಟೆ. ಈ ರೀತಿಯಾಗಿ ಕಾದಾಡಿ ಶತ್ರುನಾಶ ಮಾಡುವುದು ನಿನ್ನಂಥವನಿಂದ ಮಾತ್ರ ಸಾಧ್ಯ – ಇನ್ನಾರಿಂದಲೂ ಇದು ಆಗದ ಕೆಲಸ ಭೀಮಸೇನಾ!

ಮನೆಪೆಣ್ಣಿಂ ಮಕ್ಕಳೆಂಬೀನುಡಿ ಪುಸಿ ನಿಜಕೃಷ್ಣಾಂಗದೊಳ್ಪುಟ್ಟಿ ಕೀರ್ತ್ಯಂ
ಗನೆ ಶಭ್ರಚ್ಛಾಯೆಯಾದಳ್ ಬಳೆದಳನಿಲ ಮಾರ್ಗಂಬರಂ ಪರ್ಬಿದಳ್ ದಿ ।
ಗ್ವನಿತಾ ಸಂದೋಹಮಮಂ ತಾಪಿನಮಡಿಯಿಡುವಳ್ ಗೋತ್ರ ಶೈಲಾಗ್ರದೊಳ್ ಮ
ಜ್ಜನಂ ವ್ಯೋಮಾಪಗಾವಾರಿಯೊಳೆನೆ ಪಿರಿದುಂ ಭುಂಭಕಂ ಸಾಹಸಾಂಕಂ ॥ ೧೧ ॥

ಮನೆಪೆಣ್ಣಿಂ = ಗೃಹಿಣಿ ; ಪುಸಿ = ಸುಳ್ಳು ; ಕೃಷ್ಣಾಂಗ = ಕಪ್ಪಾದ ಶರೀರ ; ಅನಿಲ ಮಾರ್ಗ + ಅಂಬರಂ = ಆಕಾಶದ ತನಕ ; ಪರ್ಬಿದಳ್ = ತಲುಪಿದಳು ; ತಾಪಿನಂ = ತಗಲುವಂತೆ ; ಅಡಿಯಿಡುವಳ್ = ಹೆಜ್ಜೆ ಇಡುವಳು ; ಗೋತ್ರ ಶೈಲಾಗ್ರ = ಕುಲ ಪರ್ವತಗಳ ಶಿಖರ ; ವ್ಯೋಮಾಪಗಾ = ಆಕಾಶಗಂಗೆ ; ವಾರಿ = ನೀರು ; ಭುಂಭಕ = ಶಂಖದಂತಿರುವವ (?)

ಗೃಹಿಣಿಯಿಂದಲೇ ಮಕ್ಕಳು (ಪೆಣ್ಣಿಲ್ಲವೆ ನಮ್ಮನೆಲ್ಲ ಪಡೆದ ತಾಯ್) ಎಂಬ ಮಾತು ಸುಳ್ಳಾಯಿತು. ನಿನ್ನ ಕಪ್ಪು ಮಿಶ್ರಿತ ಶರೀರದಿಂದ ಕೀರ್ತಿಯೆಂಬ ಹೆಣ್ಣು ಹುಟ್ಟಿ ಬಿಳಿ ವರ್ಣದವಳಾದಳು. ಆಗಸದ ಎತ್ತರಕ್ಕೆ ಬೆಳೆದಳು. ದಿಗಂಗನೆಯರ ಗುಂಪನ್ನು ಸೇರಿದಳು. ಕುಲಪರ್ವತಗಳ ಶಿಖಿರಗಳಲ್ಲಿ ಸಂಚರಿಸಿದಳು. ಇವರೆಲ್ಲರಿಗೂ ತಾಗುವಂತೆ ಹೆಜ್ಜೆಯಿಡುವಳು. ದೇವಗಂಗೆಯಲ್ಲಿ ಮಜ್ಜನ ಮಾಡಿದಳು. ಅಂದ ಮೇಲೆ ಮಹಾ ಸಮರ ಮಲ್ಲನೆನಿಸಿದ ನೀನು ಮಹಾ ಶಂಖದಂತೆಯೇ ಎಂಬುದಕ್ಕೆ ಬೇರೆ ಮಾತಿಲ್ಲ ಎನ್ನುತ್ತಾನೆ ಶ್ರೀಕೃಷ್ಣ. (ಅಂದರೆ ಇಲ್ಲಿ ಶ್ರೀಕೃಷ್ಣನ ಪಾಂಚಜನ್ಯ ಹಾಗೂ ಭೀಮನ ಪೌಂಡ್ರಕವೆಂಬ ಶಂಖಗಳ ಧ್ವನಿ ಮೂರುಲೋಕಗಳನ್ನ ವ್ಯಾಪಿಸುವಂತೆ ಭೀಮನ ಕೀರ್ತಿಯೆಂಬ ಹೆಣ್ಣು ಎಲ್ಲೆಲ್ಲೂ ಆವರಿಸಿದಳು, ಎಂಬುದು ಪ್ರಶಂಸಾತ್ಮಕ ನುಡಿಗಳು ಎಂದೇ ಊಹಿಸಬಹುದು.)

ವಚನ : ಎಂದು ನಾರಾಯಣಂ ಚಾಳುಕ್ಯ ನಾರಾಯಣನ ಶೂರಕೃತ್ಯಂಗಳಂ ಪೊಗಟುತ್ತಿರ್ಪಿನಂ ಆಗಳ್ ಧೃತರಾಷ್ಟ್ರನುಂ ಗಾಂಧಾರಿಯುಂ ಬರಲ್ ಧರ್ಮನಂದನಂ ಪೊಡೆವಟ್ಟು –

ಪೊಗಳುತ್ತ + ಇರ್ಪಿನಂ = ಹೊಗಳುತ್ತಿರುವಾಗ ; ಪೊಡೆವಟ್ಟು = ನಮಸ್ಕರಿಸಿ

ಎಂದು ಶ್ರೀಕೃಷ್ಣನು ಸತ್ಯಾಶ್ರಯ ಭೀಮಸೇನನ ಸಾಹಸಮಯ ಕಾರ್ಯಗಳನ್ನು ಹೊಗಳುತ್ತಿರುವಂತೆಯೇ ಅಲ್ಲಿಗೆ ಧೃತರಾಷ್ಟ್ರ – ಗಾಂಧಾರಿಯರು ಬರಲು ಅವರನ್ನು ನೋಡಿದ ಧರ್ಮರಾಯ ಅವರಿಗೆ ನಮಸ್ಕರಿಸಿ –

ಈಯದೆ ಬಾಡಮಯ್ದನೆಮಗೊಲ್ಲದೆ ಸಂಧಿಯನೆನ್ನ ನಿಮ್ಮ ಗಾಂ
ಗೇಯರ ಮಾತುಗೇಳದಟಿದಂ ಕುರುರಾಜನದರ್ಕೆ ದುಃಖದಿಂ ।
ಬಾಯಟಿಯಲ್ಕೆವೇಡ ನಿಮಗಾಂ ಮಗನಲ್ಲನೆ ನೀಮೆ ತಂದೆಯುಂ
ತಾಯೆನಲಕ್ಕುಮಿನ್ನೆಮಗೆ ಪಾಂಡು ಮಹೀಪತಿಯಿಂದಮಗ್ಗಳಂ ॥ ೧೨ ॥

ಈಯದೆ = ಕೊಡದೆ ; ಅಟಿದಂ = ಸತ್ತನು ; ಬಾಯಟಿಯಲ್ಕೆ = ಗೋಳಿಡುವುದು ; ಅಗ್ಗಳು = ಪೆಚ್ಚು

ತಂದೆಯೇ, ಅಂದು ನಾವು ಬೇಡಿದ ಐದು ಗ್ರಾಮಗಳನ್ನು ಕೊಡಲೊಪ್ಪದೆ, ಸಂಧಿಯ ಮಾತಿಗೂ ಒಪ್ಪದೆ, ತಂದೆ ತಾಯಿಯರಾದ ನಿಮ್ಮ ಮತ್ತು ಪಿತಾಮಹರಾದ ಭೀಷ್ಮರ ಬುದ್ಧಿವಾದದ ಮಾತಿಗೂ ಸೊಪ್ಪು ಹಾಕದೆ, ಈ ದುರ್ಯೋಧನನು ಸಾವನ್ನಪ್ಪಿದನು. ಅದಕ್ಕಾಗಿ ನೀವು ದುಃಖಿಸಬೇಡಿ. ಅವನು ಸತ್ತರೇನಂತೆ. ನಾನಿಲ್ಲವೇ ನಿಮ್ಮ ಮಗನಾಗಿ! ಇಂದಿನಿಂದ ನೀವೇ ನನ್ನ ತಂದೆತಾಯಿಗಳು – ಅಷ್ಟೇ ಅಲ್ಲ, ನಮ್ಮ ತಂದೆಯಾದ ಪಾಂಡುರಾಜನಿಗಿಂತಲೂ ಹೆಚ್ಚಿನವರು – ಎಂಬ ಧರ್ಮರಾಯನ ಮಾತಿನಲ್ಲಿ ಒಂದು ರೀತಿಯ ಕಟುನುಡಿಗಳಂತೆ ಭಾಸವಾದರೂ, ಅದು ಸತ್ಯವೆಂದು ಅನಿಸದಿರದು. ಇದರಿಂದ ಧೃತರಾಷ್ಟ್ರನಿಗೆ ಎಷ್ಟು ವೇದನೆಯಾಗಿರಬಹುದು ಎಂಬುದೂ ಅಷ್ಟೇ ಸತ್ಯ.

ವಚನ : ಎಂಬುದಮಾ ಪ್ರಸ್ತಾವದೊಳ್ ದುರ್ಯೋಧನನ ಮಾದೇವಿಯರಪ್ಪ ಭಾನುಮತಿಯುಂ ಚಂದ್ರಮತಿಯುಂ ಮೊದಲಾದ ಅತಿರಥ ಮಹಾರಥಾರ್ಧರಥ ಪ್ರಮುಖ ಸಾಮಂತ ಮಾಂಡಲಿಕಾಂತಃಪುರ ಕಾಂತೆಯರೊಂದಾಗಿ ತಂತಮ್ಮ ಜೀವಿತೇಶ್ವರರಂ ಸಂಗ್ರಾಮ ರಂಗದೊಳಱಸುತ್ತುಂ ಬಂದು ಕಾಣದೆ –

ಪ್ರಸ್ತಾವದೊಳ್ = ಸಂದರ್ಭದಲ್ಲಿ ; ಮಾದೇವಿಯರಪ್ಪ = ಹೆಂಡತಿಯರಾದ ; ಅತಿರಥ + ಮಹಾರಥ + ಅರ್ಧರಥ[56] ; ಜೀವಿತೇಶ್ವರ = ಗಂಡಂದಿರು ; ಸಂಗ್ರಾಮರಂಗ = ಯುದ್ಧಭೂಮಿ

ಹೀಗೆ ಹೇಳುತ್ತಿದ್ದ ಸಂದರ್ಭದಲ್ಲೇ ದುರ್ಯೋಧನನ ಪತ್ನಿಯರಾದ ಭಾನುಮತಿ, ಚಂದ್ರಮತಿಯರ ಜೊತೆಯಲ್ಲಿ ಅತಿರಥ, ಮಹಾರಥ, ಅರ್ಧರಥರೆನಿಸಿದ ಸಾಮಂತ ಮಾಂಡಲಿಕರುಗಳ ಪತ್ನಿಯರೂ ತಂತಮ್ಮ ಗಂಡಂದಿರುಗಳನ್ನು ಹುಡುಕುತ್ತಾ ಆ ಯುದ್ಧರಂಗದಲ್ಲಿ ಎಲ್ಲೂ ಕಾಣದೆ –

ಗಳಿತಾಶ್ರು ಪ್ರವಿಲೋಚನಂ ಕುಚತಟವ್ಯಸ್ತಾಂಬರಂ ಸ್ರಸ್ತ ಕುಂ
ತಳಕೇಶಂ ಗತಪುಷ್ಪದೀನವದನಂ ನಿರ್ಘಾತ ನಿಶ್ವಾಸಮಾ ।
ಕುಳ ಚಿತ್ತಂ ಪರಿವೇಷ್ಠಿತಪ್ರಚುರ ಹಾಹಾಕ್ರಂದನಂ ಶೋಕವಿ
ಹ್ವಳದಿಂ ಕೂಟ್ಕುದಿಗೊಂಡುದಾ ಕುರುಕುಲಕ್ಷ್ಮಾಪಾಲನಂತಃಪುರಂ ॥ ೧೩ ॥

ಗಳಿತ + ಅಶ್ರು + ಪ್ರವಿಲೋಚನ = ಕಣ್ಣೀರು ಸುರಿಸುತ್ತಿರುವ ; ಕುಚತಟವ್ಯಸ್ತ = ಎದೆಯ ಮೇಲಿನ ಸರಿದ ಉತ್ತರೀಯ (ಸೆರಗು) ; ಸ್ರಸ್ತ = ಕೆದರಿದ ; ಗತಪುಷ್ಪ = ಬಾಡಿದ ಕುಸುಮ ; ನಿರ್ಘಾತ ನಿಶ್ವಾಸ = ನಿಟ್ಟುಸಿರು ಬಿಡುತ್ತಿರುವ ; ಆಕುಳ ಚಿತ್ತ = ಗಾಬರಿಗೊಂಡ ಮನಸ್ಸು ; ಪರಿವೇಷ್ಠಿತ ಪ್ರಚುರ = ಸುತ್ತಲೂ ಕೇಳುವಂತೆ ಗೋಳಿಡು ; ಕೂಟ್ + ಕುದಿ = ಅನ್ನ ಕುದಿಯುವಂತೆ ; ಕುರುಕುಲಕ್ಷ್ಮಾಪಾಲನ = ಅಂತಃಪುರವು

---

(56) **ಅತಿರಥ** : ಒಬ್ಬನೇ ಅಪರಿಮಿತ ಸೈನ್ಯವನ್ನು ಎದುರಿಸಬಲ್ಲವನು.
ಮಹಾರಥ : ಹತ್ತುಸಾವಿರ ಮಂದಿಯನ್ನು ಏಕಾಕಿಯಾಗಿ ಪ್ರತಿಭಟಿಸಬಲ್ಲವನು.
ಅರ್ಧರಥ : ಐದುಸಾವಿರ ಮಂದಿಯನ್ನು ಏಕಾಕಿಯಾಗಿ ಪ್ರತಿಭಟಿಸಬಲ್ಲವನು.
ಸಮರಥ : ಮೇಲಿನವರಿಗಿಂತ ಕೆಳದರ್ಜೆಯವನು, ಒಬ್ಬನನ್ನು ಮಾತ್ರ ಎದುರಿಸಿ ಹೋರಾಡಬಲ್ಲ.

ಧಾರಾಕಾರವಾಗಿ ಸುರಿಯುತ್ತಿರುವ ಕಂಬನಿಗಳಿಂದ, ದುಃಖದ ಭರದಲ್ಲಿ ಎದೆಯನ್ನು ಮುಚ್ಚಿದ ಸೆರಗು ಜಾರಿರುವುದನ್ನೂ ಗಮನಿಸದೆ, ಕೆದರಿ ಇಳಿಬಿಟ್ಟ ಕೇಶರಾಶಿಯಿಂದ, ಕಳೆಯಿಲ್ಲದ ಬಾಡಿದ ಮೊಗದಿಂದ, ದುಃಖಿತರಾಗಿ ಬಲವಾಗಿ ನಿಟ್ಟುಸಿರು ಬಿಡುತ್ತಿರುವ, ಗಾಬರಿಗೊಂಡ ಮನಸ್ಸುಗಳಿಂದ ಕೂಡಿದ, ಗಟ್ಟಿಯಾಗಿ ರೋದಿಸುತ್ತಿರುವ ದುರ್ಯೋಧನನ ಅಂತಃಪುರದ ಸ್ತ್ರೀಯರು ದುಃಖದಿಂದ ಬೆಂದು ಹೋದರು.

ವಚನ : ಅಂತು ಶೋಕವಿಹ್ವಲರಾಗಿ ಬರ್ಪಲ್ಲಿ ಕೌರವ ನಿತಂಬಿನಿಯರ್ ಗಾಂಧಾರೀ ಧೃತರಾಷ್ಟ್ರರ ಕಾಲಮೇಲೆ ಕವಿದು ಬಿಟ್ಟು –

ನಿತಂಬಿನಿ = ಪತ್ನಿ, ಹೆಂಗಸು

ಹೀಗೆ ಶೋಕದಿಂದ ಬರುತ್ತಿರುವ ದುರ್ಯೋಧನನ ಪತ್ನಿಯರು ಗಾಂಧಾರಿ ಧೃತರಾಷ್ಟ್ರರನ್ನ ನೋಡಿ ಅವರ ಕಾಲು ಬುಡದಲ್ಲಿ ಕವಿದು ಬಿದ್ದು –

ಎಲ್ಲಿದನೆಲ್ಲಿದಂ ಕುರುಮಹೀಪತಿಯೆಲ್ಲಿದನೆಲ್ಲಿದಂ ಮಹೀ
ವಲ್ಲಭನಿಂದುವಂಶತಿಲಕಾಹ್ವಯನೆಲ್ಲಿದನೆಲ್ಲಿದಂ ಲಸ ।
ತ್ಪಲ್ಲವ ಕೀರ್ತಿ ಚಾರುತರಮೂರ್ತಿ ಫಣೀಂದ್ರ ಪತಾಕನೆಲ್ಲಿ ತಾ
ನೆಲ್ಲಿದನೆಲ್ಲಿದಂ ಗಡ! ಮನಃಪ್ರಿಯನೆಲ್ಲಿದನೋ ಸುಯೋಧನಂ ॥ ೧೪ ॥

ಮಹೀವಲ್ಲಭ = ಭೂದೇವಿಯೊಡೆಯ (ಭೂಮಿಯ ಒಡೆಯ) ; ಇಂದುವಂಶತಿಲಕ = ಚಂದ್ರವಂಶಕ್ಕೆ ಕಳಶಪ್ರಾಯ ; ಲಸತ್ + ಪಲ್ಲವ ಕೀರ್ತಿ = ಚಿಗುರಿನಂತೆ ಶೋಭಿಸುವ ಕೀರ್ತಿಯುಳ್ಳ ; ಚಾರುತರ = ಮನೋಹರ ; ಮನಃಪ್ರಿಯ = ಮನೋವಲ್ಲಭ

ಕುರುವಂಶಕ್ಕೆ ಒಡೆಯನಾದ, ಚಕ್ರೇಶ್ವರನೆನಿಸಿದ, ಚಂದ್ರವಂಶಕ್ಕೆ ಕಳಶಪ್ರಾಯನೆನಿಸಿದ ಚಿಗುರಿನಂತೆ ಪ್ರಕಾಶಿಸುವ, ಯಶಸ್ಸನ್ನು ಹೊಂದಿದ, ಸರ್ಪಧ್ವಜನಾದ ದುರ್ಯೋಧನನು ಎಲ್ಲಿದ್ದಾನೆ? ಎಲ್ಲಿದ್ದಾನೆ? ನಮ್ಮ ಮನೋವಲ್ಲಭನಾದ ಸುಯೋಧನನು ಎಲ್ಲಿದ್ದಾನೆ ಎಂದು ಪತಿಯಗಲಿಕೆಯ ಶೋಕದಲ್ಲಿ ಮುಳುಗಿರುವ ಕೌರವೇಶ್ವರನ ಪತ್ನಿಯರು ರೋದಿಸುತ್ತಾ ಕೇಳುತ್ತಾರೆ – ಎಲ್ಲಿದ್ದಾನೆ, ಎಲ್ಲಿದ್ದಾನೆ ಎಂದು. ಇದು ಅವರ ಉತ್ಕಂಠತೆಯನ್ನು ಬಿಂಬಿಸುತ್ತದೆ.

ಭಾನುಮತಿವದನ ಬಿಸರುಹ
ಭಾನು ಲಸಚ್ಚಂದ್ರಮತಿಮುಖೇಂದೀವರ ಚಂ ।
ದ್ರಾನೋಪನೆಲ್ಲಿದನೊ ರವಿ
ಸೂನುಮನಃಪ್ರಿಯನೆನಿಪ್ಪ ಕುರುಕುಲ ತಿಲಕಂ ॥ ೧೫ ॥

ಬಿಸರುಹ ಭಾನು = ಕಮಲವನ್ನು ಅರಳಿಸುವ ಸೂರ್ಯ ; ಲಸತ್ = ಪ್ರಕಾಶ ; ಇಂದೀವರ = ಕನ್ನೈದಿಲೆ ; ಚಂದ್ರಾನೋಪ = ಚಂದ್ರಮುಖ

ಭಾನುಮತಿಯ ಮುಖಾರವಿಂದಕ್ಕೆ ಸೂರ್ಯನಂತಿರುವವನೂ, ಚಂದ್ರಮತಿಯ ಮೊಗವೆಂಬ ಕನ್ನೈದಿಲೆಗೆ ಚಂದ್ರನಂತಿರುವವನೂ, ಸೂರ್ಯಪುತ್ರ ಕರ್ಣನ ಪ್ರಾಣಮಿತ್ರನೂ ಆದ ಕುರುಕುಲತಿಲಕನಾದ ಕೌರವೇಶ್ವರನು ಎಲ್ಲಿದ್ದಾನೆಂಬುದನ್ನು ತಿಳಿಸಿ ಎಂದು

ಪ್ರಲಾಪಿಸುತ್ತಾರೆ. ಭಾನುಮತಿ ಚಂದ್ರಮತಿಯರು – ಇಲ್ಲ ಭಾನುಮತಿಯ ಮುಖ ಕಮಲವನ್ನು ಸೂರ್ಯನಿಗೂ, ಚಂದ್ರಮತಿಯ ಮುಖವನ್ನು ಚಂದ್ರನಿಗೂ ಹೋಲಿಸುವ ಕವಿಯ ಚಾಕಚಕ್ಯತೆ ಅದ್ಭುತವಾದದ್ದು.

ವಚನ : ಎಂದು ಕರುಣಾಕ್ರಂದನಂಗೆಯ್ವುದುಮಾಗಳದಂ ಕಂಡು ಧರ್ಮನಂದನ ನಂಧರಾಜಂಗಂ ಗಾಂಧಾರಿಗಂ ಪೊಡೆವಟ್ಟು –

ಕರುಣಾಕ್ರಂದನ = ಕರುಣೆ ಮೂಡುವಂತಿರುವ ರೋದನ ; ಅಂಧರಾಜ = ಧೃತರಾಷ್ಟ್ರ ; ಪೊಡೆವಟ್ಟು = ದೀರ್ಘದಂಡ ನಮಸ್ಕಾರ ಮಾಡಿ

ಈ ರೀತಿಯಾಗಿ ಕರುಣೆ ಹುಟ್ಟುವಂತೆ ರೋದಿಸುತ್ತಿರುವ ಆ ರಾಣಿಯರನ್ನು ಕಂಡ ಧರ್ಮರಾಜನು ಧೃತರಾಷ್ಟ್ರ ಗಾಂಧಾರಿಯರಿಗೆ ಸಾಷ್ಟಾಂಗ ನಮಸ್ಕಾರ ಮಾಡಿ –

ನಿಮಗೆ ಬೆಸಕೆಯ್ವೆವೆಮ್ಮಿಂ
ಕ್ರಮದಿಂ ಬೆಸಕೆಯ್ಸಿಕೊಂಡು ನೆಲನಂ ಪೂರ್ವ ।
ಕ್ರಮದಿಂದಾಳ್ವುದು ನೀಂ ನಿ
ಮ್ಮಮಕ್ಕಳಂ ಮಱೆದು ನೋಡಿಮೆಮ್ಮುವನಿನಿಸಂ ॥ ೧೬ ॥

ಬೆಸಕೆಯ್ = ಸೇವೆ ಮಾಡು ; ಪೂರ್ವಕ್ರಮ = ಹಿಂದಿನಂತೆ ; ಇನಿಸು = ಸ್ವಲ್ಪ ಮಟ್ಟಿಗೆ ;

ರಾಜನ್, ನಾವು ಐವರೂ ಸದಾ ನಿಮ್ಮನ್ನು ಸೇವಿಸಿಕೊಂಡಿರುತ್ತೇವೆ. ನಮ್ಮ ಈ ಸೇವೆಯನ್ನು ಸ್ವೀಕರಿಸಿ ತಾವು ಮೊದಲಿನಂತೆ ಈ ಭೂಮಂಡಲವನ್ನು ಪಾಲಿಸಿರಿ – ಮರಣ ಹೊಂದಿದ ನಿಮ್ಮ ಮಕ್ಕಳನ್ನು ಸ್ವಲ್ಪ ಮಟ್ಟಿಗಾದರೂ ಮರೆತು ನಮ್ಮಲ್ಲಿ ಅವರನ್ನು ನೋಡಿ ಎನ್ನುತ್ತಾನೆ. ವಿನೀತನಾಗಿ ಧರ್ಮರಾಯ – ಇಲ್ಲಿ "ಪುತ್ರಶೋಕಂ ನಿರಂತರಂ" ಎಂಬುದು ಸತ್ಯವಾದ ಮಾತು. ಆದರೆ ನಮ್ಮನ್ನು ನೋಡಿ ಮಕ್ಕಳ ಸಾವನ್ನು ಮರೆಯಿರಿ ಎಂಬುದು ಧರ್ಮರಾಯನದು ಕೇವಲ ಔಪಚಾರಿಕ ಮಾತೇ ಸರಿ. ದಿನ ನಿತ್ಯ ಇವರನ್ನು ನೋಡುವಾಗಲೆಲ್ಲ ಮಕ್ಕಳ ನೆನಪೇ ಕಾಡುವಾಗ ಅದು ಸದಾ ದುಃಖವೇ ಹೊರತು ಸಮಾಧಾನವಲ್ಲ – ಅಲ್ಲವೇ?

ವಚನ : ಎಂದು ಧರ್ಮನಂದನಂ ನುಡಿಯೆ ಧೃತರಾಷ್ಟ್ರನವಧಾರಿಸಿ –

ಅವಧಾರಿಸಿ = ಸೈರಿಸಿಕೊ (ಸರಿಯಾಗಿ ವಿಚಾರ ಮಾಡಿ)

ಎಂದು ಧರ್ಮರಾಯನು ಹೇಳಿದಾಗ ಧೃತರಾಷ್ಟ್ರನು ಅದನ್ನು ಸೈರಿಸಿಕೊಳ್ಳುತ್ತಾ –

ಎಮಗಿನ್ನುಂ ಮಾನಸವಾ
ಳಮೋಹಮಿಲ್ಲಿಂದು ನಿನ್ನನಿನಿತಂ ಕೇಳ್ ।
ಯಮನಂದನ ಅಸುವೊಸರ್ದರ
ಸುಮಕ್ಕಳಂ ಕುಡುವುದವರ ವನಿತೆಯರ್ಗೀಗಳ್ ॥ ೧೭ ॥

ಮಾನಸವಾಳು = ಮನುಷ್ಯ ಜೀವನ ; ನಿನ್ನನ್ + ಇನಿತಂ = ನಿನ್ನಲ್ಲಿ ಇಷ್ಟನ್ನು ; ಅಸುವೊಸರ್ದ = ಪ್ರಾಣಹೋದ

ಧರ್ಮನಂದನಾ ನಮಗಾದರೊ ಈ ಮನುಷ್ಯ ಜೀವನದಲ್ಲಿ ವ್ಯಾಮೋಹ ಎಳ್ಳಷ್ಟೂ ಇಲ್ಲ. ನಿನ್ನಲ್ಲಿ ಇಂದು ನಾನು ಬೇಡಿಕೊಳ್ಳುವುದು ಇಷ್ಟೆ. ಯುದ್ಧದಲ್ಲಿ ಮರಣಹೊಂದಿದ ಅರಸು ಮಕ್ಕಳನ್ನು ಅವರವರ ಪತ್ನಿಯರಿಗೆ ಒಪ್ಪಿಸು – (ಇಲ್ಲಿ ಧರ್ಮನಂದನಾ ಎಂದು ಸೂಚ್ಯವಾಗಿ ಧೃತರಾಷ್ಟ್ರ ಸಂಬೋಧಿಸುತ್ತಾನೆ. ಅಂದರೆ ನೀನು ನನ್ನ ಮಗನಲ್ಲ ಯಮಧರ್ಮನ ಮಗ – ಅಂದರೆ ಯಮ ಸರ್ವ ಜೀವಗಳನ್ನು ಸೆಳೆಯುವವನು. ಅವನ ಮಗನಾಗಿ ನೀನೂ ಈಗ ಅದೇ ಕೆಲಸ ಮಾಡಿಬಿಟ್ಟೆಯಲ್ಲವೇ? ಎಂಬ ಧ್ವನಿಯಿದೆ.)

ವಚನ : ಎನೆ ಇದಾವ ಗಹನಮವರ್ಗಳ್ಗಂ ಸಂಸ್ಕಾರ ವಿಧಿಯಂ ಸಂಸ್ಕಾರಮಂ ಮಾಱ್ಪೆನೆಂದಾಗಳ್ –

ಗಹನ = ಮಹಾಕೆಲಸ ; ಅವರ್ಗಳ್ಗಂ = ಅವರುಗಳಿಗೆ ; ಸಂಸ್ಕಾರ = ಉತ್ತರ ಕ್ರಿಯೆ

ಇದು ಯಾವ ಮಹಾ ವಿಷಯ. ಅವರುಗಳಿಗೆ ಶಾಸ್ತ್ರೋಕ್ತವಾಗಿ ಉತ್ತರಕ್ರಿಯಾದಿಗಳನ್ನು ಮಾಡುತ್ತೇವೆ ಎಂದಾಗ (ಅವರ ಕಳೇಬರಗಳನ್ನು ತೋರಿಸುವುದು ಎಂಬುದು ಧರ್ಮಜನ ಗ್ರಹಿಕೆ. ಅದಕ್ಕೇ ಇದಾವ ಮಹಾಕಾರ್ಯ ಎನ್ನುತ್ತಾನೆ.) –

ತನುಶೋಕಾನಳನಳುರಲ್
ದಿನೇಶ ಸುತನಂಗಮಹಿತಳಾಧಿಪರಾಧಾ ।
ತನಯನ ಕಳೆಬರಮಂ ಭೋಂ
ಕನೆ ಕಂಡಳ್ ಕುಂತಿ ತನ್ನ ಚೊಚ್ಚಿಲ ಮಗನಂ ॥ ೧೮ ॥

ತನು + ಶೋಕಾನಳನ್ + ಅಳುರಲ್ = ದೇಹದಲ್ಲಿನ ದುಃಖವೆಂಬ ಬೆಂಕಿ ಉರಿಯುತ್ತಿರಲು ; ದಿನೇಶಸುತ = ಕರ್ಣ ; ಚೊಚ್ಚಿಲ = ಪ್ರಥಮ (ಮೊದಲ) ; ಭೋಂಕನೆ = ಒಮ್ಮೆಗೆ

ಧೃತರಾಷ್ಟ್ರ – ಗಾಂಧಾರಿಯರ ಜೊತೆಯಲ್ಲಿ ಬಂದಿದ್ದಳು ಕುಂತಿ. ಅವಳ ದುಃಖವೆಂಬ ಅಗ್ನಿ ಒಮ್ಮೆಗೆ ಉರಿದೆದ್ದು ಅವಳ ದೇಹವನ್ನೇ ಸುಡುತ್ತಿವೆಯೋ ಎಂಬಂತಿರುವಾಗ ಅಲ್ಲಿ ಸೂರ್ಯಪುತ್ರನೂ, ಅಂಗರಾಜನೂ ರಾಧೆಯ ಸಾಕು ಮಗನೂ ತನ್ನ ಮೊದಲ ಮಗನೂ ಆದಂತಹ ಕರ್ಣನ ಮೃತದೇಹವನ್ನು ಒಮ್ಮೆಗೇ ಕಂಡಳು.

ವಚನ : ಅಂತು ಕರ್ಣನ ಕಳೇಬರಮಂ ತಱ್ಕೈಸಿ ಪುತ್ರನಂ ಕಂಡ ತೆಱದಿ ಪಱಯಿಸುವ ನಿಜಜನನಿಯಂ ಕಂಡು ಪಾಂಡುನಂದನನಿದೇನೆಂದು ಬೆಸಗೊಳೆ –

ಕಳೇಬರ = ಮೃತದೇಹ ; ತಱ್ಕೈಸಿ = ತಬ್ಬಿಕೊಂಡು ; ಪಱಯಿಸು = ಪ್ರಲಾಪಿಸು (ರೋದಿಸು)

ಹಾಗೆ ಕಂಡ ಕರ್ಣನ ಮೃತ ದೇಹವನ್ನು ಎತ್ತಿ ತಬ್ಬಿಕೊಂಡು ಮಗನನ್ನು ಕಂಡಂತೆ ರೋದಿಸುತ್ತಿರುವ ಕುಂತಿಯನ್ನು (ತನ್ನ ತಾಯಿಯನ್ನು) ನೋಡಿ ಧರ್ಮರಾಯನು ಇದೇನೆಂದು ಕೇಳಲು –

ವನಜಾತಪ್ರಿಯ ಬಂಧುಗಂಗಪತಿಯಂ ಧರ್ಮಂಗೆ ನಿನ್ನಂ ಹುತಾ
ಶನ ಮಿತ್ರಂಗೆ ಬಕಾರಿಯಂ ಸುರಪಗಂ ಗಾಂಡೀವಿಯಂ ಪೆತ್ತೆನಾ ।
ದಿನಕೃನ್ನಂದನನೆನ್ನ ಚೊಚ್ಚಲಮಗಂ ನಿಮ್ಮಗ್ರಜಂ ಕರ್ಣನಾ
ನಿನಿತಂ ನಿಮ್ಮಯ ಮೋಹದಿಂದುಸಿರದಿರ್ದೆಂ ಕೊಂದೆನೈ ಧರ್ಮಜಾ ॥ ೧೯ ॥

ವನಜಾತಪ್ರಿಯ = ತಾವರೆಯ ಸಖ – ಸೂರ್ಯ ; ಧರ್ಮ = ಯಮ ; ಹುತಾಶನ ಮಿತ್ರ = ಅಗ್ನಿಯ ಗೆಳೆಯ = ವಾಯು ; ಸುರಪ = ಇಂದ್ರ ; ಬಕಾರಿ = ಬಕನ ಶತ್ರು – ಭೀಮ ; ದಿನಕೃತ್ + ನಂದನ = ಸೂರ್ಯಸುತ ; ಆನ್ + ಇನಿತನ್ = ನಾನು ಇದನ್ನು (ರಹಸ್ಯವನ್ನು)

ಧರ್ಮಪುತ್ರಾ ಸೂರ್ಯನಿಂದ ಕರ್ಣನನ್ನೂ, ಯಮಧರ್ಮನಿಂದ ನಿನ್ನನ್ನೂ, ಅಗ್ನಿಯ ಮಿತ್ರನಾದ ವಾಯುವಿನಿಂದ ಭೀಮನನ್ನೂ, ಇಂದ್ರನಿಂದ ಅರ್ಜುನನ್ನೂ ನಾನು ಹಡೆದೆ. ಹಾಗಾಗಿ ಆ ಸೂರ್ಯಸುತ ಕರ್ಣ ನನ್ನ ಮೊದಲ ಮಗ, ನಿಮ್ಮೆಲ್ಲರಿಗೂ ಅಣ್ಣ. ಅದರೆ ಈ ರಹಸ್ಯವನ್ನು ನಿಮ್ಮ ಮೇಲಿನ ಪ್ರೀತಿಯಿಂದ ಗುಟ್ಟಾಗಿಟ್ಟೆ. ಪರಿಣಾಮವಾಗಿ ಕರ್ಣನನ್ನು ನಾನೇ ಕೊಂದು ಬಿಟ್ಟೆ ಎಂದು ಹಂಬಲಿಸುತ್ತಾಳೆ ಕುಂತಿ – ಅಂದಮೇಲೆ ಕರ್ಣನ ದುರಂತಕ್ಕೆ ತಾನೇ ಕಾರಣ ಎಂದು ಒಪ್ಪಿಕೊಳ್ಳುತ್ತಾಳೆ – ಇದು ಧರ್ಮರಾಯನಿಗೆ ನುಂಗಲಾರದ ತುತ್ತಂತಾಗುತ್ತದೆ.

ವಚನ : ಎಂಬುದುಂ – ಧರ್ಮನಂದನಾದಿಗಳ್ ಅತ್ಯಂತ ದುಃಖಿತರಾಗಿಂತೆಂದರ್ –

ಹಾಗೆ ಕುಂತಿ ಹೇಳಿದಾಗ ಧರ್ಮನಂದನನೇ ಮೊದಲಾಗಿ ಎಲ್ಲರೂ ಅತ್ಯಂತ ದುಃಖಿತರಾಗಿ –

ಪಿರಿಯಣ್ಣಂ ಕ್ರಮದಾತನರ್ಕಸುತನೆಂದೇಕಿನ್ನೆಗಂ ಪೇೞದಿ
ರ್ದಿರೊ ಮುಂಪೇೞ್ದೊಡೆ ಮಾತಿಗಾ ಪಿರಿಯನೆಮ್ಮಣ್ಣಂಗೆ ಸಾಮ್ರಾಜ್ಯ ಭೂ ।
ಭರಮಂ ಕೊಟ್ಟವನಾಳ್ಗೊಡಂದೆ ಬೞಕಾವಾಳಾಗಿ ಸೌಭಾಗ್ಯದಿಂ
ದಿರವೇ ಪೊಲ್ಲದುಗೆಯ್ದಿರೆಂದು ಜಡಿದರ್ ಕುಂತೀಸುತರ್ ಕುಂತಿಯಂ ॥ ೨೦ ॥

ಕ್ರಮದೆ + ಆತಂ + ಅರ್ಕಸುತನ್ = ನಿಯಮದಂತೆ ಆತ ಸೂರ್ಯಪುತ್ರ ; ಮುಂಪೇೞ್ದೊಡೆ = ಮೊದಲೆ ಹೇಳಿದ್ದರೆ ; ಭೂಭರಮಂ = ಚಕ್ರಾಧಿಪತ್ಯ (ಭೂಮಂಡಲಾಧಿಪತ್ಯ) ; ಪೊಲ್ಲದು ಗೆಯ್ದಿಂ = ಅನ್ಯಾಯ ಮಾಡಿದಿರಿ

ನಿಯಮದಂತೆ ಸೂರ್ಯಸುತನಾದ ಕರ್ಣನು ನಮ್ಮ ಹಿರಿಯಣ್ಣನೆಂದಾಯಿತು. ಅದನ್ನು ಇಲ್ಲಿಯ ತನಕ ಏಕೆ ಹೇಳಲಿಲ್ಲ. ಮೊದಲೇ ತಿಳಿಸಿದ್ದರೆ ಹಿರಿಯನಾದ ನಮ್ಮಣ್ಣನಿಗೆ ಭೂಮಂಡಲಾಧಿಪತ್ಯವನ್ನು ವಹಿಸಿ ನಾವು ಅವನ ಸೇವಕರಾಗಿ ಓಲೈಸುತ್ತಾ ಸಕಲ ಸೌಭಾಗ್ಯವನ್ನು ಅನುಭವಿಸುತ್ತಿದ್ದೆವು. ನೀವು ಬಹಳ ತಪ್ಪು ಮಾಡಿ ನಮಗೂ ನಮ್ಮಣ್ಣನಿಗೂ ಅನ್ಯಾಯ ಮಾಡಿಬಿಟ್ಟಿರಿ ಎಂದು ಪಾಂಡವರು ಕುಂತಿಯನ್ನು ನಿಂದಿಸಿದರು.

ವಚನ : ಎಂಬುದುಂ ನಾರಾಯಣಂ ಕ್ಷತ್ರಿಯ ಧರ್ಮ ಮರ್ಮದಿಂದಾದುದಂ ಸೈರಿಸುವುದೆಂದು ಅವರಂ ವಿಗತಶೋಕರಂ ಮಾಡೆ ಸಮಾಹಿತ ಚಿತ್ತರಾಗಿ ದುರ್ಯೋಧನ ಪ್ರಭೃತಿಗಳ ಪೆಣಂಗಳನೊಂದೆಡೆಯೊಳಿಟ್ಟು ದ್ವಿಜರಿಂ

ಸಂಸ್ಕಾರ ಕರ್ಮಮಂ ನಿರ್ವರ್ತಿಸಿ ಕರ್ಣನ ಕಳೇಬರಮಂ ಬ್ರಾಹ್ಮಣರಿಂ ತಾವೇ ಸಂಸ್ಕಾರಮಂ ಮಾಡಿ ಸಮಸ್ತರ್ಗಂ ಜಲದಾನಕ್ರಿಯೆಗಳಂ ನಿರ್ವರ್ತಿಸೆ ತದನಂತರಂ ಕೊಂತಿಯುಂ ಗಾಂಧಾರಿಯುಂ ಧೃತರಾಷ್ಟ್ರನುಂ ಕುರುನರೇಂದ್ರನರಸಿಯರ್ಮೊದಲಾಗೆಲ್ಲರುಮನಶನ ದೀಕ್ಷೆಯಂ ಕೈಕೊಂಡುತ್ತಮ ಮೋಕ್ಷಮಂ ತಾಳ್ದಿದರ್(57) –

ವಿಗತ ಶೋಕರಂ = ದುಃಖದಿಂದಿದ್ದವರು ; ಸಮಾಹಿತ ಚಿತ್ತರ್ = ಸಮಾಧಾನವನ್ನು ಹೊಂದಿ ; ಪ್ರಭೃತಿ = ಶ್ರೇಷ್ಠ ವ್ಯಕ್ತಿಗಳು ; ನಿರ್ವರ್ತಿಸಿ = ಮುಗಿಸಿ (ಮಾಡಿ) ; ಅನಶನ ದೀಕ್ಷೆ = ಉಪವಾಸ ವ್ರತ (ಪ್ರಾಯೋಪವೇಶ?)

ಹೀಗೆಂದು ಕುಂತಿಯನ್ನು ದೂರಿದಾಗ ಶ್ರೀಕೃಷ್ಣನು ಇದೆಲ್ಲವೂ ಕ್ಷತ್ರಿಯ ಧರ್ಮಕ್ಕೆ ಅನುಗುಣವಾಗಿ ಆಗಿದೆಯೆಂದು ಅವರ ದುಃಖವನ್ನು ಶಮನ ಮಾಡಿದಾಗ ಅವರು ಸಮಾಧಾನದ ಮನಸ್ಸಿನಿಂದ ದುರ್ಯೋಧನೇ ಮುಂತಾಗಿ ಧೃತರಾಷ್ಟ್ರನ ಮಕ್ಕಳ ಶವಗಳನ್ನು ಒಂದೆಡೆಯಲ್ಲಿ ಒಟ್ಟಿ ಬ್ರಾಹ್ಮಣರಿಂದ ಅಂತ್ಯಕ್ರಿಯೆಗಳನ್ನು ವಿಧ್ಯುಕ್ತವಾಗಿ ಮಾಡಿಸಿ, ಕರ್ಣನ ಮೃತ ಶರೀರವನ್ನು ಪ್ರತ್ಯೇಕವಾಗಿಟ್ಟು ಬ್ರಾಹ್ಮಣರ ಮೂಲಕ ತಾವೇ ಅಂತ್ಯಸಂಸ್ಕಾರವನ್ನು ಮಾಡಿದರು. ಅನಂತರದಲ್ಲಿ ಕುಂತಿ, ಗಾಂಧಾರಿ, ಧೃತರಾಷ್ಟ್ರ, ಕೌರವನ ಪತ್ನಿಯರು ಉಪವಾಸ ವ್ರತವನ್ನು ಕೈಗೊಂಡು ಪ್ರಾಯೋಪವೇಶದ ಮೂಲಕ ದೇಹತ್ಯಾಗ ಮಾಡಿ ಮೋಕ್ಷವನ್ನು ಪಡೆದರು.

ವಚನ : ಇತ್ತಲ್ ಧರ್ಮನಂದನಂ ಮುಕುಂದಂಗೆ ಕಯ್ಯಂ ಮುಗಿದು –

ಇತ್ತ ಕಡೆ ಧರ್ಮರಾಯನು ಶ್ರೀಕೃಷ್ಣನ ಮುಂದೆ ನಿಂತು ಕೈಯನ್ನು ಮುಗಿದು –

ಇನಿತೊಂದುಗ್ರ ಸಮಗ್ರ ಭಾರತ ಮಹಾಭಾರಾವತಾರಂ ಮುಕುಂ
ದ ನಿಜಾನುಗ್ರಹದಿಂದಮಾಯ್ತು ಕಿಡಿಯಂ ಪಾರ್ಥಂ ಮಹೀ ಮೋಹಮಿ ।
ಲ್ಲೆನಗೀತಂ ಕುರು [ವೃದ್ಧ ಮುದ್ದುರತಂ](58) ಆ ಭೀಮಂಗೆ ನೀಂ ಪಟ್ಟ ಬಂ
ಧನಮಂ ಮಾಱ್ಪುದದರ್ಕೆ ಹಸ್ತಿನಪುರ ಪ್ರಸ್ಥಾನಮಂ ಮಾಡುವಂ ॥ ೨೧ ॥

ಇನಿತೊಂದು = ಇಷ್ಟೊಂದು ; ಮಹಾಭಾರಾವತಾರಂ = ಮಹತ್ತಾದ ಭಾರದ ಹೊರೆ ; ಪುರಪ್ರಸ್ಥಾನ = ಪುರಕ್ಕೆ ಹೋಗುವುದು ; ಕುರುವೃದ್ಧ = ಭೀಷ್ಮರೇ ಧೃತರಾಷ್ಟ್ರನೇ(?) ; ಮುದ್ದುರತ = ಪ್ರೀತಿಗೆ ಪಾತ್ರನಾದ!

(57) ಇಲ್ಲಿಂದ ಮುಂದೆ ಪಾಠಾಂತರದಲ್ಲಿ ಸ್ವಲ್ಪಮಟ್ಟಿನ ವ್ಯತ್ಯಾಸವಿದ್ದು – ಪಂಪನ ಕೃತಿ ವಿಕ್ರಮಾರ್ಜುನ ವಿಜಯದ ಹೋಲಿಕೆಯಿದ್ದು, ಇದು ಪಂಪನ ಅನುಕರಣವೋ, ರನ್ನನದೇ ಕೃತಿಯೋ ಎಂಬ ಬಗ್ಗೆ ಅನುಮಾನ ಮೂಡುತ್ತದೆ. – ಮೂಲ ಭಾರತದ ಪ್ರಕಾರ ಧೃತರಾಷ್ಟ್ರಾದಿಗಳು ಧರ್ಮರಾಯನೊಡನೆ ಕೆಲಕಾಲವಿದ್ದು ಅನಂತರ ವನವಾಸಕ್ಕೆ ತೆರಳುತ್ತಾರೆ. ಅಲ್ಲಿ ವೇದವ್ಯಾಸರ ಅನುಗ್ರಹದಿಂದ ಸತ್ತ ಮಕ್ಕಳನ್ನು ಕರ್ಣಾದಿ ಜಯದ್ರಥರನ್ನು ಮತ್ತೆ ನೋಡುತ್ತಾರೆ. ಅದಾದನಂತರ ಅನಶನ ವ್ರತಧಾರಿಗಳಾಗಿ ಕಾಡ್ಗಿಚ್ಚಿನಲ್ಲಿ ಸಿಲುಕಿ ಬೆಂದುಹೋಗುತ್ತಾರೆಂದು ವಿವರಣೆಯಿದೆ. ಆದರೆ ರನ್ನ ಇದಾವುದರ ವಿವರಣೆಯನ್ನೂ ನೀಡದೆ, ಸಲ್ಲೇಖನವ್ರತ (ಅನಶನ) ವ್ರತದಿಂದ ಮೋಕ್ಷಗಳಿಸಿದರು ಎನ್ನುವುದರಲ್ಲಿ ಕೆಲಮಟ್ಟಿಗೆ ಜೈನ ಸಂಸ್ಕಾರದ ಧ್ವನಿಯಿದೆ ಎಂದು ಪ್ರೊ॥ ತಿ.ನಂ.ಶ್ರೀ ಅಭಿಪ್ರಾಯ ಹೊಂದಿದ್ದಾರೆ.

(58) ವಂಶಲಬ್ಧಿಜಯನೀ ಎಂಬ ಪಾಠಾಂತರವಿದೆ.

ಮುಕುಂದನೇ! ನಿನ್ನೀ ಸಂಪೂರ್ಣಾನುಗ್ರಹದಿಂದಲೇ ಈ ಭಯಂಕರವಾದ ಮಹಾಭಾರತದ ಅತಿ ದೊಡ್ಡ ಹೊರೆಯನ್ನು ಇಳಿಸಲು ಸಾಧ್ಯವಾಯಿತು. ನನಗಂತೂ ಈ ರಾಜ್ಯದ ಭಾರವನ್ನು ಹೊರುವ ಆಸೆಯಿಲ್ಲ. ಇನ್ನು ಅರ್ಜುನ ಚಿಕ್ಕವನು. ಈ ಕುರುಕ್ಷೇತ್ರ ಯುದ್ಧದಲ್ಲಿ ಅಂತಿಮವಾಗಿ ಜಯಶಾಲಿಯಾದ ಈ ಭೀಮಸೇನನಿಗೆ ಪಟ್ಟಕಟ್ಟುವುದು ಉಚಿತವೆಂಬುದು ನನ್ನ ಅಭಿಪ್ರಾಯ – ಅದನ್ನು ನೀನೇ ನಡೆಸಿಕೊಡಬೇಕು ಕೃಷ್ಣಾ, ನಡಿ ಈಗಲೇ ನಾವೆಲ್ಲ ಹಸ್ತಿನಾಪುರಕ್ಕೆ ಪ್ರಯಾಣ ಮಾಡೋಣ – ಎಂಬ ಧರ್ಮರಾಯನ ಮಾತಿನಲ್ಲಿ, ತನಗೆ ರಾಜ್ಯದ ಮೋಹವಿಲ್ಲ ಎಂಬುದನ್ನು ತೋರಿಸಿಕೊಳ್ಳುತ್ತಾನೆ. ಅರ್ಜುನನ ಕಿರಿತನದ ಬಗ್ಗೆ ಹೇಳಿ ಸಾಹಸ ಭೀಮನೇ ಅರ್ಹನೆಂದು ಹೇಳುವುದರಲ್ಲಿನ ಭಾವವಿದೆ. ಮೂಲಭಾರತದಲ್ಲಿ ಧರ್ಮರಾಯನಿಗೇ ಪಟ್ಟಾಭಿಷೇಕವಾದರೂ, ಪಂಪ ವಿಕ್ರಮಾರ್ಜುನನೆನಿಸಿದ ಅರ್ಜುನನಿಗೆ ಪಟ್ಟಕಟ್ಟುತ್ತಾನೆ. ಅಂದ ಮೇಲೆ ಗದಾಯುದ್ಧದ ಸಮಸ್ತ ವಿಜಯಿಯಾದ ಸಾಹಸಭೀಮನೇ ಪಟ್ಟಕ್ಕೆ ಅರ್ಹ ಎಂದು ಸಮರ್ಥಿಸುತ್ತಾನೆ ರನ್ನ ಕವಿ.

ವಚನ : ಎಂಬುದಂ – ಭೀಮಂಗೆ ಪಟ್ಟಬಂಧಮಂ ಮಾಳ್ಪುದೆಂದು ವಾಸುದೇವಂ ಮುಂತಾಗಿ ಸಹದೇವಂ ನಿರೂಪಿಸಿದ ಶುಭಮುಹೂರ್ತದೊಳ್ ಹಸ್ತಿನಪುರಮಂ ಪೊಕ್ಕು –

ಪಟ್ಟಬಂಧ = ಪಟ್ಟಕಟ್ಟುವುದು (ರಾಜ್ಯಾಭಿಷೇಕ)

ಎಂದು ಹೇಳಿದ ಮಾತಿಗೆ ಶ್ರೀಕೃಷ್ಣನೆ ಮುಂತಾಗಿ ಎಲ್ಲರೂ ಭೀಮಸೇನನಿಗೇ ಪಟ್ಟ ಕಟ್ಟುವುದೆಂದು ನಿಶ್ಚಯಿಸಿ ಸಹದೇವ ಸೂಚಿಸಿದ ಶುಭಮುಹೂರ್ತದಲ್ಲಿ ಹಸ್ತಿನಾಪುರ ಪ್ರವೇಶ ಮಾಡಿ –

ದೆಸೆಯಂ ತೆಕ್ಕನೆ ತೀವೆ ತಾಟಿತ ಮಹಾ ಭೇರಿರವಂ ವಿಪ್ರರೆ
ಣ್ದೆಸೆಯೊಳ್ವೇದ ನಿನಾದದಿಂ ಪರಸೆ ಪಂಕೇಜಾಕ್ಷಿಯರ್ಕೂಡಿ ಸಂ ।
ತಸದಿಂ ಸೇಸೆಯನಿಕ್ಕೆ ಪಾಂಡವ ಬಲಪ್ರಾಕಾರ ವೀರಂಗೆ ಸಾ
ಹಸಭೀಮಂಗೆ ಮನೋಮುದಂ ಬೆರಸು ಕೃಷ್ಣಂ ಕಟ್ಟಿದಂ ಪಟ್ಟಮಂ ॥ ೨೨ ॥

ದೆಸೆಯಂ = ದಿಕ್ಕುಗಳು ; ತೆಕ್ಕನೆ = ಅಧಿಕವಾಗಿ (ಹೆಚ್ಚಾಗಿ) ; ತೀವೆ = ತುಂಬಿ ; ತಾಟಿತ = ಹೊಡೆತ (ಬಡಿತ) ; ಸೇಸೆ = ಮಂತ್ರಾಕ್ಷತೆ ; ಪ್ರಾಕಾರ = ಗೋಡೆ ; ಮನೋಮುದಂ ಬೆರಸು = ಮನಃಪೂರ್ವಕವಾಗಿ

ಪಟ್ಟಾಭಿಷೇಕೋತ್ಸವದ ಮಹಾಭೇರಿಯ ಬಡಿತದ ಸದ್ದು ಎಂಟುದಿಕ್ಕುಗಳಲ್ಲೂ ಪಸರಿಸಲು, ಎಂಟು ದಿಕ್ಕುಗಳೂ ಕೇಳಿಸುವಂತೆ ಬ್ರಾಹ್ಮಣವೃಂದ ವೇದಘೋಷ ಮಾಡುತ್ತಾ ಹರಸುತ್ತಿದ್ದಾಗ – ಸುಮಂಗಲಿಯರುಗಳು ಒಟ್ಟಾಗಿ ಸಂತಸದಿಂದ ಮಂತ್ರಾಕ್ಷತೆಯ ಕಾಳನ್ನು ಹಾಕುತ್ತಿದ್ದರೆ, ಪಾಂಡವ ಬಲ ಸಮೂಹಕ್ಕೆ ಗೋಡೆಯಂತಿರುವ ಮಹಾವೀರ ಸಾಹಸಭೀಮಂಗೆ ಅತ್ಯಂತ ಸಂತೋಷದಿಂದ ಮನಃಪೂರ್ವಕವಾಗಿ ಹರಸಿ ಶ್ರೀಕೃಷ್ಣನು ಪಟ್ಟವನ್ನು ಕಟ್ಟಿ ರಾಜ್ಯಾಭಿಷೇಕವನ್ನು ಮಾಡಿದನು.

ವಚನ : ಅಂತು ಭೀಮಸೇನಂಗೆ ಪಟ್ಟಮಂ ಕಟ್ಟಿ ಹಸ್ತಿನಪುರದೊಳ್ ತಮ್ಮು ತಯ್ವರುಂ ಹಿಮಸೇತುವರಂ ಮಹಾಮಂಡಲಿಕರಿಂ ಬೆಸಕೆಯ್ಸಿಕೊಂಡು ಸುಖದಿಂ ರಾಜ್ಯಂಗೆಯ್ಯುತ್ತಿರ್ದರ್ –

ಹೀಗೆ ಭೀಮಸೇನನಿಗೆ ಪಟ್ಟವನ್ನು ಕಟ್ಟಿ ಐವರು ಪಾಂಡವರೂ ಹಸ್ತಿನಾಪುರದಲ್ಲಿ ನೆಲೆಸಿ ಆಸೇತು ಹಿಮಾಚಲ ಪರಿಯಂತ ಇರುವ ಸಾಮಂತರು, ಮಹಾಮಾಂಡಲಿಕರಿಂದ ಸೇವೆ ಮಾಡಿಸಿಕೊಳ್ಳುತ್ತಾ ಸುಖದಿಂದ ರಾಜ್ಯವಾಳುತ್ತಿದ್ದರು –

ಶಕ ಸಮಗತಿ ಋತುಯುಗ ಶಶಿ
ನಿಕರಾಂಕಂ ಚಿತ್ರಭಾನು ಸಂವತ್ಸರ ಕಾ ।
ರ್ತಿಕಸಿತ ಸಪ್ತಮಿ ದಿನದೊಳ್
ಸುಕರಂ ಬುಧಸೇವ್ಯಮಾಯ್ತು ರನ್ನನ ಕಾವ್ಯಂ ॥ ೨೩ ॥

ಶಕ ಸಮಗತಿ ಋತುಯುಗ = ಶತಮಾನದ ಸಮದಾರಿ ಎರಡು ಋತು ಅಂದರೆ ಶಾಲಿವಾಹನ
ಶಕ + ಋತು – 6 + ಯುಗ – 2 + ಶಶಿ – 1 ;
ನಿಕರಾಂಕ = ಒಟ್ಟು ಮೊತ್ತ ಅಂದರೆ – 6 + 2 + 1 = 9 = ಶತ = 900 – ಶಾ.ವಾ.ಶ. 900ರ ;
ಸಿತ = ಬಿಳಿ – ಶುಕ್ಲ ; ಸುಕರಂ = ಸುಂದರವಾಗಿ ; ಬುಧಸೇವ್ಯ = ಪಂಡಿತರ ಪ್ರಶಂಸೆ

ಈ ರನ್ನನ ಕಾವ್ಯವು ಶಾಲಿವಾಹನ ಶಕ 900ರ ಚಿತ್ರಭಾನು ಸಂವತ್ಸರ (ಇದಕ್ಕೆ 78 ಸೇರಿಸಿದರೆ ಕ್ರಿ.ಶ. ವರ್ಷ ಅಂದರೆ 978) ಕಾರ್ತಿಕ ಸಪ್ತಮಿಯಂದು ಸುಂದರವಾಗಿ ಪೂರ್ಣಗೊಂಡು ಪಂಡಿತರ ಪ್ರಶಂಸೆಗೆ ಪಾತ್ರವಾಯಿತು.

ಗದ್ಯ : ಇದು ಸಮಸ್ತ ಭುವನ ವಲ್ಲಭಜನಾಶ್ರಯಂ ಶ್ರೀಪೃಥ್ವೀವಲ್ಲಭಂ ಮಹಾರಾಜಾಧಿರಾಜಪರಮೇಶ್ವರಂ ಪರಮಭಟ್ಟಾರಕಂ ಶ್ರೀ ಸತ್ಯಾಶ್ರಯ ಶ್ರೀಮದಾಹವಮಲ್ಲದೇವ ಶ್ರೀಪಾದಕಲ್ಪ ಪಾದಾಶ್ರಯಾಸನ್ನವರ್ತಿ –

ಕವಿ ಚಕ್ರವರ್ತಿ ರನ್ನ ವಿರಚಿತಮಪ್ಪ
ಚಾಳುಕ್ಯ ಚಕ್ರವರ್ತಿ ಶ್ರೀ ಸಾಹಸ ಭೀಮ ವಿಜಯದೊಳ್
ಭೀಮಸೇನ ಪಟ್ಟಾಭಿಷೇಕ ವರ್ಣನಂ
ದಶಮಾಶ್ವಾಸಂ ಸಂಪೂರ್ಣಂ

"ಗದಾಯುದ್ಧಂ ಸಂಪೂರ್ಣಂ"

– ಶ್ರೀಕೃಷ್ಣಾರ್ಪಣ ಮಸ್ತು –

ಆಕರ ಗ್ರಂಥಗಳು

1. ರನ್ನ ಕವಿಯ ಗದಾಯುದ್ಧಂ
   ಮೂಲ ಗ್ರಂಥ (3ನೇ ಆವೃತ್ತಿ)

2. ರನ್ನ ಕವಿ ಪ್ರಶಸ್ತಿ – 1928
   ಮೈಸೂರು ವಿಶ್ವವಿದ್ಯಾಲಯ

3. ಗದಾಯುದ್ಧ ಸಂಗ್ರಹಂ
   ಸಂ: ತೀ.ನಂ.ಶ್ರೀ.

4. ಪಂಪ ಭಾರತಂ – 1977
   ಕ.ಸಾ.ಪ.

5. ಪಂಪ – ರನ್ನರು – ಡಾ॥ ರಂ.ಶ್ರೀ. ಮುಗಳಿ
   ಅತ್ತಿಮಬ್ಬೆ ಪ್ರಕಾಶನ – 2006

6. ಗದಾಯುದ್ಧ ದರ್ಪಣಂ – 1975
   ಪ್ರೊ॥ ಪಿ. ಸುಬ್ರಾಯ ಭಟ್

7. ಕನ್ನಡ ಕೈಪಿಡಿ – ಸಂಪುಟ 1
   ಮೈಸೂರು ವಿಶ್ವವಿದ್ಯಾಲಯ – 1936

ವೀರಲೋಕದ ಪ್ರಕಟಣೆಗಳು

1. ಕೈ ಹಿಡಿದು ನೀ ನಡೆಸು ತಂದೆ
2. ವಿಶ್ವಸುಂದರಿ
3. ಇವರು ಅವರು ದೇವರು
4. ಒಳ್ಳೆಯ ಬದುಕಿನ ಸೂತ್ರಗಳು
5. ಬೆಳ್ಳಿತೆರೆಯ ಬಂಗಾರದ ಗೆರೆ
6. ಸೋಲೆಂಬ ಗೆಲುವು
7. ಲಾಸ್ಟ್ ಡೇಸ್ ಆಫ್ ಲೆಜೆಂಡ್ಸ್
8. ಮನಿ ಮನಿ ಎಕಾನಮಿ
9. ನಿಮಗೆಷ್ಟು ಹಣ ಬೇಕು?
10. ಆರ್ಟ್ ಆಫ್ ಸಕ್ಸಸ್
11. ಮಾದಕ ದೊರೆ
12. ನಟನ ಕಥೆ–ಮಂಡ್ಯ ರಮೇಶ್
13. ಬದುಕೇ ಭಗವಂತ
14. ತ್ಯಾಗಕ್ಕಿಲ್ಲ ನೂಕುನುಗ್ಗಲು
15. ಕೃಷಿ ಯಾಕೆ ಖುಷಿ?
16. ಮೆಮರೀಸ್ ಆಫ್ ಬಾಸರ್ಾ
17. ಹಿಂದಿನ ನಿಲ್ದಾಣ
18. ಪ್ರೀತ್‌ಸು
19. ಕಥಾ ಸಾಗರಿ
20. ಹೃದಯದ ಮಾತು
21. ದ್ವೈತ
22. ಕ್ಷಯ
23. ಯಾರೂ ಹೇಳದ ಕಥೆಗಳು
24. ಅರ್ಧ ಬಿಸಿಲು ಅರ್ಧ ಮಳೆ...
25. ರನ್ನನ ಗಧಾಯುದ್ಧಂ

www.ingramcontent.com/pod-product-compliance
Lightning Source LLC
LaVergne TN
LVHW060212051026
849517LV00005B/1383
* 9 7 8 9 3 9 4 9 4 2 2 6 4 *